ஸ்ரீதரன் கதைகள்

ஸ்ரீதரன் கதைகள்

ஸ்ரீதரன்

கோண்டாவில் சுப்ரமணிய ஐயர் – சீதாலக்ஷ்மி தம்பதியின் ஒன்பது குழந்தைகளில் முதலாவது புத்திரன். பிறந்த ஆண்டு: 1947; இடம்: சாத்தூர், தமிழ்நாடு. ஆரம்பக் கல்வி: இலங்கையில் கோண்டாவில் சைவ வித்தியாசாலை மற்றும் புனித ஜோன் பொஸ்கோ கல்லூரி, ஹட்டன். மேல்நிலைக் கல்வி: யாழ். மத்திய கல்லூரி. பேராதனைப் பல்கலைக்கழகத்தின் 1971ஆம் ஆண்டுப் பொறியியல் பட்டதாரி. அமெரிக்காவில், கொலராடோ மாநிலப் பல்கலைக்கழகத்தில் (Colorado State University) 1984ஆம் ஆண்டில் நீரியல் துறையில் கலாநிதிப் (Ph.D.) பட்டம் பெற்றவர்.

பேராதனைப் பல்கலைக்கழகத்தில் 1972இல் பொறியியல் கணித ஆசிரியனாகவும், இலங்கை நீர்ப்பாசனத் திணைக்களத்தில் 1973 முதல் 1978 வரையான ஆண்டுகளில் பொறியியலாளராகவும் பணியாற்றியிருக்கிறார். கொலராடோ மாநிலப் பல்கலைக்கழகத்தில் 1984இல் ஆராய்ச்சியாளராகவும், பின்னர் 1985 முதல் 1988 வரை உதவிப் பேராசிரியராகவும் பணியாற்றியபின், 1989இல் ஒஹையோ மாநிலத்தில், சரித்திரபூர்வமாக ஆபிரிக்க–அமெரிக்க மாணவர்கள் பயிலும் பல்கலைக்கழகமான (Historically Black University - HBCU) மத்திய மாநிலப் பல்கலைக்கழகத்தில் (Central State University) சேர்ந்தார்.

இப்பல்கலைக்கழகத்தில் பதினான்கு ஆண்டுகளாக நீரியல் வள மேலாண்மைத் (Water Resources Management) துறையின் தலைவராகச் செயல்பட்டபின், தற்போது அப்பல்கலைக் கழகத்தின் விஞ்ஞானம் மற்றும் பொறியியல் கல்லூரியின் (College of Science and Engineering) பீடாதிபதியாகப் (Dean) பணியாற்றுகிறார். இவர் அமெரிக்க குடிசார் பொறியியல் சங்கத்தின் (American Society of Civil Engineers) உறுப்பினராகவும், அச்சங்கத்தின் நீர்ப்பாசனம் – வடிகால் ஆராய்ச்சிச் சஞ்சிகையின் உதவி ஆசிரியராகவும் பணியாற்றியிருக்கிறார்.

வாழ்க்கைத் துணைவி ராஜலக்ஷ்மி மதுரையைச் சேர்ந்தவர். ஸ்ரீதரன் - ராஜலக்ஷ்மி தம்பதிக்கு இரண்டு புதல்விகள்; மூத்தவர் மருத்துவ கலாநிதி மாதங்கி, இளையவர் ஹைமா சீன மொழிப் பட்டதாரி.

ஸ்ரீதரன் கதைகள்

ஓவியங்கள்: கே.கே. ராஜா

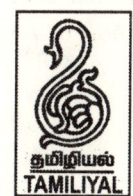

தமிழியல்
TAMILIYAL

காலச்சுவடு பதிப்பகம்

ஸ்ரீதரன் கதைகள் • சிறுகதைகள், குறுநாவல்கள் • ஆசிரியர்: ஸ்ரீதரன் •
© ஸ்ரீதரன் • முதல் பதிப்பு: டிசம்பா 2013 • இணைந்து வெளியிடுவோர்:
தமிழியல், லண்டன்; காலச்சுவடு பதிப்பகம், 669 கே. பி. சாலை,
நாகர்கோவில் 629 001.

காலச்சுவடு பதிப்பக வெளியீடு: 514

Sritharan Kathaikal • *Short Stories & Novellas* • *Author: Sritharan* •
© S.I. Sritharan • *Language: Tamil* • *First Edition: December
2013* • *Size: Crown 1 x 4* • *Paper: 24 kg maplitho* • *Pages: 394* •
*Jointly Published by Tamiliyal, 27-B High Street, Plaistow, London.
Phone: +44 208 471 5636, email: info@tamiliyal.org.uk and
Kalachuvadu Publications Pvt. Ltd., 669 K.P. Road, Nagercoil 629001,
India* • *Phone: 91-4652-278525* • *e-mail: publications@kalachuvadu.
com* • *Wrapper Printed at Print Specialities, Chennai 600 014* •
Printed at Mani Offset, Chennai 600 005.

ISBN: 978-93-81969-85-4

12/2013/S.No. 514, kcp. 949, 24 (1) HIL

உள்ளே...

பதிப்புரை	9
ஸ்ரீதரனின் படைப்பு மனம்	11
ஸ்ரீதரனின் படைப்புலகம்	17
முன்னுரை	35
மூலஸ்தானம்	
(தரிசனங்கள் - பல்கலைக்கழகத் தொகுப்பு - மே, 1973)	43
ராமசாமி காவியம்	
(அலை - 21, 1974)	57
ஒரு பஸ்தோப்புக் குயில் பாட்டு	
(1975)	73
கமலம்	
(பிரசுரமாகாதது) (1974 - 76)	79
காவற்காரர்கள்	
(அலை - 25, 1976)	121
நிர்வாணம்	
(கணையாழி, ஒக்ரோபர் - நவம்பர், 1977)	129
இவர்கள் வெளியே இருக்கிறார்கள்	
(மல்லிகை, மே, 1978)	159
ஒரு புதிய யுகத்தை நோக்கி	
(கணையாழி, 1979)	173

சொர்க்கம்
(திசை, ஜூன் - ஜூலை, 1989) 181

இரண்டாயிரத்து ஒன்று
(நாழிகை, மார்ச், 1994) 213

தொடர்புகள்
(நியூஹாம் தமிழர் நலன்புரி சங்க மலர், 1996) 227

துணை அகதி
(கிழக்கும் மேற்கும், 1997) 259

இராமாயண கலகம்
(கண்ணில் தெரியுது வானம், 2001) 275

அம்பலத்துடன் ஆறுநாட்கள்
(கண்ணில் தெரியுது வானம், 2001) 311

விஸ்வ சம்பவம்
(காலம் - 16, ஜூன் 2002) 367

ஸ்ரீதரன் கதைகள்: சில விமர்சனங்கள்
க. சட்டநாதன் 381
அநு.வை. நாகராஜன் 386
மதி கந்தசாமி 390
ரெ. கார்த்திகேசு 391

பதிப்புரை

பத்தாண்டுகளுக்கு முன் வெளிவந்திருக்கவேண்டிய ஸ்ரீதரனின் இச்சிறுகதைத் தொகுப்பு, இப்போதுதான் பிரசுரவெளியைக் கண்டிருக்கிறது என்பதற்குச் சமாதானப்படுத்தக்கூடிய பெரிய காரணம் எதையும் எம்மால் கூறுவதற்கில்லை.

எப்படியோ இவ்வளவு காலம் எடுத்துவிட்டது.

ஆனால், இந்தக் காலதாமதம் என்ற எங்களின் பாரிய மனச்சுமை, இன்று, இத்தொகுப்பு வெளிவரும் தருணத்தில் கரைந்து, கசிந்துபோன ரஸவாதம் நிகழ்ந்தேயிருக்கிறது.

அமெரிக்காவின் Central State University யில் நீர்வள முகாமைத்துவத்தின் சர்வதேச மையத்தில், நீர்வள முகாமைத்துவத் துறையின் தலைவராகத் திகழும் பேராசிரியர் எஸ். ஸ்ரீதரன், அமெரிக்காவின் கொலொராடோ மாநிலப் பல்கலைக்கழகத்தில் கலாநிதிப் பட்டம் பெற்ற பொறியியல் விஞ்ஞானியாவார்.

மேலைநாட்டு மெய்யியலில் தீவிர தேடலையும் ஆழ்ந்த வாசிப்பையும் கொண்ட ஸ்ரீதரன், கர்நாடக இசையின் நுணுக்கங்கள் அறிந்த இசை ரசிகனும் ஆவார். உயர் பதவிகளும் பட்டங்களும் தரையில், புழுதியில் காலூன்றிநிற்கும் ஸ்ரீதரனின் எளிமையில், சகமனித நேசிப்பில் எந்த மாறுதலையும் செலுத்து வதில்லை.

தமிழியில் வெளியீடுகளுக்குத் தனித்த கௌரவத்தையும் அங்கீகாரத்தையும் பெற்றுத்தரக்கூடிய நூல்களில் ஸ்ரீதரனின் இத்தொகுப்பிற்கு முக்கியமானதொரு இடமிருக்கிறது.

ஈழத்து இலக்கியத்திலும் சரி, புலம்பெயர் இலக்கியத்திலும் சரி, காலந்தாழ்த்தி வந்தாலும், இந்த நூல் வெளியீடு புத்துலக அனுபவத்தைக் கோரும் தொகுப்பாகும்.

தமிழ் பேசும் சூழலே இல்லாத ஓர் உலகில், தனது பல்கலைக்கழகத்தின் பல்வேறு பாரிய பொறுப்புகளின் மத்தியில், ஸ்ரீதரனின் தமிழ் எழுத்து இத்துணை வளத்தைக் கொண்டு பிரவகித்திருக்கிறது என்பது வியப்பூட்டுவதுதான்.

புனைவு இலக்கியம், அறிவியல் துறைகளில் ஆழ்ந்த கரிசனையைக் காட்டும் **தமிழியல்**, அதேவேளையில் ஓவியத் துறையின் மீதும் எப்போதும் தனது கவனத்தைக் குவித்தே செயற்பட்டு வந்துள்ளது

லண்டனில் வாழும் ஓவியர் ராஜாவின் ஓவியங்களோடு ஸ்ரீதரனின் இத்தொகுப்பு வெளியாக வேண்டும் என்ற எங்களின் பெருங்கனவு நனவாவதில் நாம் உள்ளபடியே பெரு மகிழ்ச்சியுறுகிறோம்.

சமீபகாலத் **தமிழியில்** வெளியீடுகள் பலவற்றிலும் தனது ஓவியத்திறனால், வடிவமைப்பு நுணுக்கத்தால், அயராத தொடர்ந்த உழைப்பால் நூலாக்கத்தின் தரத்தை உயர்த்துவதில் பெரும் பங்கு வகித்திருக்கும் ஓவியர் ராஜாவின் பதினாறு வண்ண ஓவியங்கள் இணைந்து, இருபெரும் சிருஷ்டிகளின் தொகுப்பாக அமைந்துள்ளமை இத்தொகுப்பின் பலமாகும்.

தமிழியல்

27-B High Street
Plaistow
London E13 0AD
United Kingdom
October 2013

●●●

ஸ்ரீதரனின் படைப்பு மனம்

பின்நவீனத்துவச் சிந்தனைகள் இலக்கியத்தையும் இலக்கியத்தின் கட்டுமான காரணங்களையும் சேர்த்துவைத்துச் சிந்திக்கும். அது நிஜமென்றால், பத்மநாப ஐயரின் நினைவில்லாமல் ஈழத்திலும் தமிழகத்திலும் இலக்கியம் சம்பந்தப்பட்ட பல காரியங்கள் நடைபெறாது என்பது, அவர் லண்டனுக்கு வந்த பிறகும் உண்மை. எனவே, இலக்கியக் கட்டுமானக் காரணராக, இந்த ஸ்ரீதரன் சார்ந்த மன ஓட்டங்களில், அவர் படிமமும் வந்துபோவது தவிர்க்கவியலாதது. ஏனெனில், எனக்கு ஸ்ரீதரனின் இருப்புண்மை அவர்மூலமே கிடைத்தது.

மு. நித்தியானந்தன் ஸ்ரீதரன்பற்றிக் கூறுவதுபோல், 1973இல் முதல் கதை வந்திருக்கிறது. ஆக, முப்பது வருடங்கள், சராசரி வருடத்துக்கு இரண்டு கதை என்று இன்றுவரை பதினைந்து கதைகள் எழுதியிருக்கிறார். தமிழகத்தில் இருக்கிற பலரைப் போல நானும் ஸ்ரீதரன் பெயரைக் கேட்டதில்லை. பத்மநாப ஐயர் மூலமாக ஈழ இலக்கியம் எனக்குக் கடந்த இருபது ஆண்டு காலமாகத் தொடர்ந்து அறிவுறுத்தப்பட்டாலும், சிறுகதை எதுவும் என்னைக் கவர்ந்ததில்லை; சமீபத்தில் சில முத்துலிங்கம் கதைகள் தவிர. இப்படிப்பட்ட சூழலில் **அம்பலத்துடன் ஆறு நாட்கள்** கதையை முதலில் படித்து, அதுபற்றி லண்டனில் ஒருமுறை பேச வாய்ப்பு வந்தபோது, யார் இந்த ஸ்ரீதரன் என்று பிரமிப்பு ஏற்பட்டது. லண்டனில் இன்னொரு பேச்சாளர் அக்கதையை எதிர்மறையாகக் குறிப்பிட்டபோது, பத்மநாப ஐயர் தொகுத்து வெளியிட்ட **கண்ணில் தெரியுது வானம்** தொகுப்பின் மிகச் சிறந்த கதை அது என்று நான் கூறினேன். அதன்பின், ஸ்ரீதரனின் வேறுசில கதைகளைப் படித்துப்பார்க்க எனக்குத் தோன்றியது.

ஸ்ரீதரனின் பதினைந்து கதைகள் என்முன்னால் ஒரு தொகுப்பாக்கும் நோக்கத்தோடு கொண்டுவரப்பட்டிருக்கின்றன. மொத்தத்தில், இப்போதும் **அம்பலத்துடன் ஆறு நாட்கள்** கதையின் தத்துவம், பாத்திரங்கள், சொல்லும் விதம் எல்லாம் மற்றக் கதைகளைத் தாண்டியதொரு உச்சம் என்று தோன்றுகிறது.

ஈழ வாசகர்களுக்கு அதிகம் பரிச்சயம் ஆகாத ஓர் உயர்ந்த சிறுகதை எழுத்தாளர் தமிழகத்தில் கடந்த சில ஆண்டுகளாக எழுதிக்கொண்டு இருக்கிறார்: பெயர் - அரங்கநாதன். தமிழ்க் கதைகளில் ஒரு புது அடிப்படையையும் மரபையும் சொல் முறையையும் ஏற்படுத்திப் புதுமைப்பித்தனையும் தாண்டிய வீச்சை ஏற்படுத்தியுள்ளார். மிகக் கொஞ்சம்தான் எழுதியிருக் கிறார். அந்தத் தத்துவ வீச்சோடு ஒப்பிடக்கூடிய கதை **அம்பலத்துடன் ஆறு நாட்கள்**. பல உயர்ந்த கலையாற்றல்களின் பின்னால் பித்த மனோநிலை அமைந்திருக்கிறது. இந்தக் கதையிலும் அதைப் பார்க்கலாம். பித்தமும் எதிர்வயமான உயர்ந்த அறிவுநிலையும் இந்தக் கதையின் உள் அந்தரங்கத்தில் ரகசியமாக ஏற்படுத்தும் உக்ர விவாதம் கதையின் மேல் அமைப்பில் பல்வேறு நிகழ்வுகளாகவும் பாத்திரங்களாகவும் கதை அமைப்புக் கொள்கின்றன. ஓர் அசாத்திய சாதனை என்று தோன்றுகிறது. இந்தக் கதைக்கான தயாரிப்பு கடந்த முப்பது வருடங்கள் ஸ்ரீதரனுக்கு. அதனால்தான் **மூலஸ்தானம், இவர்கள் வெளியே இருக்கிறார்கள்** போன்ற சில கதைகள் என்னைக் கவராத சமூகவயப்பட்ட அங்கதங்களாக, கோபங்களாக வருகின்றன. ஆனால், அக் கதைகளை ஸ்ரீதரனின் மொத்த உலகத்தின் பகுதிகளாக ஆக்கி வேறு ஒரு கோணத்தை ஏற்படுத்தித் தருகிறது **அம்பலத்துடன் ஆறு நாட்கள்**. “கறுப்பையா, தன் மனைவியை நினைத்துக்கொண்டே, தூண்டிலை எடுத்துக் கொண்டு வெளியே போக, சரித்திரம் தேங்கியே நிற்கிறது” என்று **ராமசாமி காவியம்** என்ற கதை முடிகிறபோது, சரித்திரம் பற்றி ஏன் இவர் ஒரு கதையில் சொல்கிறார் என்று யோசிப் பவர்களுக்கு, **அம்பலத்துடன் ஆறு நாட்கள்** கதை பதில் தரும். அதுபோல், **இராமாயண கலகம்** கதையின் தாத்பரியம் - இவைகளுக்கு எல்லாம் **அம்பலத்துடன்**... அதன் வார்த் தைகளால் சொல்லப்படா அர்த்தவீச்சில் தொடர்பு இருக் கிறது என்று படுகிறது. இங்கு குறிப்பிட்டுச் சொல்ல வேண்டிய **நிர்வாணம்** கதையின் அர்த்தமாய் வெளிப்படும் அமைதி, அதன் உள் இரகசியம் அம்பலத்துடன் தொடர்பு கொண் டதுதான். **அம்பலத்துடன்** . . . கதை படிப்பதற்குச் சற்றுச் சிரமமானது. சற்றுச் சுருக்கப்பட்டிருக்கலாம் என்றெல்லாம் நான் கலந்துகொண்ட கூட்டத்தில் அபிப்பிராயம் சொன் னார்கள். ஜேம்ஸ் ஜொய்ஸின் **யுலிஸிஸ்** போன்ற படைப்புகள் எழுதப்பட்டபின் இலக்கிய உலகில் வாசிப்புச் சிரமம் ஒரு அளவுகோலாக மாறக்கூடாது. அதற்காக, வாசிக்க முடியாத தெல்லாம் இலக்கியம் என்று நான் விவாதம் செய்யவில்லை. அம்பலம் என்ற பாத்திரம் அடிக்கடி கத்துகிறான். எதிர்காலம் அவனுக்குத் தெரிந்துவிடுகிறது. சிறைக்கு வருகிற இரு பணக் காரர்கள் செய்த சூழ்ச்சி திசைமாற, அகஸ்மாத்து என்பதுபோல் நடந்த ஆள்மாறாட்டத்தில் அம்பலமும் சிவமும் (இன்னொரு முக்கிய பாத்திரம்) சிறையிலிருந்து தப்புகிறார்கள். சிவம் கதாநாயகனா அல்லது அம்பலம் கதாநாயகனா என்ற குழப்பம் ஏற்படுகிறது அவ்வப்போது. இதில் சுவாரஸ்யம் ‘சாத்திரக்காரன்’ என்ற சொல். தமிழகத்தைச் சார்ந்த எனக்கு இந்தச் சொல் முதலில் விளங்கவில்லை. பிறகு ஜோஸ்யன் என்று நினைத்தேன்.

ஆனால், சொல்லின் தொனி அர்த்தமாக (சாத்திரம் - நூல்) அறிவாளி, முக்காலமும் உணர்ந்தவன் என்றெல்லாம் எனக்கு படிமங்கள் மனதில் எழுந்தன. வெறும் ஜோஸ்யன் அல்ல என்பதை அம்பலமே ஓரிடத்தில், "நான் சாத்திரக்காரன் இல்லை" என்று மூன்றுமுறை கத்துகையில் உணர்கிறோம். இங்கு அப்பாத்திரம் பல தளங்களில் அர்த்தத்தை உணர்த்துவது தெரிகிறது. ஒற்றை அர்த்தம் என்ற மூக்கணாங்கயிறை இங்கு நாம் மாட்டி அம்பலத்தைக் கொச்சைப்படுத்தத் தேவையில்லை. நடந்த முக்கிய சம்பவமான ஆள்மாறாட்டம் அகஸ்மாத்து என்று அமைகிறது. அதாவது, முக்கியமானது முக்கியமற்றதாக மாறுகிறது. அல்லது, காரணகாரிய தொடர்பற்று (அகஸ்மாத்து) இன்னும் அதிக முக்கியமானதாகிறது. காலம் என்பது மூன்றல்ல, அம்பலத்துக்கு. சனிக்கிழமை என்ன நடக்கும் என்பது அம்பலத்துக்கு முதலிலேயே தெரிந்துவிடுகிறது. அப்படிப் பார்க்கையில் அம்பலத்தின் காலம் என்பது நமக்குத் தெரிந்த முக்காலம் அல்ல. "நீ நடக்கத் தொடங்கும் முன், 'நான் தடுக்கி விழுவேனா?' என்று கேட்டால், அதற்குச் சாத்திரம் சொல்ல முடியாது. நீ அவ்வாறு கேட்க முயலும்போதே, சம்பவத் தொடரின் திசை மாறிவிடும்!" என்று அம்பலம் இன்னோரிடத்தில் சிவம் என்ற பாத்திரத்திடம் கூறுகிறான். இங்கு நமக்குத் தெளிவாவது 'கணம்' அல்லது ஒரு புள்ளிதான் அம்பலத்தின் காலம். நீட்சியான தொடர்ந்த ஓட்டம் அல்ல. ஆனால், அதில் ஒரு நியதியைப் பார்க்கக் கற்றவன் அவன். இது சற்றுச் சிக்கலானது. ஆகையால்தான், பித்தநிலையும் அறிவும் ஒன்றை ஒன்று கதையின் உள்தர்க்கத்தில் சம்பாஷணை மேற்கொள்ளும் கதை இது என்று கூறினேன். இந்த அடுக்குகள் மட்டுமல்ல இக்கதையின் அர்த்தங்கள்; இன்னும் பலமுறைகளில் இக்கதையைப் படிக்கலாம். இன்னோரிடத்தில் சிவன், "எனக்கு வாழ்க்கை, உனக்குக் கதையா?" என்று வருகிறது. இந்தக் கண்ணி முழுக்கதையையும் வேறொருமுறையில் படித்துப் புரிந்துகொள்ளக்கூடிய ஒரு சூசனை என்று எனக்குப் படுகிறது. பின்நவீனத்துவத்தில் கதையாடல் (*narrativity*) என்று கட்டுக்களை உடைத்து விளக்கும் முறையிருக்கிறது. அப்பாணியைப் பிரயோகித்து, இக்கதையை விளக்க வழி உண்டு. கிரகங்களின் ஸ்தானம்பற்றிய குடைச்சாமியின் பரிசோதனைபற்றி இன்னும் நான் எதனையும் கூறவில்லை. இப்போது, இன்னும் இக்கதை உள்ளடக்கியிருக்கும் வேறொரு அர்த்தமுறைக்கான சாத்தியப் பாடு திறக்கிறது. இப்படி இப்படி இக்கதை எனக்கு ஸ்ரீதரனின் மொத்த படைப்புலகத்தின் அத்தனை சாத்தியப்பாடுகளையும் உள்ளடக்கியிருப்பதாகப் படுகிறது. நான் தொடாத இன்னொரு திசையிலிருந்து வேறொரு வாசகர் தன் இலக்கியப் பயணத்தைத் தொடங்கவும் சாத்தியமிருக்கிறது. ஆனால், பிரச்சினை என்ன என்றால், தமிழ்நாட்டைவிடப் (இந்தியாவின் வேறு சில மொழிகளை ஒப்பிடுகையில் தமிழ்நாடும் பின்தங்கிய பிரதேசம்தான்) பின்தங்கிய இலக்கிய அறிவு உள்ள ஈழத்தமிழ் எழுத்தில் இக்கதை கவனிக்கப்படும் சாத்தியம் இல்லை என்பதுதான், என் இப்போதைய கணிப்பு. இதுதான், தமிழ்மொழி

எதிர்கொள்ளும் இன்றைய ஆபத்து. இக்கதை தமிழகக் கதைகளோடு ஒப்பிடப்பட்டு, இரு பிரதேசங்களின் இலக்கிய வளம்பற்றிய சர்ச்சை ஒன்று தொடங்கப்பட்டால்கூட அதை நான் வரவேற்பேன்.

ஸ்ரீதரனின் இத்தனை ஆண்டுகால இலக்கிய தரிசனத்தின் உச்சபட்ச வெளியீடு என, எனக்கு **அம்பலத்துடன் ஆறு நாட்கள்** கதை பட்டால், அதற்கு அடுத்த தரத்தில் அவருடைய **இராமாயண கலகம்** அமையும் என்பது என் எண்ணம். மு.நித்தியானந்தன், இக்கதை உண்மைபற்றிய தேடல் என்ற முக்கியமான அர்த்தத்தை முன்வைக்கிறார் (பார்க்க: **கண்ணில் தெரியுது வானம்**, விடியல் பதிப்பகம், கோயம்புத்தூர் 641 015). படகோட்டி குகன்வழியில் தோன்றிய பரதன் என்ற புதிய பாத்திரம்மூலம் இராமாயண காலத்திற்கு மிகப் பிந்திய காலகட்டத்தில் நடைபெறும் கதை இது. இந்தியாவில் நடக்கிற அயோத்திப் பிரச்சினையோடு சேர்க்காமல் இக்கதையை எனக்கு விளங்கிக்கொள்ள முடியாது. காவியத்துக்கும் வாழ்வுக்கும் உள்ள தொடர்பு, பழங்கதைக்கும் புதுக்கதைக்கும் உள்ள அர்த்தம், காப்பிய பத்திரத்துக்கும் இறைபக்திக்கும் உள்ள பிணைப்பு, அதிகாரத்துக்கும் உண்மைக்கும் இருக்கும் சம்பந்தம், உண்மை உள்ளத்தால் காணப்பட வேண்டும் எனச் சீதை இருந்த இடத்தைத் தம்பதியர் கண்டுபிடிக்கும் முறை, இப்படி இப்படியே கதை முடிந்தபிறகும் கதையின் பிம்பங்களும் தர்க்கங்களும் தொடர்ச்சிகளும் உண்மைகளும் நித்தியத்துக்குமான மன உலகரீங்காரமாக ஒலித்துக்கொண்டிருக்கும் கதை இது. இந்தக் கதையின் உத்தி முக்கியமானது; பரதன் என்ற பெயரும். பரதன், இராமாயண காலத்தைச் சார்ந்த பாத்திரம். ஆனால், இங்கு வரும் பரதன், காஞ்சனை என்ற மீனவப் பெண்ணின் கணவன். இந்த பரதன் என்ற பெயர் ஒரு சங்கேதம் போலவும் படிமம் கொள்ளுவதை அனுமதித்தால், இராமாயணக் கதைக் குள்ளும் வெளியிலும் சஞ்சரிக்க வாசகனைத் தூண்டும் உத்தி இது. ஒவ்வொரு வாக்கியமும் ஒரு பருண்மையான உண்மையின் நுண்மையாக்கம் என்பதை உணர்ந்தால் அல்லது குறியியல் (*semiotics*) கூறும் - ஒவ்வொரு வாக்கியமும் ஓர் உண்மை அல்ல, அதன் சுட்டி என்ற தாத்பரியத்தை உணர்ந்தால் - இந்த என் கருத்தை வலிந்துகூறுதல் என்று யாரும் குற்றஞ்சாட்ட மாட்டார்கள்.

இன்னொரு முக்கியமான - மனதைவிட்டு அகலா - கதை என்று **தொடர்புகள்** அமைகிறது. இக்கதை வழக்கமான ஸ்ரீதரனின் கதைகளைப் போலல்லாமல் வெகு இயல்பான, கரடுமுரடற்ற வாசிப்பு எளிமை கொண்ட கதை. கதையின் உள்ளடக்கம் மிக முக்கியமானது. தமிழக இன்றைய வாழ்க்கையின் போலித்தனமான மதிப்புகள் (*values*) - வெளிநாட்டில் போய்ப் பணமும் பெருமையும் சம்பாதிப்பது - எப்படி சொந்தமான ஈழத்தமிழர்களின் சொந்த நிலத்துக்கு போராடும் கொடூரமான வாழ்க்கையைப் புரியாத மாயையில் வைக்கிறது என்பதைத் தைரியமாகக் கூறும் கதை. மொத்த தமிழகம்பற்றிய விமர்சனமாக அக்கதையை நான் எடுத்துக்கொள்கிறேன். தமிழகத்தின் அரசியல்,

திரைப்பட மாயை, வாழ்க்கைமுறை, நகைநட்டுக்களே வாழ்க்கை என்று கருதும் பேதமை - எல்லாம் விமர்சிக்கப்படுகிறது, இந்தக் கதையில். இன்னும் பல தளங்களின் கதவுகள் திறக்கிற இன்னொரு கதை இது.

இதுபோல், **நிர்வாணம்** என்ற கதை. இக்கதையில், ஓர் ஆசிரியர்மூலம், கதாநாயகனான இளைஞனுக்கு எக்ஸிஸ்டென்ஷலிஸக் கருத்தால் அவனது தற்கொலை தொடர்பு படுத்தப்படும் எளிமைப்படுத்தல் - காரணகாரிய தொடர்பு வேண்டும் என்ற எம்பிரிசிச (empiricist) பிரிட்டிஷ்கால மனோ நிலைத் தொடர்ச்சியால் இது விளைகிறது - எனக்குப் பிடிக்கா விட்டாலும், கதையின் முழுமையில், பிரச்சினையின் சிக்கல் தன்மை அப்படியே முன்வைக்கப்படுகிறது என்று நினைக்கி றேன். இன்னொரு அற்புதமான கதை இது.

இன்னும் கொஞ்சம் கதைகள் இருக்கின்றன. அவற்றில் **இரண்டாயிரத்தொன்று** என்ற சமீபத்தில் 1994இல் எழுதிய கதையும், **ராமசாமி காவியம்** என்ற கதையும் வேறுபட்டு, தமிழகக் கதைசொல்முறைபோல் ஆற்றொழுக்கான கதைகள். புதுமைப்பித்தனின் **செல்லம்மாள்** கதையைப் பற்றிக் கவனிக் கக்கூடிய ஒரு கருத்தைச் சுந்தர ராமசாமி சொல்கிறார். அக் கதையை வாசிப்பவர்களுக்கு ஒரு பெண்மணியின் துக்ககர மான வாழ்க்கை சொல்லப்பட்டிருக்கிறது என்று நினைப்போம். சு.ரா. அவர்கள் அக்கதையை வேறுவிதமாகப் பார்க்கிறார். தமிழில் எழுதப்பட்ட ஆகச்சிறந்த காதல் கதை இது என்கிறார். நமக்கு அதிர்ச்சி ஏற்பட்டாலும், சு.ராவின் பார்வைச் சிறப்பு இலக்கியம்பற்றி பல விஷயங்களைப் படிப்பிக்கிறது, இங்கே. இப்படி உள் தளத்திலிருந்து வேறொரு அர்த்தம் எழவைக்கும் இரண்டு கதைகளாய் ஸ்ரீதரனின் குறிப்பிட்ட இரண்டு கதைகளும் அமைகின்றன. உள் அர்த்தங்கள் எவை என்று தேடுவதை வாசகர்கள் மேற்கொள்ள வேண்டும்.

நான் இங்கு பெயர் கூறாத சில கதைகள் இருக்கின்றன. அவற்றில் சிலதில் மொழி துண்டுதுண்டாகப் பிரயோகிக்கப் படுகிறது அல்லது உள்ளடக்கம் வழக்கமான கதைகள்போல் அமையவில்லை. ஆனால், எனக்கு அவை பிடித்தவையா இல்லையா என்றெல்லாம் நான் கூற முடியாதபடி ஸ்ரீதரனின் இலக்கிய மனதின் முதிர்ச்சியும் ஆழமும் இவை இல்லாவிட்டால் **அம்பலத்துடன்...** கதை எழுதக்கூடிய ஒருவர் கவலைப்படாமல் முப்பது ஆண்டுகளில் பதினைந்து கதை மட்டும் எழுதிவிட்டு, ஒரு தொகுப்பாய்க்கூடக் கொண்டுவர வேண்டுமென்று எண் ணாமல் யாருக்கும் தெரியாமல் வாழ்ந்துகொண்டு இருப்பாரா?) என்னைக் கட்டிப்போடுகின்றன. அக்கதைகளின் வழியும் **அம்பலத்துடன் ஆறு நாட்கள்** கதையில் வெளிப்பட்ட படைப்பு சக்திக்கான கனல் இருக்கத்தானே செய்கிறது.

தமிழவன்
15.07.2003

தமிழவனது இந்த முன்னுரை பத்து வருடங்களுக்கு
முன்னர் எழுதப்பட்டது.

ஸ்ரீதரன் கதைகள்

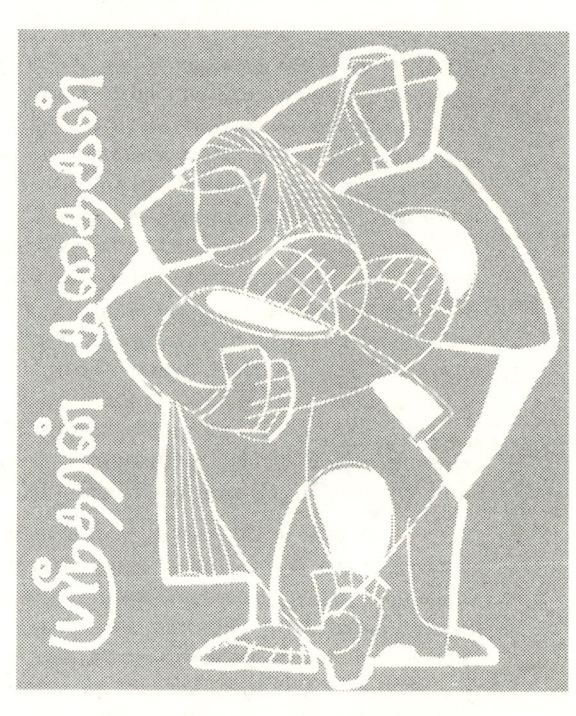

ஸ்ரீதரனின் படைப்புலகம்

ஸ்ரீதரனின் இந்தச் சிறுகதைத் தொகுப்பு ஈழத்துத் தமிழ் இலக்கிய உலகிற்குக் கிடைத்திருக்கும் அபூர்வமான பழைய-புதிய வரவு.

*1973*இல் **மூலஸ்தானம்** என்ற சிறுகதையோடு எழுத்துத் துறைக்குள் கால்பதிக்கும் ஸ்ரீதரனின் எழுத்துலகப் பயணம் நின்றும் தொடர்ந்தும் ஒரு 40 ஆண்டுகாலப் பயணத்தைக் குறித்துநிற்கிறது.

பேராதனைப் பல்கலைக்கழக வெளியீடாக வந்த **தரிசனங்கள்** என்ற சிறுகதைத் தொகுப்பில் இடம்பெற்ற ஸ்ரீதரனின் முதல் கதையான **மூலஸ்தானம்**, பிறந்த மென்சூட்டுடன் பேராசிரியர் க. கைலாசபதியின் சிலாக்கியம் பெற்ற கதையாகும். இவரின் **சொர்க்கம்** என்ற குறுநாவல் **திசை**யில் வெளிவந்தபோதே க. சட்டநாதன், அநு. வை. நாகராஜன் ஆகிய எழுத்தாளர்களின் சிறந்த பாராட்டினைப் பெற்றிருக்கிறது. லண்டனிலிருந்து இ. பத்மநாப ஐயர் வெளியிட்ட இலக்கியத் தொகுப்புகளில் இவரின் பின்னைய ஆக்கங்கள் இடம்பெற்று, புகலிட இலக் கியத்திற்குப் புதிய பரிமாணங்களைச் சேர்த்திருக்கிறது. ஆனால், **அலை**, **மல்லிகை**, **கணையாழி**, **திசை** ஆகிய சீரிய இலக்கிய இதழ்களில் எழுதிவந்திருக்கும் ஸ்ரீதரன், ஈழத்து இலக்கிய உலகில் 'பேசாப் பொருளாக' இருந்திருப்பது நமது துரதிர்ஷ்டம். ஈழத்துச் சிறுகதை வரலாற்றை நுணுகி ஆராய்ந்து அண்மையில் வெளியான ஒரு நூல் பட்டியலிடும் 400 ஈழத்துச் சிறுகதை எழுத்தாளர்களின் வரிசையில் ஸ்ரீதரனைக் காணமுடியவில்லை என்பது ஆச்சரிய மானதுதான். எனவேதான், இந்த எழுத்தாளரின் தொகுப்பு நமக்கு ஒரு அர்த்தத்தில் புதிய வரவாக அமைந்திருக்கிறது.

கதை தயாரிக்கும் அவசரமோ, எழுதியதை உடனடியாகவே அச்சுவாகனத்தில் ஏற்றிப்பார்க்கும் அந்தரமோ, வெளிவந்த கையோடு அவற்றைத் தொகுத்து நூலாக வெளியிடும் நிர்ப் பந்தமோ, அடிக்கடி எழுதி வாசகர் மனதில் தன் பெயரை நிலைநிறுத்திக்கொள்ளும் அக்கறையோ இல்லாத எழுத்தாளர், ஸ்ரீதரன். நாவலாக எழுத ஆரம்பித்து, பின் நீண்ட கதையாகப் பிய்த்துக்கொண்டு வந்திருக்கும் **கமலம்** என்ற நீண்ட கதை

எழுதிமுடிக்கப்பட்டு, பிரசுர உலகத்தையே காணாமல் ஆண்டுகள் உறங்கிக்கிடந்து, இந்தத் தொகுப்பிலேதான் அது பிரசுரம் பெறுகிறது. ஸ்ரீதரன் இலங்கையில் இருந்தபோது எழுதிய எட்டுக் கதைகளும், 1977இல் சிறிது காலம் டெல்லியிலிருந்தபோது எழுதி, பின் **கணையாழி** இதழில் வெளியான **நிர்வாணம்** எனும் நெடுங்கதையும், புலம்பெயர்ந்து அமெரிக்காவில் வாழ்ந்து கொண்டிருக்கும் காலப்பகுதியில் எழுதிய ஆறு கதைகளுமாக மொத்தம் பதினைந்து கதைகள் இத்தொகுப்பில் இடம்பெறு கின்றன.

ஸ்ரீதரனின் எழுத்து அபூர்வமானது. சமூக வாழ்வின் இருண்ட மூலைகளில் அவர் கூர்மையான பார்வையைப் பதித்திருக்கிறார். வாழ்வின் குரூர யதார்த்தங்களுடன் போரா டும் மனித ஜீவன்களின் ஆத்மத்துடிப்பை அவர் தனது கதைகளில் அற்புதமாக இசைத்திருக்கிறார். மாங்குளம் சந்தியில் வெய்யிலில் வேகும் ராமசாமி, 1941இல் லொறி லைசென்ஸ் வாங்கிக்கொண்ட பேதிரிஸ் அப்புஹாமி, கத்தியால் கங்கணத்தை அறுத்தெறிந்து விட்டு, "நீர் செய்யறதைச் செய்யும்" என்று திரும்பும் கந்தசாமிக் குருக்கள், கொழும்பில் ஒரு தகரப்பொந்தில் போய்ப் படுத்துக் கொண்டுவிடும் கரீம், கொழும்பு மாநகரசபை சுத்திகரிப்பில் அழுக்காகிப்போகும் எசக்கி, செவுத்தி, "ஏற்கனவே நான் சொல்லவில்லையா? இது ஒரு பெரிய மனிதர்மாதிரி இருக்கிற மிருகக்கூட்டம். இதற்குள் போகாதே" என்று சாராயம் போடாத நிலையிலும் உபதேசம்பண்ணும் மணி என்று சமூகத்தின் விளிம்புநிலைக்குத் தள்ளிவிடப்பட்ட மனிதஜீவன்கள் ஸ்ரீதரனின் விஷேட கவனிப்பிற்குள்ளாகுகிறார்கள்.

ஒழுங்குறுத்தப்பட்ட அமைப்பிற்குள்ளிருந்து வெளியே வீசப்பட்ட உதிரி மாந்தர்கள் இவரது கதைகளை ஆக்கிரமித்துக் கொண்டிருக்கிறார்கள்.

ஸ்ரீதரனுக்கு எழுத்து என்பது வாழ்வின் மீதான குறுக்கு விசாரணை. அன்றாட வாழ்வில் புதைந்துபோயிருக்கும் அபத்தங் களை, பொய்மைகளை, ஏமாற்றுகளை துருவித்தேடும் கூர்மையான விசாரம் இவருடையது. ஆழமான, பரந்த, பல்துறைசார்ந்த வாசிப்பு, இவருக்கு வாழ்வின் பல்வேறு பரிமாணங்களைக் காட்டிநிற்கிறது. அழுத்தமான மனிதாபிமான உணர்வு சமூகத்தில் வீசி எறியப்பட்டுவிட்ட விளிம்புநிலை மாந்தர்கள்மீதான கவனக்குவிப்பைத் தூண்டியிருக்கிறது. நிர்க்கதியாய் நிற்கும் மனிதர்கள், அவலவாழ்வையே இயல்பாகச் சுமக்கப் பழகிக் கொண்டுவிட்ட மனித ஜீவன்கள் இவரின் கதைகளில் உலா வருகிறார்கள். மெல்லிய துயரம் இவரின் கதைகளில் எல்லாம் கசிகிறது. லொரி டிரைவர்கள், டிபன் கேரியர்கள் விநியோகிப் பவர்கள், நடைபாதை வியாபாரிகள், நகரசுத்தித் தொழிலாளர்கள், கூலி விவசாயிகள், பாதாள உலகக் கோஷ்டியினர், கிளார்க்கர்மார் என்று இவரின் கதைகளில் வரும் பாத்திரங்கள் நமக்கு வித்தியாச மான, புதிய உலகைக் காட்டுகிறார்கள். நமது அனுபவ எல்லைக் கட்டுகளை இந்த மாந்தர்கள் விஸ்தரித்துப் போடுகிறார்கள். போலிகளும் பிரசங்கிகளும் இவரின் கூர்மையான விசாரணையில்

வெளிறிப்போகிறார்கள். பணத்தையும் வசதிகளையும் தவிர வேறெதுவும்பற்றியுமே சிந்தையற்ற மனிதர்களை இவர் வியப்போடு பார்க்கிறார். உயர்தொடர்புகளைப் பேணும் கவனத்தில், மனிதாபிமான இழைகள் உதிர்ந்துபோகும் நிலையை இவரது சில பாத்திரங்கள் பிரதிபலிக்கின்றன. உயர்தத்துவ விசாரத்தில் ஆழ்ந்துபோகும் பாதிரிமார் கதையின் கனதிக்குப் பலம் சேர்க்கிறார்கள். ஆழ்ந்த தத்துவப் படுதாவில் இவரது சில பாத்திரங்கள் நகர்கின்றன. **நிர்வாணம், தொடர்புகள், ராமசாமி காவியம்** ஆகிய கதைகளில் விபரிக்க முடியாத மெல்லிய துயர உணர்வு கதை பூராவிலும் படர்ந்துகிடக்கிறது. சமூக ஏற்றத்தாழ்வுகளின் கொடூரம் இவரது மனத்தை, சிந்தனையைப் புண்ணாக்கியிருக்கிறது.

இவரது கதைக் களங்கள் வித்தியாசமான பிராந்தியங்களில் தோற்றங்கொள்கின்றன. மாங்குளம், கேகாலை, கொட்டாஞ்சேனை, அமெரிக்கா என்று வேறுபடும் உலகங்கள். சிங்களக் கிராமங்களும், சிங்களக் கதாபாத்திரங்களும் ஸ்ரீதரனின் கதைகளில் உயிர்ப்போடு வெளிவருகின்றன. சிங்களக் கதாபாத்திரங்களை மையங்கொண்டு, தமிழில் சுயமாக எழுதப்பட்ட அபூர்வமான கதைகள். மொழி, இனம் என்ற எல்லைகளுக்கு அப்பால் மனித ஜீவன்களை எழுத்தில் தரிசிக்கும் கம்பீரம் ஸ்ரீதரனின் பெரும்பலம். வெவ்வேறு அனுபவங்களின் பின்னணியில் வார்ப்புப் பெற்றிருக்கும் கதாபாத்திரங்கள் ஸ்ரீதரனின் கதைகளுக்கு செறிவையும் செழுமையையும் தேடிக்கொடுக்கிறார்கள். எவ்வளவு வேலைப்பளுவிற்கு இடையிலும், இவரது மனக்குகையில் இடையறாது உயிர்ப்போடு இயங்கிக்கொண்டிருக்கும் பாத்திரங்கள் சிறிய அவகாசத்திலும்கூட, ரத்தமும் சதையுமாய் பிரசவிக்கப்படுகிறார்கள். நீண்ட இடைவெளிகள் என்பது இவரது எழுத்தில் எந்தக் குறையையும் விட்டுச் செல்வதில்லை.

அசுர உழைப்பையும், தொடர்ந்த ஆராய்ச்சியையும் வேண்டி நிற்கும் அமெரிக்க புலமைத்துவ பிரமாண்டத்தின் மத்தியில், தமிழ்மொழியே பயிலாத, முற்றிலும் அந்நியச் சூழலுக்குள்ளும் அவர் வளமான, கம்பீரமான நடையில் தந்திருக்கும் சிறுகதைகள் பிரமிப்பூட்டுபவை.

ஈழத்து எழுத்தாளர்களில் கர்நாடக சங்கீதம் குறித்து ஸ்ரீதரனைப் போல் இவ்வளவு ஆழ்ந்த ஞானம் கொண்டவர்கள் வேறு எவரும் இல்லை என்றே கூறமுடியும். **மணக்கால் ரங்கராஜன் வாழ்க்கை விவரண ஒளிக்குறிப்புகள்** என்று ஸ்ரீதரன் எழுதியுள்ள கர்நாடக இசை விமர்சனமானது, அவரது இசை ஞானத்தின் ஒரு தெறிப்பு.

ஈழத்து எழுத்தில் இருப்பியல்வாதப் பின்னணியில் எழுதப்பட்ட அழகிய கதையாக **நிர்வாணம்**, தனி முக்கியத்துவம் பெறுகிறது. சிங்களக் கிராமியச் சூழலில், சிங்கள கதாபாத்திரங்களைக் கொண்டு கதை நகர்கிறது.

பேதிரிஸ் அப்புஹாமி என்ற அநுபவம் மிகுந்த லொறி டிரைவரின் மகன் லயனலுக்கூடாக இடம்பெறும் இருப்பியல்வாத விசாரம், கதை நிகழ்வுடன், கதைமாந்தரின் அன்றாட வாழ்க்கை இழையுடன் இறுகப்பின்னி மிளிர்வது தனிச்சிறப்பு.

‘என் வாழ்க்கை இத்துடன் முற்றாக வேண்டும்’ என்று கடிதம் எழுதிவிட்டுத் தற்கொலை செய்துகொண்டுவிடும் லயனலின் முடிவு, கதையின் ஆரம்பத்திலேயே சொல்லப்பட்டு விடுகிறது. ஆனாலும், கதை நகர்த்தப்படும் பாணி, கதை முடியும் வரை ஆவலையும் ஆதங்கத்தையும் மனதில் அழுத்தி இழைத்துச்செல்கிறது.

மனிதன் அவாந்தரத்திலிருந்து கருக்கொள்வதில்லை. அவன் இயற்கை வனைந்த மண் குடமுமல்ல. அவன் இறைவன் அமைத்துவைத்த மேடையில், யாரோ எழுதிய வசனத்தை அப்படியே ஒப்புவித்துச்செல்லும் நாடகமேடை நடிகனுமல்ல. மனித இருப்புத்தான் மனிதனைப் புனைகிறது. இந்த மனித இருப்பின் அர்த்தம்தான் என்ன என்பது காலாந்தரமாக தத்துவவாதிகளின் விசாரணைப் பொருளாக இருந்திருக்கிறது. இந்த வாழ்வின் அர்த்தமின்மையை, அபத்தத்தை *The Myth of Sisyphus* என்ற நூலில் விசாரணை செய்கிறார் அல்பேர் காம்யு.

நிர்வாணம் கதையில் வரும் லயனலின் பாடசாலை ஆசிரியர், சிசிபஸ் கதையை அவனுக்கு சொல்கிறார்.

அறிவுபூர்வமான விளக்கத்தை அவாவும் மனிதனுக்கும், அர்த்தமோ நியாயமோ அற்ற உலகிற்கும் இடையில் நிலவும் முரண்பாட்டின் அபத்தத்தை வலிமையோடு பேசுகிறார் காம்யு. இந்த அபத்த வாழ்வை முடிவுக்குக் கொண்டுவருவதற்காகத் தற்கொலை செய்துகொள்வது என்பதை, காம்யு திட்டவட்டமாக நிராகரிக்கிறார். மனிதன் இல்லாமல் அபத்தம் இல்லை. இந்த முரண்பாடு வாழ்ந்து தீர்க்கப்பட்டாக வேண்டும். இந்த முரண்பாட்டை எதிர்த்து, அவன் தொடர்ந்த கிளர்ச்சியை மேற்கொண்டாக வேண்டும் என்கிறார் காம்யு.

கடவுளர்களை எதிர்த்து, மரணத்தை சங்கிலியால் பிணைத்த சிஸிபஸிடமிருந்து, மரணம் இறுதியில் விடுதலை பெற்றுவிடுகிறது. தெய்வங்களின் சாபத்திற்கு ஆளான சிஸிபஸ், ஜீவிதம் முழுதும் தண்டனைக்குட்படுத்தப்படுகிறான். ஒரு பெரும் பாறாங்கல்லை அவன் மலையுச்சிக்கு உருட்டிச்செல்ல வேண்டும், மலையுச்சியைச் சென்றடைந்ததும் அந்தப் பாறை மீண்டும் கீழே உருண்டு சென்றுவிடும். சிஸிபஸ் மீண்டும் அந்தப் பாறையை மேலே உருட்டிச்செல்ல வேண்டும். சிஸிபஸ் மரணத்தை வெறுப்பவனாகவும், வாழ்க்கையை முழுவதுமாக வாழ்ந்து தீர்ப்பவனாகவும், அர்த்தமற்ற இலக்கை நோக்கிப் பயணிப்பவனாகவுமே வார்க்கப்பட்டிருக்கிறான்.

“இந்த சிஸிபஸ் சாதிக்கிறது என்ன? கல்லை மேலே உருட்டிக்கொண்டுபோய்விட, அது திரும்பவும் கீழே வந்து விடுகிறது. அவன் பிரயத்தனம் முழுக்க வீணாகப் பிரயோசன

மில்லாமல் போகிறது. எங்கள் வாழ்க்கையெல்லாம் இப்படித் தான். இதை உணர்ந்தவனுக்கு... ஆழமாக உணர்ந்தவனுக்குத் தன் வாழ்க்கையை முடித்துக்கொள்ளத் தோன்றும். நான் இதைத் திருப்பிச் சொல்ல வேண்டும். வாழ்க்கை... மனித வாழ்க்கை நெருக்குவாரமானது; அபத்தமானது... பிரயோசன மில்லாதது" என்று இக்கதையில் பேசுகிறார் லயனலின் ஆசிரியர்.

'என் வாழ்க்கை இத்துடன் முற்றாக வேண்டும்' என்று லயனல் தற்கொலை செய்துகொண்டுவிடும்போது, ஒரு பரிதாபமான மரணத்தின் சோகம் நம் மனதைக் கௌவிக் கொள்கிறது.

லயனலின் மரணம் அல்பேர் காம்யுவின் அபத்த விசார ணைக்கு எதிர்த்திசையில் சென்று முடிந்துவிடுகிறது.

1978இல் யாழ்ப்பாணத்திலிருந்து வெளியான **திசை** இதழில் ஆறு வாரங்களாக, இருபது அத்தியாயங்களில் வெளியான குறுநாவல் **சொர்க்கம்**.

கொட்டாஞ்சேனைக் கள்ளுக்கடை என்ற சொர்க்கபுரி யில் திளைக்கும் கொழும்பு மாநகரசபைச் சுத்திகரிப்புத் தொழிலாளிகள் எசக்கியும் செவுத்தியும் சென்ற நூற்றாண்டின் ஆரம்ப தசாப்தங்களில் சுத்திகரிப்புக் கூலிகளாக இந்தியா விலிருந்து வந்து கொழும்பில் சமூக உருவாக்கம் கண்ட சமூகத்தின் வாரிசுகள். சமூகத்தின் எல்லாத் தளங்களிலும் புறக்கணிக் கப்பட்டு, அவர்களின் இருத்தலே தொலைந்துபோன நிலை யில், எழுத்திலும் இவர்களின் வாழ்வு இடம்பெறாமல் போனதில் வியப்படைய எதுவுமில்லை.

இத்தொழிலாளர் வர்க்கம் குறித்து எழுதப்பட்ட முதற் கதை இதுதான் என்று கூறத் தோன்றுகிறது. இவ்வளவு ஆண்டுகாலமாக இந்த சமூகம் எழுத்தியக்கத்திற்குள் கொண்டு வரப்படவில்லை என்பது யோசித்துப்பார்க்க வேண்டிய ஒன்றாகும். ஸ்ரீதரன் இச்சமூகத்திற்கு வெளியாள் எனினும், மனிதாபிமானம் மிகுந்த அவரின் பார்வை வீச்சில், இச்சமு தாயத்தின் ஒரு தோற்றம் இலக்கியப் பதிவு பெற்றிருக்கிறது.

ஒரு நகர்ப்புறச் சேரியின் கூச்சலும் அழுக்கும் அறியா மையும், குடியும் போதையும், அச்சமும் விசுவாசமும், அசூயை யும் எதிர்ப்பும் மாறிமாறி இக்கதையில் கோலம்காட்டுகின்றன.

செவுத்தி வாழுமிடத்தை ஸ்ரீதரன் விபரிக்கிறார்:

'பெரிய வீதியிலிருந்து கிளையாக ஒரு சின்ன வீதி புறப்பட்டு, அது எங்கேயோ போக, சின்ன வீதிக்குக் கிளையாக ஒரு சந்து நீண்டு, சேறும் சகதியும் நிறைந்தவொரு இடத்தில் முடிந்தது. தகரமும் மரமும் மண்ணும் கலந்த பொந்து. தனித்ததல்ல. ஒருமித்த பொந்துகளின் இடையில் அடைந்துபோனதொன்று. எதிரும்புதிருமாகவும் அக்கம்பக்கமாகவும் பொந்துகள்.

'மனித சீவியம் எவ்வாறு இருக்க முடியாதென்றும், இருக்கக் கூடாதென்றும் பல மேதாவிகளும் நினைத்தும் வற்புறுத்தியும்

இருக்கிறார்களோ அது இங்கே, இந்தப் பொந்துகளில் இருக்கிறது. சேற்றில் புரள்கிற நாய்களும், அவற்றுடன் விளையாடித்திரிகிற சிறுவர்களும், சொற்களை வீசி அவற்றின் உரசலில் தங்களை இழக்கிற பெண்களும், நீரிலும் புகையிலும் அமிழ்ந்துபோன ஆண்களும், அழுக்கான அழுக்கும்... கர்த்தரே! இது நரக மாகத்தான் இருக்க வேண்டும். இது கொழும்பு மாநகரத்திலேதான் இருக்கிறதா ?"

எசக்கி, செவுத்தியுடன், அவர்களின் குரு ஸ்தானத்தில் வீற்றிருக்கும் கரீமும், செவுத்தியின் மனைவி அலிஸ் நோனா, அவளின் இரு மகன்மார், எசக்கியின் மகள்மார், 'கெம்பா' என்ற அடியாள் தலைவன், பாதர் தியோப்பிலஸ் என்ற பாத்திரங்கள் **சொர்க்கம்** கதையில் தனித்த முத்திரைகளுடன் வெகு இயல்பாகத் தோற்றம் தருகிறார்கள்.

'அவஸ்தைகளும் வதைகளும் ஏற்பட்டபோது, ஆண்ட வன் இந்த உலகைப் படைத்திருக்கிறான். அவனது கனவும், அதன் தீர்க்கமான வடிவம்தான் இந்த உலகம்; தெய்வீக அதிருப்தியின் வண்ணச் சாயல்கள். நன்மை, தீமை, இன்பம், துன்பம், நீங்கள், நான் அனைத்துமே சிருஷ்டிகரத்தின் ஒளிக் கதிரில் வண்ணம்காட்டும் நீர்த்துளிகள்' என்று நீட்ஷே கூறிச் செல்வதன் அப்பட்டமான வார்ப்புதான் ஸ்ரீதரன் உருவகித் திருக்கும் **சொர்க்கம்**.

இந்நெடுங்கதையின் பெரும்பகுதி கள்ளுக்கடையிலேயே சுழல்கிறது. இச்சமூகத்தின் கூட்டுவாழ்வின் மையமாக, அவர்களது வாழ்விடத்தின் மிக அண்மித்த கூறாக இக் கள்ளுக்கடை திகழ்கிறது. இந்த சமூகமாந்தரின் பிரவேசமும், வெளிச் செல்லுதலும் இந்த ஸ்தலத்திலேயே நிகழ்கின்றன. அது அவர்களின் சந்திப்புக்கூடமாக, பிரச்சினைகளைப் பேசித்தீர்க்கும் மன்றாக, மன அவசங்களின் வடிகாலாக, எதிர்கால நடவடிக்கை களின் திட்ட அரங்காக, தனிமையை வெல்லும் சாதனமாக, தாகசாந்தினியாக, உலக அழுத்தங்களை எல்லாம் மீறிச் செயற்பட முடிகிற வெளியாக, 'சொர்க்கமாக' இது அமைந்துபோகிறது.

'ஒரு பிரகாசமான காலைப்பொழுதில், லாந்தர் விளக் கைக் கையில் ஏந்தியவாறு சந்தைச் சதுக்கத்திற்கு ஓடிச்சென்ற ஒரு பைத்தியக்காரன், "நான் கடவுளைத் தேடுகிறேன், நான் கடவுளைத் தேடுகிறேன்" என்று அழுது அரற்றும் நீட்ஷேயின் குரல், **சொர்க்கம்** கதையில் வரும் செவுத்தியின், "ஏ பாதரே! உன் கடவுளைக் கூப்பிடு, உன் கடவுளைக் கூப்பிடு, உன் கடவுளைக் கூப்பிடு" என்ற அலறலில் எதிரொலிக்கிறது.

சொர்க்கத்தில் செவுத்தியும் எசக்கியும் கரீமும் அருகருகே இருந்து அமுதம் பருக, "என் பிதா எனக்குத் தந்த கோப்பையில் அல்லவோ நான் பருக வேண்டும்" என்று பாதர் எதிர்வழியே நடக்க ஆரம்பிப்பதாகக் கதை முடிகிறது.

அவனவன் பாத்திரத்தில், அவனவனுக்குக் கிடைத்ததைப் பருக்கிக்கொள்ள வேண்டியதுதான் என்ற அர்த்தத்தில், இக் கதைக்குச் சில எழுத்தாளர்கள் விளக்கம் அளித்துள்ளனர்.

ஆனால், 'என் பிதா எனக்குத் தந்த கோப்பை' என்பது சிலுவை என்றும், அது வதையையும் மரணத்தையும் குறிக்கிறது என்றும், மனுக்குலத்தின் நன்மைக்காக தன் வாழ்வையே பரித்தியாகம் செய்வதற்கான அழைப்பு என்றும் விளக்கம் அளிக்கப்பட்டிருப்பதையும் நாம் நினைவுபடுத்தலாம்.

பாத்திரச் சித்திரிப்புகளும், சம்பவக்களங்கள்பற்றிய விபரிப்பும், வெவ்வேறுபட்ட மொழிவழக்குகளைப் பாவிக்கும் லாவகமும், அற்புதமான நடையும் ஸ்ரீதரனைத் தனித்துவம் மிக்க எழுத்தாளராக நிலைநிறுத்துகிறது.

அலையில் வெளியான **ராமசாமி காவியம்** ஸ்ரீதரனின் அயனான படைப்பு. மலையகத் தமிழரின் கொடூர - இருண்ட வாழ்வின் ஒரு சரித்திரகதியை ஒரு கதைக்குள் அழியாத சமூகச்சித்திரமாக்கிய சாதனையின் வெளிப்பாடுதான் **ராமசாமி காவியம்**.

ராமசாமி காவியம் அழகான தலைப்பு. மலையகக் கூலி களின் இனப்பொதுப்பெயர் ராமசாமி என்கிறார் வில்லியம் டிக்பி என்ற ஆங்கில எழுத்தாளர். ராமசாமிகளும் மீனாட்சிகளும் சிங்கள இனவாதக் கருத்தாடலில், அரசியல் பேச்சுகளில் வெகுசாதாரணமாகப் புழங்கிவரும் பெயர்கள்தான்.

இந்தக் கதையில் வரும் ராமசாமியும் மீனாச்சியும் மலையகத் தொழிலாளர்களின் வகைமாதிரிப் பிரதிநிதித்துவத்தின் குறியீட்டுப் பெயர்களாகவே அமைந்துபோகின்றன.

1970களின் ஆரம்பக்கூறில், ஸ்ரீமாவோ பண்டாரநாயக் காவின் ஆட்சிக்காலத்தில் தோட்டப்புறங்களில் நிலவிய பஞ்சமும் பட்டினியும் மலையகத்தின் மிக அண்மைய வரலாற்றில் நாம் காணக்கிடக்கும் கொடூரமான யதார்த்தங்களாகும். பஞ்சம் போக்குவதற்காகத் தோட்டங்களை விட்டு, வெளியிடங்களை நோக்கித் தோட்டத் தொழிலாளர்கள் புலம்பெயர ஆரம்பித்திருந்த காலம் இது. வீடுகளில், நகைகளிலிருந்து பித்தளைப் பாத்திரங்கள் வரை பட்டினியைப் போக்க, நகை அடைவுகடைகளை நிறைத்த நேரம் இது. இந்தப் பஞ்சத்தின் பின்னணியில்தான் தெளிவத்தை ஜோசப்பின் **மண்ணைத் தின்று** என்ற சிறுகதை எழுந்திருக்கிறது.

1970ஆம் ஆண்டுகாலப்பகுதி மலையகத் தமிழர்களைப் பொறுத்தவரையில் துயர்நிறைந்த ஒரு தசாப்தத்தைக் குறித்து நிற்கிறது. வன்முறைத் தாக்குதலும், உயிராபத்தும், வயிற்றைக் கழுவத் திசைகெட்டு அலைந்த நிர்க்கதியும், பீதியும் பயமும், சிதைந்துபோன நம்பிக்கைகளும், விரக்தியும் ஏமாற்றமும், இழிவுக்கும் ஏளனத்துக்குமுள்ளான மனித அவஸ்தைகளும் இந்த தசாப்தத்தை, கொடிய இருளின் குவிமையமாக்கியிருந்தது.

தேயிலைத் தோட்டங்கள் தேசிய உடைமையாக்கப்பட்ட கையோடு இவ்வன்முறையும், உணவப்பஞ்சமும், தோட்டங்க ளில் வேலை கிடைக்காத நிலைமைகளும் சேர்ந்து, தோட்டத் தொழிலாளர்களை அவர்கள் காலங்காலமாக வாழ்ந்த தோட்டப்

பகுதிகளிலிருந்து வெளியேற்றி வவுனியா, கிளிநொச்சி, மாங்குளம், முத்தையன்கட்டு போன்ற பிரதேசங்களை நோக்கிப் பெயர நிர்ப்பந்தித்தது.

கம்பளையை விட்டு, வவுனியாவில் முத்தையன்கட்டிற்குத் தன் மனைவி, பிள்ளைகளுடன் வேலை தேடிப் புறப்படும் ராமசாமியின் அவலவாழ்வு ரணத்தின் வரிகளாக ஸ்ரீதரனின் இச்சிறுதையில் பதிவாகிறது.

மலையக சமூக வரலாற்றில் ஸ்ரீதரனின் **ராமசாமி காவியம்** என்ற சிறுகதையும், வண்ணச்சிறகு எழுதிய **சென்று வருகிறேன், ஜென்மபூமியே** என்ற கவிதையும் இலக்கிய மகுடங்களாக அமையவல்லன.

எழுபதுகளில் மலையகத்திலிருந்து வேலை தேடி, மாங் குளத்துச் சந்தியில் அலையும் ராமசாமியைப் பற்றிய ஒரு காலகட்ட நிலைமையின் ஸ்தூல வார்ப்பாக இச்சிறுகதை அமையும் அதேநேரத்தில், நூறாண்டுக்கால மலையகத் தொழி லாளர்களின் துயரவாழ்வின் அடிச்சரடாயும் வியாபகம் கொள்ளும் சிறப்பு, இச்சிறுகதைக்கு அலாதியான மெருகு சேர்க்கிறது. 19ஆம் நூற்றாண்டிலிருந்து வேலை தேடி, தோட் டம் தோட்டமாக அலைந்த வாழ்வின் ஓட்டம் இன்னும்தான் நிற்கவில்லை.

ராமசாமி காவியம் கதையின் ஆரம்ப வரிகள் மலையக மக்களின் நூற்றாண்டுத் துயரைச் சுமந்து நெஞ்சில் கனல் கொட்டுகின்றன.

'இந்த ராமசாமி மனிதனாகக் கருதப்பட்டதற்குச் சரித் திரமில்லை. தேயிலைச் செடிக்குள் 'எல்லாமிருக்கும்' என்று நம்பிக் கடல்கடந்த சீவராசிகளின் சந்ததியில் வந்தவன் மனிதனாக முடியுமா? காட்டையழித்துப் பச்சைக் கம்பளம் போர்த்து, அதைப் பேணி உணவுப் பிச்சையளித்தவன் மனிதனாக முடியுமா? இதெல்லாம் ராமசாமிக்குச் சம்பந்தமில்லாத விஷயங்கள். இன்று இந்த மாங்குளத்துச் சந்தியில், வெய்யில் நெருப்பில், அதை வெல்கின்ற வயிற்று வெக்கையுடன் 'மீனாச்சி', 'செவனு', 'மூக்கையா'வுடன் அலைந்து அவன் திரிவது ஒரு வெறும் பௌதிகநிலை. இதனால், இக்கணத்தில் இவன் மனிதனேயில்லை.'

நிர்க்கதியாக மாங்குளச் சந்தியில் நிற்கும் ராமசாமியை - மனிதவாழ்வின் மிகத்தாழ்ந்த எல்லைக்குள் - அந்தகாரத்துக் குள் திணிக்கப்பட்ட ஒரு மனித ஜீவனை 'வெறும் பௌதிக நிலை'யாக மட்டுமே காணும் அசாதாரணமான தீட்சண் யத்தை, தனது கதையின் ஆரம்பத்திலேயே அபாரமாக வெளிப் படுத்தியிருக்கும் ஸ்ரீதரன் சிந்தாமல் சிதறாமல் அந்த அவலத்தை **ராமசாமி காவிய**த்தில் அமரத்துவமாக்கியிருக்கிறார்.

ராமசாமி வன்னிப்பகுதியில் வேலை தேடிச்செல்லும் நிலையையும், மிளகாய்த் தோட்டங்களில் இவர்களின் உழைப்பு சுரண்டப்படும் விதத்தையும் விபரிக்கும் இடங்களில் இந்த

அப்பாவி ஜீவன்களுக்காக நாம் நெஞ்சுருகிப்போகிறோம். ஸ்ரீதரனின் நேரடி அனுபவத்திலிருந்து, கூர்மையான அவதானிப்பிலிருந்து, ஒரு சமூகத்தின் பரந்த, நீண்ட பகைப் புலனிலிருந்து இக்கதை எழுகிறது.

மலையகத்திற்கு வெளியே, தோட்டத் தொழிலாளர்கள் நடத்திய வாழ்வுப் போராட்டத்தினைச் சித்திரித்த அழியாத - தலையாய கதையாக *ராமசாமி காவியம்* என்றென்றும் பேசப்படவல்லது. இக்கதையில் நிகழ்ச்சிகள் விரியும் களமும், நுணுகிய கால எல்லைக்குள் சந்திக்க நேரும் மனித மனங்களின் விசாலமும், சில குறுகிய மனங்களின் சுரண்டல் மனோபாவமும் அகங்காரமும் வெறுமையும் கதையில் மிக இயல்பாகப் பிணைந்து, ஸ்ரீதரனை முதல்தரமான படைப்பாளியாக அடையாளங்காட்டுகிறது. இந்தக் கதையில் எந்தப் பகுதியையும் தள்ளிவிட்டுப்போக முடியாது. தேர்ந்த சிற்பியின் லாவகத்துடன் விரல்விட்டு எண்ணத்தக்க ஒரு நீர்ப்பாசனவியல் விஞ்ஞானி செதுக்கித் தந்திருக்கும் அற்புதமான படைப்பு இது.

வடக்கில் சாதியக் கொடுமைக்கு எதிராகத் தாழ்த்தப் பட்ட மக்கள் ஆலயப் பிரவேசப் போராட்டம் நடத்தும் களத்தில் விரியும் *மூலஸ்தானம்* சிறுகதையை அவரது ஆரம்பச் சிறுகதை என்று பார்க்க ஆச்சரியமாயிருக்கிறது.

யாழ்ப்பாணத்தில் தாழ்த்தப்பட்டவர்கள் கோயிலுக்குள் செல்ல முயலும் நீதியான போராட்டத்தினை ஆதரித்துநிற்கும் குருக்கள், கள்ளுக்கொட்டில் மார்க்கண்டு, கோயில் முகாமையாளர் என்ற சூழலில் படைக்கப்பட்ட 'முற்போக்கு'ச் சிறுகதை இது. ஜெயகாந்தனின் தாக்கம் இந்தக் கதையில் சற்றுத் தூக்கலாகவே தென்பட்டாலும், யாழ்ப்பாண மண்ணில் காலாதிகாலமாக நடந்துவரும் உரிமை மறுப்பின் அநீதியை, கதை ஆக்ரோஷத்துடன் சொல்ல முயன்றிருக்கிறது. பொறியியல் துறை சார்ந்த ஒரு பல்கலைக்கழக மாணவரின் எழுத்தில் தெரியும் மூர்ச்சனை நம்மை அசரவைக்கிறது.

வேளாள அகங்காரத்திற்கு எதிரான போராட்ட ஜுவாலையின் அக்னிப்பொறியாகத் தலைநிமிர்த்தும் கந்தசாமிக் குருக்களுக்காக மனம் பனித்துப்போகிறது. யாழ்ப்பாணத்தின் தலித் போராட்ட வரலாற்றின் ஒரு பரிணாமத்தை வெளிக்கொணரும் பாங்கில் *மூலஸ்தானம்* சிறுகதை ஒரு சரித்திர முக்கியத்துவத்தைக் கோரிநிற்கிறது.

வாழ்வின் கொடூர ஒடுக்குமுறைக்குள் உழல நேர்கிற மனிதஜீவிகள்மீது ஸ்ரீதரன் காட்டும் வலிமையான மனிதாபிமானப் பார்வை அவரது சிருஷ்டிகளுக்கு அலாதியான கௌரவத்தைச் சேர்க்கிறது.

மலையகப் பிராந்தியத்திற்கு வெளியில் மலையக மக்கள் படும் துயரை யதார்த்தபூர்வமாகச் சித்திரிக்கும் *ராமசாமி காவியம்* இவ்வகையில் தனிக்கதை - ஒரே கதை - தனித்துவம் மிக்க கதை.

ஈழத்தமிழர்களின் புலம்பெயர் வாழ்க்கையில் அமெரிக்கா வாழ் தமிழர்கள்பற்றிய புனைவுகள் தமிழில் எதுவுமே இல்லை என்ற நிலையில், **தொடர்புகள்** என்ற சிறுகதை புலம்பெயர் இலக்கியத்தின் மிக அபூர்வமான கதையாக வெளிப்பட்டிருக்கிறது.

ஈழத்து தமிழர்களின் புலம்பெயர் வாழ்கையில் அமெரிக்க வாழ் தமிழர்கள் பற்றிய புனைவுகள் மிக அருந்தலாகவே வெளிப்பாடு கண்டிருக்கின்றன.

*1993*இல் கனடாவில் வெளியான **தாயகம்** சஞ்சிகையில் வ.ந. கிரிதரன் எழுதிய **அமெரிக்கா** என்ற குறுநாவல், அமெரிக்காவில் அரசியல் அடைக்கலம் கோரிய அகதிகளின் நிலையை விபரிக்கிறது. தனது சொந்த அனுபவத்தின் பலத்தில் எழுதப்பட்ட இக்குறுநாவல், மனித உரிமைகளுக்கு மதிப்புத் தருகின்ற மகத்தான பூமி எனக் கருதப்படும் அமெரிக்காவில், அகதிகள் அனுபவிக்கும் கொடூரத்தை நிதர்சமாகச் சித்திரித்திருக்கிறது.

சித்தார்த்த 'சே' குவேரா என்ற புனைபெயரில் அமெரிக்காவில் இருந்து இரமணிதரன் எழுதியுள்ள சிறுகதைகள் தமிழ்ச் சிறுகதைப் புனைவில் புதிய பாய்ச்சலைக் காட்டிநிற்கின்றன. அவரது எழுத்தின் வீச்சு அசாதாரணமானது.

அமெரிக்காவாழ் காஞ்சனா தாமோதரனின் **வரம், மரகதத் தீவு** ஆகிய சிறுகதைத் தொகுப்புகள் தனியே விதந்துரைக்கத் தக்கன.

அமெரிக்காவில் ஊன்றிவிட்ட ஈழத்தமிழர்களின் நடப் புலகம்பற்றிய அபூர்வமான சித்திரிப்பாக ஸ்ரீதரனின் **தொடர்புகள்** என்ற சிறுகதை அமைகிறது.

அமெரிக்காவில் தமது தொழிலைத் தக்கவைத்துக்கொள்ளும் போராட்டத்தின் மத்தியில், தனது குடும்பத்தினர் இலங்கையின் யுத்தபூமியில் நின்று படும் அவஸ்தைகளையும், உயிரிழப்புகளையும் ஸ்ரீதரன் வெகு யதார்த்தமாகச் சித்திரித்திருக்கிறார். ஈழத்தமிழர்களின் அவஸ்தைகள் குறித்து எந்தக் கரிசனமும் இல்லை என்பதைவிட, அவர்களின் துயரவாழ்வையே கேலியாக நோக்கும் 'உயர்மட்டத் தமிழர்களின்' பார்வையை எள்ளலோடு பின்னிச்செல்வதில் ஸ்ரீதரனின் எழுத்து வல்லபம் பளிச்சிடுகிறது.

ஈழத்தமிழர்களின் அத்லாந்திக், பசுபிக் சமுத்திரங்கள் தாண்டிய குடும்ப உறவுகளின் வியாபகம், ஈழத்து உயர்குழாத்தினர் அகதிகளாகப் புலம்பெயர்ந்தோரை இழிவாகக் கருதும் மனோநிலை, காவியுடைகளின் சர்வலோகப் பிரசன்னம், 'கார்கள், வீடுகள், முதலீடுகள், விஸ்கி இவற்றைத் தவிர வேறெதுவுமே' தெரியாத தமிழ்க் குழாத்தினர், 'ராஜீவ் காந்தியை கொலை பண்ணியது நான்தான் என்கிறமாதிரி' நடந்துகொள்ளும் தமிழ்நாட்டுக்காரர் கிருஷ்ணன், 'உங்கள் மச்சானை இன்னும் ஆமிக்காரர் பிடிக்கேல்லியோ' என்று கண்ணாடியை நிமிர்த்திக்கொண்டு கேட்கும் திருமதி புண்ணியமூர்த்தி என்று இச்

சிறுகதைகளில் வரும் கதாபாத்திரங்கள் என்று அனைத்தும் இணைந்து புலம்பெயர் சமூகத்தின் ஒரு நடைமுறைத் தோற்றத்தைப் படம்பிடித்துக் காட்டுகிறது.

தொடர்புகள் கதையில் அங்கதமும், எள்ளலும் குமிழிட்டாலும், கதையில் ஆத்மார்த்தமான ஒரு சோகராகத்தின் ரீங்காரம் இழையோடிக்கொண்டேயிருக்கிறது.

இரண்டாயிரத்து ஒன்று, ஸ்ரீதரனின் லாவகமான சூழல் சித்திரிப்புத்திறனுக்கு இன்னுமோர் சாட்சியம். மழையும் புயலும் இடியும் மின்னலும் வெள்ளமும் நீர்ச்சுழலுமாய்க் குடிசைகள் பிடுங்கி எறியப்பட்டு, மக்கள் நிராதரவாய் ஊர்ப் பாடசாலையில் ஒதுங்க நேர்வதையும், உணவுப் பொட்டலங்கள் வழங்கப்படுவதையும் தேர்ந்த எழுத்துநடையில் விபரிக்கும் ஸ்ரீதரன், 'இனி மழை ஓய்ந்துவிடும் என்கிற உணர்வு இவனுக்குள் எழுந்தது. கொஞ்சம் பொறுக்கத்தான் வேண்டுமென்று முணுமுணுத்துக் கொண்டு பக்கத்து வீட்டுக்காரனையும் சேர்த்துக்கொண்டு பீடியும் நெருப்பும் தேடிப்போக ஆயத்தமானான்' என்று எழுதி முடிப்பதில், எல்லா அவலங்களுக்குள்ளும் வாழ்வு துளிரிடும் அம்சம் வேர்கொள்கிறது.

விஸ்வ சம்பவம் ஒரு பரீட்சார்த்தச் சிறுகதையாகத் தனித்து நிற்கிறது. 'விஸ்வரூபம்' என்ற சொல் நமக்குப் பரிச்சயமானதுதான். ஆனால், வாழ்வின் ஒரு புள்ளியில் இடம்பெற்ற சம்பவம் வாழ்நாள் பூராவும் உறுத்திக்கொண்டிருப்பதை **விஸ்வ சம்பவம்** என்ற சிறுகதையின் தலைப்புச் சுட்டுகிறது. அவன், அவள் என்ற இருவருக்கிடையிலான உரையாடலுக்கூடாக இச்சிறுகதை பின்னப்பட்டிருக்கிறது. மிகவும் பூடகமான கதை.

'ஒரு பொழுது கழிவதற்குமுன் வெய்யிலும் வியர்வையும்' என்ற வரிகள் இளமையில் யாழ்ப்பாணத்தையும், 'இப்போது குளிர். இந்த ஆற்றங்கரை' என்பது புலம்பெயர்ந்த குளிர் நாடொன்றில் தரித்திருப்பதையும் இக்கதை சுட்டுகிறது.

சின்ன வயதில் அவன் பாலியல் பலாத்காரத்திற்குட்பட்ட சம்பவம் வெகு சொற்பவரிகளிலே கதையில் கூறப்பட்டிருக்கிறது. ஆனால், அது விஸ்வ சம்பவமாய் அவன் வாழ்நாள் முழுவதையும் அசக்தனாக்கிவிட்ட பலவீனத்தைப் போக்க, தன் மனைவியின் துணையை நாடும் அவனது நிலையும், மனைவியின் வாதமும் நுட்பமான தர்க்கத்தின் அடிப்படையில் எழுப்பப்படுகின்றன.

இவர்கள் வெளியே இருக்கிறார்கள் - ஸ்ரீதரன் நடப்புலகின் போலித்தனத்தின் மீது கொண்டிருக்கும் தார்மீக கோபத்தின் வெளிப்பாடு. இந்தக் கதையில் வரும் சமய ஸ்வாமிகளின் பிரசங்கக் கூட்டங்கள் இன்றும் நாம் எல்லா இடங்களிலும் காணமுடிகிற கூட்டங்கள்தாம். 'த்வனி பேதம் செய்து, பாட்டுகள் பாடி, கதைகள் சொல்லி, ஹாஸ்யம் பண்ணி' ஸ்வாமிகள் நடத்தும் சமத்காரமான பேச்சினை எழுதிச்செல்லும் இடங்களில் ஸ்ரீதரனின் நுட்பமான எள்ளல் பளிச்சிடுகிறது. ஜீவாத்மா, பரமாத்மாபற்றியெல்லாம் விந்நியாசம் நடந்துகொண்டிருக்கிற

அதே நேரத்தில், அரசாங்க வேலையில் இடமாற்றம்பற்றிய ஏற்பாடுகள் குறித்தும் பேசப்பட்டு, 'குடுக்கிற காசுக்குப் பிழை வராதே' என்ற பரிதாபமான கேள்வியும் எழுப்பப்பட்டு, ஆத்மீகக் கூட்டங்களின் அருவருப்பான போலித்தனம் மிகுந்த கலைரசனை யோடு இக்கதையும் வெளிப்படுத்தப்படுகிறது.

மாமூல் வாழ்க்கையின் செக்குமாட்டுச் சுழலில் 'ஒருத் தனாய்' இருந்த கிளார்க் கந்தசாமியின் வாழ்க்கை ஓட்டத்தில், அலுவலகத்திற்கு வந்து சேர்ந்த புதிய டைப்பிஸ்டின் வரவு, அவனது மௌடீகத்தை உடைத்து, 'ஒருத்தன்' என்ற நிலையி லிருந்து விலத்தி, சாதாரண மனிதனாக்கிவிடும் பாங்கினை **புதிய யுகத்தினை நோக்கி** என்ற சிறுகதை, இருத்தலியல் சாயலில் விபரிக்கிறது.

குயில் பாட்டு சிறுகதையில், பாரதியின் காதல் வரிகளில் தோய்ந்துபோன ஸ்ரீதரன், பஸ் நிற்பாட்டும் இடத்தில் கதிர்காம நாதன் தன் குயிலைக் கண்டு, தூரத்தே நின்று காதல் கொண்டு, காதல் அவஸ்தை கொண்டு, செத்துவிடுவதைக் கூறிச்செல்லும் பாணி ரசிக்கத்தக்கதாய் இருக்கிறது. பாரதியின் கவிதை வரிகளும், ஸ்ரீதரனின் கதைப்பின்னலும் இழைந்து மெருகூட்டுகிறது.

சரித்திர நிகழ்வுகள் உள்ளபடியே உண்மையாய் ஒருவித மாக அமைய, சரித்திர ஆய்வுகள் எவ்வாறு உண்மை நிகழ்வு களைக் கிட்டவும் சென்று அணுகாமல், மாபெரும் நிகழ்வுக் கருத்தாடலாகக் கட்டமைப்புச் செய்யப்படுகின்றன என்பது பற்றிய ஒரு சித்திரம் **காவற்காரர்கள்**!

இன்று, பின்நவீனத்துவச் சிந்தனைகள் உண்மை, பகுத் தறிவு, அடையாளத்துவம், புறவயத்தன்மை பற்றிய செவ்வியல் ரீதியான எண்ணக்கருக்களைக் கேள்விக்குள்ளாக்கியுள்ளது. மனித விடுதலைபற்றி இதுகாலவரை ஏற்றுக்கொள்ளப்பட்ட கருதுகோள்கள்மீது சந்தேகங்களை எழுப்பியுள்ளது. ஒற்றைத் தனிச் சட்டகத்துக்குள், பெருங்கதையாடல் விபரிப்புகளை அது உடைத்துப்போட்டிருக்கிறது. உலகம் பன்முகப்பட்டதாக - ஸ்திதியில் தளம்பல்கள் கொண்டதாக - நிர்ணயமான முடிவுகள் எடுத்துக்கொள்ள இயலாததாக - ஒத்திசைவில்லாத பல்வேறு கலாசார வியாக்கியானங்களின் கதம்பமாக அமைவதை அது வலியுறுத்துகிறது. சரித்திரம் என்பதை மையத்தில் கெட்டி தட்டிப்போன அரசியலின் வெளிப்பாடாக அது நோக்குகிறது.

உண்மை/அழகு/சத்தியம்/வாய்மை/நேர்மை/இன்பம்/அறிவு/ எண்ணம்/அனுபவம் போன்றன சகல சிந்தனை மரபுகளிலும் ஆராய்விற்குட்பட்ட விவகாரங்களாயினும் இன்று அவை புதிய வெளிச்சத்தில் அலசப்படுகின்றன.

ஸ்ரீதரனின் **இராமாயண கலகம்** உண்மைபற்றிய தேடலை புராணக்கதையின் படுதாவில் பரிசீலனைசெய்ய முயலும் கதை.

"உண்மையும் நேர்மையும் இவர்களுக்கு என்றுமே தெரியப் போவதில்லை" என்ற ஏக்கத்துடன் பூமாதேவியுடன் ஐக்கியமாகும் சீதாபிராட்டியின் மனச்சுமையோடு ஆரம்பமாகும் கதை **இராமாயண கலகம்**.

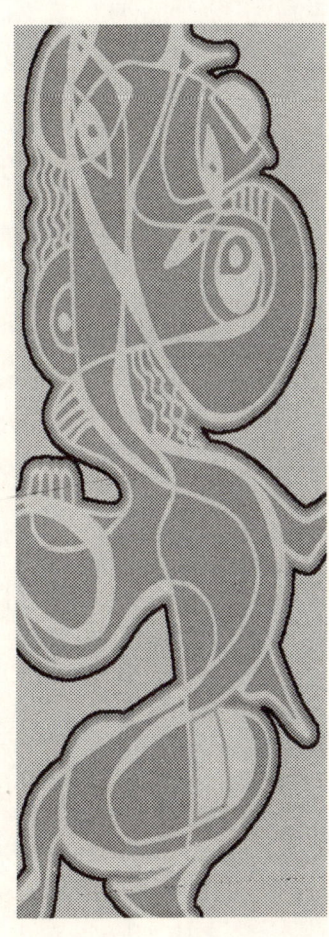

இவ்வுலகை அறியவேண்டுமென்கிற அவாவுடையவனாக - இராமகதையின் முழு விபரங்களையும் அறிந்து, உணர்ந்து சேவித்துக்கொள்ள வேண்டும் என்கிற ஞான நோக்கில் இராம கதையின் தடம்தேடிப் புறப்படும் படகோட்டி குகனின் சந்ததி யினனான பரதனின் உண்மையைத் தேடும் யாத்திரை இது.

"நீ இளவயதுக்காரன். உனக்கெவ்வளவோ எதிர்காலம் உண்டு. அதுவே புதிராக இருக்கப்போகிறது. கடந்தகால நிகழ்வுகளைப் பற்றியே ஏன் இவ்வளவு ஆய்கிறாய்?"

"எதிர்காலம் நிச்சயமானதில்லை. எதுவும் நடக்குமா என்று தெரியாது. ஆனால், கடந்தகாலம் நிச்சயமானது. நடந்தது. தடயம் கிடைத்துவிட்டால், நடந்தது உறுதிப்படுத்தப்பட்டுவிடும். எந்த உண்மையையும் நடந்ததைவைத்தே சொல்கிறார்கள். நடக்கப்போவதைவைத்துச் சொல்கிறார்களா? எனக்குத் தடயங் களின் உண்மை தெரியவேண்டும்" என்கிறான் இக்கதையில் வரும் மையநாயகன்.

கடந்தகால அனுபவங்களின், நடந்தவைகளின் உறுதிப் பாட்டிலிருந்து "இது இவ்வாறு இருக்கக்கூடும்", "இந்த நிலைமை இப்போது சாத்தியமாகலாம்" என்று நிகழ்தகவுகளாகக் கூறமுடியுமே தவிர, அளவையியல் உறுதிப்பாட்டுடன் (*logical necessity*) கூறப்பட முடியாது என்பது மெய்யியல் கருத்தாகும்.

"ஒரு பதில்" என்பது "புதிய கேள்விகள்" என்ற மிகப்பெரிய குடும்பத்தின் தந்தை மாதிரியாகத்தான் முடிந்துபோகிறது என்கிறார் ஸ்ரெயின்பெக் .

உண்மைகள் போலியாக - குருட்டு நம்பிக்கைகளின் அர்த்தத்தில் அதிகார ஊற்றாக உருவகிக்கப்பட்டுப் பேணப் பட்டுவருவதை இக்கதையின் நாயகன் அறியவருகிறான்.

உண்மைகள் எனப்பட்டு, அதிகாரப்பூர்வமாக அறிவிக்கப் பட்டவைகள்மீது ஐயங்கொண்டு, அவற்றின் உண்மைத்தன்மை யினை அறிய முனைந்த இந்நாயகன், அந்த சத்தியவேட்ட லுக்குத் தன் உயிரையே பலிகொடுக்கவேண்டிய அவலத்தைச் சித்திரிக்கிறது **இராமாயண கலகம்**.

"நீ எப்படி சீதையின் சிறையிடம் அழகியபுரிவனம் என்று சொல்லுவாய்? எவ்வளவோ கடினத்துடன் உன்னைச் சீதை சிறையிருந்த இடத்துக்குக் கூட்டிக்கொண்டு போனோமே! யுத்தகளங்களையுந் தாண்டிக் கூட்டிக்கொண்டு போனோமே! நாங்கள் என்னை மடையர்களா? ஏன் தவறான இடத்தை எல்லோருக்கும் சொல்கிறாய்?..." என்று உண்மைகளைக் கட்டி யமைக்கும் கைங்கரியத்தில் ஈடுபட்டிருப்பவர்கள் கொதித்துப் போகிறார்கள், இந்தக் கதையில்.

சீதை சிறைவைக்கப்பட்டிருந்த இடம் மட்டுமல்ல, இன்று தமிழ்ப் பெண்களும் ஆண்களும் எங்கு சிறைவைக்கப்பட்டிருக்கி றார்கள் என்ற உண்மையே தெரியாமல் நாடு பரிபாலனம் செய்யப்பட்டுவருவதை நாம் உணர்வோம். செம்மணிகளில் சடலங்கள் அல்ல, உண்மைகளே புதைக்கப்பட்டுள்ளன. முள்ளி

வாய்க்கால் படுகொலைகளின் உண்மைகள் இன்று குப்பைக் கூடைக்குள் வீசியெறியப்பட்டுவிட்டன. மனித உரிமை அமைப் புகள், மனிதாபிமானிகளின், சர்வதேச சமூகத்தின் அழுத்தங்கள், ஜனநாயகக் கோரிக்கைகள், மனுக்கள், உயர்மட்ட அமைப்புகளின் வேண்டுகோள்கள் எல்லாமே செவிடன் காதில் ஊதிய சங்காகிப் போய்விட்டன. இராமாயணத்திலிருந்து முள்ளிவாய்க்கால் வரை உண்மைகள் ஒருபோதும் நம்வசப்படுவதில்லை.

எமது விஞ்ஞான அறிவு பாரதூரமான எல்லைக்கட்டு களைக் கொண்டிருப்பது இன்று முன்னென்றுமில்லாத அள வுக்கு வெளித்தெரியவந்திருக்கிறது. இன்று உருவாகிக்கொண்டி ருக்கும் குழப்பம் (*chaos*) மற்றும் சிக்கல்பிக்கலான முறைமைகள் பற்றிய கோட்பாடுகள், விஞ்ஞானத்தின் ஆதிக்கம், அதன் உறுதியானதன்மை என்பவற்றை உலுக்கியுள்ளது. *chaos* என்பது ஒருவித ஒழுங்கமைப்பு என்று அறியப்படுகிறது.

பல்வேறு சிக்கலான அமைப்பின் கூறுகள் தனித்தனியே ஒவ்வொன்றுடனும் தொடர்புகொண்டு, ஒட்டி உறவாடி சுய சார்பான - தன்னெழுச்சியான அமைப்புகளை உருவாக்கிக் கொள்கின்றன. இந்தத் தொடர்புகளையும் ஊடாட்டங்களையும் கீழைத்தேய பிரபஞ்ச அறிவின் பின்னணியில் ஆராய முயலும் ஸ்ரீதரனின் புதிய பயில்களம் **அம்பலத்துடன் ஆறு நாட்கள்** என்னும் நீண்ட கதை. இந்த தத்துவ விசாரணையைத் தடைப் படுத்திவிடாத கதையோட்டம் ஸ்ரீதரனின் சிருஷ்டியாற்றலுக்குச் சிறப்பான சாட்சியம் கூறுகிறது. ஸ்ரீதரனின் எல்லாக் கதைகளிலும் உட்சரடாக இழையும் தத்துவ விசாரத்தின் விகாசமாக **அம்பலத் துடன் ஆறு நாட்கள்** அமைந்திருக்கிறது.

- இயற்கைச் சக்தி தாயக்கட்டை உருட்டுவதில்லை.
- எல்லாவற்றிற்கும் ஒரு நேரம், ஒரு இடம் இருக்கும். அந்த இயற்கையைக் குலைக்காதே. கேட்பதற்கும் ஒரு நேரம் இருக்கிறது. பதில் சொல்வதற்கும் ஒரு நேரம் இருக்கிறது.
- என்ன கணக்குகள் போடுகிறாய்?
- எல்லாம் எனக்கு நடப்பவற்றைப் பற்றித்தான். எனக்கு நடப்பவற்றில் நீயும் இருக்கிறாய் - இதோ இந்த எருமைகளும் இருக்கின்றன. சங்கரனும் இருக்கின்றான். இடப்பக்கத்து அறையில் கணபதியும் சின்னத்துரையும் இருக்கிறார்கள். வலப்பக்கத்து அறையில் லிங்கமும் ஆறுமுகமும் இருக் கிறார்கள்.
- ஏ, முட்டாளே! எத்தனைதரம் நான் உனக்குச் சொல்வது? நடப்பவையெல்லாம் தனித்தனியாக நடப்பவையல்ல. எல்லாம் தொடர்புள்ளவையாகவும் தொடர்ச்சியாகவும் நடக்கும். பார்த்தாயா?
- எல்லாச் சம்பவங்களும் எங்கள் கட்டுப்பாட்டில் நடப்ப தில்லை என்றால், சம்பவங்கள் எப்படியும் போக்கற்று, தாயக்கட்டை உருட்டுவதுபோல் நடக்கலாம் என்பதில்லை. சம்பவங்களுக்குள் ஒரு காரண-காரியத் தொடர்பு இருக்கும்.

- இந்தப் பூமி தொடக்கமுமில்லை; வானம் எல்லையுமில்லை.
- மனிதனுக்கான சாபம் இதுதான். கணத்துக்குக்கணம் கிடைப்பதைவைத்தே வாழ்க்கையை ஓட்டப்பார்க்கிறோம். நாளைக்கு என்ன நடக்கப்போகிறது என்ற யோசனை கொஞ்சமும் உன்னிடம் இப்போது இல்லை, பார்த்தாயா? ஆனால், எல்லாவற்றிக்கும் தொடர்ச்சியிருக்கிறது.

எக்ஸிஸ்டென்ஸலிஸத்துடன் கீழைத்தேய வானியல் சிந்தனையையும் இழைத்து, புதிய பார்வையைக் கதையில் தருகிறார் ஸ்ரீதரன்.

சமூகத்தில் பல கதைகள் இருக்கின்றன; பலபேரின் கதைகள் இருக்கின்றன. சொல்லப்பட்டவை சில. அறியப்பட்டவை சில. பல கதைகள் வீறாப்புடன் ஒலிக்கின்றன. மிகப் பல கதைகள் முனகலாய் - தொலைதூர ஓசையாய் அருகிப்போய்க் கேட்கிறது. எல்லோர் கதைகளும் சொல்லப்பட வேண்டியவை. தனித்த ஒரு ஆதர்ஸக் கதாநாயகனின் கதை மட்டுமல்ல. சாராயம் குடிக்கப்போவதில் எப்போதும் கவனமாக இருக்கும் மணி இந்தக் கதையின் மிகப் பெரிய *protagonist* ஆக வருகிறான்.

சிறைச்சாலை, சங்கிலிகள் நிலத்தில் உராய்ந்து எழும் சப்தம், கம்பிக்கதவுகள், கல்லுடைக்கும் மலைப்பாங்கான இடம், தள்ளுவண்டிகள், செங்கற்சூளைகள், நாற்சார் வீடு என்று **அம்பலத்துடன் ஆறு நாட்கள்** கதையில் ஸ்ரீதரன் கோலங்காட்டும் நிலவியல்பரப்பு யதார்த்தத்திலும் கற்பனா யதார்த்தத்திலுமாய் மாறிமாறி அமைகின்றன.

அதிகாரப் பரம்பரையின் ஆணவம், தொழில்போட்டி, காட்டிக்கொடுப்பு, கொலை, காணிச்சண்டைகள், எஞ்சினியர் - டாக்டர் படிப்புகள், ஊழல்கள், லஞ்சங்கள் சகோதர உறவுகளை வெட்டித்தள்ளும் வாழ்க்கைப் பந்தயம், பணத்தின் வீம்பு போன்ற நடப்பியல் அறவியல்கூறுகளை ஊடுருவிச் சாடும் ஸ்ரீதரனின் எழுத்தில் சாகஸங்களும் இழைந்து மெருகு சேர்க்கின்றன.

சிறையிலிருந்து தப்பிப்போக பணவசதி படைத்த இரண்டு பேர் மேற்கொண்ட ஏற்பாட்டில் நேர்ந்த அந்தக் கணநேர மாற்றத்தில் தாடியம்பலமும் சிவமும் தப்பிச்சென்றுவிடும் வினோதம், குடைச்சாமியின் வீட்டை யார் எரித்தார்கள், அவர் உயிருடன்தான் இரக்கிறாரா என்ற புதிர், என் கணக்குகள் எனக்குத்தான் தெரியும்; நான் பிரியவேண்டிய நேரம் வந்து விட்டது என்று புறப்பட்டுவிடும் தாடியம்பலத்தின் தீர்க்கமான பாதை என்று ஸ்ரீதரனின் மொழி விரிக்கும் புனைவுலகம் நவீனத்திற்குரிய ஒன்று.

ஸ்ரீதரனின் பார்வைக்கோணமும் எழுத்துவளமும் ஈழத்து இலக்கிய உலகில் அவரைத் தனித்துவமான எழுத்தாளராக அடையாளப்படுத்துகின்றன. சம்பவங்களைக் கொண்டு கதை பின்னுவதற்கப்பால் வாழ்க்கையைத் தத்துவப் பகைப்புலத்தில் அணுகும் தன்மை இவரது கதைகளைத் தனித்துவச் சிறப்பு மிக்கதாக்கியுள்ளது.

ஸ்ரீதரனின் புனைவுலகம் வினோதத்தை யதார்த்தத்துடன் பிணைத்து, யதார்த்தத்தை ஆழப்படுத்தி, மனித இருப்பின் சூட்சுமத்தைத் துளாவிப்பிடிக்க முனைகிறது. நடப்புலகின் சிதிலக்கூறுகளை ஆங்காங்கே தீட்டி வினோத உலகினை, வேறுபட்ட நிலவியல் களங்களில் புனைந்து பிரபஞ்சத்தின் கோலங்கள், வானவெளி, கிரகங்கள், வீடுகள் என்றும் மனித வாழ்வு குறித்த நிகழ்வுகள், குழப்பங்கள், காரணகாரியங்கள், வாழும் அந்தந்தக் கணங்கள் என்று மெய்யியல் விசாரணைகளாய் இவரது எழுத்துகள் விரிகின்றன.

ஸ்ரீதரனின் பிரதியை எதிர்கொள்ளும் வாசகன்/வாசகி நிஜம், கற்பனை, பொய், பிரமை, விநோதம், யதார்த்தம், புதிர், சாகஸம் என்பவற்றிற்கிடையிலே பயணிக்க வேண்டியவராகிறார். யதார்த்தவகை எழுத்திலே கட்டமைக்கப்பட்டிருக்கும் ஈழத்துப் புனைகதை வளர்ச்சியில் மொழி, புனைவு, பிரபஞ்ச விசாரம், யதார்த்த அவலட்சணங்கள், தத்துவ நோக்கு, நவீன எழுத்துப் பரிச்சயம் போன்ற வலிய இழைகளில் பின்னப்பட்ட ஸ்ரீதரனின் எழுத்துக்கள் அசாதாரண பாய்ச்சலைக் காட்டிநிற்கின்றன. ஒரு விஞ்ஞானியின் நுண்நோக்கும், ஒரு கலைஞனின் மென்னுணர்வும், ஒரு தத்துவதரிசியின் தீட்சண்யமும் இவரது எழுத்துகளுக்கு ஆழ்ந்த பரிமாணம் சேர்க்கின்றன. ஸ்ரீதரனின் எழுத்து, சந்தை இரைச்சலின் வாடைபடாத எழுத்து. வனாந்தர நீர்வீழ்ச்சியின் காம்பீரியமும் இதமும் உயிர்ப்பும் துடிக்கும் எழுத்து இது.

ஸ்ரீதரனின் இச்சிறுகதைத் தொகுப்பில் உள்ள கதைகளுக்காக ஓவியர் கே. கிருஷ்ணராஜா தீட்டியிருக்கும் ஓவியங்கள் கதைகளுக்கான வெறும் விளக்கப்படங்களாக அல்ல, தனித்துவமான - கதைகளை மீறிய பிறிதொரு சிருஷ்டியாக மலர்ந்திருக்கின்றன. ஓவியர் மாற்குவிடம் பயின்ற கே.கே. ராஜா, ஓவியம், சிற்பம் ஆகிய நுண்கலைகளை இலங்கைப் பல்கலைக் கழகங்களில் பயின்றவர். ஓவியம் அவரது ஜீவன்.

ஸ்ரீதரனின் ஸ்தூலமான சிறுகதைகளில் அடிநாதமாக இழையோடும் உணர்ச்சிகள், ஆக்ரோஷங்கள், வெறுமைகள், பொய்கள், தன்னலங்கள், சுரண்டல்கள், எதிர்பார்ப்புகள், ஏக்கங்கள், துயரங்கள், இயற்கை அனர்த்தங்கள், சகமனிதனை இழிவாக நோக்கும் புன்மைகள் போன்ற அனைத்தும் ராஜா என்ற ஓவியனின் புரிதலில் - தூரிகையின் தஹிப்பில் காலத்தால் அழியாத வண்ண ஓவியங்களாகியுள்ளன.

இங்கு இடம்பெற்றிருக்கும் பதினாறு ஓவியங்களும் ராஜாவின் நீடித்த உழைப்பின் அறுவடை. ஸ்ரீதரனின் சிறப்பான சிறுகதைகள் தனது ஓவியத்திற்கான ஆத்மார்த்த உந்துதலைத் தந்தது என்கிறார் ராஜா. சிறுகதை வாசிப்பையும் ஓவிய ரசனையையும் இணைத்த தொகுப்பாக இந்நூல் வெளிவருவது தனிச்சிறப்பு.

○

ஸ்ரீதரனின் நீர்ப்பாசனத்துறைசார் பொறியியல் புலமைத்துவம் பலம் வாய்ந்தது. *Who's Who Among Americas Teachers, Who's Who in Science and Engineering* ஆகிய பதிவுகளில் ஸ்ரீதரன் இடம்பெற்றிருக்கிறார். 2002-2003 ஆண்டின் *America's Registry of Outstanding Professionals* என்ற பெரும் விருது இவருக்கு வழங்கப்பட்டிருக்கிறது.

இலங்கையில் 5 ஆண்டுகள் நீர்ப்பாசனம்சார் பொறியியலாளராகப் பணியாற்றி, ஆராய்ச்சி நிமித்தம் 1978ஆம் ஆண்டு அமெரிக்கா சென்ற ஸ்ரீதரன் *Colorado State University*யிலும் தற்போது *Central State University*யிலுமாக 34 ஆண்டுகள் உயர் ஆராய்ச்சிப் பணியில் ஈடுபட்டுவந்திருக்கிறார். *Central State University*யின் நீர்வள முகாமைத்துவத் துறையின் தலைவராகவும் பேராசிரியராகவும் திகழும் ஸ்ரீதரன் *Journal of Irrigation and Drainage Engineering* என்ற ஆராய்ச்சிச் சஞ்சிகையின் ஆசிரியராகவும் செயற்பட்டுவருகிறார்.

அமெரிக்காவின் தலைசிறந்த பொறியியல் வல்லுநரான ஸ்ரீதரனின் விஞ்ஞானப் புலமைத்துவ உலகில், ஒரு அற்புதமான கதைசொல்லி ஒளிந்திருக்கும் உண்மையை இந்தத் தொகுப்பு துலாம்பரப்படுத்துகிறது. தொழில்சார் கல்வியின் நெருக்கடிக்குள்ளும், அமெரிக்காவின் யாந்திரீக வாழ்விற்கும் இடையில் ஒரு சிருஷ்டி எழுத்தாளன், ஒரு சங்கீத உபாசகன் காணாமல் போய்விடக்கூடாது என்ற ஏக்கம் இந்தத் தொகுப்பை வாசிக்கும்போது நெஞ்சை நெருடவே செய்கிறது. பத்மநாப ஐயர் என்ற க்ரியா ஊக்கி இல்லை என்றால், ஸ்ரீதரனின் அமெரிக்க வாழ்வின் எழுத்துலகை நாம் தரிசிக்கும் பாக்கியத்தை அடைந்திருக்க முடியாது என்பது மிகையாகக் கூறுவது ஆகாது.

பத்மநாப ஐயரின் நீண்ட பேருழைப்பில், ராஜாவின் ஆத்மார்த்தமான ஈடுபாட்டில், ஸ்ரீதரனின் நெருக்குவாரமற்ற - ஒரு ஞானியின் சாந்தமான நீடித்த மௌனத்தில் இந்தத் தொகுப்பு சாத்தியமாகியிருக்கிறது.

கதைகள் பிரசுரம் பெறுதல், நூல் வெளியீடு என்பனவெல்லாம் ஸ்ரீதரனின் உலகில் பெருஞ்சலனங்களை ஏற்படுத்தும் வலிமை கொண்டன அல்ல எனினும், ஸ்ரீதரன் தொடர்ந்து எழுதுவதை, அவர் தனது தார்மீகக் கடமை என்று வரித்து, மேலும் புதிய ஆக்கங்களைத் தந்து, புலம்பெயர் தமிழ் இலக்கியத்திற்கு அணி சேர்த்திட வேண்டும்.

மு. நித்தியானந்தன்

9 Kerry Court
London Road
Stanmore HA7 4NH
United Kingdom

ஸ்ரீதரன் கதைகள்

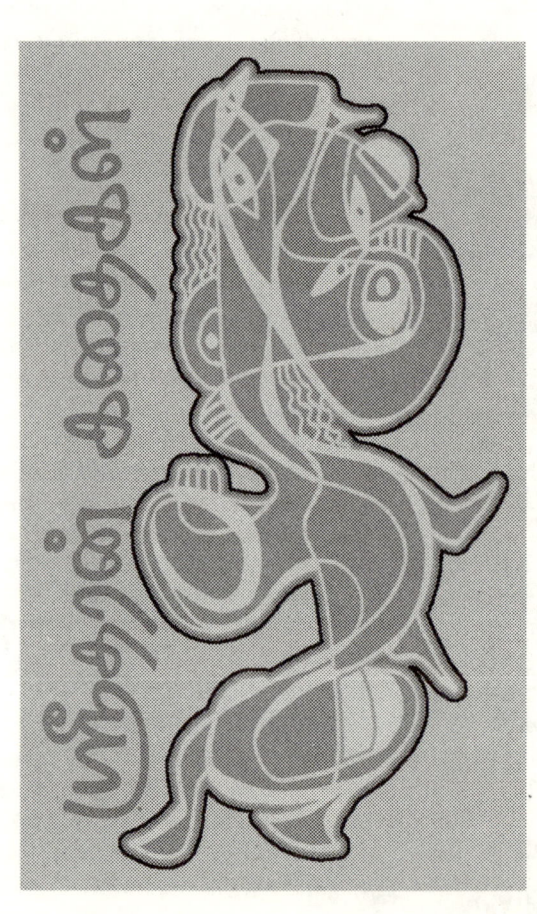

முன்னுரை

இந்தத் தொகுப்பிற்கு முன்னுரை கட்டாயம் தேவை மாதிரித் தோன்றுகிறது - வாசகர்களின் அவசர வாசிப்பைத் தவிர்க்கும் பொறுமையை வேண்டுவதற்காகவும், இந்தக் கதைகள் உருவான கதையைக் கோடிகாட்டுவதற்காகவும், இந்நூல் வருவதற்கு முயற்சி எடுத்துக்கொண்ட என் நண்பர்களுக்கு நன்றி சொல்வதற்காகவும்.

பள்ளிக்கூட நாட்களில் பத்து வருடங்கள் ஈழத்தின் மலையகத்தில் வாழும் அனுபவமும், பள்ளிக்கல்வியின் உயர் வகுப்புகளை யாழ்ப்பாணத்தில் கற்ற அனுபவமும், பேராதனைப் பல்கலைக்கழகத்தில் பொறியியல் கற்று, அங்கேயே மேலும் ஒரு வருடம் பணியாற்றிய அனுபவமும், அதைத் தொடர்ந்து நீர்ப்பாசனத் திணைக்களத்தில் முத்தையன்கட்டுக்குளம் மற்றும் கொழும்பில் ஆறு வருடங்கள் பணியாற்றிய அனுபவமும், பின்னர் மேற்படிப்பிற்காய் அமெரிக்கா வந்துசேர்ந்து கொலராடோ பல்கலைக்கழகத்தில் படித்து, பின்னர் அங்கேயே வேலை கிடைத்து, அப்பல்கலைக்கழகம் எகிப்து நாட்டிற்கு அனுப்பிவைக்க, கெய்ரோவில் மூன்று ஆண்டுகள் வேலை செய்த அனுபவமும், அதன்பின்னர் டேய்டன் நகருக்கு அருகில் அமைந்த மத்திய மாநிலப் பல்கலைக்கழகத்தில் கடந்த இருபத்தி மூன்று ஆண்டுகளாகப் பணியாற்றிவரும் அனுபவமும் அமைந்து போனது ஒரு பரிமாணம். இந்த மத்திய மாநிலப் பல்கலைக்கழகம் சரித்திரரீதியாகக் கறுப்பின மாணவர்கள் பயிலும் ஒரு கல்லூரி (Historically Black College and University). வாழ்க்கையில் பல தத்துவவாதிகளான ஆசிரியர்கள், வயோதிக நண்பர்கள் இவர்களுடன் உரையாடியும், பள்ளிக்கல்வியின் உயர்வகுப்புகளிலிருந்து பல்கலைக்கழகப் படிப்புவரை மெய்யியல் மற்றும் மேற்கின் நாவல் இலக்கிய நூல்களை மேய்ந்தும் கிடைத்த, பரிசோதித்த திசைகளும் இன்னொரு பரிமாணம். வாழ்க்கையில் அமைந்து

போன வர்க்கக்கோடுகள், கிடைத்த, பார்த்த இன்பதுன்பங்கள் மேலும் இன்னொரு பரிமாணம்.

அநேக பலருக்கானதைப் போலவே எனது மெய்யியல் பார்வைகளும் மாறிவந்திருக்கின்றன. மேற்கத்திய சிந்தனைகள் கவர்ந்து, ஒரு ரஸ்ஸலியனாக ஆரம்பித்ததிலிருந்து, இருப்பு வாதத்தின் எல்லைகளைத் தாவும் தற்போதான முயற்சிவரை மாற்றம் நடந்துகொண்டேயிருக்கிறது. மனித உணர்வுப் பிரயாகையின் பல்வித பரிமாணங்களையும் தேடி அலைந்து, உணர்ந்து, அவற்றின் மூலமாகத் தோன்றும் இருத்தலின் பொதுக் கோட்பாடுகளை அறிய முயல்வது என் வாழ்க்கையாகப் போய்விட்டது. அதுதான், என் கதைகள் வெவ்வேறு விதமாக வந்திருக்கின்றன. வாசகர்களையும் இதனால்தான் பலவிதமாகவும் இழுக்கும் முயற்சி நடந்திருக்கிறது. வாசகர்களின் பொறுமையை இந்த இழுத்தலின் காரணத்தால் வேண்ட முயல்வது என் கடமை என்று தோன்றுகிறது. மேற்கத்திய சிந்தனைகளால் உந்தப் படுவதான இலக்கிய யாத்திரையில் இறங்கியதற்குக் காரணம், இளம் வயதில் விஞ்ஞானபூர்வமாகக் கடவுளை ஆராய முனைந்ததுதான். மேற்கின் நோக்கில் அமைந்துபோன த்வைத, அத்வைத, விசிஷ்டாத்வைத குழப்பங்களில்லாத விளக்கங்கள்; சமய மார்க்கங்களினதின் தொடுப்பின்மைகள் அல்லாத காரணகாரியங்களின் இறுக்கமான தொடர்புகள்; இது அதைக் குறிக்கும் என்கிற சுருட்டல்கள் இல்லாமல் இருக்கிற வெகு நேரான தருக்கக் கோடுகள் மனதை இழுத்தன. சுந்தர ராமசாமி குறைப்படுவதைப் போல் மேற்கின் களஞ்சியத்திலிருந்து எதையாவது திருடித் தமிழில் கொட்ட வேண்டுமென்கிற திட்டம் இருந்ததில்லை. மனதில் ஆதாரசுருதியாக அமைந்துபோய் சப்த பக்தியை மட்டுமே எழுப்பியிருந்த சமயப் பார்வைகளைத் தாண்டிப் புது இசையை எழுப்பும் மன ஆவல் நிரம்ப இருந்ததான நிலையிலிருந்துதான் எழுத்துவேலை ஆரம்பித்தது. கிழக்கென்ன மேற்கென்ன பல்வித மனித சிந்தனையின் ஓட்டைகளும் போதாமையும் தோற்றுவதால், சீக்ஷாவல்லியையும் இன்னும் வெளியே எறியவில்லை.

கருணாகரமூர்த்தி, அவரது **கூடுகலைதல் (கண்ணில் தெரியுது வானம்** - *2001*) கதையில் சொல்கிற சிவவீரசிங்கம், யாழ். மத்திய கல்லூரியில் நான் படித்துக்கொண்டிருந்தபோது, என் ஆதர்ச குரு ஆனார். பேர்ட்றன்ட் ரஸ்ஸலை அறிமுகப் படுத்தியது அவரே. அக்காலத்தில் நான் படித்த, உளவியல் அறிஞர் மக்டுகல் எழுதிய **அடிப்படை அடிப்படைகள்**, எனது உயிரியல் - உளவியல் அறிவுக்கு அத்திவாரம். சிவவீரசிங்கத்திற்கு மக்டுகல் சொல்கிற நாற்பது அடிப்படைகள் பட்டியலில் அவ்வளவு நம்பிக்கை இல்லை. தமிழ் எழுத்தில் 'எஸ்பொ', ஜெயகாந்தன், அசோகமித்திரன் ஆகிய பலரும், ஜேர்மனிய மெய்யியல் அறிஞர் கான்ட்டும், அமெரிக்க எழுத்தாளர்கள் ஹெமிங்வே, ஸ்ரெயின்பெக் இவர்களும், ரஷ்ய எழுத்தாளர்கள் தோல்ஸ்தோய், தோஸ்தயேவ்ஸ்கி இவர்களும் உயர்பள்ளிக்

கல்வி முடிந்து, பல்கலைக்கழக வாழ்வு ஆரம்பமாகிற பெரும் இடைவெளியில் எனக்குப் பரிச்சயமானார்கள். பல்கலைக் கழகத்தில் பொறியியலைவிட மெய்யியலிலும் இலக்கியத்திலும் ஆர்வம் நிறைந்திருந்தது. பியதாச (?) என்கிற இறுதி வருட மெய்யியல் (விசேஷ) மாணவர் பரிச்சயமானார். இவரே, எனக்கு முதலில் இருத்தலியல்பற்றியும், கோர்க்காடின் கோட்பாடுகளுக்கும் பௌத்த மதக் கோட்பாடுகளுக்கும் உள்ள தொடர்புகள்பற்றியும் விளக்கப்படுத்தியவர். மார்க்சியத்தின் மெய்யியல் அடிப்படை யான ஹெகெலின் முரணியக்கவியல் அங்குதான் அறியப்பட் டது. வர்க்கபேதமில்லாத சமூகத்தில் இலக்கியத்திற்கான பணி பற்றி முரணியக்கவியல்மூலமாகத் தரப்பட்ட சில தருக்கங்களை வாசிக்க நேர்ந்தது. இடதுசாரிகள் மேலோங்கியிருந்த காலம் அது. பேராதனைப் பல்கலைக்கழக நூலகத்தில் நிறையவே மெய்யியல் நூல்கள் இருந்தன.

மெய்யியலிலும் இலக்கியத்திலும் உள்ள ஈடுபாடு காரண மாக, சில முக்கிய படைப்புகளைப் பேராதனைப் பல்கலைக்கழக நூலகத்திலிருந்து ஆங்கிலத்தில் படித்திருந்த காலத்தில், எனது முதல் கதை ஆங்கிலத்தில், 1972இல் எழுதப்பட்டு எறியப்பட்டது. ஆங்கிலத்தில் எழுதுவதைக் கைவிட்டபின்னர், அந்த ஆண்டு, நான் பேராதனையில் பொறியியல் கணித ஆசிரியனாக வேலை செய்துகொண்டிருந்தபோது, **மூலஸ்தானம்** கட்டப்பட்டு, பல்கலைக்கழகத் தொகுப்பான **தரிசனங்கள்** நூலில் பிரசுர மானது. ஜெயகாந்தனின் எழுத்தினாலும் இடதுசாரிச் சிந்தனை களாலும் உந்தப்பட்டு அதை எழுதினேன். அதில் வரும் கதா பாத்திரங்கள் எனக்கு நன்றாகத் தெரிந்த நிஜ மனிதர்கள். இந்தக் கதைக்குக் கைலாசபதியின் அரைகுறை அங்கீகாரம் கிடைத்ததாக ஒரு ஞாபகம். இந்தக் காலகட்டத்தில் கோஸ்லர் போன்றவர்களின் எழுத்தின் பரிச்சயத்தில், வானவியல் அறிஞன் யோஹானஸ் கெப்ளரின் வாழ்க்கைச் சரிதத்தைத் தமிழில் எழுதினேன். யாழ்ப்பாணத்தைப் போர்வெறிக்களமாக்கின ராணுவத்தினர் இந்தக் கடுதாசிகளை என்ன பண்ணியிருந்திருக் கிறார்கள் என்று இன்னும் தெரியவில்லை.

1973 ஜனவரியில் முத்தையன்கட்டில் பொறியியலாளனாய் வேலை கிடைத்துப் போனபோது, அங்கே இங்குமங்குமாய் வேலை செய்து பிழைத்துக்கொண்டிருந்த மலையக மக்களைப் பார்க்க நேர்ந்தது. தோட்டத்தில் வேலை செய்பவரைத் துரத்தும் சிங்கள அரசின் முயற்சிக்கெதிராக மலையக மக்களைத் தமிழ்ப் பகுதிகளுக்குள் குடியமர்த்தும் தமிழ் மக்கள் சிலரின் முயற்சி யினால், மலையக மக்கள் வன்னிப் பிரதேசத்திற்கு வர நேர்ந்தது. அவர்களின் அவலத்தைக் கண்ணெதிரே பார்க்க நேர்ந்தே, **ராமசாமி காவியம்** உருவானது. அங்கு கிடைத்த அனுபவங்கள் அடிப்படையில் **கமலம்** எழுதப்பட்டது. ஒரு நாவல் எழுத முயற்சித்து, என் கதாபாத்திரங்களின் அடையாளம் தெரியாமல் எழுத வேண்டிய கட்டாயத்தில், அவர்களை நெருங்க முடியாமல் அரைகுறையாகப் பிரசவித்த கதை அது.

1974 மத்தியில் கொழும்பிற்கு இடமாற்றம் கிடைத்துவிட, நூலகங்கள் வசதி கிடைத்து, வாசனைகள் சிறிது கூடின. வேலைத் தொந்தரவுகளிலிருந்து, புத்தகங்களிலிருந்து கண்ணை எடுத்தால், கொழும்பில் மேல்மட்டக்காரர்களின் 'பக்தி மார்க்க' வழிகளும் அதில் மேல்மட்டச் சாமியார்களின் பங்கும், யாழ்ப்பாணத்துத் தமிழர் சீவிய முறையான கிளார்க் உத்தியோக வாழ்வும், மற்றும் யாருமே கவனிக்காமல் போய்விட்டிருக்கிற கொழும்பின் தமிழ்ச் சுத்திகரிப்புத் தொழிலாளகள் - தெருவில் பலவற்றையும் விற்கிறவர்கள், பாதாள உலகுக்காரர் - இவ்வாறான மனிதரும் அவர்கள் வாழ்வு முறைகளும் எதிரே விழித்தன. பிரம்மச்சாரியாக இருந்தபடியால், **குயில் பாட்டு**ம் மனத்தை அறுத்துக்கொண்டே இருந்தது. மஹாகவி எங்கேயோ இதைப் பற்றிப் பேசிய ஒரு கூட்டத்திற்குப் போன ஞாபகம். குயில் பாட்டிற்கான ஒரு விளக்கம் தேடிப் பல நாட்கள் மனம் அலைந்ததன் பின்னரே **ஒரு பஸ்தோப்புக் குயில் பாட்டு** எழுதினேன். பாரதியின் குயில் பாட்டின் பல பாட்டுகளை வரிக்குவரி அப்படியே ஒப்பித்திருப்பதால், இந்தக் கதை பின்நவீனத்துவ பாவனை (*mimesis*) மரபில் ஒரு வகையாகுமா என்பதை யாராவது பின்னால் ஆராயக்கூடும். அவ்வாறு படைக்க வேண்டுமென்கிற முயல்வு இல்லாது, இயற்கையாகவே இந்தக் கதைமூலமாகக் குயில் பாட்டிற்கு ஒரு விளக்கம் தர முயற்சி நடந்தது. அவ்வளவு தான். இந்த **பகவத் கீதை** என்னதான் சொல்கிறது என்றும் ஆராய்ச்சி நடந்தது. கீதையின் கர்ம யோகக் கோட்பாடுகளின் முரண்பாடுகள் மற்றும் மேல்மட்ட மனிதரின் போலித்தனத்தின் வெறுமைகள் மனத்தை அரித்தெடுத்த வேளையில், ஜெயகாந்தன் - அவர் விலாசம் அவரைத் தாண்டுகிற கட்டத்தில் - எழுதிய **இவர்கள் உள்ளே இருக்கிறார்கள்**ஐ ஒட்டி, **இவர்கள் வெளியே இருக்கிறார்கள்**ஐ எழுதி டொமினிக் ஜீவாவிடம் கொடுத்தேன். அது கதையா கட்டுரையா என்று இன்னும் எனக்குத் தீர்மான மாகவில்லை. யதார்த்த முனைப்புகளின் குறுக்கல்கள் மன அரிப்பைத் தர ஆரம்பித்தன. உண்மைகள்பற்றியும், சரித்திரம் பற்றியும் அவற்றின் தேடல்களுக்குக் குறுக்கே அமைந்திருக்கும் மனிதப்பாங்குகள்பற்றியும் யோசனை நடந்ததன் பின்னணியில், **காவற்காரர்கள்** படைக்கப்பட்டது. *1977*இல், புது டெல்லியில் வேலை விஷயமாக ஏழு மாதங்கள் இருந்தபோது, இந்திரா பார்த்தசாரதியை நேரில் பார்க்கும் அனுபவம் கிடைத்தது. அங்கே வைத்துத்தான், **நிர்வாணம்** எழுதப்பட்டு, **கணையாழி**யில் பிரசுரம் பண்ணலாமா என்று கேட்டு இபாவிடம் கொடுத்த தாக ஒரு ஞாபகம். **கணையாழி**யில் வந்தபின்னர், வாசகர்கள் சிலர் மிகவும் பாதிக்கப்பட்டுக் கடிதம் எழுதியிருந்தார்கள். தமிழ்ப் பேராசிரியர் நா. சுப்பிரமணியன் அவர்களும் இக்கதை யைச் சிலாகித்து, 'இருப்புவாதக் கதை' என்று அடையாளம் காட்டியிருந்தார். வாழ்க்கை இலக்குகளின் வெறுமையைப் பற்றியதானதும், எவ்வாறு இருப்புவாதம் தற்கால மேற்கத்திய பொருள்வினைப் பொருளாதார-சமூக நிலையின் பின்னணியில் எழுகிற நடுவர்க்கத்தின் கோட்பாடாக இருக்கிறதென்று மார்க்சிய வாதிகள் வாதாடுவதற்கு எதிராக, கிழக்காக இருந்தாலென்ன,

மேற்காக இருந்தாலென்ன, எந்த நிலையிலும் இருப்புவாதம் செல்லுபடியாகிற நாணயம் என்பதைக் காட்டுவதாகவும் அமைந்துபோனது. 1970களின் கடைசி வருஷங்களில், **ஒரு புதிய யுகத்தை நோக்கி** எழுதப்பட்டுக் **கணையாழி**யில் பிரசுர மானது. 1979இல், அதற்கு **இலக்கியச் சிந்தனை** பரிசு கிடைத்தது. கொழும்புவாழ் விளிம்புநிலை மக்களின் வாழ்வு மனதை எரித்த வேளையில், **சொர்க்கம்** எழுதி முடித்தேன். இம்மக்களின் வாழ்வைச் 'சீராக்கும்' முயற்சி எடுத்துக்கொண்ட ஒரு பாதிரியார், அவர்கள் வாழ்வின் பின்னணியில், நீட்ஷேயின் 'எதிர்கிறிஸ்து' *(anti-Christ)*, 'அதிமனிதன்' *(over man)* கோட்பாடுகளுடன் மன உளைச்சல்படுவதுபற்றி எழுதி, இருப்புவாதத்தின் மார்க்சிய முனைகளைத் தேட முயன்றேன். இக்கதையில் பலர், நான் அறிந்த மெய்யான மனிதர்கள். எழுத்தாளர்களான க. சட்டநாதன் மற்றும் அநு. வை. நாகராஜன் ஆகிய இருவரும் இக்கதையைச் சிலாகித்து விமரிசனம் எழுதியிருந்தார்கள். இக்கதையின் இருப்புவாதத் தொனியை அப்போது விமரிசகர்கள் கண்டு கொண்டதாகத் தெரியவில்லை. நண்பர் (பொறியியலாளர்) செல்வராஜாவும் நானும் ஜா–எல *(Ja–Ela)* பஸ் எடுத்துக்கொண்டு, வாழ்வின் எல்லையில் வாழும் மக்களைப் பார்த்து அறிந்து கொள்வதற்காக, கொழும்பின் வட பகுதிக்கும் போனதாக ஒரு ஞாபகம். எழுத்தாளர்கள், இவ்வாறு நலிவுறும் மக்களைப் பார்த்து எழுதுவதின் கேவலம்பற்றிப் பல பேர் பின்னர் குறைப்பட்டிருக்கிறார்கள். ஸ்ரெயின்பெக், கலிபோர்னியாவில் பைஸானோ மக்களைப் பார்த்துப் பின்னர் தன் இடத்திற்கு வந்து எழுதும் 'மேல்த்தன' பாவம்பற்றிப் பல பேர் குறைப் பட்டிருக்கிறார்கள். தலித்தியப் படைப்புகள் இதனாலேயே வளர்க்கப்பட வேண்டியதொன்றாகும். அமெரிக்காவில், ஆபிரிக்க–அமெரிக்க மக்கள் தங்கள் பிரச்சினைகளைத் தம்மினத்தவரே முன்வைக்க வேண்டுமென்பதில் மிகுந்த அக்கறை காட்டுகிறார்கள். கதை படைக்கும் மொழி பல குரலாலானது *(polyvocal)* என்று நவீன விமர்சகர்கள் சொல்வது உண்மையானால், வாழ்வின் விளிம்புநிலை மக்கள் அவர்கள் வாழ்க்கைபற்றி, அவர்கள் மொழியில் சொல்வதைக் கேட்பதுதான் முக்கியம் என்று அறிந்தேன். நீட்ஷேயின் கோட்பாடுகள்பற்றி அவர்களுள்ளும் ஒரு விவாதம் இருக்கும் – அது வெளியில் வரும்வரை பொறுத் திருக்க வேண்டியதுதான்.

அமெரிக்கா வந்ததன் பின் இலக்கியப் படைப்பாக்கல் வெகுவாகக் குறைந்தது. **இரண்டாயிரத்து ஒன்று** எழுதிப் படைத்தேன். மேல்நாட்டவர்களின் 2001க்கான கற்பனைகளும், எங்கள் சூழலுக்கான நிதர்சன எதிர்பார்ப்புகளையும் கதையாகப் படைத்தேன். கலாநிதி நாராயணன் கண்ணன் அவர்களுக்கு இந்தக் கதை மிகவும் பிடித்திருந்தது. மேல்படிப்புகள் படித்துக் கொண்டிருந்த நேரத்தில் எழுத்தாக்கம் வெகுவாகவே குறைந் திருந்தது. இதனால், எனக்கு நான் அப்போதிருந்த நிலையில், இப்போதிருக்கும் இரமணிதரன்மேல் மதிப்பும் மரியாதையும் உண்டு. 1984இல் படிப்பு முடிந்தவுடன், கொலராடோ மாநிலப் பல்கலைக்கழகத்திலேயே வேலை கிடைத்தது. பல்கலைக்

கழகத்தால், 1985இன் கடைசிப் பகுதியில் எகிப்து நாட்டிற்கு அனுப்பிவைக்கப்பட்டபோது, புது அனுபவங்கள் கிடைத்தன. இதற்கிடையில் 1985-1988 காலகட்டத்தில் எகிப்து நாட்டில் பணியாற்றிக்கொண்டிருந்த நேரம், ஆர்ஜென்டீனிய எழுத்தாளர் ஹோர்ஹே லூயிஸ் போர்ஹெஸ் (Jorge Louis Borges)இன் **தொன் இஸ்த்ரோ பரோடிக்கு ஆறு விடுப்புகள்** (Six Problems for Don Isidro Parody) என்ற புத்தகம் நண்பர் மார்ட்டின் பாபர் (Faber) மூலமாகக் கிடைத்தது. எகிப்திய எழுத்தாளர் நகீப் மஹ்பூஸ் படைப்புகளும் பரிச்சயமாயின. போர்ஹெஸின் எழுத்துகளின் அதிபௌதிகம் (metaphysics) என்னைக் கவர்ந்தது. சிறுகதை எழுத்தாளர் அவர்.

இந்தக் காலகட்டத்தில் நண்பர் பத்மநாபன் லண்டன் வந்துசேர்ந்தார். அதன்பின்னர், அவர் என்னை விடுவதாக இல்லை. மேலும் எழுதச்சொல்லி ஊக்கப்படுத்தினார். அவர் வேண்டுகோளுக்கு இணங்கித் **தொடர்புகள்** கதையை எழுதித் **தமிழர் நலன்புரி சங்கத்தின்** மலரில் வெளியிட அனுப்பிவைத்தேன். அகதிகள் மலரானதால், அது மாதிரியான கதையாகப் படைக்கலாம் என்று எழுதப்பட்ட கதை. மறுபடியும் யதார்த்தத்திலிருந்து இலக்கிய மறுவாழ்வை ஆரம்பிக்கலாயிற்று.

தொடர்புகள் வந்ததின் பின்னர், **துணை அகதி** என்ற கதை எழுதினேன். யாழ்ப்பாணச் சாதி அமைப்புகளின் இறுக்கத்தில் காதலில் தோல்வியுற்றவனின் கதை. தெரிந்த நண்பன் ஒருவன்பற்றிய கதை. மேலும் எழுதினால், கதைகள் யார்பற்றியது என்பது தெரிந்து மன அவஸ்தைக்குச் சிலபேரை ஆட்படுத்தலாம் என்கிற கவனம் எழுந்ததால், ஜெயமோகன் பாஷையில், பிரேக் பிடிக்க வேண்டியதாகிவிட்டது. இந்தக் கதையை வாங்கிப்போட்ட பத்மநாபன்மீது வாசகர்கள் குறைப்படும் கனவுகள் எனக்கு வர ஆரம்பித்தன. கலைப்படைப்பில் நிச்சயமற்றதன்மையும் உதாசீனமும் என்றுமே தவிர்க்கப்பட வேண்டியதென்பதை ஒரு கஷ்டமான பாதை வழியாகத் தெரிந்துகொண்டேன்.

ஊரில் நடக்கும் போரும் அதுபற்றிய உதாசீனங்களும், நடந்துகொண்டேயிருக்கும் சரித்திரத்தில், தனி மனிதனிலிருந்து சமூகக் குழுக்கள்வரையுள்ளான சிந்தனை அலைகளில் பலம் இல்லாது அமைந்து, மனிதன் உலகையும் சூழலையும் உடைந்த மனதினால் அளந்து, பௌதிக பலத்தை விரயம்பண்ணிச் சக மனிதனைச் சாய்க்கும் வேளையில், உண்மை தேடல்பற்றிய விசாரம் மிகுந்து, மனித இருப்பின் பரிணாமங்களில் உண்மை தேடலின் இடத்தை அறிந்துகொள்ள விழையும் நேரத்தில் **இராமாயண கலகம்** படைத்தேன். உண்மையை உணர நேரத்திற் கெதிராகப் போக முயலும் இளைஞனின் கதை. காலப் பழமையை உணர்த்துவதற்காக மொழியில் கவனமெடுக்க முயன்றபோது, என் தந்தைக்குத் தமிழ் கற்பித்த முருகேச பண்டிதர் ஞாபகம் வந்து உதவியது. இந்தியப் பத்திரிகை நிருபர்கள் இந்தக் கதையை எப்போதாவது வாசிக்கக்கூடும் என்ற நம்பிக்கை இருக்கிறது.

இந்தக் கதை எழுதி முடிந்தவுடனேயே, மனித இருத்தலில் பௌதிக நிலையையும் வாழ்வின் கோணல்களையும் இணைக்

கும் கேள்விகள் மனதை ஆட்கொள்ள ஆரம்பித்தன. இருத்தல் (*existence*), சாரத்தை (*essence*) விட முன்னையது என்றால், இருத்தலைப் பூரணமாக அறிந்துகொள்வது முக்கியம் என்று பட்டது. நீட்ஷே சொன்ன அதிமனிதன், இருத்தலின் பௌதி கத்தை அறிந்தவனாகத்தான் இருக்க வேண்டும் என்று பட்டது. பௌதிக விதிகள் தரப்பட்டவையானதால், மனித இருத்தலின் இறுக்கமான நிலைகளை நொந்து, சிறையில் தள்ளப்பட்ட ஓர் இளைஞனின் கதைமூலமாகத் தேட முயன்றேன். போர்ஹெஸின் **தொன் இஸ்த்ரோ பரோடிக்கு ஆறு விடுப்புகள்**இல் முதல் கதை மனதில் அலைபாய்ந்த வண்ணம் இருந்த நாட்களில் **அம்பலத்துடன் ஆறு நாட்கள்** உருவானது. போர்ஹெஸினால் உந்தப்பட்டாலும், இரு கதைகளுக்கும் சம்பந்தம் இல்லை - தொன் இஸ்த்ரோ பரோடி மாதிரித் தாடி அம்பலமும் ஓர் அறிவாளி என்பதைத் தவிர.

விஸ்வ சம்பவம் நெடுங்காலமாகச் சிந்தனையில் இருந்த கதை. மனித உணர்வுகளுக்கும் நேரத்திற்குமான தொடுப்புகளை ஆய்வுசெய்யும் நேரத்தில், சின்ன வயதில் பலாத்காரத்துக் குள்ளாகியவன் ஒருவன் தன் மனைவியுடனான சம்பாஷணை மூலமாக ஆறுதல் தேடுவதைப் பற்றிப் படைத்த கதை. இந்தக் கதைக்கு இன்னும் தீர்ப்பு யாரும் வழங்கவில்லை.

இந்தக் கதைகளில் சிலவற்றைப் பிரசவிக்க நெடுங்காலம் எடுத்தது; சில கதைகள் வெகு சீக்கிரத்திலேயே உருவாயின. சில கதைகளை இன்னும் நான் சொல்லவில்லை. சில கதைகளைச் சொல்லும் திறன் இன்னும் வரவில்லை. மேலும் சில கதைகளைச் சொல்ல வேண்டாம்போலிருக்கிறது.

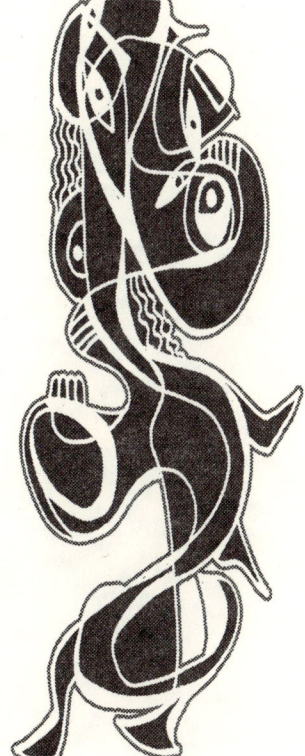

ஓவியர் ராஜாவின் சித்திரப் படைப்புகள் தனித்துவம் வாய்ந்தவை. உலகை அளந்து, அறிந்து, இரு பரிமாணக் கடதாசி யில் கோடானுகோடி பரிமாணங்களைத் தரும் வல்லமையை, என்றோ ஒருநாள் கடுகளவாவது பூரணமாக அறியும் சக்தி வர ஒரு தவம் எடுக்கத்தான் வேண்டும். அவர் படைப்பினால் என் கதைகள் பெறும் முழுமைக்கு அவரே காரணம். ஹட்டன் புனித பொஸ்கோ கல்லூரியில் என் ஆரம்பகாலத் தமிழாசிரி யர்கள் - சு. வேலுப்பிள்ளை, கலாநிதி சொக்கலிங்கம் என் மொழிக்கு வித்திட்டவர்கள். என் பெற்றோர், குறிப்பாக என் அன்னை, என் கல்விக்குக் காரணமாயிருந்தவர்கள். நண்பர் இ. பத்மநாபன் மற்றும் மு. நித்தியானந்தன் இவர்கள் ஊக்கம் காரணமாகவே என் எழுத்து முயற்சிகள் தொடர்கின்றன. யாழ்ப்பாணப் பல்கலைக்கழகத் தமிழ்ப் பேராசிரியர் நா. சுப்பிர மணியன் என்னில் ஆதியில் நம்பிக்கை கொண்டவர்களில் முக்கியமானவர் - மற்றவர்கள் நண்பர்கள் ஜோன் பேர்னார்ட், செல்வராஜா. இவர்கள் யாவருக்கும் பதிப்பாசிரியருக்கும் அச்சகத்தாருக்கும் என் மனமார்ந்த நன்றி.

180 Southway Drive
Dayton, OH 45440
USA

ஸ்ரீதரன்

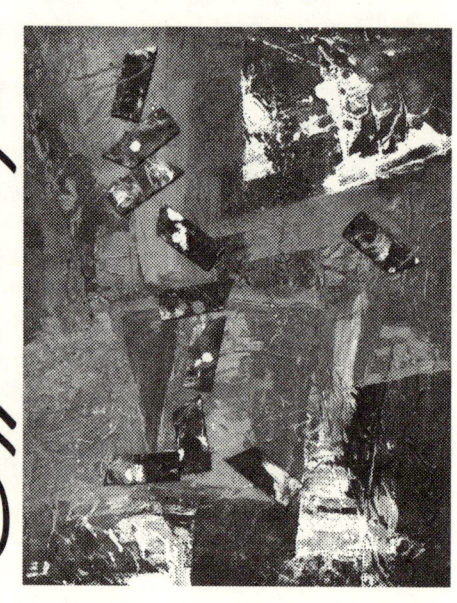

ஸ்ரீதரன் கதைகள்

மூலஸ்தானம்

மணிச்சத்தமே கந்தசாமிக் குருக்களின் வாழ்க்கையின் நிரந்தர அம்சம் என்று சொல்ல முடியாது. ‘ஊரார்’ என்று பலவாறாகவும் குறிப்பிட்டுப் பேசப்படுகிற அந்த மனிதக் கூட்டம், இந்தக் குருக்களின் இந்த முரண்பாட்டைப் பற்றிச் சந்தி, மதகு, வாய்க்காலடியே உரத்து விவாதித்துத் திட்டித்தீர்த்தாலும், மார்க்கண்டு அவரிடம் வந்துபோவதும் ஓரம்சமாகிவிட்டது. அவன் தரும் கள்ளில்தான் அவரது வாழ்க்கையின் மெய்மை யாவும் அடங்கியிருப்பதான ஓர் உணர்வு அவருக்குச் சில வேளைகளில் எழுவதுண்டு. என்னவாயிருந்தாலும், குருக்களுக்கும் மார்க்கண்டுவுக்குமே தங்களுடைய பரஸ்பரத் தொடர்பு இந்தக் கள்ளைத் தாண்டி நிற்கும் நிலை தெரியும். மார்க்கண்டுவுக்கும் அவன் தரும் கள்ளுக்கும் தொடர்பில்லாமல், மார்க்கண்டுவின் தொழிற்பேட்டைக்கு - ஒரு பனந்தோப்பிற்கு - நடுவில் அந்தப் பிள்ளையார் கோவில் நிற்கிறது. பெரிதாக வர முயன்று தோற்றுப்போன முயற்சியில் கோபுரம், மதில் தங்கள் வழக்கமான நிலையையும் இழந்து, தேய்ந்து குட்டிச்சுவராய் நிற்கிற நிலைமை, நாலாம் திருவிழா நடக்கிறபோது சிலருக்குத் தெரிவதுண்டு. அப்போதுதான் நாலு அல்லது ஐந்து சிகரச் சோடினைகள், ‘லைற் மெஷின்’கள், பதினைந்து இருபது கூட்டம் பெரிய மேளம், நாலைந்து கூட்டம் சின்னமேளம் என்று புடவைக்கடைக்காரச் சிவசம்பு ஆயிரமாயிரமாய் இறைக்கும்போது, அதில் கால்வாசி இதைத் திருத்தப் போதுமே என்று சில வயதுபோனதுகள் யோசிப்பதுண்டு. அதுகளும் பெரியமேள, சின்னமேள ரசனையிலும், வரும் சனத்திலும் சிந்தையைவைத்து இந்த யோசனையைக் காற்றில் பறக்கவிட்டு, இந்த ஒருநாள் மாயமினுக்குகள் மறையப் பின்னர் விவாதிப்பதுண்டு. திருவிழாக் காலம் தவிர மோதக, வடை ஆசைகள் கிளம்புகிறபொழுதும், அகஸ்மாத்தாகச் சுருட்டுக்காரர் பொன்னையர் கோவிலருகால் போகும்பொழுது, கோவில்

விளக்கு எரியாததை அவர் காணும்போதுந்தான், பிள்ளையார் இருப்பது ஊருக்கே தெரியவரும்.

முன்னதே ஐயரின் ஸ்திரத்துக்கும் ஜீவனத்துக்கும் ஆதாரம். பின்னது என்றால் இந்தப் பிராமணியைத் திட்டித்தீர்த்து ஒழிக்க மூர்க்கமான முயற்சிகள் நடைபெறும். இவைகளுக்கெல்லாம் புறம்பாகப் பேசாமல் மௌனியாக இருந்து எல்லோரும் திட்டித் தீர்த்தபின், மார்க்கண்டுவின் கள்ளில் கொஞ்சத்தை மிடறி, அவனுடன் கதைத்தபின்னர் மௌனமாகத் தன் வீட்டினுள் நுழைந்து, செத்ததுபோல் கிடக்கும், வருஷத்துக்கொன்றாகத் தெய்வம் கொடுத்திருந்ததுகளைத் தாண்டி, அடுத்ததையும் தெய்வம் கொடுக்கப்பண்ணும் முயற்சியில், இந்த நாடகக்காரர் களின் கூச்சலை மறக்கடித்துவிடுவார்.

இந்தத் தாமசக்காற்றில் அப்போதுதான் ஒரு தீப்பொறி மெல்லப் பற்றியது. சில காரணகாரிய ஆராய்ச்சிக்காரர்களின் தேடித்திரிந்து பொறுக்கப்பட்ட காரணம், மார்க்கண்டுவின் தமையன் மகன் கிருஷ்ணன், சிவப்புச் சட்டைக்காரர்களுடன் சேர்ந்துகொண்டான் என்பதாக இருந்தது. மார்க்கண்டுவாலோ விதிக்கப்பட்ட தவாளியில்... இயற்கையாக அவனுக்கே சரியாகப் புலப்படாமல், அடிமனதின் ஒரு மூலையில், வெள்ளாளன்களின் குடுமிகளின் சகல மயிர்களும் தன் கையில் இருக்கின்றன என்பதாக உணர்ந்து சிலிர்த்தாலும்... அதையும் நடைமுறையில் நசுக்கி இயங்கி, இயங்கியே 'கோவிலுக்குள் போவதாமே' என்பதையும் அந்த ரீதியிலேதான் விருப்புவெறுப்பின்றி எடுக்க முடிந்தது.

அந்த வருடத் திருவிழா தொடங்கியது. தொடங்குவதற்குச் சிறிது காலம் முன்னரே கசமுசவென்று, இந்த கோவிலுக்குள் போகிற பிரச்சினை, கிருஷ்ணனின் முயற்சியால் அவர்களுக்குள் எழுந்து பரவியது. தூரத்துச் சொந்தத்தில் பல அலைகளை எதிர்த்து நீந்தி, அடிக்கடி இடம் மாற்றப்படுகிற ஆசிரியனாகி விட்ட நடேசுவின் உதவியோடு, கிழடுகட்டைகளை ஒத்துக் கொள்ளப் பண்ணுவதே பெரிதாகிப்போயிற்று.

மார்க்கண்டுவுக்கும் நடேசுவைப் பார்த்துத்தான் நம்பிக்கை வந்தது. - கும்மிருட்டில் அந்தப் பனங்காட்டில் சலசலப்பு. வானத்து நட்சத்திரங்களின் மினுமினுப்பு. இவைகளின் பின்னணியில் மார்க்கண்டு இதைக் குருக்களிடம் சொன்னபோது - அரைப் போதையின் தூக்கநிலையை உதறிச் சிலிர்த்தது.

2

"எட விசரா, இப்ப வாடா, நான் கூட்டிக்கொண்டுபோறன்" என்று குருக்கள் சுருதியைக் கூட்டி விதிர்த்தார். வெறிப்பிடிவாதம் பிறகு சுருக்கென ஏறி, "வாடா" என்று கையைப் பிடித்துத் திரும்பவும் இழுத்தார். மார்க்கண்டுவுக்கு உதறல். கிருஷ்ணன், ஒருவரிடமும் சொல்லாதே என்றது ஞாபகத்துக்கு வந்தது. மெள்ளமெள்ள எல்லாவற்றையும் சொன்னபோது, குருக்கள் வழக்கம்போல் அவரது மௌன உலகில் பிரவேசித்தார்.

'தர்மகர்த்தா தம்பிமுத்துவின் பளபளப்புக் கண்ணாடி களினூடாக நெருப்புக்கதிர்கள் பறந்து மார்க்கண்டுவைத் தீக்கிரையாக்கி...'

சிலிர்க்கின்ற ஓர் உணர்வில், மார்க்கண்டுவின் குறைந்த சுருதிக் கதையின் சாரமும் சேர்ந்து வெறியை ஊட்டி, அவருக்கே பழகிப்போன இயல்பில் அடங்குகின்றன.

அப்போதுதான் அந்த வருஷத் திருவிழா தொடங்கியது.

யாகசாலையின் புகையும், அந்த யாகசாலையின் மூலையில் இருக்கும் போத்தலிலிருந்து பிரிந்துசென்ற திரவமும் சேர்ந்து குருக்கள் கண்ணைச் சிவப்பாக்குகின்றன.

பத்ததி வாசிக்கிறவன் 'யாழ்தேவி' குருக்கள். 'ஸ்லோட்றெயின்' வேகமாற்றம் அதிகமாகி அதிகமாகி, இடமாற்றமாகி, குருக்கள் வடக்குக் கும்பத்தில் நிற்கும்போது, பத்ததி 'ஓம் தெக்ஷண கும்பாய நம'வில் நிற்கிறது. குருக்களின் மனதில், மனுஷியின் போன பிள்ளைப்பேற்றுக்குத் தம்பிமுத்துவிடம் வாங்கிய கடனை இந்தத் திருவிழாவுடன் அடைக்கும் சாத்தியக்கூறுகள்பற்றிய விசாலமான ஆய்வு. அதில், இந்த மார்க்கண்டுவின் கதை முள்ளாகக் குத்திக் கத்திக்காயமாகிப் பெருத்துக்கொண்டே வருகிறது. வெளியில், கோவில் நாயனத்தின் தேய்ந்த உருக்குலைந்த 'கல்யாணி'. அதற்கு, இரண்டு பொருட்கள் ஒத்துப்போவதும் முரண்படுவதும் ஒரேயடியாக நடக்குமென்ற விசால தத்துவத்தை விளக்கும் முயற்சியாக ஒரு மேளம். மனம் சூனியமாகி, யாகசாலைக்கு வெளியே நிற்கிற கிழவிகள் கூட்டம். அங்குமிங்குமாகத் திரியும் அலுவல்காரர்கள். லவுட் ஸ்பீக்கரைக் காணுமிடத்திலெல்லாம் காணப்படக்கூடிய ஒரு பெடியன்கள் கூட்டம். வெளியில் கடலைக்காரர்கள். இவர்களின் பிரசன்னத்துடன் குருக்கள் மகன் பாலனுக்கும் திருவிழாத் தொடங்குகிறது. யாகசாலையில் புகையில் கண்ணைக் கசக்குகிறான். ஸ்கூலால் கூட்டிச்சென்று காட்டப்பட்ட சீமெந்து பக்ரரியின் ஞாபகம் வருகிறது.

'இங்கே என்ன தயாரிக்கிறார்கள்?'

இந்த அப்பாவே மோசம். மூலையில் பார்! ஓடியாடி, அதையெடுத்து, இதையெடுத்து - மடப்பள்ளிக்குப் போகும் போது - அங்கே மடப்பள்ளி ஐயர் நிற்கிறார். கோவில் மண்டபத்தின் மூலையில் அவன் தாய் குந்தியிருந்து, கிழவி பொன்னம்மாவுடன் கதைத்துக்கொண்டிருக்கிறாள். அவன் தம்பி, தங்கைகள் மண்டபத்தில் ஓடிவிளையாடிக்கொண்டி ருக்கிறார்கள்.

இந்தச் சலசலப்புகளுக்கிடையில் கொடியேறுகிறது. ஓடியாடுபவர்களும் ஒரு கணம் கும்பிட்டுக்கொள்கிறார்கள்.

பூசை முடிந்து சுவாமி புறப்பாட்டுக்கான ஆயத்தங்கள் நடக்கின்றன. பாலனுக்கும் வேலை கடுமைதான். எனினும், சம்பாவனை தந்த உத்வேகத்தால், அதைத் தகப்பன் விசாரிக் காததால், அவன் மனதில் கடலை, ஐஸ்கிரீம் கனவுகள் நிரம்பி,

மூலஸ்தானம்

இந்தக் கடுமையை வெகுவாகக் குறைக்கின்றன. வசந்த மண்ட பத்தில் சுவாமிக்கு அலங்காரம் நடக்கிறது. வடிவாக இருக்கிறது.

வெளியே "அரோகரா! அரோகரா!" என்ற சத்தம் கேட்கத் தொடங்கி, வரவர வலுப்பெற்றுக்கொண்டே வர, அதில் இருந்த ஒரு வெறி நிரம்பிய கன்னித்தன்மை ஈர்க்கப் பாலன் வெளியே ஓடிவந்து பார்க்கிறான்.

3

நடேசுவின் தலைமையில் ஒரு கூட்டம், கூப்பிய கரங்களு டன் கோவிலை நோக்கி வந்துகொண்டிருந்தது. கிருஷ்ணன், நடேசுவுக்கு அருகில் நடந்து வந்துகொண்டிருந்தான். கையில் கற்பூரத்துடன் பெண்கள். அதில் இளவயசுகளே அதிகம். மார்க்கண்டுவின் கையில் ஓர் அர்ச்சனைத் தட்டு. கோயிலை நெருங்க நெருங்க 'அரோகரா'வின் வெறி நிரம்பிய லயம், அவர்களில் 'உரு'வைத் தோற்றுவித்து, மற்றவை எல்லாவற்றை யும் அவர்கள் மனதிலிருந்து ஒதுக்கி, அழித்து அவர்களைப் புதியவர்களாக்கியிருந்தது.

பாலன் பார்க்கிறான்.

மார்க்கண்டுவின் மகன் சுந்தரமும் அக்கூட்டத்துடன் பரந்து வந்துகொண்டிருந்த சிறுவர்களுள் ஒருவனாக வருவது தெரிந்தது. அவன் இடுப்பில் வெள்ளைத் துண்டு. அரோகராச் சத்தம் அந்தச் சிறுவர் மனதிலும் புகுந்து, அதன் சுருதியுடனும் லயத்துடனும் ஈடுபடுத்தி, அவர்களின், புதியதைப் பார்க்கப் போகிற ஆவலையும் ஒதுக்கிவிடுகின்றன.

அந்தக் குட்டிச் சைனியம் தனக்கே உரித்தானதொரு கம்பீரத்துடன் கோவிலை மிக நெருங்கி வந்து, வெளிவாசலைத் தாண்டி உள்ளே புகக் காலடி எடுத்துவைக்காதமட்டும், பரம் பரைபரம்பரையாகக் கற்பனையில்கூட இது தோன்றியிருக் காததால், இந்தச் சைனியத்தின் நோக்கம் மற்றவர்களுக்குப் புரியவில்லை. அவர்கள் எல்லோரும் வெளிவாசலைத் தாண்டி மண்டபத்தில் பிரவேசித்தபோதே, என்ன நடக்கிறது என்பது பலர் மண்டையில் ஏறியது.

டோய்! கோவிலுக்கை உள்ளட்டுட்டாங்கள் என்று யாரோ கத்திக்கொண்டோடுவது கேட்டது; வேறு பலரையும் கூட்டி வரத்தான். திடுதிடுமெனக் குறுக்கும்நெறுக்கும் ஓடி, சில கணங்களில் வேறோரணி திரண்டது.

மார்க்கண்டு அர்ச்சனைத் தட்டுடன் எல்லோரையும் விலக்கி முன்னேறிவருவதைப் பார்த்து, அதை வாங்கினார். வாங்கும்போதே மண்டபத்தில் நின்ற கிழங்களின் மத்தியில் ஒரு கேவல் சத்தம், ஓடிவருபவர்களின் ஓசைக்கு ஓர் அவலச் சுருதியாய்ப் பெருகியது. முத்தாய்ப்பாக, "உந்தப் பிராமணி யைப் பார்" என்ற குழறல் கேட்டது.

"ஓம் அத்திய பூர்வோக்த ஏவங்குண" என்று எதிரொலி மூலஸ்தானத்திலிருந்து கேட்கத் தொடங்கியது. அர்ச்சனை

மூலஸ்தானம்

பாதி நடந்தேயிருக்காது. அதற்குள் ஒரு பட்டாளம் திரண்டு தடி, மண்வெட்டிப் பிடிகளுடன் பிரவேசித்து, "ஓடுங்கோடா வெளியாலை" என்று அங்கிருந்த, வெகு தீர்மானத்துடன் வந்திருந்தவர்களை நெட்டித்தள்ள முயற்சித்தபோது, நடேசு பெருத்த குரலில், "இங்கை இருக்கிற யாரிலையெண்டாலும் கைவைத்தால் நடக்கிற சேதி பிறகு தெரியும். நாங்கள் சமாதானமாய், ஆரையும் குழப்பாமல் அமைதியாய்ச் சாமி கும்பிட வந்தனாங்கள். இது ஆண்டவன் சந்நிதி. நாங்கள்..."

"டோய்! எங்களுக்குச் சொல்லுறாய்..." சுருட்டுக்காரப் பொன்னையர், மற்றவர்கள் வந்து சேர்ந்த துணிவில், நடேசுவின் தீர்மானமான குரல் ஏற்படுத்திய மௌனத்தையும் கலைத்து முழக்கினார்.

"அடியடா" என்று வெகு தீர்மானமாக உத்தரவிட்டுக் கொண்டு முன்னாலொன்று பாய்ந்தது.

இதற்குள் பெண்கள் ஓடத் தொடங்கினார்கள். இத்தனை களேபரத்தினுள்ளும் அர்ச்சனை நிற்கவில்லை. அடிக்கிறவனை, அடித்துத் தள்ளுறவனைத் தள்ளிச் சனத்தைக் கலைக்கும் முயற்சி மும்முரம். நடேசுவுக்கும் கிருஷ்ணனுக்கும் விழுந்த அடியில் தள்ளாடித்தள்ளாடி இதைத் தடுக்க முயன்று, கடைசியில் விழ, நிலத்தோடு தேய்த்து இழுத்துக்கொண்டுபோய் வெளியே போட்டது. அத்தோடு, மற்றவர்களும் உற்சாகமிழந்து வெளியே போகத் தலைப்பட்டபோது, மார்க்கண்டுவையும் அடித்துத் தள்ளித் துரத்துகிறபோது..., சுந்தரம் பார்க்கிறான். "ஐயோ, அப்புவை அடிக்கினம்..."

4

தம்பிமுத்து ஆக்ரோஷமாக வந்து பின்னால் நிற்பதைப் போல உணர்வு, குருக்களுக்கு. அதுவும், கள்ளைப் போல முறுக்கேற்றுகிறது. திரும்பியே பார்க்காமல் அர்ச்சனையை முடித்து, மூலஸ்தானத்திலிருந்து தட்டுடன் திரும்பிவந்தபோது, இந்தக் களேபரங்கள் உச்சநிலையில் இருந்தன. மெள்ளத் திரும்பி, இதைப் பார்க்கச் சகிக்கவொண்ணாமல் மூலஸ்தானத்துக்கே போய்விட்டார்.

சத்தங்கள் அடங்குவது யாரோ ஒருவரின் வருகை காரணமாகத்தான். தம்பிமுத்துவின் கண்ணாடிகளினூடாக நெருப்புப் பொறி பறப்பது நிதர்சனமாகத் தெரிந்தது. கறுப்புப் பின்னணியில் வெள்ளைச் சலவை வேட்டி, பொட்டு, இடுப்புவரை தொங்குகிற சங்கிலி, இவற்றின் நேர்த்தியின் பின்னால் தெரிகிற அதிகாரம், செருக்கு இந்தக் கோபத்துக்குப் பின்னணி.

பொன்னையரின் வர்ணனையில், குருக்களின் செய்கைகளின் விபரங்கள் ஒன்றுக்குப்பத்தாகிப் பஞ்சாய், எண்ணெயாய் அந்த நெருப்பில் விழ...

"ஓய் குருக்கள்!" தர்மகர்த்தா போட்ட கூப்பாட்டில் கூட்டத்தில் ஓர் அமைதி அலைபாய்ந்து முன்னேறியது. வழக்கம் போலவே... அவரும் தலைகுனிந்து முன்னே வந்து நின்றார்.

வழக்கம்போலவே இதுவும் செவிடன் காதில் ஊதிய சங்காய் முடியப்போகிறதைப் போலத் தோன்றத்தொடங்கத் தம்பி முத்துவுக்குக் கோபம் நெருப்புக்கொழுந்துவிட்டுக் கனல்கக்கிப் பெருகத் தொடங்கியது.

“... ஓய் குருக்கள், உமக்கு அறிவில்லையேகாணும். உந்தப் பள்ளர், நளவரிட்டைத் தட்டை வாங்கி மூலஸ்தானத்துக்கை கொண்டுபோய்விட்டீர்...”

‘அவர்கள்’ உள்ளே வந்துவிட்டதையும் அதை இத்தனை பேர் நின்றும் தடுக்க முடியாமல் போனதையும் மறுகி வெடித்தார்.

“... அர்ச்சனையெண்டால் ஆராளெண்டும் தெரியேல்லைப் போலக் கிடக்கு.”

குருக்கள் தலையை நிமிர்த்திச் சிரித்தார்.

‘ஏன் ?’ தம்பிமுத்துவுக்கு வெறியேறியது.

“நான் நினைச்சால் என்ன செய்வன் தெரியுமே? ஓய்... தெரியுமோ என்டு கேக்கிறன்...” குருக்களை நெருங்கினார். “முதலாளி விடுங்கோ.” பொன்னையர் மறித்தார். பாலன் பார்க்கிறான். ‘உவன் நாசமாய்ப் போக.’

அவனது தாய், இடுப்பில் கைக்குழந்தையுடன் வருகிறாள். அவள் முகத்தில் மரத்துப்போன பாவமே தெரிகிறது. தம்பி முத்துவுக்குச் சுருதி கூடுகிறது.

“இத்தனை காலமும் பொறுத்தாச்சு ...”

நெருப்பு எரியத் தொடங்கிக் கனல்கக்கிப் புகையை விட்டுக் கடைசியாகத் தணல்காட்டும் நிலைக்கு வந்தது.

“ம்... போனது போகட்டும். ஒரு பிராயச்சித்தத்துக்கு ஒழுங்கு படுத்தும்.”

“என்னால் முடியாது. நான் செய்ய மாட்டேன்.” குருக்களின் நிதானத்தில் உறுதி தெரிந்தது.

“என்னகாணும்?” தனது கட்டளைகள் மீறப்படுவது, அதை இத்தனை சனங்களும் பார்ப்பது, அது வழக்கமில்லாததொன்றாய் இருப்பது, இவையெல்லாவற்றிற்கும் மேலாய் வேறொரு குருக்களையும் கொண்டுவர முடியாத நிலையாய்க் கொடியும் ஏறி முடிந்தது. எல்லாம் சேர்ந்து தன்னை எரிப்பதைப் போல தம்பிமுத்துவுக்கு ஓர் உணர்வு. இந்த உணர்வு அவர் கண்களினூடாகப் பாய்ந்தது...

“ம்ம்... நான் கவனிச்சுக்கொள்ளுறன்.”

திரும்பி விறுவிறென்று நடப்பதில் தெரிந்தது அவர் கோபம்.

பொன்னையர் அவரின் கார்வரைக்கும் பின்னால் ஓடினார்.

கூட்டத்தின் கவனம் கோவிலுக்குள் போனவர்கள்மீது திரும்பியது.

ஓடியவர்கள் போக நடேசு, கிருஷ்ணன் இவர்களைக் கொண்ட ஓர் இளம் கூட்டம் கோவில் வாசலுக்கு வெளியே மிஞ்சியிருந்தது. நடேசுவுக்கும் கிருஷ்ணனுக்கும் அடியினால் அரை மயக்கம். இம்முறை சட்டக் கழுதைக்கு எட்ட நிற்கும் யோசனையில் சாத்வீகமாகவே இறுதிவரை பார்ப்பது என்பது தீர்க்கமான முடிவு. கூட்டம் இவர்களின் மீது பாய்ந்தது.

கணேசமூர்த்தி மாஸ்டர் - ஒரு முன்னைநாள் கொம்யூனிஸ்ட். இன்று முழுநேர அரசியல்வாதிகளுக்கும் வேலை தேடுபவர்கள், மாலை போடுபவர்கள் இவர்களுக்குமிடையில் நிற்கும் ஓர் அரைநேர மாஸ்டர் - தனது மனைவி, பிள்ளைகள் சகிதம் அப்போதுதான் வந்து இந்தக் கலவரங்களைக் கண்டும் காணாததுபோல் கோவிலுக்குள்ளே போய்ப் பெரிய கும்பிடு போட்டார். கும்பிடும்போது, இதற்குத் தலைமை, அதோடு சம்பந்தப்பட்ட கட்சிச் சிக்கல்களின் பின்னணியில் தான் போய்த் தலையிடுவதன் விளைவுகளின் பிரதிபலன்களை மனம் ஆராய்ந்தது. காந்தி, மார்க்ஸ், ஏங்கெல்ஸ், 1930ஆம் ஆண்டு நடந்த 'சம்பந்தி போசனத்தில்' தான் இளைஞனாயிருக்கும்போது ஏற்ற பங்கு, இவைகளின் நினைவுகள் குழம்பாய்ப் பொங்கிச் சில கணங்களின் பின்னர்:

"நீ கும்பிடு, நான் உதுக்கை போயிட்டுவாறன்..."

"உதுக்கை நீங்களேன் போறியள்? இங்காலை வாங்கோ" என்று அவர் பாரியார் வழக்கமான கனத்துடனும் கண்டிப்புடனும் இரைய...

ஐயர் வெளிவாசலுக்கு ஓடுவதைக் கண்டு, மாஸ்டர் பின் தொடர்ந்தார்.

"நிப்பாட்டுங்கோ..." ஐயரின் சத்தம் எடுபட நேரமில்லை.

"நிப்பாட்டுங்கோ." மாஸ்டர் புகுந்தார்.

நிற்பாட்டி ஓய்வதற்குள் சத்தியாக்கிரகிகளில் சில இள வட்டங்கள் நடேசுவுக்கும் கிருஷ்ணனுக்கும் அடிவிழுவதைப் பார்த்துச் சகியாமல் முதலில் தடுக்க முயன்று, பிறகு அவர்களை எதிர்க்க முயன்று உலைய நேரிட்டது. கடைசியாய்க் கூட்டம் கலையவும் பொலிஸ் ஜீப்பொன்று வரவும் சரியாயிருந்தது.

அடுத்த நாள் காலை கோவில் வாசல் கதவு சாத்தப்பட்டிருந்தது. தம்பிமுத்துவின் உத்தரவுதான். இந்தக் கலவரங்கள் நடந்து, தன் கோவிலுக்கும் பொலிஸ் காவல் வந்தது அவரது மனதில் கிளுகிளுப்பை ஏற்படுத்தியிருந்தாலும், இந்த ஐயரின் விவகாரம் மட்டும் முள்ளாய்க் குத்தி, 'என்ன செய்வது?' என்ற நிலைக்கு அவரைத் தள்ளியிருந்தது.

குருக்கள் காலையில் பார்த்தபோது, வெளிவாசல் கதவு பூட்டியிருந்தது. திருவிழாக்காரர் மகன் தெற்கு வாசல் கதவால் வருவதைப் பார்த்து...

'கதவு ஏன் பூட்டியிருக்குது?'

புரியத்தொடங்க, மெள்ளக் குறுக்கும்நெடுக்கும் நாலைந்து தரம் நடந்து, கடைசியாக எல்லாமே வெறுமையாகப்போகிற உணர்வுடன் வெளிவாசல் கதவை நோக்கி நடந்தார்.

ஒரு கணம் - தம்பிமுத்துவின் கண்ணாடிக்குள்ளிருந்து பொறி பறந்து தன்னைச் சுடுவதுபோல ஓர் உணர்வு.

திறாங்கை எடுத்துவிட்டுக் கதவைத் திறந்தபோது,

"ஐயரே உது என்ன?" பொலிஸ்காரர்களுடன் கதைத்துக் கொண்டிருந்த பொன்னையர் குழறியபடி ஓடிவந்தார்.

"உமக்கு விசரே? முதலாளி கண்டால் என்ன நடக்கும் தெரியுமோ?"

குருக்கள் பேசாமல் திரும்பி உள்ளே போகப் பொன்னையர் திகைத்துப்போய்க் கறுவியபடியே தம்பிமுத்துவின் வீட்டை நோக்கி ஓடினார்.

இன்ஸ்பெக்டருக்கு இது புதினம்.

6

பாலன் இங்குமங்குமாக ஓடியபடி வேலைகள் செய்து கொண்டிருக்கிறான். யாகசாலையில் எல்லாம் எடுத்து வைத் தாயிற்று. திருவிழாக்காரர் வரவேண்டியதுதான்.

'என்ன நடக்கப்போகிறது?'

வெளியே தம்பிமுத்து பரிவாரமொன்றுடன் வருகிறார். சுருட்டுக்காரப் பொன்னையர் சொல்லிக்கொண்டுவருவது காதில் ஏறவில்லை. அவரின் ஒரு வெறித்த பார்வை, கோபமென்பதே அகங்காரத்தின் ஒரு வெளியீடு என்பதை நிதர்சனமாக எடுத்துக்காட்டுகிறது.

"ஓய் குருக்கள்!"

பத்ததி வாசிக்கும் ராமநாதன், குருக்களிடம் சடுதியாக ஓடினான். குருக்கள் கையைக் கட்டியபடியே வந்து நின்றார்.

"ஓய், இந்தக் கோவிலுக்கு நீரோ நானோகாணும் மனேஜ் மென்ற்?" ஒரு கண நேர மௌனத்தையும் சகிக்க முடிய வில்லை.

"ஓய் சொல்லுங்காணும்..." குருக்களை நெருங்கினார்.

அவருடைய வழக்கமான தாமதச்சேற்றில் ஒரு கணம் இறங்கிய குருக்கள் சுதாரித்துக்கொண்டு, சிலிர்த்துச் சிலிர்ப்பை மனதின் ஒரு மூலைக்குக் கொண்டுபோய் அதையும் பொறுக் காமல்...

"நீர்தான்..."

எதிர்பார்த்த இந்த விடையைக் கொண்டு கொஞ்சம் கொஞ்சமாய் அதைச் சுற்றித் தன் வாதங்களைப் பெரிதாக

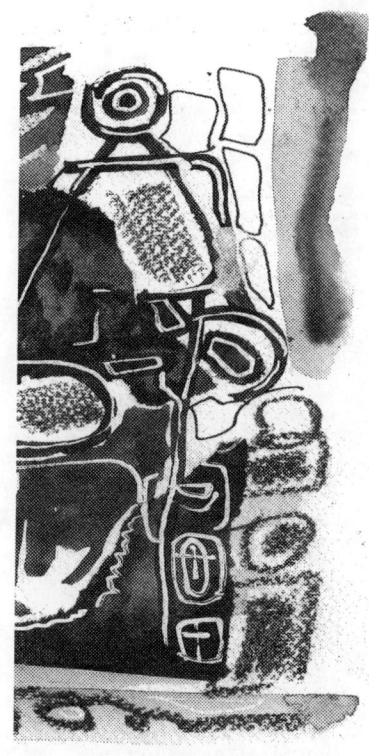

எழுப்பிக் குருக்களின் ஒழுங்கீனங்கள், அதைத் தான் ‘குடும்ப காரன்’ என்ற ரீதியில் பெருந்தன்மையுடன் விட்டுக்கொடுத்த தோரணைகள், இன்னும் அத்துடன் வேறு தனது பெருமைகள் இவைகளுக்கு வார்த்தைரூபங்கள் கொடுத்துக் கொஞ்சம் கொஞ்சமாய்ச் சத்தம் கூடி... குருக்களை அழைப்பது பன்மை யாக இருந்து ஒருமையாகும் நிலைக்கு வந்தது.

நெருப்பு, கண்ணாடிக் கண்களூடாக இந்தமுறை குருக்க ளைச் சுட்டது. குருக்கள் பாலனைப் பார்த்து,

“கத்தியைக் கொண்டுவா.” பாலன் ஓடிப்போய் வந்தான்.

கத்தியால் தன் கங்கணத்தை அறுத்தார்.

“நீர் செய்யுறதைச் செய்யும்.” குருக்கள் போவதைக் கண்டு எல்லோரும் பார்த்துக்கொண்டு நின்றார்கள்.

“நான் பார்த்துக்கொள்ளுறன்.” பரிவாரம் திரும்புகிறது.

குருக்கள் வீட்டில் அமைதி கனத்துக் கல்லாய் நிரம்பியி ருந்தது. பாலன் ஒரு மூலையிலிருந்து அம்மாவையும் அப்பா வையும் பார்த்துக்கொண்டிருக்கிறான். அப்பா ஒரு மூலையில், அம்மா ஒரு மூலையில் ஆளுக்கொருவராய்க் குந்தியிருக்கிறார்கள். அம்மாவின் முகம் சிவந்து வீங்கியிருக்கிறது. ‘அப்பா இனி என்ன செய்யப்போகிறார்.’

‘போன வருஷத்துப் பிள்ளைப்பேற்றுக் கடன், இந்த வருஷத்து இப்போதைய கடன், நாளை நடக்கப்போகும் பாடு இவை யெல்லாம் சேர்ந்து அவர் மனதில் கோவில் மேளம் மாதிரியே அபத்தமாய் ஊளையிட்டன.

பூபாலு வெகு உற்சாகமாக வந்துகொண்டிருந்தான். கடை நெருக்கடியிலிருந்து கிடைத்த கொஞ்சநேர விடுதலை, அவனுக்குத் தரப்பட்டிருக்கிற ‘பவர்’ இந்த மாத்திரைகள் நன்றாக வேலை செய்தன. ஐயர் வீடு நெருங்கநெருங்க அவனுக்குள்ளே ஒரு மிடுக்கும் கொஞ்சம்கொஞ்சமாய்ப் பெருத்து வியாபித்து...

அவன் பட்டுவேட்டி சால்வையுடன் நாபிக்கமலம்வரை தொங்குகிற சங்கிலியுடன் நடந்துவருகிறான். கோவிலுக்குள் சனங்கள் - பெண்கள் - ஏராளம்.

7

“முதலாளி வாறார் விலத்துங்கோ . . .” கடையில் அவனுடன் நிற்கிற வட்டு சுப்பு - பெரிதாக வளர்ந்து - சனங்களை விலத்துகிறான்.

“ஓய் ஐயரே!” குரல் தம்பிமுத்துவின் குரல் மாதிரியே சன்னமாய்க் கம்பீரமாய் ஒலிக்கிறது. ஐயர் நடுங்கியபடி ஓடி வருகிறார். கோவிலைச் சுற்றிவந்துகொண்டு ஒவ்வொன்றாய் ஐயரில் பாணம். பின்னால் ஒரு பட்டாளம் பெண்கள் அவனைப் பார்க்கிறார்கள்.

"உதென்னகாணும் உந்த விளக்கு? உதைத் துடைப்பிக் கிறேல்லியே?"

"ஏன் இவ்வளவு நேரம்? பூசையைத் துடங்குமென்காணும்..."

பெண்கள் பார்த்து ரசிக்கிறார்கள். அதில் தம்பிமுத்துவின் மகளும் நிற்கிறாள். அவள் இவனைப் பார்த்து ரசித்தபடியே அவனை நோக்கி வருகிறாள், வந்து...

பூபாலு, ஐயர் வீட்டை நெருங்கி, உள்ளே எட்டி, "ஐயா" என்றதும்தான் மௌனம் கலைந்தது.

"முதலாளி உங்களை உடனே உந்தச் சங்கிலியைத் திருப்புறதுக்கு ஆயத்தமாக வரட்டாம். இல்லாட்டி நடக்கிறது தெரியும்தானே?"

"சரி சரியோ தம்பி இந்தா வாறன்." அவனுக்கு அதில் இருந்த காரம், மணம், குணம் இவையொன்றும் தெரிய நியாயமில்லை. கடை யோசனைகள் திரும்பவரப் போய் விட்டான்.

பத்திரி வாசிக்கும் ராமநாதன் நின்றால், மனுசியையும் பிள்ளைகளையும் அவள் தகப்பன் வீட்டிற்குத் தற்போதைக்கு அனுப்பலாமே என்று யோசித்தவராய் –

'என்ன இந்த ராமநாதனைக் காணேல்லை?'

முணுமுணுப்பு மனுஷி காதில் விழுந்து இயக்கத்தை ஏற்படுத்தியது. இந்த எரிமலைகளின் கொதிப்பு வெடிப்புகளைப் பொருட்படுத்தாமல் வழக்கம்போலவே விளையாடிக்கொண் டிருந்த குழந்தைகளை அடக்கினாள்.

ஐயர், சால்வையை உதறிப் போட்டுக்கொண்டு தீர்மானத் துடன் எழுந்து, ஒன்றையும் கவனியாமல் வேகமாய் நடந்தார்.

'ஆரிட்ட கேக்கப்போறார்?'

கால்கள் அவரையும் அறியாமல் மார்க்கண்டுவின் கொட் டிலுக்கு இழுத்தபோது பின்னேரம். இருந்தபோதும் வழக்கத்துக்கு மாறான ஒரு துணிவு.

"ஐயா நீங்கள் போங்கோ, நான் கொண்டாறன்..." மார்க்கண்டு நொண்டியபடி வெளியே வந்தான்.

"அது கிடக்கட்டும், இப்ப..."

இந்தச் சங்கிலி விவகாரத்தைச் சொல்லிமுடித்தபோது, மார்க்கண்டு யோசித்ததாய்த் தெரியவில்லை.

"போங்கோ, நான் எல்லாம் கொண்டு வாறன்." ஐயர் திரும்பிவிட்டார்.

மார்க்கண்டு இரண்டுடனுந்தான் வந்தான். மாலைச் சூரியன் மரங்களின் உதவியுடன் கோடுகள் கீறும் நேரம் பட்டணத்துக் கோவில் ஒன்றில் ஆள் தேவை என்று கொஞ்ச நாளைக்கு முன்னர் வந்து விசாரித்த விபரத்தைக் குருக்கள் சொன்னார்.

"மார்க்கண்டு ஒரு வருஷமாகுமடா."

"அதைப் பிறகு பார்ப்பம்."

8

தம்பிமுத்துவின் கடையை அடைந்தபோது, அவரே இரண்டு பேராகிப்போன மாதிரியொரு மப்பு உஷார். கடையில் அவரில்லை. தம்பிமுத்துவின் வீட்டுக்கே போனபோது அங்கே...

ராமநாதன், அவன் தமையன் நடராஜனுடன் நிற்கிறான்.

'நடராஜனை உடனே இங்கே சேர்க்கக் கூட்டிக்கொண்டு வந்திட்டான்போல கிடக்கு.' ராமநாதனைக் குருக்கள் பார்க்க, ராமநாதன் அப்பால் திரும்பிக்கொள்கிறான். நடராஜன் முழிக்கிறான்.

"என்னகாணும்...?" தம்பிமுத்துவுக்குத் திரும்பவும் ஆக்ரோஷம் வருவதற்கான அறிகுறி. அதில், போரில் வெல்லப் போகிறோமென்ற பகையுணர்வு. குருக்கள் காசை மடியிலிருந்து அவிழ்த்து எடுக்க...

'பிராமணிக்குக் காசு எங்கே கிடைச்சுது?'

"மணியம்!" பட்டாசு புஸ்வாணமாவதுபோலத் தம்பிமுத்துவுக்குத் தெரிகிறது. மணியம் வந்து நோட்டையெடுத்து வரவு எழுதுகிறான். தம்பிமுத்து உள்ளே போய், அறையில் இரும்புப் பெட்டியிலிருந்து சங்கிலியைக் கொண்டுவருகிறார். காசை வைக்கத் திரும்பப் போகிறார்.

"தம்பி நடராஜா!"

நடராஜ ஐயர் பார்க்கிறார்.

"தம்பி, பிராயச்சித்த அபிஷேகமெல்லாம் ஆயத்தமோ?"

"ஓம், ஓம்."

ராமநாதனின் இரண்டு உருவங்களும் தெரிகின்றன.

"அதுக்கு முதலிலையடா அந்தா தெரியுதே..."

அவர் காட்டும் திசையில் தம்பிமுத்துவின் இரும்புப் பெட்டி - அதில் காசை வைத்துக்கொண்ருக்கிறார் - தெரிகிறது.

"...உதுக்கு உந்தப் பிராயச்சித்த அபிஷேகத்தைச் செய்யடா. நான் வாறன்."

ஓர் ஏளனப் புன்னகை தெரிந்தாலும் குருக்களின் மனதில் ஒன்றுமில்லை. அவர் பேசாமல் போகிறார்.

●●●

ஸ்ரீதரன் கதைகள்

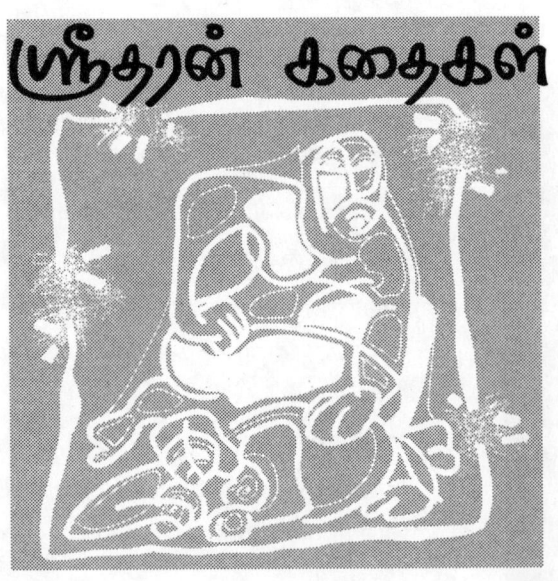

ராமசாமி காவியம்

இந்த ராமசாமி மனிதனாகக் கருதப்பட்டதற்குச் சரித்திர மில்லை. தேயிலைச் செடிக்குள் 'எல்லாமிருக்கும்' என்று நம்பிக் கடல்கடந்த சீவராசிகளின் சந்ததியில் வந்தவன் மனித னாக முடியுமா? காட்டையழித்துப் பச்சைக் கம்பளம் போர்த்து, அதைப் பேணி, உணவுப் பிச்சையளித்தவன் மனிதனாக முடியுமா? இதெல்லாம் ராமசாமிக்குச் சம்பந்தமில்லாத விஷயங்கள். இன்று, இந்த மாங்குளத்துச் சந்தியில் வெய்யில் நெருப்பில், அதை வெல்கின்ற வயிற்று வெக்கையுடன் 'மீனாச்சி', 'செவனு', 'மூக்கையா'வுடன் அலைந்து அவன் திரிவது ஒரு வெறும் பௌதிகநிலை. இதனால், இக்கணத்தில் இவன் மனிதனே யில்லை.

'கறுப்பையா, இந்தப் பக்கம் வேலை கிடைக்குமென்று சொன்னானே ?'

மீனாச்சி, கம்பமொன்றின் அடியில் குந்தி, "இப்படியே கொஞ்சம் நில்லுங்க. இந்தப் பக்கிட்டுப் போய் விசாரிச்சுக் கிட்டு வாறேன்" என்று சொல்லிச்சென்ற ராமசாமி போன திசையையே தனது சக்தியெல்லாம் திரட்டி, ஒருசிறு கணப் பொழுது பார்த்துவிட்டுக் கண்களை மூடுகிற சந்தர்ப்பத்தில், இவ்வளவு நேரமும் கடைகளையும் பஸ்சிற்காக நிற்கிற மனிதர்களையும், அவர்களில் சிலர் எறிகிறவற்றையும் பார்த்து வயிற்றின் வெறுமையும் வெக்கையும் மனத்திற்கு இட்ட புரியாத கட்டளைகளை மனம் திருப்பி உடலுக்கு அனுப்ப, உடலின் சக்தி வெறுமையில் இருந்து, கட்டளைகள் கரைந்துபோய், தாய்க்கு அருகே செவனும் மூக்கையாவும் சரிந்த கணத்தில், நேரம் என்பது அதன் அர்த்தத்தில் ஒரு கூறை இழந்துபோயிற்று. ராமசாமி திரும்பியபோது, அவனோடு கூட இன்னொருத்தன் வந்துகொண்டிருந்தான்.

"பதினஞ்சு மைல்ன்னா சொன்னீங்க?"

ராமசாமி காவியம்

“பஸ்சு, வானு எல்லாம் ஓடுதுங்க.”

“சல்லி கொஞ்சமும் சரி இல்லீங்களே.” ராமசாமியின் வெறுமை பொத்துச் சிதறி, வந்தவனின் வெறுமைக்குள் புகுந்தது.

வந்தவன் யோசித்தான். அவன் சட்டைப்பைக்குள்ளிருந்து எடுக்கப்பட்ட குபேரனின் ஓரற்பத்தாளடிமை, தானொரு வல்லமை படைத்த பிரம்மமாக மாறியது தெரியாமல், ராமசாமியின் தேய்ந்த கரத்துள் அடங்கியது.

“இதை வச்சிக்கிட்டு என்னவாவது புள்ளைங்களுக்கு வாங்கிக் குடுங்க. மெசினு எதினாச்சும் வந்திச்சின்னா ஏத்திக்கிட்டுப் போவாங்க. ஒட்டுசுட்டானில் போயி முத்தையங்கட்டு எங்கயினா காட்டுவாங்க. அங்கின யாரையாச்சும் விசாரிச்சுக்கிட்டுப் போனாக் காட்டுவாங்க. காட்டுக்குள்ளாற கொஞ்சம் போவனும் தாரு போடாத பாதையிலே...” வந்தவனின் சொற்கள் திடீர் பிரம்மத்தின் சக்தியால் ராமசாமியின் காதுகளில் அதற்குமேல் ஏறவில்லை. சுருண்டுகிடந்த மீனாச்சி, செவனு, மூக்கையாவிற் கருகில் சென்றடைந்து, அவர்களை ராமசாமி எழுப்பினான்.

“இவுங்க, நம்ம கறுப்பையாவோட மச்சான் தோட்டத்துக் குப் போறதுக்கு நேரா இங்கனதான் ஏறணுமாம். கடவுள் புண்ணியமா ஏங்கண்ணில பட்டாரு...” ராமசாமியின் குரலிலிருந்த உற்சாகம் அவளைப் பற்றவில்லை. தூங்கிச்செருகிய கண்களில் சக்தியைப் பாய்ச்ச அவளால் முடியவில்லை.

“அட, எதினாச்சும் மொதல்லே வாங்கிக் குடுங்கங்கிறேன்...” என்றான் வந்தவன். ராமசாமி ஒரு முடிச்சிலிருந்த தகரக் குவளையொன்றைக் கொண்டு தேநீர்க் கடையை நோக்கி ஓடினான். இரண்டு ரூபாய்க்கு என்ன வாங்கிவிட முடியும்? என்னத்தையோ வாங்கி, நீரைக் குவளையில் நிரப்பிக் கொண்டு திரும்பிவந்தபோது, மீனாச்சி வந்தவனைப் பார்த்துக் கொண்டிருந்தாள்.

பிள்ளைகளை எழுப்பிக் கொண்டுவந்ததை எல்லோருமாகப் பங்கிட்டு யாகம் செய்யத் தொடங்குகையில், வந்தவனுக்கு அவிபாகம் கொடுக்க முயன்றபோது, ராமசாமி தேவனாகிப் போனான். வயிற்றினுள் சென்ற சொற்பம், பசிப்பூதத்தைச் சாடி எழுப்பியது.

“ஒரு கௌமியில நான் வந்திடுவேன். தோட்டத்தில இன்னும் பேரு இருக்குங்க. வேலை குடுத்தாங்கன்னா, அங்கே இருக்கலாம்தான். புள்ளையொண்ணும் இருக்குதுங்களே?” வந்தவன், காலத்தின் கூறுகளைப் பிரிக்க இயலாதவனாய்த் தோன்றியதெல்லாவற்றையும் கொட்டினான். செவனும் மூக்கையாவும் வந்தவனைப் பார்த்துக்கொண்டே சாப்பிட்டு முடித்து, மூட்டைமுடிச்சுகளை இறுக்கியபோதும் வந்தவன் பேசிக் கொண்டேயிருந்தான்.

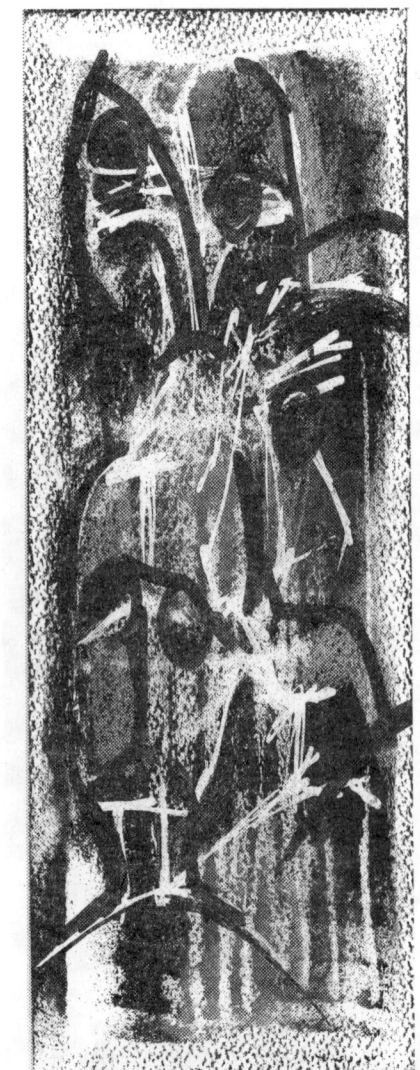

"... அங்஖னே போயி நின்னீங்கனா, மெசினு எதினாச்சும் வரும். ஏத்திக்கிட்டுப் போவாங்க." அவன் ஓர் இடத்தைக் காட்டினான். மௌன மேகம் ஒன்று கவிந்தது.

"அப்போ நாங்க வர்றமுங்க..." ராமசாமி பேச்சில் நன்றி கனிந்தது. மீனாச்சி, செவனு, மூக்கையா மூவரும் அவனைப் பார்த்துகொண்டு நிற்கையில், ராமசாமி மூட்டைகளைத் தன் தலையில் ஏற்றினான்.

"—வர்றமுங்க" ஒரு கணத்தின் பின் மீனாச்சியும் சொல் லித் தன் மூட்டைகளை ஏற்றினாள். முல்லைத்தீவு ரோட்டில் யாத்திரை திரும்பவும் தொடர்ந்தது.

மாங்குளத்திலிருந்து முல்லைத்தீவு போகிற பாதை ஒரு வெறும் தார்ப்பாதை மட்டும் அல்ல. சரியான சந்தர்ப்பத்தில், நேரத்தில் — அது எப்பவுமாக இருக்கலாம் — வந்தால், அது ஒரு காவியம்; சுயசரிதை.

'நான் இப்படிப் போய், அப்படிப் போய்' என்று ரசனை களைக் காட்டும் ஓர் அழகான பாதை. இந்த ராமசாமி வந்த சந்தர்ப்பம் சரியில்லை என்று சொல்லிவிட முடியுமா? செவனு, மூக்கையா இவர்களுடைய கண்களில் தார்ப்பாதையி லிருந்தான உயரங்கள் குறைவானபடியாலே அவர்களுக்கு அதன் வியாபகம் உலகளவு. நடக்கநடக்க முடிவில்லாத ஒரு பைசாச நீளப் பரிமாணம். மேலும், ராமசாமிக்கு உலகம் என்பது காண்பது அல்ல. உருவங்களுக்குப் பின்னால், உள்ளே ஆழத்தில் மறைந்திருப்பது பைசாசம். தன்னை வாட்டி, மீனாச்சியை வாட்டி செவனு, மூக்கையா எல்லோரையும் வாட்டி எடுக்கும் பைசாசம். எனவே, தலையின் மேலிருந்த மூட்டைமுடிச்சுக்களோ அன்றி நீளும் தார்ப்பாதையோ — இல்லை மீனாச்சி, செவனு, மூக்கையாவோ ஒரு மனப்பாரமல்ல. 'மெசினு' ஒன்றையும் காணோம். ஒலுமடுவைத் தாண்டி, கறுப்பட்டமுறிப்பு வரச் சூரியன் தன் அன்றைய கடமையை முடித்ததையிட்டு மகிழ் பவன்போல் செம்முகம் காட்டிப் பதுங்கத் தொடங்கினான்.

சிறு கட்டடமொன்று பாதையருகே ராமசாமி கோஷ்டியை வரவேற்றது. சாமான்களை இறக்கிவிட்டு ஆயாசத்துடன் பார்த்தவன், கண்களில் தென்பட்ட ஒருவனை நோக்கி நடந்தான். "இந்த முத்தையங்கட்டு எங்கயிங்க இருக்கு?" ராமசாமியின் நம்பிக்கை, ஆயாசம் எல்லாம் அந்தக் கேள்விக்கூடாக வெளியே வந்தன. மனிதன் அவனளவிலேயே தனி. சுருட்டும் வாயிலிருந்தால் உலகமென்பது மாயை. அதாவது 'இல்லை'. ராமசாமி திரும்பவும் கேட்டான்.

"முத்தையங்கட்டு எங்கயிங்க இருக்கு?"

"உதால இன்னும் போகவேணும்." வாயிலிருந்த சுருட்டை ஒரு கையால் எடுத்து, கேட்கப்பட்டவன் ராமசாமியுடன் வந்த பரிவாரங்களை ஒருதரம் பார்த்துவிட்டு, மோவாயைச் சொறிந்துகொண்டான்.

“எவ்வளவோ தூரங்க?”

சுருட்டு யதாஸ்தானத்திற்குத் திரும்பவும் போய்விட்டது. ஒரு ‘தம்’மிற்குப் பின்னர் எச்சிலை சாவகாசமாகத் துப்பிக் கொண்டான்.

“அது பத்துப் பன்ரண்டு கட்டை வரும்.”

ராமசாமி காதுகளில் அது ஏறியிருந்திருக்கலாம். அவனது நம்பிக்கையின் பூரணிகள் நாசகாரப் புள்ளிகள். அவன் நல்லதையும் சந்தோஷமானதையும் கேட்டு ஒரு யுகம் – யுகாந்திரமே – இருக்கும்.

“அங்ஙனே வேல எதினாச்சும் கெடைக்குங்களா?”

“ம்... ம்”

ராமசாமி உயிர்த்துக்கொண்டான்.

“எங்கயிருந்து வாறாய்?”

“கம்பளையில் இருந்துங்க.”

“...ம்ம்” அவன் போகத் தொடங்கினான். ராமசாமி இன்னும் பல கேள்விகள் கேட்க இருந்தான். “அட, இவுரு போறாரே” என்று திரும்பவும் அந்தக் கட்டடத்திற்குள்ளே போனான்.

“காலம்பற வாக்கிலே எந்திரிச்சுப் போவோம். இப்பிடிக் கெடவுங்க” என்று சொல்லி வாய் மூடுவதற்குள் ட்ராக்றர் ஒன்று ஆர்ப்பரித்துக்கொண்டு வந்து அருகில் நிற்க முயல்வதைக் கண்டான். “கேட்டுப் பார்ப்போம்” என்றுவிட்டுப் போனவன், “எல்லாத்தையும் கொண்டுக்கிட்டு வாங்க” என்று குளறியபடி ஓடிவந்தான்.

“முத்தையங்கட்டுக்குத்தான் போவுதாம்.”

திரும்பவும் யாத்திரை தொடங்கிற்று. செவனுக்கும் மூக்கையாவுக்கும் இது புது அனுபவம். ட்ராக்றர் துள்ளத் துள்ளப் புளகாங்கிதம். ஒட்டுசுட்டான் சந்தி வர, ட்ராக்றர் நின்று சிலபேர் இறங்க, ட்ராக்றர் ஓட்டிவந்தவன் – ஒரு இருபத்தைந்து வயதிருக்கலாம் – “எங்க இறங்கிறியள்?” என்று ராமசாமியைக் கேட்டான்.

“முத்தையங்கட்டுக்குப் போவணுங்க.”

“முத்தையங்கட்டில எங்கை?” அவசரப்பட்டான் ட்ராக்றர்காரன். இன்னும் சிலபேர் ஏறிக்கொண்டார்கள்.

“பஸ்சு நிப்பாட்டற இடத்துக்குங்க.”

கறுப்பையாவின் மச்சான், அங்கேதானே கறுப்பையா இருப்பதாகச் சொன்னான்? ட்ராக்றர்காரன் இதைக் கேட்டு முடிப்பதற்குள்ளே, கடைக்கு சிகரெட் வாங்கப் போய்விட்டான். சிகரெட்டும் கையுமாக லாவகமாக ஏறி உட்கார்ந்தான். ட்ராக்றர் திரும்பவும் இயங்கத் தொடங்கியது.

“ஆ, இறங்குங்கோ.” – இறங்கினார்கள்.

ராமசாமி காவியம்

ஒரு மெல்லிய வளர்பிறையின் ஒளியில் வாய்க்காலொன்று தெரிந்தது. எப்படிப் போவது என்று யோசித்துக்கொண்டிருந்த போது, "பத்து ரூவா தர்றம் அப்படீன்னுட்டு, அஞ்சு ரூவாதான் குடுத்தாங்க." இருவர் பேசிக்கொண்டு வருவது கேட்டது. தோட்டத்துக்கே திரும்பவும் போய்விட்ட ஒரு மாய உணர்வு வந்தது.

ராமசாமி மறித்துக் கேட்டான். "இங்கிட்டு கறுப்பையான்னு ஒராளு இருக்குதுங்களா?" வந்தவர்கள் இந்தப் புதுத் தாக்கங் களுக்குத் தங்களின் சூழ்நிலையிலிருந்து வரக் கொஞ்சநேர மெடுத்தது.

"எங்கிட்டிருந்து வர்றீங்க?" வந்தவர்களில் ஒருவன் கவனத் துடன் ராமசாமியின் சக பிரயாணிகளையும் நோட்டம் விட்டான்.

"கம்பளைங்க."

"அப்பிடியா, என்னா தோட்டம்?" தலையிலிருந்த சாமானை இறக்கிவிட்டான்.

ராமசாமி சொன்னான். வந்த இருவரும் தங்களுக்குள் பேசிக்கொண்டார்கள்.

"இங்ஙன அப்பிடி ஒரு ஆளு இருக்குதான். போயில்ல வெசாரிக்கணும். அண்ணே, இப்பிடியே நிக்கிறியா? இவங்க ளைக் கூட்டிக்கிட்டுப்போய் வுட்டிட்டு வந்திடறேன்."

"அட என்னாப்பா இதில, நானுந்தான் வர்றேனே."

"சரி, வாங்க போய்ப் பார்ப்போம்."

ராமசாமி உற்சாகத்துடன் பின்தொடர்ந்தான். 'கானல்நீர் கடைசியில் நீரைத் தரத்தான் போகிறதோ?' ராமசாமி, அவர்களின் பூர்வோத்திரங்களை விசாரித்தான்; தன்னுடையதைச் சொன்னான். ராமசாமியின் குரலில் தெரிந்த உற்சாகம் அவன் மனைவி, பிள்ளைகளையும் உற்சாகப்படுத்தியது.

குடிசை என்றுகூடச் சொல்ல முடியாத குடிசை. உள்ளே விளக்கு ஒன்று எரிந்தது. இதற்குக் காவலாய் ஒரு நாய் ஒரு கேடா? அதன் குரைப்பில் செவனு, மூக்கையா, மீனாச்சி நடுங்க, "கறுப்பையா அண்ணே!" என்று, கூட்டிக்கொண்டு போனவன் குரலெடுத்து விளித்தான்.

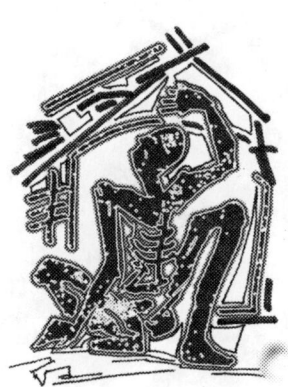

"யாரு?" என்றபடி ஒருத்தன் வந்தான். வேர்வையில் நிலவின் ஒளி மின்னி, அவன் அணிந்திருந்த அரைக்கால்சட்டையை எடுத்துக்காட்டியது.

"அது நானுங்க" என்று ராமசாமி முன்னுக்கு வந்தான். மீனாச்சி சிரித்துக்கொண்டாள்.

"அடே, நம்ம ராமசாமி, எப்ப அல்லாரும் வந்தீங்க?" என்று மீனாச்சி பரிவாரங்களைப் பார்த்துக்கொண்டே கேட்டான்.

ராமசாமி காவியம்

“இவங்கதான் இடத்தைக் காட்டினாக.” ராமசாமி தலையிலிருந்தவற்றை இறக்க, மற்றவர்களும் இறக்கிக்கொண் டார்கள். இப்போது கறுப்பையா, வந்தவர்களை நெருங்கிப் பார்த்தான்.

“இவுங்களைக் கண்டிருக்கந்தான். ஆனா, அவ்வளோ பளக்கம் இல்லை. நீங்க மொதலாங் கண்டத்தில இல்ல இருக்கிறீய?” கூட்டிவந்தவர்களைக் கேட்டான்.

“ஆமாம், இருட்டில வந்து உங்க பேரைச் சொல்லி, எங்க இருக்கிறீங்கன்னு வெசாரிச்சாரு. நீங்களாத்தான் இருக்குன்னுட்டு நேரவே கூட்டியாந்துட்டோம்.”

“நல்லதுங்க.”

“நாங்க இன்னும் தொலவு போவ இருக்குதுங்க. வரட் டுங்களா? அப்பொறமா கண்டுக்கிறோம்.”

“நல்லதுங்க...” கறுப்பையா குரலை உயர்த்திக் கூறிப் பின்னர் அவர்களை நெருங்கினான்.

“அங்ஙனே யாரும் வேலைக்கு ஆள் வேணுமின்னா இப்படி யொரு ஆளு இருக்குதுன்னு சொல்லி, ஏங்கிட்டயும் வந்து சொன்னியனா இவுங்களைக் கொண்டுபோய் சேத்துடலாங்க. சொல்றியளா?”

“அதுக்கென்னாங்க, அன்னிக்கும் அங்ஙனே ஆளுங்க வெசாரிச்சாக. நல்லாக் கேட்டுக்கிட்டு வந்து சொல்றமுங்க.” கூட்டிக்கொண்டு வந்தவர்களில் இளையவன் சொன்னான். போவதற்காகத் திரும்பினார்கள்.

“ஒங்க பேரைச் சொல்லலீங்களே?”

மூத்தவன் வெற்றிலை எச்சிலைத் துப்பி, நிதானித்து, “எம் பேரு நடராஜா. இவன் மாணிக்கமுங்க” என்றான்.

“நல்லதுங்க.” ராமசாமியின் குரல் கறுப்பையாவினுடை யதைவிட ஓங்கியது.

“வர்றோங்க.”

“நல்லதுங்க.” இவர்கள் தலையில் சாமான்களைத் தூக்கி வைத்து நடந்துபோவதைப் பார்த்துக்கொண்டே சற்று நேரம் நின்றபின்னர், “உள்ள வாங்க” என்றபடி கறுப்பையா உள்ளே நுழைந்தான்.

இந்த ‘உள்ள’ என்பது, இந்த நூற்றாண்டிற்கும், வேறு மனிதர்களுக்கு — பாக்கியவான்களுக்கு — அமைந்த ‘உள்ள’விற் கும் ஒவ்வாதவொன்று. உள்ளே ஒரு மூலையில் ஒரு தகரப்பெட்டி, வேறொரு மூலையில் சில கரிப்பானைகள். ஒன்றில், அன்று பின்னேரம் குளத்தில் பிடிக்கப்பட்ட மீன்களிரண்டு. வேறொரு பானை, அடுப்பில் சிறிது சோற்றுடன் இறக்கப்படுகின்ற கட்டத்தை நெருங்கியபடி. சாக்கொன்றினை எடுத்துப்போட்டு உட்காரச் சொன்னான். எல்லோரும் குந்தினார்கள்.

"அப்பொறம்... எப்ப வந்தீய?"

"அதையேன் கேக்கறீங்கண்ணே? கோச்சில ஒருமாதிரி வவுனியா வரிக்கும் வந்தமா, அந்தப் பக்கிட்டு நல்ல வேலை ஒண்ணும் கெடைக்கல. அப்பிடியே ஒரு மாதிரி நடந்தே வந்திட்டோம்."

"அட, நடந்தா வந்தீங்க? புள்ளைங்க...?"

"புள்ளைங்க சோந்துபோயிருச்சிங்க..." மீனாச்சி பிள்ளைகளை பாத்துக்கொண்டாள். அவர்கள் அவள் மடியில் படுத்துக் கொண்டார்கள்.

"ஏய்ன் சம்சாரம் எதினாச்சும் சொல்லிச்சா?" கறுப்பையா தன்னையே இக்கேள்விக்குள் புகுத்திக் கேட்டான். கண நேரம் மனம் எரிந்தது.

"ஒரு பயணம் வந்திட்டுப் போகச் சொல்லிச்சுங்க." மீனாச்சி தான் சொன்னாள்.

கறுப்பையா ஒரு மௌனப் போர்வையை இழுத்துப் போர்த்திக் கொண்டான். தோட்டத்திற்கு உடனேயே போய் விட வேண்டும் என்ற ஓர் உணர்வு அவனை ஆக்கிரமித்துக் கொண்டது.

"பேரு எங்கயிங்க ஒளுங்கா போடறாங்க? தெனப்பாட்டை ஓட்டறதே பெரிசாப் போயிருச்சிங்க..." ராமசாமி தொடர்ந்தான். செவனு காலை விறைத்தபடி தாயின் மடியில் திரும்பவும் படுத்துக்கொண்டதைக் கறுப்பையா பார்த்துத் தன்னைச் சுதாரித்துக்கொண்டு எழுந்து அடுப்பினருகில் சென்று சோறை ஒருதரம் கிளறி, அகப்பையால் பதம்பார்த்துக்கொண்டு, "வெந்திரிச்சு" என்று இறக்கிவிட்டான். நெளிந்த அலுமினியத் தட்டொன்றை தீராந்தியிலிருந்து எடுத்துக் கீழே வைத்தான். "புள்ளைங்களுக்கு மொதல்ல இந்தக் கஞ்சியக் குடுங்க" என்றவன், இவர்களுக்கு என்னத்தைக் கொடுக்கலாம் என்ற யோசனையில் ஆழ்ந்தான். ஒரு கணந்தான். "தங்கச்சி, இதா அந்த மூலயில கொஞ்சம் தேங்காண்ண கெடக்குது. இந்த மீனை வெட்டிப் பொரிச்சிக்க, இதா வந்திடறன்" என்று தீராந்தியின் இன்னொரு மூலையிலிருந்த ஒரு தூண்டிலை எடுத்து, "நானும் வர்றதா?" என்ற ராமசாமியைப் புறக்கணித்தபடி நடந்தான். நிலவு மிகச் சரிந்துவிட்டது.

"கொளக்கட்டுக்கு போவமா? இல்லை வாய்க்கால்ல பாப்பமா?" என்று தனக்குத்தானே கேட்டவன், "அட, புளு இல்லியே" என்று திரும்பக் குடிசைக்கு நடந்தான்.

"அண்ணே இதிலியே எல்லாம் பாத்துக்குவம், இப்பிடியே குந்துங்க சொல்றேன்." ராமசாமி கையைப் பிடித்து இழுத்தான்.

"யெனக்கே பத்தாதுப்பா இது. கொஞ்சம் பேசாம இரு, இதா வந்திடறேன்" என்று கத்தியொன்றை எடுத்துக்கொண்டு நடந்தான். கூடப்புறப்பட்ட நாயை அதட்டி நிற்பாட்டினான்.

நிலவுக்குத் தெரியுமா கறுப்பையா அவசரம்? தன்பாட்டிற்கு 'இதோ சரிகிறேன்' என்று போக முயற்சித்துக்கொண்டிருந்தது என்றாலும், கறுப்பையா தன் கண்களின் சக்தியை இருட்டின் வலுவுடன் போராடுவதற்காய் இடுக்கிக்கொண்டான். சொற்ப நேரத்தில் அதுவும் தேவையில்லாது போயிற்று.

"ஐயாமாரக் கேப்பமா? இவ்வளோ நாள் எதினாச்சும் கேட்டிருக்கனா? குடுப்பாங்க" என்று சொல்லிக்கொண்டான்.

கால்கள் தாமாகவே ஐயாவிடம் கொண்டுபோய்விட்டன. நாய் முதலில் குரைத்து மோப்பமிட்டு இறுதியில் வாலாட்ட, ஐயா இல்லை, அம்மாதான் கையில் லாந்தருடன் வெளியே வந்தாள். "அது நானுங்க" என்று குரல் கொடுத்தான்.

"கறுப்பையாவே?" என்று உறுதிப்படுத்திக்கொண்டு, "என்ன இந்த நேரத்தில" என்று குரல் கொடுத்தாள். "நம்ம பக்கிட்டு ஆளுங்க கொஞ்சம் வந்திருக்குங்க..."

இருட்டில் லாந்தருடன் நிற்கின்ற அந்த மனுஷியின் ஆதிக்கத்திற்குட்பட்டிருக்கின்ற உணவுப் பொருள் வகையறாக்களின் பட்டியல் கறுப்பையாவிற்கு முழுமுற்றாகத் தெரியாது. அவன் நரைத்த தலைக்கூடாய் விரல்களைக் கோதி, என்னத்தைக் கேட்போமென்று மனம் நினைத்து வாய்க்குக் கட்டளையிடுமுன் வாய் தன்னாலேயே அசைகிறது.

ஐயாவுக்கும் அம்மாவுக்கும் கலண்டர் முள்ளுவேலி; மாதத் தொடக்கங்கள், முடிவுகள் இந்த எல்லைக்குள் வருவன, வந்து போவன போய்விட வேண்டும்.

"இங்க பார் கறுப்பையா, இண்டைக்குத் தேதியென்ன தெரியுமே? அரைமாசம் முடியிறத்துக்குள்ள மாதச் சம்பளத்தில முக்காவாசி அரிசி, அது, இதெண்டு வேண்டிப் போடிறாய். எல்லாத்தையும் என்ன செய்யிறனி. அவருமில்லை. யாழ்ப்பாணம் போய்விட்டார். எல்லாம் பேந்து வா, பாப்பம்." அம்மா லாந்தருடன் உள்ளே போய்விட்டாள்.

கறுப்பையா கொஞ்ச நேரம் நின்ற இடத்திலேயே நின்று பார்த்துவிட்டுத் திரும்ப நடக்கத் தொடங்கினான். பிறகு கொஞ்ச நேரம் நின்று ஐயாவின் குடிசையை ஒட்டியிருந்த வாழைத் தோட்டத்தைப் பார்த்துக்கொண்டான். மெல்ல அதை நோக்கிச் சென்று மிகுந்த வாத்ஸல்யத்துடன் வாழைமரங்களைப் பார்த்துத் திரும்பவும், நாய் அவனை நோக்கி ஓடிவரவும் சரியாக இருந்தது. செல்லத்துடன் அது தாவுவதை வரவேற்கின்ற மனநிலையில் அவன் இல்லை.

"அடச்சீ..." என்று நடந்தான். பின்னாலேயே வந்தது.

'வள்' என்று இன்னொரு நாய்ச் சத்தம் கேட்கத் திரும்பிக் கொண்டது.

நாய் திரும்பிப் போனது அவனுக்கு தெரியாது. திரும்பவும் 'சம்சாரம்' நினைவு வந்துவிட்டது கறுப்பையாவுக்கு. தேயிலைச் செடிகளின் குளுமையும் குளிரும் மழையும் பனியும்

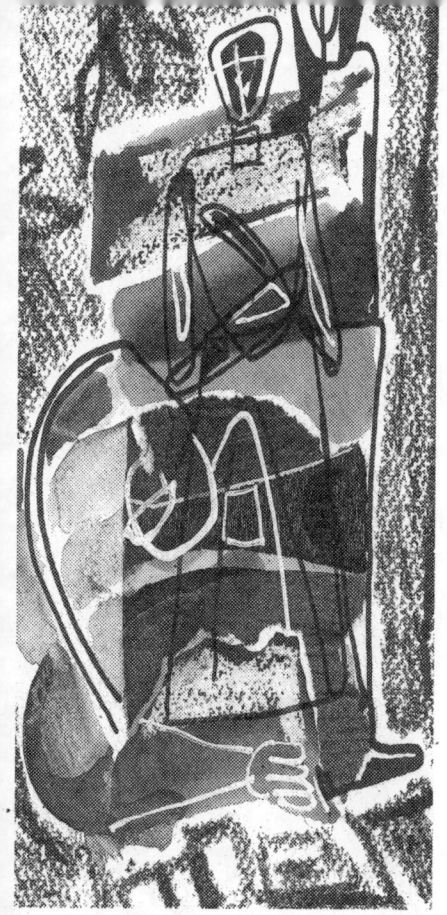

சம்சாரத்தையொத்த பின்னணிகள். "ஏங்க" என்று கூவி ஏங்க வைக்கின்றவள் அவள். குளுமையும் குளிரும் பனியும் மழையும் கரைந்து கரைந்து வெக்கையாக உரு மாறுகின்றன. வயிற்றால் தலையில் நெருப்பு எரிகிறது. சிலிர்த்துக்கொண்டான்.

"வந்தாங்களே, அவங்ககிட்ட ஏதினாச்சும் கேட்டிருக்க லாம். குடுப்பாங்க. இவுங்க குடுக்கிறாங்க இல்லியே. என்னா ஆளுங்கப்பா, அடச்சே." உதடுகள் கொஞ்சம் அசைந்தன. நடை வரவரத் தொய்ந்தது. இரண்டாவது காணி எல்லை.

"கெகக்கெக் கெக்கக்கே..." என்று கோழியொன்று பாய் வது சரிகின்ற நிலவில் ஒளிக்கீறொன்றில் புலனாகியது. நேரத்தை – சிந்திக்கின்ற மனித நேரத்தை சய(–)வாக்கிக் கொண்டு கறுப்பையாவின் கைகளும் கால்களும் கோழிக்குப் பின்னால் பாவ ஆரம்பித்தன. துரிதநடையில் இடைக்கிடை 'கண்டம்', 'திஸ்ரம்', 'மிஸ்ரம்' என்ற நடைபேதங்கள். வீச்சில் கோழி கையில். 'கெக்கெக்கே' என்று செற்பமாகத் தன் பிரலாபங்களை உலகுக்கு ஒப்பிக்க முயன்ற கோழிக்கு, பின்னால் அது தேவையில்லாமல் போய்விட்டது. கறுப்பையா ஓட்டமும் நடையுமாக...

"கேட்டிருக்குமோ?" உண்மையில் அது கேட்கவில்லை. கேட்டிருந்தால் ராசா (பக்கத்துக் காணிக்காரன்) எழுந்து வந்திருப்பானே? நன்றாக இன்னும் வெட்டப்படாத காட்டின் மூலையில் சென்று, தானே அதைத் திருத்தஞ் செய்தான்.

"கீரி கொண்டுபோயிருச்சுன்னு நெனச்சிக்குவாங்க" என்று சொல்லிக்கொண்டான்.

குடிசைக்குள் செவனும் மூக்கையாவும் சமாதி. ராம சாமியும் மீனாச்சியும் மெல்லிய குரலில் அரைக்கண்களை மூடியபடி சம்பாஷணை. விளக்கு எரிந்து முடிகிற கட்டம் கறுப்பையா நுழைகிறான். "என்னாங்கண்ணே?" ராமசாமி விழித்துக்கொண்டான்.

"இத வாட்டணும்" என்று சுருக்கமாக நெருப்பை வளர்க் கத் தொடங்கினான். ராமசாமிக்குக் கேள்விகள் கேட்க வேண்டும் போலவும் இருந்தது. கேட்க முடியாமலுமிருந்தது.

"கால்ல வந்து எடறிக்கிச்சி" என்றான் கறுப்பையா ஒரு சமாதானமாக. நெருப்பு வள்ர்ந்து, சிறிது நேரத்துக்கு முன் உலகத்தைப் பார்த்து, உலாவித் திரிந்த ஒரு கோழியின் உள்ளை அணைத்து, நெடியைப் பரப்பிப் பசியைக் கிளப்பிவிட்டது. ராமசாமிக்குச் சில தீர்மானங்களும், பல சந்தர்ப்பங்களும் சூழ்நிலைகளும் எனின், ஒரு மௌனம்மூலம் தன் இந்தச் சூழ்நிலை தீர்மானத்தை நசுக்குவதைக் காட்டிக்கொண்டான்.

"புள்ளைங்களையும் எழுப்புவமா?"

இந்த நெடி காற்றில் அலைந்துபோய் ராசாவின் நாசியில் படாமல் இருக்க வேண்டுமென்ற பிரச்சினைக்கு கறுப்பையாவின் தீர்வு இதுதான்.

ராமசாமி காவியம்

சோத்துப் பானையைக் கண்கள் எட்டிப் பார்க்காமலேயே...?

“அப்பொறம் சொல்லுங்க” என்றான்.

விடிகிறது சில பேருக்கு நஷ்டத்தில்; சில பேருக்கு லாபத்தில். பல பேருக்கு சும்மா விடிகிறது. ராசாவுக்கு முதல் வகை. ராசா வளர்ந்துவருகிற ஒரு ஸ்தாபனம். அதன் அக்கவுண்டன்ட் – அவன் மனைவி. தண்ணியில்லாத பிரதேசமானபடியால் எல்லா வற்றிலும் கவனம். ஒரு கோழியைக் காணவில்லையென்பது நேற்று அடைப்புக்குள் விடும்போதே தெரிந்த சமாச்சாரம். கீரி கொண்டுபோயிருக்குமென்பது ஜீரணிக்க முடியாததொன்று. எனவே, அக்கவுண்டன்ட் கிட்டடியிலும், ராசா ‘உலகம் முழுவதும்’ தேடுவதென்று தீர்மானம் செய்து, திக்குகள் பிரித்துக்கொண்டு போக...

கறுப்பையாவிற்கு மூன்றாவது வகை. ராமசாமிக்கு உலகம் இனித்தான் தோன்ற வேண்டும். லாபநட்டங்கள் அல்லது சும்மா, அதாவது இவை இரண்டுமற்ற சமநிலைப் புள்ளி இவையெல்லாம் விபரணைகளாகத்தான் இருக்க வேண்டும். இவைகளுக்கு ஒருகாலத்தில் விபரணைகள் இருக்குமென்றால் அந்த உலகத்தில் ராமசாமி இல்லை.

“மொதல்ல நீ மாத்திரம் வந்து வேல விசாரி. அப்பொறமா மத்ததுகளைப் பாத்துக்கிருவம்” என்று கறுப்பையா தீர்மானத்தை எடுத்தான். காலை மிகுந்த அழகுடன் விழித்துக்கொண்டது. சூரியக் கதிர்கள் பனியுடன் ஊடல், தயாராக இருக்கின்ற பாத்திகளின் பொலிவு மனத்துக்குத் தெம்பை அளித்தன.

“ஐயாகிட்ட போவம்” என்று போகும்போது சொல்லிக் கொண்டான்.

“அட, ஐயாதான் யாழ்ப்பாணம் போயிட்டாராமே. அம்மாகிட்ட கேப்பம்.” அம்மாதான் தீர்மானங்கள் எடுப்பதென் பதைக் கறுப்பையா கண்டிருக்கிறான். அம்மாவின் தீர்மானங் களெல்லாம் ஐயாவினதுக்கெதிர் என்பது வீட்டு நிலைமை. ஆனால், அம்மா தீர்மானம் செய்ய, அதுக்கெதிரான ஐயாவின் தீர்மானமில்லாதபடியால், ராமசாமி திரும்ப வேண்டியதாயிற்று.

“அவர் வரக் கேப்பம்” என்று அம்மா ஒரே வசனத்தில் திருப்பிவிட்டாள். தர்க்கரீதியான இரண்டாவது இடம் ராசாவின் தோட்டம். எனினும், இறந்துபோன கோழியின் ஆவியைவிட, ராசாவின் தெரிந்த கடூரப் போக்கு கறுப்பை யாவை அந்தப் பக்கமே போகாமல் விரட்டியிருக்க வேண்டும். கறுப்பையா ‘எடதுகரையல வெசாரிப்பமா? மொதல்ல இந்தப் பக்கிட்டுப் பாத்துக்கிட்டு அப்பொறமா அங்கிட்டுப் பாப்பம்’ என்று பெலத்தே யோசித்தான், நேர்த்தியான குடிசைக்குள் ஒவ்வொன்றாகப் போய் வந்து...

யோகுவுக்கு இந்தமுறை ஆட்கள் தேவை. தான் விற்ற மிளகாய் எண்ணிக்கையைவிட மற்றவர் விற்ற மிளகாய் எண்ணிக்கை அவனுக்கெப்போதும் துல்லியமான பாடம். வித்தியாசம் மனத்தைக் குத்துகிறது. “வாய்க்கால் எங்க

திருத்துறாங்கள் வேசமக்கள்" என்பது முழுச் சமாதானமில்லை. இந்தமுறை பலவாறாகவும் முயல்வது என்பது பிரதிக்ஞை. பத்தாயிரம் கண்டு மிளகாய் வைப்பதென்ற இலக்குத் தப்பாமல் அடைய வேண்டுமென்ற கட்டத்தில் ராமசாமியைக் கண்டு கொண்டான். வேலை செய்வன்போலான் கிடக்கு. "சாப்பாடும் தந்து ஆறு ரூவா தருவன்" என்று நியமனம்.

ராமசாமி இரண்டையும் கண்டு பல யுகம். "சரிங்க" என்றான்.

"நம்ம சம்சாரம் ஒண்ணும் இருக்குதுங்க... நல்லா வேல செய்யும்." ஒரு நிமிட இடைவெளிக்குப் பிறகு இதையும் சேர்த்துக்கொண்டான்.

"அதெல்லாம் அப்பொறமா பாத்துக்குவம், மொதல்ல நீ வேலைக்கு வர்றதைப் பாரு" என்ற கறுப்பையாவை, யோகு மறித்தான். "ஆ, வரச்சொல்லு பாப்பம்." விடிகிறது.

ராமசாமியை விட்டுவிட்டு கறுப்பையா திரும்பும்போது, கோழியின் ஆவி அவனைச் சூழ்ந்துகொண்டது. தோட்டத்துக் குள் நுழைந்து, கொத்தத் தொடங்கி ராசாவின் தோட்டப் பக்கம் திரும்பிப் பார்த்துக்கொண்டான். தேடுவதுபோல் தெரிந்த உருவங்கள் மனத்தில் வேறு பதிகிறார்களே! ஓங்கிக் கொத்தினால் போகிறார்களா?

ராசாவுக்கு ஐம்புலன்களும் கூரான கூர். கறுப்பையாவின் நாய், கோழிக்காலைக் கொறிப்பதைத் தூரத்திலேயே கண்டு கொண்டு சிலிர்த்துக்கொண்டான். "இந்த வேசமகன்ர வேல" என்று தீர்ப்பை வழங்கியவன், நேரே கறுப்பையாவிடம் ஓடி, பலவாறாக அவனை அழைத்து – "என்னடா சொல்லடா என்னெய்தனீயெண்டு" என்று விசாரிக்க, அம்மா முதலில் தன் தலையை வெளியே நீட்டினாள். பிறகு வெளியே வந்தாள்.

"இங்கே ராசா, பொறு, பொறு. என்ன நடந்தது?"

மரண விசாரணையில் இது கொலைதானென்பது ராசா வின் தீர்ப்பு.

கறுப்பையா, "கீரி கொத்திப் போட்டதை, கீரியைத் தொரத் திப்பிட்டு எடுத்துக்கிட்டுப் போனதாம்." சாதித்துக்கொண்டான். "இருட்டில் கோழி யாருதுன்னு தெரியல்லீங்க." தருக்கபூர்வமான ஒரு கோட்டையை எழுப்பினான். இதற்கு மறுமொழி சொல்வது ராசாவுக்குக் கஷ்டம். ராசாவுக்கு வாயால் கோபம் வரமுடி யாதபோது, கைகளினாலும் கால்களினாலும் வரப்பண்ணிக் கொள்ளுவான். "இல்லீங்க ஐயா! அடிக்காதீங்க!" கறுப்பையாவின் ஓலம் வானை எட்டுகிறது. கூட்டமும் சேர்கிறது.

"அவனை விடப்பா, ராசா." அம்மா தீர்மானமாகச் சொல்ல, ஒருவாறு நிற்கிறது. இப்போதுதான் சனக்கூட்டமும் என்ன நடந்தது என்று விசாரித்துக்கொள்கிறது. "கள்ளப்படைகள்" என்பது இறுதித் தீர்ப்பு. ஒரு சோறு பதமானால், ஒரு பானை

சோத்துக்குத்தான்; பானைகளுக்கல்ல. இதிலும் ஒரு சிக்கலிருக்கிறது. பானைக்குள் பானைகள் இருக்க முடியுமா?

கறுப்பையா புழுதியைத் துடைத்துவிட்டுச் சிராய்ப்புகளில் அப்பிக்கொண்டிருந்த மண்ணின் துகள்களை, உலகத்துத் துன்ப மெல்லாவற்றையும் ஏற்றுக்கொள்ள வந்தவன் ஒருவனின் உறுதி யோடு துடைத்துக்கொண்டான். துகள்கள், மனத்தின் துகள்களின் புறத்தோற்றப்பாடு. சிதறவும் செய்கின்றன. ரத்தமும் சிந்துகின்றன.

ராமசாமிக்கு வேலை செய்வதென்பது, அதிலும் தோட்டம் கொத்துவதென்பது கஷ்டமானதல்லவென்றாலும், 'வெத்திலை' இல்லாதபடியால் மந்த கதியிலேயே இயங்கிக்கொண்டிருந்தான். சாப்பாடு என்பது கடந்த ஒரு வருஷமாக மாரீச மானாகப் போய்விட்ட நிலையில், உயிருக்கும் உடலுக்கும் உள்ள பந்தம் மிக இறுக்கமாக இல்லாதுபோனால், இந்த வெய்யிலில் இப்படிக் கொத்த முடியுமா? சூரியன் வானில் ஏறி, ஏறி இறங்கவும் தொடங்கியபோது யோகு அவனைக் கூப்பிட்டான். "இந்தா சாப்பிடு." "சோறு" என்று ராமசாமி சொல்லிக்கொண்டான். திரும்பவும் 'சோறு'. 'சோறு' தனியே அவனால் சாப்பிட முடியுமா?

"அன்னன்னிக்கே சம்பளம் குடுத்தீங்கன்னா நல்லதுங்க. சம்சாரம் ஒண்ணும் ரெண்டு புள்ளைங்களும் இருக்குதுங்க..."

"அதெல்லாம் பாப்பம் பிறகு. முதல்ல வேலையைச் செய்." ராமசாமி அரைவாசிச் சோறைக் கட்டிக்கொண்டான். யோகு வுக்கு இந்த நிலவரங்களெல்லாம் தெரியும். அரைக்கண்ணால் பார்த்துக்கொள்ளுவான்.

ராமசாமிக்கு 'வெத்திலை'யும் கிடைத்த புளுகில், மண் கெதியில் சீர்ப்பட்டுக்கொள்ளத் தொடங்கியது. நிற்பாட்டுகிற நேரத்துக்கு இங்கே சங்கு இருக்கிறதா? ராமசாமி நிற்பது சம்பளத்துக்கென்பது மட்டுமல்ல, பேசியதில் எவ்வளவு கொடுத் தால்தான் நாளை திரும்பவும் வருவான் என்பதுவும் யோகுவுக்குத் தெரியும். பிழையில்லை ஆள். "இந்தா மூண்டு ரூவா இருக்கு, மிச்சத்தை நாளைக்கு வேண்டு."

ராமசாமி முதலில் அதை வாங்கிக்கொண்டுதான் தொடர்ந் தான். "ரெண்டு புள்ளைங்க இருக்குங்க. பாத்துக் குடுங்க ஐயா."

"இங்கேர் நாளைக்கு வா எண்டிரன். பேந்தென்ன, போயிட்டு வா."

ராமசாமிக்கு நம்பிக்கை மிகவுண்டு. இல்லாதுபோனால், அவனுயிர் உடலில் நிலைத்திருக்குமா?

மீனாச்சிக்குக் கறுப்பையாவும் ராமசாமியும் வருவது தெரிந்தது. செவனும் மூக்கையாவும் சுருண்டு கிடந்தார்கள். மீனாச்சி சோர்வின் எல்லையில் அவளும் சுருண்டு சரியக் கூடும். கறுப்பையா, கோபங்கொள்ளக்கூடிய சீவன். "சே, அறிவுகெட்ட நாயி" என்று ஒரு கல்லைத் தூக்கி எறிந்தான்.

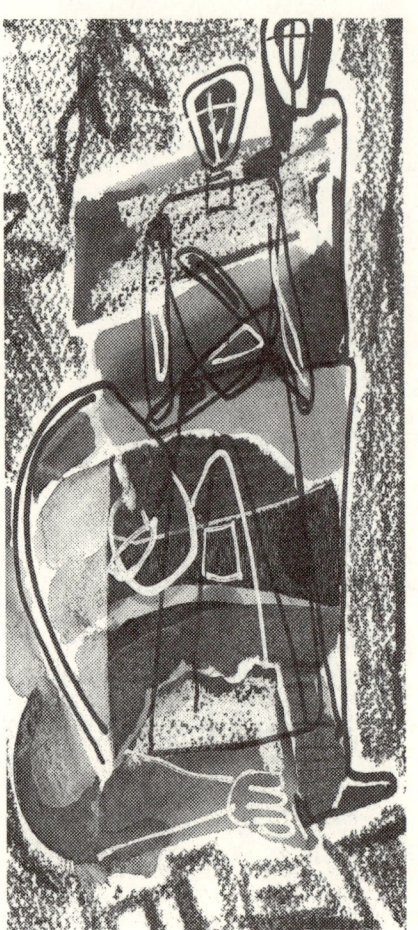

நிச்சயம் அதுதான். இல்லாவிட்டால், கறுப்பையா தன்னோடு விளையாடுகிறான் என்று ஒரு கணம் பதுங்கிவிட்டுத் திரும்பவும் வருமா?

“அடிச்சிப்புட்டானுங்க... கீரி இழுத்துக்கிட்டு போயிருந் திச்சின்னா யாரை அடிப்பாங்க? நாசமாப் போவ.” கறுப் பையா திட்டத்திட்ட ராமசாமிக்கு மெல்லமெல்ல இதுவரை தெரியாமலிருந்த, இந்த வயிற்று நெருப்பை வளர்க்கிற அசுர னின் உருவம் புரிவதுபோல இருந்தது.

“ஆறு ரூவாயில்ல தர்ரோன்னாங்க? மூணு ரூவாதான் குடுத்தாங்க. மிச்சம் நாளைக்குத் தர்றாங்களாம்.”

“சில ஆளுங்க குடுக்காமலேயே வுட்டுருவாங்க.”

“அதெப்படிங்க?” ராமசாமி வியர்வையை வழித்துக் கொண்டான். வயிறு இன்னும் எரியத் தொடங்கியது. “அநியா யமால்ல இருக்கிது.”

ராமசாமி – சரித்திரத்துக்குத் தெரியாத இந்த ராமசாமி – தான் கொண்டுவந்த சோத்து மூட்டையை மீனாச்சி பக்கம் எறிந்து, “அப்பாடி” என்று நிலத்தில் குந்த, மீனாச்சி செவனு, மூக்கையா இவர்களை எழுப்ப, கறுப்பையா தன் மனைவியை நினைத்துக்கொண்டே தூண்டிலை எடுத்துக்கொண்டு வெளியே போக, சரித்திரம் தேங்கியே நிற்கிறது.

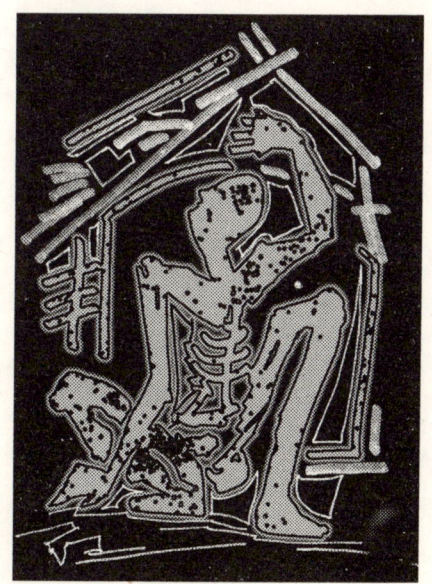

●●●

ராமசாமி காவியம்

ஸ்ரீதரன் கதைகள்

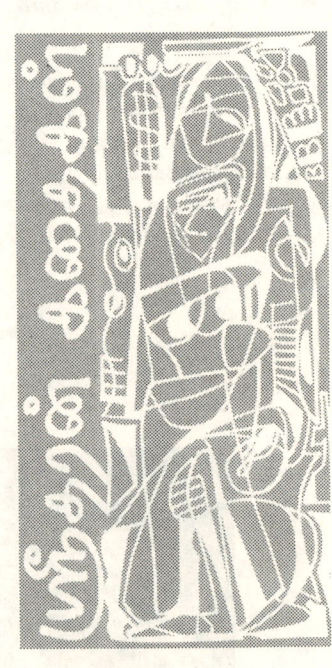

"... இனிதிக் குயிற்பேட்டை என்றும் பிரியாமல்,
காதலித்துக் கூடிக் களியுடனே வாழோமோ?"

என்ற மன எழுச்சியுடன், குயில் பஸ்சில் ஏறிப் போகும்வரை பார்த்துக்கொண்டு நின்றதில், அரைநாள் லீவாகிப் போய்விட்டது. காரியாலயத்தில் அவள் நினைவுதான்; வேறொன்றுமில்லை.

"...காதலை வேண்டிக் கரைகின்றேன். இல்லை யெனில்
சாதலை வேண்டித் தகிக்கின்றேன்"

என்று குயில் கூவுவது கேட்டது.

எதிரொலியாய் அவன் முணுமுணுத்தான்.
"காதலோ காதலினிக் காதல் கிடைத்திலதேல்
சாதலோ சாதல்..."

'கொம்புக் குயிலுருவங் கோடிபல கோடியாய் ஒன்றே யாதுவாய் உலகமெலாந் தோற்றமுற' அவன் வீட்டில் போய் ஒதுங்கிக்கொண்டான். கற்பனையின் வீச்சில், கவிதையும் கற்பனையுந்தான்.

"நாளொன்று போயினது; நானு மெனதுயிரும்
நீளச்சிலை கொண்டு நின்றதொரு மன்மதனும்..."

சிரித்துக்கொண்டான். அன்றிரவு அவனுக்கு நித்திரையில்லை.

அடுத்த நாள் விடிந்தவுடன் 'புத்திமனஞ் சித்தம் புலனொன்றறியாமல்' பஸ்தோப்பை அடைந்தான். அங்கே அவள் நின்றிருந்தாள்; தனியே இல்லை.

"நெஞ்சகமே! தொல்விதியின் நீதியே! பாழுலகே!"

ஒரு நெடுத்த பயல். மெலிந்த பயல். தலைமயிருக்கு எண்ணெயும் இல்லை. இடுப்பில் அகலமான பெல்ற்றின் முனையின் ஒரு பாகம் சற்றே நீட்டிக்கொண்டிருந்தது. அவள் ஏதோ அவனிடம் சொல்லிக்கொண்டிருந்தாள். அவன் சந்தோஷம் கதிருக்குத் தெரிந்தது. "குரங்கன்" என்று கறுவிக்கொண்டான்.

"வற்றற் குரங்கு மதிமயங்கிக் கள்ளினிலே
முற்றும் வெறிபோல் முழுவெறிகொண் டாங்கனே

தாவிக் குதிப்பதுவுந் தாளங்கள் போடுவதும்
"ஆவி யுருகுதடி ஆஹா ஹா!" என்பதுவும்
கண்ணைச் சிமிட்டுவதும் காலாலுங் கையாலும்
மண்ணைப் பிறாண்டியெங்கும் வாரியிறைப்பதுவும்..."

கதிர், 'நெட்டைக் குரங்கனை' ஒரு பார்வை பார்த்தான். அதற்குள் அவன் ஒரு பஸ்சில் போய்ச் சேர்ந்தான். அவள் வேறொன்றில்...

காரியாலயத்துக்குப் போய்ச் சேர்ந்த கதிரை, அவன் நண்பர்கள் சூழ்ந்துகொண்டார்கள். "என்ன ஒருமாதிரி இருக்கிறாய்?"

ஒரு பஸ்தோப்புக் குயில் பாட்டு

பிறகு, ஒரு கிழமை அவளைக் காணவில்லை. நாளுக்கும் கிழமைக்கும் என்ன நேர வித்தியாசம் இருக்க முடியும்?

'பண்டு நடந்ததனைப் பாடுகின்ற இப்பொழுதும்
மண்டு துயரெனது மார்பை யெலாங் கவ்வுவதே!'
அன்று பார்த்தால்...

ஒருவன் நன்றாக உடையணிந்திருந்தான். அவன் முகத்துச் சதைகள் பருத்துத் தொங்கிக்கொண்டிருந்தன. அவனுக்கு நாற்பத்தைந்து வயதிருக்கும். அவன் கையில் ஒரு விறைத்த தோல் பை. நரைமயிர்களும் அழகாய்த்தான் இருந்தன. குயில் அவனுடன் பேசிக்கொண்டிருந்தாள், ஏதேதோ. அவள் சிரிக்கிறாள். குலுங்குகிறாள். நெளிகிறாள்.

கதிர் கிட்டப் போகவேயில்லை. தூர நின்றே அந்தக் கிழ மாடனைப் பார்த்து முறைத்தான். பஸ்கள் வந்துசேர்ந்து வெவ்வேறு திசைகளில் போய்ச் சேர்ந்தார்கள்.

கதிர் இன்னும் நம்பிக்கை வைத்திருந்தான். அவள் தன்னிடம் வந்து ஒருநாள் பேசப்போவதாக நம்பினான். புளகாங்கிதம் அடைந்தான்.

"புன்மைக் குரங்கைப் பொதிமாட்டை நான்கண்டு
மென்மையுறக் காதல் விளையாடி னேன்என்றீர்;
என்சொல்கேன்! எங்ஙனுய்வேன்! ஏதுசெய்கேன், ஐயனே!
நின்சொல் மறுக்க நெறியில்லை; ஆயிடினும்
என்மேல் பிழையில்லை; யாரிதனை நம்பிடுவார்?
நின்மேல் சுமைமுழுதும் நேராகப் போட்டுவிட்டேன்."

பிறகு, அவளேதான் நினைவு முழுவதும். வீட்டுக்குப் போகும்போது,

"ஆவிக் கலப்பின் அமுத சுகந்தனிலே
மேவியங்கு மூடியிருந்த விழிநான்கு"

என்பதில் ஆழ்ந்தான். பிறகென்ன?

"காதலோ காதலினிக் காதல் கிடைத்திலதேல்
சாதலோ சாதல்"

என்ற பல்லவிதான். இந்தப் பல்லவியோடு இதையும் சேர்த்துக் கொண்டான்.

"... கவிதைக் கனிபிழிந்த
சாற்றினிலே, பண்கூத் தெனுமிவற்றின் சாரமெலாம்
ஏற்றி, அதனோடே இன்னமுதைத் தான்கலந்து,
காதல் வெயிலிலே காயவைத்த கட்டியினால்
மாதவளின் மேனி வகுத்தான் பிரமனென்பேன்."

ஒருநாள்,

கதிர், தெருவின் இக்கரையிலிருந்து அவள் வழக்கமாய் நிற்குமிடத்தை நோக்கியபடியே தெருவைக் கடந்துகொண்டிருந்தான். அவள் அங்கு இல்லை என்றாலும்,

“பெண்ணவளைக் கண்டு பெருங்களிகொண் டாங்கனே
நண்ணித் தழுவி நறுங்கள் ளிதழினையே
முத்தமிட்டு முத்தமிட்டு மோகப் பெருமயக்கில்...”

‘கிறீச்’சென்று ஒரு பஸ்சின் பிறேக் சத்தம். கதிர், ரத்தம் சூழ விழுந்தான். சிலர் அவனைத் தூக்கிப் பார்த்தபோது அவன் இறந்திருந்தான். அவன் சட்டைப்பையில் ஏதேதோ கவிதைத்துண்டுகள்; ரத்தத்தில் நனைந்துபோயிருந்தன. நின்று, விபத்தைப் பார்த்துவிட்டுப் போகிற கார் வரிசையில் ஒரு கார் வந்தது. அதில் குயில் இருந்தது. அதன் கழுத்தில் தாலி.

“என்னால் இவைகளைப் பார்க்க முடியாது” என்று, குயில் கண்ணை மூடியபடி புருஷன் பக்கம் சாய்ந்துகொண்டாள். அவன் வேகமாகக் காரைச் செலுத்தினான்.

ஒரு பொலிஸ்காரன் ஒரு கவிதைத்துண்டைப் பார்த்தான். எல்லா வரிகளிலும் ரத்தம் ஊறியிருந்தது; ஒரு வரியைத் தவிர.

‘காதலோ காதல்! காதல் கிடைத்திலதேல் சாதலோ சாதல்!

●●●

கமலம்

ஆறுமுக வாத்தியார் கந்தபுராணத்தைத் திரும்பத்திரும்பப் புரட்டியெடுத்து ‘ஆகா’வென்பதும் ‘ஓகோ’வென்பதுமாக இருந்ததில், தாயில்லா மகள் கமலத்தின் வயதேறுவதைக் கவனிக்கவில்லை. இளைப்பாற வேண்டிய பருவம் வந்து இளைப் பாற, கந்தபுராணக் காட்சிகளின் நுணுக்கங்கள் கூடினவே தவிர, கமலத்தின் ஏக்கப் பெருமூச்சுகள் அவர் காதில் விழவில்லை. வாத்தியார் கந்தபுராணத்தைக் கட்டிக்கொண்டமூலம், கமலத்தின் தாயின் இறப்புத்தான் என்றால், கமலத்தின் தாய் பவளத்தின் ஆவி சிரிக்கும். அந்த ஆதிகாலத்துப் பண்டிதர்ப் படிப்பிற்குப் படித்த அகநானூறும் திருக்குறளின் அடியும், ‘விடுதூதுக்களும்’ புரிய, புரியவைக்க வந்து சேர்ந்த பவளம், போய்ச்சேர்ந்த நியாயத்திற்குப் போர்வை கந்தபுராணம். ஒரு மிகப்பெரிய கோவலனாக வாத்தியார் கொட்டமடித்துக் களைத்தபின்னர், எதனாலேயோ சூரபத்மனின் சூரத்தனத்தைச் சண்முகன் ஒறுத்ததில் திருப்தியைக் கண்டுகொண்டு உலகை மறந்துபோனார். அது வேறு.

வாத்தியாரின் சின்னஞ்சிறிய ஊரிருப்பது வெளியூராருக் குத் தெரிவது அவ்வூரின் அம்மனால் மட்டுந்தான். அது நகரங்களுக்கும், நகரப் போக்குகளுக்கும் வெகு தொலைவில், நவீனத்துவம் அதன் பயங்கரத் தாக்குதல்களால் இப்போது சற்றேதான் தாக்குகிற வகையில் அமைந்து, நெல்லும் மணியு மாய்ப் பொலிகிற ஒரு மகத்தான கிராமம். அதைவிட, இப்போது பஸ்சும் காரும் வானும் ‘கரண்ட்’டும் ஓடினாலும், அந்தக் காலமென்ன இந்தக் காலமென்ன, என்றும் ‘பெடியளும்’ ‘பெடிச்சிகளும்’ ஒரே அடைப்படையில்தான் ஓடுகிறார்கள் என்பது தெரியாமல், அந்த ஊரின் மகாவித்தியாலயப் ‘பெடியள்’ ‘பெடிச்சியள்’ சிலரைச் சபித்துக்கொட்டுகிற கிழடுகட்டைகள் நிரம்பிய ஊர் என்பதையும் சொல்ல வேண்டும்.

கமலம், வாத்தியார் இளைப்பாறு மட்டும் இந்த மகா வித்தியாலயத்தில் ஒப்பாருமிக்காருமில்லாத கண்ணகியாய்த் தான் இருந்தாள். வாத்தியார் இளைப்பாற, படிப்பைப் பாதியில் போட்டுவிட்டு வீட்டில் நின்றுகொண்டாள். கொஞ்ச நாளைக்குப் பிறகுதான் அது எவ்வளவு பெரிய தவறென்று புரிந்தது. மகா வித்தியாலயம் மாபெரும் உலகம். இது, இந்த ஒழுங்கை மூலையில், ஒழுங்கை போய்த் திரும்புகிற எல்லையைத் தவிர அதற்கு அப்பால் கற்பனையை மட்டும் ஓட்டவேண்டியதாய்ப் போயிற்றே என்பதும் கமலத்தின் குறை.

வாத்தியார் அதிகாலையில் எழும்பி, காலை அநுட்டானங் களை முடித்துச் சந்தைக்குப் போய், காய்கறிகளைக் கொண்டு வந்து கமலத்தின் கையில் போட்டுவிட்டுச் சைக்கிளில் ஏறி - இல்லாத - வேலைகளையெல்லாம் பார்த்துத் திரும்பச் சூரியன் தன் பெருமையை மந்தப்படுத்திக்கொள்ளும் நேரமாகிவிடும். இது சூரியனுடன் ஒத்த நித்தியபோக்காய் அமைந்து, பிறகு கமலத்திற்கு மெத்த வசதியாய்ப் போயிற்று.

முதலில் கமலத்திற்கு அந்த கணேசனைத் தெரியாது. கணேசன் அப்போது ஒரு நறுக்கான மீசை வைத்திருந்த அழகான கறுவல் பெடியன். ஒரேயொரு தமையனும் முதுசக் கமமும் இருக்குமட்டில் தான் வேலை செய்யத் தேவையில்லையென்று யோசித்திருந்து, இளவட்டங்களைச் சேர்த்துக்கொண்டு கும்மாளமடித்துக்கொண்டிருந்த ஒரு பேர்வழி. வாத்தியாருக்கும் அவனுக்கும் அந்தக் காலகட்டத்தில் நோக்கிலும் வயசிலும் வித்தியாசமே தவிர, ஊரில் அங்குமிங்குமாக அலைவதில் வித்தியாசமில்லை. மகாவித்தியாலயத்து ஓட்டப் போட்டி, கோவில் திருவிழா என்றால் சுமப்பது தான்தான் என்பதில் கணேசனுக்குச் சந்தேகமில்லாமல் போய்விடும். இது ஒரு காலத்தில். அவைகளும் வேறுதான்.

கண்டதுந்தான் இந்தக் காதல் பிறக்கிறது. கணேசன் ஒருநாள் வாத்தியார் இல்லாத நேரத்தில் எதற்காகவோ யார் சொல்லியோ கமலத்திடம் வாத்தியாரின் கந்தபுராணப் புத்தகத்தை, சைக்கிளில் இருந்தவாறே அரைப் புன்னகையொன்றுடன், தலையைச் சிலுப்பி, மீசையை முறுக்கிக் கேட்ட பக்குவத்தில் சொக்கிப்போனாள். அவளைப் பொறுத்தமட்டில் தெய்வீகக் காதல் அன்றே பிறந்து விட்டது. புத்தகத்திற்கு வாத்தியார்தான் வரவேண்டுமென்பதை அவள் சொன்ன மாதிரியில் அவனுந்தான் சொக்கிப்போனான். கணேசன் திரும்பத்திரும்ப அங்கே போய் எதையாவது கேட்டு, எதையாவது கொடுத்துக் கமலத்தின் தரிசனத்தைப் பெற்று, மகிழ்ந்து, நெகிழ்ந்துபோய் ஒரு சரித்திரத்தைத் தொடக்கிவிட்டான். அவன் முதலில் கடுதாசிகள் எழுதிப் பெற்றுக்கொண்டான். பிறகு, கதைக்கட்டுகளில் தன் கைப்பட அடிக்கோடிட்டு அனுப்பி, அவளுக்குப் பலதையும் பத்தையும் இவ்வாறாகவே புரியவைக்க முயற்சியெடுத்தான். முன்னேறி, இரவு வேலிப்பாய்ச்சல் தொடங்கியபோதும் அயல்வீடுகளுக்கு ஒன்றும் தெரியாது; புலவரோ கந்தபுராணக் கடலைவிட்டுத் தரைக்கு வருவதாக

இல்லை என்றாலும், கணேசனுடன் கூடியிருந்த கூட்டத்திற்கு இந்தச் சலசலப்புகள் தெரிந்துபோனது ஒரு துரதிர்ஷ்டம்.

கணேசன் வாழ்க்கையில் நெடுநோக்கோ கொள்கைகளோ இருந்ததில்லை என்று குறைப்படுவதில் அர்த்தமில்லை. தமைய னின் ட்ராக்றரை வேகமாக ஓடித்துஓடித்து ஓட்டுவதிலும், கோயில் திருவிழா அல்லது அது மாதிரியான ஊர்க் களியாட் டங்களில் ஓடியாடி அலுவல்கள் பார்ப்பதிலும் சீவியம் போக முடியாதா? கமலத்தின் ஒட்டுதலின் பின்னர்தான் தன் வாழ்க்கையின் இந்த அம்சம் அவனுக்குப் பெரிய குறையாகப் போய்விட்டது. “நான்... நான் யார்?” என்று தன்னைத்தானே கேட்டுக்கொண்டு மறுமொழி இல்லாமல் புழுங்கினான். இதைச் சுற்றி அவன் மனதில் பட்டைகள் வளரத்தொடங்கி...

அவனுக்குக் கமலத்திடம் எல்லாவற்றையும் சொல்ல வேண்டும்போல இருக்கும். மனத்திலிருந்து நாக்குக்குள் வருவதற்குள் ஊற்றுகள் பல்வேறாகவும் சுரக்கும். கனகம், பத்மா இத்தியாதி ஊர்ப்பெட்டைகள் தன்னை வளைக்க முயற்சித்ததாகச் சொல்லுவான். பஸ்சில் சந்தித்த பெண்களைப் பற்றி, தன் நண்பர்களைப் பற்றி நிறையவே சொல்லுவான். அவளின் இதமான நெருக்கத்தில் உண்மைகளுக்கும் தன் கற்பனை ஊற்றுகளுக்கும் அவனுக்கு வித்தியாசம் தெரியாமல் போய்விட்டது. அவளின் நெருக்கம் கூடக்கூட, தான் ஒரு புருஷலக்ஷணமில்லாதொருவன் என்பது சுடத் தொடங்கி, மேலும்மேலும் கதைகளைச் சொன்னான். கமலத்திற்கே மெல்லமெல்லக் கதைகளை நம்பக் கஷ்டமாக இருந்தாலும், அவள் அவைகளை நம்ப மெத்தவும் தெண்டித்தாள். அவளு டைய இந்த முயற்சியால் அவள் மனதில் திரையொன்று குறுக்கே விழுந்துபோயிற்று. அவனைச் சிலவேளைகளில் கடிந்துகொண்டாள்; கண்களை இடுக்கிக் கேள்விகள் கேட் டாள். ‘கல்யாணம்’ என்றதொரு பேச்சைத் தொடங்கும் போதெல்லாம் அவன் அட்டைபோல் சுருங்கிக்கொண்டான். “முதலில் வேலை பாக்க வேணும்...” என்றும் சொல்லிக்கொண் டான். இதற்குப் பிறகு தொடருகிற மௌனத்தைக் கமலத்தால் பொறுத்துக்கொள்ள முடிவதில்லை. இதற்கு மேலாகக் கனகம், பத்மா இவர்கள் ‘தன் ராசாவின்’ மேல் விழுந்துமாய்கிற கதையையும் பொறுக்கமுடியவில்லை.

ஆண்கள் இப்போதெல்லாம் கணேசனின் இனம்போலவே கமலத்திற்குத் தோன்றியது. அவர்களை இப்போது மிக நன்றாகவே மதிப்பிட முடிந்தது. சொன்னால் எதையும் செய்துதருகிறார் கள்... பின்னால் வருகிறார்கள்... அவர்களை ஒருவிதத்தில் புரிந்து கொண்டாள்.

அதுபோக, இந்தப் பரமேசுவரன் - அவனைப் பற்றியும் சொல்ல வேண்டும் - கணேசனுடன் சேர்ந்த ஒருத்தன். சரா சரியாய் எல்லோருக்கும் இருபது வயதில் தெரிவது அவனுக் குப் பத்து வயதிலேயே தெரியும். அது குறைபாடான விஷய மில்லையென்று சொன்னாலும், அவன் உலகநோக்கில் - அப்படியொன்று அவனிடம் இருக்குமென்று கருதப்பட்டால் -

பல விஷயங்களில் குறைபாடுகள் உண்டு. கூட்டுறவுச் சங்கக் கடையில் சாமான் நிறுப்பவனிடம் என்ன ‘நிறை’ இருக்கும்? இந்தப் பரமேசு, கணேசுவுடன் ஒன்றாக எஸ்.எஸ்.சி. பெயிலாகிப்போன ஆத்மா. எதையும் பெருத்த குரலில் சொல்லி, அதைவிடப் பெருத்த குரலில் சிரித்து முழக்குவான். நிறுக்கும்போது குறைகிற நிறைக்குக் குரலை உயர்த்தி நிரப்பிவிடுவான். தன் சுயமுயற்சியாலும் கெட்டித்தனத்தாலும் கணேசனின் சமாச்சாரம் அவனுக்குத் தெரிந்துபோய்விட்டது. கமலம் தெருவழியால் போனால் கனைப்பான்; ‘ஹாஹா ஹ’ என்று எதையாவது சொல்லுவான். அவளுக்கு மெத்தக் கோபம் வரும். பெண்களின் கோபம், தாபம் அல்லது வேறெந்த மன நிலையானதும் தனித்தே இருப்பதில்லை. அதனதன் எதிர்க் கூறுடன் சேர்ந்தே ஒன்றாக இருக்கும். சிலவேளை ஒரு கூறும் மற்றவேளை அதனெதிர்க் கூறும் என இப்படியுமப்படியுமாய் அலைபாய்ந்து உலகின் நிலையற்ற இயக்கத் தன்மையை வலியுறுத்த வந்தவர்களாக இருப்பார்கள். கமலத்திற்குக் கோபம் வரும்போலத் தோற்றும்போதெல்லாம் அவற்றைக் கோபமென்று நாங்கள் கொள்வது நியாயமல்ல. உள்ளே நீறுபூத்த தணல்போல புளகாங்கிதமும் இருக்கும். பரமேசுவுக்கு இது தெரியாதா?

கணேசன் ஒருநாளிரவு தமையனிடம் வசமாய் மாட்டிக் கொண்டு, அவனுடைய கேள்விக் கணைகளின் கூர்மையையும் பேச்சையும் தாங்க இயலாதவனாய்ப் போய்ப் படுக்கையில் விழுந்து அன்றிரவு முழுதும் தன் நிலையை - நிலையில்லாமல் போய்விட்ட தன்னுடைய திரிசங்கு நிலையை - மறுகிமறுகி முடிவு தெரியாதவனாய் விழித்துக்கொண்டே இருந்தான். திரும்பவும் தான் யாரென்ற கேள்வியே அவன் மனதில் மேலோங்கி அவனை வதைத்துப் பிழிந்துகொண்டிருந்தது. வேலை ஏதாவது கிடைத்தால் கால்சட்டையுடன் திரியலாம். கால்சட்டை, அந்த ஊரில் இன்னும் ஒரு மகாகவசம்; அரசாங்க உத்தியோகத்தரின் வசீகர ஆடை. இந்த இலக்குகளெல்லாம் உரிய காலத்தில் தன் மனதிலிருந்து அழிந்த வரலாற்றுக்கு ஏதேனும் ஆதாரம் இருக்கிறதா என்று குடைந்துகொண்டான். “அண்ணர் அப்பவே படிக்கச் சொன்னவர்தான்” என்று கசப்புடன் அசைபோட்டுக் கொண்டான். எஸ்.எஸ்.சி. படித்து ஆறு வருடங்கள். என்றாலும் திரும்ப முயற்சித்தால் என்ன? கமலம் சந்தோஷப்படுவாள். கமலம் இந்த நினைவுகளுக்கெல்லாம் ஆதார சுருதி. இந்த ஊரில் திரும்பவும் இப்போ வேறு ஏதோ புதிய நாமத்துடன் வைக்கப்படுகின்றன. தான் எஸ்.எஸ்.சி. எடுக்கப்போகிற காட்சியை மனதில் எழுப்பி வருந்திக் கொண்டான். முதலில் எஸ்.எஸ்.சி.; பிறகு ஒரு வேலை; அதற்குப் பின்னால்...

திட்டத்திற்கு என்ன தடங்கல்?

இந்த ஊரில் எப்படியும் திரும்பத் தான் எஸ்.எஸ்.சி. எடுக்கப்போவதில்லை. மற்றது கமலம். அவள் நினைவே மனத்தை வாட்டி வதைக்கிறது. தன் சென்மம் சாபல்யமடைந்து முழுமை அடைந்துபோகுமென்றதொரு நினைப்புடன் கமலத்தை நெருங்

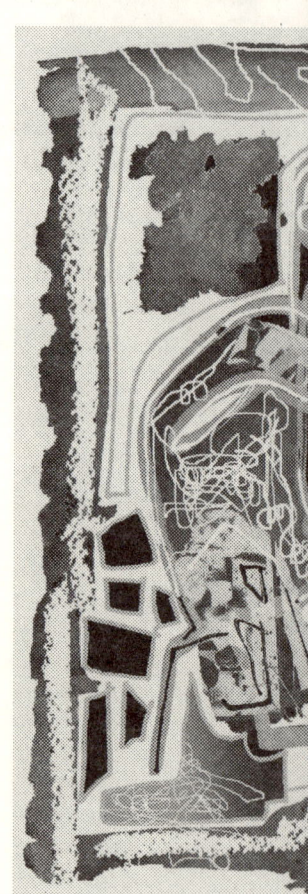

கினால் தன் சீவியத்தின் சூன்யத்தை எப்படி உணரவைத்து விட்டாள்? என்றாவது உத்தியோகமொன்றும் பார்க்கவில்லை என்று குறைபட்டுச் சொன்னாளா? 'என்ர ராசா' என்று அவள் மெல்ல அழைப்பது நாடிநரம்புகளை உருக்குகிறது. 'ச்சீ இவளுக்கேற்றவனாய் ஒரு உத்தியோகம் பார்க்கத்தான் வேணும்.' 'தூரத்தில் பட்டிணத்திற்குப் போய் அங்கே உள்ள தன் மாமன் வீட்டிலிருந்து படித்து அங்கேயே சோதனையையும் எடுத்து ஒரு சாம்ராச்சியத்தை நிறுவுவதுதான்' என்ற தீர்மானம் மனதில் படிய, விடிகாலையில் நித்திரை வந்தணைத்துக்கொண்டது. 'அது மட்டும் கமலத்தைப் பார்ப்பதுமில்லை; அவளுக்கு எழுதுவதுமில்லை.'

தமையனைப் பொறுத்தமட்டிலும், கணேசன் ஒரு பொறுப்பில்லாதவன் என்றதொரு நினைவே தவிர, அவன் என்னவாக வரவேண்டும் என்பதுபற்றி எதுவித கனவுமில்லை. என்றாலும் படிப்பு என்பது ஒரு மகத்தான தவமென்ற உணர்வு அவனை விட்டுப்போவதில்லை. 'குடிக்கிறானோ வெறிக்கிறானோ உந்த மட்டில் போகுது' என்றது அவன் யோசனை. கணேசனின் தீர்மானத்தைக் கேட்டு சந்தோஷப்பட்டுக்கொண்டான்.

அன்றே போய்விட வேண்டும். கமலத்திடம் சொல்லிக் கொள்வது என்ற பெரிய சம்பவத்தை நினைத்துப்பார்ப்பதற்கும் திராணியில்லாதவனாய், மனப்பாரத்துடன் மெத்தவும் ரகசியமாய்ப் போய்ச்சேர்ந்தான் பட்டிணத்திற்கு மத்தியான பஸ்சில். தவம் தொடங்கியது.

பண்டிதர் அன்று தன் இயந்திரகதியிலிருந்து பிசகினவராய் மத்தியானம் வேறெங்கும் போகாமல் தன் மகளை மூக்குக் கண்ணாடியினிடுக்கால் பார்த்ததற்குக் காரணம் கமலத்தின் கூத்து எந்த அம்பலத்திற்குமாவது வந்து பண்டிதர் காதில் ஏறியதென்பதில்லை. அவர் அத்யந்த நண்பர் கதிர்காமத்தம்பி ஒருவகையில் நேரப்பிசகாய் கமலத்தின் நிலையைப் பண்டிதர் மண்டைக்குள் ஏற்றிவிட்டார். பண்டிதர் பத்மாசனத்தில் அமர்ந்து வெறுமே கமலத்தின் நிலையை யோசித்தால் தீர்ந்துவிடுமா? முருகனையும் கூப்பிட்டுக்கொண்டார். கமலத்திற்கு இது புதினம் தான். தகப்பனின் மனச்சுழற்சியின் மையம் தான்தானென்று புரிய, கணேசன் நினைவலைகள் அவளைச் சூழந்து எந்தவிதத் தாலாவது, எந்த அதிர்ஷடத்தாலாவது தன் ராசாவை நினைத் துக்கொள்ளமாட்டாரா என்று யோசிக்கையில், அவளுக்கு எரிச்சலும் வந்தது. பாத்திரங்களை 'ணங்' என்று வைத்தாள். 'அவர் வாற நேரம்' என்ற நினைப்பில், சைக்கிள் சத்தங்களைக் காது தேடத் தொடங்கிய பரபரப்பில் சமையல் ஓடுவதாக இல்லை. பண்டிதரின் இருசக்கர வாகனம் வெளியே பண்டிதரின் பிரசன்னத்தைத் தெரிவிக்க இருக்கிறதுதானே என்ற நினைவு ஓரளவு நிம்மதியைத் தந்தாலும் பரபரப்பு அடங்கவில்லை. சமையல் முடியுமட்டும் ஒன்றையும் காணவில்லை. 'இரா வராமற் போகிறாரோ' என்ற சுயசமாதானம் அவள் படபடப்புக்கு மருந்தாகவில்லை. பண்டிதருக்கு முடிவெதுவும் கிடைக் காத குழப்பத்தில் சாப்பிட உட்கார்ந்தார். மாப்பிள்ளை தேடு

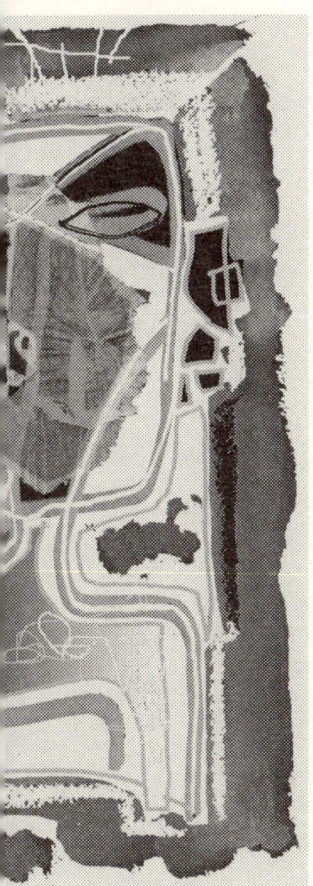

படலம் தொடங்குவது இந்த ஊரினெல்லைக்கு அப்பால் என்ற அவர் முடிவு ஊர்ப் பொடியன்களைப் பற்றிய அவர் கணிப்பின் தீர்க்கத்தைக் காட்டும். தன் தங்கை வீட்டில் - இந்த ஊருக்கு ஒரு காத தொலைவிலுள்ள இதைப் போன்ற இன்னொரு ஊரில் - கமலத்தைக் கொண்டுபோய்க் கொஞ்ச நாளைக்கு விட்டால் என்ன? கமலத்திடம் இதைச் சொன்னபோது அவளுக்கு எரிச்சல் கூடித்தான்விட்டது. 'வரமாட்டேன்' என்று சொல்ல, ஏன் எதுக்காக என்று விசாரணையில் இறங்கினாலும் ஆபத்து; 'வருகிறேன்' என்றாலும் ராசாவைப் பிரிவது எளிதல்ல என்ற நிலைமையில் அவளுக்கு எரிச்சல் வந்ததில் தவறில்லை. இந்தப் பெண்களுக்குப் பேச்சும் ஆயுதம். மௌனமும் ஆயுதம். இந்த முறை மௌனத்தைப் பிரயோகித்தாள். 'வழக்கமாய் மாமி வீட்டை போறதெண்டால் துள்ளுவாளே' என்று யோசித்துக் கொண்ட பண்டதர் மேலெதுவும் யோசிக்காமல் கைகழுவிக் கொண்டார். தொண்டருக்கே உண்டானது பண்டிதருக்கில்லாமல் போகுமா? சயனமானார். கமலத்திற்கு ஏதோவொரு அந்தகாரம் அவளைச் சூழவரும்போலிருந்ததில் சாப்பாடு இறங்கவில்லை. 'ராசாவிடம் இதுகளைச் சொல்லுவம்' என்ற முடிவுடன், இரவு வந்து அவர் வருவதை எதிர்பார்த்தபடியே நிலைகொள்ளாமல் தவித்தாள். வாத்தியார் வீட்டு வளவின் பின்னால் பவளம் முன்னர் மாடு வளர்த்த - இப்போது காலியாயிருக்கிற கொட்டில் இந்தக் காதலர்களின் சங்கமத்தானம். வளவு இரண்டு ஒழுங்கை களை அதன் அடுத்தடுத்த இரண்டு பக்கங்களில் கொண்டது கணேசனின் அதிர்ஷ்டம். வெகு உள்ளால் போகிற, சந்தடியே இல்லாத ஓர் ஒழுங்கைப் பக்கத்து மூலையில் முள் கம்பிக்கட்டு விட்டுப்போன இடம்; துவாரபாலகர்கள் எவருமில்லாத துவாரம். கொட்டிலைச் சுற்றி நெருக்கமாய்ப் பனையுமிருக்கிறது; கொட்டி லுக்கு உயரமான மறைப்பும் இருக்கிறது. இதில் வளராத காதலா? வழக்கம்போலவே அன்று இரவும் வாத்தியார் நித்திரை யாகிப் போனபிறகு, அங்கே அவள் போயிருந்து அவன் வரவைப் பார்த்துக்கொண்டேயிருந்தாள் வெகு நேரம். காற்றின் வீச்சில் பனை ஓலைகள் உரசுவதும் விழுவதுமாயிருந்தனவே தவிர, கணேசனின் சத்தத்தைக் காணோம். என்ன நடந்திருக்கும் என்று ஊகிக்க இயலாதவளாய்க் கனத்த மனத்துடன் வருகின்ற அழுகையை அடக்கிக்கொண்டு போய்ப் படுத்தாள். 'இண்டைக்கு வாறெனெண்டு சொன்னவரே' என்ற நினைப்பைச் சுற்றிப் பல்வேறாகவும் யோசனைகள் அலைபாய்ந்தன.

அடுத்த நாள் வாத்தியார் சந்தைக்குப் போய்வரும் கட்டத் தின் பின்னர், பழைய பெட்டியொன்றைக் குடைந்து மகளின் சாதகக் குறிப்பைக் கையிலடுத்துக்கொண்டார். 'இந்த ஊரில் இல்லை' என்று திரும்பவும் உறுதியெடுத்துக்கொண்டு சாதகக் குறிப்புடன் சைக்கிளில் ஏறிப் போய்விட்டார். பொடியனும் சரியாக இருக்க வேண்டும்; அவன் சாதகமும் சரியாக இருக்க வேண்டும்; பொடியனின் தகப்பன் கேட்பதுவும் சரியாக இருக்க வேண்டும் என்ற இந்த மாதிரியான யோசனைகள் வாத்தியாரிடம் நிறையவே இருந்தன.

கொஞ்ச நாட்கள் அலைந்து திரிந்து திரும்பவும் கந்த புராணப் புத்தகத்தைக் கையில் எடுத்துக்கொண்டு, 'அவன் விட்ட வழி' என்று ஓய்ந்தபோதும், கமலம் சுண்டுவிரல் நகத்தைக் கடித்தபடி அதே யோசனையிலேயே இருந்தாள். 'ஏன் அவரைக் காணேல்லை?'

கோவிலுக்குப் போகிற சாட்டில் அவனைக் கமலம் தேடினாள். அங்கே இந்தப் பரமேசுவரன்தான் நின்றான். மிகுந்த சாமர்த்தியத்துடன் குறிப்புக்காட்டி அவனைத் தனியே வரப் பண்ணிக் கேட்டபோது, அவன் கணேசன் பட்டிணத்திற்குப் போய்விட்ட கதையைத் தன் சொந்த நிறுவைப் பாணியில் சரக்கைக் குறைத்துக் கதையைக் கட்டி... அளந்துவிட்டான். கமலம் அதிர்ந்துபோனாள். அவன் - கணேசனின் - நிலவரம் அவளுக்குத் தெரியாது என்பதில்லை. 'இப்படி ஒரு வெற்றுக்கீறாய் ஐயா மாப்பிள்ளை தேடுகிற நேரம் எனக்குச் சொல்லாமல் போய்விட்டாரே' என்று சொல்லிக்கொண்டாள்.

மனதை ஆற்றுகிற முயற்சியில் பரமேசுவரனுடன் பேசத் தொடங்கிச் சரித்திரம் வேறு ஒரு பாதையில் இறங்கிவிட்டது.

பண்டிதரின் அலைச்சலும் சோர்வும் அவள் மனதில் சுவடேறாதவாறு ஒரு வெற்றுக்கோடொன்று இருந்தது. பரமேசுவரன் இந்த வெறுமையை நிரப்பப் புகுந்ததிலும் 'நிறுவைத்தனம்' ஓங்கியிருந்தது. முதலில் அவள் கணேசனின் விலாசத்தைக் கேட்டபோது, அதை அவன் தமையனிடமிருந்து எடுத்துக் கொடுத்ததில் குறை வைக்கவில்லை. கணேசனிட மிருந்து பதில் எதுவும் வரவில்லை என்பதை உறுதிப்படுத்திக் கொண்டு, அதை ஏற்கனவே எதிர்பார்த்தவனாய் இப்படியான ஒரு சரித்திரம் இவளுக்கு முன்னர் இருந்ததைத் தானும் மறந்தவனாய்ப் பாவித்துக்காட்டியதில் புதுச் சரித்திரம் தோன்ற லாயிற்று. கமலத்துக்குக் கைங்கரியம் செய்வதில் இருந்த முனைப்பு - அவனின் ஒரு பக்கம். ஊர்ப் பொடியன்களிடம் கணேசன் இவ்வாறு ஓடிப்போன கதையை, "டேய் இவளடா..." என்று விரசம்சொட்டச் சொல்வதில் இருந்த புளகாங்கிதம் மற்றப் பக்கம்.

கமலத்திற்கோ வீட்டின் வெறுமை, பின்வளவின் வெறுமை இவைகளுக்குள் கணேசனின் ஞாபகம் கரையத் தொடங்க, உயிர்த்துடிப்பின் வக்கிர விதிகளுக்கடங்காமல் திரிய இயலாத ஒருணர்வினால், அவ்வுணர்வின் உந்தலால் தன் கடந்த காலத்தைப் பற்றித் தெரிந்துமே எதையும் கேட்காத இந்தப் பரமேசுவரனை நம்பத் தொடங்கினாள். பரமேசுவரனின் சரித்திரத்தில் இப்படியாக ஒரு பெண் இவ்வளவு நெருக்கமாகத் தன்னை நம்புகிற நிலை இருந்ததில்லை. அது வந்தபோது, அவனால் அந்த நிலையையே நம்பமுடியவில்லை. திரும்பவும் தன்னுடன் சேர்ந்த கூட்டத்திற்குக் கதைகள் சொன்னான். கமலத்திற்கு இவற்றின் தாக்கங்கள், 'இந்தக் காவாலிப் பெடியள்' அவளைப் பார்த்து ஒருவகைச் சிரிப்புடன் குறுக்கே போனபோதே தெரிந்தது. கமலம் துருவித்துருவிக் கேட்பாள். 'அவங்களெல்லாம் நல்ல பெடியள்' என்பான்.

திரும்பவும் வீரவாகுதேவரைச் சூரபதுமனின் சிங்கமுகன் பாசத்தால் கட்டியாயிற்று. இனிச் சண்முகர் வரவேண்டிய கட்டம். பண்டிதர் ஆவலுடன் திரும்பவும் புரட்டிக்கொண்டிருந்தார். அவர் இரவில் நேரத்திற்கு நித்திரையாகிப்போன பிறகு நடுஇரவில் பின்வளவில் கொட்டிலில் பரமேசுவரன் பிரசன்னமாகத் தொடங்கினான். பரமேசுவரனுக்கென்று நீதி நியாயங்கள், தர்மங்கள், ஒழுக்கசீலங்கள் உண்டு. பின்கதவால், தெரிந்த நண்பனுக்கும் விசேஷமாய்ச் சீனி 'ஒரு இறாத்தல்' என்று கொடுக்கும்போது நம்பிக்கொண்டு போகிறவர்களைப் பார்த்தே உலகமிதுதான் என்று தீர்மானித்துக் கொள்ளுவான். அவன் பெண்களை நடத்துகிற பாங்கு விசேஷமானது. இன்ன மாதிரிப் போவார்கள் என்பது ப்ராய்ட், எல்லிஸ், அட்லர், ஜங், ப்றில் ஈறாகச் சகல மனோதத்துவப் பண்டிதர்களைவிடவும் நிச்சயத்துடன் அவனுக்குத் தெரியும் என்று சொல்வதைவிட, அவன் வழிக்கு அவர்களைக் கொண்டுவரத் தெரியும் என்பதுதான் உண்மைபோலத் தெரிகிறது. எதிலும் சர்வநிச்சயத்துடன் திரிகிற ஓர் ஆசாமி அவன். ஊர்ப் பொடியன்களிடையே இந்தப் புகை நன்றாகப் பரவி, பண்டிதர் தோழர் கதிர்காமத்தம்பியின் காதுக்கு எட்டி, அவர் பண்டிதர் காதில் கதையைக் கமலத்தின் கற்பைக் காப்பாற்றி ஒருவிதமாகப் போட்டபோது, பண்டிதர் வள்ளியம்மை திருமணப் படலத்தில் நின்றுகொண்டிருந்தார். 'வயசுப்பிள்ளை' என்று தொடங்கித் 'தங்கச்சியுடன் கொஞ்ச நாளைக்கு நிண்டிட்டு வரட்டன்' என்று அவர் காதில் போட்டார், கதிர்காமத்தம்பி. பதவிசாக அந்த ஊரில் – பண்டிதரின் தங்கையின் ஊரில் – புதிதாக வந்திருக்கிற இளம் வாத்தியாரைப் பற்றி ஒரு கோடிட்டுக்காட்டியதில் பண்டிதரின் மனதில் திருமணப் படலப் பாட்டுகள் ஒன்றொன்றாய் மனதில் வரத் தொடங்கின. ஒருநாள் பண்டிதர் கமலத்துடன் புறப்பட்டுப் போய்விட்டார், தங்கையிடம். பரமேசுவரனின் உற்சாகம் அவள் போன பிறகும் குறையவில்லை.

கமலம் நிலைகொள்ளாமல், பற்பல யோசனைகளுடன் ஊருக்குத் திரும்பிவந்தபோது, அவனுக்குத் தன் யோசனையில் நூறிலொரு பங்குதானும் இல்லையென்பதைக் கண்டுகொண்டது ஒருவகை அதிர்ச்சி சிசுருட்சையாய் முடிந்தது. கணேசனின் உள்ளும்புறமும் அவளுக்குத் தெரிந்திருந்தது. இந்தப் பரமேசுவரனைத்தான் பொதுவில் மட்டுக்கட்ட இயலாமல் இருக்கிறது. பரமேசுவரன் என்ன, கணேசன் என்ன எவனாக இருந்தாலும் ஓரம்சம் மாத்திரம் அவளுக்கு நிச்சயமாகப் புரிந்தது. இந்தப் புரிகிற விஷயம் மனதில் பாதி, ரத்தத்தில் பாதியாய் ஓடுகிறது. சிலவேளைகளில் மனதிற்கு எந்தவித கட்டுப்பாடுமில்லை. இந்தப் பெடியன்களின் மனதில் ஓடுகிற ஓட்டங்களில் இது மாத்திரம் நிச்சயத்துடன் கமலத்திற்குத் தெரிந்துவிடும். ஊர்ப் பெடியன்களின் கனைப்புகளையும் நெளிப்புகளையும் நிமிர்ந்துபார்க்கும் ஒரு துணிவு வர, இதுவே அவர்களின் உற்சாகத்திற்கும் அவளைப் பற்றிய மேலும் வக்கிரமான கதைகளுக்கும் ஆதாரமாக அமைந்து போய்... கதிர்காமத்தம்பியின் காதுகளில் இந்தக் கதைகள்

எட்டுகிறபோது, அவை நிச்சயம் பத்துமடங்காவது பெருத்திருக்கும். அவர் வாத்தியாரிடம் பல்வேறாகவும் முறைப்பாடு போட்டதில் வாத்தியார் தன் ஊருலாவைக் குறைத்துக் கெடுபிடியைக் கூட்டிக்கொள்ளக் கமலம் மூடிவைத்த 'கேத்திலா'கிப் போனாள். பரமேசுவரனை மறந்தேபோனாள்.

இப்போது அவளைப் பற்றிக் கதைகள் மட்டுமே உலாவுகின்றன.

வாத்தியார் அந்தப் புதிதாய் வந்திருக்கிற இளம் வாத்தியாரை நெருக்கிப் பார்த்தபோது, இந்தக் கதைகள் அவன் காதுகட்கும் எட்டியிருந்தன. கண்ணகியின் பேத்தியொருத்திதான் அவனுக்குத் தேவை; மாதவியொருத்தியிடம் தான் போனாலும், இவள் சொல்ல ஒரு நகரமே எரிய வேண்டும். 'வேண்டாம் இவள்' என்று திருப்பிவிட்டான். வாத்தியாருக்கு வீரவாகுதேவரைப் பானுகோபனும் சிங்கமுகனும் மாய அஸ்திரங்களால் கட்டிப்போட்டுவிட்ட படலங்கள் மனத்தில் ஓடின. இனி சேவல்தான் வரவேண்டும்.

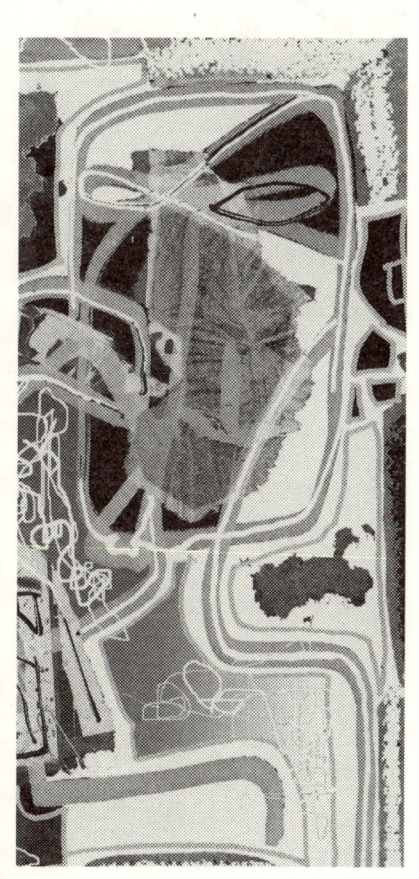

மெத்தவும் திறமான ஒரு காலைப்பொழுதில் வாத்தியார் வீட்டிற்குக் காரொன்றில் இரண்டு அறிவாளிகள் வந்துசேர்ந்தார்கள். ஊர் பிறகொருநாள் சலசல முதல் நிகழ்வாய்... வாத்தியார் தலையைக் குனிந்து கண்ணாடியின் இடுக்கால் நெற்றிப்புருவத்தை உயர்த்திப் பார்த்தார்... கமலம் சமையலறையின் சன்னலால் பார்த்தாள். அவர்களில் வயதுபோனவர் பல்கலைக்கழகத்துச் சரித்திரப் பேராசிரியராம். மற்ற இளவயதுக்காரர் அவர் மாணவராம். இந்த ஊரின் புராதன சரித்திரத்தை ஆராயப் புகுந்ததில், ஊர் அம்மன் கோவிலின் சாசனங்களையும், அக்கோவில் பாடல்களையும் முதலில் கிண்டுவது கட்டாயமென்று தெரிந்து, இதற்கு உதவியாய்யாரோ சொல்லி வாத்தியாரிடம் வந்துசேர்ந்திருக்கிறார்கள். 'எல்லா ஊர்களுமே சூரபத்மனின் வீரமாகேந்திரங்கள்தான்' என்று நினைத்துக்கொண்டாலும், வாழ்க்கை சாபல்யமடைந்துபோனதொரு உணர்வுடன் துள்ளியெழுந்தார் பண்டிதர். கமலம் சமையலறையின் கதவில் சரிந்துநின்றுகொண்டு அந்த மாணவரைப் பார்த்தாள். அவ்வாறு எங்கிருந்தோ வந்த இவர்களுக்குத்தான் ஊரின் சரித்திரம் ஓரளவிற்கு நன்றாகவே தெரிந்திருக்கிறது என்று வியந்துகொண்டார் பண்டிதர். கமலத்தைக் கொண்டுவித்து சிரமபரிகார பானங்கள் கொடுத்தார். கமலம் திரும்பவும் மாணவரைப் பார்த்துக்கொண்டாள். மூவருமாகப் பேராசிரியரின் காரில் ஏறிக்கொண்டார்கள். கோவிலுக்குப் போவதற்காகப் பண்டிதர் கமலத்தைப் பார்த்த விதத்தில் இவர்களுடன் மத்தியானம் உணவிற்கு வருவார் என்பது அவளுக்குப் புரிந்தது. மத்தியானம் அவர்கள் திரும்பிய போது, அவர்கள் உணவிற்கு அமர வேண்டியதாயிற்று. பேராசிரியர் எந்தவொரு பிணக்கு நியாயமும் சொல்லாமல் அமர்ந்துகொண்டார். பேராசிரியர் அன்றே போய்விட, மாணவர் இந்த ஊரில் ஒரு மாதம்போல் தங்கியிருந்து இந்த ஆராய்ச்சிகளைத் தொடரப்போவதாக இருந்தது. முறுக்கான உடை;

கண்ணாடிகளுக்குப் பின்னால் அமைதியான விழிகள்; புன் முறுவல்; இடையிடையே கேள்விகள்; இந்த லக்ஷணங்களைக் கமலம் பார்த்துக் கிரகித்துக்கொண்டாள். அவர் இந்த ஊரில் தங்க வேண்டியதற்குரிய வசதிகளைச் செய்து தருகிறேன் என்று பண்டிதர் வாக்குக் கொடுத்தார். மகாவித்தியாலயத்து 'குவாட்டர்ஸ்' ஒன்றில் தனியே இருக்கிற ஓராசிரியருடன் சேர்த்துத் தனி அறை; அங்கே பக்கத்து வீட்டிலிருந்து சாப்பாடு இத்தியாதி சொகுசுகளுடன் ஒழுங்குபடுத்தலாம் என்று அபயம் கொடுத்தார்.

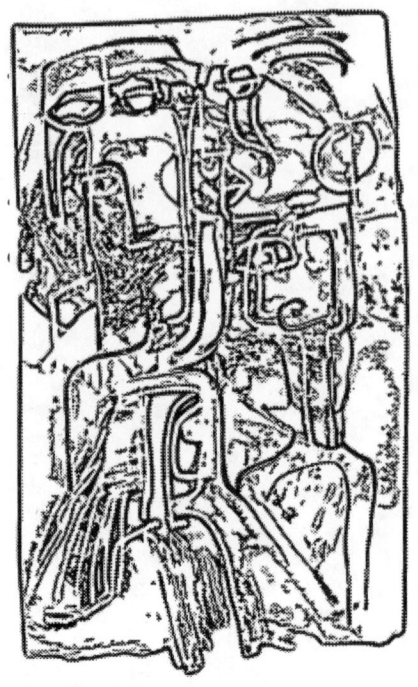

குணசேகரம் - அந்த மாணவர் - ஒருநாளதுவரை, சரித்திர ஆராய்ச்சிக்குள்ளே இருந்து, மூளையால் மட்டுமே சீவித்துக் கொண்டிருந்த மனிதத் தோற்றம் கொண்ட ஒரு பிராணி. மன்னன், கல்வெட்டு, குளம், சாசனம், கி.மு., கி.பி., நூற்றாண்டு இவைகளோடு சாதாரண மனித இயக்கங்கள், ரசாபாசங்கள் பின்னி நெளிகிறதை, ஒரு பெண்ணின் கூர்மைக் குறுக்குப் புத்தியுடன், ஒற்றைப் போக்காய்க் குடைந்து கல்விமான்களின் பின்னல்மொழியில் எழுதப் புறப்பட்ட ஒரு சீவன். வாழ்க்கை யின் மற்ற அம்சங்கள் அதுவரையில் தெரியாதது, அவர் கல்வி மேம்பாட்டுக்குக் காரணம். என்ன இருந்தாலும் தன் மேன்மையைச் சக சரித்திர ஆசிரியர்களன்றி வேறெவருக் காவது உணர்த்த விழையாததொரு பாங்கு இருப்பதில் ஒரு தனிப்பட்ட அறிவாளியே. அவனுடைய முந்திய சரித்திரத் தால் வாழ்க்கையின் சிறுசிறு அம்சங்கள் அவனுக்குத் தெரியாதெனினும், இன்ன மாதிரியானதொரு பிரச்சினை இன்னதில் இருக்கின்றது என்றவுடன், அதற்குத் தீர்வு காணும் தெளிவு அவனிடம் உண்டு. தீர்வு சிலவேளைகளில் சுயநலம் மிக்கதாயிருப்பதும் தெரியாத சூழலில் வளர்ந்தவன். சமயம், அரசியல் இவைகளைப் பற்றிப் பத்திரிகை மதிப்பீடுகளை ஒரு நிலைவரை அவற்றின் சாதாரணத் தன்மையைச் சந்தேகிக் காமல் மனதில் சுவடேற்றிக்கொள்வதாலும், அவற்றைப் பற்றி சொந்தக் கருத்துகள் கொண்டிராததிலும் அவன் ஒரு சாதாரண மனிதனே. மனித உணர்வுகளைப் பற்றி இருந்து சிந்திப்பதற்கு அவன் வாழ்க்கையில் இதுவரைக்கும் ஒரு நெருக்கடியாவது இருந்ததில்லை. இருந்தாலும், அவன் நிச்சயமாக வேறொரு தளத்தில் வாழ்கிற சீவன்தான்.

அவன் இந்த ஊருக்கு வந்தது முதற்கொண்டு புதிது புதிதாகச் சில சம்பவங்கள் அவன் மனதில் பட்டுத் தெறித்தன. அவன் தங்கியிருக்க நேர்ந்தது ஓராசிரியருடன். தன் மனை வியை, அவள் ஊரில் முதல் பிரசவத்திற்காய்க் கொண்டு போய் விட்டுவிட்டுத் தற்காலிகமாகத் தனியாக இருக்கிற தருமலிங்கம் என்கிற அந்த ஆசிரியர், இந்த ஆராய்ச்சியாள ரைத் தன்னுடன் வைத்திருந்தால் அறிவு சேர்க்கலாம் என்கிற சுத்தமான ஆசையுடன் தன் வீட்டில் இடம் கொடுத்திருந்தார். பவ்யமான சீடனொருவன் பண்புடன் அவனுடைய எல்லா வேலைகளையும் செய்வதைப் பார்த்தவுடன் அவனுக்கு மனம் நெகிழ்ந்துபோகும். காலையில் மகாவித்தியாலயத்துக்குப் போகும்வரையிலும் எல்லா உதவிகளையும் செய்து, ஆறுமுக

வாத்தியாரிடம் அவனை அனுப்பிவிடுவார். ஆறுமுக வாத்தியார், “தம்பீ வாருங்கோ...” என்று அழைப்பு விடுத்தவுடன், கமலம் கதவு இடுக்கால் எட்டிப் பார்ப்பாள். இருவருமாய் அவர்கள் வெளியே போவதைப் பார்க்கும்போது ஒருவகையான சோகமே அவள் மனதில் படரும்.

ஒன்றரை, இரண்டு மணிக்குப் பண்டிதர் தனியே வந்து சாப்பாட்டை முடித்துக்கொண்டு பழைய சுவடிக்கட்டுகளைக் குடைந்து எடுத்துக்கொண்டு ஒரு பாயில் உட்காருவார். குணசேகரம் ஒரு ‘பைல்’ கட்டு, பென்சில் இத்தியாதி சகிதம் சரியாக இரண்டரைக்கு வந்து காற்சட்டை இறுக்கஇறுக்கப் பாயில் குந்துவான். பழைய பாட்டுகளும் விளக்கங்களுமாய்ப் பொழுது போவதும் தெரியாது. குணசேகரம் குறிப்பெடுத்துக் கொள்ளுவான். இப்படியானதொரு சூழலில் கமலத்தின் குறுக்கும்நெடுக்குமான ஓட்டங்கள் கொஞ்ச நாட்களுக்குப் பின்னரேதான் ஈர்த்தன. கண்ணாடிகளுக்கூடாகத் தலையை நிமிர்த்தி அவளைப் பார்ப்பான்.

அவனுக்கு இது மாதிரியான அனுபவங்கள் மிகக் குறைவு. அவனுடைய பல்கலைக்கழக வாழ்வில் அவனுடைய பிரகாசத்தை உணர்ந்து, மதித்து சகபாடிகள் அவனை ஒதுக்கியதில் இந்த அம்சங்களின் பற்பல கூறுகள் விளக்கமாய்த் தெரியாமல் போயிற்று. இதனால், அனுபவம் எதிர்நோக்குகிறபோது சமாளிக்கத் தெரியாமல் போய்விடுமா? அனுபவங்கள் எந்த மாதிரியாகவும் வரக்கூடும். வாத்தியார், ஊர்ப் பெரியவனொருவன் ‘மெத்த அவசரம்’ என்று கூப்பிட்டதன்பேரில், ஒரு மாலை குணசேகரத்தையும் சுவடிக்கட்டுகளையும் கமலத்தையும் தனியே விட்டு விட்டுப் போய்விட்டார். கமலம் அந்தக் கதவிடுக்கால், இந்தத் தனிமையில் அவன் என்ன செய்கிறான் என்று அவளுக்கு இப்போது இருக்கிற அழுத்தலுடன், ஒரு குறுகுறுப்புடன் அவனைப் பார்த்தாள். சுவடிக்கட்டுகளை நெருக்கிக் கண்ணருகே பிடித்துக் குறிப்பெடுப்பதுவும் எழுதுவதுமாக இருந்த அவன், இப்படியானதொரு சூழல் இருக்கிறதென்பதை அறியாதவனாக, மறந்தவனாக வாத்தியார் திரும்பி வரும்வரைக்கும் இருந்த பாங்கு கமலத்திற்குப் புதியது. நரைமயிர், வாத்தியாருக்கு மனிதரை மட்டுக்கட்டும் சக்தியைத் தந்திருக்கிறது. இதில் பிழை நடக்க இடமில்லை. வந்து, எந்தவொரு சலனமுமில்லாமல் சுவடிக்கட்டுகளுடன் திரும்பவும் சங்கமித்து விளக்கங்களைச் சொல்லிக்கொண்டுபோனபொழுதின் நடுவிலேதான், கமலத்தால் திரும்பவும் குறுக்கும்நெடுக்குமாக உலாவ முடிந்தது. வழக்கமாய் அவள், அவர்களிருவருக்குமாய்த் தருகின்ற பாலைக் கொண்டுவந்து அவனைப் பார்த்த கணத்தில், அவனும் அவளைப் பார்த்த கணத்தில் அவன் ஒரு புதிய அனுபவத்திற்குள்ளானவனானான். வாத்தியார் இந்தக் கணத்தில் சுவடிக்கட்டுடன் மிகவே ஆழ்ந்திருந்ததில் இந்த மின்னல்வீச்சுத் தெரியாமல் போய்விட்டது. ஒவ்வொரு மாலையும்போலவே, வாத்தியார் வீட்டிலிருந்து திரும்பியபின்னர் தருமலிங்க மாஸ்டருடன் ஒரு

மணிப் பேச்சில் சரித்திர நுணுக்கங்களை விளக்கியபிறகு, இரவு உணவுகொண்டபின்னர், அன்று பொதுவிஷயங்களில் இறங்க...

பள்ளிக்கூடப் பிள்ளைகளில் தொடங்கிக் கதையை வளர்த்துக்கொண்டுபோன தருமலிங்க மாஸ்டரை இடைவெட்டி, "இந்த வாத்தியாரின் மகள் இங்கே, இந்த மகாவித்தியாலயத்தில் தான் படித்தவளோ?" என்று குணசேகரம் ஒரு கேள்வியைக் கேட்டான். தருமலிங்க மாஸ்டர், பல யோசனைகளுடன் சிரித்துக்கொண்டார். "உம்... உம் இங்கைதான் படிச்சவள்." தருமலிங்க மாஸ்டர் குரலைக் குறைத்துக்கொண்டு ஒருகண யோசனைக்குப் பிறகு, சூழ்ந்த அமைதியை முறித்து, "அவள்... அவள் ஒருமாதிரி" என்றார். குணசேகரத்துக்கு எரிச்சலாகவும் இருந்தது. "ஒருமாதிரியென்றால்...?"

"இல்லை தெரியாதே? பலவிதமான கதைகளும்." மாஸ்டர் சுருங்கத் தொடங்கினார்.

"சொல்லுங்கோ..." என்று குணசேகரம் வலியுறுத்த, மாஸ்டர் தொடங்கினார்.

"இது அவளுக்கு முதல்ல ஒரு பெடியன் இருந்தவன். பிறகு..." என்று பராபரியாய்த் தான் கேள்விப்பட்டது அவ்வளவையும் கொட்டினார். மாஸ்டரின் கதையில் அவளின் கற்புத் தேய்ந்து, உருக்குலைந்து மாறியே போய்விட்டது. அவள் தன்னைப் பார்த்ததை மனதில் மீட்டுக்கொண்டான். திரும்பவும் அவள் உருவமே மனதில் எழுந்தது. மாஸ்டரின் கதை முடிந்து குணசேகரம் குறிப்புகள் எழுதப் போய்விட்டான். என்றாலும், இந்தத் தனிமனிதச் சரித்திரத்தில் உண்மை விகிதம் எவ்வளவு, இதில் பொதுப்படையாக அமைந்த விசைகளும் விளைவுகளும் எவை, மனித அளவுகோல்களின் பிரகாரம் இவள் நிலையென்ன என்பது மாதிரியான கேள்விகள் உருவகமில்லாத முறையில் அவன் மனதில் எழுந்தபடியால், அவன் இயற்கையாகவே ஒரு கல்விமான் என்பது நிரூபணமாகிவிடுகிறது என்பது அரை உண்மை. இதில், அவளுடைய ஈர்ப்புக்கும் அவளைத் தன்னோடு இசைவித்துப் பார்க்கும் ஒரு மனநிலை அவனைப் பிடித்துக் கொண்டது என்பது மற்ற அரை. அதனால், அன்று குறிப்புகள் எழுதக் கஷ்டமாக இருந்தது. அவள்மேல் பரிதாபம் எழுந்த நிலையில் அதைக் காரணப்படுத்த முயற்சித்தான். பிறகு நித்திரை வந்துவிட்டது.

இந்த விசாரணையின் தாக்கத்தில் அடுத்த நாள் அவன் கமலத்தைப் பார்க்க நேர்ந்தபோது, 'இவள் ஒருமாதிரி' என்பது மனப்பரப்பில் அலைகளாய் உருவகித்து அசையத் தொடங்கியது. இந்த வன்னி அரசர்களும் கோயிலும் குளமும் ஆறுமுக வாத்தியாரின் சுவடிகளும் தேய, ஓங்கி இவள் நினைவு அவனுள் எழுந்து தகித்தது. கமலம் வழக்கம்போலப் பால் கொண்டு வந்தபோது அவன் அவளைப் பார்ப்பதை வாத்தியார் கண்டார். ஒரு தப்பிதச் சூழல் கவிந்துபோனதை அவர் உணர்ந்து சிலிர்த்துக் கெண்டார். அவருக்கும் சுயநினைவோட்டங்கள் இடறிப்போய் விட்டன. "இந்தச் சிறுபிள்ளை, கதிர்காமத்தம்பி சொன்னது

போல... இவன் இந்தப் பெடியன் இந்த மாதிரிச் சிக்கல்களில் இறங்காதவனென்றாலும்... இவன் நிலையென்ன? அந்தஸ்து என்ன?" என்று லயமில்லாமல் அவர் மனதில் கூச்சல். "முருகா" என்றார் பெலத்து.

குணசேகரம் விழித்துக்கொண்டான்.

கமலத்திற்கு இப்போ சூழல்களின் படங்கள் மன ஆழத்திற் குப் போவதில்லை. இதனால்தான் கணேசனென்ன, பரமேசுவர னென்ன... ஏன் இந்த அறிவாளி குணசேகரமென்ன... எல்லோ ருடைய இயக்கங்களும் மனமேற்பரப்பில் பட்டுத்தெறித்துப் போய்விட உயிரியல் விதிகளே அவளைக் கட்டி, இழுத்து இயக்குகின்றன. இவன் - இந்த அறிவாளி - தன்னைப் பார்ப் பதைவிட, இது முழுவதும் தன் ஐயாவிற்குத் தெரிகிறது என்பதை அவள் உணர்ந்துகொண்டு வேகமாய்ப் போய்விட்டாள் உள்ளே. பிறகு பாட்டுகளும் விளக்கங்களும் மந்தகதியில்... குவாட்டர்சுக் குப் போகிற வழியில் ஏதோ நினைவாகக் 'கமலம்' என்று சொல்லிக்கொண்டான். போய்த் தருமலிங்க மாஸ்டருடன் சம்பாஷிக்கத் தொடங்கியதில் நேரம் கழிந்தது. மாஸ்டர் முதலில் சாதாரண சரித்திரக் கேள்விகளைக் கேட்டுப் பதில்களைப் பெற்றுக்கொண்டபின்னர் தன் நெடுநாள் யோசனையான "சரித்திரம் படிப்பிக்கிறதால என்ன நன்மை?" என்பதை ஓர் எதிர்ப் பதிலை எதிர்பார்த்துக் கேட்டார். குணசேகரம் மோவா யைத் தடவிக்கொண்டான். தன் பிராந்தியத்தைச் சாராத கேள்வி மாதிரியாக்வுமிருந்தது. ஒரு விரிவுரைப் பாவனையுடன் தொடங்கினான்.

"சரித்திரம் என்பது எந்த அமைப்பாய் இருந்தால் என்ன, தனிமனிதனைச் சார்ந்தே இருந்துவந்திருக்குது. ஆளுறதும் தனிமனிதன்தான். ஆளப்படுகிறதும் தனிமனிதன்தான். ஆளு கிற தனிமனிதன், தன் தனித்துவத்தைப் பாசாங்கு செய்யக் கூடிய - அதாவது, நாங்களெல்லோரும் சேர்ந்தே அலுவல்களைச் செய்யுறோம் எண்டு நாடகமாடக்கூடிய அமைப்பை ஜன நாயகம் எண்டு சொல்லுவம். அதேநேரத்தில் ஜனநாயகத்தில் ஆளப்படுகிறவனும் இந்தப் பாசாங்கை நம்பக்கூடிய நிலை யிலும், தன்ர தனித்துவத்தை மறந்த நிலையிலும் இருப்பான். இந்த மாதிரியான பாசாங்குகள் இல்லாத அமைப்புகளை ஜனநாயகமற்ற அமைப்புகள் எண்டு சொல்லுவம். உப்பிடிப் பார்த்தால், சரித்திரம் எப்பிடி, எந்த மாதிரியான சூழலில் சில தனிமனிசர்களும், தங்கட தனித்துவத்தை ஏதோ ஒருவகை யில் இழந்துபோன மனிதக்கூட்டங்களும் இயங்கியிருக்கிறார் கள் என்பதை நேரத் தொடர்ச்சியோட விளக்குகிற விஞ்ஞா னம் எண்டலாம். இதில் சில பொதுப்பாடுகள் இருக்குமெண் டால், அதுகளைக்கொண்டு எங்கட எதிர்காலத்தைத் தீர் மானிக்கலாம். இல்லியே? 'சூழல்' எண்டு சொல்லிறமே, அது வந்து ஒரு தொய்வான பெளதிக உயிரியல் கூட்டுநிலை. மனிசனை அது மாத்தும். மனிசனும் அதை மாத்துவான். இந்த இயக்கத்தின்ர தர்க்கங்கள் என்ன மாதிரிப் பேணப்பட்டு வந்திருக்குது எண்டு அறிஞ்சால் எங்கட எதிர்கால நிலைகளில் இதுகளைப்

பிரயோகிக்கலாம். இல்லியே...? ஏன்? நான் ஆராய எடுத்திருக்கிற இந்த வன்னி அரசர்களின்ர சரித்திரம் இருக்குதே, இதில இந்த அரசன் வெள்ளையர்களோட என்ன மாதிரிப் போராடு கிறான், எப்பிடிச் சிலவேளைகளில் அவர்களோட ஒத்துப் போகிறான், உதவுகிறான் எண்டு விபரிக்கிறபோது, என்னென்ன மனநிலைகள் எந்த எந்தச் சூழலல்ல மேவுது எண்டதைக் காணலாம்..." தருமலிங்க மாஸ்டர் எதையோ எதிர்பார்த்து இந்தச் சிக்கலில் விழுந்துபோனார். "...எண்டால் சரிபிழை இதுகளை எந்த மாதிரிக் கண்டுபிடிப்பியள்?" "சரிபிழையெல்லாம் மனித மனவெளியில் மேவுகிற நிலைகளான படியினால், அவை ஒரு வசதியைப் பற்றியேதான் இருக்கும். வசதி தனக்காகவு மிருக்கலாம். இல்லாட்டித் தன்னோட சேர்ந்தவர்களுக்காயும் இருக்கலாம். அதுகள் நீங்கள் நினைக்கிற மாதிரி சொர்க்கத் திலிருந்து எறியப்பட்ட விதிகளல்ல."

"சரிபிழை உதுகளில்லையெண்டால் உங்கட சரித்திர ஆய்வுகளினால் என்ன பிரயோசனம்?" மாஸ்டர் திரும்பவும் ஆரம்பப்புள்ளிக்கு வந்துசேர்ந்தார். "அதுதான் சொல்லுறனே. இது ஒரு விபரிப்பு விஞ்ஞானம் எண்டு. சரி - பிழை இவைய ளெல்லாம் மனநிலைகளானபடியால் வெவ்வேறு சூழல்களில் இவை எவ்வாறு மேவுகின்றன என்பதைச் சரித்திரம் காட் டும்." - தீர்க்கமாய்ச் சொன்னான் குணசேகரம். தருமலிங்க மாஸ்டருக்கு மனம் திருப்திப்படவில்லை. "நீங்கள் சொல்லுற மாதிரியில கண்ணகி - கோவலன் எண்டு மனுசி - மனிசன் இருந்தினம். கோவலன் மாதவியெண்டவளிட்டை போய்த் தன்ர பணமெல்லாத்தையும் குடுத்துப்போட்டுத் திரும்பிவர, அவன்ர நினைவாய்க் கற்போட இருந்த, இந்தக் கண்ணகி தன்ர காற்சிலம்பைக் குடுத்து, "வாருங்கோ இதை வைச்சுப் பிழைப்பம்" எண்டு மதுரைக்குப் போக, பாண்டியன் அவ னைக் கள்ளன் எண்டு பிடிச்சுக்கொண்டு போய்விட்டான். கடைசியாய்க் கண்ணகி ஆத்திரத்தில் பாண்டியனிட்ட விளக் கம் கேட்டுத் தன்ர கற்புத்தீயால மதுரையை எரிச்சாள் அவ்வளவுதான் - எண்டு முடிக்கிறதுதான் சரித்திரமெண்டால், அதில என்ன இருக்கமுடியும்?" மாஸ்டருக்கு ஆவேசமும் வேறு வந்துவிட்டது. குணசேகரத்துக்கு மாஸ்டருடைய பிரச்சினை இப்போ விளங்குவதுபோல இருந்தது. "நீங்கள் கேட்கிறதில ஒரு போக்கில் நியாயமிருக்குதுதான். சரித்திர ஆசிரியர்களே பொதுவாகச் 'சரி', 'பிழை' எண்டவை வசதிகளைச் சுற்றி எழுப்பப்பட்டவை எண்டு எனக்குத் தெரிஞ்சாலும், என்ர ஆய்வில் ஓரளவு பொதுவாக ஏற்றுக்கொள்ளப்படுகிற 'சரி', 'பிழை' கோட்பாடுகள் புகுந்துவிடும். இதுகளைக் களைய வேண்டும். எனக்குத் தெரியிறபடியால் அதுகளைச் சொன்னேன். நீங்கள் சொல்லுகிற மாதிரி வெறுமே விபரித்துப்போட்டு இதில என்ன இருக்குது எண்டு கேட்டால் 'சரி', 'பிழை' எண்ட இந்த மனிதக் கோட்பாடுகளுக்கு அப்பால் ஏதாவது பொது இயக்கம் இருக்குதா எண்டு பாக்கவேண்டிய கட்டாயம் இருக்குது எண்டுதான் சொல்லுவேன்" என்று நிறுத்தினான். மாஸ்டருக்கு இன்னும் கேள்விகள் மனத்தில் உதித்தாலும்,

"சரி, சாப்பிடப் போவோம்" என்று எழுந்தார். திரும்பவும் குணசேகரத்திற்குக் கமலத்தின் யோசனை வந்துவிட்டது.

"இந்தக் கமலத்தின்ர கதையையே எடுங்கள். அவளுக்குப் பல பெடியன்கள் இருந்தவங்களா, அவர்களுடைய தாக்கம் என்ன? எண்டு பொதுவாக உங்கட 'சரி', 'பிழை' நியாயங்களை விட்டுட்டுப் பாருங்கள், பாப்பம்" என்றான். மாஸ்டருக்கு இந்த நியாயங்கள் பிடிக்கவேயில்லை. "அப்படியென்றால் எல்லார் செய்யிறதும் சரிதானே?"

"சரியெண்டு நான் சொல்ல வரேல்லையே."

"அப்ப பிழையெண்டு சொல்லுறியளோ?"

"சரியும் பிழையும் ஒண்டுக்கொண்டு எதிரானவையெண்டு வடிவாய்த் தெரியுமா?"

"உப்பிடிப் பாத்தால் உலகில ஒண்டுமில்லை." மாஸ்டர் தீர்க்கமாகச் சொன்னார்.

"அப்படியில்லை. உணர்ந்து அறிவுபூர்வமாய், உள்ள உலக அறிவிலிருந்து எழுப்பப்படுகிற கோட்பாடுகள் சத்தியமானவை. முதலில் இந்த சுயபார்வைக் கோணல்களை நிமித்திக்கொள்ள வேணும். அதுக்கு அப்பால ஏதாவது தெரிகிறதா எண்டு பார்ப்பம்."

மாஸ்டருக்கு யோசனை வந்துவிட்டது. பிறகு படுக்கப் போய்விட்டார்கள். குணசேகரம் பேராசிரியரிடம் எழுதி நீடிப்பு எடுத்துக்கொள்ள வேண்டும் என்று யோசித்துக் கொண்டான். பிறகு கமலம் . . .

ஒரு சந்தர்ப்பம் அவனுக்குக் கைகூடியது; ஏட்டுச்சுவடி களில் ஒரு கால்மனம், வாத்தியாரின் பாட்டில் இன்னொரு கால்மனம், மீதி அரைமனம் முழுமுற்றாய் அவள் நினைவாய் வருந்தத் தொடங்கிப் பழக்கப்பட்டுப்போன நிலையில், அவளோடு ஓரளவு சம்பாஷிக்கத் தொடங்கிய நிலையில் ஒரு சரித்திரத் தொடர்ச்சியோடுதான்... ஏட்டுச்சுவடி விளக்கத்தின் நடுவில் யாரோ கூப்பிட வாத்தியார் போய்விட்டார். வாத்தியார் போன வீச்சில் அரைமனம் முழுமனமாய்ப் போயிற்று. எழுந்துகொண்டான். அடுக்களைப் பக்கமாகப் போய்க் 'கமலம்' என்றதில், கமலம் திகைப்பையும் புறக்கணித்தபடி பரபரப்புடன் நின்றது அவனுக்குத் தெரியவில்லை. "தண்ணி கொஞ்சம் தாறீங்களா?" என்று அவன் கேட்க, அவளுக்குச் சிரிப்புவேறு வரத்தொடங்கியது. அவள் கொண்டுவர, அவள் கையைப் பிடித்துக்கொண்டான். தண்ணீரை வாங்கி மற்றக் கையால் ஒரு தொலைவில் வைத்துவிட்டு அவளை அணைத்துக்கொண் டான். ஒரு மின்னல் பொழுதில் அவள் இதை எதிர்பார்த் திருந்தாள். தன்னை விலக்கிக்கொள்ள முயற்சிப்பவள்போல் செய்த பாவனை, அவன் தொடங்கிய முத்தமாரியில் ஓடியே போய்விட்டது. கொஞ்ச நேரந்தான். "ஐயா வந்திடுவார்" என்று முனகியதற்கும் அவன் அவளைத் தன் பிடியிலிருந்து விடுவித்த தற்கும் இந்த தாமதக் கணம் சுவையாகவே இருந்தது.

"தண்ணியைக் குடியுங்கோ" என்று அவள் சொல்லிக் கொடுக்க, அவன் "மடக்குமடக்"கென்று குடித்த வேகம் அவளுக்குச் சிரிப்பைத் தந்தது. "இன்னும் தரட்டா?" என்று தாமதித்து அவனை ஊடுருவிப் பார்த்ததில் திரும்பவும் ஒரு முறை இந்தக் காட்சி நடந்தேறியது. இந்தமுறை ஒழுங்கை யில் யாரோ வரும் மாதிரியாய்க் கேட்ட சத்தம் இதை நிற்பாட்டிவிட்டது. ஒரு பூனைபோல வேகமாய் நடந்து பாயில் வந்து உட்கார்ந்து கொண்டான். அது ஒருத்தருமில்லை.

"இது என்ன படிக்கிறீங்கள்?" என்று கேட்டாள்.

"உம்மைப் பற்றித்தான் ..." என்று தொடங்கினான் அவன். வழக்கமாய் இந்த மாதிரியான இடக்கான மறுமொழிகள் விரிவுரைகளுக்கு நடுவில்கூட சொல்வதில்லை.

"சொன்னால் விளங்காதா?" என்று அவள் திரும்பிக் கேட்டது அவனுக்குப் பரிதாபமாக இருந்தது. அறிவு என்று சொல்கிற பலமில்லாத பலம் தன்னை மற்றவரிலிருந்து உயர்த்த முடியாது என்பதாக உணர்ந்தவனானபடியால், இப்படி இடக்கான மறுமொழியைச் சொன்னதற்காய் வருந்திக் கொண்டான். பிறகு சொன்னான். அவள் ஆறுதலாய்க் கேட்டுக் கொண்டாள்.

இந்த அத்தியாயம் - அவன் வாழ்வில் மெத்தவும் புதிது - இப்படியாய்த் தொடங்கிவிட்டது. பிறகு, வாத்தியார் வந்து சுவடிக்கட்டுகளுடன் ஒன்றித்துத் தன் விளக்கங்களைக் கூற, என்றுமில்லாத திருநாளாய் அவன் அவற்றைக் கவனிக்காமல் இருந்ததை அவர் கவனிக்கவில்லை.

அன்று பின்னேரம் தன் அறைக்குப் போயிருந்து தன் தங்கியிருத்தலுக்கான நீடிப்பிற்குப் பேராசிரியருக்குக் கடிதம் எழுதி முடித்துவிட்டு, அதை அன்றே போட்டுவிடுவோம் என்று யோசித்துப் புறப்படும்போது, ஒரு பொடியன் கையில் 'ரின்'கள் - பால்மா ரின்கள் - சகிதம் "தருமலிங்க மாஸ்டர் நிற்கிறாரோ?" என்று விசாரித்துக்கொண்டு வந்து நின்றான். "இல்லை. எங்கேயோ போயிட்டார். கொஞ்ச நேரத்தில் வருவார் எண்டு நினைக்கிறன். என்ன வேணும்?" "இதுகளை அவரிட்டக் குடுக்கிறியளா? பரமேசுவரன் தந்ததெண்டு சொல்லுங்கோ." பால் ரின்களைக் கொடுத்தான்.

"ஓ... இவன்தான் அந்தப் பரமேசுவரனோ?" என்று குணசேகரம் நினைத்துக் கொண்டான் கொஞ்சத் தூரம் இதற் கிடையில் திரும்பிப் போய்விட்ட பரமேசுவரனை, "தம்பி" என்று அழைத்தான். பரமேசுவரன் திரும்பினான். அப்போதும் குணசேகரம் யோசனைகளிலிருந்து முற்றாக விடுபடவில்லை. பரமேசுவரன், "என்ன?" என்று கேட்டபோதுதான், நினை வோட்டங்களிலிருந்து விடுபட்டு, 'இவனை என்ன கேட்பது?' என்கிற யோசனையுடன், ஒரு தயக்கத்துடன் இழுத்தான். "ஆறுதலாய் ஒருநாள் வாறீரா? கொஞ்சம் கதைப்பம்."

கமலம்

“அதுக்கென்ன வாறன்.” இதைச் சொல்லுகையில் பரமேசுவரன் மனம் கணக்குகளைப் போடத் தொடங்கிவிட்டது.

அவனுக்கு இது ஒருவகை அவல்! “ஓஹோ!” என்று தான் வந்த் சைக்கிளை அசுர மிதிமிதித்துக்கொண்டு போய் அந்த மாலை வேளையில் ஊரின் வாசிகசாலை அருகே வழக்கம்போலக் கூடியிருந்த அவன் சபையில் நடுவே புகுந்து தொடங்கினான்.

“ஆராய்ச்சியா அங்கே நடக்குது . . .? இளந்தாரிப் பெடியன் . . . ஏதோ படிப்பு எண்டு சொல்லி. . .”

குணசேகரம் அன்றைய அந்த நிகழ்ச்சிக்குப் பிறகு அவளோடு தனித்துப் பேசுவதற்காய் எடுத்துக்கொள்ளும் முயற்சிகளைக் கூட்டிக்கொண்டே வந்தான். வாத்தியாரோ முன்னைக் கெப்போதும் கவனமாக இருந்தார். கமலம் அடுக்களையில் கதவிடுக்கால் அவனைப் பார்த்துக் கொள்வாள். இந்த வெறியின் ஆதிக்கம் கூடிக்கூடி... ‘ஒரு கடிதம் எழுதிப் பார்ப்போமா?’ என்கிற சிந்தனையில் ஒன்றை எழுதியும் ஆயத்தமாய் வைத்துக் கொண்டான். பல நாட்களுக்குப் பிறகும் ஒரு சந்தர்ப்பம் கூடவில்லை. அப்போதே தன் செய்கைகளின் நியாயங்களைப் பற்றியதான சிந்தனையில் ஈடுபட்டுக் கொண்டான். “இவளை நான் விரும்பலாம். அவள்...? அவள் ஒருமாதிரியென்பதை உபயோகிக்கிறேனோ? இல்லை. முடியாது. அல்லது அது மனதில் அடைந்துபோக அதைக்கொண்டு அவளை விரும்பியபின்னர் சுய உணர்வடைந்து தருக்கிக்கிறேனோ? அவள் கமலம்... இந்தப் பரமேசுவரனைச் சந்தித்துப் பார்ப்பம். இந்தக் கதைகளுக்கு ஏதேன் ஆதாரம் இருக்குதா எண்டு பார்ப்பம்.”

பரமேசுவரன் வந்துசேர்ந்தான் ஒருநாள் மாலை. அவன் வந்தபோது தருமலிங்க மாஸ்டரும் இருந்தார். இந்தச் சந்திப்பில் ஏதோ ஒருவகை அந்தரங்கம் இருக்கிறதென்பதை உணர்ந்து கொண்டு, அதில் தானும் கலந்துகொள்வது உசிதமல்ல என்று தோன்றியதாலும், பால்மா ரின்னுக்குத் திரும்பவும் வேட்டை தொடங்க வேண்டியிருந்ததாலும் எழுந்து போய்விட்டார். ‘ஏதென் விவரம் தெரியவேணுமெண்டால், அதுகளை நான் விசாரிச்சுச் சொல்லுவனே’ என்ற நினைப்புடன் பரமேசுவரன் வெகு அழுத்தலுடன் வந்து நின்றான். ‘உவரென்ன கேக்கப் போறார் பாப்பம்’ என்ற நினைவின் அவசரம் கூடியது. குணசேகரம் இவனை எப்படி, என்ன மாதிரிக் கேட்கலாம் என்ற யோசனையுடன், “தம்பி வாரும்... இதில இரும். இந்தா வாறன்” என்று கதிரையில் அவனை இருத்தினான். உள்ளே போய்த் திறந்திருந்த குறிப்புகளை மூடி வைத்துவிட்டு வந்து சேர்ந்தான். முன்பின் அறியாதவன் ஒருவனுடன் அந்தரங்கமாகப் பேச வேண்டிய நிர்ப்பந்தத்தை மனதில் அசைபோட்டுப் பார்த்திருந்தாலும் மெய்யாகவே பேச வேண்டிய சூழல் வந்தபோது, அது எவ்வளவு கடினமான காரியம் என்று புரிந்துபோயிற்று. உயிரற்ற செப்பேடுகளையும் ஏட்டுச்சுவடிகளையும் கொண்டு ஆய்வதென்பது சுலபமான காரியமாகப் பட்டது.

'இது ஏன்...? இதிலென்ன கேட்போம்?'

"தம்பி... இந்த ஸ்கூலிலதானோ படிச்சது?"

"ஓம்... ஓம், எங்கட படிப்புகள் தெரியாதே? இந்த மாஸ்டர்மாரை ஆக்கினைப்படுத்துறதுதான் எங்கட படிப்பு." பரமேசுவரன் தன்னை இவர் அழைத்ததன் பெருமையை நினைத்து உற்சாகப்பட்டுக் கொண்டான். கதையைச் சுற்றி வளைப்பதற்கான நிர்ப்பந்தத்தையிட்டு குணசேகரம் வருந்திக் கொண்டான். பல பொதுக் கேள்விகள் வித்தியாலயம் சம்பந்த மாகக் கேட்டுக்கேட்டு...

"இந்த ஆறுமுக வாத்தியாருடைய மகளும் உம்மோட தானோ படிச்சவள்?"

குணசேகரம் அமைதியாகக் கேட்டான்.

"ஓம்... ஓம், என்னத்துக்காகக் கேக்கிறியள்?" 'மடங்கினார்' என்று யோசித்துக்கொண்டு பரமேசுவரன் ஒரு முறுவலுடன் கேட்டான். தான் இந்த விவகாரங்களைப் பார்க்கிற ரீதியில் இவர் இதைப் பார்க்க மாட்டார் - பார்க்க முடியாது -என்கிற நம்பிக்கை பரமேசுவுக்கு இருந்தது. 'உவளவையை நம்புற மடையன்களில்' குணசேகரமும் ஒருத்தன் என்று பட்டது.

"தம்பி, இவளுக்கு ஆரென் பொடியன்கள் இருந்தவங் களோ?"

பரமேசுவரனுக்கு இந்தத் 'தம்பி' பிடிக்கவில்லை. 'தன் கேள்வியை உதாசீனப்படுத்திவிட்டு, இது என்ன வேறு கேள்வி' என்கிற யோசனை ஓடினாலும் கேள்வியின் உருவகம் பிடித்திருந்தது.

'ஒருத்தனுமில்லையெண்டு விடுவமோ...? இல்லை, இவ ரென்ன சொல்லுறார் பார்ப்பம். உவருக்கேன் உந்த அலுவல் கள்?' என்கிற மாதிரியான யோசனைகள் மனதின் பரப்பில் ஓடி ஒளிந்தன.

"இருந்தவன்கள்" என்று நிற்பாட்டினான்.

குணசேகரத்துக்கு எரிந்தது. ஒரு கணம் கமலத்தைச் சபித்துக் கொண்டான்.

"சொல்லும் தம்பி." அவசரப்படுத்தினான். பரமேசுக்கு இது ஒருக்காலும் அவசரமில்லை.

"என்னத்துக்காகக் கேக்கிறியள்?" திரும்பவும் கேட்டான். குணசேகரத்திற்குக் கோபம் வரும்போல இருந்தது. 'இந்தப் பொடியன்...' என்று கறுவிக்கொண்டே, என்ன சொல்லலாம் என்பதுபற்றித் தான் ஏற்கெனவே தீர்மானித்துவைத்திருந்த தைச் சொன்னான்.

"தம்பி... மாஸ்டருக்கு யாரோ இதுகளைக் காதில் போட் டிட்டினம்போல கிடக்கு. அந்தாள் மெத்தக் கவலைப்படுகிது. நம்மாலான உதவியைச் செய்வம் எண்டுதான்..."

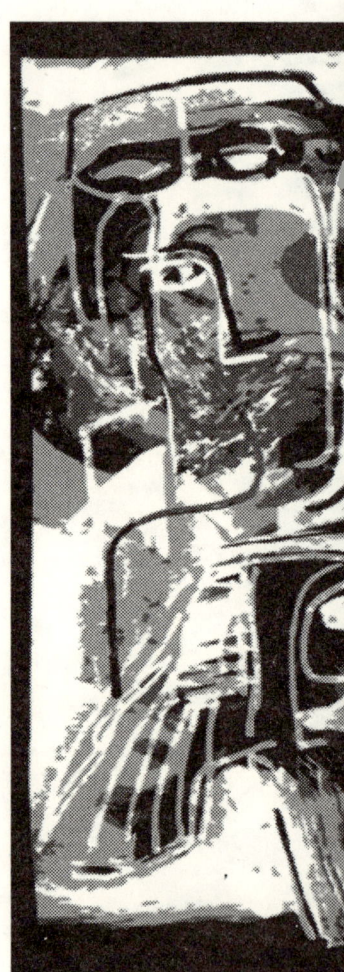

பரமேசுவரன் சிரித்தான். "நீங்கள் அல்லது நான் என்ன செய்ய முடியும்? அதுவும் என்னைத்தானோ கேக்க வேணும்?"

குணசேகரத்துக்கு இப்போ திருப்தி ஏற்பட்டது. "உம்மை யும் சேத்தல்லோ கதைக்கினம்?"

பரமேசுவுக்கு இவைகள் இக்கட்டுக்கள் அல்ல. "அந்தப் பெட்டை ஒருமாதிரி..." என்று ஒறுத்துச் சொன்னான்.

"ஒருமாதிரியெண்டால்...?" குணசேகரம் ஒரு தீர்க்கமான மறுமொழியை எதிர்பார்த்தான்.

'உவற்றை நோக்கமென்ன...? தானும் தட்டிப்போட்டு, என்னை மாட்டிற யோசனையோ? ... உவரைப் போல எத்தனை பேரைப் பாத்துப்போட்டன். உவராள் யார்?' என்ற யோசனையில் ஆழ்ந்து, கொஞ்ச நேரம் அமைதியாய் இருந்தான். குணசேகரத் துக்கு இந்த யோசனை ஓட்டங்கள் விளங்காமலில்லை. இவன் இப்படித் தன்னைத் 'தவறாய்'க் கேவலமாய் விளங்கிக்கொள்வது பற்றி எரிச்சலாகவுமிருந்தது. பரமேசுவரன் நெடுநேரம் அமைதி யைத் தொடரவில்லை.

"ஒருமாதிரியெண்டு என்ன... கணேசன் எண்ட பெடிய னோட தொடர்பாயிருந்தவள். அவன் மேற்படிப்புக்குப் போன பிறகு என்னோட... பிறகு நான் அவளை விட்டிட்டன்..." திருப்தியுடன் சொன்னான். ஒருவித பெருமையும் அவன் குரலில் தொனித்தது. குணசேகரத்திற்கு இப்போ சஞ்சிகைகளில் வரும் ஆராய்ச்சிக் கட்டுரைகளை மதிப்பிடும் பாங்கு ஒன்றிப் போய்விட்டது.

"ஏன் எண்டு நான் அறியலாமோ?"

"அதில்லை. அவளை நம்ப ஏலாது. அவளுக்குப் பெடியள் கன பேர்..." இதைத்தான் குணசேகரமும் விளங்குவதென்றிருக்க, பரமேசுவரன் இதைத் தொட்டுக்கொண்டு ஓடுவது திருப் தியைத் தரவில்லை.

"கன பேர் எண்டு... இந்த ஊரிற் பெடியள்தானோ...?"

"ஓம்..." விபரிப்பதற்கு இக்கணத்தில் பரமேசுவுக்குக் கொஞ்சம் கஷ்டமாக இருந்தது. மேலும் கேட்கலாமா இல்லையா என்பது பற்றித் தீர்மானிக்கக் கஷ்டமாக இருந்தது. 'இவளைப் பற்றிய நம்பிக்கை எவ்வளவு' என்று யோசித்துக் கொண்டான். "பெடியளின்ர பேர்..." குணசேகரம் நிதானமாகவே கேட்டான். ஒரு சொற்ப நேரம் இந்தக் கேள்விகளின் தாக்கத்தால் அதிர்ந்து போயிருந்த பரமேசுவரன், இதைச் சமாளிக்க உற்சாகத்துடன் பதில் சொன்னான்.

"அது, இவன்... சுப்பிரமணியம், வேலுப்பிள்ளையற்ரை மகன் நாகராசா... உப்பிடிக் கன பேர்..."

"இவங்கள் எல்லாரும் ஏதென் கடுதாசி அதுஇது எழுதறது மட்டுந்தானோ? இல்லை அதுக்கும் மேலால. . ." குணசேகரம் நிற்பாட்டினான்.

பரமேசுவுக்கு உற்சாகம் கூடிவிட்டது. “எல்லாந்தான்...” என்றான். இதை விபரிப்பதைவிட இப்படியே விடுவது நல்லது என்கிற யோசனையுடன், குணசேகரத்துக்கு பரமேசுவரனின் கதைகளில் வலு எதுவுமில்லை என்று பட்டது. கமலத்தின் ஈர்ப்பின் சக்தியால் இந்தக் கணக்கு இப்படியிருக்கிறதோ என்று தீர்மானிக்க இயலாத நிலையினாலும், இந்த நிலை முன்னெப் போதும் அவனுக்கிருந்ததில்லையாதலாலும், அவன் மெத்த அவசரப்பட்டுக் கொண்டான். பரமேசுவரனை மேலும் கேட்டுப் பார்ப்பது பிரயோசனமில்லாதது என்பதை அறுதியிட்டுக் கொண்டு, அவனை ஒருவாறாக அனுப்பிவைத்தான்.

பரமேசு உடனே போய்த் தன் சபை நடுவிலே...

குணசேகரம் யோசனையில் ஆழ்ந்தான். ‘இவள் எப்படி யிருந்தால் என்ன?’ என்ற எண்ணத்தையும் விட மனமில்லாத வனாய், அவனுக்குரிய தீர்க்கமான சுபாவத்தை அடியோடு வெட்டியெறிய முயலுகிற இந்தப் பிரச்சினை வேறுவேறு கிளைகளாய்த் தன் சுயம்புவைத் தாக்குவதை உணர்ந்துகொண் டான். ‘இவளைத்தான் மனைவியாக்கிக் கொள்ள வேண்டும்’ என்ற ஒரு முடிவு புலப்பட்டது. அவளைக் கேட்போம் என்று தீர்மானித்தவன், அதைச் செயற்படுத்தத் தெண்டித்தான்.

கூடிவந்த வேளையில் ஒருநாள் தனியே கமலத்தைக் கேட்டான். கேட்டவுடன் கமலம் கண்கள் சிவந்து, பதைத்து அடுக்களையுள்ளே போய்விட்டது அவனுக்கு ஒருமாதிரியாக இருந்தது. கணேசன் இன்னமும் அவள் மன வானில் ஒரு துருவ நட்சத்திரம். ‘தன்னை எரித்துப்போட்டு எங்கோ தனக்குச் சொல்லாமல் போய்விட்டவன் ...’ அவளின் இந்தச் செய்கை பாதிப்பை ஏற்படுத்தக்கூடிய நிலையற்றுப் போனவன் மேலும் தன் முயற்சிகளைத் தொடர்ந்தான். ‘எங்கே பிழை ஏற்பட்டிருக்க முடியும்?’ என்பதைத் தன் புலன்களின் ஆட்சி வீச்சில் முற்றாய்த் தான் வீழ்ந்துபோனதை மெல்லியதாய் உணர்ந்துதான் கேட்டுக் கொண்டான்.

‘இவள் எவளாக இருந்தால் என்ன? என் மனைவியாய் வர முடியாதோ?’ என்கிற ஓலம் மேலிட அவளைத் திரும்ப வும் கேட்டான்.

அவள் தன் அழுகையை ஒரு நிலையில் நிற்பாட்டிக் கொண்டாள். இந்தக் கேள்வியின் உருவகம் அவள் மனதில் தேங்கியிருந்தாலும் மறுமொழியின் உருவகம் எழவில்லை. “ஐயாவைத்தான் கேளுங்கள்” என்றாள்.

“அவரைக் கேட்கிறது எனக்குக் கஷ்டமில்லை. உனக்கு விருப்பமெண்டால் மட்டுந்தான் கேட்பேன்.”

இதற்கு மறுமொழி அவளிடம் இல்லை. இதை உணர அவனுக்கு நேரம் சென்றது. “யோசிச்சுச் சொல்லுமன்” என்று போகத் தீர்மானித்தான்; மனதின் நிறையைச் சுமந்தவனாய்.

'நான் இவளை விரும்புவது சத்தியம். மற்ற நிலவரங்கள் பற்றி என்னால் கவனிக்க முடியாது அல்லது என்னால் முடிய வில்லை. முடியவில்லையென்றால் முடியாதுதான். இவள் என்றால்...? இவள் என்றால்... இவள் முழுவதும்... இவளின் பழைய சரித்திரத்தோடு...' என்று யோசித்துக் கொண்டான். சடுதியாய் அவளில் மிகவும் ஆத்திரப்பட்டான். ஒரு கட்டத்தில், "இவள் ஒரு வேசை" என்று முனகிக்கொண்டான். இப்படி நினைத்ததற்காய் வருந்தியும் கொண்டான்.

இவன் போனதற்குப் பிறகுதான் கமலத்திற்கு மனம் சற்றே இவைகளைப் பற்றிச் சிந்திப்பதற்கான மனோநிலை ஏற்பட்டது. தன்னுடைய கதையின் ஏடுகளைப் புரட்டுவது இதுவரையும் அவளுக்குத் தெரிந்ததில்லை. இருந்தாற்போல் தன் சரித்திரத்தையும் தன்னையும் மண்ணுக்குள்ளே குழி தோண்டிப் புதைத்து விட வேண்டும் என்றாற்போல் ஓர் உணர்வு அவளுக்குள்ளே எழுந்தது. எல்லாவற்றிற்கும் மேலாக மிதிக்கின்ற கணேசனைச் சபித்தாள். முதன்முறையாகக் கணேசன்மீது கோபம் கொண்டாள். இந்த குணசேகரத்தின் அந்தஸ்து நிலைகளால் அவள் மனம் நெகிழ்ந்திருக்க முடியாததன் நியாயம் அவள் மனம் சுதந்திரமாக இருக்கவில்லை என்பதுதான். கணேசன்மீது எழுந்த காழ்ப்பின் தாக்கத்தால் இப்படியொரு கொழுகொம்பைப் படர்வதற்கு ஒப்புகிற மனோநிலையில் தன் சரித்திரத்தின் பழைய ஏடுகள் அவனுக்குத் தெரிய வரப்போவதுபற்றி அஞ்சினாள்.

வருந்திக்கொள்ள ஆரம்பித்தவள் ஒரு புதிய கமலம்.

குணசேகரம் பல்வேறாகவும் யோசிக்க ஆரம்பித்து, அவளின் பல்வேறு நிலைகளைத் தன் நிலைகளுடன் ஒவ்வாதன என்று கருதக்கூடியவற்றைத் தெரிந்தெடுத்து, அவற்றை நிராகரித்துத் தன்னைத் தானே சமாதானப்படுத்திக் கொண்டான். குணசேகரம் அவன் கடமைகள் முடிந்து போக வேண்டிய நாள் வந்ததும் தருமலிங்கம் மாஸ்டரைக் கொண்டுவித்து, வாத்தியாரை இதைப் பற்றிக் கேட்பித்தான்.

"அதுக்கான வழிமுறைகளுடனல்லோ கேட்க வேணும்?" என்று தொடங்கி, "பெரியவர்கள் வரவேண்டும்" என்று வாத்தியார் முடித்தார். அவருக்கு இது சந்தோஷமே. திருமணப் படலப் பாட்டுகள் அவர் மனத்துள் சுழன்று ஆடின.

குணசேகரம் கமலத்தைக் கைப்பிடிக்க மெத்தக் கடினமாகவே போய்விட்டது. லட்சோபலட்சங்கள் சீதனம் அவன் பெற்றோரின் கனவில்லாதுபோனாலும் 'ஒரு நல்ல பகுதி' என்ற வரைவிலக்கணத்துள் வாத்தியார் விழாதுபோனதற்கு அவரை எப்படிப் பாத்திரவாளியாக்க முடியும்? ஒருவழியாய் ஒப்பேறிப்போய் அவர்கள் பல்கலைக்கழகத்திற்குப் போய்ச் சேர்ந்தார்கள்.

II

சேர்ந்தபின்னரே ஆதிக் கதாநாயகன் தன் தவத்தை வெற்றிகரமாய் முடித்துக்கொண்டு பற்பல கற்பனைகளுடன்

கமலம்

வந்துசேர்ந்தான். அவன் சிநேகிதர்கள் ஒருவிதமாய்த் தன்னை நோக்குவது புலப்பட்டது. கமலத்தின் சரித்திரத்தின் பகுதிகள் பலவேளைகளிலும் தப்பிதமாகவே அவன் காதுகட்கு இவர்க ளால் எட்டத்தொடங்கின. இது அவனுக்கு அதிர்ச்சி. பரமேசு இந்தக் கணத்தில், 'கமலத்தின்ர புருஷன்' தன்னைக் குறுக்கு விசாரணை செய்ததைச் சொல்லிப் பலவற்றைக் கத்தரித்துக் கொண்டான். கணேசனின் கோட்டைகள் சரிந்துதான் போயின. தன்னை நொந்துகொண்டவனுக்கு ஆவேசமும் வந்தது. பச்சைத் துரோகம் என்று தீர்க்க முடியாமல், தான் இவளுக்கு ஒன்றும் சொல்லாமல் போனதையிட்டுத் தன்னைத்தானே நொந்து கொண்டான். 'இவள் என்றும் என்றென்றும் இப்படியே இருப்பாள் என்றதில் ஐயமிருந்தால் போயிருப்பேனா. புது மனிதனாய் வந்து காட்ட வேண்டும் என்று ஆசைப்பட்டு...' தவத்தைத் தொடருகின்றதுதான் அவனுக்கு ஒரேயொரு வழியென்று பட்டது. பட்டினத்திற்குத் திரும்பவும் போய்ச் சேர்ந்தான். எட்டிப்பிடிக்க வேண்டியது துரத்துகிறதாய் முதலில் மாறி... தவத்தின் வலிமையால் எட்டுவதும் துரத்துவதும் மனத்திரையிலிருந்து அகல... அவனுக்குப் பல்கலைக்கழகப் பிரவேசமாய்க் கிடைத் தது. ஒரு சுயேச்சையான சம்பவமாய், குணசேகரம் இருந்த பல்கலைக்கழக வளாகமே அவனுக்குக் கிடைத்தது. அவன் வாழ்க்கையின் த்வனி மாறிப்போய்விட்டது.

III

வாழ்க்கையை முற்றாக எண்ணங்களால் ஓட்டுகிற அந்தச் சூழலில் பல்வேறு வாழ்க்கைமுறைகளும் நோக்குகளும் கொள்கை களும் நடைமுறைகளும் இருப்பது தெரியவந்தது புது அனுபவமாக இருந்தது. கமலமும் குணசேகரமும் அந்த வளாகத்தில் இருந்தது அவனுக்குத் தெரியும். மேலாக, குணசேகரமே அவர்களுடைய சரித்திர விரிவுரையாளனாக அமைந்தான்.

நோக்குகள் விரிய, இவையெல்லாம் எந்த அதிர்வையும் தனக்குத் தரமாட்டா என்று கூற முடிகிற ஒரு சூழலில் வாழ்க்கை இந்தக் கமலத்தோடேயோ அன்றி அவள் புருஷன் குணசேகரத்தோடேயோ தொடங்கியும் முடிந்தும்விட முடி யாது என்கிற ஒரு முடிவுடன் இருக்க முயன்றபோது...

சோறு போடுகிற கலையென்று அதுவரைகாறும் அவன் கருதியிருந்த அரசியல்மேல், அவன் நோக்கு விழுந்தது. பல்கலைக் கழகம் சேர்ந்து இரண்டு தவணைக்குள் தவத்தின் நோக்கம் என்னவென்பதை அறிந்தாயிற்று என்று யோசித்திருந்த வேளையில் சற்று இறுக்கவே இந்த அரசியலைப் பற்றிக் கொண்டான். பக்கங்களும் எதிர்ப்பக்கங்களும் கொண்ட சிக்கலுருவின் மிக நியாயமான பக்கத்தை எடுப்பதென்ற தீர்மானத்துடன் அவன் - அந்த - அவர்களுடன் போய்ச் சேர்ந்தான்.

அவர்கள் வர்க்கபேதங்களைத் தகர்த்து எறிகிற தீர்மா னத்துடன் இருக்கிறவர்கள். அவர்களின் தலைவர்கள், தங்கள் நாளாந்த அரசியல் வாழ்க்கையில் தங்கள் கொள்கைகளாயிருக்க

வேண்டியவற்றிலிருந்து எவ்வளவு தூரம் ஒதுங்கி வந்துவிட்டோம் என்ற மன உறுத்தலை சமத்காரத்துடன் தருக்கப்படுத்தி, நியாயப் படுத்திவிட்டுப்போகிற கள்ளாக அவர்களை நினைத்திருந்தார்கள். வந்தார்கள்; மேற்கோள்களைக் காட்டினார்கள்; திரும்பவும் காரில் ஏறிப் போனார்கள்.

இவன் அவர்களோடு போய்ச் சேர்ந்ததற்குக் கருவியாய் அமைந்தவனைப் பற்றி... அவன் பெயர் சிவநேசன். கணேசன் பல்கலைக்கழகத்தை மிதித்தபோது மூன்றாம் ஆண்டில் இருந்தான். பாரம்பரியத்துடன் கூடிவருகிற கல்விமுறையில் ஆசிரியர்கள் சொல்லித்தருவதை மட்டும் செமித்தால் புதிதைக் காண்பது கஷ்டம் என்பதை நிறுவ வந்தவன்போல் இந்தச் சிவநேசன் இருந்தான். இதையும் படித்து அதையும் படித்து அந்த அரசியல் கூட்டத்தின் தலைமையில் இடம்பிடித்து வைத்திருந்தான். அவனுக்குச் சொந்தமான கருத்துக்கள் இருந்தன என்பதும், இந்தக் கருத்துக்களின் முழு விளைகளனாக அவன் இருந்ததனால், அவன் விரிவுரையாளர்கட்கு அவனில் அசூயை இருந்தது என்பதுவும் உண்மைதான்.

அவனும் இந்த கணேசனின் தவ முயற்சிகளைப் பற்றிக் கேள்விப்பட்டிருந்தான். கணேசனை முதலில் சந்தித்தபோதே சிவநேசனுக்கு அவனுடைய அறிவுத் தாகத்தின் சத்தியம் மிகவும் பிடித்துப்போயிற்று. சரித்திரத்தில் வர்க்க முரண்பாடுகள்பற்றி..., கொள்ளும் நோக்கில், மெய்மையில், பொய்மையில்... உள்ள முரண்பாடுகள்பற்றி... எல்லாம் சொல்லித்தந்தான். வருங்கால சமுதாயம்பற்றி – 'தன்னுணர்வு நிலைகள்' – கரைந்துபோவதைப் பற்றி... உலகம் இதுதான் என்று வரையறுத்துக் கொடுத்தான். இந்தக் கொள்கை ஓட்டங்களில் கணேசன் அதுவரைகாறும் பெரிய தத்துவங்கள் என்று யோசித்திருந்த சில ஒழுக்கசீல நோக்குகள் மிதிபட்டுப் போயின. சிவநேசன் சிகரெட்டை வலிப்புற இழுத்து... "அதிலென்ன கிடக்குது?" என்று ஈற்றடி வைத்துக் கேட்கும் கேள்விகட்குக் கணேசனால் மறுமொழி சொல்ல முடியாமல் போய்விடும். தன்னுடைய பழைய சரித் திரத்தைச் சிவநேசனுக்குச் சொன்னபோது, நடுவில் சிகரெட் புகையோடு கேள்வியும் சூட்டோடு வந்தது.

"ஏன் இவளுக்குச் சொல்லாமல் படிக்கப் போனாய்...?" கணேசன் முகட்டைப் பார்த்தான். இப்படியாகத் தன்னைக் கூண்டில் நிறுத்திவைத்துக் கேட்கிற நிலையைக் கற்பனை பண்ணிச் சீவித்ததில்தான் கமலம் தன் மனத் திரையிலிருந்து ஒதுங்கிப்போய்விட்டாள் என்று தனக்குத்தானே நினைத்துக் கொண்டான். முதன்முறையாக வேறொருவன் இந்தக் கேள்வி யைக் கேட்டபோதே தான் செய்துவிட்ட தவறின் முழு வியாப கமும் தோன்றலாயிற்று.

"நான் ஏன் அவளுக்குச் சொல்லாமல் போனேன்?" என்று பெலத்தே கேட்டுக்கொண்டு தொடர்ந்தான்...

"நான் ஒரு வெறும் மனிசன் எண்டு பட்டது. வெறும் மனிசன் எண்டதை நிராகரிக்கிறதுக்காகப் பல கதைகளையும் அவளுக்குச் சொல்லித் திருப்திப்பட்டன்... ஒரு நாள், ஒரு நேரத்தில்... ஒரு கணத்தில் அவள் அதுகளை முற்றாய் நம்பேல்லை எண்டதைத் தெரிஞ்சபிறகு... இந்த வெறுமை என்னைச் சுட்டெரிச்சதாலதான் அவளுக்கே சொல்லாமல் ஓடிப்போக வேண்டியதாய்ப் போச்சு."

சிவநேசன் சிகரெட்டின் இறுதி மூச்சை நன்றாய் உள்ளி ழுத்துக்கொண்டு முனையை எறிந்தான்.

"...ம்ம் பிறகென்ன நடந்தது?"

"அவள்... அவளுக்குப் பிறகு பெடியள் கன பேராம் ..." சற்றே நிறுத்தித் தொடர்ந்தான்..." அதை நம்ப ஏலாமக் கிடக்கு."

சிவநேசன் சிரித்தான். "எடேய்! எவ்வளவு தூரம் இவள் உனக்கே உனக்காயிருக்க வேணுமெண்டு யோசிக்கிறாய்? இந்த ஆண்- பெண் வித்தியாசத்தை விடு. நீ மட்டும் நேற்று அந்தப் பரமேசுவரனோட, இண்டைக்குச் சிவநேசனோட, நாளைக்கு வேறொருத்தனோட சிநேகிதமாயிருப்பாய். பெட்டையளோடை யும் சிநேகிதமாயிருப்பாய். உன்ர பெட்டைக்கு மட்டும் வெளி உலகத் தொடர்பு எல்லாம் உன்னோட துடங்கி உன்னோட முடிய வேணும் எண்டு யோசிக்கிறாய். இதுகள் எல்லாம் உந்தப் பழம் மரபுகளின்ர மிச்சசொச்சங்கள். தூக்கியெறி."

"நான் அவளைப் போய்ப் பார்க்க யோசிச்சிருக்கிறன்."

"ம்ம்... போய்ப் பார். பாத்தியா, ஒரு தனிமனிதனின்ர தன்முனைப்பு எவ்வளவு கிடக்கெண்டு? விபரங்களைத் தெரிந்து வைச்சிருந்தென்ன பிரயோசனம்? விஷயங்களைத் தூர நிண்டு பார். உனக்கு உன்ர விருப்பங்கள், தேவைகள், முனைப்புகள். மற்றவைக்கு அவை அவையின்ர. இதுகள் மோதுறது உலக இயக்கம். உனக்கு விருப்பமெண்டால், அவளுக்கும் விருப்ப மெண்டால், இதனால சமூகத்துக்குத் தொந்தரவு இல்லை யெண்டால், நீயும் அவளும் எப்படியெண்டாலும் சம்பந்தப் படுகிறதில பிழை எங்கேயிருக்க முடியும்?"

"உண்மைதான்!" கணேசன் எழுந்தான். அவன் சிவநேசனை முற்றாக விளங்கிக்கொள்ளவில்லை. 'நான் அவளைப் போய்ப் பார்ப்பதில் பிழை எங்கேயிருக்க முடியும்?' என்ற தெம்போடு ஒரு தகுந்த பொழுது பார்த்திருந்தான்.

ஒருநாள் மாலை தன் பின்னேர நடையின் இடைவழியில் ஆறுமுக வாத்தியார் இங்குமங்கும் திரும்பிப் பச்சைப்பசேலென்ற அந்த மனோரம்யமான மாலைச்சூழலை ரசித்துக்கொண்டு வருவதைக் கண்டவன், அவர் பார்வையில் குறுக்கே போய் விழுந்தான். மகளிடம் வந்திருக்கிறார்போல இருக்கிறது.

"அட, கணேசு! உன்னையல்லோ தேடிக்கொண்டிருக்கிறன். நான் இங்கை மகளிட்டப் போறன். உண்ர கொண்ணன்

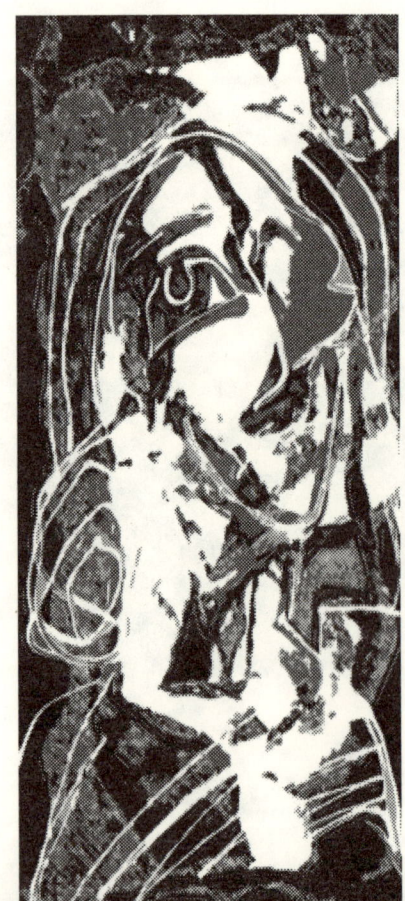

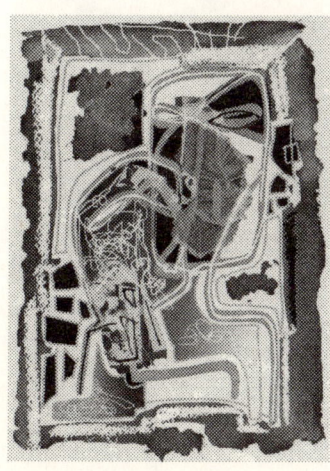

ஏதோ ஒரு பார்சல் கட்டித் தந்திருக்கிறான், உன்னட்டைக் குடுக்கச்சொல்லி. அதையொருக்கா என்னோட வந்து எடுத்துக் கொண்டு போவன்?" என்று மூச்சிழுத்தார். கணேசன் அவரைத் தொடர்ந்து போன நேரத்தில் கமலத்தின் பழையகால நினைவுகள் சூழ, பல நாட்கள் 'தன்னுடைய கோட்பாடுகள்' என்ற சுய வேலிக்குள்ளே நின்று இவளை மறக்க முயன்றதுபற்றி யோசித்துக் கொண்டு போனான். மலைப்புறத்தே இருந்த குணசேகரத்தின் அமைதியான வீட்டில் காலடி எடுத்துவைத்தான்.

அந்த விசாலமான முன் வரவேற்பு அறையின் மூலையில் இருந்த மேசையில், புத்தகக் கோபுரத்தின் நடுவில் குணசேகரம் இருந்து என்னவோ எழுதிக்கொண்டிருந்தான். வாத்தியார் மெல்ல நுழைந்து, மெதுவான குரலில், "தம்பீ, அவர் படிச்சுக் கொண்டிருக்கிறார். மெல்லக் கதையும். உதில இரும் வாறன்" என்று கணேசனை ஒரு கதிரையில் இருத்திவிட்டு உள்ளே போனார். வாத்தியார் உள்ளே போனதைக் குணசேகரம் பார்த்தாலும் அவன் மனதில் செய்தி சுவடேறவில்லை. கணேசன் வந்திருந்ததையும் பார்க்கவில்லை. கணேசன் அங்கிருந்த புத்தகங்களின் தலைப்புகளை வாசிக்க முயன்றுகொண்டிருந்த வேளையில் வாத்தியார் முதலில் வந்தார்; கையில் பார்சலோடு. புறத்தே அந்த விசால வரவேற்பறையை ஒட்டி உள்கட்டிற்குப் போகிற ஒடுக்கத்தின் மூலையில் கமலம் வந்துகொண்டிருந்தாள். கணேசனின் இதயம் நின்றுவிடும்போல இருந்தது.

கமலத்திற்குக் கணேசன் இங்கே எப்படி வந்து சேர்ந்தான் என்பது வியப்பாக இருந்தது. இத்தனைகால இடைவெளிக்குப் பிறகு... துருவ நட்சத்திரம் எரிநட்சத்திரமாக எங்கோ மன மூலையில் எரிந்துபோய்விட்டபிறகு... ஒரு சிறு அவசரத்துடன் வந்தவள், வந்து, ஒடுக்கம் வரவேற்பறையைச் சந்திக்கும் விளிம் பில் சுவரோடு சாய்ந்துகொண்டு, தனக்கு இடப்புறத்தே புத்தகக் குவியலுக்கு நடுவே முகம் புதைத்தபடி இருந்த குணசேகரத்தை ஒரு கணப்பொழுது பார்த்துவிட்டுக் கணேசனைப் பார்த்தாள். அவள் பார்வையின் தீட்சண்யத்தைப் பார்க்க முடியாமல் கணேசன் பார்வையைத் திருப்பிக்கொண்டான். வாத்தியார் அவன் படிப்புகளைப் பற்றி மெல்லிய குரலில் விசாரித்துக் கொண்டிருந்தார். கணேசனுக்கு இந்த சம்பாஷணையில் மனம் இல்லை என்பது அவருக்குப் புலப்படவில்லை. எழுத்தின் நடுவில் தலைநிமிர்ந்த குணசேகரம், சுவரில் சாய்ந்துகொண்டு நிலத்தைப் பார்த்துக்கொண்டிருந்த கமலத்தைப் பார்த்து, "என்ன?" என்று கேட்க, அவள் முன்னே காட்டியபோதுதான், வந்தவனைப் பார்த்தான். புத்தகங்களை மூடிவைத்துக்கொண்டபின்னர் எழும் பிப்போய் கணேசனைப் பார்த்து வரவேற்றான்.

"ஓ, தம்பி வாரும்... நீர்... முதலாம் வருஷம் இல்லியே?"

கமலம் உள்ளே போய்விட்டாள். வாத்தியார் அறிமுகத் தைத் தொடர்ந்தார்.

"இவர், கணேசன் எண்டு எங்கட ஊரிற் பெடியன். நடராசா எண்டவற்றை தம்பியார். பெரிய ஆட்கள். தன்ர முயற்சியால்

கமலம்

படிச்சு இண்டைக்குப் பல்கலைக்கழகத்துக்கும் வந்திருக்குது... கெட்டிக்காரன்."

குணசேகரத்திற்கு இந்தப் பெயர் எங்கேயோ கேள்விப் பட்ட மாதிரி இருந்தது. ஞாபகசக்தியை நெருக்கிக்கொண் டான். தருமலிங்க மாஸ்டரின் முகமும், அவன் பரமேஸ்வரனின் முகமும் நினைவில் பாய்ந்து, 'ஓ! அந்த கணேசன்' என்று யோசித்துக்கொண்டான். குணசேகரம் தன்னைப் பற்றிப் பரமேசுவரனிடம் குறுக்கு விசாரணை செய்தது நினைவில் எப்போதுமே நின்று ஒரு குறுகுறுப்பைத் தந்திருந்தாலும், 'நான் தான் குற்றவாளியா?' என்ற உணர்வு மேற்பட குணசேகரத்தைப் பார்த்தான்.

கமலம் கையில் தேநீர்க் கோப்பையுடன் வந்தாள். அவள் ஒரு புதிய பொலிவோடு இருப்பது கணேசனுக்குச் சந்தோஷமாகவே இருந்தது. 'இவளுடைய இந்த நிம்மதியான வாழ்வில் நான் ஏன் குறுக்கிட வேண்டும்?' என்று யோசித்துக்கொண்டான். இந்தக் கேள்வியின் தருக்கமும் அவனை வருத்தியது. கணேசனைக் கண்டவுடன்தான், குணசேகரமும் கமலம் எவ்வளவு தூரம் தனக்கிசைந்தவளாய் இந்த மூன்று, நான்கு வருஷங்களாய் இருந்துவந்திருக்கிறாள் என்பதை மனதில் மீட்டுக்கொண்டான். தன்னுடைய சகாக்களிடம் தன் மனைவி ஒரு கிராமத்துப் பெண் என்பதைச் சொல்லிப் பல தொந்தரவுகளைக் குறைத்துக் கொண்டதுமுதல் தன் படிப்புகளுக்கும் எழுத்துகளுக்கும் எவ்வாறு தடையில்லாமல் இருக்கிறாள் என்பதையெல்லாம் நினைத்துக் கொண்டான்.

'இவள் பழைய சரித்திரம் என்னவாய் இருந்தாலும், இப்போது என்னை நேசிக்கிறாள், காதலிக்கிறாள். இதில் கணேசனுக்கோ அல்லது வேறெந்தக் கழுதைக்கோ இடமிருக்காது.'

கமலத்திற்கு அழுகை வரும்போல இருந்தது. அவள் விறுக்கென்று உள்ளே திரும்பிப் போய்விட்டது கணேசனுக்கு மனதை வாட்டியது. குணசேகரம், அவள் அவ்வாறு திரும்பிப் போனதுபற்றி வருந்திக்கொண்டான். கணேசன் ஒருமாதிரி யாகத் தன் அறைக்கு வந்துசேர்ந்தான்.

வந்து, பழைய நினைவில் அமிழ்ந்தி, இந்தக் கல்வியைத் தான் பற்றிக்கொள்ள முனைந்த காவியத்தின் தொடக்கத்தில் கமலத்தின் நினைவே ஒரு சக்தியாக இருந்ததை நினைத்துப் புளகாங்கிதம் அடைந்தான்.

'இவள் எங்கேயிருந்தாலும், எவனுக்கு வாழ்க்கைப்பட்டி ருந்தாலும், என்னுடைய கமலம். ஏனென்றால், என்னுடைய நினைவில் மட்டுமே இவளுக்கு ஓர் உறுதியான இடமும் பிரயோசனமான அர்த்தமும் இருக்கிறது.'

சிவநேசனுக்கு, தான் போய்வந்த அனுபவங்களைச் சொன்னான்.

கமலம்

"அவள் சோரம்போனது மறந்துபோச்சோ?" சிவநேசன் கேட்டு, சிகரெட் ஒன்றைப் பற்றவைத்துக்கொண்டான். கணேசனுக்கு ஆத்திரம் வந்தது.

"அதிலென்ன பிழையிருக்கு?"

தன்னுடைய அஸ்திரங்கள் தன்மேலேயே பாய்வது சிவநேசனுக்குத் தெரிந்தது.

"அது இல்லையடாப்பா. அது பிழையென்டோ அல்லது சரியெண்டோ நான் சொல்ல வரேல்லை..." சிகரெட் புகை குப்பென்று வந்தது. "பெட்டையள் தறிகெட்டுப்போறதின்ர முழுத் தாத்பரியத்தையும் யோசிச்சுப் பாக்கச் சொல்லுறன். இப்படி யோசிச்சுப் பாரன். பலரை ஏற்றுக்கொள்கிற அளவுக்குப் பெட்டையளின்ர மனம் விசாலமாகத்தான் இருக்கு. ஆனால், பெடியளோ தங்கடதங்கட பெட்டையள் தங்களுக்காகவே மட்டும் இருக்க வேணுமெண்டு யோசிக்கினம். இதை வழக்கப்படுத்திப்போட்டுத் தாங்களே தடுமாறுகிற முட்டாள்களாய் இருக்கினம். அவளை நீ எப்பவும் காதலிக்கலாம். அவளுக்கு உன்னிலை தற்போது விருப்பமில்லையெண்டதுக்கு எந்த உறுதியும் கிடையாது. ஆனால், ஒண்டு. உனக்கு இடமிருக்குமெண்டால் இன்னொருவனுக்கும் இடமிருக்கு எண்டதை நீ மறக்கப்படாது." சிவநேசன் திரும்பவும் சிகரெட்டை இழுத்துக்கொண்டான். இதைச் சீரணிக்க கணேசனுக்கு இன்னும் கஷ்டமாகவே இருந்தது.

"இதுகளை நாங்கள் அனுமதிக்கிறதெண்டால், ஒரு சமுதாய ஒழுங்கில்லாமல் போகும்."

"இந்த ஒழுங்கில்லாமல் வேறு ஒழுங்கு வரும்." சிவநேசன் சிகரெட்டையும் முடித்துக்கொண்டு எழுந்தான்.

கணேசனுக்கு இந்த வாதங்களுக்கெல்லாம் மேலாகக் கமலத்தின் நினைவு அலைபாயத் தொடங்கியது. அவனுக்குப் படிக்க நிரம்பவும் இருந்தது. முதல் வருடச் சோதனை நெருங்கியதால், திரும்பவும் ஒரு வைராக்கியத்துடன் கொஞ்சம் விடுபட்டுப்போயிருந்த தன் படிப்பைத் தொடர்ந்தான்.

கமலம், தகப்பனை மெல்ல விசாரித்து, கணேசனின் படிப்பு முயற்சிகளை அறிந்துகொண்டு ஒரு பெருமூச்சு விட்டுக்கொண்டாள். அவன் திரும்பவும் இங்கு வரக்கூடும் என்ற ஆசை கலந்த பயம் சிலவேளைகளில் எழும். தன்னுடைய சரித்திரம்பற்றி அசைபோடவும் அஞ்சுகையில், தன் புருஷன் இவனுடைய வருகையில் காட்டிய நிர்ச்சலனம் திருப்தியை அளித்தது. சிலவேளைகளில் சன்னல் திரையை நீக்கி அந்த வீட்டிற்கு முன்னால் பள்ளத்தில் இருந்த கட்டடங்களின் பொம்மைத் தோற்றங்களை வெறித்து ரசிப்பாள்.

குணசேகரத்துக்கு கணேசன் அங்கிருப்பதுபற்றிய எந்தவித உணர்வுச் சலனமும் கிடையாது. இப்போதும் போர்த்துக்கீசிய ஆட்சியில் சிதிலமடைந்துபோனவற்றைக் குடைந்து, கட்டுரை

எழுதுகிற முயற்சியே வாழ்க்கையானபடியால்தான் என்பது அல்ல. இதுபற்றி அவனுக்கு ஒரு கொள்கை அமைந்துபோயிற்று.

V

சோதனை முடிந்து விடுமுறையின்போது சிவநேசன் கணேசனைக் கட்சி வேலைகளுக்காகப் பல இடங்களுக்கும் கூட்டிக்கொண்டு போனான். கட்சி வேலைகள் என்பது அதிக மாகத் தோட்டப்புறங்களுக்குச் சென்று தொழிற்சங்க விவகாரங் கள், வேலைநிறுத்தங்கள் என்பவற்றைக் கவனிப்பதுதான். இந்த மக்கள், அவர்கள் துன்பம்பற்றியெல்லாம் முற்றாக அங்கே பல்கலைக்கழகத்தில் படிப்பிக்கிறவர்களுக்குத் தெரியுமா? ‘புள்ளி விபரங்களாகிப்போன இந்த மக்களுக்கு உயிரும் இருக்குது, சீவிக்க வேண்டிய ஒரு சீவியமும் இருக்குது’ என்று ஆவேசப் பட்டுக்கொண்டான். செய்ய வேண்டியது எவ்வளவோ இருக்க, ‘நானுமெனதுயிரும்’ என்று அவளொருத்தியின் நினைவாய்த் தவிப்பது கசந்தது. அவள் நினைவில்லாமல் இருப்பதும் கஷ்டமாக இருந்தது. இப்படிப் போன இடமொன்றில், ஒரு கட்சிக் காரியால யத்தில் வேலாயுதம் - அங்கே கிளார்க்காக இருப்பவன் - பரிச்சயமானான். வேலாயுதத்தின் வாழ்க்கை ஒரு தனிக் கதை. அதிலும், அவன் பள்ளிக்கூடப் படிப்பை மட்டுமட்டாகத் தாண்டியது விசேஷமான அத்தியாயம். தினமும் போகவரப் பதினாறு மைல் ஏற்றஇறக்கப் பாதைகளில் மழையையும் குளிரையும் பொருட்படுத்தாமல் நடந்து, கடந்து படித்துக்கொண்டு வந்தபோது, இன்னும் படிப்பு முடிய இரண்டு வருடங்கள்தான் என்று ஆனந்தப்பட்ட அவன் தகப்பன், தோட்டத்தில் நடந்த கட்சிக் கலவரத்தில் இறந்துபோக ... அவன் நிராதரவாய்ப் போனான். இதை அவன் கடந்தது அவன் சொந்த முயற்சி யாலேயே. இதுபற்றி அவனுக்கு எப்போதுமே ஒரு பெருமை உண்டு ... “ஸ்கூலுக்குப் போயிட்டு வந்த ஒடனேயே சமைக்கச் சொல்லிருவாங்க ...” என்று மீட்டுக்கொள்வான். அவன் தகப்பன் கட்சியாள் என்பது தலைவருக்குத் தெரிந்தபடியால், அவர்கள் கருணையினால் இந்த கட்சி அலுவலகத்தில் உத்தியோகம் கிடைத்திருந்தது. அவனுக்குக் கட்சியின் எதிர்காலத்தில் சரியான நம்பிக்கை. கட்சி வேலைக்காக வருகிற சிவநேசன், கணேசன் கூட்டத்தின் மீது உள்ளூர அவநம்பிக்கையே. ‘இவனுங்களுக்கு நம்ம கஸ்டம் எல்லாம் எங்க வெளங்கப் போவுது’ என்பது தொடங்கிச் சரமாரியான கேள்விகள் அவனுக்குள்ளேயே குமையும். சம்பளம் எடுத்த கையோடு ‘இஸ்டோருக்குப்’ பக்கத்தில் நின்று ‘நிலுவை’க் காசு வாங்கிக்கொள்ளும் ஆட்களின் ஞாபகமே ஒரு படம்போல இவர்களைப் பார்க்கும்போது ஏற்படுவதைத் தவிர்க்க முடியவில்லை.

சிவநேசனுக்கு இவனுடைய தாமரை இலைத்தனமான மௌனத்தைக் கண்டு ஒருவகைப் பயமிருந்தது. தன்னோடு ஒட்ட முயற்சிப்பவர்களையே அவனுக்குத் தெரியும். இவ்வாறு வெட்டிக் கத்தரித்துக்கொண்டு போக முயல்பவனை அவனால்

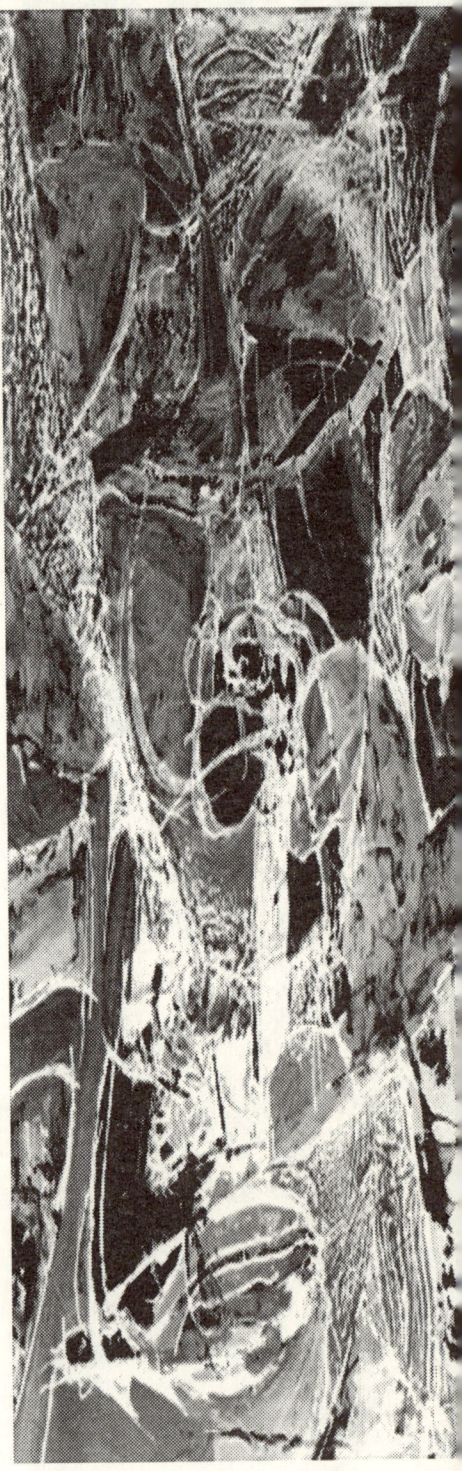

தீர்மானிக்க முடியவில்லை. சிவநேசனுக்குத் 'தலைவரோ'டுதான் அதிக வேலையிருந்தது. இதனால், கணேசனுக்கும் வேலாயுதத் திற்கும் அதிக நேரம் தனியே கிடைத்தது. கணேசன் வேலாயுதத் தைச் சந்தித்தபோது ஆரம்ப நாட்களில் வேலையைப் பற்றித்தான் விசாரித்துக்கொள்வான். பிறகு மெல்லமெல்ல அரசியல், தத்துவ விசாரணைகளில் அது கொண்டுபோய் விட்டுவிட்டது. வேலா யுதத்திற்கு கணேசன்மீது ஏற்பட்ட பிடிப்பில், அவனோடுதான் எதையும் விவாதித்தான்.

"...நம்ம அரசியல் தலைவனுங்கள்னா நம்ப மத்தியில இருந்தில்ல வரணும்? வேறெங்கையெல்லாமோ இருந்து வந்த தினால்தான் இன்னைவரைக்கும் நமக்குத் தீர்வில்லாமப் போயிரிச்சு. ... சும்மாத்தான் கேக்கிறேன். நீங்க இருக்கீங்க, அவரு சிவநேசன் இருக்காரு... நீங்கள்ளாம் இப்பிடி மாறிப்போன துக்கு... அதான் நெறையப்பேரு 'பூசுவா' இருக்கிறானுங்களே – அதுல நீங்க ரெண்டு பேரும் இன்னுங் கொஞ்சப் பேர் மட்டும் இப்பிடி மாறிப்போனதுக்கு என்ன காரணம்? அது ஒரு பக்கங் கெடக்குது. நான் யோசிக்கிறது என்னான்னா பேச வர்றதுன்னா நாமளும் மூட்டை தூக்கிக்கிட்டே இதுகளைப் பேசணும். இல்லாட்டி பேசாமலே இருக்கணும். இந்த மாதிரி வேறான மட்டத்தில இருந்து நடத்தறதெல்லாம் சரிவராது . . ." என்பான். கணேசனுக்கு இது உறைத்தது. கமலத்தின் நினைவு மனதில் ஓடிப்பாய்ந்தது. சிவநேசனும் கணேசனும் வேலைகளெல்லாம் முடிந்து, வளாகத்தை நோக்கிப் பிரயாணம் பண்ணுகையில் கணேசன், சிவநேசனை அதுவரையில் கேட்காமலிருந்த பல கேள்விகளைக் கேட்டான். தகப்பனார் பெயர்... தொழில்... இடம்... இப்படி கணேசன் கேட்டது சிவநேசனுக்குப் புதிதாக இருந்தது. இவற்றிற்கான மறுமொழிகளின் பின் தொடர்ந்த மௌனத்தை முறித்துக்கொண்டு கணேசன் வேலாயுதத்தின் கேள்வியைக் கேட்டான். "...அதான் நெறையப் பேரு பூசுவா இருக்கிறானுங்களே – அதில நீங்க ரெண்டு பேரும் இன்னும் கொஞ்சப் பேரு மட்டும் இப்பிடி இருக்கிறதுக்கு என்னா காரணம் ...?" சிவநேசன் முதலில் மோவாய்யைத் தடவிக் கொண்டான். பிறகு மௌனம். கணேசனே தொடர்ந்தான். "இப்பிடிக் கேக்கிறது கோட்பாட்டில் நம்பிக்கையில்லாததைக் காட்டுவது எண்டது வசதியான மறுமொழியாய் இருக்கலாம். ஆனால், அது உண்மை இல்லை. அதுவும் வேலாயுதத்தைப் பொறுத்த மட்டில்."

"இல்லை, கணேசன்..." என்று தொடங்கிய சிவநேசன்... "இதைப் பற்றி விரிவான கொள்கைகள் தத்துவார்த்த ரீதியா கவும் ...சைக்கோலோஜிகலாகவுமிருக்கு..." என்று மட்டும் சொன்னான். கணேசன் இதை, இந்த அளவோடு விடுவதாக இல்லை.

"உம்மட யோசனை என்னெண்டால் .. சிலபேருக்கு மட்டுமே வர்க்கப் போராட்டத்தின்ர முழு உண்மைகளும் விளங்கக்கூடிய

வலு இருக்குது. அதோ... இல்லை... ஒரு சரித்திரரீதியான விசையின் முனைகளாக யாராவது கொஞ்சப் பேர் இருக்கத்தானே வேணும் எண்டதுதான். சரித்திர விதி எண்டதோ...?"

சிவநேசன் இதற்கும் மறுமொழி சொல்லவில்லை. அமைதி யாகிப் போனான். இந்த அமைதி கணேசனைத் தொற்றி, அவனும் சிந்தனையில் ஆழ்ந்தான். இருவரும் போய்ச் சேர்ந் தார்கள்.

விடுமுறை கழிந்து பரீட்சை முடிவுகள் வெளிவந்தன. கணேசனின் பெறுபேறுகள் நன்றாகவே அமைந்திருந்தன. சரித்திரம், பொருளாதாரம் இரண்டினுள் ஏதாவது ஒன்று விசேஷ படிப்புக்கு எடுத்துக்கொள்ளலாம் என்று அனுமதியும் கிடைக்கும். கணேசனுக்கு இந்தப் பெறுபேறுகள் வந்தபோது வேலாயுதத்தின் மொழிகள் மனதில் திரும்பத்திரும்ப அதிர்ந்து கொண்டிருந்தன.

"...இப்பிடி மாறினதுக்கு என்ன காரணம்...?"

இப்பிடி மாறினது என்பதால், இப்படி அரசியல் பேசுகிற வர்களைத்தான், இப்படிப் பேசிக்கொண்டு மட்டும் இருக்கிற வர்களைத்தான் வேலாயுதம் சொல்லியிருக்கிறான் என்று மனதில் ஒரு சூடு. போராட்ட ஓலம் சிறுகச்சிறுகக் கூடி... பழைய ஆவேசத்தைப் போல இவற்றையெல்லாம் உதறித் தள்ளிவிட்டு ஓடிப்போய் லட்சியைத்தை அடைந்துவிட வேண்டும் என்ற ஆவேசம் குடிகொண்டது. இந்தமுறை இதைச் சரியாகச் செய்ய வேண்டும் என்று தனக்குள்ளேயே சொல்லிக்கொண்டு, அதற்கான வழிமுறைகளை யோசிக்க ஆரம்பித்தான்.

'கட்சிக் காரியாலயத்தில் வேலை செய்வோம்' என்று முடிவெடுத்துக்கொண்டு சிவநேசனிடம் போனான். சிவநேசன், இதை அவ்வளவாக விரும்பவில்லை.

"படிப்பை முடித்துக்கொண்டு போனாலென்ன?"

"இல்லை சிவநேசன். நாங்கள் – கட்சியின் புத்திஜீவிகள் – எல்லோரும் முற்றாக எந்த மாற்றத்துக்கும் மனதின் அடியில் தயார் இல்லை. இந்தப் பல்கலைக்கழகம் பிரளயத்தின் விளைகளனாக முடியாது. எங்கட படிப்பின்ர சமூகத் தேவைக் குறைபாடுகளைப் பற்றி யாருக்குத் தெரியாது? படிச்சுப்போட்டுப் பாக்கப்போகிற உத்தியோகம்... அதையொட்டி வரப்போற நோக்குகள், கொள்கைகள் எல்லாம் நாங்கள் பேசுகிற கொள்கைகளோட முரண்பட்டுப்போகும். நாங்களும் வர்க்கப் போராட்டத்தின்ர சுழலின்ர மையத்தில் இருக்க வேணும். வேலாயுதம் சொல்லுற மாதிரி வேற மட்டத்தில – தூர நிண்டு சரி வராது. எங்கேயெண்டாலும் ஒரு வேலை செய்யப் போறன்." கணேசன் பெலத்தேதான் சொன்னான். அவன் குரலின் உறுதியைக் கண்டு, "சரி, பாப்பம். தலைவரோடு கதைக்க வேணும்" என்று சிவநேசன் மறுமொழி சொன்னான். அவனுக்குள்ளே ஒரு யோசனை வேர்விட ஆரம்பித்தது. கணேசன் போவதற்கான ஆயத்தங்களைச் செய்ய ஆரம்பித்தான்.

பல்கலைக்கழகப் படிப்பை உதறிவிட்டுப் போவதைப் பற்றிக் கணேசனுக்கு எந்தவிதமான கிலேசமும் இல்லை. இந்தக் கொள்கையும், கமலத்திற்குக்கூடச் சொல்லாமல் போக வைத்ததன் அன்றைய வெறியைப் போலவே இன்றும் தன்னுள் ஒரு வெறியைக் கிளர்ந்தெழவைப்பதை அவனால் உணர முடிந்தது. இனிமேல் அவளைக் காணுவதற்கான சந்தர்ப்பங்கூடத் தனக்குக் கிடைக்குமோ என்ற பயத்தில், அவளை ஒருதரம் பார்த்துவிட்டுப் போக வேண்டுமென்று தீர்மானித்துக்கொண்டான். அவளைப் பார்த்துத்தான் கேட்கப்போவது என்ன, பேசப்போவது என்ன என்பதுபற்றி அவனுக்கு எதுவித தீர்மானமும் இல்லை. தான் விட்ட தவறை மன்னிக்கச் சொல்லிக் கேட்பதற்குக்கூட அவனுக்கு அச்சமாக இருந்தது. எனினும், தன் வாழ்க்கையின் திருப்தியான ஒன்றேயொன்றாகிப் போய்விட்ட கல்வியை நாடிப் போதவற்கு ஓர் ஒளியாயிருந்ததைப் பற்றி, அதற்கு அவளின் அன்பே பெரிய உறுதுணையாயிருந்ததைப் பற்றி நன்றி சொல்லவாவது தான் கடமைப்பட்டுப்போனதை யோசித்தே அவளைக் காண முயற்சித்தான்.

ஒரு நெடிய மனச் சுழற்சிக்குப் பிறகு தைரியத்தை வரவழைத்துக்கொண்டு அவளைப் பார்க்கப் போனபோது குணசேகரம் இல்லை. கமலம் தனியே இருந்தாள். இவனைப் பார்த்தபோது, அதுவும் தனியாகவே பார்த்தபோது, அவள் விக்கித்துப்போனாள். அவனைப் பற்றின நினைவுகளெல்லாம் அழிந்துபோக வேண்டும் என்ற வைராக்கியத்தை ஏற்படுத்திக் கொள்ளச் செய்த முயற்சியினால், அவன் நினைவு அழிந்து போனாலும் மனதின் ஒரு சிறிய மூலையில் – சிலவேளைகளில் அதுவே மனதை நிறைக்கிறது – தன் வாழ்க்கையில் சம்பந்தப் பட்டவன் என்ற மன அதிர்வு அவளுக்கு உண்டு. இவன் பிரசன்னம் இந்த அழிவை எதிர்ப்பதுபோலிருந்தது. அவளுள் ஒரு காழ்ப்பு ஒதுங்கியது. "என்ன வேணும்?" என்ற அவள் கேள்வியில் இருந்த மனோரசங்களை அவனால் ஊகிக்க முடிந்தது.

"உம்மைத்தான் பாத்துட்டுப் போவம் எண்டு வந்தன்" என்று தொடங்கினான்.

"என்னைப் பாக்கிறதுக்கு இன்னும் என்ன இருக்கு?" அவள் ஒரு கதிரையின் கரையைப் பிடித்துக்கொண்டு விறைப் பாய் நின்றாள். அவன் இன்னும் வாசற்படியில்தான் நின்று கொண்டிருந்தான். அப்படியேதான் முழு நேரமும் நிற்க வேண்டும் போல இருந்தது. வெளியே மேகங்கள் மாலைச் சூரியனை மறைத்துக்கொண்டன.

"அப்பிடியில்லை. நான்... நான் இந்தப் படிப்பை விட்டுட்டு வேலைக்குப் போப்போறன். போறதுக்கு முந்தி நான் உம்மைக் கண்டுட்டுப் போவமெண்டு..."

"ஏன் ?"

"இனிமேல் நான் உம்மைக் காண முடியாது..."

சரித்திரத்தின் பழைய ஏடுகளைத் திரும்பப் புரட்டி... மாட்டுக்கொட்டிலும் தென்னங்கீற்றில் பட்டுத்தெறிக்கிற சந்திர ஒளியும், தன் ராசாவும் அவன் ஒரு கயவனைப் போல் ஓடியதும், பிறகு 'மந்திரிமாரும்... திரும்ப இப்போது தன்னைக் கடைத் தேற்றிய ஒரு கடவுளும்...' ஓ... இவனை ஒட்டியே தான் விழுந்ததை யோசித்துப்பார்த்து எழுந்த காழ்ப்பில்,

"நல்லதுதான்" என்றாள். 'மந்திரி'மாரின் தொடுப்புகள் பற்றி அவனுக்கு ஏதேனும் தெரியவந்திருக்கும் என்கிற யோசனை வேறு மனவெளியில் பாய இன்னும் மிக ஆத்திரப் பட்டுக்கொண்டாள். இவனுடைய விலாசத்தைத் தெரிந்து கொள்வதற்காய்ப் பரமேசுவரனிடம் போனது முதற்கொண்டு தன் சரிந்த வாழ்க்கையைப் பற்றி யோசிக்க ஆத்திரம் அழுகை யாக மாற முயன்றுகொண்டிருந்தது. அவள் ஆத்திரத்தை அவன் உணர்ந்துகொண்டான்.

"இல்லை... நான் சொல்லுறது... நான் போறதுக்கு முந்தி உம்மைக் கண்டு... என்ர நன்றியைச் சொல்லுவம் எண்டு தான்..."

இது எந்த விதத்தில், என்னத்துக்கான நன்றி என்று அவளுக்கு விளங்கவில்லை. நக்கல் கதையென்று அவளுக்குப் பட்டது.

"ஓ! ஆருக்கு நன்றி சொல்லுறீங்கள்..." என்று உச்சக் குரலில் தொடங்கினாள். அதற்குள் அழுகை பொத்துக்கொண்டு வந்து விட்டது. இதைத் தாங்க கணேசனால் முடியவில்லை. அவள் அப்படியாயும் கருதியிருக்கலாம் என்பது விளங்க, அவன் கவலைப்பட்டான்.

"இல்லை... இல்லை... நீர் பிழையாய் எடுக்கக்கூடாது..." அவள் அவனைத் தொடர விடவில்லை.

"நான் பட்ட கஷ்டங்கள் காணும். நான் இப்ப நிம்மதியாய் இருக்கிறன். இதில ஆரும் குறுக்கே வர முடியாது..." அவள் விக்கல் குறைந்து கொஞ்ச நேரத்தின் பின்னர் திரும்பவும் அவள் ஆத்திரம் பழைய நினைவுகளினால் கிண்டப்பட்டுப் பொங்கத் தொடங்கியது. பேச முடியாமல், அவனை அங்கேயே விட்டுவிட்டு உள்ளே அவள் போய்விட்டாள். இவள் தன்னுடைய பக்க நியாயங்களைக் கேட்கமாட்டாளா என்ற ஆதங்கத்தில் இருந்தவன் கொஞ்ச நேரம் நின்று பார்த்துவிட்டுத் திரும்பி ஒரு பெருமூச்சோடு, அந்த வீட்டையும், அப்பால் ரோட்டையும் தொடுக்கும் சிறு பாதையில் இறங்கி நடந்தான். மாலைநேரத்து மேகங்கள் கவிந்து மழையைப் பொழிய ஆயத்தமாகிற நேரம் குணசேகரம் எதிரில் வந்துகொண்டிருந்தான். பல யோசனை களுடன் வந்தவனுக்குத் தன் வீட்டிலிருந்து வரும் கணேசனைப் பார்த்து ஒரு சிறு புன்முறுவலுடன் தாண்டிச்சென்ற கொஞ் சக் கணத்தின் பின்னர்தான் மனதில் உறைத்தது. கணேசனின் கண்கள் கலங்கியிருந்ததும் அப்போதுதான் அவனுக்கு உணர் வாகியது. 'என்ன நடந்தது?' என்ற சிந்தனையுடன் வீட்டில் நுழைந்தான். கமலத்தின் கண்ணில் இப்போது ஒரு மிக மெல்லிய

பணக் கண்ணீர்தான் இருந்தது. இதை குணசேகரம் கண்டான். அவளை இதைப் பற்றி எதுவும் கேட்காமல், வந்த உடனேயே புத்தகக் குவியலுக்குள்ளே தலையை நுழைத்துக்கொள்ள, கமலம் தேநீரைக் கொண்டுவந்து வைத்துவிட்டு - வழக்கமாய் அதிலேயே நிற்கிறவள் -உள்ளே போனாள். இதைக் கவனித்தவன் அவளைக் கூப்பிட்டு முன்னால் இருத்திக்கொள்வோம் என்று யோசித்து விட்டுப் பிறகு அதைச் செயல்படுத்தாமல் புத்தகக் குவியலுக்குள் தலையை நுழைத்துக்கொண்டான். சிறிது நேரத்தின் பின்னர் தலையை நிமிர்த்தி, 'இரண்டு பேரும் சும்மா கதைக்கக்கூடாதா?' என்று யோசித்துவிட்டுத் திரும்பவும் பழைய சாம்ராச்சிய மொன்றினுள் புகுந்துகொண்டான்.

கணேசன் பிறகு மிகவும் வருத்தப்பட்டான். அவளைப் பற்றிய உணர்வு என்ன இருந்தாலும், அதைச் சொல்வதற்குத் தனக்கு உரிமையில்லை என்று யோசித்துப் பெருமூச்செறிந்து கொண்டு, தான் போகவேண்டிய ஏற்பாடுகளைப் பற்றி சிவநேசனிடம் நச்சரிக்கத் தொடங்கினான்.

தலைவரிடமிருந்து மறுமொழி வராத நிலையில் பல்கலைக் கழகம் தொடங்கிவிட்டது. கட்சிக் காரியாலயத்தில் வேலை வருமட்டும் தொடர்ந்து படிக்கும்படி சிவநேசன் அறிவுரை தந்தான். கணேசன் பொருளியலை விசேட படிப்பிற்கு எடுத்துக் கொண்டான். இதற்குள் யாரோ குணசேகரத்திற்கு கணேசன் பல்கலைக்கழகத்தை விட்டுப் போகப்போகிறதைச் சொல்லி விட்டார்கள். அவர்கள் அவனுடைய சக மாணவராயிருக்கலாம். குணசேகரம், 'இவன் என்ன மடையனாயிருக்கிறான்' என்று சலித்துக்கொண்டே இதைப் பற்றி யோசிக்க ஆரம்பித்தான். 'நான் அன்று அவனை வீட்டருகில் கண்டதனால் - அதைப் பற்றிச் சந்தேகம் கொள்வேனோ என்று ஐயப்பட்டு - அது ஆபத்தைக் கொண்டுவரும் என்று பயந்துதான் போகிறானோ' என்று கவலைப்பட்டான். கணேசன் ஒரு நல்ல மாணவன். அவன் அபிப்பிராயம் ஒரு புறமிருக்க... எதுவாக இருந்தாலும் இவனுடைய நியாயம் என்ன என்பதைக் கேட்டுப் பார்ப்போமே என்ற யோசனையுடன் அவனைக் கூப்பிடுவித்துக் கேட்டான். கணேசன் பலவித மனக் குழப்பங்களுடன் வந்துசேர்ந்தான். அவனுடைய சரித்திர ஆசிரியன் என்கிற முறையில்தான் கேள்விகள் தொடங்க வேண்டும் என்ற திட்டத்துடன் குணசேகரம் கேட்டான்.

"உமக்கு சரித்திரமும் ஸ்பெஷல் செய்யக் கிடைச்சிருக்குமே? ஏன் அதை ஸ்பெஷலுக்கு எடுக்கேல்லை?"

"பொருளியல் பிரயோசனம் கூடியது எண்டதால், அதை எடுத்தன்." குணசேகரத்துக்கு இதை விவாதிக்கப் பொறுமை இல்லை. கணேசனுக்குத் தான் தொழிற்சங்க வேலைக்குப் போவதைப் பற்றிச் சொல்ல மனமில்லை. குணசேகரம் நேரே இறங்கினான்.

"படிப்பை விட்டுட்டுக் கட்சிக் காரியாலயத்தில் வேலைக் குப் போறீராமே. உண்மையா...?"

"ஓம் சேர்..." இதற்குமேலே அவனால் எதுவும் சொல்ல முடியவில்லை.

"இதுக்கு ஏதாவது சொந்தக் காரணம் இருக்குதா? அல்லது ஏதேனும் ஒரு கொள்கை ரீதியில..."

"ஒரு கொள்கை ரீதியிலதான்..."

"இந்தக் கொள்கையை வேறு சொந்தக் காரணங்கள் புறத்தே நிண்டு இயக்கியிருக்குமோ?"

கணேசனுக்கு, குணசேகரம் பரமேசுவரனைக் குறுக்கு விசாரணை செய்ததுபற்றிப் பரமேசுவரன் சொன்னதும் ஞாபகத்துக்கு வந்து மனதை வருத்தியது. தன் கடந்தகாலத்தின் ஒரு பகுதியைத் தெரிந்துவைத்துக்கொண்டுதான் இப்படி குணசேகரம் கேட்கிறான் என்பது அவனுக்கு உறைத்தது. அவனிடம் கமலம் என்ன சொல்லியிருப்பாள்? இதுபற்றி என்ற யோசனையும் ஓடியதில் மனம் கொந்தளிக்க ஆரம்பித்தது. இந்தச் சிந்தனைகளினால் அவனுக்குப் பதில் கூற முடியவில்லை.

"இது தனிப்பட்ட - அந்தரங்கமான கேள்வியெண்டது எனக்குத் தெரியும். தனிப்பட்ட ரீதியில் இதைக் கேட்கவும் எனக்கு உரிமையில்லை. ஆனால், ஒரு நல்ல மாணவனை இழந்துவிடலாம் எண்ட பயத்தில கேக்கிறன்..."

கொஞ்சம் விட்டுத் தொடர்ந்தான்.

"இந்தக் கேள்விக்கு மறுமொழி எனக்குத் தேவையில்லை. இந்தக் கேள்வியை நீரே யோசிச்சுப்பார்த்து அதுக்கான மறுமொழியின்ர அடிப்படையில் நடக்கிறது நல்லது எண்டது ஒரு பக்கமிருக்க..." இதற்கு அப்பால் குணசேகரத்திற்கு வார்த்தைகள் வரவில்லை. பலவற்றைச் சொல்ல வேண்டும் என்று சிந்தித்தவனுக்கு, அவற்றை எப்படிச் சொல்வது என்று யோசிக்கும்போது கணேசன் குறுக்கிட்டான்.

"இல்லை சேர். தனிப்பட்ட முறையில் எந்தக் காரணமும் இல்லை. கட்சியில் ஒரு கணிசமான ஆக்கள் தங்களை முற்றாய் போராட்டத்தில ஈடுபடுத்திக்கொள்ளுறதில்லை. வேற மட்டங்களில் நிண்டு கதைச்சுப்போட்டுப் போய்விடு கினம். நானும் இவர்களைப் போல ஆக விரும்பேல்லை. அதுதான்... அவ்வளவுதான் சேர்." கவிந்த ஒரு சிறு மௌனத்தின் பின்... "நீங்கள் சொல்லுறது எனக்கு விளங்குது என்று சேர்த்துக் கொண்டான்."

"என்ன விளங்குது?" என்று கேட்க, குணசேகரத்திற்கு மிகுந்த ஆவல் எழுந்தது. ஆனால், "நீர் போறதுக்கு நான் காரணமாய் அமையக்கூடாது. அதுதான் சொன்னேன்" என்று சொல்லிப் போய்விட்டான். கணேசனுக்கு இந்த வார்த்தைகள் மனதில் வேகத்துடனேதான் ஏறின. 'இவன் ஒரு நல்ல மனிதன்' என்று தனக்குள்ளே சொல்லிக்கொண்டான்.

கமலம்

ஆனால், இந்த நிகழ்வுகள் எதுவும் அசைத்துவிட முடியாத படி கணேசனின் மனதில் இறுக்கம் இருந்தது. 'நான் போகத்தான் போகிறேன்.'

இதைத் தொடர்ந்து இதற்கு ஒரு சம்பந்தமுமில்லாமல் அந்த துயரமான சம்பவம் நடந்தது. ஒரு சிறு பிரளயத்தின் நடுவில்... பல்கலைக்கழகம் ஒரு புரட்சி விளையும் களன் - அல்லது விளைவிக்கக்கூடிய களன் - என்று நினைக்கிறவர்களின் எண்ணத்தை உறுதிப்படுத்த முயல்வதாய். பிரளயம் எப்போ வரும் என்று யாருக்காவது தெரிகிறதா? மேகக் கூட்டங்கள் இடத்துக்கு மேலே குவிந்து கவிந்து சொரியலாம். சலித்தபடி அப்பாலும் போகலாம். அது போன்றுதான்...

அந்தக் குழப்பம் - அதை ஒரு சிறு புரட்சி என்று தோழர் கள் வர்ணித்தார்கள் - ஏற்பட்டதன் நியாய அநியாயங்களைப் பற்றியோ அதன் தர்க்கத்தைப் பற்றியோ எல்லோரும் மறந்து போனார்கள். எல்லோர் மனதில் இருந்ததும் குழப்பத்தின் மெய்மையே.

ஒரு கதையின்படி, இரவு பன்னிரண்டரைக்கு சினிமாவுக் குப் போய்விட்டு வந்துகொண்டிருந்த இரண்டு மாணவர் களை, பொலிஸ் உடையிலும் மதுவின் ஆதிக்கத்திலுமிருந்த ஒரு அதிகாரியும், அவரைச் சூழ்ந்து அதே நிலையிலிருந்த கொஞ்ச பொலிஸ்காரர்களும் - எதற்காகவோ - அடித்துப் போட்டார்கள். அடிபட்டவர்கள் விடுதிக்கு வந்து மற்ற மாணவர்களை எழுப்பி இதைச் சொல்ல, அடிபட்டவர்களைத் தோளில் சுமந்தபடி அந்த ராத்திரி வேளையில் உபவேந்தர் வீட்டுக்கு புறப்பட்டுப் போனது ஒரு பட்டாளம். இந்தப் பட்டாளத்தில் சிவநேசனும் கணேசனும் அவர்களுடைய மூத்த தோழர்களும் போனது உண்மைதான். அந்தக் கணத்தில், பல விஷயங்களில் முடிவெடுக்கிற சிவநேசனுக்கோ அல்லது அவன் உயர்மட்ட சகபாடிகளுக்கோ திட்டவட்டமான ஒரு போராட்ட யோசனையும் இருக்கவில்லை. ஆனால், சிவநேசனுக்கு மட்டும் இந்தச் சிறு சம்பவத்தின் முழு வலுவும் தெரிந்தது. பலரை விலக்கிவிட்டுக்கொண்டு முன்னே பட்டாளத்தை வழிநடத்துபவர்களைச் சேர்ந்துகொண்டான். அங்கே, உப வேந்தரின் அதிர்ஷ்டம், அவர் இல்லை. பட்டாளத்திற்கு வந்த ஆத்திரத்தில் 'அவர் இல்லை' என்று தெரிவித்த அவர் மகனையும் தாக்கி, அவர் வீட்டிற்குக் கல்லும் எறிந்துவிட்டுக் கதவு ஜன்னல்களை நொருக்கிவிட்டு ரெஜிஸ்ட்ராரின் வீட்டை நோக்கிப் போனார்கள்.

ரெஜிஸ்ட்ராருக்கு இவர்கள் வருவதுபற்றி இதற்கிடையில் துப்புக் கிடைத்துவிட்டது. கடைசி முயற்சியாகத்தான் அவர் பொலிசுக்கு அறிவித்ததென்பது உண்மையே. அதற்கு முதல் தனக்குத் தெரிந்த மேலதிகாரிகளுடன் அவர் போனில் பேசியிருந்தார். பொலிசுக்கு அவர் பதட்டத்துடன் போன் பண்ணி முடியவும், பட்டாளம் அவர் வீட்டை ஆக்ரோஷத்து

டன் நெருங்கவும் சரியாக இருந்தது. ஒவ்வொரு யுகமாகக் கழிந்துகொண்டிருந்த நேரக்கூறுகளில் அவர் இவர்களை ஆசுவாசப்படுத்த முயன்றுகொண்டிருக்கையில் பொலிஸ் வந்துசேர்ந்தது. இரண்டு வான்கள் நிறையப் பொலிஸ்காரர்கள். முன்னிருந்த வானிலிருந்து ஓரதிகாரி வந்து ரெஜிஸ்ட்ராருடன் சேர்ந்துகொண்டார். மாணவர் தலைவர்கள் சூடாக அவர் களுடன் விவாதித்தார்கள். அச்சுறுத்தினார்கள். பொலிஸ் அதிகாரியின் கண்டிப்பான உத்தரவில் அவர்கள் தற்காலிகமாகக் கலைந்துபோகவேண்டியதாய்ப் போயிற்று. கலைந்துபோனவர்கள் இந்தப் பொலிஸ் அட்டூழியத்தைக் களைந்து எறிய வேண்டியதைப் பற்றி விவாதித்துக்கொண்டு போனார்கள்.

சிவநேசனும் அவனுடைய இன்னொரு தோழனும் அடுத்த நாள் காலை விடிந்ததும்விடியாததுமாகத் தலைவரிடம் போய்ச் சேர்ந்தார்கள். அவர்கள் அன்று இரவு திரும்பும்போது ‘ஸ்ட்ரைக்’ தொடங்கிவிட்டிருந்தது. உபவேந்தர் வீட்டை நாசப்படுத்தியவர்கள் மீது ஒழுங்கு நடவடிக்கை என்று அதிகாரபீடம் இறங்கியது. மாணவர்களுக்கு - புரட்சிக்காரர்களுக்கு - இது ஆத்திரத்தை மூட்டியது. சிவநேசன் வேலைநிறுத்தக்காரர்களுடன் திரும்பிவந்து சேர்ந்துகொண்டான்; கணேசனுந்தான். மாணவர்களுடைய ஒற்றுமையைக் கண்டு மகிழ்ந்துபோனான். இது ஒரு சிறு போராட்டம் - அதுவும் வர்க்கப் போராட்டத்தின் ஒரு சிறு கூறு என்று யோசிக்கையில் இறுதிப் போராட்டத்தைப் பற்றி ஆவல் கலந்த தெம்புடன் கற்பனை பண்ணிக்கொண்டான். ‘சுரண்டல் வேரோடு களைந்தெறியப்பட!’ என்ற சங்கற்பத்தை நினைத்து உறுதியும் கொண்டான். சுலோக அட்டைகள் தயாரித்து முன்னே நின்றான்.

வேலைநிறுத்தம் ஓர் இறுக்கமான சூழ்நிலையில் நடந்து கொண்டிருந்தது ஒரு கிழமைவரை. அடுத்த கிழமை உபவேந் தர் வீட்டை நாசப்படுத்தியவர்களைக் கைதுசெய்தவற்கான விசாரணைக்குப் பொலிஸ் வந்துபோக, ‘பொதுச் சொத்துக் களை’ப் பாதுகாக்க வேண்டி உபவேந்தர் பொலிசைக் காவல் செய்யவும் அழைத்தது பிசகாய்ப்போயிற்று. பொலிஸ் வான்கள் குறுக்கேயும் நெடுக்கேயும் சுற்றச்சுற்ற மாணவர்களின் ஆத்திரம் கூடிக்கூடி வந்தது. சடுதியாய்...

மழை சற்றே தூறிக்கொண்டிருந்த ஒரு நாளில் மாலை வேளையில் இந்த மழையில் நனைந்துகொண்டும், கட்டடங்களுக்கு முன்னால் இருந்த பரந்த புல்வெளியில் அமர்ந்து சுலோக அட்டைகளைத் தாங்கித் தங்களுக்குள்ளே சிரித்துப் பேசிக் கொண்டிருந்த வேலைநிறுத்தக்கார மாணவர்களைச் சுற்றி ஒரு பொலிஸ் வான் வந்துநின்றது. ஒரு வட்டம் பல்கலைக்கழக வளாகத்தைச் சுற்றிவிட்டு வழக்கம்போலவேதான் வந்துநின்றது. இவர்கள் நனைவதைப் பார்த்துப் பார்த்துச் சிரித்துக்கொண்டு பொலிஸ்காரர்கள் நின்றது, மாணவர் பட்டாளத்தின் ஆத்திரத் தைக் கூட்டியிருக்க வேண்டும். அது ஒரு சந்தர்ப்பம். நேரங்கெட்ட வேளை. உணர்ச்சிகள் வக்கிரமான புலத்தை அமைத்துக்கொண்ட சூழல். எங்கேயிருந்தோ ஒரு கல் பொலிஸ் வானின் முன் கண்ணாடியை நோக்கிப் பறந்துவந்தது. முன்னாலிருந்த சாரதியும்

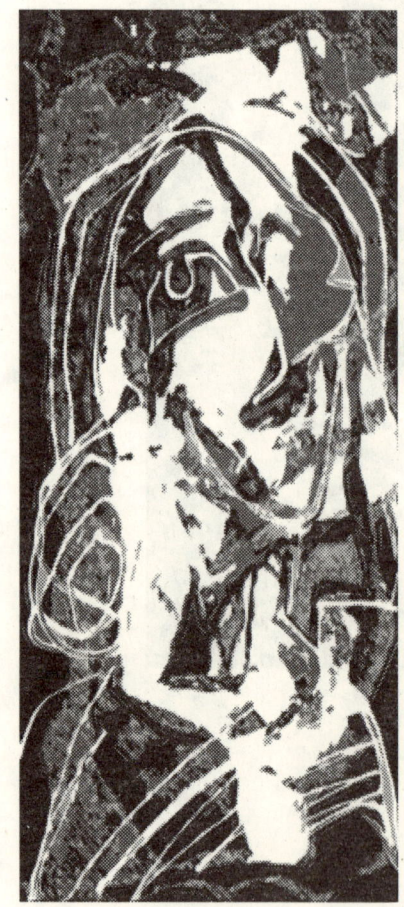

பொலிஸ் அதிகாரியும் குனிந்துகொண்டார்கள். முன்கண்ணாடி நொருங்கியது. இதைத் தொடர்ந்து மலைப் பிஞ்சுகள் ஒவ் வொன்றாக வரத் தொடங்கின. அந்த நேரத்தில் கணேசன் சுலோக அட்டையொன்றைப் பிடித்துக்கொண்டு இருந்தான். பொலிஸ்காரர்கள் ஒவ்வொருவராக வானிலிருந்து குதித்தார்கள். ஒவ்வொருவர் கையிலும் துப்பாக்கி இருந்தது. "பொலிஸ் நாய்களே! ஒழிந்துபோக...!" என்று கத்திக்கொண்டு நாலா திசைகளிலிருந்தும் மாணவர்கள் ஆவசேத்துடன் பொலிஸ் வானை நோக்கி ஓடி வந்தார்கள். இவர்களைக் கடந்து வானை எடுக்க முடியாது! கணேசன் ஓடிவந்தவர்களைப் பார்த்தான். சிவநேசனையும் காணவில்லை.

அதிகாரி உத்தரவு தர பொலிஸ்காரர்கள் மேல்நோக்கிச் சுட்டார்கள். அச்செய்கையோ அல்லது அதிகாரி மெகாபோனில் நிற்குமாறு தந்த உத்தரவோ ஒரு பலனையும் அளிக்கவில்லை. வானைச் சுற்றி பொலிஸ்காரர்கள் ஆயத்தமாகிவிட்டார்கள். அதிகாரி பிஸ்டலை எடுத்து வெளியே வைத்துக்கொண்டார். வானில் இருந்த ரேடியோவில் ஏதோ பேசினார். பின்னாலிருந்து ஓடிவந்த மாணவர் கூட்டத்துடன் சுலோக அட்டைகளைத் தாங்கிக் குந்தியிருந்த மாணவர் கூட்டம் சேர்ந்துகொண்டு அவர்களுக்கு சுமார் நூறு யார் தூரத்தே நின்றுகொண்டிருந்த வானை நோக்கி ஓடி வரத் தொடங்கினார்கள். அதில் இந்த கணேசனும் இருந்தான். அவனுள் மிகுந்த வெறி மூண்டிருந்தது. பொலிஸ் அதிகாரி இடுப்பில் இரண்டு கைகளையும் ஊன்றிக் கொண்டு - அதில் ஒரு கையில் பிஸ்டல் இருந்தது - பெலத்து உத்தரவிட்டான். 'சுடு.' ஒரு வட்டம் தனித்தனியே சுட்டார்கள். பொத்தென்று ஐந்தாறு மாணவர்கள் விழுந்தார்கள். ஓடிவந்த கூட்டம் சட்டென்று நின்றது. மறுதரம் குண்டுகளை மாற்று வதற்குமுன் கூட்டம் கலையத் தொடங்கியது. சிலபேர் அவர்களை ம்றித்தார்கள். ஆனால், ஒருவரும் முன்னேறவில்லை. அதிகாரி கையைக் காட்டி மேலும் சுடவிருந்த பொலிஸ்காரர்களை மறித்தான்; வானில் ஏறச் சொன்னான். தானும் ஏறிக்கொண்டு, ஆத்திரமடைந்த திகைத்துப்போய்ச் செயலற்றிருந்த மாணவர் கூட்டத்தை விலக்கி வேகமாய்ப் போய்ச் சேர்ந்தான். வான் ஓடஓட அதைத் துரத்திக்கொண்டு கல்லெறிந்தார்கள் - கொஞ்ச தூரந்தான். வான் போய்விட்டது.

விழுந்த ஆறு பேரில் நான்கு பேர்களின் விழிகள் பிதுங்கி யிருந்தன. இரண்டு பேர்கள் துடித்துக்கொண்டிருந்தார்கள். கணேசனும் அந்த இருவரில் ஒருத்தன். அவன் வேதனையால் துடித்துக்கொண்டிருந்தான். யாரையோ தேடுபவன்போலப் பதறிக்கொண்டிருந்தான். மாணவர்கள் தாமதிக்கவில்லை. வந்த கார் ஒன்றை மறித்து வைத்தியசாலைக்குக் கொண்டுபோக ஏற்பாடு பண்ணினார்கள். கொஞ்சம்கொஞ்சமாக உயிர்போய்க் கொண்டிருப்பதை மாணவர்கள் உணர்ந்தார்கள்.

வேதனையையும் மீறி இந்தச் சிறு போராட்டத்தில் தன் பங்கை நினைத்து கணேசனுக்கு மகிழ்வு ஏற்பட்டது. சூன்யம் ஒன்று கவ்வுவதைப் போல் ஒரு பயம் சூழ்ந்துகொண்டது. கமலம், தன்னை முத்தமிட வருவதைப் போல் ஏற்பட்ட ஒரு

கற்பனையுடன் அவன் நினைவிழந்தான். வைத்தியசாலைப் படுக்கையில் தொய்ந்து, அவன் அரைச் சுய உணர்வு பெற்ற ஒரு கணத்தில், 'கமலம்' என்று பிதற்றியதைச் சூழ இருந்த சிவநேசன் அவதானித்தான். கணேசன் செத்துக்கொண்டிருப்பதை அவன் பார்த்த கணத்திலே கணேசனின் வைராக்கியத்தைப் பற்றி யோசித்தான். வேலாயுதத்தின் எப்போதும் கேட்கும் ஒரு கேள்வியை அடக்கிக்கொண்டு இருக்கும் முகமும் நினைவில் எழுந்தது.

'இந்தப் பொடியனுக்கு நான் விளக்கியிருந்திருக்க வேணும். மனிதனில் ஏற்படுகிற மாற்றமும் அடிப்படையாய் உள்வாரி மாற்றந்தான். அதுவும் ஒரு இயக்கம். இன்ன வெளிவாரியான சம்பவத்தால்தான் நான் இப்படியிருக்கிறேன் எண்டது எப்படிச் சரியாகும்? நான் இப்படியிருக்கிறதுக்கு என் இணக்கமும் இருக்கிறதுதானே? ஒரு பழைய சூழல் அவனுக்கு இருந்திருக்கு. அதில இருந்து அவன் விலத்தி ஓட முயல்கிறபோது அரசியலில் வீழ்ந்தாலும் இவனுடைய இணக்கம் இல்லாமல் இவன் சேர முடியுமா என்று சிந்தித்தவனுக்கு மனத்தின் அடியில் கீறல் விழுந்தது.

'அவன் கேட்டது இதை. எங்கடை செயல்களிலே இருக்கிற முரண்பாடுகளைச் சொல்லத் தெண்டித்தான். உண்மையில் இது போராட்டத்தின் இயக்கப் போக்கிற்குத் தடைதான்... ஆனால், ஓ... இதுகளெல்லாம் இப்போ என்ன யோசனை?' குணசேகரத்திடம் பொதுவாக இந்த விபத்தைப் பற்றிச் சொல்வது, கமலம் இதைக் கேட்டு என்னத்தைச் செய்தாலும் செய்து கொள்ளட்டும் என்ற முடிவுடன் போகத் தீர்மானித்தான். அவன் போகக் காலடி எடுத்துவைத்தபோது கணேசன் இறந்து விட்டிருந்தான். கணேசன் முகத்தைப் பார்த்தவனுக்கு அவன் சொல்லவருவது:

"நான் இறந்துபோனேன். நீ உயிரோடு இருக்கிறாய். களத்தின் முனையில் நான் இருந்தேன். புறத்தே நீ நின்றாய்..." என்பதுபோல இருந்தது. வேலாயுதத்தின் நினைவு வந்தது. 'களத்தில் இறங்க வேண்டியதுதான்' என்று முனகிக்கொண்டே குணசேகரத்தின் வீட்டிற்குப் போக ஆரம்பித்தான்.

இதற்கிடையில், மாணவர்கள் பல்கலைக்கழக வளவினுள் பிரவேசிக்கலாகாது என்று தடையுத்தரவு போட்டிருந்தார்கள். அவன் வளவுக்குள் ஒருமாதிரிப் பிரவேசிக்கும்போது இருட்டி விட்டிருந்தது. மழை இன்னும் தூறிக்கொண்டிருந்தது. குணசேகரத்தின் வீட்டுக் கதவைத் தட்டினான். மெதுவாக விஷயத்தைச் சொல்வது என்கிற யோசனையுடன். குணசேகரம்தான் கதவைத் திறந்தான். கமலம் ஒரு சாய்வுநாற்காலியில் இருந்து தைத்துக் கொண்டிருந்தவள் எழும்பினாள். ஆறுமுக வாத்தியார் கந்த புராணத்தில் ஆழ்ந்துபோயிருந்தார். உள் வெளிச்சத்தின் பிரதி பலிப்பில் மழையில் நனைந்துபோயிருந்தவனின் முகமே சோகத் தைக் கொட்டியது. எல்லாக் கண்களும் இவனையே பார்த்தன. சிவநேசன் முதலில் மூன்று பேர்களையும் நோக்கிக் கண்களை ஓடவிட்டபின்னர் சொன்னான்.

கமலம்

"சேர், உங்களுக்குத் தெரியும் எண்டு நினைக்கிறேன். கணேசன் எண்டு... எக்கனமிக்ஸ் ஸ்பெஷல் செய்யிற பெடியன். அவனும் இண்டைக்குச் சூடு பட்டவங்களில ஒரு ஆள்... ஆஸ்பத்திரிக்குக் கொண்டுபோயிட்டம்... தப்புறது கஷ்டம்போல இருக்கு சேர்..."

"ஓ!" என்று குணசேகரம் கமலத்தின் பக்கம் திரும்பினான். அவளுக்கு இது கேட்டிருந்தது.

வாத்தியார், "யார் தம்பி?" என்று கேட்டபடி ஓடிவந்தார். குணசேகரம் கண்களில் இருந்த கேள்விக்குறியைக் கிரகிக்கவோ அதைப் பற்றிச் சிந்திக்கவோ முன்னர் - அவள் ஒரு கணம் அதைப் பார்த்திருக்கக்கூடும் - கமலம் நிலத்தில் மயங்கிச் சரிந்தாள். அவள் வாயிலிருந்து வாந்தி வரத் தொடங்கியது. குணசேகரம் அவளை நோக்கி ஓடினான். வாத்தியார், சிவநேசன்... "கணேசன் எண்டு..." என்று பதில் சொல்வதை அரைக்காதால் கேட்டுக் கொண்டு மகள் விழுவதைப் பார்த்து மகளை நோக்கி விரைந்தார். "முருகா" என்று அடக்கமாகவே இரைந்துகொண்டார். அவர் கையிலிருந்த 'கந்தபுராணம்' புத்தகம் நிலத்தில் விழுந்தது.

சிவநேசன் வெளியே மழையையும் பொருட்படுத்தாமல் இறங்கி நடப்பதற்குமுன் விழுந்த புத்தகத்தைப் பார்த்தான். உற்பத்திக் கண்டத்தின் பக்கங்கள் திறந்திருந்தன.

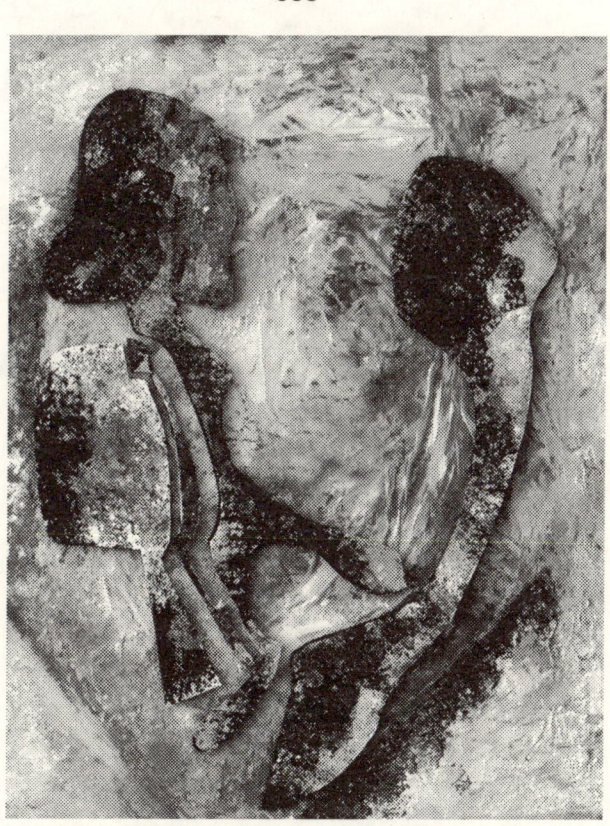

கமலம்

ஸ்ரீதரன் கதைகள்

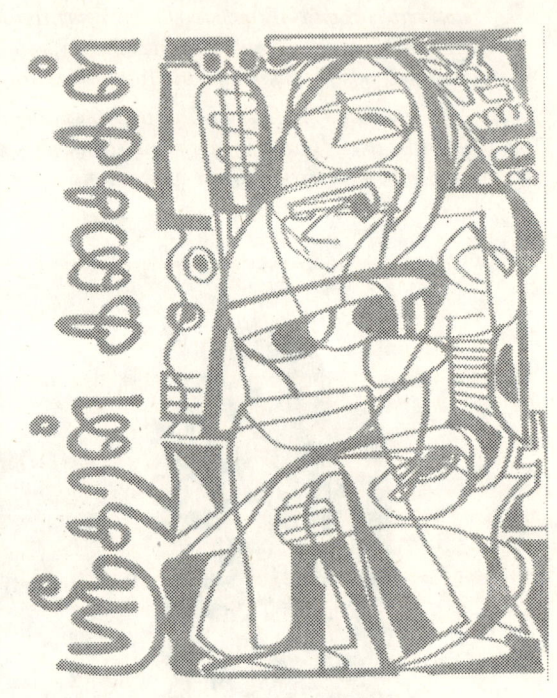

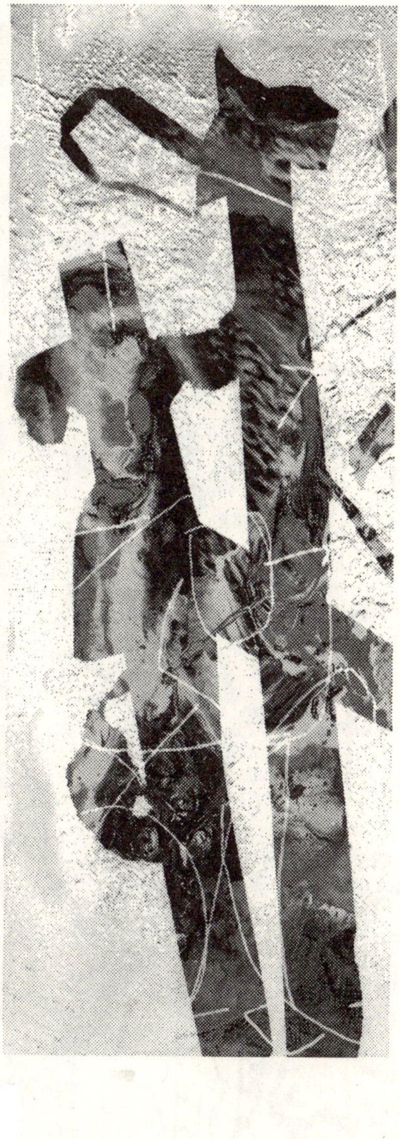

காவற்காரர்கள்

சுப்பன் இந்தப் பக்கம், குப்பன் அந்தப் பக்கம்; இடுப்பில் வாளுடன், கையில் வேலுடன். உள்ளே ராஜாதிராஜ ராஜ மார்த்தாண்ட மகாராஜா சயனம். ஒரு தேவியுடனோ இல்லையோ என்பது சுப்பனுக்கும் குப்பனுக்கும் தெரியாது. இவர்கள் ராஜாவுக்குக் காவலே தவிர அவன் செய்வது எல்லாவற்றிற்குமல்ல.

சுப்பன் இந்த இரவு வேளையில் காவல் நேரத்தில் தன்னுடைய நாலாவது பிள்ளையைப் பெற்றெடுக்க ... இல்லை ஈன்றெடுக்கப் போயிருக்கிற தன் பெண்சாதியைப் பற்றியும் யோசித்துக்கொண்டிருக்கிறான். நேரவேளை யாதொன்றும் தெரியாமல் இந்த நேரத்தில் அவன் முதுகில் ஓர் எறும்பு அரிக்கிறது. வேலை எறிந்துவிட்டு முதுகு சொறிய வேண்டும் போல இருக்கிறது. காவல் நேரத்தில் சுண்டுவிரலைத்தானும் அசைக்க முடியாதே!

எதிரில் நிற்கும் குப்பன் ஒரு கட்டைப் பிரம்மச்சாரி. ஆனதால், கடமை அல்லது வேலைதான் இந்த உலகத்திலேயே மிகப் பிரதானமானது; விறைப்பாக நிற்கிறான். "இந்தச் சுப்பனைப் பார், கண்ணை அடிக்கடி திறந்து, மூடிக்கொண்டு நிற்கிறான். ராஜ விசுவாசமில்லாத பயல் ..." என்று மனதில் சுப்பனைத் திட்டிக்கொண்டு நிற்கிறான்.

மற்றது, இது சாதாரண சமயமில்லை. இந்தக் கோட்டைக்கு வெளியே இன்னொரு ராஜாதிராஜ ராஜமார்த்தாண்ட மகாராஜா கூடாரத்தில் சயனம். சதுர்யுக படை வீரர்களுடன். அவனுக்கும் இரண்டு பேர் காவல்; இடுப்பில் வாளுடன், கையில் வேலுடன். இந்த ராஜா அந்த ராஜாவின் எதிரி. படையெடுத்துக்கொண்டு வந்திருக்கிறான். தனக்குப் பிற்காலத்தில் பேராசிரிர்கள் பல பேர் - அதிலும் விசேஷமாக கலாநிதி 1ம் கலாநிதி 2ம் தன்னைப் பற்றிச் சண்டை பிடிப் பார்கள் என்று அவனுக்குத் தெரியாது. தெரிந்திருந்தால்...

காவற்காரர்கள்

இந்தக் கலாநிதிகளுக்குக் குப்பனைப் பற்றியோ அல்லது சுப்பனைப் பற்றியோ ஒன்றும் தெரியாது. தெரிய வேண்டிய தில்லை என்று யோசித்துக்கொண்டிருக்கிறார்கள். ஆனால், கலாநிதி 2 இந்த மன்னர்களின் காவற்படை வீரர்களைப் பற்றி - அவர்கள் எவ்வாறு தெரியப்பட்டார்கள்? - என்ன சாதி?- மாதத்திற்கு எத்தனை அவணம் நெல்? - என்பவை களைப் பற்றியெல்லாம் விஸ்தாரமாக ஒரு சரித்திர ஏட்டில் நிரவல் பண்ணியிருக்கிறார். இருந்தாலும் குப்பனைப் பற்றியோ சுப்பனைப் பற்றியோ ஒன்றுமே சொல்லவில்லை. கலாநிதி 1இன் ஆராய்ச்சி விஷயங்களுக்குள் காவற்படை வீரர்களே இன்னும் விழவில்லை. குப்பனும் சுப்பனும் எப்படி விழுவார்கள்?

அது கிடக்க, சுப்பனுடைய இந்தக் கணத்து யோசனை... "சே! என்ன இழவு! இந்த நாசமாய்ப்போன எறும்பு முதுகு பூரா ஊர்கிறது. வைத்தியன் என்ன இழவை அவளுக்குக் கொடுக்கிறானோ...?"

பிள்ளைகள் தன் வயதான தாயைப் பிய்த்துப்பிடுங்கும் ஒரு காட்சியும் மனதில் ஓடுகிறது.

"... அரிசி ஒரு மணிகூட இல்லை. நாசமாய்ப்போன தேசம், இதற்கு நாசமாய்ப்போன ஒரு ராஜா. நாசமாய்ப்போன ஒரு காவற்படைத் தலைவன்..."

ஏன் இரண்டு, இரண்டு பேராய்க் காவலுக்கு விடுகிறார் கள் என்பது இப்போதுதான் அவனுக்கு விளங்கியது.

"...தனியே இருந்தால் ராஜாவைத் தொலைத்துவிடமாட் டேனா...?"

பல்லைக் கடிக்க வாயெடுத்தவன், அந்த 'மடையன்' குப்பனைப் பார்த்து - அவன் தன்னைப் பார்க்கும் கொடூரப் பார்வையைப் பார்த்து அடக்கிக்கொண்டான்.

"முதலில் இவனைக் கொல்ல வேண்டும்..."

சுப்பனுக்கும் குப்பனுக்கும் நெடுகவே தகராறு. குப்ப னுக்குத் தான் ஓர் அசாத்திய ராஜவிசுவாசி என்கிற இறுமாப்பு உண்டு. மற்ற சேவகர்களைப் பார்த்து, 'என்ன கடமை செய்கிறீர்கள்?' என்ற நோக்குடனும் பேச்சுடனுமே நடப்பான். இதை மற்ற சேவகர்கள் 'கிண்டல்' பண்ணுவார்கள். ஆனால், சுப்பனுக்கு இந்த மாதிரியாகக் குப்பனைக் 'கிண்டல்' பண்ணும் மனநிலை இல்லை. "இந்த மடையனுக்கு மற்றவர்கள் கஷ்டம் தெரிந்தால்தானே" என்று குப்பனைத் திட்டிக்கொள்வான்.

சுப்பன் வீட்டில் பெரும் திண்டாட்டந்தான். இந்த லக்ஷணத்தில் அவன் மனைவியும் ஒரு ராஜாங்க சேவகி. சேனாதிபதி மாளிகையில் எடுபிடி வேலை. பேர்தான் ராஜாங்க சேவகமே தவிர, சுப்பனின் வயதுபோன தாய், தந்தை, அவன் குழந்தை என்று பல பேர், பல எதிர்பார்ப்பு களுடன் 'சீவிய'த்தை நடத்துவதில் அவன் பாடு பெரும்

திண்டாட்டம். நெல் மட்டுமட்டாக இருக்கிற நேரத்தில் போரும் வந்து தொலைந்துவிட்டது. காவற்படைத் தலைவன் நெல்லைக் கொடுக்க மெத்தப் பிணக்குப்படுவதனாலும், காய்கறி வரத்துக் குறைந்துவிட்டதனாலும் நெருக்கடி வயிறுவரை வந்துவிட்டது. குழந்தைகள் சுருண்டு படுத்திருக்கிறார்கள்.

இந்த நேரத்தில்... இவள் பிள்ளை பெறப்போகிறாள். அந்த வைத்தியன் ஒரு காற்பொன்னைக் கண்டால்தான் தன் பெட்டகத்தைத் திறப்பான். மற்ற வைத்தியர்கள் என்றால், இவன் பார்க்கிற ராஜாங்க உத்தியோகத்திற்கு மரியாதை பண்ணிக் கொடுப்பதை வாங்கிக் கொள்வார்கள். இவன் ராஜாங்க வைத்தியன். அவனுக்குத் தெரியாதா சுப்பனின் சேவகம்? அதையும் யோசித்துக்கொண்டான் சுப்பன்.

“எல்லாக் காவற்காரர்களும் ஒன்றுசேர்ந்தால் ராஜாங் கத்தை ஒரு நொடியில் தொலைத்துவிடலாம். சேருவார்களா...? மாட்டார்களே! ஏன்? இந்த மடையன் குப்பனை மாற்ற முடியுமா...? ராஜ விசுவாசமாம்... இவன், காவற்காரர்கள் ஒன்றுசேர்ந்து என்ன செய்தாலும் வரமாட்டான். ராஜாவுக்கு அடுத்தபடியோ அல்லது சமமோ என்கிற யோசனை மடைய னுக்கு. மந்திரி வீட்டில் பகலில் வேலை. இரவு காவல். நேரத்திற்குச் சாப்பாடு. பிள்ளையா – குட்டியா...? காவற்படைத் தலைவன் நெல்லைத் தருமட்டும் பார்த்துச் சீவிப்பதுபற்றி இவனுக்கென்ன தெரியும்...? இவனை மாதிரி அநேகம் பேர் முழு மடையர்கள் இருக்கிறார்கள்... எல்லோருக்கும் பிள்ளை குட்டிகள் இருந்து என்னை மாதிரிக் கஷ்டப்பட்டால் தெரியும்... அந்தக்காலத்தில் என் பாட்டனின் பாட்டனும் இதே வேலைதான். சந்தோஷமாகத்தான் செய்துவந்திருக் கிறார்கள். ஹ... அந்தக் காலத்தில் ஓரவணம் நெல்லைக் கொடுத்து என்னென்ன வாங்கலாம்...? சே! ...போர் தொடங்குகிறது என்றாலே விலை ஏறிவிடுகிறது. போர் முடிந்து விலை இறங்க ஒரு மாமாங்கமாகிறது. விலை ஒருவழியாய் இறங்கி முடியத் திரும்பவும் போர் தொடங்குகிறது. இந்த வியாபாரிகள் எல்லோரும் சேர்ந்து மறைமுகமாய் நின்று போரை நடத்து கிறார்களோ...? இழவு... எறும்பு கழுத்தில் ஊர்கிறது. இந்த நாசமாய்ப்போன குப்பன் எதிரில் இல்லாதுபோனால் எறும்பை எடுத்துத் தொலைத்துவிடலாம்...”

யோசித்துக்கொண்டே அரைக்கண்ணால் மண்டபத்தின் மூலையில் வாள், வேல் இவற்றுடன் காவலுக்கு நிற்கிற நாகனையும் வேலனையும் பார்த்துக்கொண்டான்.

“...நாகனும் வேலனும் அசல் ஆசாமிகள். விறைப்பாக நிற்கிறதில் குறைவைக்கவே மாட்டார்கள். ஒருத்தன் ஓடி வந்தால் போதும். இருக்கிறதை அப்படியே போட்டுவிட்டு ஓடுகிற வீரர்கள். தலைவனுக்கு அதை இதைக் கொடுத்து நாலு அவணம் கூடவே தட்டிக்கொண்டுபோகிற சூரர்கள். அங்கே...! இரண்டு பேரும் காவல் நேரத்தில் வெற்றிலை போட்டுக்கொண்டு பாக்கைக் கடிக்கிற சத்தம் இங்குமட்டும் கேட்கிறது... இங்கே என்னை வெற்றிலை போடக் குப்பன் விடமாட்டான். தலைவனி

காவற்காரர்கள்

டம் சொல்லிக்கொடுத்துவிடுவான், நாசமாய்ப்போனவன். இவன் கொஞ்சம் விட்டுக்கொடுத்தால் எறும்பைத் தட்டிவிடலாம். இடம் மாறும்போது பார்த்துக் கொள்வோம்...”

எறும்பு திரும்பவும் முதுகுப் பிரதேசத்தின் நட்டநடுப் பகுதியில் போய்ச் சேர்ந்துவிட்டது.

“நாளைக் காலை தலைவனிடம் கொஞ்சம் நெல்லைக் கேட்டுப்பார்க்க வேண்டும்... அவள் என்ன செய்கிறாளோ?” இதற்கு அப்பால் அவனால் தெளிவாகச் சிந்திக்க முடிய வில்லை. நாகனும் வேலனும் தன் மனைவி சேனாதிபதி மாளிகைக்கு வேலைக்குப் போவதைப் பற்றிக் கொஞ்சம் இளக்காரமாகவே ஒருநாள் பேசியதை நினைவில் மீட்டுக் கொண்டான்.

“ஈனப்பிழைப்புக்காரர்கள்...” என்று திட்டிக்கொண்டான். “...இருந்தாலும் உதவி செய்வார்கள். இந்த இழவெடுத்த குப்பன் மாதிரியா...?”

இந்த நேரத்தில் மாமியார்க்காரியின் நினைவு வந்துவிட்டது. “ராசாத்தி மகளாம் தன் மகள். இங்கே எனக்கு வாழ்க்கைப் பட்டதில் அவலப் பிழைப்பாம். அங்கே கிராமத்தில் பண்ணையா ருக்குக் கால் கழுவுகிறது பாழ்போகிறது. இந்த லக்ஷணத்தில் எனக்குச் சொல்கிறாள். இங்கே நெல்லை நேரத்திற்குக் கொடுத் தால் என்னை வெல்ல யாரிருக்கிறார்கள் . . .? ஆ . . . எறும்பு இல்லை எறும்புகள் . . . மூலைத் தீவட்டியிலிருந்து பூச்சிகளும் என்னை நோக்கித்தான் பார்க்கின்றன. என் கஷ்டகாலத்திற்குத் தீவட்டி என்னருகில். குப்பனுக்கு இது விளங்குமா? தூரத்தில் நாகனும் வேலனும் வாயசைப்பது தெரிந்தது. வெற்றிலைதான்.”

குறைந்து கூடி எரிகிற தீவட்டி வெளிச்சத்தில் எதிரில் குப்பனின் கண்கள் பயங்கரமாக விழிக்கின்றன. அந்தக் கண் களைப் பார்க்கப் பயமாகவும் வெறுப்பாகவும் கோபமாகவும் இருந்தது, சுப்பனுக்கு. திரும்பவும் அவன் மனைவியைப் பற்றி யோசித்துக்கொண்டான். மனைவியை அந்த மாமியார்க் கிழவியைக் கூட்டிக்கொண்டு வைத்தியரிடம் போகச் சொன்னது மனதில் மின்னியது.

“ ...சே! குப்பனின் கண்கள் என்ன கொடூரத்தைக் கொட்டு கின்றன !”

எறும்புகள் இடது விலாப்புறத்தில் நின்று மேய்கின்றன.

“நாளைக்குக் காலை கஞ்சி வடிக்க அரிசி இல்லை. புழுங்கல்தானும் இல்லை. காவல்முறைக்கு விடியற்காலை ஆள் வந்தவுடன் அரிசிக்கு ஓட வேண்டும். இந்தப் போர்க் கஷ்டம் பெரிய கஷ்டமாக இருக்கிறது... எந்த இழவெடுத்த ராஜா ஆண்டாலென்ன, நாளைக்கு அரிசி கிடைக்குமா எனக்கு? இந்த ராஜா... எங்களையெல்லாம் ஆளப்பிறந்தவன் கட்டிலில் சயனம். எனக்கிருக்கும் கஷ்டமோ – சே என்னை மாதிரி எத்தனை ஆயிரம் பேர் இருக்கிறார்கள் – அவர்கள் கஷ்டத்தையும் சேர்த்துத்தான் சொல்கிறேன். இவனுக்குத் தெரியுமா...? தூங்குகி

றான்... இவன் சண்டைபிடிப்பது தனக்காகத்தான்; தனக்காக வேதான். தான் ஆளவேண்டுமென்றுதான். இதற்கு எத்தனை பேர் சாகிறார்கள்...!"

இப்போது அவனை எறும்பு கடித்தே விட்டது.

மின்னல் மாதிரி ஆத்திரம் மனவெளியில் பரவிப் பாய்ந்தது.

ஒரு கையால் வேலைப் பிடித்துக்கொண்டு மறுகையால் சடாரென்று முதுகைச் சொறிந்துகொண்டான்.

குப்பனுக்குத் தன் கண்களை நம்ப முடியவில்லை. "காவல் நேரத்தில் இவன் செய்வதைப் பார்..."

குப்பன் விழிப்பதைப் பார்த்துக்கொண்டுதான் சுப்பன் முதுகைச் சொறிந்துகொண்டான்.

குப்பனுக்கு என்ன செய்வதென்று தெரியவில்லை. சுப்பனை அதட்டினால் ராஜா எழும்பிவிடுவான் என்கிற யோசனையில் குப்பனால் அதட்ட முடியவில்லை. தன் இடைவாளில் கைவைத்தான். இந்தக் கணத்தில் எறும்பு சுப்பனின் முதுகில் எட்டாத தூரத்தில் போய்விட்டது. சுப்பன், குப்பனின் கண்களையும் அவன் இடைவாளில் கைவைப்பதையும் பார்த்தான்.

கோடானுகோடித் தீ நாக்குகள் சுப்பனின் மனத்தைத் தாக்கியிருக்க வேண்டும். ஒரு கணந்தான்.

"அடே பழிகாரா..." என்று அலறியபடி தன் வேலைத் தூக்கி ஓங்கினான். ஓரிமைப்பொழுதில் குப்பன் பயங்கர அலறலுடன் நிலத்தில் சரிந்தான். தூரத்தில் நின்ற நாகனுக்கும் வேலனுக்கும் என்ன நடக்கிறது என்பது புரிய எடுத்த அந்தக் கொஞ்ச நேர இடைவெளிக்குள், உள்ளேயிருந்த ராஜாதிராஜ ராஜமார்த்தாண்ட ராஜமகாராஜா தூக்கக் கலக்கத்துடன் வெளியே வந்தார். சுப்பன் ஆக்ரோஷத்துடன் குப்பனின் உடலிலிருந்து வேலைத் திரும்ப இழுத்து எடுக்கவும் சரியாக இருந்தது. சுப்பனின் மனத்தில் தீ அணையவில்லை. என்ன செய்கிறோம் என்பதும் தெரியவில்லை. ராஜா வருவதை அவன் எதிர்பார்த்திருக்க வேண்டும். வேலை ஓங்கி ராஜாவை நோக்கி வீச்சுடன் எறிந்தான்.

ராஜா ஒரு சுத்த வீரன். ஒரு சத்தமுமில்லை. நிலத்தில் உயிரற்றுச் சரிந்தான்.

இப்போது பல பக்கங்களிலிருந்தும் தடதடவென்று வீரர்கள் ஓடி வந்தார்கள். நாகனும் வேலனும் ஏதோ குழறினார்கள். கொஞ்ச நேரத்தில் சுப்பனின் அலறல் வானை எட்டியது. அரண்மனைக்குள் ஒரே கலவரம்.

அந்த, வெளியே கூடாரத்தில் இருந்த, மற்ற ராஜாதிராஜ ராஜமார்த்தாண்ட ராஜமகாராஜாவுக்கு இதைவிட வேறு சந்தர்ப்பம் கிடைக்குமா? தன் படை பரிவாரங்களுடன் எளிதாகக் கோட்டைக்குள் புகுந்துகொண்டான்.

அடுத்த நாள் உள்ளே இந்த ராஜாதிராஜ ராஜமார்த்தாண்ட ராஜமகாராஜா சயனம். கந்தன் இந்தப் பக்கம். நந்தன்

காவற்காரர்கள்

அந்தப் பக்கம். இடுப்பில் வாளுடன், கையில் வேலுடன். ஒரு தேவியுடனோ இல்லையோ என்பது கந்தனுக்கும் நந்தனுக்கும் தெரியாது. அவர்கள் காவல் செய்வது எல்லாவற்றிற்குமல்ல.

ஒரு பிற்குறிப்பு:

கலாநிதி 1 எழுதிக்கொண்டிருக்கிறார்.

"...கல்வெட்டுச் சாசனங்களின்படி ராஜா 2இடம் 7,000 குதிரைகளும், 400 யானைகளும், 36,000 போர்வீரர்களும் இருந்தார்கள். ராஜா 1இடம் 6,500 குதிரைகளும், 350 யானைகளும், 35,000 போர்வீரர்களும் இருந்தார்கள். ராஜா 2, இருபத்திநாலு நாள் கடும் சண்டைக்குப் பிறகு ராஜா 1ஐக் கொன்று... அரியாசனமேறினான் என்பது இப்போது தெரியவருகிறது."

கலாநிதி 2 எழுதிக்கொண்டிருக்கிறார்.

"...ராஜா 2, ராஜா 1ஐ ஒரு மல்யுத்தத்தில் கொன்றான் என்பது இப்போது தெரியவருகிறது."

கலாநிதி 1 இந்தப் பக்கம். கலாநிதி 2 அந்தப் பக்கம். இடுப்பில் கையுடன், கையில் பேனையுடன். உள்ளே நிலத்தினடியில் ராஜாதிராஜ ராஜமார்த்தாண்ட ராஜமகாராஜாக்கள் நிலத்துடன் 'நிலமே சயனம்'. இவர்கள் ராஜாக்களுக்குக் காவலே தவிர அவர்கள் செய்தது எல்லாவற்றிற்குமல்ல.

●●●

காவற்காரர்கள்

நிர்வாணம்

பேதிரிஸ் அப்புஹாமி ஓட்டிக்கொண்டுபோன லொறி (பெரிய பென்ஸ்) அந்த மலைப்பாதையைவிட்டு விலகி ஒரு விபத்துக்குள்ளானபோது, அதிகாலை இரண்டரை அல்லது மூன்று மணியிருக்கும். இது நடந்தபோதுதான் அவருக்கு முழு உணர்வும் திரும்பிவந்தது. மலைநாட்டுத் தேயிலைத் தோட்டங் களிலிருந்து கொழும்பு, திருகோணமலைத் துறைமுகங்களுக்குத் தேயிலைப் பெட்டிகளைக் கொண்டுபோய்க் கொண்டுபோய் இப்போது அந்த லொறியின் மைலோமீட்டர் காட்டுகிற 89,478 மூன்றாம் முறையானது. பேதிரிசுக்கு என்ன மீட்டர்?

அவர் லொறி லைசென்ஸ் வாங்கினது 1941ஆம் ஆண்டில். அப்போ இந்த மாதிரி பெரிய டீசல் லொறிகள் இல்லை. அந்தக் காலத்துச் **செவலட், போட், கொமர்** ஏன் கொஞ்சம் பிறகு வந்த **மொறிஸ் கொமர்ஷல்**தானும் ஒன்று, இரண்டு தொன்னுக்கு மேல் பாரம் இழுத்ததில்லை. அந்நாட்களில் தேயிலைப் பெட்டிகளை நேரே கொண்டுபோய் கொழும்பில் இறக்குவதுமில்லை. தோட்டங்களில் சேர்த்து ரெயில்வே ஸ்டேஷன் குட்ஸ் ஷெட்டில் தட்டிவிடுவார்கள். டீசல் லொறி கள் புழக்கத்திற்கு வந்து கொழும்புக்குத் தேயிலைப் பெட் டிகளை நேரே கொண்டுபோகத் தொடங்கியபோது, முதன் முதலில் கம்பெனி லொறியை ஓட்டிக்கொண்டுபோன பெருமை பேதிரிசைச் சாரும். அது **ஒஸ்டீன்** டீசல் லொறி. இப்போது அதைச் சிறு தூரங்களுக்கான சவாரிகட்கு மட்டும் உபயோகிக்கிறார்கள். ஆனால், இப்போது கொழும்பென்ன, திருகோணமலைத் துறைமுகத்துக்குப் போய்வரும் சவாரி களுக்குக்கூட பேதிரிசை அமர்த்திவிடுகிறார்களே!

கிளீனர் மாணிக்கத்துக்கு இவைகளெல்லாம் பாடம்.

இதுதான் பேதிரிசுக்கு முதல் விபத்து அல்ல என்றாலும், இதுதான் அவர் பிழைவிட்ட முதல் விபத்து. இது எப்படி நடந்தது?

கொழும்புக்குத் தேயிலைப் பெட்டிகளைக் கொண்டுபோகும் போது ஒரு கால்போத்தல் சாராயம் இரண்டு பகுதிகளாய்ப் பிரித்து - முதலில் லொறியில் ஏறும்போதும், பிறகு நடுவில் அவிசாவளையிலும் - கட்டாயம் உள்ளே போக வேண்டும். திரும்பிக் கொழும்பிலிருந்து வரும்போது வசதியான இடத்தில் கித்துள் கள்ளு இரண்டு போத்தல்களுக்குக் குறையாமல் மண்டுவது உண்டு. இந்த விபத்துக்குக் காரணம் இந்தக் கள்ளுக்கு மேலாய்ச் சாராயம் கொஞ்சம் உள்ளே போனதுதான் என்று சொல்வீர்களானால், அது எவ்வளவு பிழையான காரியம்! கொழும்பிலிருந்து மலைநாட்டிற்குத் திரும்பும் பாதை முழுக்க ஏற்றந்தான். வழக்கமாகத் திரும்பும்போது உரம் அல்லது வேறு பாரமான சாமான்கள் இருக்கும். இந்தமுறை கொஞ்சம் டயர்கள் மட்டுமே ஏற்றப்பட்டிருந்தது, ஒருவிதத்தில் நன்மையாகவும் இன்னொரு விதத்தில் தீமையாகவும் அமைந்துபோய்விட்டது. கொழும்பில் டயர்கள் ஏற்றி முடிய மாலை ஆறு மணியிருக்கும். பாரமில்லைத்தானே? சாவகாசமாக வந்துகொண்டிருந்தபோது - அவிசாவளை தாண்டியபின்னர் - கித்துள் கள்ளு இடந்தேடி, வழக்கமான அளவு உள்ளே போனபின்னர் - கொஞ்சம் இடியப்பம் சாப்பிட்டார். அதற்குப் பிறகு குணசேனாவைக் காண நேர்ந்தது. குணசேனா ஒரு முக்கிய, அபிமான சிஷ்யன் - இப்போது மாணிக்கம் மாதிரி - இன்றைக்கு அவனும் ஒரு லொரி ட்ரைவர். அவன் பேதிரிசை விடவில்லை. சந்திப்பின் விளைவாய் ஒரு கால்போத்தல் சாராயம், இரண்டு போத்தல் கள்ளுக்கும் இடியப்பத்திற்கும் இடையில் கலக்கத் தொடங்கியது. ஏற்றம் வர பேதிரிசின் கண்கள் சிவப்பாகிக்கொண்டு வந்தன. லயனலின் ஞாபகமும் வரத் தொடங்கியது. ஓர் இடஞ்சுழி வளைவு. கொஞ்சம் வலப்புறமாகச் சென்று சுழற்றித் திருப்ப வேண்டும். பாதைக்கு வலப்புறமாகப் போகும்போதே நிதானம் தவறுவது ஓரளவு தெரிந்தது. அந்தக் கணத்தில் அவரால் ஒன்றும் செய்ய முடியவில்லை. பொத்... அதைத் தொடர்ந்து இன்னும் சப்தங்கள். ஒரு பதினைந்து அடிப் பள்ளத்தில் தாய் சேயை அணைத்துக் கொள்வதைப் போல் இரண்டு சவுக்கு மரங்களால் தாங்கப் பட்டிருக்காவிட்டால், லொறி இன்னும் கீழே ஐநூறு அடி போயிருந்திருக்கும். பேதிரிஸ், மாணிக்கம் இவர்களின் உயிர்க ளென்ன - ஒரு வகையில் - பேதிரிசுக்கு லயனலின் தற்கொலை யில் ஒரு புதிய பரிமாணம் தெரியவந்ததும் இந்த சவுக்கு மரங்களின் - இல்லை பேதிரிசும் மாணிக்கமும் நினைத்துக் கொண்டதைப் போல அந்தக் கதிர்காமக் கடவுளின் - அர வணைப்பினால்தான்.

பள்ளத்தில் சாய்கிறபோது மாணிக்கம் சடுதியாகத் தன் குருவைப் பிடித்துக்கொண்டான். முன் விண்ட் ஸ்கிரீனில் மண்டை அடிபட்டுப் பேதிரிசுக்கும் காயம். பலமானதில்லை. மாணிக்கமும் பேதிரிசும் அறுபது பாகை சாய்விலிருந்த லொறி யிலிருந்து வெளியே குதித்தபோது, தாக்கியிருந்த இடப்பக்கத்து முன்சில்லு சுழன்றுகொண்டிருந்தது. மாணிக்கம் திரும்ப ஏறி, எரிந்துகொண்டிருந்த இடப்பக்கத்து 'லைட்'டை நிற்பாட்டினான். டாஷ் போர்ட்டிலிருந்து டோச் லைட்டை எடுத்துக்கொண்டான்.

பேதிரிஸ் அதிர்ந்துபோயிருந்தார். நிற்பதற்குக்கூட கஷ்டமாக இருந்தது - மாணிக்கம் தன் தலைப்பாகைத் துண்டைக் கிழித்து அவர் தலையிலும் கையிலும் கட்டுகள் போட்டான். அவனுக்கு ஒரு காயமுமில்லை. பேதிரிசுக்கு நடக்கக் கஷ்டமாக இருந்தது. அந்தக் குளிர்ந்த மெல்லிய பனிப்புகையூடே பேதிரிசை அங்கே அமர்த்தலாம் என்று பார்த்தான். வேறு வாகனம் ஒன்றும் பாதையில் காணவில்லை.

மாணிக்கம் பேதிரிசை 'தாத்தே' (அப்பா!) என்றுதான் அழைப்பான். பேதிரிசும் மாணிக்கத்தை 'புத்தே' (மகனே!) என்று கூப்பிடுவார். சிங்களத்தில்தான் பேசிக்கொள்வார்கள்.

"தாத்தே கொஞ்சம் நிற்கிறீர்களா? பக்கத்தில் படுத்திருக்க இடம் இருக்கிறதா என்று பார்த்து வருகிறேன்."

"நானும் வருகிறேன்." பேதிரிசுக்கு நிற்கப் பொறுமை யில்லை; மாணிக்கத்துடன் புறப்பட்டார். இரண்டு பேருமாக, அந்த லொறி தாண்ட முயற்சித்த வளைவைத் தாண்டிய வுடன், தேயிலைக் கொழுந்தை நிறுத்து பக்டரிக்கு ஏற்றும் ஒரு சிறிய கொட்டகையைக் கண்டு, பேதிரிஸ் அங்கே ஆசு வாசப்படும் வரைக்கும் பாதையில் வேறு வாகனமும் வரவில்லை. மாணிக்கம் திரும்ப லொறி சரிந்திருந்த இடத்திற்குப் போனான். பேதிரிசுக்குப் பனி குளிர்ந்தது. 'இன்னும் கொஞ்சம் சாராயம் இருந்தால்...' அந்த நினைவே சூட்டைக் கிளப்பியது. மெல்லிய பனிப்படலங்களுக்குக்கூடாக நட்சத்திரக் கூட்டங்கள் மின்னுவது தெரிந்தது. 'நல்ல காலமாக மழையில்லை... என்ன நல்ல காலம்? நல்ல காலமென்றால் லயனல் சாவானா? வெறும் மொட்டையாக, 'என் சாவிற்கு நானே காரணம். யார்மீதும் எனக்கு வெறுப்போ கோபமோ கிடையாது. என் வாழ்க்கை இத்துடன் முற்றாக வேண்டும்' என்று எழுதி வைத்துவிட்டுப் போனானே! அது என்ன? 'என் வாழ்க்கை இத்துடன் முற்றாக வேண்டும்.' இந்த நாசமாய்ப்போன முதலாளி நேரத்துக்கு வேலை கொடுத்திருந்தால் அவன் சாவானா? எவ்வளவு நாட்களாய் வேலை தேடுகிறது? ச்சா... இன்னும் கொஞ்சம் சாராயம் இருந்தால்... அதெல்லாம் கிடக்க மாணிக்கத்திடம் சொல்ல வேண்டும். ரகசியமாக இந்த 'ரை ரொட் நட்'டை (Tie Rod Nut) லூஸ் பண்ணும்படி. வரட்டும்...'

பல நினைவுகளும் பேதிரிசை வருத்துவதில் பிழையில்லை. இந்த லயனல் என்ற லயனல் அப்புஹாமி, அவர் மகன். கேகாலை என்ற ரவுனுக்குப் பக்கத்திலிருந்த அவர்களுடைய கிராமத்து வித்தியாலயத்தில் பத்தாவது படித்து சித்தி அடைந்து விட்டு வேலை தேடிக்கொண்டிருந்தான். பேதிரிசுக்கு பத்தாவது என்பது முழுப் படிப்பு என்கிற யோசனை இருந்தது. 'அது எப்படி இவ்வளவு படித்தவனுக்கு வேலையில்லாமல் போகும்' என்கிற வியப்பும் வந்துசேர்ந்தது. லொறிக் கம்பெனி முதலாளி யிடம் கூட்டிக்கொண்டுபோனதைக் கசப்புடன் மீட்டுக் கொண்டார். அந்த முதலாளி, 'பார்ப்போம், பார்ப்போம்' என்று எவ்வளவு நாட்களாகச் சொல்லிக்கொண்டிருந்தான்?

நிர்வாணம்

‘சிலவேளை லயனல் உயிரோடு இருந்திருந்தால் தந்திருப் பான். என்ன தந்திருப்பான்? அவனுக்குத் தெரியும் இப்படி லயனல் வேலையில்லாமல், தேடித்தேடிக் கடைசியாய் வழியில் லாமல் தற்கொலை பண்ணிக்கொண்டது. மகன் செத்துப் போனான் என்று செய்தி வர ஒரு நூறு ரூபாயை விட்டெ றிந்து தன் பாவத்தைக் கழுவிக்கொண்டான். இவன் வேலை தந்திருந்தால் அவன் சாவானா?’ யோசனைகள் முடிவில்லா மல் வந்துகொண்டிருந்தன.

மாணிக்கம் திரும்பி வந்தான். அவன் கொண்டுவந்த சாக்கையும் கம்பளியையும் அவனே விரித்துத் தன் குருவை அமர்த்துவதற்குள், குரு கெஞ்சினார்.

“புத்தே (மகனே!) கொஞ்சமாவது உன்னிடம் இல்லையா?” எது என்பது மாணிக்கத்திற்குத் தெரியும்.

“இல்லை தாத்தே (அப்பா!). பொலிஸ் வந்தால் என்ன சொல்வார்கள்? அதெல்லாம் வேண்டாம். கஷ்டம்.”

“இல்லாவிட்டால் போகிறது. புத்தே இங்கே வா!” குரலைக் குறைத்தார்.

“டை ரொட்டை லூஸ் பண்ணு...”

மாணிக்கம் பவ்யமாகச் சிரித்தான். “லூஸ் பண்ணி விட்டேன்.”

“ஹொந்தாய் புத்தே (நல்லது மகனே!).” பேதிரிஸ் ஒரு வகை நிம்மதி அடைந்து தூங்க முயற்சித்தார். மாணிக்கம், அவரிடம் லொறிக் கம்பெனிக்குச் சொல்லி அனுப்புவதைப் பற்றி கேட்க வேண்டும் என்று நினைத்திருந்தான். அவர் தூக்கத்தை ஏன் கலைப்பானென்று மெல்ல நடந்து லொறியின் சீட்டுக்கு அடியில் உண்மையில் இருந்த கொஞ்ச அலுப்பு மருந்தை மிடறிக்கொண்டான்.

பேதிரிசின் நினைவு மூன்று மாதங்களுக்கு முன் செத்துப் போன லயனலில் லயித்தது. தூக்கம் வந்தால் கனவிலும் அவனே. ஒரு பெரிய சிம்மாசனத்தில் லயனல் நல்ல கோட்டு சூட்டுடன் இருக்கிறான். அக்கம்பக்கம் பெரிய மனிதர்கள் கைகட்டியபடி நின்றுகொண்டிருக்கிறார்கள். வழுவழுப்பான தரை. மேல் உலகம். இந்தக் கூட்டத்துக்குள் பேதிரிஸ் நடக்கிறார்.

“அப்பா, பார்த்தீர்களா? இதுதான் சொன்னேன், என் வாழ்வு முற்றாக வேண்டுமென்று. அது சரி, எங்கே அம்மா, குசுமா, சோமபால, மருமகன்? தனியாகத்தானா வந்தீர்கள்? அவர்கள் வர நாளாகுமா? நான் நினைத்தால் அவர்களைக் கூப்பிட முடியும். கூப்பிடட்டுமா?” லயனல் கையைத் தட்டு கிறான். வெள்ளைவெளேரென்று கோட்டு சூட்டுடன் நிற்கும் இரண்டு பேர் சேவகர்கள் வருகிறார்கள். பேதிரிஸ் அலறு கிறார். “லயனல்! வேண்டாம் வேண்டாம்...” இந்தக் கட்டத்தில் விழிப்பு வந்துவிட்டது. இன்னும் சரியாக விடிந்தபாடில்லை. திரும்பவும் படுத்தார். கிராமத்தின் பசுமையும், சின்ன வீடாக இருந்தாலும், அதைச் சுற்றியிருக்கும் சிறிய தோட்டத்தின்

அழகும் நினைவான கனவில் வந்தன. அதன் பசுமை பல ஆண்டுகட்குப் பிறகு இப்போது அவரைக் கிளர்ந்திருக்கிறது.

II

லயனல் கதை கொஞ்சம் விசித்திரமானது. ஒருவன் கதையை முற்றாக ஒருவராலும் சொல்ல முடியாது. சாணக்கியனைப் புல் தடுக்கின மாதிரி எத்தனை நடந்திருக்கும்? தெரிந்த வரையிலுந்தான் சொல்ல முடியும்.

லயனல் அப்போது பத்தாவது படித்துக்கொண்டிருந்தான். அவன் வகுப்புக்கு ஒரு சரித்திர ஆசிரியர் புத்தம்புதிதாகப் பட்டம் பெற்றுக்கொண்டு வந்திருந்தார். மற்றப் பட்டதாரி ஆசிரியர்கள்போல் கால்சட்டை கிடையாது. வெள்ளைவெளே ரென்று வேஷ்டியும் அதற்குமேல் அதே வெள்ளையில் ஒரு நஷனல் சட்டையும்தான். மெலிந்த மனிதர். கண்ணாடிக் குள்ளால் பிரகாசம் பெற்ற இரண்டு பெரிய கண்கள். இவர் வகுப்புக்கு நேரக் கட்டுப்பாடுகள் கிடையாது. பத்தாவது மாணவர்களுக்குச் சரித்திரம் கடைசி வகுப்பு. அநேகமாக, ஒரு மணித்தியாலம் பிந்தியே மாணவர்களுக்கு விடுதலை கிடைக்கும். சிலபேர் கொட்டாவி விடுவார்கள். வெகு சில பேர் அவர் சொல்வதைக் கேட்பார்கள். கேட்பது சிலவேளைகளில், ஏன் பலவேளைகளில் விளங்குவதுபோலிருக்கும்; விளங்கவும் மாட்டாது. இந்தத் தன்மையே லயனலுக்குப் பிடித்துப் போயிருந்தது. அவர் கையே பல விஷயங்களையும் சொல்ல முயற்சிப்பதுபோல இருக்கும். அவர் வாயால் வசனங்கள் கொட்டக்கொட்ட, அதற்கு இசைவாக அவர் கை வெளியில் இப்படியும் அப்படியும் அலை பாயும். இவற்றையெல்லாம் லயனல் ரசனையுடன் பார்ப்பான்.

ஒருநாள் உலக சரித்திரம் படிப்பித்துக்கொண்டிருந்தவர், ஹிட்லரின் கதையைச் சொல்ல வேண்டியதாயிற்று.

"...ஹிட்லர் கடைசியாகத் தற்கொலை செய்துகொண் டான். எப்படிச் செய்துகொண்டான் என்பது முக்கியமான விஷயமல்ல; ஏன் செய்துகொண்டான் என்பதுதான்..."

இந்தக் கட்டத்தில் மணி அடித்துவிட்டது. "...முக்கியம்" சிலபேர் புத்தகத்தை அடுக்கத் தொடங்கினார்கள். அடுக்கி வைத்திருந்தவர்கள் எழும்பவும் ஆயத்தப்படுத்தினார்கள்.

ஒரு பிரகிருதி, "ஏன் சேர், அவன் தற்கொலை செய்து கொண்டான்?" என்று கேட்டது. அவனைப் பார்த்துப் பின் வரிசைகள் முறைத்தன. அவன் கேட்டதுவும் அதற்காகத்தானே?

"கொஞ்ச நேரம் தந்தால்தான் அவைகளைப் பற்றிச் சொல்ல முடியும்..."

'இருப்பீர்களா?' என்ற தொனியில் ஆசிரியர் கேட்டார். முன்வரிசை "ஆம்" என்று ஒன்றுசேர்ந்து அலறியது. பின் வரிசைகளுக்குக் கடும் கோபம். ஆசிரியர் தன் கண்ணாடி

களுக்கூடாகத் தொலைவை அவர் பாணியில் நோக்க, பின் வரிசைகளுக்கு அன்று லேசில் போக முடியாதென்பது தெரிந்து போய்விட்டது. லயனல் நிமிர்ந்து உட்கார்ந்தான்.

"தற்கொலை, ஹிட்லர் செய்தாலென்ன? யார் செய்தா லென்ன? 'தற்கொலை ஏன் செய்துகொள்கிறான்' என்பது தான் கேள்வி. வாழ்க்கையில் பிரயோசனம் இல்லை என்று யோசிக்கிறவனும், வாழ்க்கையை எதிர்நோக்கமுடியாத கோழைகளுந்தான் தற்கொலை செய்துகொள்கிறார்கள் என்பதை அடிக்கடி கேள்விப்பட்டிருப்பீர்கள். இந்த விஷயம் அவ்வளவு எளிதானது அல்ல. அதில் இன்னும் அநேக விஷயங்கள்... வாழ்க்கையின் தனிப்பட்ட அர்த்தமே இந்தத் தற்கொலையை ஆராய்வதில்தான் காண முடியும். தன்னைத் தானே சாகடித் துக்கொள்கிறவனுக்கு..."

"ஆ, ஆ...வ்" என்று பின்வரிசையில் இருந்து ஒரு நீண்ட கொட்டாவியின் பெரிய சப்தம் கேட்டது. அதைத் தொடர்ந்து பல கிளுகிளுப்புகள். ஆசிரியர் இந்த நிலைமையை எப்படிச் சமாளிப்பது என்று யோசித்து முடிவதற்குள், 'கசமுச கசமுச' வென்று சப்தம் கிளம்பிவிட்டது. பொடியன்களுக்கு இதில் சுவாரசியமில்லை என்ற நிலையை அவரால் சீரணிக்க முடிய வில்லை. கொஞ்ச நாட்களாக அவர்கள் பொறுமையில்லாமல் சத்தம்போடத் தொடங்கியிருக்கிறார்கள் என்று நினைத்துக் கொண்டவர்,

"கொஞ்சம் பொறுங்கள்... தயவுசெய்து. நீங்கள் வளர்ந்து பெரியவர்களான பிறகு நான் சொல்கிற இந்த அறிவாளிகள் இது விஷயம்பற்றி எழுதின நூல்களைப் படியுங்கள்..." என்றார். மாணவர்கள் விடுவதாக இல்லை. அவரும் தொடர்ந்தார்.

"அல்பேட் கமு, ஷொபனோர், நீட்ஷே"

"சேர், மிச்சம் நாளைக்கு சேர்... நேரமாகுது சேர்... "

"கழுதைகளே! போய்ச்சேருங்கள்!" வாத்தியார், புத்தம் புது வாத்தியார் என்றுமில்லா வழக்கமாகச் சபித்தார். எல்லோரும் பாய்ந்தார்கள் வெளியே. லயனல் மற்றவர்களுடன் போகவில்லை. நின்றுகொண்டான். "சேர்..."

ஆசிரியர் தன் புத்தகங்களைச் சீராக்குவதினின்று நிமிர்ந்தார்.

"ஏன் சேர், ஒருத்தன் தற்கொலை செய்துகொள்கிறான்?"

"ஓ! சுருக்கமாகச் சொல்லப்போனால்" நிறுத்தினார்...

"சொன்னால் விளங்குமா?"

"தெண்டிக்கிறேன் சேர்!"

"வாழ்க்கையின் அர்த்தம் என்றால் என்ன என்று உனக் குத் தெரியுமா...?"

'தெரியாது' என்று சொல்ல லயனல் நினைத்தான். அவர் விடவில்லை. தொடர்ந்தார்... "ஒருத்தனுக்கும் தெரியாது. அடுத்

தது என்னவென்றால் தனக்குத் தெரியாதென்றும் தெரியாது. 'தனக்குத் தெரியாது' என்று உண்மையாகத் தெரியவருகிறவன் மெத்த அவதிப்படுவான்." ...அவர் கை இந்தக் கணத்தில் சுட்டுவிரலை நீட்டிய பாங்கில் ஒருசிறு வட்டத்தை வரைந்தது.

"அந்த அவதி தாங்கமுடியாமல் தன் உயிரைப் போக்கிக் கொள்வான்."

லயனலுக்கு அந்தக் கை அப்படிச் சுழன்றதுவும், அத்தோடு மனதில் சுவடேறிய 'தனக்குத் தெரியாதென்றும் தெரியாது'ம் நன்றாகப் பிடித்துப்போய்விட்டது.

அவன் தாய் அன்று மாலை அவன் கையில் தேநீரைக் கொடுத்தபோது, அவன் சந்தோஷத்துடன் இருந்தான். தமக்கை குசுமாவைக் கூப்பிட்டான்.

"ஏய்! உனக்கு வாழ்க்கையின் அர்த்தம் என்றால் என்ன என்று தெரியுமா?"

அடுப்பில் வேலையாயிருந்த அவன் அம்மாவுக்கு இது கேட்டது.

"டேய், அதென்னடா அது?" அப்புறம் அவள் பின்பக்கம் போய்விட்டாள். குசுமா, கையில் ஏதோ தையல் வேலையாக இருந்தவள் தைத்துக்கொண்டே வந்தாள். 'டக்'கென்று சொன்னாள்:

"பஞ்சசீலங்களையும் கடைப்பிடிக்கிறதுதான்." குசுமா 'தர்மதேசனா' (புத்த தரும போதனை) கேட்க ஒழுங்காகப் போவாள். லயனல் இப்படி 'டக்' கென்று ஒரு மறுமொழியையும் எதிர்பார்க்கவில்லை. இதை ஆசிரியரிடம் சொல்லிப் பார்த்திருக்கலாமென்று ஒரு கணம் யோசித்தான்

"இல்லை" என்றான் அதே விரைவுடன். அவனுக்கு அது ஏன் இல்லை என்று அந்தக் கணம் தெரியாது.

குசுமா, "நீதான் பெரிய படிப்புப் படிக்கிறாய். சொல்லேன்" என்றாள்.

"சொல்ல மாட்டேன்" என்று எழுந்தான்.

"தெரிந்தால் சொல்லாமல் போவியா?" என்றாள் குசுமா.

"லேசில் சொல்ல முடியாது. அடுத்தது என்னவென்றால், உனக்குத் தெரியாதென்றும் உனக்குத் தெரியாது." இப்படிச் சொல்கையில் சுட்டுவிரலை நீட்டி, முழங்கை நிலையாக இருக்கத்தக்கதாகக் கையை மட்டும் ஒரு சுழற்றுச் சுழற்றினான். மிகுந்த திருப்தியுடன் வெளியே போனான்.

"உனக்குப் பைத்தியம் பிடித்திருக்கிறது" என்று குசுமா பற்களால் நூலைக் கடித்தாள்.

வெளியே தோட்டத்திற்குப் போனவனுக்குக் கொஞ்ச நேரத்தில் கவலை வந்துவிட்டது.

(இந்த சம்பவத்தை எவ்வளவு நாட்கள் தாயும் மகளும் பின்னர் நினைவுகூர வேண்டியதாய்ப் போயிற்று. லயனல் இறந்தபின்னர் பேதிரிஸ் வீட்டுக்கு ஒருமுறை வந்தபோது அவரிடம் இதைச் சொல்லி அழுதார்கள். பேதிரிசுக்கு விளங்காமலிருந்தது, 'என் வாழ்க்கை இத்துடன் முற்றாக வேண்டும்' என்பதுதான்.)

இந்த சம்பவத்துக்கு அடுத்த நாள் காலையில் நேரத்துக்கு முன்னரே ஓடோடிப் போய் ஆசிரியரைப் பிடித்துக்கொண்டான்.

"சேர், வாழ்க்கையின் அர்த்தம் என்றால் என்ன என்று எனக்கு இப்போது தெரியும்."

"சொல்லேன்" என்றார் அவர்.

"பஞ்சசீலங்களையும் கடைப்பிடிக்கிறதுதான்."

ஆசிரியர் பெரியதாகச் சிரிக்கத் தொடங்கினார். சற்றே சிரிப்பை நிறுத்திக் கேட்டார்.

"யார் சொன்னார்கள்?"

'என் தமக்கை' என்று சொல்லக் கூச்சமாக இருந்தது. "என் அம்மா" என்றான்.

ஆசிரியரின் சுட்டுவிரல், என்ஜினை நிற்பாட்டும்போது, 'கியர் லிவர்' ஆடுகிற மாதிரி ஆடியது.

"என்னைப் பொறுத்தமட்டில் பஞ்சசீலங்களைக் கடைப்பிடித்து வாழ்கிறவனுக்கும் கடைப்பிடியாமல் வாழ்கிறவனுக்கும் வித்தியாசமில்லை. மனிதனுக்கு ஒரு பரிணாமம் இருந்து தானே இருக்கிறது? ஆதிகாலத்தில் மனிதன் பஞ்சசீலத்தோடா இருந்தான்? மனிதன் பரிணாமமடைய அடைய சீலங்கள் மாற வேண்டுமே? சீலங்கள் தேவையுமில்லாமல் போகக்கூடும். என்றைக்கு மனிதன் இப்படிச் சீலங்களுடன் இருந்தான்? இருக்கிறவனுக்கு வாழ்க்கையின் அர்த்தம் தெரிந்துவிடுமா?

நீ ஓர் அர்த்தத்தைத் தேடிப்போனால்..., அந்த அர்த்தத்தின் உண்மைநிலையைப் பற்றிக் கேள்விகள் கேட்டுக் கொண்டே போனால், வெங்காயத் தோலுரித்த கதைதான். அது சரி, பஞ்சசீலம் என்கிறார்களே, இந்த பஞ்சசீலங்கள் என்னவென்று சொல்லு பார்ப்போம்?"

அவைகள் லயனலுக்கு ஞாபகமில்லை. அவனும் தரும போதனைகளுக்குப் போயிருந்திருக்கிறான். சமயபாடத்திற்குப் படித்ததும் ஞாபகத்துக்கு வரமாட்டேனென்றது.

"ஓ - ஞாபகமில்லையா? தெண்டிக்க வேண்டாம். எதுவும் தன்படியே வாழ்வதுதான் உண்மைக்கு இசைவானது. வாழ்வது நீ; மற்றவன் சொல்கிறபடி நீ ஏன் வாழ வேண்டும்? உனக்குத் தெரியாதுபோனால், உன் நியதிப்படி வாழ்வது சீலம்…" கொஞ்சம் நிறுத்தித் தொடர்ந்தார்… "கிரேக்க புராணத்தில் ஒருத்தனுடைய கதையைக் கொஞ்சம் கேள். அது ஒரு பெரிய

நிர்வாணம்

கதை. அதன் முடிவைப் பற்றி மட்டும்தான் சொல்ல முடியும்.” ஒரு கை சட்டைப்பைக்குள்ளும், மற்றக் கை பல உருவங்களை வெளியில் வரைவதுமாக இருந்தன.

“...இந்த சிசிபஸ்சின் நடவடிக்கைகள் கடவுளுக்கும் பிடிக்காமற் போய்விட்டதால் சபித்துவிட்டார். அவனுக்குக் கீழுலகத்தில் இருந்த சாபம் என்ன தெரியுமா? ஒரு பெரிய பாறாங்கல்லை ஒரு பள்ளத்திலிருந்து உருட்டி, மேலே ஒரு மலையின் உச்சிக்குக் கொண்டுபோய் நிறுத்திவிட வேண்டும். அவன் வேர்த்துவிறுவிறுத்து அந்தப் பெரிய கல்லைத் தன் தோள்களால் நெட்டித் தள்ளிக்கொண்டுபோய் விட, அது கடகடவென்று உருண்டு திரும்பிப் பள்ளத்துக்கு வந்துவிடும். அவன் திரும்ப அதை உருட்டி மேலே கொண்டுபோய் விட வேண்டும். திரும்பத்திரும்ப, இதே பெரிய கல்லை நாட்கணக்காய், மாதக்கணக்காய், வருஷக்கணக்காய், யுகக்கணக்காய் முடி வில்லாமல் இதையே செய்ய வேண்டும்...!”

சிலவேளைகளில் லீவு நாட்களில் லயனல் தகப்பனுடன் லொறியில் போவது உண்டு. ஏற்றத்தில் முழுநிறையுடன் போகிற லொறியின் ம்ம்ம்... ம்ம்ம்... என்கிற அவல இயந்திர ஓலம் அவனுக்கு அப்போது கேட்டது. கியரை மூன்றாவதிலிருந்து இரண்டாவதுக்கு, ஏன், சிலவேளைகளில் முதலாவதுக்கே மாற்ற வேண்டிய ஏற்றங்களும் வரும். அப்போது ‘ம்ம்ம்... ம்ம்ம்...’ என்று இயந்திரம் தன் கதியைவிடக் கூட அலறிவிட்டுத் திரும்ப ‘ம்ம்...’ என்று தன் ஸ்தாயியைக் கூட்டிக்கொண்டு அலறும். பேதிரிஸ் இப்படி ‘கிளச்’சை இரண்டு தரம் மிதித்து கியரை மாற்றும்போது இயந்திரத்தின் துடிப்பைத் தானும் ஏற்பது போலவும், லொறியின் சுமையைத் தானே தன்னந்தனியனாய்ச் சுமப்பதுபோலவும் லயனலுக்குத் தோன்றும்.

ஆசிரியர் பேசிக்கொண்டுபோக அதை நினைவுகூர்ந்து கொண்டான். “நாட்கணக்காய், மாதக்கணக்காய், வருஷக் கணக்காய்...” என்று சொல்லும்போது உயர்ந்துகொண்டுபோன ஆசிரியரின் கை, “முடிவில்லாமல் இதையே செய்ய வேண்டும்” என்று முடிந்தபோது பொத்தென்று விழுந்தது. தொடர்ந்தார்.

“இந்தக் கதை என்னத்தைச் சொல்கிறதென்றால், எங்கள் வாழ்க்கையெல்லாம் இப்படியான... இப்படியான... ஓர் அர்த்தமில்லாத... எங்களுக்குத் தெரிந்த அர்த்தமில்லாத... அவசரந்தான். அல்பேட் கமு என்ன சொல்கிறானென்றால், கல்லை மலைக்குக் கொண்டுபோனவுடன் கீழே உருளத் தொடங்க, அந்த உருண்டுபோகிற கல்லைப் பார்த்துக்கொண்டு இருக்கிற அந்த சொற்ப கணத்தில்தான் சிசிபஸ்சினுடைய பிரக்ஞையே இருக்கிறதாம். ஏன்...?” புருவம் உயர்ந்தது.

“ ...அவனுக்கு அந்தக் கணத்தில் அவன் சாபத்திலிருந்தும் விடுதலை. நெற்றி வியர்வை நிலத்தில் சிந்தப் பிரயாணப்பட்டு, நெட்டிக் கல்லைத் தூக்கிக் கஷ்டப்படுகிறவன் கல்தான். அவனுக்கு இடப்பட்ட சாபம் அந்த கஷ்டந்தானே! அதிலிருந்து அவனுக்கு ஒரு கணம் விடுதலை கிடைக்கிறது...”

ஆசிரியர் சிரித்தார்... அவன் விதியிலிருந்து அந்தக் கணத்தில் விடுபட்டுக்கொள்கிறான். அதை அப்புறம் பார்ப்போம். இந்த சிசிபஸ் சாதிக்கிறது என்ன? கல்லை மேலே உருட்டிக்கொண்டு போய் விட, அது திரும்பவும் கீழே வந்துவிடுகிறது. அவன் பிரயத்தனம் முழுக்க வீணாகப் பிரயோசனமில்லாமல் போகிறது. எங்கள் வாழ்க்கையெல்லாம் இப்படித்தான். இதை உணர்ந்த வனுக்கு... ஆழமாக உணர்ந்தவனுக்குத் தன் வாழ்க்கையை முடித்துக்கொள்ளத் தோன்றும். நான் இதைத் திருப்பிச் சொல்ல வேண்டும். வாழ்க்கை ... மனித வாழ்க்கை நெருக்குவாரமானது, அபத்தமானது ... பிரயோசனமில்லாதது."

ஆசிரியரின் கை முறுகி உயர்ந்து தொய்ந்தது. இந்த நேரத்தில் மணி அடித்துவிட்டது. ஆனால், ஆசிரியர் தொடர்ந்தார்.

"இது அல்பேட் கமுவின் கொள்கை. நான் இதைப் பற்றி வேறுவிதமாக யோசித்திருக்கிறேன்..."

"சேர், மணி அடித்துவிட்டது..."

என்று லயனல் சொன்னான். உண்மையில் அவன் கொஞ்சம் பயந்துபோயிருந்தான்.

இந்த ஆசிரியர் இவனோடு பேசுவதைப் பலர் கண்டார்கள். இதெல்லாம் பல வருஷங்களுக்குப் பிறகு மெத்த விவாதத்துக் குள்ளாகிவிட்டது.

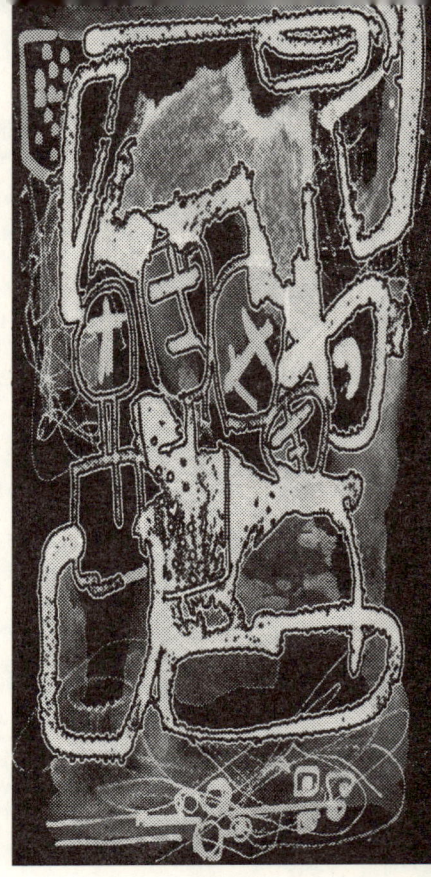

அன்றைய வகுப்பில், முதல் நாளின் மிச்சசொச்சம் கடுமை யான கிண்டல் விமரிசனத்துக்குள்ளாகிக் கொண்டிருந்த வேளை யில் லயனல் நுழைந்தான். முதல் வகுப்பு ஆசிரியர் வரச் சத்தம் அடங்கிவிட்டது. லயனலுக்கு ஆசிரியர் படிப்பித்தது காதில் விழவேயில்லை. அவன் யோசனையில் ஆழ்ந்தான்.

"வாழ்க்கை நெருக்குவாரமானது... அபத்தமானது... பிர யோசனமில்லாதது..." என்று தனக்குள்ளே சொல்லிப்பார்த்துக் கொண்டான். அவன் கை தன்பாட்டில் முறுகி, உயர்ந்து, தொய்ந்தது. பலரின் கருத்துகளின்படி இதுவே லயனலை ஒரு மாதிரி ஆக்கியிருக்க வேண்டும். அவன் நண்பர்களுடன் சேர்ந்து குதித்துக்கும்மாளமடிக்கிறதெல்லாம் கொஞ்சம்கொஞ்சமாகக் குறைந்துவரத் தொடங்கியது. அவனுக்குப் பிடித்தவைகளை ஆழமாக வெறித்து அவதானிக்கும் பழக்கம் அவனைப் பிடித்துக் கொண்டது. வீட்டுத் தோட்டத்தில் ஒரு தென்னைமரம் அவன் முதுகு பட்டுப்பட்டு வழவழப்பாகத் தொடங்கியது.

அவன் தாய், அவர்கள் வீட்டைச் சுற்றியிருக்கிற தோட் டத்தில் விளைவதை எடுத்துக்கொண்டு சந்தைக்குப் போவ தைப் பார்த்தபோது, அதை அவள் நெடுங்காலமாக ("நாட் கணக்காய்... மாதக்கணக்காய்... வருடக்கணக்காய்...") செய்து கொண்டுவருவது அவனுக்கு உறைத்தது. குசுமா துள்ளித் திரிவாள். அவளுக்குப் பத்மா என்றொரு 'கழுதை' - அப்படித்தான் லயனல் சொல்வான் - சிநேகிதம். இரண்டு பேரும் சேர்ந்தால் லயனலைப் பைத்தியமாக்கிவிடுவார்கள். குசுமாவும் பத்மாவும்

துள்ளித் திரிவதைப் பார்க்க லயனலுக்கு எரிச்சலாக இருக்கும். பாறாங்கல்லைத் தூக்கி இவர்கள் தலையில் போட வேண்டும் என்று சிலவேளைகளில் சபித்துக்கொண்டான். இவர்கள் குடங்களில் தண்ணீர் எடுக்கப் போனாலும், அதன் பாரத்தை மறந்து சிரித்துக்கொண்டே பேசிக்கொண்டு வருகிறார்கள்! லயனலின் தாய் இவன் இப்படி வரவர மௌனமாகிக்கொண்டு வருவதைப் பற்றிப் பெருமையடித்துக்கொண்டாள். "இவன் இப்போ நிறையப் படிக்கிறானே, அதனால்தான்." இதை லயனல் ஒருமுறை கேட்க நேர்ந்தபின்னர் உண்மையில் படிக்க ஆரம்பித்தான்.

பேதிரிஸ் வீட்டுக்கு வரும்போது ஓடிப்போய்ப் பார்ப்பான். கையில் ஒரு பெரிய பையுடன் விறுக்விறுக்கென்று நடந்துவருவதில், மாதம் ஒருமுறை இப்படி வந்துபோகிறதில் 'நெருக்குவாரம்' இருக்கிறது என்று அவனுக்குப் பட்டது.

இதெல்லாமிருக்க, அவனுக்கு - கவனித்துக்கொள்ளுங்கள், அவனுக்கு - பத்மாவிடம் காதல் தொடங்கியதையும் கட்டாயம் சொல்ல வேண்டும். காதல் என்றுதான் எனக்குச் சொல்லத் தோன்றுகிறது.

சந்தடியில்லாத தோப்புப் பாதையினூடே அவன் ஒரு நாள் நடந்து வந்துகொண்டிருந்தபோது, பின்னால் "லயனல் ஐயே! (அண்ணா!), லயனல் ஐயே!" என்று அவள் கூப்பிடுவது கேட்டாலும் கேட்காத மாதிரி நடந்தான். திரும்பவும் கூப்பிட்டுக் கொண்டே ஓடிவந்தாள். 'இவள் கூப்பாட்டை நிற்பாட்ட முடியாது' என்று சபித்துக்கொண்டு திரும்பவேண்டியதாய்ப் போயிற்று. "என்ன?" என்று அவன் திரும்பியபோது, ஓடிவந்த அவளின் நெற்றியில் வியர்வையும், அவளின் சிறிய மார்பகங்கள் உயர்ந்தும் தாழ்ந்தும் இயங்குவதையும், தலைமயிர் முன்னால் வந்திருப்பதையும் அவன் கண்டான். அவள் சிரிக்க முயன்றாள். இலேசாகவே வெளிப்பட்டது. இது வழக்கமாக 'ஹஹ்ஹா' என்று தலையைப் பின்பக்கம் நிமிர்த்திச் சிரிக்கும் சிரிப்பல்ல.

"குசுமா அக்காவிடம் சொல்லுங்கள்..." என்று மூச்சிரைத்தாள். அவனுக்கு அது ஒன்றும் கேட்கவில்லை. அவள் இரைவதையே பார்த்துக்கொண்டு நின்றான். "நீ அழகாக இருக்கிறாய்" என்றான்.

"இதை அக்காவிடம் சொல்லுங்கள் என்றால் . . ." என்று கோபித்தாள்.

"எதை? நீ அழகாக இருக்கிறாய் என்பதையா?" என்றான்.

"உங்களிடம் சொல்லிச் சரிவராது" என்று அவளே விறுக்விறுக்கென்று நடக்க ஆரம்பித்தாள். "ஏ பத்மா! ஏ பத்மா!" என்று லயனல் கூப்பிட்டுப் பார்த்தான். அவள் கோபத்துடன் போய்விட்டாள்.

அவள் இரைத்ததுவும் கோபித்ததுவும், விறுக்கென்று நடந்ததுவும் அவன் மனதில் நன்றாகப் பதிந்துபோய்விட்டன.

அவனுக்கு எரிச்சல் வரத் தொடங்கியவைகளையும் சொல்ல வேண்டும்.

பத்மா, குசுமாக் கூட்டம் முழுவதும் நாற்று நடவுக்குப் போகும். அதை முந்தியும் பார்த்திருக்கிறான். ஆனால், இப்போதெல்லாம் வேறுவித உணர்வுகள் வருகின்றனவே! தலைகளில் துண்டு கட்டிக் குனிந்தும் நிமிர்ந்தும் சேற்றின் பசுமையான பசுமையில் கால் புதைத்து சிரித்துக் கதைகள் பேசி ... (இந்தக் குமர்க் கூட்டங்கள்தான் சிரிக்கிறார்கள் என்றால் கிழவிக் கூட்டங்களைப் பார்!) “நாட்கணக்காய்..., மாதக்கணக்காய்... வருஷக்கணக்காய்.... இதையே செய்து வாழ்கிறீர்களே! கழுதைகளே சிரிக்கிறீர்களே! சவங்களே!” என்று திட்டிக்கொண்டான்.

பேதிரிஸ் ஒருமுறை வீட்டுக்கு வந்தபோது, தானும் லொறி ஓட்டலாமா என்று கேட்டான். பேதிரிசுக்குக் கோபம் வந்து விட்டது.

“என்னத்துக்கு? இரவிரவாய் நித்திரை முழிக்கவா? மனேஜர் முதல்கொண்டு பொலிஸ்காரன்வரை பேச்சு வாங்கவா...?” இப்படி வரிசையாய் அடுக்கிக்கொண்டுபோய், “இல்லை, அக்ஸிடெண்ட் படவா?” என்று முடித்தார். “பேசாமல் படி. நீ நன்றாகத்தானே படிக்கிறாய் என்று எல்லோரும் சொல் கிறார்கள்” என்றும் சொன்னார். ‘ட்ரைவரானால் சாராயம் மனிதனை முடித்துவிடும்’ என்று மனதுக்குள் சொல்லிக் கொண்டார்.

இதுவும் லயனலுக்கு அதிர்ச்சியாக இருந்தது.

அவன் எவ்வளவோ நம்பியிருந்தான். ஏற்றத்தில் ஒரு பெரிய லொறியை ஓட்டிக்கொண்டு போவதைப் போலக் கனவு கண்டிருக்கிறான்.

பத்தாவது வகுப்புப் பரீட்சை நெருங்க எல்லோரும் விழுந்துவிழுந்து படிக்க ஆரம்பித்தார்கள். லயனலோ வயல் வரப்புகளிலும் தென்னம்தோப்புகளிலும் திரிய ஆரம்பித்தான். சிலவேளைகளில்தான் புத்தகங்களை எடுத்துவைத்துக்கொண்டு படித்திருந்தாலும், ‘வருஷாவருஷம் பரீட்சை’ என்று குறைப் பட்டிருந்தாலும், நன்றாகவே தேறியிருந்தான். ஆசிரியர்கள் அவனை கேகாலை ரவுனில் போய் மேலே படிக்கச் சொன் னார்கள். அதற்கு அவனிடம் வசதியேது? இந்த சரித்திர ஆசிரியர் இந்தக் கணத்தில் முன்வந்தார்.

“...மேலே படிப்பதில் உண்மையில் எதுவித பிரயோசனமும் இல்லை. அறிவைத் தேட வேண்டும் என்றால் அது வழியில்லை. உத்தியோகம் என்பதற்கு மட்டுமே அது ஒரு வழி. ஆனால், உத்தியோகத்தில் என்ன இருக்கிறது? ஓ... அதுகளெல்லாம் பிறகுதான் உனக்கு விளங்கும். எதற்கும் நீ முதலில் படி, நான் உதவி செய்கிறேன்” என்றார். லயனலுக்கு மேலே படிக்கக் கொஞ்சம்கூட இஷ்டமில்லை. அதை அவரிடம் எப்படிச் சொல்கிறது?

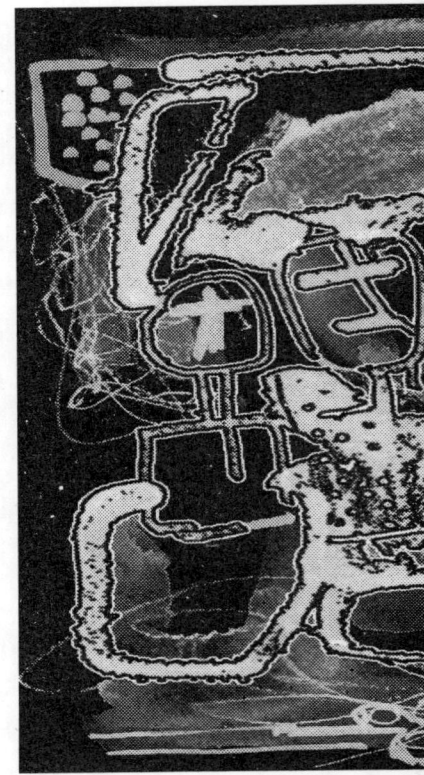

'நல்ல காலமாக' இந்தக் கட்டத்தில் அவரை வேறு ஊருக்கு மாற்றிவிட்டார்கள். அவர், அவனுக்கு இது சம்பந்தமாக லெட்டரும் போட்டிருந்தார். லயனல் பதில் எழுதவில்லை.

அவனுடைய உத்தியோகம் தேடுபடலம் தொடங்கியது.

அதை ஏன் கேட்பான்? அவன் தாயும் தமக்கையும் அவனுக்கிருந்த ஒரே ஒரு வெள்ளைக் காற்சட்டையையும் சட்டையையும் துவைத்து மடித்துக்கொடுத்து அவற்றை உடுத்திக் கொண்டு அவன் நேர்முகப் பரீட்சைகளுக்காய் பஸ்சில் ஏறிப்போவதை வீட்டு வாசலில் நின்று பார்ப்பார்கள். அதைப் பார்க்க லயனலுக்கு ஒருமாதிரியாக இருக்கும். ஒரு வேதனையும் மனதில் தொடரும். இப்படி அவன் உத்தியோகம் தேடிக் கொண்டிருந்தபோது, பேதிரிசுக்கு இரண்டு விபத்துகள் நடந்தன. முதலாவதைப் பற்றித்தான் எனக்குத் தெரியும். (இரண்டாவது பற்றிச் சரியாகத் தெரியாது.)

பேதிரிஸ் ஓட்டிக்கொண்டுபோன லொறி கொழும்பில் ஒரு சைக்கிள்காரனை மோதி, சைக்கிள்காரன் ஸ்தலத்திலேயே சரி. பேதிரிசைக் கொஞ்ச நாட்கள் ரிமாண்டில் வைத்திருந்தார் கள். இவைகளைப் பற்றி பேதிரிஸ் வீட்டுக்கு வந்து சொன்ன வரையிலும் அவர் வீட்டில் ஒருத்தருக்கும் தெரியாது. பெரிய முதலாளி பெரிய சத்தம் போட்டுப் பேதிரிசைப் பேசினார். லொறிக்கு வேலை மினக்கெட்டுப் போச்சுதாம். "எவ்வளவு நஷ்டம் எனக்கு, தெரியுமா?" பிறகு வழக்கில் பேதிரிசை விடுதலை செய்துவிட்டார்கள்.

பேதிரிஸ் என்ன விபத்து நடந்தாலும் பதறமாட்டார். வெற்றிலையைக் குதப்பியபடி, பெல்ட்டைச் சரிபண்ணிக் கொண்டு, மீசையை முறுக்கியபடி லொறியிலிருந்து அவர் இறங்குவது ஒரு காட்சி. இவைகளைப் பற்றி நீங்கள் மாணிக் கத்திடம் கேட்க வேண்டும்! பேதிரிசைக் கேட்டால் "எத்தனை அக்சிடென்டை நான் கண்டிருக்கிறேன் தெரியுமா? ஒன்றிலா வது நான் பிழை என்று ஒரு நீதிபதியாவது தீர்ப்புக் கொடுக்க வில்லை. எப்படிக் கொடுக்கிறது? நான் பிழை விட்டால் தானே? 1941இல் லைசென்ஸ் வாங்கினேன். அப்போ..." என்று தொடங்குவார். மாணிக்கம் ஆவலுடன் முழுவதையும் கேட் பான். உண்மையில் பேதிரிஸ் நல்ல ட்ரைவர்தான். இல்லா விட்டால் அந்த முதலாளி அவனை வைத்திருப்பானா?

பேதிரிஸ் வீட்டுக்கு வந்து இந்த விபத்துப் பற்றிச் சொன்ன போது, லயனல் வெகு கவனமாகக் கேட்டான்

"அது எப்படி நடந்தது, அப்பா?"

பேதிரிசுக்கு எரிச்சலாக இருந்தது.

"லொறிக்குக் குறுக்கே அவன் சடாரென்று திரும்பினதுதான், வேறென்ன?"

அப்பா சொல்கிற மாதிரியைப் பார்த்தால் தற்கொலை மாதிரியும் தெரிகிறது என்று யோசித்துக்கொண்டவன், அது பற்றி அவரிடம் ஒன்றும் கேட்கவில்லை.

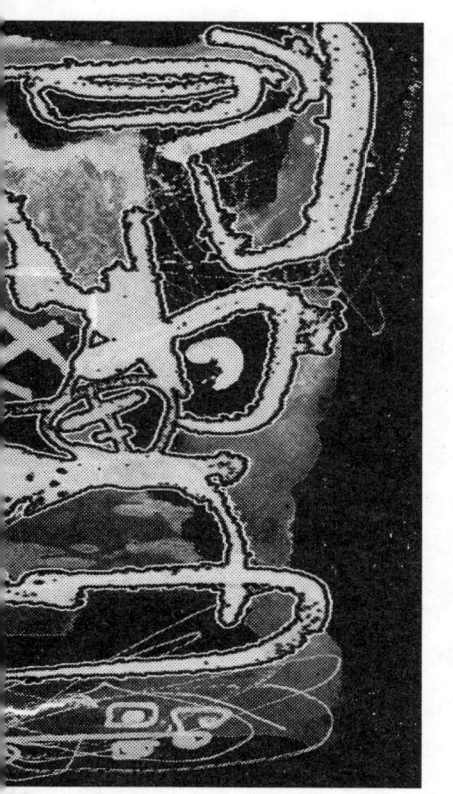

பேதிரிஸ் வீட்டுக்கு வரும்போதெல்லாம் அவன் கடைசி யாகப் போன நேர்முகப் பரீட்சைபற்றி விசாரிப்பார்.

"லஞ்சம் வாங்காமல் எவன் வேலை கொடுக்கிறான்?" என்று சிலவேளைகளில் பெலத்தே மகனிடம் குறைப்பட்டிருக் கிறார். 'வேலை கிடைக்காமல் போகப்போகிறதா?' என்ற நம்பிக்கை அளவுக்கதிகமாகவே பேதிரிசிடம் இருந்தது.

III

திருமதி பேதிரிசுக்கு லயனலின் ஒரு சிநேகிதனான சோமபால ஒருமுறை வீட்டுக்கு வந்தபோது குசுமாவைப் பார்த்த பார்வையின் தீட்சண்யம் தலைக்குள் போய் ஒரு சுழற்காற்றைக் கிளப்பிவிட்டுவிட்டது. பேதிரிசின் அதற்கடுத்த மாதாந்தர விஜயத்தின்போது, 'குசுமா கல்யாணம்' என்று பிரஸ்தாபிக்க, பேதிரிஸ், "முதலில் மகனுக்கு ஒரு வேலை கிடைக்கட்டும். பிறகு பார்ப்போம்" என்று சொல்லிவிட்டார். இதையே சொல்லிக்கொண்டு கொஞ்சக்காலம் கடத்தினார். இதற்கிடையில் சோமபாலவின் விஜயம் அடிக்கடி நடக்கத் தொடங்கியது. முதலில் திருமதி பேதிரிஸ்தான் அவனுக்குக் 'கவும்' (பலகாரங்கள்) செய்து கொடுத்தாள். பிறகு, மகளே தலைப்பட்டு இனிப்புப் போதுமா என்று தானே பார்த்துச் செய்ய ஆரம்பித்தாள்.

சோமபால குசுமாவைத்தான் பார்க்க வந்தேன் என்று வர முடியுமா? "லயனல் இருக்கிறானோ?" என்று, லயனல் இல்லாத நேரம் பார்த்து வந்தான். இதனாலேதான் லய னலுக்கு இந்த விவகாரம்பற்றி முதலில் அவ்வளவு சரியாகத் தெரியாது போய்விட்டது. இது முற்றி, சோமபாலவே, பேதிரிஸ் ஒரு முறை வீட்டுக்கு வந்த நேரம் தரகர்மாரை அனுப்பி மடக்கிவிட்டான். லயனல் இவைகளைப் பற்றி அக்கறையில்லாமல் இருந்தான். சோமபால குசுமாவைப் பெண் பார்க்க வந்தபோது (இது பேதிரிசுக்காக நடந்தது) லயனலுக்கு நேர்முகப் பரீட்சை இருந்தது. அவன் கொழும்புக் குப் போய்விட்டான். சோமபால இரண்டு ஏக்கர் நிலம் வைத்திருந்தான்; அவ்வளவுதான். தனியானவன், வயதான தாயுடன் நிலத்தை ஒட்டிய சிறு வீட்டில் இருந்தான். பேதி ரிசுக்கு யோசனையாக இருந்தாலும் சம்மதித்துவிட்டார். சோமபால - குசுமாவின் கல்யாணத்தின்போது, லயனல் அதே தாமரை இலைத் தண்ணீர்த்தனத்துடன் இருந்தான். அவனுக்கு, எல்லோரும் கல்யாணத்தன்று இப்படி உடுத்திவந்த தும் சாப்பிட்டதும் குடித்ததும் வெறித்ததும் ஏதோ கனவில் வருவதைப் போல இருந்தது. பேதிரிசுக்கோ அன்று நிறை வெறி. லயனலுக்கும் வார்த்துக் கொடுக்கக் கிளம்பினார்.

"எனக்கு வேண்டாம், அப்பா" என்றான். பேதிரிசுக்கு கோபம் வந்துவிட்டது.

"நாளைக்கு உத்தியோகமாகிப் போய் என்ன செய்யப் போகிறாய்? யாரென் கொடுத்தால் குடிக்கத் தெரியாதென்றா சொல்லப்போகிறாய்...?" லயனல் அவர் கொடுத்ததை வாங்கிக்

நிர்வாணம்

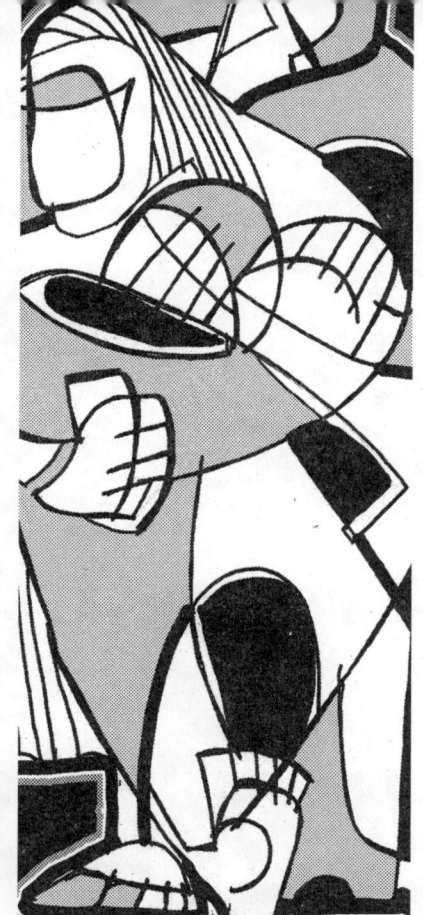

கொண்டான். பாட்டும் பைலா நடனமும் தொடங்கிவிட்டது. லயனலுக்கு இந்தக் கூத்துகள் பிடிக்கவில்லை. ஆடிக்கொண் டிருந்தவர்கள் அவனை இழுக்க அவன் ஒதுங்கிக்கொண்டான்.

சோமபாலவும் குசுமாவும் சில நாட்கள் இங்கே இருப் பார்கள்; சில நாட்கள் சோமபாலவின் வீட்டில் இருப்பார்கள். குசுமா மிகுந்த மகிழ்ச்சியுடன் இருந்தாள். போயா தினங்களில் கணவனையும் இழுத்துக்கொண்டு விஹாரைக்குப் போய் விடுவாள். அந்திவேளையில் வெள்ளையுடை அணிந்து கையில் நிறைய மலர்களுடன் போவாள். "ஏ லயனல், நீயும் வாயேன்?" என்று கூப்பிடாத நாளில்லை. சிலவேளைகளில் சோமபாலவும் கூப்பிட்டுப் பார்த்திருக்கிறான். லயனல், "நான் பிறகு வருகிறேன்" என்பான். இருந்தாலும் குசுமா அவனுக்கும் சேர்த்தே பிரார்த்தித்துக்கொண்டு வந்தாள்.

குசுமா வயிறு ஊதிக்கொண்டு வர, அவள் தாய் அவளில் மிகுந்த கவனமெடுக்க ஆரம்பித்தாள். அவள் புருஷனை அவள் அதிகாரம் செய்வது கூடிக்கொண்டு வந்தது. சோமபால இதுக்கென்றே பிறந்தவன்போல நடந்தான். அந்நாட்களில் தாயின் கவனத்திற்காகத் தாய் வீட்டில் குசுமா இருந்தாள். ஒருநாள் மாலை அவளுக்கு வலியெடுத்து அவள் முனகுவதையும் வேதனைப்படுவதையும் லயனல் ஊன்றியே கவனித்தான். அவளைக் கிராம ஆஸ்பத்திரிக்குக் கொண்டுபோய்விட, லயனல் மட்டும் வீட்டில் தனியே, 'ஒரு குழந்தை தாய் வயிற்றிலிருந்து எப்படி வெளியே வரும்' என்பதைப் பற்றியெல்லாம் யோசித்துக்கொண்டு கிடந்தான். அதற்கடுத்த நாள் மத்தியானம் இரண்டு மணிக்குத்தான் தாய் வந்தாள். மிகவும் களைத்துப் போயிருந்தாலும் அவசரமாகவே வந்தாள். லயனல் எதுவும் கேட்பதற்கு முன்னதாக அவளே சொன்னாள், "ஆண் குழந்தை."

"...ம்ம் நான் அதைப் பார்க்க வேண்டும்."

அன்று மாலை திரும்பவும் தாய் ஆஸ்பத்திரிக்குப் போன போது அவனும் கூடப்போனான்.

குசுமா துவண்டு கிடந்தாள். நெற்றியில் அவள் கை கிடந்தது. குழந்தையோ செக்கச்சிவக்க அவளருகில் நித்திரையில் ஆழ்ந் திருந்தது. அவள் குழந்தையின் பக்கமாகச் சரிந்தபடி குழந்தையைப் பார்த்தபடி இருந்தாள்.

லயனல், குசுமா துவண்டு கிடப்பதைப் பார்த்தான்.

"...யோசித்துப் பார், உடலை வருத்திக்கொண்டுபோன கல் கடகடவென்று ஒரு கணத்தில் பள்ளத்துக்குப் போய்விடும். அது இப்படி உருண்டு போகிறதை சிசிபஸ் பார்ப்பான்..." லயனல் கை சரித்திர ஆசிரியரின் கை மாதிரி மடங்கியது. அந்தக் கணத்தில் குசுமாவை மிகவும் நேசித்தான். "குசுமா அக்கா!" என்று மெல்லியதாகக் கூப்பிட்டான். குசுமா திரும்பினாள். "வா" என்றாள். குழந்தையைக் காட்டினாள். லயனல் அதை தொட்டுப்பார்த்தான். தாயும் மகளும் இதற் கிடையில் பேசிக்கொள்ள ஆரம்பித்தார்கள். லயனல் குழந்தை

யையே பார்த்துக்கொண்டிருந்தவன், அவர்கள் சம்பாஷணை யைப் பற்றிய உணர்வெதுமில்லாமல்,

“இந்தக் குழந்தைக்கு லயனல் என்று பெயர் வைத்தால் என்ன?” என்று மெல்லியதாகச் சொன்னான். அது அப்போது அவர்களுக்குக் கேட்கவில்லை. குசுமாதான் திரும்பி, “என்ன?” என்றாள். திரும்பவும் தாயும் மகளும் தொடர்ந்து பேசிக் கொள்ள ஆரம்பித்தார்கள்.

குசுமாவும் குழந்தையும் கொஞ்ச நாட்களில் வீட்டுக்கு வந்துவிட்டார்கள். இந்தக் குழந்தை நேரகாலம் தெரியாமல் அழும். “... தோ. . . தோ...!” என்று குசுமா அதைத் தாலாட்டித் தூங்கப் பண்ணுவாள். அது அழும்போது லயனல் என்ன நடுஇரவாயிருந்தாலும் விழித்துக் கேட்பான்.

“க்குவா... க்குவா...” என்று கைகளையும் கால்களையும் உதைத்துத் தனக்கு இந்த வாழ்வே வேண்டாம் என்று தன்னைச் சுற்றியிருக்கிறவர்களிடம் அது குறைப்படுகிறது என்று லயனலுக்குச் சிலவேளைகளில் தோன்றியது.

IV

குசுமா, குழந்தை பிறந்து மூன்று, நான்கு மாதங்கள்வரை தொடர்ச்சியாகத் தாய் வீட்டில்தான் இருந்தாள், தாயின் ஆலோசனைகளுக்காகவும் உதவிகளுக்காகவும். அந்தக் ‘கழுதை’ பத்மா குசுமாவைப் பார்க்க வந்துகொண்டிருந்தாள். உண்மையில் பத்மா ஊர்க்கதைகளைக் கொண்டுவந்து குசுமாவிடம் கொட்டி அலசிக்கொண்டு போவாள். அவள் வந்தால் சிரிப்பொலி ஒரு நூறு யாருக்குக் கேட்கும். இது சிலவேளைகளில் லயனலுக்குக் கோபத்தைக் கிளப்பிவிட்டுவிடும்.

“கொஞ்சம் மெல்லச் சிரிக்கக்கூடதா?” என்று கோபிப்பான் தன் கோபத்தைக் காரணப்படுத்தியும் கொள்வான்.

“ஊரில் யாரென் எப்படிப் போனால் என்ன?”

“இது பெண்கள் கதை. இதற்குள் நீங்கள் வரத் தேவை யில்லை” என்று பத்மா துடுக்காகச் சொல்லிவிடுவாள். கதை முடிந்து போகும்போது ஏதாவது சொல்லி லயனலைச் சீண்டி விட்டுப் போவாள். லயனல் குசுமாவிடம் குறைப்படுவான்.

“இவள் ஒரு மோசமான பெட்டை.”

“சீ அப்படிச் சொல்லாதே. அவள் தங்கமானவள். அவளைப் பற்றி உனக்கென்ன தெரியும்?” என்பாள்.

பத்மா, லயனல் மனதில் இன்னும் ஆழ இறங்கிய சம்ப வத்தை விட்டுவிட முடியாது.

ஒரு காலை.

லயனல் தன் தென்னைமரத்தில் சாய்ந்தபடி தூரத்தில் வெறுமனே பார்த்துக்கொண்டிருந்தபோது, அவள் உடுத்தி யிருந்த சாரம் (லுங்கி) தடுக்கியபடி இரைக்க இரைக்க ஓடி வந்துகொண்டிருந்தாள்.

"லயனல் ஐயே...!"

லயனல் அவள் தூரத்தில் வரும்போதே பார்த்துவிட்டான்.

"சந்திரே... வீட்டுக் கூரையிலிருந்து விழுந்துவிட்டான். அவனை ஆஸ்பத்திரிக்குக் கொண்டுபோக வேண்டும். ரத்தம் பெருவாரியாகப் போய்விட்டது." பத்மாவுக்கு அழுகை வரும் போல் இருந்தது. இந்தச் சந்திரே என்ற சந்திரபால பத்மாவின் தம்பி. பத்து வயதுதான் இருக்கும். அவன் செய்யாத துடுக்குத் தனம் இல்லை. பத்மாவை உற்றுப் பார்த்தவனுக்கு, அவளை அணைத்துக்கொள்ள வேண்டும்போல இருந்தது. அவள் ஓலத்தைக் கேட்டு அவன் தாயும் தமக்கையும் உள்ளேயிருந்து வெளியே வருவதற்குள் பத்மாவும் லயனலும் போகத் தொடங்கி விட்டிருந்தார்கள். தாய் குசுமாவை, "நீ இரு" என்று சொல்லி விட்டு அவர்களுக்குப் பின்னால் புறப்பட்டுவிட்டாள்.

இந்த விபத்து நடந்த நேரத்தில் பத்மாவின் தகப்பன் ஊரில் இல்லை. அவள் இரண்டு தமையன்களும் வேற்றூரில். சின்னத் தங்கையும், இந்த விழுந்த பையனுந்தான் வீட்டில். உதவிக்கு வேறு யார் இருந்தார்கள்? துவண்டுகிடந்த பையன் வலியால் துடித்துக்கொண்டிருந்தான். கரத்தையை (மாட்டு வண்டியை) தகப்பன் கொண்டுபோய்விட்டார். லயனல் அவனைத் தன் கையாலேயே தூக்கிக்கொண்டுபோய், அயல் வீட்டாரிடம் ஒரு கரத்தையை இரவல் வாங்கி, அதில் ஆஸ்பத்திரிக்குக் கொண்டுபோனான். புறப்படும் கணத்தில் பத்மாவைத் திரும்பிப் பார்த்தான். அவள் முகத்தில் வேதனை கொடியாகப் படர்ந்திருந்தது; தலைமயிர் முன்னால் முகத்தில் விழுந்து முகத்தில் எண்ணெய் வழிந்துகொண்டிருந்தது.

"ஓ பத்மா" என்று லயனல் மனதுள் சொல்லிக்கொண் டான். அவளின் பார்வை, அவள் நிலை, அவள் சோகம், அவன் மனதில் நிலைத்துவிட்டது. சந்திரேயை ஆஸ்பத்திரியில் சேர்த்து அவனைக் கவனித்தது முழுக்க லயனல்தான். சந்திரே கட்டிலில் கிடந்து, அவன் சூழலை மருவிப் பார்த்தது லயனலுக்கு வருத்தமாக இருக்கும். பத்மா சாப்பாடு செய்து கொடுக்கச் சந்திரேக்கு அவன்தான் சைக்கிளில் சாப்பாடு கொண்டு போவான். பத்மா அந்த நாட்களிலெல்லாம் அமைதியாகத்தான் இருந்தாள். சந்திரே குணமாகி வீட்டுக்கு வந்தபின்னர் அவள் கலகலப்புத் தொடங்கிவிட்டது. லயனலோடும் சீண்டலுக்கு வரத் தொடங்கினாள்.

பத்மாவைப் பற்றிக் குசுமாவுக்கும் அவள் தாய்க்கும் ஒரு முடிவிருந்தது.

"...லயனலுக்கு உத்தியோகம் கிடைக்கட்டும்..."

அதை அவர்களால் சொல்ல முடியாமலிருந்தது. பத்மா வீட்டுக்கு வந்தால் அவளும் குசுமாவும் பேசுவதைக் கேட்க லயனல் வந்துவிடுவான். கொஞ்ச நேரந்தான் கேட்க முடியும்; பிறகு அவர்கள் சிரிப்பைப் பொறுக்க முடியாமல் போய் விடுவான்.

V

இதற்கிடையில் பேதிரிஸ் தான் வேலை பார்க்கும் கம்பெனியிலேயே மகனுக்கு வேலை தேடுவோம் என்று ஒருநாள், அதே வெள்ளைக்காரன் சட்டை, சப்பாத்து அலங்காரங்களுடன் மகனைத் தன் கம்பெனிக்குக் கூட்டிக்கொண்டு போனார்.

முதலாளியின் வீடு, காரியாலயம், லொறிகள் விடும் ஷெட், கராஜ் சாமான்களைத் தற்காலிகமாக அடைக்கும் ஸ்டோர் எல்லாம் ஒன்றுக்கொன்று பக்கத்தில்தான் இருந்தன. அந்த முதலாளி காலை சரியாக எட்டு மணிக்குத் தன் கோட்டை மாட்டிக்கொண்டு தன் வீட்டிலிருந்து நடந்தே காரியாலயத்துக்குப் போவான்.

பேதிரிஸ் தன் புத்திரசிகாமணியுடன் போன அன்றும் அதே வழக்கத்துடன் புறப்பட்டு வர, "ஆயு போவன் மஹாத்தயா" (வணக்கம் ஐயா) சொன்னார்கள். முதலாளி தலையசைத்துக் கொண்டு சட்டைப் பொத்தான்களை மாட்டிக்கொள்வதில் கவனமெடுத்துவிட்டுப் பேசாமல் நடக்க ஆரம்பித்தான். புறத்தே பேதிரிசும் மகனும் நடந்தார்கள்.

"மஹாத்தயா (ஐயா!) இவன்தான் என் மகன்..."

"ம்ம்ம்" என்று முதலாளி, மகனை ஒரு பார்வை பார்த்தான்.

"நான் சொன்னேனே படித்துவிட்டு இருக்கிறானென்று ..."

"ம்ம் அது கிடக்க பொடிசிங்கோவைக் கூப்பிடு ..." என்றான். பேதிரிஸ் மெக்கானிக் பொடிசிங்கோவைக் கூப்பிட ஓடினார். அவர் ஓடுவதை லயனல் பார்த்தான். வீட்டில் எவ்வளவு கம்பீரமாகவும் சுதந்திரமாகவும் இருக்கும் தன் தகப்பன் எப்படி ஓடுகிறார்? மனதில் பெரிய பாரம் ஏறி அமத்துவதுபோல் அவனுக்குத் தோற்றியது.

"பத்தாவதில் எத்தனை பாடங்களில் 'கிரெடிற்' எடுத்திருக் கிறாய்?" முதலாளி கேட்டான்.

"ஏழு" என்றான் லயனல், முதலாளியைப் பார்க்காமலே. "ஓ" என்றான் முதலாளி. வேறெதுக்காகவுமல்ல; அவன் பிள்ளைகள் ஒன்றிரண்டுக்குமேல் ஒருநாளும் எடுத்ததில்லை.

பொடிசிங்கோவும் பேதிரிசும் இதற்கிடையில் வந்தார்கள்.

"பொடிசிங்கோ, இந்தப் பதினாறாம் நம்பர் லொறி இன்னும் ரிப்பேர் பண்ணி முடியவில்லை. எப்ப முடிந்து, எப்ப லொறி ஓடுகிறது? எத்தனை தேயிலைப் பெட்டி முடங்குது பார்த்தியா? சீக்கிரம் பார்... இரண்டு மணிக்குள் எப்படியும் இன்றைக்கு லொறி ஓட வேண்டும்." இரைந்தான் முதலாளி. "சரி, மஹாத்தயா" என்று பொடிசிங்கோ லயனலையும் ஒருகணம் பார்த்துவிட்டுப் போனான்.

முதலாளியின் இரைச்சலின் ஆவி அவனைச் சூடாக்கிய அந்தக் கணத்தில் பொடிசிங்கோவின் பரிதாபமான பார்வை யும் சேர்ந்து அவனை வருத்தியது.

"இந்த கம்பெனி வேலைகளெல்லாம் தெரிந்தால்தானே இங்கே வேலை பார்க்கலாம். அதுகள் எல்லாம் தெரிய வேணுமே?" என்றான் முதலாளி நடந்துகொண்டே.

"அதுகளைக் கொஞ்சம் பழகினால் பிடித்துக்கொள்வான்" என்று பேதிரிசே சொன்னான், எங்கே லயனல் என்னத்தையேனும் பிழையாகச் சொல்லிவிடுவானோ என்ற பயத்தில். லயனலுக்கு உடம்பெல்லாம் எரிந்தது.

"சரி, கொஞ்ச நாளைக்குப் பிறகு பார்ப்போம் . . ." என்று முதலாளி அவன் அறைக்குள் போய்விட்டான். அதைத் தொடர்ந்து கட்டளைகளும் பேச்சும் இரைச்சலும்!

அதற்குப் பிறகு ஒரு கால்மணி நேரத்திற்குள் அந்த இடத்தில் எத்தனை மாற்றம். கராஜில் லொறிகள் திருத்தப்படுவதும், தேயிலைப் பெட்டிகள் 'டக்டக்'கென்று லொறிகளில் ஏற்றப்படுவதும், காரியாலயத்தில் ரைப்பிங் விரைவாக நடப்பதும்!

லயனல் சிறுவனாக இருந்தபோது தகப்பனுடன் ஓரிருமுறை வந்திருக்கிறான். அப்போதெல்லாம் பொடிசிங்கோ லொறி இயந்திரங்களைத் திருத்துவதை ஆவலுடன் பார்ப்பான்.

அன்று பொடிசிங்கோ லொறி போனட்டைத் திறந்து குடைந்துகொண்டிருந்தான்.

"புத்தே! எப்படியிருக்கிறாய்?" பொடிசிங்கோ வெற்றிலையை வாயில் குதப்பியபடி கேட்டான்.

"பரவாயில்லை" என்றான் லயனல்.

லொறிக்குக் கீழே இரண்டு உதவிப் பையன்கள், கிரீஸ் ஒயில் அப்பிய சட்டைகளுடன் இருந்தார்கள். பொடிசிங்கோ தானும் வேலை செய்துகொண்டு இடைக்கிடை அவர்களை ஏவிக்கொண்டும் வெற்றிலை குதப்பியபடியே,

" ...இதை இரண்டு மணிக்குள் முடிக்கட்டாம். எப்படி முடிக்கிறது? எஞ்சின் ஹெட்டைக் கழற்ற வேண்டும்" என்று முணுமுணுத்தான். கொஞ்ச நேரத்தில் பொடிசிங்கோவும் சிஷ்யகோடிகளும் எஞ்சின் ஹெட்டைக் கழற்றிவிட்டார்கள். கழற்றியதை வெளியில் எடுத்து வைக்க வேண்டுமே! பொடிசிங்கோ ஒரு பக்கம், இன்னும் இரண்டு பேர் மற்றப் பக்கம் பிடித்து, மெல்ல அதைக் கழற்றி மேலே தூக்கிச் சிரமப்பட்டு ஒரு தூணுக்கருகில் ஓர் இரும்பு மேசைக்கருகில் கொண்டு போய்க்கொண்டிருந்த கணத்தில் முதலாளி வந்தான். முதலாளி மௌனமாகவே இவைகளைப் பார்த்துக்கொண்டு நின்றான்.

"ஹெமின் . . . ஹெமின் . . ." (மெல்ல . . . மெல்ல . . .) என்று பொடிசிங்கோ சிஷ்யர்களுக்கு உத்தரவிட்டு, அதை இறக்கி விட்டுத் திரும்பி முதலாளியைப் பார்த்தான். லயனல் மண்டையில்:

"யோசித்துப் பார்! உடலை வருத்தித் தன்னையே இழந்து மேலே உருட்டிக்கொண்டுபோன கல் கடகடவென்று ஒரு கணத்தில் பள்ளத்துக்குப் போய்விடும். அது அப்படி உருண்டு போகிறதை சிசிபஸ் பார்ப்பான்" என்பது ரீங்காரமிட்டது.

சிசிபஸ் இப்படித்தான் பார்ப்பான்!

முதலாளி லயனலையும், லயனல் நடப்பவைகளைப் பார்ப்பதையும் ஒருமாதிரியாகப் பார்த்துவிட்டு ஒன்றும் பேசாமல் போய்விட்டான்.

"...அவன் விதியிலிருந்து அந்தக் கணம் விடுபட்டுக் கொள்கிறான்."

"ஸ்பானரைக் கொண்டுவாடா" என்ற பொடிசிங்கோவின் சத்தத்தில் லயனல் தன் சிந்தனைத் தொடரிலிருந்து விடுபட்டுக்கொண்டு, தேயிலைப் பெட்டிகளை ஸ்டோரிலிருந்து லொறியில் ஏற்றுவதைப் பார்க்கப் போய்விட்டான்.

மூன்று பேர் முதுகில் கொண்டுபோக, லொறியில் அதை வாங்கி ஒருத்தன் அடுக்குகிறான். இயந்திரகதியில் தொடர்ச்சியாக அடுக்கிக்கொண்டே இருந்தார்கள். லயனல் வெகு கவனமாகப் பார்த்தான். லொறியில் பெட்டியை ஏற்றிவிட்டு வெறுமனே திரும்பும்போது அவர்கள் முகத்தில் எந்தவித மாற்றமுமில்லை. ஆனால், அப்போதுதான் ஒருவருக்கொருவர் பேசிக்கொண்டார்கள்.

"அவன் விதியிலிருந்து அந்தக் கணம் விடுபட்டுக்கொள்கிறான்!" லயனலுக்குக் கை விறுவிறுத்தது. இப்படி லொறியில் தேயிலைப் பெட்டிகள் ஏற்றப்படுவதை நெடுநேரம் பார்க்க முடியாமலுமிருந்தது.

திரும்பிப் பின்னர் கிராமத்துக்குப் போய்ச் சேர்ந்தபின்னர் நெடுநாள்வரை இவையெல்லாம் (விசேஷமாகப் பொடிசிங்கோவின் கஷ்டம்) மனதில் திரும்பத்திரும்பத் தோன்றிக்கொண்டிருந்தன. இதற்குப் பிறகு பேதிரிஸ் வீட்டுக்கு வந்தபோது வேலை கிடைப்பதைப் பற்றி அவன் ஒன்றும் கேட்கவில்லை. அவராகத்தான் சொன்னார்.

"இன்னும் இரண்டு மாதங்கள் போகட்டுமாம்."

லயனல், பொடிசிங்கோவைப் பற்றி விசாரித்தான். பேதிரிஸ் அவனை வர்ணித்தார்:

"அவன் ஒரு கெட்டிக்கார மெக்கானிக். அவன் போய்விட்டானென்றால் லொறிகள் கட்டைமேலே ஏறிவிடும். அது முதலாளிக்கே தெரியும்..."

"அது தெரியுமென்றால், ஏன் முதலாளி அவன்மேல் போய்ப் பாய்கிறான்?"

"வேலை வாங்கத்தானே?" குரல் எழும்பிப் பின் குறைந்தது.

"அவனாலும் என்ன செய்ய முடியும்? சம்பளம் முதலாளியிடம்தானே வாங்க வேண்டியிருக்கு?"

லயனலின் யோசனைகள் வானத்தில் மிதப்பதுபோல் மிதக்கத் தொடங்கின.

"சிசிபஸ் பாவம்" என்று முணுமுணுத்தான். "யார்?" என்றார் பேதிரிஸ்.

"பொடிசிங்கோ பாவம்." தன்னைத் திருத்திக்கொண்டான். பேதிரிசுக்கு இது அவ்வளவு பிடிக்கவில்லை.

"ஏன்? கம்பெனியில் வேலை பார்க்கிற மற்றவர்கள் பாவமில்லையா" என்று ஓரளவு சூடாகக் கேட்டுவிட்டு வேறு வேலைகளைக் கவனிக்கப் போய்விட்டார். பிறகு, ஒவ்வொரு முறையும் வரும்போதும் அவராகத்தான் இந்த வேலை விவகாரத்தைப் பற்றி ஏதாவது சொல்லுவார். லயனல் ஒரு நாளாவது கேட்டது கிடையாது,

"அவன் எப்படிக் கேட்கிறது?" என்று பேதிரிஸ் தனக்குத் தானே சமாதானம் சொல்லிக்கொள்வார்.

இவன், இந்த லயனல் வேலை தேடின கதையும் ஒருத்தருக்கும் சரியாகத் தெரியாது. வரவர அவன் கசெட்டையும் (*Government Gazette*) பத்திரிகைகளையும் தேடுவது குறைந்து கொண்டு வந்தது. ஒருமுறை ஒரு வேலைக்காக அவன் எழுதியது இவ்வளவுதான்: நீங்கள் விளம்பரப்படுத்திய மேற்படி வேலைக்கு விண்ணப்பித்துக் கொள்கிறேன்.

இப்படிக்கு,

கீழே ஒரு புரியாத கையெழுத்தில் இருந்தது. ஊன்றிப் பார்த்திருந்தால் தெரியும்.

"சிசிபஸ்"

பலர் இன்னும் அதைத்தான் நம்புகிறார்கள். பத்மாவுக்குக் கூடச் சிலவேளைகளில் அந்த ஐயம் தோன்றும். ஆனால், அவள் அதை முழுக்க நம்பத் தயாராக இல்லை. "எனக்குத் தெரியுந்தானே?" என்று தனக்குள் சொல்லிக்கொள்வாள். இந்த லயனலின் தற்கொலைக்குக் காரணம் பத்மாவை, அவள் தகப்பன் அந்தக் கடைக்கார முதலாளியின் மகன் ஜயத்திலகவிற்குக் கட்டிக்கொடுத்ததுதானாம். குசுமாவுக்கும் அவள் தாய்க்கும் இதில் எள்ளளவும் சந்தேகமேயில்லை. பேதிரிசிடம் இவைகளைச் சொல்ல முடியாது.

இந்தப் பேச்சு - கல்யாணப் பேச்சு - அடிபட்டபோதும் சரி, கல்யாண வீட்டின்போதும் அதே தாமரை இலைத் தண்ணீர்த்தனத்துடன் இருந்தான். பத்மா என்றவுடன், அவன் நினைவில் சந்திரேயை ஆஸ்பத்திரிக்குக் கூட்டிக்கொண்டு போன அன்று அவள் நின்ற நிலைதான் எழும். குசுமா, இந்தக் கல்யாணப் பேச்சு அடிபட்டபோது பத்மாவை நேரே கேட்டாள்.

"உனக்கு இதில் விருப்பமா?"

பத்மா அதற்கு ஒன்றும் சொல்லவில்லை. நிலத்தில் தன் பார்வையை விழுத்தி வெறுமனே சிரித்ததில் குசுமாவுக்கு மேலே எதுவும் கேட்க முடியாமல் போய்விட்டது. பத்மாவின் கல்யாணவீட்டு வரவேற்பில் நீங்கள் லயனலைப் பார்த்திருக்க வேண்டும். அன்றைக்கு நிறையக் குடித்துவிட்டு அவன் ஆடிய பைலா நடனத்தைப் பற்றி இன்றும் பேசிக்கொள்வார்கள், அவன் நண்பர்கள். எல்லாம் முடிந்து இரவு இரண்டு மணிபோல் கதவைத் தட்டினான். வீட்டில் இருந்த சோமபால கதவைத் திறந்தான். லயனல் அவனையும் கட்டிப்பிடித்துப் பெரிய வசனங்களை ராகமிழுத்துப் பாடத் தொடங்கினான்.

"டேய் மச்சான்! எல்லோரும் கல்யாணம் கட்டிப்... பிள்ளைகள் பெத்து ..."

'பிள்ளைகள் பெத்து' இடத்தை இரண்டு, மூன்று முறை திரும்பத்திரும்பப் பாடியதில் தாயும் குசுமாவும் எழும்பி விட்டார்கள். குழந்தையும் குவா... என்று அலறத் தொடங்கி விட்டது. சோமபால அவனைச் சமாதானப்படுத்திப் படுக்க வைத்தான்.

லயனல் அன்று இரவு புலம்பியபடியே நெடுநேரம் படுத்திருந்தான். குசுமாவுக்குக் கவலையாகப் போய்விட்டது. தாய்க்கு அன்று இரவு பூராவும் நித்திரை வரவில்லை.

அடுத்த நாள் காலை வெகுநேரம்வரை லயனல் எழும்ப வில்லை. எழும்பியபோது குசுமாவும் தாயும் கன்னத்தில் கை வைத்தபடி இருந்தார்கள். ஒன்றும் பேசவும் முடியவில்லை. அவனுக்கு முதல்நாள் நடந்தது கொஞ்சந்தான் ஞாபகமிருந்தது. வழக்கம்போல அவனுடைய தென்னைமரத்தில் சாய்ந்து கொண்டு தன் சூழல் முழுவதையும் பார்த்துக்கொண்டு நின்ற போது சந்திரேயை ஆஸ்பத்திரிக்குக் கொண்டுபோனபோது பத்மா நின்ற தோற்றம் முன்வந்தது. அந்தத் தோற்றம் முன்வந்தது மனதில் எழுந்து கொஞ்ச நேரத்தின் பின்னரே, 'பத்மா' என்ற உணர்வு உறைத்தது.

'அவளும் பிள்ளை பெறுவாள்...' என்று யோசித்துச் சிரித்துக் கொண்டான். பத்மாவும் அவள் புருஷன் ஜயத்திலகவும் சோடிகளாகச் சிரித்துக் கைகோர்த்துப் போவதைத் தன் வீட்டின் யன்னலுக்கூடாகப் பார்த்திருக்கிறான். குசுமாவும் சோமபாலாவும் அவர்களுக்கு விருந்து கொடுத்தார்கள். குசுமாவுக்கு லயனலையும் கூப்பிடுவதா என்பது யோசனையாகிப்போய் லயனலைக் கடைசியாகக் கூப்பிடவில்லை. புருஷன் சோமபால வீட்டில் தானே கொடுத்தது? விருந்தின்போது பத்மா கேட்டாள். "எங்கே லயனல்?"

"அவனுக்கு வேலை இன்னும் கிடைக்கவில்லையா?" ஜயத்திலக கேட்டான்.

"இல்லை." குசுமாவின் குரலில் கவலை சிந்தியது.

"அது சீக்கிரம் கிடைக்கும்" என்றாள் பத்மா.

இந்த விருந்து விஷயத்தை லயனலுக்குச் சொல்ல வேண் டாம் என்று சோமபாலாவைப் பயமுறுத்தியிருந்தாள் குசுமா. சோமபால இதே கவனமாக இருந்து, லயனலுக்கு ஒருநாள் வாய்தவறிச் சொல்லியே விட்டான். (அவனுக்கு இப்படி ரகசியங்களை மனதில் வைத்திருந்து பழக்கமில்லை.) லயனல் இதைப் பற்றிப் பொருட்படுத்தினவனாகத் தெரியவில்லை.

"ஆ..." என்றான் அசிரத்தையுடன்.

சோமபால, குசுமா நிற்கிறாளோ என்று சுற்றுமுற்றும் பார்த்துவிட்டுப் போய்விட்டான்.

பத்மாவின் வயிறு ஊதிக்கொண்டு வரத் தொடங்கியது! லயனல் கண்ணில் இது முதல் பட்டபோது, திருப்தியுடன் சிரித்துக்கொண்டான். "இந்தப் பெண்கள் எல்லாக் கும்மாள மும் அடித்துக் கடைசியாகக் கண்டதென்ன? இப்படி வயிற்றை ஊதுவித்துக்கொண்டதுதானே?" என்று சிலநேரங்களில் யோசித்துக்கொள்வான். பத்மாவின் நடையின் வேகம் குறைந்து குறைந்து வருவதை யன்னலூடாகவும் தோட்டத்திலிருந்தும் பார்த்துக்கொண்டுவந்தான்.

பழைய பத்மாவாகவே அவள் இன்னும் தோற்றினாள். அவளும் ஒரு குழந்தையைப் பெற்றுத் துவண்டு படுத்திருப் பதை அவனால் கற்பனை பண்ண முடிந்தது. பத்மா வெளியே நடக்கமுடியாமல் வீட்டிற்குள்ளேயே உலாவிக்கொள்ள வேண் டிய நாட்களும் வந்தன!

இதெல்லாம் பின்னணியாய் அமையத்தக்கதாய், அந்தக் கிராமத்தவர்களால் அமைதியான, நல்ல பையன் என்று பெயரெடுத்திருந்த லயனல் அந்தக் கிராமத்தையே உலுக்கும் வண்ணம், அவன் அறையின் உத்தரத்தில் தொங்கித் தற்கொலை செய்துகொண்ட ஒருநாள் வந்துசேர்ந்தது. அன்று காலை வழக்கமான, மிக வழக்கமான அலுவல்களைத்தான் அவன் செய்தான். தாய், காலைச் சந்தைக்குப் போய்த் திரும்பிய பின்னரோ இல்லை அதற்கு முன்னரோ அவனில் எந்த மாற்றத்தையும் காணவில்லை என்றுதான் சொல்லிப் பிறகு புலம்பினாள். அவள், வழக்கமாகத் திரும்பும் நேரத்தைவிடப் பிந்தித்தான் வந்திருந்தாள். தபாற்காரன் வரவும் அவள் வரவும் சரியாக இருக்கும் - அதற்கும் ஒரு மணித்தியாலம் பிந்திவிட்டது.

"தபாற்காரன் வந்தானா?" என்று அவள் கேட்டிருக்க லாம். ஆனால், கேட்கவில்லை. அதை விட்டுவிட்டு, இவன் தற்கொலைக்கும் பத்மா பிள்ளைப்பெறப் போனதுக்கும் சம்மந்தம் இருக்கிறது என்று கடுமையாக ஐயப்பட்டாள்... அதை விடுவோம். அன்று வழக்கம்போல் மத்தியானம் சாப்பிட்டான். அப்போது ஒருமாதிரியாக இருந்தானா இல்லையா என்பதுபற்றித் தாய்க்குத் தெரியவில்லை.

"அவன் வேலை தேடின மூன்று வருஷமாக இப்படித் தானே இருக்கிறான், நான் என்னத்தைக் கண்டேன்" என்று ஒப்பாரி.

மத்தியானம் இரண்டு மணிக்கு அவள் பத்மாவுக்கு இடுப்பு வலி என்று ஆள் வந்ததன்பேரில் அவள் உதவிக்குப் போனாள். போகும்போது, "புத்தே! இரவு சாப்பிட குசுமா வீட்டிற்குப் போ. சிலநேரம் நான் வர நேரமாகும்" என்று ஓடினாள். அந்த ஆள் வந்து பத்மாவுக்கு இடுப்பு வலி என்றபோது லயனலும் கேட்டுக்கொண்டிருந்தான்.

தாய் போனபின் தன் மேசையிலிருந்து எதையோ - ஒரு கடிதம் மாதிரித்தான் அது இருந்தது - எடுத்து வாசித்து விட்டுத்தான் காற்சட்டைப் பைக்குள் அதைத் திணித்தான். நெடுநேரம், இருட்டுமட்டும் வெறுமனே படுத்திருந்தான். நித்திரை கொள்ளவில்லை. தாயையும் காணோம். குழந்தையொன்று கையையும் காலையும் உதைத்து, விதிர்த்து "க்குவா... க்குவா..." என்கிற காட்சி மனத்தில் குறுக்கும்நெடுக்குமாக ஓடியது.

திடீரென்று துள்ளியெழும்பினான். புறப்பட்டு, வீட்டைப் பூட்டிக்கொண்டு தமக்கை குசுமாவைக் காணப் போனான்.

"எனக்குப் பசிக்கிறது."

குசுமாவுக்கு அவன் தொனியில் இருந்த வித்தியாசம் புலப்படவேயில்லை.

"ஆ, இந்தா கொண்டுவருகிறேன். அம்மா சொல்லிவிட் டுத்தான் போனாள். இன்னும் வரவில்லையா? என்ன குழந்தை, ஆண் குழந்தையோ பெண் குழந்தையோ? சுகப்பிரசவம் ஆக வேண்டுமே." என்று தன்பாட்டில் சொல்லிக்கொண்டு போனாள். சாப்பிட்டு முடிந்தவுடன்,

"அக்கா, போய்வருகிறேன்."

அப்போதும் அவள் மரமண்டையில் இதன் தொனி ஏற வில்லை. என்றாலும், "இன்று இங்கேயே படு" என்றாள்.

"வீட்டுக்குக் காவல் வேண்டாமா? நான் போய்வருகிறேன்."

அவள் 'ம்' என்பதற்குள் அவன் போய்விட்டிருந்தான்.

நேரே போய் நண்பன் விஜேசிங்கவிடம் சைக்கிள் இரவல் வாங்கினான்.

விஜே அழுத்தமில்லாமல்தான் கேட்டான், "எங்கே போவதற்கு?"

"அம்மா ஆஸ்பத்திரிக்குப் போயிருக்கிறாள். அவளை இன்னும் காணவில்லை. அதுதான் போய்ப் பார்த்துவிட்டு..."

"ஆ... ஆ... இரவுநேரம் கவனமாகப் போய் வா" என்றான். அவ்வளவுதான் ஊராருக்குத் தெரியும். ஆனால், அவர்களால் ஒன்றையும் புரிந்துகொள்ள முடியவில்லை.

நேரே நான்கு மைல் தொலைவிலிருந்த கிராம ஆஸ்பத் திரிக்குப் போய்ச் சேர்ந்தான். சைக்கிளைச் சாத்திவைத்துவிட்டு,

கனத்த மனத்துடன் 'லேபர் வோர்டை' நோக்கிக் கனவில் நடப்பவனைப் போல நடந்தான். அவன் கனவையும் நினைவையும் இருதயத்தையும் கிழித்துக்கொண்டு, "ஆ!" என்ற பிரசவ அலறல் கேட்டது. அது பத்மாவின் குரல்!

அது அவனுக்கு நன்றாகத் தெரியும். 'டக்'கென்று நின்றான். திரும்பி ஓடிவந்து சைக்கிளில் ஏறி மிதித்துக்கொண்டு வேகமாக வந்துசேர்ந்தான். சைக்கிளைத் திருப்பிக் கொடுக்கும் போது விஜேசிங்கவைக் காணவில்லை. அவன் தம்பிதான் நின்றான்.

வசதியாகப்போயிற்று. நேரம் இரவு ஒன்பது அல்லது ஒன்பதரை இருக்கும். வீட்டுக்கு ஓடிவந்து விளக்கை ஏற்றி வைத்துக்கொண்டு பேப்பரும் பேனாவும் எடுத்து எழுத ஆரம்பித்தான்.

"என் சாவிற்கு நானே காரணம்... (அப்படித்தானே எல்லோரும் எழுதுகிறார்கள்?) யார்மீதும் எனக்கு வெறுப்போ கோபமோ கிடையாது. என் குடும்பத்தாரை இப்படித் திடுக்கிட வைப்பது எனக்கு... (எனக்கு?) கசக்கிறது. ஆனால், என் வாழ்க்கை இத்துடன் முற்றாக வேண்டும்.

இப்படிக்கு..."

இவ்வளவையும் கிறுகிறுவென்று எழுதியவன், கையெழுத்து இடத்தில் யோசித்தான். அந்தக் கடிதத்தைக் கிழிப்பதற்கும் கைபோனது. திடீரென்று கையெழுத்து வைத்தான்.

"லயனல் அப்புஹாமி"

தோட்டத்துக்குப் போய்க் கயிற்றை எடுத்துக்கொண்டான்; கடிதத்தை மேசைமேல் வைத்து, அதற்கு மேல் ஒரு கல்லையும் வைத்தான். கதவுகளை வெறுமனே மூடி...

முதலில் பார்த்தவள் குசுமாதான். "அம்மே!" ஓலம் வானை எட்டியது.

ஆஸ்பத்திரியிலிருந்து தாய் வந்து... கொஞ்சமாக ஊரே வந்து... ஒப்பாரி.

"என் தெய்வமே!"

பேதிரிஸ் வந்து இடிந்துபோனான். பேதிரிஸ் அழுவதை ஊரார் அன்றுதான் கண்டார்கள்.

"ஏன் இவன் இப்படிச் செய்தான்?"

அவன் செய்தது, செய்யாதது எல்லாவற்றையும் நினைவு கூர முயற்சித்தார்கள். இந்த நிகழ்ச்சியின் நினைவு நெடுநாள்வரை அவர்கள் மனதில் இருந்தது.

இதையும் நான் சொல்ல வேண்டும்.

நிர்வாணம்

லயனல் போன இரவு, பத்மாவுக்குக் குழந்தை பிறக்கவில்லை. அடுத்த நாள்தான் பிறந்தது! லயனல் இறந்துபோன செய்தியைக் கிட்டத்தட்ட ஒரு மாதத்திற்குப் பிறகுதான் அவளிடம் சொன்னார்கள்!

"ஐயோ பாவமே!" என்றாள் பத்மா.

VII

பேதிரிசின் ஆழ்ந்த நித்திரையிலிருந்து மாணிக்கம் தட்டி எழுப்பினான். "தாத்தே! அல்பேட்டின் லொறி வந்திருக்குது. கம்பெனிக்குத்தான் போகிறதாம். நீங்கள் போய் மனேஜரிடம் சொல்லுங்கள். நான் லொறிக்குக் காவல் நிற்கிறேன்."

அல்பேட் அதே கம்பெனியைச் சேர்ந்த லொறி டிரைவர். பேதிரிஸ் ஒருவாறு எழுந்து, அல்பேட்டின் லொறியில் முன்னால் ஏறிக்கொண்டார். அல்பேட் பேதிரிசைவிடப் பத்து வயது இளையவன். பேதிரிசின் ட்ரைவிங் அனுபவம்பற்றி அந்தக் கம்பெனியிலேயே ஒருவருக்கும் ஐயம் இல்லை. இதனாலே மெத்த மரியாதையாய்த்தான் அல்பேட் கேட்டான்.

"தாத்தே! என்ன நடந்தது?"

"லொறி கவிழ்ந்துபோய்விட்டது, அவ்வளவுதான்" என்று பதில் வந்த சூட்டில் அல்பேட் மௌனமானான்.

பேதிரிசுக்கு இனம்புரியாத கோபம் உள்ளுக்குள் வளர்ந்து கொண்டிருந்தது. முதலாளி விபத்தைப் பற்றிக் கேள்விப்பட்டதும் சாமியாடினான். "லொறி விலை, வேலை நட்டம், இன்ஷூரன்ஸ்" என்று என்னென்னவோ சொன்னான். பேதிரிஸ் பெல்ட்டை சாவகாசமாக இறுக்கி, மீசையை முறுக்கி, தன் ப்ரொவிடன்ட் பண்டைத் தந்து அனுப்பச்சொல்லிக் கேட்டான்.

"ஆ . . . ஆ . . . சந்தோஷமாகத் தரலாம் போ போ . . ." என்றான் முதலாளி.

"நான் வேலை செய்த இந்த இருபத்தைந்து வருஷத்துக்கு மேலே இன்னும் ஐந்து வருஷம் கூட உங்களிடம் வேலை செய்தால், அடித்தே விரட்டுவீர்கள். நான் வருகிறேன்."

பேதிரிஸ் கிளம்பிவிட்டான்.

முதலாளி விக்கித்துப்போனான். "உனக்கென்ன நடந்தது?"

பேதிரிஸ் தன் வீட்டுக்கு போய் இறங்கினார். கோட்டைக் கழற்றி, பெல்ட்டையும் கழற்றி எறிந்தார்.

மனைவி கதவருகில் மௌனமாக நின்றாள்.

"நான் வேலையிலிருந்து பென்ஷன் ஆகிவிட்டேன்" என்றார். அவளுக்கு அது சந்தோஷம்தான்.

அவர் எறிந்த பெல்ட் லயனலின் பெட்டிக்கு மேலே விழுந்தது. அந்தப் பெட்டியின் மேல் லயனல் நேர்முகப் பரீட்சைகளுக்குப் போட்டுக்கொண்டுபோகிற காற்சட்டை இருந்தது. எறிந்த வீச்சில் பெல்ட், காற்சட்டையையும் இழுத்துக்கொண்டு விழுந்தது. காற்சட்டையைத்தான் பேதிரிஸ் எடுத்தார். அதைத் தடவிக்கொடுத்தார், பல நினைவுகளுடன். அதன் பைக்குள் கடிதம் மாதிரி ஏதோ கசங்கி இருந்தது. அதை ஆவலுடன் எடுத்து வெளியே கொண்டுபோய் வெளிச்சத்தில் வாசித்தார்.

"ஏ! இதைப் பாரேன்!" என்றார். மனைவி ஓடிவந்தாள்.

"என்ன?"

"லயனலுக்குக் கடைசியாக வேலை கிடைத்துத்தான் இருந்திருக்கிறது."

வாசித்தார்.

"தாங்கள் எழுதுவினைஞர் தரம் III பதவிக்குத் தெரிவு செய்யப்பட்டிருக்கிறீர்கள் என்பதைத் தெரியப்படுத்த விரும்புகிறேன்..."

"என்னது?"

பேதிரிஸ் ஸ்தம்பித்து நின்றார்.

"அவன் அப்போ ஏன் இப்படிச் செய்தான்?"

குசுமா குழந்தையுடன் வரும் சப்தம் வெளியில் கேட்டது. இந்தப் புதினத்தைக் குசுமாவிடம் சொல்ல ஓடினாள் தாய்.

குசுமா, தாய் சொல்வதைக் கேட்டுக்கொண்டே தகப்பனைப் பார்த்தாள்.

மரம்போல் பேதிரிஸ் நின்றுகொண்டிருந்தார்.

●●●

நிர்வாணம்

ஸ்ரீதரன் கதைகள்

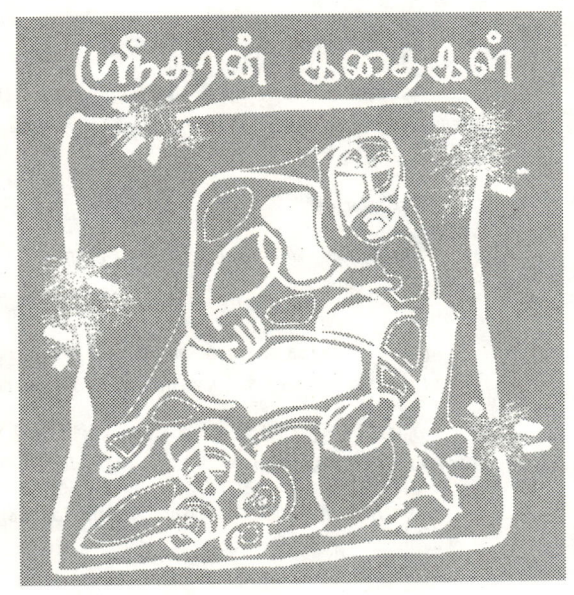

இவர்கள் வெளியே இருக்கிறார்கள்

இது ஓரெதிர்க் கோட்பாடு அல்ல. கதையோ கட்டுரையோ என்பது பண்டிதர்க்கு மட்டுமான அவல். நமக்கு நலிவு எல்லாத் துறையிலும் என்பதை நினைத்து எழுந்த புலம்பல் இது.

இடம்: கொழும்பு மாநகரத்தில் ஒரு மண்டபம். இங்கேதான் கல்தோன்றி மண்தோன்றாக் காலத்தே முன்தோன்றி மூத்ததைப் பேசிக் கொல்லுகிறவர்களின் எல்லாச் சடங்குகளுமே நடந்தேறுவது உங்களுக்குத் தெரியும்.

நேரம்: மாலை 6.30 சரியாக இல்லை.

அந்த மண்டபத்தில் கொழும்பில் பெரிய பதவிகளை வகித்த, வகிக்கிற, வகிக்கப்போகிற தமிழ்ப் பெரிய மனிதர்களும் அவர்களுடைய மனைவிமார்களும், அங்கு வர இணங்கிய அவர்களுடைய பிள்ளைகளும் குழுமியிருக்கிறார்கள். தெளித்தாற்போல் சில சிங்களப் பெரியவர்களும் இருக்கிறார்கள். வெள்ளைவெளுக்கச் சில சிந்தி மனிதர்களும் சிந்தியிருக்கிறார்கள். அடக்கமாகவும் எளிமையாகவும் தோற்ற முயற்சிக்கிறார்கள்.

இவர்கள் அனேகமாக முன்வரிசைகளில்.

நடுவரிசைகளில், அந்த மண்டபத்துக்கு அருகே வசிக்கிற நடுத்தர வகுப்பு மக்கள் தங்கள் முழுக்குடும்ப சகிதம் வந்து, 'தெய்வத்தை எப்போ காண்போம்' என்று எட்டிப்பார்த்தபடி இருக்கிறார்கள்.

பின்வரிசைகளில் கொழும்பிற்கே உரிய கல்யாணம் பண்ணிய, பண்ணாத பிரமச்சாரிக் கூட்டங்கள் இருக்கின்றார்கள். இருக்கின்றன என்றும் சொல்லக்கூடியவாறு இருக்கிறார்கள்.

இவர்கள் வெளியே இருக்கிறார்கள்

ஸ்வாமிகள் மேடையில் ஏறி அமர்கிறார். சபை பரபரப் படைகிறது. நேரத்தில் மாலை மரியாதைகளை ஒரு குழந்தை செய்கிறது. ஸ்வாமிகள் அந்தக் குழந்தையை வாத்சல்யத்துடன் நோக்கி அருள்கிறார். அது ஒரு முக்கியமான குழந்தையாக இருக்க வேண்டும் என்பதை அவர் உணர்ந்திருக்கக்கூடும். சபையில் இருந்தபடி குழந்தையின் பெற்றோர் விரிந்த கண்களுடன் இந்த சம்பவத்தைப் பார்த்து ஆனந்தப்படுகிறார்கள்.

கீழே ஒருவர் குறுக்கும்நெடுக்கும் நடந்தபடி 'பிஸி'யாக இருக்கிறார். அவர் ஒரு முக்கியஸ்தர்.

மேலே, மேடையில் எரியும் குத்துவிளக்கைச் சரிபார்த்தபடி இன்னொருவர் முக்கியஸ்தராக முயன்றுகொண்டிருக்கிறார்.

எல்லோரும் முதலில் விறைப்பாகவும் தலையைச் சற்றே ஓரேற்றக் கோணத்தில் பிடித்தவாறும் இருக்கிறார்கள்.

பெண்கள் ஸ்வாமிகளை உன்னிப்பாகப் பார்க்கிறார்கள்.

இந்தமுறை ஸ்வாமிகள் கொஞ்சம் குறைந்த வயதினர். சட்டை போட்டிருக்கிறார் - இல்லை - என்பதெல்லாம் சின்ன விபரங்கள். இருந்தாலும் அழகுதான், இல்லாவிட்டாலும் அழகுதான். தாடிக்கறுப்பு வெள்ளை முகத்தில் ஒரு சித்தர் சோபையை ஏற்படுத்துகிறது.

"ஹரிஹி ஓம்!" என்று கம்பீரமாகத் தொடங்குகிறார்.

இப்போ திமுதிமுவென்று காவியுடையணிந்த ஒரு வெள்ளைக்காரக் கூட்டம் நுழைகிறது. அதில் உள்ள பெண்கள் தபஸ்வினிகள் மாதிரித் தோன்றுகிறார்கள். மக்கள், மரியாதையுடனும் பக்தியுடனும் வியப்புடனும் இவர்களுக்கு வழி விடுகிறார்கள்.

இந்த வெள்ளைக்காரக் கூட்டத்தில் அமெரிக்கர்கள் பெரும்பாலும்; ஜெர்மனியர், பிரிட்டிஷ் அரசின் சொந்தப் பிரஜைகள், பிரெஞ்சுக்காரர்களுடன் வேறுபல வெள்ளைக்காரர்களும் இருக்கிறார்கள். இவர்கள் ஏன் ஓர் உளவாளி ஸ்தாபனத்தின் நீண்ட கொடிய கரங்களின் நகங்களாக இருக்க முடியாது என்கிற ஐயம், மண்டபத்தின் வெளியே நைந்து அழுக்கேறிய உடையணிந்து, 'இவைகளெல்லாம் என்ன?' என்றும், 'சுண்டல் கிடைக்குமோ?' என்றும், வியப்புடனும் ஏங்கும் விழிகளுடனும் நிற்கின்ற கூட்டத்தைப் பார்த்தவுடன் எழுகிறது.

மேடை விளக்கின் பிரகாசத்தில் ஸ்வாமிகளுக்குப் பின்னே, இல்லை... இல்லை, முன்னே தொலைவில் உள்ள இந்த மக்களைத் தெரியவில்லை. நல்லவேளை!

ஸ்வாமிகள் மிக உருக்கமாகப் பாடுகிறார்.

சுத்த கருநாடகமுமில்லை, சுத்த சினிமா ரியூனுமில்லை. இது சுத்த கருநாடக இசையென்று மயங்கி, (தங்களாலும் இவைகளை ரசிக்க முடியுமென்ற நோக்குடன்) கேட்கிற சினிமாப் பிரகிருதிகளும், ஸ்வாமிகள் பாடுவதால், இது சினிமா இசை

இவர்கள் வெளியே இருக்கிறார்கள்

யில்லையென்று மயங்கிக் கேட்கிற கருநாடகப் பிரகிருதிகளும் இந்த மகாசபையில் கூடி இருக்கிறார்கள். சிலபேர் இப் பாட்டுக்களை நாடாவில் பதிந்துவிட முனைந்துகொண்டிருக் கிறார்கள். இவர்களை கல்குலேட்டர், ஸ்டெதஸ்கோப் அல்லது பெரிய செக் புஸ்தகங்களுடன்தான் நீங்கள் வழக்கமாகக் கண்டிருப்பீர்கள்.

வந்திருக்கிற குழந்தைகளின் சிரிப்பொலி அல்லது அழுகை யொலி ஸ்வாமிகளுடைய ஹார்மோனியத்தின் சுருதியுடன் சிலவேளைகளில் ஒத்துப்போகிறது.

கணேசா, விநாயகா, முருகா, கந்தா, சக்தி, தாயே, நமச்சிவாய, கிருஷ்ணா இவர்கள் மாயை மண்ணாங்கட்டியுடன் இந்த இசையோடு ஸ்வாமிகள் வாயால் வந்து, பிறகு பக்தர்கள் வாயாலும் வருகிறார்கள்.

பெண்கள் வரும்போதோ அல்லது அவர்கள் தத்தம் தலைகளைத் திருப்பும்போதோ பல ஆண்களும் அவர்களைப் பார்க்கிறார்கள். பெண்கள், ஆண்களைப் பார்க்காமலிருக்க முயற்சி செய்கிறார்கள். அல்லது ஆண்கள் பார்ப்பதை அறிந்து உணர்ந்தபடி, அவர்கள் பார்க்காத நேரத்தில் 'டக்' கென்று பார்த்தபின் பஜனையில் சேர்ந்துகொள்கிறார்கள். சக பெண்கள் எப்படி வந்திருக்கிறார்கள் என்பதை மனதில் வாங்கிக்கொள்ளு கிறார்கள். எல்லோருடைய மனமும் எங்கோ... எங்கோ...

ஸ்வாமிகள் இடைக்கிடையே 'நமோ பார்வதிபதயே' சொல்லி, அவர்கள் வாய்களால் 'ஹர ஹர மஹாதேவா!' சத்தம் வரப் பண்ணிக்கொள்கிறார்.

மனம் மட்டும் இன்னும் எங்கோ... எங்கோ...

ஸ்வாமிகள் பஜனையை முடித்துக்கொண்டு பேச்சைத் தொடங்குகிறார். சமத்காரமான பேச்சு. த்வனி பேதம் செய்து, பாட்டுகள் பாடி, கதைகள் சொல்லி, ஹாஸ்யம் பண்ணி...

பேச்சு நன்றாக இருக்கிறதென்ற கோலாகலம்!

சாராம்சம் என்ன என்பது இந்த சம்பவங்களின் முழுமை யையும் ஒட்டியே நீங்கள் குடைய வேண்டுமே தவிர, தனி யாகக் கேட்க வேண்டுமென்றால் இதோ கொஞ்சம்!

"அஸக்திரந் பிஷ்வங்க: புத்ர தாரக்ருஹாதிஷு..."

- என்ன ராகமென்று சொல்ல முடியாததொரு பல பட்டடை ராகக் குழம்பில் சங்கதிகளும், அதையொட்டி ஹார்மோனியத்தின் கட்டைகள் கிடுகிடென்று வாய்பிளந்து ஓலமும், 'வன்ஸ்மோர்' அவர் மனதிலேயே கிடைப்பதால், இருமுறை தொடர்ந்து...

"நித்யம்ச ஸமசித்தத்வமிஷ்டா நிஷ்டோப பத்திஷு..."

- சுதி இறங்கி ஓய்ந்து, தனது பலத்தைச் சேர்த்துக்கொண்டு திரும்பவும் 'பத்திஷு'வில் ஒரு பிருகா.

"இது என்ன...? அசக்தீ. . ."

மத்திம சுருதியில் ராகமும் ஹார்மோனிய அலறலும் பற்றில்லாமல்.

சத்தம் கீழே இறங்கி...

"கடைத்தெரு வழியாக கார்லே போறோம். கடைகளில் ஆடை அணிகளெல்லாம் தொங்குகின்றன. லைட்டெல்லாம் போட்டு ஜோடனை பண்ணியிருக்கிறான். பார்த்துக்கொண்டு போறப்பவே யோசிச்சிண்டே போறோம்.

என்னா யோசனை?

இதுலே ஒண்ணு ரெண்டு வாங்கிடுவமா? அவளுக்கு வாங்கணும். அப்புறம் மகன், மகள் எல்லோருக்கும் வாங்கணும். அதுக்கெல்லாம் மேலே எனக்கு வாங்கணும்..."

கூட்டத்தில் ஒரு சிறு சிரிப்பு மலர்கிறது.

"கூட வந்த மனைவி இதுகளைப் பார்க்கிறாளான்னு பயம் வேறே வந்து, எல்லோருக்கும் இப்போ வாங்கிறதுன்னா பர்சிலே ரெண்டாயிரம் கொறைஞ்சு போகுமே..."

இப்போ எல்லோரும் சிரிக்கத் தொடங்கினார்கள்.

"பர்சிலேயும் பற்று, கடையில் தொங்கிற துணியிலேயும் பற்று ..."

இதுவரை சிரிப்பு அலையில் பங்குகொள்ளாமலிருந்த முன்வரிசை அதிகாரிகள் இப்போது ஆளை ஆள் பார்த்து கிசுகிசு மூட்டப்பட்டவர்கள் மாதிரிச் சிரித்துக்கொள்கிறார்கள்.

"இந்த மாதிரியான பற்றுகளில்லாமல்...

அஸக்திரந் பிஷ்வங்க: புத்ர தாரக்ருஹாதிஷு..."

தன் ஹாஸ்யத்தின் வெற்றியைக் கொண்டாடும் ரீதியில் உச்சஸ்தாயியில் "அஸக்திரந் பிஷ்வங்க: புத்ர தாரக்ருஹாதிஷு..."

"மகன், மனைவி, வீடு இதுகளிலே எல்லாம் பற்றில்லாமல் இருக்கணுமாமே? முடியுமா? அந்த அயோத்தியை ஆண்ட தசரத மகாராஜாவால் முடிஞ்சுதா? மனைவிமேல பற்று வைத்து அவள் கேட்கிற வரத்தைக் கொடுக்கும்படியாப் போச்சு. மகன்மேலே பற்று வைத்துத் தன் உயிரையும் கொடுக்க வேண்டியதாய்ப் போச்சு. மனைவி அதைக் கேட்கிறாளே இதைக் கேட்கிறாளே என்ன பண்ணலாம்? மகன் இந்த முறையாவது கிளாசிலே பர்ஸ்ட்டா வருவானா? அதெல்லாம் போகட்டும். அவன் தெருவில் பந்து விளையாடி, வீட்டு ஜன்னல் கண்ணாடியை ஒடைச்சுட்டான்னுட்டு கம்ப்ளெயிண்டு குடுக்கறானே, இவன் ஏன் தெருவுக்குப் பக்கத்திலே வீட்டைக் கட்டினான்?"

இவர்கள் வெளியே இருக்கிறார்கள்

எல்லோரும் சிரிக்கிறார்கள். ஸ்வாமிகள் இதை எதிர் பார்த்ததைப் போல் கொஞ்ச நேரம் இடைவெளி விட்டுப் பின் தொடர்கிறார்.

“ஏங் கொழந்தைன்னதும் என்னவெல்லாம் சொல்லத் தோன்றுகிறது பார்த்தீர்களா? நியாய அநியாயமே மாறிப் போய்விடுகிறது. அதுதான், கிருஷ்ணன் கீதையில் சொல்கிறார்!

அஸக்திரந் பிஷ்வங்க: புத்ர தாரக்ருஹாதிஷு . . .”

ஓசை தன் வாயாலும் ஆர்மோனியத்தின் வயிற்றாலும்-

“மனைவியே அப்புறந்தான் வருகிறாள்.

... தார...”

நின்று நிறுத்தி ஒரே ஸ்வரத்தில் ‘தார’. கேட்டுக்கொண்டிருக்கிறவர்கள் பரபரப்படைகிறார்கள்.

“ஏன்?”

குரல் உயர்வதில் சஸ்பென்சும் கூடுகிறது.

“மனைவியைக் கண்டுதானே ஐயா பிள்ளையே வரு கிறது? இந்த கிருஷ்ண பரமாத்மாவுக்குப் பயித்தியமா? மனைவியாகப் பட்டவள் தன்னோடு இணைந்துபோன ஆத்மா ஆச்சே? அவளையே தள்ளிவச்சு புத்ரவை இடையில் கொண்டுவந்து முதல் ஸ்தானம் கொடுக்கறதுக்கு அர்த்தம் என்னா?

கர்மவினைப்பயன் அப்படீங்கறது நாங்கள் முன்பிறவியிலே செய்த பாவங்களையெல்லாம் கண்ணுக்குத் தெரியாத மூட்டையாய்க் கட்டி, நம்ம தலையிலே பகவான் வச்சதுன்னது இல்லை. என்ன என்ன கர்மங்களை செய்யறதுக்காக பகவான் எங்களுக்கு இந்த உடம்புச் சட்டையைப் போட்டு அனுப்பியிருக் கிறாரோ அதுதான் கர்மவினைப்பயன். இந்த லோகத்திலே ஒவ்வொரு ஜீவனுக்கும் ஒரு கர்மா காத்திருக் கிறது. ஒருத்தனுக்கு ஒரு கர்மா காத்திருக்கு.”

ஐந்து விரல்களும் விரித்த பாணியில் இடக்கைப்புறம் சபைக்குத் தெரியும் வண்ணம் இப்படி வருகிறது.

“ஒருத்திக்கு இன்னொரு கர்மா காத்திண்டிருக்கு.”

இடக்கை மாதிரி வலக்கை. ஆனால், மற்றப்புறம் இருந்து இடக்கைக்கு நேர் எதிரே வருகிறது.

“இரண்டு பேருமா இணையறதும் ஒரு கர்மம்.”

இரண்டு கைகளினதும் விரல்களும் ஒன்றையொன்று பின்னிக்கொள்கின்றன.

“இந்த கர்ம பலன் இன்னொரு ஆத்மாவுக்குச் சட்டை போட்டுடறது. அந்த கர்ம பலன் முடிஞ்ச ஒடனே, அந்த பந்தமே ரெண்டாவது பக்ஷமானதுதான். இல்லைன்னு அதுவே

ப்ரதானம்னு இருக்கிறது தாமஸ ஞானம். அதுதான் பரமாத்மா சொல்கிறார்."

"யத்துக்ருத் ஸ்நவ தேகஸ்மிந் கார்யே ஸக்த மஹிதுகம்."

வேகமாக மத்திம ஸ்ருதியில் சொல்லப்படுகிறது. அவசரம் எதனால் என்பது தெரியவில்லை முன்வரிசையில் பலருக்குக் கவனம் கூடுகிறது.

"இந்த லோகத்திலே, ஒரே கார்யத்தில் அதுதான் சகலமும், அதுவேதான் எல்லா சித்திகளையும் தரும் அப்படீன்னு நெனைச் சுக்கற அல்பமான ஞானம் அப்டீங்கறது கீதை. அது ஞானமே இல்லை.

தாரமாக வாய்த்தவள்தான் சகலமும்னு நெனைக்கிறது தாமஸ ஞானம்.

இப்படிப் பார்த்தால் நம்மிலே சாத்வீக ஞானம் உள்ளவா எத்தனை பேர் இருக்க முடியும்?

டார்லிங், நான் இன்னைக்கு எந்த ஷர்ட் போட்டுக்கட் டும்? எந்த டை நான் கட்டிக்கணும்? எத்தனை மணிக்கு இங்கே திரும்பி வரணும்? வந்தப்புறம் எங்கே போகணும்?"

வேகமாகச் சொல்லிக்கொண்டேபோகிறார். சற்றே நிறுத்தி-

"கொஞ்சம் சில்லறை தந்துவை பொண்டாட்டி தெய் வமே!" கெஞ்சுகிற பாணியில் குரலைக் குறைத்துச் சொல்ல சபை கலகலக்கிறது.

"இப்படி இருந்தால் எப்படி சாத்வீக ஞானம் வரும்? அதுதான் பரமாத்மா புத்ரவை முதலில் வச்சு, 'தார'வைத் தள்ளிவைக்கச் சொல்கிறார்.

அஸக்திரந் பிஷ்வங்க: புத்ர தாரக்ருஹாதிஷு

நித்யம்ச ஸமசித்தத்வமிஷ்டா நிஷ்டோப பத்திஷு."

இரண்டு மூன்று ஸ்வர வீச்சுக்குள் பாடப்படுவதால் என்ன ராகமென்று கண்டுபிடிக்க முடியவில்லை. ஹார்மோனியம் நல்லவேளை தொடரவில்லை. ஒரே ஸ்வரத்தில் நின்றுகொள்கிறது.

"ஸம சித்தத்வம் இஷ்ட நிஷ்டோப பத்திஷு" திரும் பவும்...

"இஷ்டமானதும் இஷ்டமில்லாததும் வர்றப்போ மனம் ஆனது ஒரே நிலையில் அமைகிற பக்குவம் வந்தடையனுமாம். இப்படியான மனோநிலை வர்றப்போ கர்மம் ஒட்டிக்கிறதில்லை. ஒருத்தனுக்கென்று காத்திருக்கிற கர்மத்தை அவன் எப்படி அதை ஏத்துக்கணும்னா, வெறுப்படைந்து செய்யவும் கூடாது. அதுவேதான் சகலமும் அப்படீன்னு அதீத ஆசை வைக்கவும் கூடாது. ஆபீஸ்லே வேலை பாக்கறவர்கள் எத்தனை பேர் தங்களுடைய வேலையை வெறுப்பில்லாமல் செய்கிறார்கள்?

இவர்கள் வெளியே இருக்கிறார்கள்

பியூனிடம் “இந்த பைல்கட்டை அங்கே குடுப்பான்னு” சொல்லிப் பாருங்கள். முணுமுணுப்பில்லாமல் என்றைக்காவது அவன் வாங்கிண்டு போனது உண்டா? எல்லோரையும், ஏன் தெய்வத்தையுமே சபிச்சுண்டுதான் வாங்கிக்கொண்டு போவான். பெரிய அதிகாரிகள்னு இருக்கிறவாளும் விசேஷம்னு சொல்ல முடியாது. ஒருநாள் முழுதும் செய்யிற வேலையே ரெண்டு கையெழுத்துப் போடறதுதான். அதையாவது ஒழுங்கா, கடமையுணர்ச்சியோட செய்வோமே என்பது கிடையாது. தன் அதிகாரம் செல்லுபடியாகிறதா என்கிறதையே சதா சர்வதா யோசிச்சிண்டிருந்தா எப்படி? பதவி உயர்வு எப்போ என்கிறதும் கவலை. ஆனால், வேலையில் மட்டும் இஷ்டமே கிடையாது.”

நடு வரிசைகளின் சிரிப்பில் முன்வரிசை சேர்ந்துகொள்ள வில்லை.

“இஷ்டமும் வேண்டாம், நிஷ்டோபமும் வேண்டாம். சம சித்தத்வம் வேண்டும். அப்போதான், கர்மம் எங்களை ஒட்டிக்கிறதில்லை. அப்போதான், இந்த கர்மபந்தத்திலிருந்து விடுதலை. அப்போதான்...”

வசனங்களின் வேகம் கூடிக்கொண்டு போகிற அதே நேரத்தில் ஸ்தாயியும் கூடிக்கொண்டே போகிறது.

“ஜீவாத்மாவானது அண்டசராசரத்தோடு, பஞ்சபூதங்க ளோடு பரமாத்மாவைச் சேருகிற பாக்கியத்தைப் பெறும்.”

முத்தாய்ப்பாக ஒரு சுலோகம்; ஹார்மோனியம் இல் லாமல்.

பிருகாவும் இல்லை...

பெரிய உபந்யாசம் முடிந்ததையிட்டு சபையில் ஒரு நிவாரண பாவம் தாண்டவமாடுகிறது.

இது எப்போ முடியும் என்று காத்திருந்த நன்றியுரைப் பெரியார் மெள்ளமெள்ள உற்சாகத்துடன் மைக்கை நோக்கி வருகிறார். உற்சாகம் எவ்வளவாயிருந்தாலும் வயது விடவில்லை. உரிய வழுக்கை, கண்ணாடி, இடுப்பில் நஷனலைச் சுற்றிச் சால்வை. முன்னொருகால் கடுவன் பூனை அதிகாரியாய் இருந்து ஓய்வுபெற்றபின் போக்கடிக்கப்பட்ட, இப்போது திரும்பி வந்திருக்கிற ‘நானே நான்’ பார்வை சகிதம் சபையின் ஜனத் தொகையைப் புள்ளிவிபரம் எடுத்தபடி வருகிறார். நாடாப் பதிவுகள் இதற்குள் நின்றுபோகின்றன. ஆனால், நாடாப் பதிவுக்கு ஒருவர் மட்டும் ஆயத்தம் செய்கிறார். பதிபவரும் ஓரதிகாரி என்பது பார்க்கத் தெரிகிறது. இவர் முகத்தில் அவர் சாயலில்லை. எனவே, பெரியவரின் மகனாகவும் இருக்கலாம். மருமகனாகவும் இருக்கலாம். சபையில் பரபரப்புக் கூடுகிறது.

போகப்போகிற அவசரம். நன்றியுரை என்பது நன்றி என்னத்துக்காகவோ அதைப் போல முக்கியமானது. இருந்

தாலும், அது முழுவதையும் இங்கே தந்து பாபம் தேடிக் கொள்ள முடியாது. சபைக்கு (அதாவது முன்வரிசைக்குப் பின்னால்) தெரியவந்தது என்னவென்றால்:

(1) பெரியவர் கல்வி அமைச்சின் நிரந்தர காரியதரிசியாக இருந்து ஓய்வுபெற்றிருக்கிறார். (நான் ஓய்வுபெற்றிருக்கிறேன்.)

(2) இங்கிலாந்து, அமெரிக்கா, கனடா, மேற்கு ஜேர்மனி, அவுஸ்திரேலியா ஆகிய நாடுகளுக்குப் போயிருக்கிறார். (நான் போயிருந்திருக்கிறேன்.)

(3) அங்கே மக்கள் இவரை இந்து சமயம்பற்றிச் சொற் பெருக்காற்றும் வண்ணம் கேட்டிருந்திருக்கிறார்கள். ஆற்றியும் இருக்கிறார். (நான் ஆற்றியிருக்கிறேன்.)

(4) அங்கேயெல்லாம் ஸ்வாமிகளுக்கு நிறையநிறையப் பக்தர்கள் இருக்கிறார்கள் என்பதை இவர் கண்டிருக்கிறார். (நான் கண்டிருக்கிறேன்.)

(5) ஸ்வாமிகள் தந்த விளக்கங்கள்போல, விளக்கமாய் ஒரு நூலிலுமில்லை. (நான் நிறைய நூல்களைப் படித்திருக் கிறேன்.)

(6) பெரியவரின் தந்தையார் பிரபல வழக்கறிஞரும் பிரசித்த நொத்தாரிசும், பெரிய சைவப் பெரியாருமாவார். (நான் அவருடைய மகனாவேன்.)

(7) பிரபல வழக்கறிஞரும் பிரசித்த நொத்தாரிசும் பெரிய சைவப் பெரியாரும் இவருடைய தந்தையாருமான அவர் பகவத்கீதை தினமும் பாராயணம் செய்வதுண்டு. (நான் அவருடைய மகனாவேன்.)

பெரியவர் தனது சிற்றுரையை முடித்துக்கொண்டு கீழிறங்கியவுடன் ஸ்வாமிகள் எழுந்துகொள்ள, பின்வரிசையும் நடுவரிசையில் பின்வரிசையும் போகத் தலைப்படுகின்றன. முன்வரிசையும் நடுவரிசையின் முன்வரிசையும் சிறுசிறு கூட்டங்களாக இணைந்து பிரிந்துகொள்கின்றன. ஸ்வாமிகள் காலில் இவர்கள் விழுந்துசேவித்து ஆசீர்வாதம் பெற்றுக் கொள்கிறார்கள். அதிகாரிகளின் குழந்தைகள், பெண்கள் பவ்யத்துடனே இதைச் செய்கிறார்கள். அதிகாரிகள் கூட்டம் கூட்டமாக நின்று மெல்ல எதைஎதையோ பேசிக்கொள்கி றார்கள்.

நன்றியுரைப் பெரியாரும் ஒரு சிறுகூட்டத்தில் நிற்கிறார்.

"எப்படியிருந்தது பேச்சு?" என்று பக்கத்தில் ஒருவரை ஆங்கிலத்தில் வினாவுகிறார்.

"எனக்கு எல்லாம் விளங்கியது, இதைத் தவிர. ஸ்வாமிகள் நாங்கள் செய்ய வேண்டியதுதான் கர்மம் என்கிறார் அப்படிப் பார்த்தால்..."

நன்றியுரைப் பெரியார்அவசரத்துடன் குறுக்கிடுகிறார்.

இவர்கள் வெளியே இருக்கிறார்கள்

“இல்லை... இல்லை. நான் கேட்டது என்னுடைய பேச்சைப் பற்றி.”

‘ஓ! அது மிக விசேஷமானது’ என்கிற பதில், பதில ளிப்பவரின் சக்தியெல்லாம் திரட்டி வருகிறது.

“ஸ்வாமிகள் பேச்சில் ஐயப்பட நாங்கள் யார்?” தனது அகங்காரத்திற்குச் சமாதானமாகவும் இந்த தத்துவச் சுழல் களிலிருந்து விடுபடுவதாயும் தனது முத்திரை ஸ்வாமிகள் பேச்சிற்குண்டென்ற தோரணையிலும் நன்றியுரைப் பெரியார் தலையைக் குனிந்து, கண்ணைக் கண்ணாடிக்கு வெளியால் பாய்ச்சிக் கேட்கிறார். மற்றவர் தலையை ஆட்டிக்கொள்கிறார். பிறகு இருவரின் பேச்சும் குறைந்த சப்தத்துடனே நடக்கிறது. ‘வேகன்சி’ என்பது லேசாகக் கேட்கிறது.

வெள்ளைக்காரக் கூட்டம் ஸ்வாமிகள் காலில் விழுந்து எழுந்தபின்னர், தங்கள் ரூரிஸ்ட் பஸ்சை நோக்கி, வந்த வேகத்தில் போகிறார்கள். கூட்டங்கள் கொஞ்சம்கொஞ்சமாகக் கரைகின்றன. ஸ்வாமிகள் ஏறுவதற்குத் தயாராக இருக்கிற பெரிய காரின் கதவை நன்றியுரைப் பொரியார் திறக்க, ஸ்வாமிகள் ஏறிக்கொள்கிறார். இந்த நெருக்கத்தில்தான் ஸ்வாமிகளின் சந்தன வாசனை மணக்கிறது. குனிந்து, ஸ்வாமிகளிடம் பெரியார் ஏதோ சொல்ல, ஸ்வாமிகள் தலையை ஆட்டிக்கொள்கிறார். இந்தக் காரைச் சுற்றிப் பெரிய இடத்து மனைவிமார்கள் நின்றுகொண்டிருக்கிறார்கள் ஸ்வாமிகளுக்குப் பக்கத்தில் வெளுத்த, கொழுத்த சிந்திப் பெரியவர் ஒருவர் ஏறிக்கொள்கிறார். சாரத்தியமும் ஒரு வெளுத்த, நடுத்தர வயதுச் சிந்தி. முன்னால், அவருக்குப் பக்கத்தில் இந்திரா காந்தித் தலையுடன் அவர் மனைவி. கார், மாநகரத்தின் மகத்தான சாலையில் ஒளி பாய்ச்சி முன்னேறுகிறது.

இதைத் தொடர்ந்து, நன்றியுரைப் பெரியவரும் அவர் பேச்சைப் பதிவு செய்தவரும், ஸ்வாமிகளின் சிஷ்யரான இன்னொரு ஸ்வாமிகளுடன் ஒரு காரில் விரைகிறார்கள்.

குறுக்கும் நெடுக்கும் நடந்த ‘பிஸி’ மனிதரும், குத்துவிளக் குக்கு எண்ணெய் விட்டவரும் இன்னும் மண்டபத்தில் ஓடியாடுகிறார்கள்.

சுண்டல் இல்லை என்பதைத் தெரிந்துகொண்டு, கார்கள் ஏற்படுத்தும் இயக்கத்தையும் ஒளியையும் பார்க்க, இந்த மண்டபத்திற்கு வெளியே இதுவரையும் நின்றிருந்தவர்கள் போகிறார்கள். வெறும் வயிற்றுடன் என்ன உற்சாகம்!

மின்விளக்குகள் ஒவ்வொன்றாக நிற்பாட்டப்பட்டு, ‘பிஸி’ மனிதர் தன் காரில் ஏறிக்கொள்கிறார்.

நேரம் ஒன்பது இருக்கும்.

2

முற்பிறப்பிலும் இப்பிறப்பிலும் செய்த தவப்பயனாக அண்டை அயலாரில் முக்கால்வாசிப் பேர் வெளிநாட்டவர் களாக அமைவதாக உள்ள கொழும்பின் பகுதியில், 'பகவான் தந்திருக்கிற' நன்றியுரைப் பெரியாரின் சிறு மாளிகையில் ஸ்வாமிகள் டொன் கரோலிஸ் சோபாவில் சம்மணமிட்டு உட்கார்ந்திருக்கிறார். கண்கள் சிவந்திருக்கின்றன. தாடி வருடலின் உளவியலை மட்டுக்கட்ட முடியாமலிருக்கிறது. இயக்கம் அமைந்துபோன நிஷ்டைபோலும் கீழே கம்பளத்தில் சிறுபெண்கள் உட்கார்ந்திருக்கிறார்கள்.

தூரத்தில் ஒருகாலத்தில் அழகாயிருந்து, இன்னும் அவ்வாறே தோற்ற சகல பிரயத்தனங்களையும் எடுக்கிற தங்கள் நாற்பதுகளின் உள்ள பெண்மணிகள் இருக்கிறார்கள். ஸ்வாமிகளின் வெறும் மேனியும், அதிலிருந்து கமழ்கிற சந்தன வாசனையும் ஜ்வலிக்கிற தேஜசும், கரிய விழிகள் மேல்நோக்கியிருப்பதால் அமைந்த அழகும், மூச்சுடன் மெல்ல எழுந்து, மெல்ல விழுகிற அகன்ற மார்பின் பொலிவும் இந்தப் பெண்களை ஏதோ செய்கின்றன. மகத்தான சாம்ராஜ்யம் முடிவுக்கு வருவதைத் தடுக்க முடியாத இயலாமையில் எழுகிற 'சுதி' மீட்டப்பட்டு, ஸ்வாமி சந்நிதியில் கரைய முயல்கிறது. ஸ்வாமிகளை, வைத்த கண் வாங்காமல் பார்க்கிறார்கள். சக பெண்மணிகளைப் பார்க்கும்போது, கண்கள் அசைவில்லாமலே பொதுப் பாஷை பேசிக்கொள்கின்றன. பார்...! பார்...! பார்...!

ஸ்வாமிகளுக்கு அருகில் சிஷ்யர் நிலத்தில் இருக்கிறார்.

நன்றியுரைப் பெரியவர் இடுப்பில் சால்வையுடன் கைகட்டி நிற்கிறார். அவருக்குப் பக்கத்தில் இன்னொருவர் கைகட்டி நிற்கிறார். இவர் ஓய்வுபெறப்போகிற அதிகாரி என்பது தெரிகிறது.

பெரியவரின் காதில் மெல்லக் கேட்கிறார்.

"ஸ்வாமிகள் தத்துவம் என்ன நிஷ்காம்யகர்மமா?"

நன்றியுரைப் பெரியவர் உடனே தலையை மறுக்கும் பாவனையில் ஆட்டி, "இல்லை... இல்லை... இது அதற்கும் மேலே. இன்றைய பிரசங்கத்துக்கு வாரும் சொல்கிறேன்" என்கிறார்.

"எங்கே பேசுகிறார்?"

"இல்லை... இல்லை. நான் பேசுகிறேன்... ... மண்டபத்தில் விளக்கிச் சொல்கிறேன்."

"கட்டாயம் வருகிறேன்."

பெரியவருடன் பேசின கிளாக்கர் முன்னே போக, மற்றவர்கள் வெளியே பின்தொடர்கிறார்கள். ந. பெரியவர் இவர்கள் போய்விட்டதை உறுதிப்படுத்திக் கொள்கிறார். வரும் கார்களின் ஒளிக்கற்றைகள் இந்த நால்வர்மீதும் விழுந்து அவர்களைக்

கூசச்செய்கின்றன. தொலைதூரம் போனபின்னரே தங்களுக்குள் பேசத் தொடங்குகிறார்கள்.

"நாளண்டைக்கு எண்டால் லீவுமில்லை..."

"...இதைப் பார்த்தால் ஒண்டும் முடியாது. அலுவல் நடக்க வேணுமே."

"குடுக்கிற காசுக்குப் பிழை வராதே?" ஒரு நஷனலின் பரிதாபமான, குழந்தைத்தனமான கேள்வி.

"சா... ச்சா..." தலைமைக் கிளாக்கர் உறுதியளிப்பது போதாது போலிருக்கிறது.

"இது யார் சாமியார்?" இப்போதே இந்தக் கேள்வி எழுகிறது.

"பேப்பரில் இருந்தது பாக்கேல்லியே?"

சம்பாஷணை நகரத்தின் பைசாச ஒலியில் அமுங்கிப் போய்விடுகிறது. பெரியவர் வீட்டைவிட்டு அவர்கள் புறப்படும் போது எழுந்த "கணநாதா", கார்களின் விலக்கொலியில் (ஹோன்) இவர்களுக்குக் கேட்கிறது. இவர்கள் போய் ஒழிந்தபின்னர் பஜனையும் முடிந்தது. ஸ்வாமிகள் இப்போது நின்றபடி சமூகத்தின் கடையலுடன் சம்பாஷணையில் ஈடுபட்டிருக்கிறார். ந. பெரியார் எல்லோரையும் அறிமுகப்படுத்துகிறார். ஸ்வாமிகள் அதிகம் பேசவில்லை. ஒரு மோகனப் புன்னகையை உதிர்த்தபடி இருக்கிறார். புன்னகை எதற்காகவோ அது சரியாக நடந்தேறுகிறது.

கொழும்பின் பெண்டிர் ஸ்வாமிகளைப் பார்த்துக் கொள்கிறார்கள். திருமதி பெரியவர் மிகுந்த உற்சாகத்துடன் இருக்கிறார்கள். அலங்காரம் செய்துகொள்ளாத மாதிரி தோற்றமளிக்கும் வண்ணம் அலங்காரம் செய்துகொண்டிருக்கிறார்கள். ஸ்வாமிகளைப் பார்த்து, "என்ன வேண்டும் ஸ்வாமிஜி?" என்று கேட்கிறார்கள்.

ஸ்வாமிகள் இன்னும் அதே புன்னகையிலிருக்கிறார். அது சுவாரசியமாக இருக்கிறது. புன்னகை, திருமதி பெரியவரை நோக்கியிருந்ததே திருமதிக்குப் போதுமானதாக இருக்கிறது. ஒரு கணத்தில் மற்றத் திருமதிகளை நோக்கிக் கண்களைச் சுழற்றி எடுத்துக்கொள்கிறார். திடுமென்று ஸ்வாமிகள் சொப்பனத்திலிருந்து விழித்துக்கொண்டவரைப் போல எல்லோருடனும் கதைக்க முற்படுகிறார்; எல்லோரும் இவருடைய குழந்தைகள் என்பதை வலியுறுத்துவதற்காகக் "குழந்தைகளே" என்று அழைப்பதுவும், தலையையும் தோள்களையும் தடவுவதுவும்... ஓ! தெய்வத்தின் என்ன தெய்வீகப் பிரதிநிதி!

கீழே திருமதிகளும் செல்விகளும் விழுந்து சேவிக்கும் போது, கழுத்தும் தோள்பட்டையும் இடுப்பும் பிக்காசோ ஓவியங்களாகப் பிரதிநிதிக்குத் தோற்றுகின்றன. திருவாளர்கள் இப்போது சேவித்துக்கொள்கிறார்கள். இந்தச் சடங்கும் முடிந்து, ஸ்வாமிகள் அவர்களை நோக்கிப் புன்னகை செய்கிறார். ஒருவர் முன்வந்து நிற்கிறார். அவருக்கு மனதில் ஏதோ கேள்வி தோன்றியிருக்கிறது போலும்! ஸ்வாமிகள் புன்னகை, ஏதோ இந்தக்

கேள்வி தனக்குத் தெரிகிறதுபோலவும், இது என்ன என்பது போலவும் ஆன பல சவால்களை விடுப்பதில் தன் முயற்சியைக் கைவிட்டு, "ஸ்வாமிஜீ" என்று திரும்பவும் விழுந்து சேவித்துக் கொள்கிறார்.

ந. பெரியவர் பரம திருப்தியுடன் பார்த்துக்கொண்டிருக் கும்போது, "போவோமா?" என்று ஸ்வாமிகள் கேட்க, அவரை அழைத்துக்கொண்டு பெரியவர் காரை நோக்கி நடக்கிறார். ஸ்வாமிகள் மிதந்துகொண்டு போய்க் காரில் ஏறுவதைப் பெண்டிர் மிகுந்த ரசனையுடன் பார்த்துக்கொள்கிறார்கள். அவர் காரில் ஏறி முடிந்தவுடன் ஓர் ஏக்கம் பரவுகிறது. பெண்டிர் தங்களுக்கே உரிய மௌன மொழியில், இந்த ஏக்கத்தையும் பலவற்றையும் பகிர்ந்துகொள்கிறார்கள். கார்கள் ஒன்றன்பின் ஒன்றாக ஒளி வெள்ளம் பாய்ச்சிக்கொண்டு முன்னேறுகின்றன. குறுக்குத் தெருக்களைத் தாண்டி, கார்கள் பெருந்தெருவில் ஏறி, ஒவ்வொன் றாகப் பெருந்தெருவில் இருந்த பஸ் தரிப்பிடத்தில் இன்னும் பஸ் கிடைக்காமல் நின்றுகொண்டிருந்த நம்மவர் நால்வரையும் தாண்டிக் கடுகி விரைகின்றன.

"இப்பதான் போயினம்போலக் கிடக்கு" என்கிறார் ஒரு கால்சட்டை.

'ம்ம்...' என்கிறார்கள் மற்ற அனைவரும், பஸ் வரும் திசையை நோக்கியபடி.

ஒரு காரில்...

ந. பெரியவரின் பொன்மொழிகளைப் பதிவு செய்தவர் சாரத்தியம். அவர் அருகில், முன்னால் அவர் மனைவிபோலும். பின்னால் திருமதி ந. பெரியவர், ந. பெரியவர். ஸ்வாமிகள் கூட்டத்திற்குப் போகிறார்களல்லவா? இந்த ஒழுங்கு காரில் தப்பாது.

•••

இவர்கள் வெளியே இருக்கிறார்கள்

ஒரு புதிய யுகத்தை நோக்கி

ஒருத்தன் இருந்தான். (கந்தசாமி என்றால் எத்தனை கிளார்க் குகள்? கிளார்க் என்றால் எத்தனை கந்தசாமிகள்?) அவன் ஒருத்தனாகவே இருந்தான். இருந்தும் அவனுக்குக் கல்யாண மாகி இரண்டு குழந்தைகள் வேறு. சராசரி மனிதன் என்று கணிக்கப்படுகிறவனாகவும்கூட அவன் இல்லை. அதற்கும் கீழேயே இருந்தான்.

அவன் மனிதனா?

அதைத்தான் அவனுடைய மனைவி கேட்டாள்; கேட்கிறாள்.

தினமும் காரியாலயத்துக்குப் போவான். திரும்பி வருவான். சாப்பிடுவான். நித்திரைகொள்ளுவான்.

மனைவி பேசுவாள். அவன் உசும்பினது கிடையாது.

பிள்ளைகள் - மனைவியின் பிள்ளைகள் - பேசும்.

அவன் பேசாமல் இருக்கிறானாம்.

அவனால் பேசவும் முடியாது. பேசவும் ஒன்றுமில்லை. இடர்ப்பாடுகள் வருகிறபோதும் அதிகம் பேசமாட்டான். அவனால் அந்த இடர்ப்பாடுகள்பற்றி ஒன்றும் செய்ய முடிவ தில்லை. இதனாலும், அவனுடைய முந்திய சரித்திரத்தாலும் அவன் ஒருத்தனாகவே இருந்தான்.

முந்திய சரித்திரம் என்ன?

சுகாதார வசதிகள் பெருகத் தொடங்கிய காலத்துக்கும், குடும்பக் கட்டுப்பாட்டு முறைகளை வேசிகளல்லாதவரும் பாவிப்பதில் ஒன்றுமில்லை என்று மனதில் பதிகிற காலத் திற்கும் இடைப்பட்ட காலத்தில், அவனுடைய தாய்தகப்பன்

ஒரு புதிய யுகத்தை நோக்கி

குடும்பம் நடத்தியது அவனுடைய சரித்திரமாய்ப் போயிற்று. தம்பிகள், தங்கைகள் என்று பலதும்பத்தும். தம்பிகள் படித்துத் தங்கைகள் கரைசேர, அவன் ஒருத்தனாய்ப் போனான்.

எது எப்படி இருந்தாலும், அவனைச் சுற்றியிருந்த நெருக் கமும் புழக்கமும் தாமசமும் ஒழிவதாக இல்லை. வீட்டில், பஸ்ஸில், தெருவில், காரியாலயத்தில் எல்லா இடத்திலும் உலகம் இவைகளாலேயே ஆக்கப்பட்டிருப்பதைப் போலிருந் தது. இது இப்போ அவனுக்குத் தெரிவதில்லை. இதனாலும் அவன் ஒருத்தனாய்ப் போனான்.

இந்தக் கால ஓட்டத்தின் நடுவில்...

ஒருத்தி அவனுடைய காரியாலயத்துக்கு ரைப்பிஸ்டாக வந்து சேர்ந்தாள். அவள் வந்து சேர்ந்தது மற்றக் கிளார்க்கு களுக்கு 'வாய்க்கு அவலா'கிப்போன நேரத்தில்தான், இந்த ஒருத்தனுக்கு இவளொருத்தியின் பிரசன்னம் நிதர்சனமாயிற்று. வேலை சம்பந்தமாக இவனோடு அவள் பேசினாள். சிரித்தாள்; அநேகமாகத் தினமும்.

அவனுடைய உறக்கம் கலையத் தொடங்கியது.

"உம்முடைய ஸ்பீட் என்ன தெரியுமா?" என்று கேட்டான் ஒருமுறை. அவள் திரும்பிப் பார்த்தாள்.

"நிமிஷத்திற்கு நூறு பிழைகள்" என்றான்.

சிரிப்பு. முன்னால், பின்னால், எல்லா இடத்திலும். இவள் வெட்டி முறிப்பதைப் போல் இவனைப் பார்த்தாள். இவனும் பார்த்தான்.

எருமைமாடு உயிர்த்துவிட்டது என்று காரியாலயத்தில் எல்லோரும் பேசிக்கொண்டார்கள். அதை அவனுக்கு ஒரு மாதிரியாகவும், அவளுக்கு ஒரு மாதிரியாகவும் காதில் போட்டார்கள்.

அவனுக்குள்ளே உஷ்ணம் பரவத் தொடங்கியது. அவன் ஒருத்தனானபடியால், அதையும் உணர்ந்தான். அன்று அவன் வீட்டுக்குப் போனபோது ஓர் அதிசயம் நடந்தது.

அவன் மனைவி வழக்கம்போல் அவனுடைய குடும்பம் எப்படி அவளுடைய கெட்டிக்காரத்தனத்தால் மட்டுமே ஓடு கிறது என்பதைப் பற்றி விஸ்தாரமாக ஆலாபனை செய்தாள். பல்லவி ஒவ்வொருமுறை ஒவ்வொரு விதமாக வந்தாலும், ஈற்றடி எப்போதும் ஒன்றுதான்.

"... ... இல்லை."

"சும்மாயிரு. ஏன் வீணாய்ச் சத்தம் போடுகிறாய்?" அவன் அவளைவிடப் பெருங்குரலெடுத்துச் சொன்னான். திகைத்துப் போனாள் அவள். பிள்ளைகளும் வாயை மூடிக்கொண்டன. இது அவனுக்கு வெற்றியாகப் பட்டது. இது முதன்முதலில்.

ஒரு புதிய யுகத்தை நோக்கி

பிறகு, அவனுடைய பழைய பலவீனத்தைப் பற்றிய தன் கணக்கு மன மேல்மட்டத்திற்கு வந்தவுடன், மனைவி பல்லவிக்குப் புது அடி சேர்த்துக்கொண்டாள்.

"... இப்போ என்னடா என்றால் சத்தம்வேறு போடுகி றீர்கள்."

அவன் இதற்கும் மறுமொழி சொன்னான்.

வீடு புறமாகவும், காரியாலயம் அகமாகவும் மாறின.

ரைப்பிஸ்ட் ஒரு வெள்ளரிக்காய். குறை சொல்ல முடி யாத வாளிப்பு. எனவே, அழகி என்றுதான் காரியாலயத்தில் எல்லோரும் பேசிக்கொண்டார்கள். அவளும் நினைத்துக் கொண்டாள்.

ரைப்பிஸ்டின் தாக்கம் இரண்டு ரீதிகளில். அவளுடைய முக்கியத்துவம் காரியாலயத்தில் நிலைத்துப்போன பிறகு தன்னை அவளோடு இணைப்பதில் எழுகின்ற முக்கியத்துவம் – அவனுடைய 'நானின்' மிகுந்த பிரகடனம் ஒன்று. மற்றது, உயிர்ப்பின் நித்தியமான துடிப்பு; மொத்தத்தில் 'ஒருத்தன்' நிலையிலிருந்து இறங்கிக்கொண்டிருந்தான்.

ரைப்பிஸ்டைப் பார்க்கப்பார்க்க அவனுக்குள்ளே ஏதோ ஒன்று எரிந்தது. எரிந்ததன் தணல் சிலவேளைகளில் அவன் மனதைச் சுட்டது. ரைப்பிஸ்ட் இவனோடும் பேசுவாள். எவனோடும் பேசுவாள். இருந்தாலும் காரியாலயத்துக்கு வந்த புதிதில் ஐம்பது கண்கள் தன் மேனியை மேயும்போது, இரண்டே இரண்டு பைல்கட்டை மேய்வது அவளுக்கொரு தோல்வியாகவும், அதே நேரத்தில் ஒரு பாதுகாப்பாகவும் இருந்தது. அவனைத்தான் ஒரு மூலையிலிருந்து வந்து கேட்டாள்.

"இது என்னது? எழுத்து விளங்கவில்லை."

ஒரு கணத்தில் அவளைப் பார்த்து, பார்த்ததன் தாக்கம் அவன் மனதில் உள்ளே சுவடேறாமலேயே மறுமொழி சொன் னான். பிறகு தினமும் எதையாவது கேட்டுக்கொண்டு வருவாள். இவன் அவளோடு நன்றாகப் பேசத் தொடங்க, அவனும் ஒரு சாதாரண மனிதன்தான் என்று அவளுக்குப் புரிந்தது. அவளுடைய வெற்றி உறுதிப்படுத்தப்பட்டது.

பிறகு அவள் மற்றவர்களுடனும் பேசத் தொடங்கினாள்.

இந்தத் தோல்வியும் வெற்றியும் அவளுடைய மனக் குப்பைக் கூடையின் மூலையில் சென்று பதுங்கினதன் பிறகு ஒரு யுகம் கழித்து, ஒருநாள் தன்னுடைய கல்யாணப் பத்திரிகையை எல்லோருக்கும் நீட்டினாள். இவனைப் பார்த்து,

"நீங்களும் மிசிசும் கட்டாயம் வரவேணும்" என்றாள்.

அவன் சிரிக்க முயன்றான். மோவாயைத் தடவினான்.

"பார்ப்போம்." பத்திரிகையைப் பார்த்தான்.

"இதென்னது பார்ப்போம்? கட்டாயம் வரவேணும்." சிணுங்கினாள் அவள்.

"ஓ வருகிறோம்." அவளைப் பார்க்க முடியாமல் பார்த்தான். அவள் சிரிப்போடு அப்பால் போய்விட்டாள்.

அவன் தன்னுடைய 'எதிர்பார்ப்பு வாழ்க்கை நிலையை' அதன் ஆரம்பகால நாட்களிலிருந்து எண்ணிப் பார்த்தான். கணத்துக்குக்கணம், நாளுக்குநாள், வருஷத்துக்குவருஷம் இதுவே அவனுடைய வாழ்க்கையின் ஆதார சுருதியாக அமைந்து போனதுபற்றி மனதுள் புழுங்கினான்.

'பரீட்சைகள் பாஸ் பண்ணுவேன்' என்று எதிர்பார்த்தான்.

'நல்ல வேலை வரும்' என்று எதிர்பார்த்தான்.

'உயர்ந்த சம்பந்தம் கிட்டும்' என்று எதிர்பார்த்தான்.

'சம்பள உயர்வு வரும்' என்று எதிர்பார்த்தான்.

... ...

இப்போ ரைப்பிஸ்ட்.

"இந்த ரைப்பிஸ்ட் என்ன செய்ய வேண்டும்? என்ன செய்வாள்?" உச்ச ஸ்தாயியில் மனதின் ஒரு கூறு ராகம் பாடியது. வீட்டுக்குப் போனான்.

மனைவி ஏதோ வேலையாக இருந்தாள். ஷேர்ட்டைக் கழட்டி, முகத்தைக் கழுவி ரீயைக் குடித்து, சாய்வுநாற்காலியில் அமர்ந்து, சிகரெட்டைப் பற்றவைத்துத் தனது ஒருத்தனத்தில் மூழ்க எத்தனிக்கும்போது மற்றக் கூறு மேலோங்கியது.

"ஏய்... இங்கே வா..."

மனைவிக்கு இது கேட்பதில்லை.

"டேய்... அம்மாவை வரச்சொல்." பையன் உள்ளே போனான்.

கடலலை இருந்தாற்போல் எதையாவது ஒதுக்குகிற மாதிரி, "என்ன வேணும்?" என்று வந்தவள் இடுப்பில் கையை வைத்துக் கொண்டு வாசற்படியில் நின்றாள்.

"அடுத்த கிழமை ஒரு கல்யாணத்திற்குப் போகவேணும். குழந்தைகளை இங்கே விட்டுவிட்டுப் போய்வருவோம்." சிகரெட்டைக் கையிலெடுத்துக்கொண்டு வாசற்படியருகே போனான்.

"யாருக்குக் கல்யாணம்?" சந்தேகம் நிறைந்து, எல்லாவற்றிற்கும் மேலாய் புதிதாய் சாந்தம் நிறைந்து காணப்பட்ட இந்தக் கேள்வியைக் கேட்ட அவளைப் புதிதாய்ப் பார்த்தான்.

...இந்த ரைப்பிஸ்ட் என்ன செய்ய வேண்டும்? என்ன செய்வாள்? கையைப் பிடித்துத் தன்னருகே அவளை இழுத்தான். அவளுடைய சாந்தம் ஓங்க ஓங்க அவளுடைய அழகு கூடிக்கூடி

ஒரு புதிய யுகத்தை நோக்கி

அவனை ஆகர்ஷித்தது. இந்த ஆகர்ஷம் தந்த மயக்கம் அவன் வார்த்தைகளில் பொங்கியது.

"காரியாலயத்தில் ரைப்பிஸ்டுக்கு." வார்த்தைகளில் தெரிந்த மயக்கத்தின் மறுதாக்கம் அவள் வார்த்தைகளிலும் இருந்தது.

"எப்போ?"

"அடுத்த திங்கள்"

"ஒரு புடவையுமில்லை." வழக்கமான வெடிப்புமில்லை. புகைப்புமில்லை. ரைப்பிஸ்ட் மெல்லமெல்லக் கரைந்தாள். ஒரு பனிப்புகைப் படலத்தில் இவள் உயிர்த்தாள்.

"பெஸ்ரிவல் அட்வான்ஸ் இந்தா வந்திடும். ஒன்றை வாங்கேன்." இல்லையென்றாலும் மனப்பாரம், வருவதென்றாலும் மனப்பாரம். இறுதியில் பெண்மை வென்றது. ஒரு புன்னகையை உதிர்த்தாள்.

"சரி, வாங்குவோம்"

"அம்மா..." உள்ளேயிருந்து புத்திரபாக்கியமொன்றின் அலறல் அறைகூவல். வேகத்துடன் திரும்பி ஓடினாள்.

ஒரு புதிய யுகம் தோன்றுகிறதா?

மாலையில் அவளுடைய இயக்கங்களில் ஒரு புது வேகத்தை அவன் பார்த்தான்; புரிந்துகொண்டான். அவனுக்குள் திரும்பவும் உஷ்ணம் பரவத் தொடங்கியது. மாலையின் தாமதத்தை அவனால் பொறுக்கமுடியவில்லை. அவளோ சமையலறையில் சுழன்றாள்.

வெளியே உலாவிவிட்டு உஷ்ணத்தைக் கூட்டிக்கொண்டு திரும்பினான். அவன் திரும்புவதை ஆவலுடன் எதிர்பார்த்திருந்தவள் சுழன்று இயங்கினாள். அவனுக்கோ சாப்பாட்டின் தாமசத்தைப் பொறுக்கமுடியவில்லை. 'எதிர்பார்ப்பு வாழ்க்கையின் ஆவி' அவனை மெல்லத் திரும்பவும் சூழும்போலிருந்தது. அவளுடைய கையைப் பற்றினான்.

"...பொறுங்கோ..." அவளுடைய புதிய பொறுமை அவள் உடல், முகம் வழியே பாய்ந்து அவளைப் புதியவளாக்கி அவனுடைய ஆவியை விரட்டியது. அவன் தனது மௌனத்தியான ஸ்தானமான சாய்வுநாற்காலியில் குந்தாமல், அடுக்களையில் நின்றவாறே நிலைகொள்ளாமல் ஓடியாடித் தவிப்பவளைப் பார்த்து ரசித்தான்.

"ஏன் நிற்கிறீர்கள்?" நிமிர்ந்தும் நிமிராமலும் அவனைப் பார்த்தாள்.

"...ம்ம்" வெளியே மெல்லப் போய்விட்டான். போனவன் பொறுமையில்லாமல் சாய்வுநாற்காலியில் வேகமாகப் புதைந்தான். அவள் பாத்திரங்களை உருட்டிப் பிள்ளைகள் நித்திரையாகிப் போனதை உறுதிப்படுத்திக்கொண்டு வந்துசேர்ந்தாள்.

அவள் வருமட்டும் அவளைப் பற்றியே சிகரெட்டின் புகையில் தன்னை இழந்து யாசித்தான். உள்ளிழுப்பிலும் வெளியூதலிலும் அவளே வந்துபோனாள்.

அவள் வந்து விளக்கை அணைக்க, தீர்க்கமான அவசரத்துடன் சிகரெட்டைத் தீய்த்து எறிந்தான்.

அவன் இப்போ 'ஒருத்தன்' இல்லை.

●●●

ஒரு புதிய யுகத்தை நோக்கி

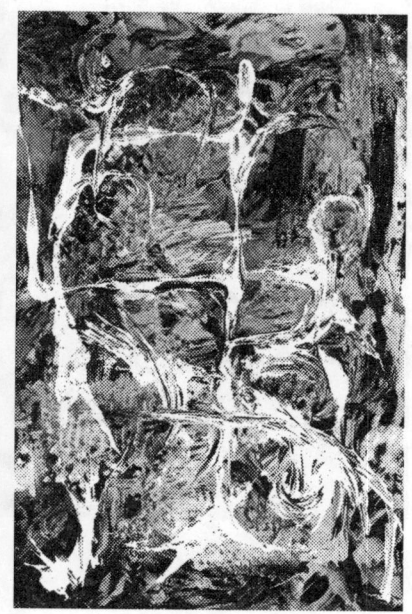

சொர்க்கம்

எசக்கி என்கிற இசக்கிமுத்து, செவுத்தி என்று அழைக்கப் படுகிற செவுத்தியான், கரீம் இவர்களடங்கிய புனிதத்திரித்து வம் நமது கவனம்.

எசக்கியும் செவுத்தியும் கொழும்பு மாநகரசபைச் சுத்தி கரிப்பு வாகனமேறிய பெம்மான்கள். கரீம் ஒரு ஜாதி ஆள். இரவல் அல்லது வாடகைக்குத் தள்ளுவண்டி கிடைக்கிற நேரம் விறகு தள்ளுவான் அல்லது இளநீர் விற்பான். சில வேளைகளில் பழைய புத்தகங்களைப் பரவி விற்பான். இதை இப்போதே சொல்லலாம்.

இந்தப் புத்தக வியாபாரம் எசக்கி, செவுத்தி இவர்களோ டும் சம்பந்தப்பட்டது. சிலவேளைகளில் நடைபாதையில் பார்க்கர் பேனா விற்பான். மற்றும் சிலவேளைகளில் தண்ணீர்க்குழாய் பழுதுபார்ப்பான். தொழிலைச் சொல்லிக் கரீமைச் சொல்ல முடியாது.

எசக்கி அறுபது வயதைத் தாண்டிய ஒரு கிறிஸ்தவன். எசக்கிக்கு ஒரு குடும்பம் அமைந்துபோனதற்கு இதை ஒரு காரணமாகச் சொல்லலாம். எசக்கியின் மாளிகையில் போய்க் கணக்கெடுப்பு நடத்தினால் மனைவி அன்னம்மா, மூத்த மகன் பீட்டரின் ஐந்து நபர்களைக் கொண்ட ஓர் உப குடும்பம், இரண்டாவது மகன் டேவிட், நாலாவது மகன் என்றி என்று அழைக்கப்படுகிற ஹென்றி, கடைசி மகள் மேரி இவர்கள் மட்டும் இருப்பது தெரியவரும். காணாமல் போய்விட்ட மூன்றாவது மகன் பிலிப்பைப் பற்றியோ அல்லது கல்யாணமாகி - சரியாகச் சொல்லப்போனால் குடும்பம் நடத்துகிற - மூத்த மகள் பாக்கியம், இரண்டாவது மகள் தெரசா இவர்களைப் பற்றியோ சொல்வது இலகுவானதல்ல.

செவுத்தி எசக்கியை 'அண்ணே' என்று கூப்பிடுவதில் உண்மையிருக்குமாயிருந்தால், செவுத்திக்கு வயது அறுபதை விடக் குறைவு. சமயம் இல்லாத ஆத்மா.

சாதியைப் போக்காட்டுகிற வேலையொன்று செய்திருக் கிறான் என்றால், அன்னாசி என்று யாவரும் செல்லப் பேரிட்டு அழைக்கிற அலிஸ் நோனாவுடன் குடும்பம் நடத்து வதை இது குறிக்கும். விட்டுவிட்டு நடத்துவதைக் குறிக்க வினைச்சொல் வருமட்டும் நடத்துவது என்றே சொல்லிக் கொள்ள வேண்டும்.

இந்தத் தெடர்பின் தொடக்கம், செவுத்தி ஆணழகனாக இருந்த காலம். சினிமாப் பாட்டுக்காரர்கள் சொல்கிற மாதிரி இந்த உறவில் பூத்த மலர்கள் 'ரத்னே' என்று அழைக்கப்படுகிற ரத்னபாலவும், 'விஜிதே' என்று அழைக்கப்படுகிற விஜிதபாலவும். இந்தப் பெயர்களிலேயே செவுத்திமேலான அன்னாசியின் ஆதிக்கம் தெரிந்திருக்க வேண்டும்.

மூத்தவன் ரத்னேக்குப் புறக்கோட்டையில் காய்கறிக் கடையில் வேலை. இளையவன் விஜித, கெம்பா என்ற பட்டத் தைப் பெற்றிருக்கிற அர்நோலிஸ் சில்வாவின் வலது கை. இந்த கெம்பா, சாதாரண சட்டத்தை மதிக்கிற பிரஜையிலிருந்து எஸ்.பிக்கள்வரை எல்லோரும் மரியாதை செலுத்துகிற ஒரு குழுத் தலைவன். கொழும்பு, ஒரு சின்னச் சிகாகோ என்கிற மரியாதையைத் தேடித்தருகிற வீரபுருஷர் வரிசையில் அவன் முதன்மையானவன்.

கெம்பாவுக்கு அடுத்ததாகக் குழுவின் அரியாசனமேற இருப்பவன் இந்த விஜித. அன்னாசியின் பாசத்துக்கும் பிரியத் துக்கும் விஜித ஆளாகியதற்கு இந்த வீரப் பதவியும், இந்த வீரப் பதவி கொணர்கிற செல்வமும் காரணம். மற்றது ரேடி யோக்கள், ரேப்ரெக்கோடர்கள், தங்க நகைகள், பேனாக்கள் இத்தியாதி மற்றவர்களுக்குத் தெரியாமல் கைகளில் போய் வருவது ஒரு விசேஷ சுகானுபவம்.

எல்லாவற்றிற்கும் மேலாக அன்னாசி அவள் அளவிலேயே ஒரு தனி விசை. இந்த விஜிதவுக்கும் கரீமுக்கும் தொடர்பு உண்டு. சந்ததி இடைவெளி கடந்த இந்தப் பிணைப்பு இறுக்கம் தொழில்ரீதியானது.

கரீமின் புத்தக விற்பனை இதில் சம்பந்தப்பட்டதில்லை. தகவல்கள், வாங்குதல், விற்றல்... இந்த வகையான பிணைப்பு.

கரீம் ஐம்பது வயதாகியும் ஒரு தனிக்கட்டை. இந்த வயதில் உள்ள அநேக தனிக்கட்டைகள்போல் இடைக்கிடை இரட்டைக் கட்டையாகிறதும் உண்டு. அலிஸ் நோனா இதற்குதவி - உதவி மட்டும்தான்.

கரீம் விற்பதற்குச் சேர்த்துக்கொள்கிற புத்தகங்களின் மூலம் அநேகமாக செவுத்தி; செவுத்திக்கப்பால் அது நதிமூலம்.

சொர்க்கம்

எசக்கி ஒரு விற்பனைப் புள்ளி - எசக்கி வாசிப்பதென்ப தில்லை.

கரீமுக்கு எவ்வாறோ என்னென்ன புத்தகங்கள் எசக்கி மூலமாக பாதர் தியோபிளஸ் தலையில் கட்ட முடியுமென்பது தெரியும். கரீம் புத்தகக் கடையிலோ அல்லது வாசிகசாலை யிலோ வேலை பார்த்ததென்பதுகூட இல்லை. இங்கிலிஷ் எழுத்துக்கூட்ட மட்டுமே தெரியும். இருந்தாலும் புத்தகங்களை வடிகட்டும் கலையைத் தெரிந்திருக்கிறான்.

ஒரு புத்தகம் விற்பனையாகாமல் ஒன்றிரண்டு மாதமாகத் தங்குமென்றால், அது 'கதப் பொஸ்தவம்' இல்லை என்பது தெரிந்துபோய்விடும். இன்னும் தங்குமென்றால், கரீமுக்கு அவைகளை 'மோந்து' பிடித்துத் தத்துவப் புத்தகங்களைப் பிரித்தெடுக்கத் தெரியும். கடைசிப் பரிசோதனையாக, பாதர் வேண்டாம் என்கிறபோது, அது எதற்கும் உதவாத 'பொஸ் தவம்' என்பது தெரிந்துபோகும். கரீம் அதை செவுத்தி கையிலேயே கொடுக்க, செவுத்தி, ஏற்கனவே இவ்வாறாகத் தங்கியிருக்கிற பழைய பேப்பர் கட்டோடு அதைப் போட்டு விடுவான்; பின்னர் நிறுத்து விற்பதற்கு. பாதர் தியோபிளஸ்-எசக்கி தொடர்பை இந்தக் கட்டத்தில் சொல்லிவிட்டால் வசதியாகப் போய்விடும்.

ஒவ்வொரு ஞாயிறும் தேவாலயத்தைப் பெருக்குவதிலும் மலசலகூடம் துப்புரவு செய்வதும் எசக்கியின் திருத்தொண்டு. பாதர் இதற்குக் காசு தருவதும் உண்டு. இப்படித்தான் இந்தத் தொடர்பு தொடங்கியது. பாதர் எசக்கியில் அன்பு கொண்டது எசக்கியின் கதைகளைக் கேட்டபின்னர். எசக்கி எல்லாவற்றையும் பாதரிடம் சொல்லிவிடுவான்.

பாதருக்கு எசக்கியைத் திருத்தியெடுப்பது ஒரு முக்கிய முயற்சி. இது விடாமுயற்சியாய் இருந்தாலும், எசக்கியின் மீது நம்பிக்கையும் பாசமும் இருந்துவந்தது. மத்தேயுவில் தேவகுமாரன் இந்த விடாமுயற்சியைப் பற்றித்தானே சொல்லி யிருக்கிறார். எசக்கி எல்லாவற்றையும் சொல்ல, அதில் திருத்தங்கள் செய்து உண்மையைக் கிரகித்துக்கொள்வார்.

பாதர் தலையில் புத்தகங்கள் தள்ளலாம் என்று கண்டு பிடித்தது கரீமின் அசல் மூளை. ஒருநாள் ஒரு மூளை அலை பாய்ந்தது கரீமுக்கு. தங்கிப்போயிருந்த புத்தகமொன்றை எசக்கி கையில் கொடுத்தான். "சிலவேளை இந்த பாதர்மாருங்க இந்த மாதிரிப் பொஸ்தவம் படிப்பாங்க. நீயே பாதர்கிட்ட வித்துக்க" என்ற உடன்படிக்கையுடன். எசக்கி, பாதர் தலையில் அதை வெற்றிகரமாகக் கட்டி... அன்று சொர்க்கத்தில் பெரும் கொண் டாட்டம்.

சொர்க்கம்?

இதை முடித்துவிட்டுச் சொல்கிறேன். அதிலிருந்து பாதர் என்கிற விற்பனைப்புள்ளி உருவானது. இந்தப் புத்தக வியா

சொர்க்கம்

பாரத்தின் கொடுக்கல்வாங்கல் பிசகுகள் சொர்க்கத்தின் அமுதத்தில் வெகு இலகுவாகக் கரைந்துபோகும். ஒட்டு மொத்தமாக, உலகம் கரீமின் காலடியிலென்று தெரிந்தே செவுத்தியும் எசக்கியும் அவனைத் தங்கள் குரு ஸ்தானத்தில் வைத்திருக்கிறார்கள். பல பிரச்சினைகளுக்கும் அவனிடம் தீர்வு உண்டு. விசேஷமாக அமுதத்திற்கு வழிகாண்பது.

சொர்க்கம் திறந்திருக்கிற நாளெல்லாம் அங்கே கூடி, அமுதம் பருகி அவர்கள் வாழ்ந்துகொள்வார்கள். பிழைப்பும் வாழ்வும் இந்த மூவரையும் பின்னி இழையோடுகின்றன. கொழும்பில் கரையோரப் பொலிசிற்கும் பொன்னம்பல வாணேசருக்கும் நடுவில் இந்த சொர்க்கம் இருக்கிறது. முன்னரே கோடிட்டுக்காட்டியதுபோல அமுதம் கிடைக்கிற சொர்க்கம். இங்கே தேவர்கள் வந்து, மசால் வடை, 'இஸ்ஸோ' வடை, சுண்டல் இத்தியாதி டேஸ்ட் அனுமானங்களுடன் கூடி அமுதம் பருகி ஆனந்திக்கும்பொழுது வர, சூரியன் எதிரே உள்ள கடலில் துறைமுகத்திற்கும் அப்பால் விழுந்து மறையவும், பொன்னம்பலவாணேசுவரரின் மணிச்சத்தம் தன்னைத்தானே சப்தித்துக்கொள்ளவும் சரியாக இருக்கும். தேவர்களுள் வித்தியாசங்கள் உண்டு. சிரட்டையில் அமுதம் பருகுகிறவர்கள், கோப்பையில், வெறுமே பருகுகிறவர்கள், சுண்டல்காரர்கள், வடைகாரர்கள், ஆண்கள், பெண்கள், நாக்கு நனைக்கிறவர்கள், குடிகாரர்கள், வெறிகாரர்கள். மற்ற வித்தியாசங்கள் தனி.

திருமணங்கள் மட்டுமல்ல; பிறப்புகள், இறப்புகள் பலவும் இந்த சொர்க்கத்தில் நிச்சயிக்கப்படுகின்றன. சண்டை, சமாதானம் பலவும் இங்கே உண்டு. தேவர்களின் ஆயாசம் தீருகிற சத்தமும்...

காரியாலய வேலை இப்போதுதான் முடிந்து வீட்டை நோக்கிப் போகிறவர்களாலும், வேலை வெள்ளனவே முடிந்து இந்த நரகத்தைச் சுவைப்பதற்காகப் புறப்பட்டிருக்கிற அதிர்ஷ்ட சாலிகளாலும் பிதுங்குகிற பஸ்கள்.

லொறிகள்.

சைக்கிள்கள்.

கார்கள்.

பாதசாரிகள்.

கொழும்பின் வெக்கை அல்லது மழை, தூசு அல்லது சகதி எல்லாமும் சொர்க்கத்தின் பின்னணி.

பாதர் தியோபிளஸ் சொர்க்கத்தை ஒரு நரகம் என்று சொல்கிறார். இவற்றை மூடிவிடும்படி பெரிய மனிதர்கள், ஆளுமன்றப் பிரதிநிதிகள், மந்திரிகள் எல்லோரையும் கேட்ட படி இருக்கிறார். ஏன்? இந்த எசக்கியையே அவரால் தடுத்து நிறுத்த முடியாமலிருக்கிறது. எல்லாவற்றையும்விட அங்கே பெண்களும் இருக்கிறார்களே! கடவுளே! மிக மோசம்!

சொர்க்கத்தின் அமுதபானாதிக் கடன்கள் முடிந்து எசக்கி எப்படியும் தன் வீடு ஒழுங்காய்ப் போய்ச் சேர்ந்துவிடுவான். செவுத்தி சிலவேளைகளில் எங்கேயாவது விழுந்துவிடுவான்.

செவுத்தி விழுந்தால் விழுந்ததுதான். இப்படி விழும்போது, அலிஸ் நோனாவிடம் போய் இந்தச் செய்தியைச் சொல்லும் கஷ்டமான கடமை எசக்கி தலையில் விழுந்துபோகும். அவள் எசக்கியைத்தான் முதலில் பேசுவாள் - அவன் முதலில் எதிர்ப் படுவதால். செவுத்தி விழுந்த இடத்தைச் சரியாகச் சொல்ல முடியாத நிலையில் அவன் இருக்கும் கஷ்டம் வேறு. இது காரணத்தால் அடுத்த நாள் அவள் கண்ணில் எதிர்ப்பட்டால் இன்னமும் பேச்சுவாங்க வேண்டி வரும்.

இதைத் தவிர்க்க எசக்கிக்கு இரண்டு மாற்றுகள். ஒன்று சொர்க்கம் போகிறதை நிற்பாட்டுகிறது. மற்றது செவுத்தியைத் தவிர்ப்பது. இரண்டும் முடியாதென்பது செவுத்திக்கும் நன் றாகத் தெரியும்.

எவ்வாறோ அடுத்த நாள் ஓவசியர் செக்ரோல் எடுக்கிற போது இரண்டு பேரும் நிற்பார்கள். கரீம் நிதானமாக நடந்து இரவு பகலாகத் திறந்திருக்கும் ஒரு ஹொட்டேலின், அவனுக்கென்றே உள்ள, தகரப்பொந்தில் போய்ப் படுத்து விடுவான் - தனிக் கட்டையாய் உள்ளபோதெல்லாம்.

2

இந்த வாழ்க்கை ஓட்டம் ஓடி முடிந்திருக்காத ஒருநாளில்...

சொர்க்கத்தில் இருந்து மூன்று பேரும் அமுதம் சுவைத்துக் கொண்டிருக்கிற உற்சாகப் பொழுதில்...

அலிஸ் நோனா!

அலிஸ் நோனா வருவதைக் காணுமளவு நிதானம் செவுத்திக்கே இருந்தது. அமுதம் திடீரென்று கசந்தது.

எசக்கி, செவுத்தியின் சிநேகிதத்தை முடித்துக்கொள்வது பற்றியும், திடீரென்று மாயமாக மறைந்துபோவதைப் பற்றியும் யோசித்தாலும், கரீம் அருகில் இருந்ததில் துணிவு கொண் டான்.

கரீம் மலையைப் போல இருந்தான்.

அலிஸ் நோனா தான் விற்கிற கலப்படக் கையிருப்பு முடிந்துபோகிறபோதெல்லாம் அதைப் புதுப்பித்துக்கொள் வதற்காக இங்கு சிலவேளைகளில் வருவதுண்டு. ஆனால், அவள் கையில் பையில்லை. அத்துடன், வெகு வேகமாக இரைந்தபடி வந்துகொண்டிருந்தாள்.

தேவர்கள் மூவருக்கும் இது ஏதோ கஷ்டம் என்பது வெளிப்படையாகத் தெரிந்தது. அலிஸ் நோனா முதலில் கரீமிடந்தான் போனாள். எசக்கி இருக்கிற இடத்தில் வெளிப் படையாக ஏதேனும் சொல்ல முடியுமா? செவுத்தியிடம் சொல்லி என்ன பிரயோசனம்?

சொர்க்கம்

செவுத்திக்கு உண்மையில் அவள் தன்னிடம் வராதது சந்தோஷமாகவே இருந்தது. ஆனால், அது நீடிக்கவில்லை. கரீமைத் தனியே கூட்டிக்கொண்டுபோய் விஷயத்தைச் சொல்லி விட்டு, திரும்பி நேரே செவுத்தியிடம்தான் வந்தாள்.

"உடனே வீட்டுக்குத் திரும்பு." மிரட்டலும் கட்டளையும்.

செவுத்திக்குத் தான் போராடுவதா இல்லையா என்பதைத் தீர்மானிக்க நேரமெடுத்தது. இன்னும் கொஞ்சம் உள்ளே இறங்கினால்தான் பேச முடியும். இப்போது சண்டை போடுவ தானால், ஏற்கனவே இறங்கியிருக்க வேண்டும். ஆகவே, கரீமுக்கும் இசக்கிக்கும் கையைக் காட்டிவிட்டு, அவள் பின்னால் நடக்க ஆரம்பித்தான். கரீம் வேலையிருக்கிறதாக எசக்கியிடம் சொல்லிக் கொண்டு புறப்பட்டான். அலிஸ் நோனா கஷ்டத்தில் இருக்கிறாள்.

எசக்கி தனித்துப்போனான். அலிஸ் நோனா என்ன சொல்லி யிருக்கக்கூடுமென்பதான விசாரணை எசக்கிக்குக் கிடையாது. வரவும்வராது. தனிமையே தங்கிநின்றது.

இந்தத் தனிமையை வெல்வதற்கு வழக்கமாக எசக்கிக்கு அமுதம் நிறையத் தேவை. இந்தத் திடீர்ச் சூழலின் கனத்தில், 'பாதரிடம் போவோம்' என்று ஒருதரம் யோசித்தாலும், வீடு போய்ச் சேருவோம் என்கிற நோக்கத்துடன் எழுந்துபோனான். அமுதம்பற்றிய யோசனையின் ஆதிக்கத்தில், விடாயில், எங்கா யினும் இரண்டு ரூபாய் தெண்டுவதற்கான வழிவகைகளை யோசித்ததில், கால்கள் தம்பாட்டில் எங்கெல்லாமோ இழுத்து... ஒருவகையாய் வீடு போய்ச் சேர்ந்தான். முன்னர் ஒருகாலத்தில் இம்மாதிரியான இக்கட்டுகளில் பாதரிடம் தன் சாதுரியங்களைக் காட்டி, ஒன்றோ இரண்டோ கறந்துவிடுவதண்டு. பிறகு, பாதருக்குச் சந்தேகம்வரத் தொடங்கியதில் இந்த வருவாய்கள் குறைந்துபோயின.

அடுத்த நாள்தான் அவனுக்கு விபரம் தெரிந்தது. சொர்க் கத்தில் 'கோரம்' இல்லாமல் சபை கூடியபோது, கரீம் வரவில்லை. செவுத்தி வந்து சொன்னான். அவன் இரண்டாவது மகன் விஜிதவைக் காணவில்லை. பொலிஸ் வந்து விசாரித்துக்கொண்டு போயிருந்திருக்கிறது. அலிஸ் நோனாவே கவலைப்படுகிறாள் என்றால், இது மிகப் பாரதூரமான விஷயம்.

அமுதத்திற்கு வழியில்லாது கையில் ஒவ்வொரு ரூபாயுடன் ஆளைஆள் பார்த்துக்கொண்டிருந்தபோது... எசக்கிக்கு நன்றாகத் தெரிந்தது. ஒரு ரூபாயுடன் நாக்கை நனைத்துக்கொண்டால், எப்போதும் மகன் பீட்டருடன் – ஏன்? வீட்டில் எல்லோருடனும் சண்டையில்தான் முடியும்.

'நாளைக்குப் பார்த்துக்கொள்ளலாம்' என்பதைச் செவுத்தி யானுக்குள் செலுத்திவிட முயன்றான். செவுத்தியானுக்கோ இந்த மாதிரி யோசனைகள் எப்போதும் கிடையாது. கையில் கிடைக்கிற காசிற்கு உள்ளே போய்விட வேண்டும். எசக்கியின்

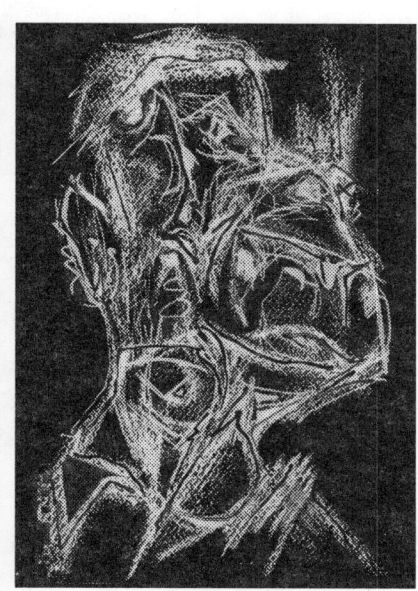

‘நாளைக்குப் பார்த்துக்கொள்ளலாம்’ என்கிற விஞ்ஞாபனம் அவன் காதில் ஏறாதுபோயிற்று. எசக்கி, குடிப்பது கூடாது என்று சொல்ல முயற்சித்தான்.

செவுத்தியான், எசக்கி வைத்திருந்த ஒரு ரூபாயிலும் தன் நம்பிக்கையை வைக்க முயற்சித்தபோது, எசக்கிக்குக் குடிப்பது அறவே கூடாது என்பது தெளிவாகப் பட்டது.

செவுத்தி மகன் விஜிதவைக் காணவில்லை என்பது பாரதூரமான விஷயம். வழக்கமாக, விஜிதவின் ஸ்தானப் புள்ளிகள் ரகசியமாய் இருந்தாலும், தெரிந்தே இருக்கும் அல்லது தெரிவிக்கப்படும்.

இப்போது காணவில்லை என்கிறார்களே! இது மிகவும் பாரதூரமான விஷயம் என்றால், கரீமையும் காணாததையும் எப்படிச் சொல்கிறது.

செவுத்தி அசையாமலிருப்பதைக் கண்டு எசக்கிக்குக் கோபம் வந்தது. எசக்கியினுள்ளே ஆழத்தில் அமிழ்ந்துபோயிருந்த தேவதை வெளியே வந்து, “எப்போது பார்த்தாலும் அமுதத்தின் யோசனை தானா? கழுதையே! உன் மகனைக் காணவில்லை என்று கொஞ்சமாவது கவலைப்படுகிறாயா? அமுதம் பருகுவதே உன்னுடைய வேலையாகப் போய்விட்டது. என்னைப் பார்! உன்னை மாதிரி எப்போதாவது சாக்கடை ஓரத்தில் விழுந்து நாறியிருக்கிறேனா? இந்தக் குடிகார யோசனைகளை விட்டு விட்டு மகனைத் தேடு.” “தேடு” என்று எசக்கியின் தொண்டை மூலமாகப் பெலத்தே பிரலாபித்தாலும், செவுத்தியோ தன் பாட்டில் நாடியைத் தடவிவிட்டுக்கொண்டான்.

எசக்கிக்குத் திடீரென்று ஒரு மூளை அலை பாய்ந்தது. பாதரிடம் கூட்டிக்கொண்டு போவோம், இந்த மகனை. பாதருக்கு இப்படியான நிலையில் உள்ளவர்களைக் கண்டாலே சந்தோஷம். சுங்கானைப் பற்றவைக்காமலே அறிவுரை சொல்லும் ஆர்வம் எழும். செவுத்தியான் ஒத்துக்கொண்டு எழுந்தான். பாதரிடம் பழைய புத்தகங்கள் ஏதாவது தட்டுப்படக்கூடும். அவரிடம் புத்தகம் கொள்முதல் செய்வதற்குக் கையில் காசு தேவையில்லை. கடன்சொல்லி வாங்கி, ஒரு கிழமைக்குப் பிறகு போனாலே, அவர் மறந்துபோவார். அவரிடம் உடன் வேலை ஏதாவது கிடைத்து, இரண்டு ரூபாய் கைக்கு வந்தால் போதும். உப தேசங்களை எசக்கி கேட்டுக்கொள்ளலாம்.

செவுத்தியும் எசக்கியும் போன நேரத்தில் பாதர் பூசை முடிந்து தன் மக்களுள் பிரதானமானவர்களுடன் பேசிக் கொண்டிருந்தார், தன் இருப்பிடத்தின் வரவேற்பறையில். எசக்கியும் செவுத்தியும் வெளியில் குந்தியிருந்தார்கள். எட்டு மணியளவில் சொர்க்கம் பூட்டுப்பட்டுப்போகும் என்பதையும், நேரம் ஏழு மணியாயிற்று என்பதையும் செவுத்தி யோசித்துக் கவலைப்பட்டுக்கொண்டிருந்தான்.

எசக்கி மிகப் புண்ணியமான காரியம் செய்துவிட்டவன் போல் ஒருவிதமான சந்தோஷத்துடன் இருந்தான். நல்ல

சொர்க்கம்

வேளையாக எல்லோரும் விரைவில் போய்விட, பாதர் இவர்களைப் பார்த்தார். பாதருக்கு, எசக்கியுடன் செவுத்தியானை அல்லது கரீமைக் கண்டால் பயம் வந்துவிடும். அவரைப் பொறுத்தமட்டில் செவுத்தி திருத்தப்பட வேண்டியவன். கரீம் ஒரு சாத்தான். தன் பிரியத்துக்குகந்த எசக்கியை நாசமாக்குவது இவர்கள்தான்.

எசக்கி தன் பாணியில் செவுத்தியின் இக்கட்டை அவிழ்த்து, பாதர்முன் போட்டான். செவுத்தி (எசக்கி, பாதரிடம் தன் கதையைச் சொல்லிக்கொண்டிருந்தபோது), 'ஆமாங்க, ஆமாங்க' என்று தலையாட்டுகிறபோதுதான், தன் மகன் காணாமல் போனமை எவ்வளவு பாரதூரமான விஷயம் என்பதை உணர்ந்து கொண்டான். அலிஸ் இருக்கிறாள். பார்த்துக்கொள்வாள். பாதரிடம் அதைச் சொல்ல முடியாது; கூடாது.

பாதர் சுங்கானைப் பற்றவைத்துக்கொண்டார். அவருக்கு இப்போதுதான் செவுத்தி குடும்ப விவகாரம் முன்வைக்கப் பட்டிருக்கிறது. விஷயங்கள் மிகவும் முற்றியபின் தன்னிடம் சொல்கிறார்கள். இந்த காணாமல்போயிருக்கிற விஜித சிறுவனாக இருக்கிறபோதே, இங்கு கொண்டுவந்து ஞானஸ்நானம் பண்ணுவித்திருந்தால், நெறிப்படுத்திப் பண்படுத்தியிருக்கலாம்.

'கர்த்தரே, எனக்குப் பொறுமையைத் தந்தருளும்' என்கிற ஜெபத்துடன் செவுத்தியின் விபரணைகளைக் கேட்டுக்கொண்டிருந்தார். செவுத்தியான், விஜிதவின் தலைவன் கெம்பாவின் வீரதீரங்கள் முதற்கொண்டு தனக்குத் தெரிந்தது சகலவற்றையும் சொன்னான்.

பாதருக்குத் தெட்டத்தெளிவாக இப்போது தெரிந்தது. விஜித என்ன குற்றத்தையும் செய்திருக்கக்கூடும்.

'கடவுளே! ஏன் மனிதனுக்குச் சுயாதீனத்தையும் தந்து, வறுமை நெருக்கடியையும் தருகிறாய்? அவன் பலமற்ற இருதயத்துடன் சாத்தானை நோக்கி ஓடவா? நல்வழி நடக்க நிறைய மனோபலம் தேவைப்படுகிறது. இல்லை, இல்லை; சாத்தானை முழுக்க அரவணைத்துக்கொள்ளவுந்தான். இல்லாவிட்டால், எல்லோரும் கொலைகாரர்களாக இருக்க வேண்டுமே? கடவுளே! உம்முடைய சித்தம் இங்கேதான் தோன்றுகிறது. ஒற்றையடிப் பாதையில் மனிதனை ஓட விடுகிறீர். எதிரே வருவது பெரிதாய் இருந்தால், பாதை விலகியே போய்விடுகிறது. இந்த மாதிரியான நெருக்கடிகளில் நீர்தான் தடையை நீக்க வல்லமையுடையவர்.'

செவுத்தியைப் பிரார்த்திக்கும்படி சொன்னார். தானும் பிரார்த்திப்பதாக உறுதி கூறினார். ஏதோ உந்தலால் இரண்டு ரூபாய் எடுத்து செவுத்தியிடம் கொடுத்தார் – தான் முன்னர் எடுத்திருந்த உறுதிகளை நினைவுக்குக் கொண்டுவராமல்.

எசக்கி, செவுத்தியையும் இழுத்துக்கொண்டு தேவாலயத்துக்கு ஓடினான். செவுத்தி அகமகிழ்ந்திருந்தான். சொர்க்கம் அநேகமாக மூடப்பட்டிருக்கும். ஆனால், அவன் மாளிகைப் பக்கம் அதைவிடத் தரமானது கிடைக்கும். அங்கே, எசக்கியும்

பங்குக்கு வரமுடியாது. அந்தோனியாருக்கு முன்னால் முழந்தாளிட்டு எசக்கி உருக்கமாகப் பிரார்த்தித்தான். 'ஏசுவே! விஜிதாவுக்கு ஒன்றும் நேராமல் இருக்க வேண்டும்.'

எசக்கிக்குப் பிரார்த்திக்க நிறைய நேரம் எடுத்தது. செவுத்தியானுக்கு, எசக்கி கல்லாகிப்போனான் என்கிற ஆத்திரம் வந்தது. எசக்கி, செவுத்தியைக் குறியிட்டுக்கொள்ளச் சொன்னான். செவுத்திக்கு வேறு வழியில்லை. பிரார்த்தனை முடிந்து, இருவரும் எழுந்துபோனபோது சொர்க்கம் திறந்தே கிடந்தது.

செவுத்தி, "அண்ணே! மனசுக்கு ரொம்ப வருத்தமாக இருக்கு" என்றபடியே சொர்க்கத்தை நோக்கி எசக்கியையும் இழுத்தபோது, எசக்கி ஒன்றும் சொல்லவில்லை.

"நீ என்னாப்பா" என்று அலுத்துக்கொண்டதோடு சரி. தான் இல்லாதுபோனால் தனியே பருகி நாசமாகிப்போவான் என்கிற சமாதானத்துடன், எசக்கி தன் ஒரு ரூபாயுடன் செவுத்தியைச் சேர்த்துக்கொண்டான்.

அவன் மகிழ்ச்சியெல்லாம் கரைந்துபோய், மெள்ளமெள்ளச் சோகம் மனதில் ஆழ்ந்தது. கனத்த மனதுடன் அமைந்த நிலையின் சோகம். பாதரின் எதிர்பார்ப்புகளுக்கு எதிராகச் சொர்க்கத்துக்கு வந்ததின் குறுகுறுப்பின் சோகம். கரீம் இல்லாத வெறுமையும் சோகம்...

செவுத்தி, இதற்கிடையில் ஏனோ பெரிதாகப் புலம்பத் தொடங்கினான். எசக்கி மனதிலிருந்த கொதி எண்ணெயில் இந்த நெருப்புப்பொறி பட்டது.

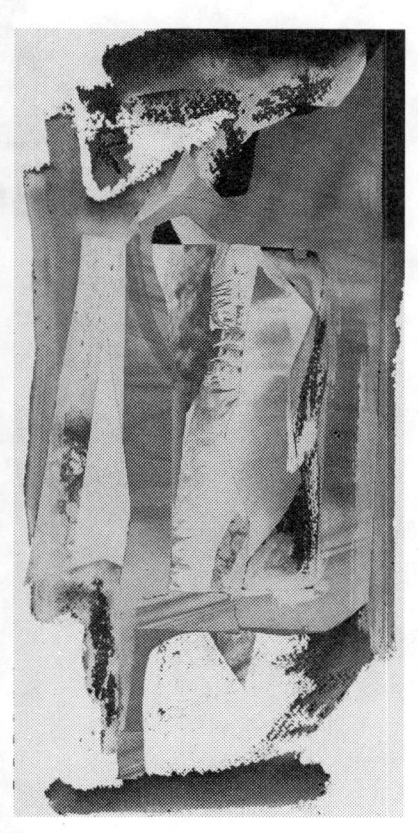

செவுத்தியின் புலம்பலைத் தொடர்ந்து, எசக்கி கற்பிழந்துபோன ஒரு பத்தினிபோல, அதைவிடப் பெரிதாகப் புலம்பத் தொடங்கினான். ஒரு நீண்ட நேரப் புலம்பலுக்குத் தேவையான அமுதத்துக்குக் குறைவாகவே அமுதம் உள்ளே போயிருந்ததால், சீக்கிரமாக இன்னும் தேடிக்கொள்வதற்கான வழிவகைகளை ஆராய்ந்துகொண்டுபோக இருவரும் தொடங்கினார்கள். அதன் விபரங்கள் யாவும், பாதருக்கு ஒரு வாரம் கழித்து எசக்கியின் பாவமன்னிப்புப் புலம்பலூடாகத் தெரியவந்து, அவர் தன் அங்கியின் நூல்பட்டன்களைப் பிய்த்துக்கொண்டிருந்தார்.

எசக்கிமேல் கோபப்படுவது அர்த்தமில்லாதது. அவன் மனவிசைகளின் காரணகாரியத் தொடர்புகளை அறிவதும், அவற்றின் மூலமாக அவனை நெறிப்படுத்த முயல்வதும் கடைசியாக ஒரு வீண் முயற்சிதானோ என்று கவலைப்பட்டார்.

'என்னைக் கண்ட அதே இரவுக்குள் குடித்து வெறித்துத் திருடித் திரும்பவும் குடித்து வெறித்துத் தங்களையே நாசமாக்கிக் கொண்டிருக்கிறார்களே! கர்த்தரே! 'பன்றிக்கு முத்தைக் கொடாதே' என்று இவர்களை வைத்துத்தான் சொன்னீரா? ஏசுவே! இதோ, ஒரு வாரத்துக்கு முன்புதான் ஒரு தேவனாக இருந்த எசக்கி, இன்று நெறியிழந்து முன்னால் நிற்கிறான். திரும்பவும், இதுபோல் எத்தனை தடவை?'

‘கடவுளே! சபித்தே இவர்களை அனுப்புகிறீராயின், நான் ஏன்? இந்த திருச்சபை ஏன்?’

‘வருத்தப்பட்டுப் பாரம் சுமக்கிறவர்களே, என்னிடம் வாருங்கள் என்ற அழைப்பை விடுத்ததேன்?’ சிலுவைக்குறி ஒன்றைத் தன் தெய்வ நிந்தனையை ஒட்டி இட்டுக்கொண்டார்.

‘யேசுவிடம் உண்மையாகவே அடைக்கலம் புகுந்திருப்ப வர்களாயின், இவர்களுக்கு இந்த இக்கட்டு வந்திருக்காதே! அப்படியா? தேவனே! சாத்தானை வெல்ல உம் பலம் வேண்டும். உம்மிடம் வருவதற்கு சாத்தானை வெல்ல வேண்டும். கர்த்தரே! வழிகாட்டும்.’

3

இதற்கெல்லாம் இடையில்...

எசக்கியின் மூத்த மகன் பீட்டரும், அடுத்தவன் டேவிட்டும் ‘லஞ்ச் கரியர்’ சேவை நடத்துகிறார்கள். பீட்டர் இதில் முதலாளி. டேவிட் தொழிலாளி.

கொட்டாஞ்சேனையிலிருந்து யூனியன் பிளேஸ் வரை இவர்களின் வீச்சு பரம்பியிருக்கிறது. டேவிட் சேர்த்துக்கொண்டு வந்து கோட்டையில் தர, பீட்டர் கோட்டையிலிருந்து யூனியன் பிளேஸ் வரையிலான விநியோகத்தைப் பொறுப்பேற்றுக் கொள்வான். வருமானத்தில் பெரிய பங்கை பீட்டர் எடுத்துக் கொள்வதாலேயே முதலாளியாயிருக்கிறான்.

டேவிட்டுக்கு இன்னும் கனவுகள் ஏதும் தொடங்கவில்லை. எப்போதும் தொடங்காதுபோலிருக்கிறது. ‘எங்க அண்ணே சொல்லும்...’ என்று பீட்டருக்கு ஒரு ஸ்தானத்தை டேவிட் கொடுத்திருப்பதால், பிணக்குகள் எதுவுமில்லாமல் இந்த ஸ்தாபனம் ஓடிக்கொண்டிருக்கிறது. சைக்கிள் திருத்தும் வேலை களும், சினிமாப் படங்கள் பார்ப்பதுவும் டேவிட்டின் பொழுது போக்கு.

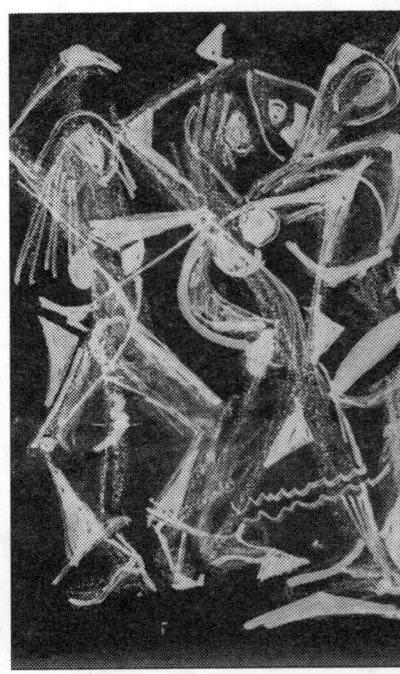

சைக்கிள், உறுப்புகள், ரயர், ரியூப் இவற்றின் விலைகள், தட்டுப்பாடுகள் சிலவேளைகளில் ஸ்தாபனத்தை ஆட்டிவைத்து விடும். நல்ல வேளையாக, சைக்கிள் நல்ல சைக்கிள். இது விஜிதவின் கைங்கரியம். பீட்டருக்கு அந்த மலிவு விலையில் அவ்வளவு நல்ல சைக்கிள் எப்போதும் கிடைத்திருக்காது. பீட்டர் ஸ்தாபனத்துக்கும் விஜிதவிற்குமிடையிலான பிணைப்பின் அடி அத்திவாரம் அதுதான்.

அலிஸ் நோனா பீட்டரை அழைத்து, விஜித காணாமல் போனதை அறிவித்தவுடன், விஜிதவைத் தேடுவதற்கான ஏற்பாடு களை பீட்டர் ஸ்தாபனம் தொடங்கியது. பீட்டர் தானே அலிஸ் நோனா, கரீம் இவர்களுடன் சேர்ந்து இயங்க ஆரம்பித்தான்.

டேவிட், பெருமையுடன் பீட்டரின் ஸ்தாபனத்தைத் தற் காலிகமாக எடுத்துக்கொண்டான். டேவிட்டின் பதவி உயர்வில், டேவிட்டுக்கு அடுத்தவனுக்கு அடுத்தவனான என்றிக்குப் புதுப்

பதவி தற்காலிகமாகக் கிடைத்தது. என்றிக்குப் புல்லு வெட்டுவது தொழில். இருந்தாலும், டேவிட் அவனுக்கு சாப்பாடுகளைச் சேகரிக்கும் வழிமுறைகளை இடைக்கிடை பழக்கிவைத்திருப்பதில் இப்போது புதிதாகக் கற்றுக்கொள்ள ஒன்றும் இல்லை. என்றி, புதுப் பதவியின் நியமனம் கிடைத்தவுடன், டேவிட் மாட்டியிருப் பதைப் போல ஒரு சிலுவைக் குறியுடனான சங்கிலி ஒன்றைத் தேடிக்கொண்டு போக ஆரம்பித்தான்

டேவிட்டின் அதிகாரம் என்றியினால் ஏற்றுக்கொள்ளப் படத் தொடங்கியிருந்தது.

4

பீட்டரும் கரீமும் விஜிதவின் குழுத் தலைவன் கெம்பா வைத் தேடிக்கொண்டு போனார்கள். பீட்டரோடு போனபோது, கரீமுக்கு அது மூன்றாவது முறை. முதல் இரண்டு முறையும் கெம்பா அங்கே இல்லை. கெம்பாவின் மற்ற அடியாட்களிடம் கரீம் சேகரித்துக்கொண்ட தகவல்களின் பிரகாரம், விஜிதவின் தானைத் தலைவன் கெம்பாவும் விஜிதவும் ஒரு முதலாளியின் உயிருக்கும், ஐயாயிரம் ரூபாய்க் காசிற்கும் வழிசொல்ல வேண்டிய நிர்ப்பந்தத்தில் இருந்தார்கள். இதுதான் முழுச்சிக்கலும். கெம்பா விபரங்கள் தர மறுத்தான்.

யாரோ பொலிசிற்கு ‘ரிப்’ பண்ணியிருக்கிறார்கள். அவர் களைப் பற்றிய சபதங்களையே கெம்பா முழக்கிக்கொண் டிருந்ததில், கரீம் தலைமையிலான மீட்புக் குழு திரும்ப வேண்டியதாயிற்று. திரும்பி, அலிஸ் நோனாவிடம் அவர்கள் விஜயத்தின் விபரங்களைக் கூற... அலிஸ் நோனாவே கரீம், பீட்டருடன் புறப்பட்டு கெம்பாவிடம் போனாள். கெம்பா, அலிஸ் நோனாவைக் கண்டதும் பொலிசிற்கு ‘ரிப்’ பண்ணிய வர்களைப் பற்றிய சபதங்களை இன்னும் பெலத்தே முழக்கி னான். அலிஸ் நோனா அந்த வீரசபதங்களைத் தானும் எடுத்தாள். யார் சொல்லியிருக்கக்கூடும். இந்த விவாதத்தில் ஒரு மணித்தியாலம் போனபிறகே அலிஸ் நோனா விஜித வைப் பற்றிய விபரங்களைக் கேட்க முடிந்தது. கெம்பா விஜிதவிற்குப் பொறுப்புத் தான் என்பதை வலியுறுத்த, அலிஸ் நோனா தன் அருமந்த புத்திரனின் இருப்பிடம் தனக்குத் தெரிய வேண்டுமென்பதை வலியுறுத்த, நிலைமை மோசமாகிக் கொண்டு வரும்போல இருந்தது.

கெம்பா, அலிஸ் நோனாவிற்கு விஷயங்களைச் சொல்வ தென்று முடிவெடுத்தான். அலிஸ் நோனாவைத் தனியே ரகசியமாக அழைத்துச் சென்றான். விஜிதவைக் கொஞ்ச நாட்கள் மாத்தறையில் தன் தமையனுடன் விட்டு வந்திருப்பதாகவும், அவன் பத்திரமாக இருப்பதாகவும், இன்னும் ஒன்றிரண்டு கிழமைகளில் திரும்பிவிடுவானென்றும் சொல்லி, யாரிடமும் இவைகளைச் சொல்ல வேண்டாமென்று அவளிடம் சத்தியமும் வாங்கிக்கொண்டான். அலிஸ் நோனா தன் அந்தரங்கப் பேச்சு வார்த்தைகளை முடித்துக்கொண்டு திரும்பும்வரையில் கரீமும் பீட்டரும் பொறுமையுடன் ஒருபுறம் குந்தியிருந்தார்கள்.

"வாங்க போவோம்" என்ற உத்தரவுடன் அலிஸ் நோனா திரும்பினாள். கரீமுக்கு இப்போது அவளை ஏதும் கேட்கக் கூடாது என்பது தெரியும். என்ன நடந்திருக்குமென்று அனு மானிக்கத் தொடங்கினான். பீட்டருக்கு அனுபவமில்லை. வாயைத் திறந்தான். "பிறகு சொல்கிறேன்" என்று அலிஸ் நோனா அடக்கினாள். அடுத்த நாள் பீட்டர் தன் ஆசனத்தில் – சைக்கிள் ஆசனத்தில் – அமர்ந்துகொண்டான்; கழுத்தில் சிலுவைக் குறியுடனான சங்கிலியுடனும், சீக்கிரத்தில் தன் ஸ்தானம் பறிபோய்விட்டதே என்ற கவலையுடனும். அடுத்தவன் டேவிட்டுக்கு இது ஏமாற்றங்களைத் தராது. என்றி புல் வெட்டப் போய்ச்சேர்ந்தான்.

5

கரீமும் பீட்டரும் அலிஸ் நோனாவுடன் கெம்பாவிடம் போய்வந்த அன்று மாலை, திருத்துவச் சபை சொர்க்கத்திலே கூடியபோது, கரீம் தன் அலைச்சலின் ஆயாசத்தையெல்லாம் தீர்த்துக்கொண்டிருந்த வேளையில், விஜிதவின் தலைமறை வின் விபரங்களைச் செவுத்திக்கும் எசக்கிக்கும் வெளியிட் டான். செவுத்தி, விஜிதவின் தலைமறைவினால் மிகவும் லாப மடைந்த ஆத்மா. அலிஸின் தொந்தரவுகள் இல்லாமல் இருந்தது. கரீமுக்கு அலிஸ் வார்த்தது தனக்கும் சொரிந்தது, பாதரிடம் இரண்டு ரூபாய் கறந்தது, இத்தியாதி இத்தியாதி. 'விஜிதவுக் கென்ன நேர்ந்துவிட முடியும்' என்பது இந்த லாபங்களினால் எழுந்த தத்துவமே தவிர, விஜிதவைப் பற்றிய அக்கறை எதுவு மில்லை செவுத்திக்கு.

அதுதான் செவுத்தி – இன்னொரு மனிதனுக்குள் – தன் மகனாகவே இருந்தாலும் – எவ்வளவு தூரம் தன்னை நுழைத்து விட முடியும்? கரீம், விஜிதவின் மறைவிடத்தைச் சொல்லாது போனாலும், பருகியிருந்த அமுதத்தின் விளைவாகப் பேசிப் பேசிச் சிந்தித்தான். கெம்பாவுடைய தமையன் ஒருத்தன் மாத்தறையில் இருக்கிறான். அவனிடம்தான் கெம்பா விஜிதவை அனுப்பியிருந்திருக்க வேண்டும். செவுத்தி இன்னும் அசைய வில்லை. எசக்கி அதைக் காதில் கேட்டுக்கொண்டான். காதில் வாங்கும்போது, அதை பாதரிடம் சொல்ல வேண்டுமென்கிற யோசனை எதுவுமில்லை எசக்கிக்கு.

இது நடந்த அடுத்த ஞாயிறு எசக்கி தன் தேவாலயத் திருத்தொண்டு செய்யக் காலை பத்து மணியளவில் போன போது பாதர் சாய்வுநாற்காலியில் தன் சுங்கானுடன் சாய்ந்தி ருந்தார். அவரைச் சுற்றியிருக்கிற கூட்டம் இல்லை.

எசக்கி திருத்தொண்டு செய்யப் போகும்போது நேரே பின்பக்கம் குசினிக்குப் போய், பாதருடைய சமையற்காரன் அந்தோனியிடம் தேநீர், வெற்றிலை பரிவர்த்தனையைத் தன் வழக்கப்படி முடித்துக்கொள்ளப் போனபோது, பாதருக்கு உடல்நிலை சரியில்லை என்ற செய்தியும் கிடைத்தது. அவரி டம் பேச முடியாது என்கிற வருத்தத்துடன் எசக்கி தன்பாட்

டில் முன்தோட்டத்தைத் துப்புரவு செய்துகொண்டிருந்தான். விளக்குமாறு பூமியை வருத்தி எழுப்பிய சர்ர்க்... சர்ர்க்... என்ற சன்னமான கீதம் பாதரை எழுப்பிவிட்டது.

அவருக்குத் தெரியும் இது எசக்கி. மெள்ள எழுந்து வாசலில் வந்து வாயில் சுங்கானுடன் அவன் துப்புரவு செய்வதைப் பார்த்துக்கொண்டிருந்தார். கொஞ்ச நேரத்தின் பின் எசக்கி, பாதர் பார்த்துக்கொண்டிருப்பதை உணர்ந்தான்.

"பாதர்!" சர்ர்க்... சர்ர்க்... நின்றுவிட்டது.

பாதர் நேரடியாகவே "விஜித வந்துவிட்டானா?" என்கிற விசாரணையில் இறங்கினார். எசக்கியைப் பொறுத்தமட்டில், செவுத்தியைக் கரைசேர்ப்பதற்காக பாதரிடம் அவனைக் கூட்டிக் கொண்டுவந்ததுவும், பிறகு தானே பாவம் செய்ய நேர்ந்ததைப் பற்றியுமான மன வருத்தத்தைச் சொல்லியழுது, தன் பாவத்தைக் கரைக்க இது அயனான சந்தர்ப்பமாகப் போய்விட்டது. செவுத்திக்கு பாதர் இரண்டு ரூபாய் கொடுத்ததிலிருந்து தொடங்கினான். பாதருக்குச் சுருக்கென்றது. 'நான் எவ்வளவு பெரிய மடத்தனம் செய்துவிட்டேன்!'

செவுத்தி கூப்பிட்டிருக்காவிட்டால், தான் சொர்க்கத்துக்குப் போயிருக்க மாட்டேன் என்பதை ஊட்ட முயன்ற எசக்கியை இடைவெட்டித் திரும்பவும் விஜிதவைப் பற்றிய தன் கேள்வியை நினைவூட்டினார். எசக்கி, கரீம் காதில் போட்ட செய்திகளையும் சொல்லி, விஜிதவின் தற்போதைய மறைவிடம் எதுவாயிருக்க முடியும் என்கிற கரீமின் அனுமானத்தையும் சொல்லிவிட்டான்.

பாதர் யோசிக்கத் தொடங்கினார்.

சுரீரென்று, 'மனிதன் தன்னை வென்ற மனிதனாவதைப் பற்றி' அவர் படித்திருந்த தத்துவங்கள் மனதில் எழுந்தன.

'ஓ... இதுவெல்லாம் ஏசுவுக்கு எதிரான ஒரு நாஸ்திகனின் புலம்பல்கள் அல்லவா?'

'ஏன்? பாதர் டேவிட் செமினரி(குருமார் பாடசாலை)யில் இவைகளைப் பற்றிச் சொல்லவில்லையா?'

பாதர் டேவிட் இலகுவாக எந்த வாதத்தையும் முறிய டித்துவிடுவார். அவருக்கு உடம்பு முழுவதும் மூளை. ஞாபகம் வருகிறது.

மனிதன் தன்னைத்தானே மேவுகிறதென்பது மனிதன் தன்னை முதல் வைத்த வாதம். நலிவெல்லாம் உலகத்தை எப்போதும் சூழ்ந்து வருத்த, வாழ்வென்ன என்று சோர்வுறு கிற வேளையில், 'மனிதனை வென்ற அதிமனிதனாக மாறு' என்று கட்டளையிட்டுக் கடவுளையும் தூக்கியெறிந்து, நலிவும் சோர்வும் பயமும் துன்பமும் நித்தியமாகிப்போன அலுவல்கள் என்று மனிதனுடைய பலவீனத்தை அதிகரிக்கச் செய்கிற வாதம்.

இது பாதர் டேவிட்டின் வாதம். வாதங்கள், எல்லாவற்றிற் கும் உண்டு.

சொர்க்கம்

செவுத்தி, எசக்கி, ஏன் அந்த சாத்தான் கரீம் இவர்கள் தங்களை வெல்வது என்பது எப்போதாவது முடியுமா? திரும்பத் திரும்ப நரகத்தில் உழன்று தங்களை இழப்பவர்கள், இவர்கள்.

'பன்றிகள்.'

பாதர் மேலும் யோசிக்கத் தொடங்கினார்.

கர்த்தரே! ஒளி எதுவுமில்லாமல் இருண்ட வாழ்க்கையை அரவணைத்துக் கொண்டிருக்கிற இவர்கள் சீரான, ஒழுங்கான வாழ்க்கையை அமைத்துக்கொள்ள வேண்டும்.

இது சாதாரண மனிதாபிமானம். வேறொன்றுமில்லை.

இந்த நாற்பது வருஷ திருச்சபைச் சேவையில் நான் கண்டது சிறிய வெற்றிகளே... எல்லோருக்குள்ளும் என்னை நுழைத்துக்கொள்கிற ஆசை இருக்கிறது. இது அகங்காரமோ அல்லது சாதாரண மனிதாபிமானமோ தெரியவில்லை. தெரிந்த தெல்லாம் இந்த ஆசை என்னை வருத்துவதுதான். செவுத்தியும் கரீமும் – ஏன் எசக்கியும் சேர்த்துத்தான் – சேற்றுள் உழல்வதை என்னால் நிறுத்த முடியுமா?

நான் ஒரு சாதாரண மனிதன். அதிமனிதன் அல்ல. இதற்காக வருந்துவேனாகின் கர்த்தரே! இவர்கள் ஒளியைக் காண வேண்டுமென்பதற்காகவே தவிர, என்னுடைய அகங் காரம் தோல்வியைத் தழுவுவதனாலல்ல. உம்மிடம் அவர்கள் அடைக்கலம் புக என்னாலானதைச் செய்வதே சரியானது. செவுத்தியைத் தன்னிடம் வரும்படி எசக்கியிடம் சொல்லி அனுப்பினார். மற்றப் பிரசைகளும் கவனிக்கப்பட வேண்டும். அவருக்கு நிறைய வேலையிருந்தது.

6

சொர்க்கத்தில், கரீமின் சாதுரியத்தினால் அமுதம் கூடவே சொரிகிற நேரத்தில் எசக்கி, பாதர் வரும்படி சொன்னதை செவுத்தி காதில் போட்டான். செவுத்திக்குக் கோபமும் எரிச்சலும் வந்தன. பாதரின் பிறப்புபற்றிய வசவுகளை செவுத்தி சொல்ல, எசக்கி செவுத்தியை விபரிக்க, கரீம் வேறொரு கோணத்தில் அணுகினான். 'பொஸ்தவம்' ஒன்றிரண்டு தங்கிப்போயிருக்கிறது. பாதர் வாங்கக்கூடும்.

செவுத்தி அதைக்கூடக் கேட்கத் தயாரில்லை.

விஜித எப்படிப் போனாலென்ன? தான் எப்படிப் போனா லென்ன? பாதரை இவைகளெல்லாம் என்ன செய்கின்றன என்பது செவுத்தியின் நிலை.

எசக்கிக்கு சாதாரண வாழ்க்கை நியதிகட்கு அப்பால் சிறிதாக ஏதேனும் நடந்தால் பாதரை அணுகி, அவர் சொல் வதைக் கேட்டு, அதன்படியோ அல்லது தன் வசதிக்கேற்ற வாறு தானே அவர் சொல்வதைத் திருத்தி (சிலவேளைகளில் தலைகீழாக) நடப்பதே பழக்கம். செவுத்தியின் உதாசீனம் அவனுக்குப் புரியவில்லை.

சொர்க்கம்

“அவரு பாதருப்பா, கடவுளு மாதிரி” என்றான். செவுத்தி, ஒரு சிரட்டை அமுதத்தை ‘டக்’கென்று பருகினான்.

“கடவுளு இருந்தாத்தான் என்ன, இல்லாட்டாத்தான் என்ன? அவரு நமக்கு இன்னாதான் செஞ்சுப்பிட்டாரு...” என்று உளறத் தொடங்கினான்.

கடக்க முடியாத நெடுஞ்சுவர்கள் எதிர்ப்படும்போது எசக்கி, “ஏசுவே” என்று வானத்தை நோக்குவது வழக்கம். கரீம் ‘பொஸ்தவ’ விஷயத்தை நினைவூட்ட முயன்றான். செவுத்திக்குக் கோபம் பொங்கிவரத் தொடங்கியது. எல்லோரையும் எல்லாவிதமுமாகக் கத்தி அழைத்தான். அமுதம் இன்னமும் தேவைப்படும்போல இருந்தது. தள்ளாடிக்கொண்டே கரீமையும் எசக்கியையும் ‘கெடவுங்கடா இப்பிடியே’ என்று உதாசீனப்படுத்திவிட்டுத் தன்பாட்டில் நடக்க ஆரம்பித்தான்.

பலகீனம் கூடக்கூட, கோபமும் கூடி அமுத தாகம் அவனை உருக்குலைத்தது. கொஞ்சத் தூரம் சென்று எசக்கியைப் பார்த்து, “பாதர்கிட்ட நான் வரமாட்டேன். அதை நீயே அவருகிட்டப் போய் சொல்லு” என்று கத்தினான்.

எசக்கி திரும்பவும் “ஏசுவே” என்று வானத்தை நோக்கினான். செவுத்தி எல்லோரையும் வைதபடி தள்ளாடித்தள்ளாடி மேலும் நடந்தான்.

கரீம் அக்கறையுடன் எசக்கியை விசாரித்தான். எசக்கி சொல்லச்சொல்ல கரீமுக்கு சிக்கல் புரிந்தது. பாதரிடம் இவைகளைச் சொல்லியிருக்கக்கூடாது என்பது கரீமுக்குத் தெரிந்தாலும், எசக்கியை அவனுக்கு அதைவிட நன்றாகவே தெரியும். எசக்கி எப்படி இருக்க வேண்டுமென்று கரீம் வழி நடத்துவது கிடையாது. எசக்கி எப்படி இருக்கிறான் என்பதை உணர்ந்து, அதற்கேற்றபடி நடப்பதுதான் கரீமின் கொள்கை.

விஜிதவைப் பொலிஸில் போய் தண்டனையை ஏற்றுக் கொண்டு, தேவாலயத்தில் மன்னிப்புக் கேட்கச் சொல்லி, பாதர் சொல்லுவார். பாதர் ஜெயிலுக்கும் போகப்போவதில்லை. நரகத்துக்கும் போகப்போவதில்லை. அவருக்கென்ன தெரியும்? நரகம் எல்லோரும் சொல்வதைப் போல மோசமானதாக இருக்க முடியாது. மிஞ்சிமிஞ்சிப் போனால் நரகத்தில் செத்துக்கொண்டே வாழ்வதோ அல்லது வாழ்ந்துகொண்டே சாவதோதான் நடக்கும். அதைவிட என்ன நடந்துவிட முடியும்.

“எசக்கி” என்று கரீம் அழைத்தான்.

“பாதர்கிட்டே கேளு, இந்த நரகம் எப்படி இருக்குமெண்டு.”

எசக்கியோ பாவச் சுமை தாளாமல் முனகிக்கொண்டு இருந்தான். “செவுத்தியான் இப்படி போறானே, எங்கேயாச்சும் உளுந்து உருளப் போறான். நான்தான் அவனை இழுத்தாந்தேன். குடிக்காதடான்னாரு பாதர். நான் குடிச்சுப்புட்டேன்.”

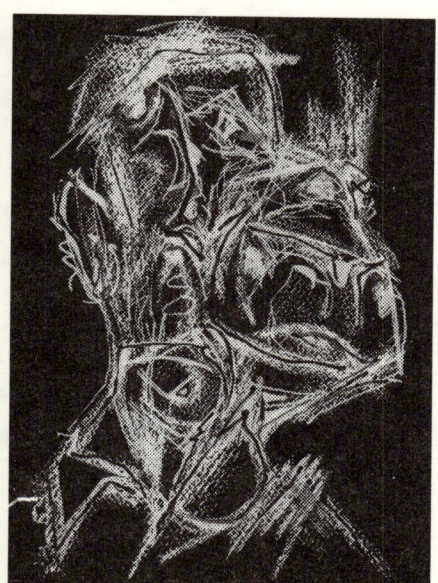

எசக்கி அழ ஆரம்பித்தான். எசக்கியின் அழுகையும், கரீமின் சிந்தனையும் நேர பரிமாணத்தின் நினைவில் நிறையவே பின்னிப்போனதன் பிறகு, கரீம்தான் முதலில் அந்தக் கனவிலிருந்து திடீரென்று விழித்தான்.

செவுத்தியைத் தேடுவோமென்ற எசக்கியின் புலம்பலைக் கலைத்து, அவனை இழுத்துக்கொண்டு புறப்பட்டான். கரீமை இந்த மாதிரியான வேட்டைகளில் மிஞ்சிவிட முடியாது. செவுத்தி அமுத தாகம் வருத்தும்போது போகுமிடத்தையே கரீமினால் அனுமானிக்க முடியும்.

கரீமினால் அன்று வெகு நேரத்தின் பின்னரே செவுத்தியைக் கண்டுபிடிக்க முடிந்தது.

செவுத்தி, கரீமும் எசக்கியும் போனபோதுகூட, பாதர் இருப்பிட வாசல் இரும்பில் தன்னைப் பற்றிக்கொண்டு, அவன் அகராதியிலுள்ள முழுச்சொற்கள் வீச்சையும் உபயோகித்தபடி பாதரைத் திட்டிக்கொண்டிருந்தான்.

பாதரின் சமையற்காரன் அந்தோனி, பாதர் கட்டளையின்படி செவுத்தியைத் துரத்தாமல் ஒரு புன்னகையுடன் அவன் திட்டலைக் கேட்டபடி நின்றுகொண்டிருந்தான். பாதர் உண்மையில் செவுத்தியின் திட்டலை இன்னும் கேட்டபடி இருந்தார் – உள்ளே இருந்தவாறே. அவருக்குக் களைப்பாக இருந்தது.

“நான் எப்படிப் போனாலென்ன?”

“என் மகன் எப்படிப் போனாலென்ன?”

“உன்னை என்ன செய்கிறது?”

“கடவுளை நீயே கும்பிட்டுக்கொள்.”

“நான் கும்பிட வேண்டுமென்றால், எனக்கு இரண்டு ரூபாய் கொடு.”

“நான் கும்பிட்டுக்கொள்கிறேன். கடவுளைக் கூப்பிடு.”

பாதரை செவுத்தியின் கேள்விகள் வருத்தத் தொடங்கின. ‘நான் ஒரு பாதிரியாக இல்லாது போனால்... நான் யாராக இருப்பேன்? இல்லை, எப்படி இருப்பேன்?’ சுங்கானைப் பற்ற வைத்துக்கொண்டு தன் கேள்விகளின் கனபரிமாணங்களை, செவுத்தியின் திட்டலைப் பின்னணியாக அமைத்துக்கொண்டு சிந்திக்கத் தொடங்கினார்.

‘ஏசுவே! பிசாசினால் முழுக்க ஆட்கொள்ளப்பட்டு இருக்கிற இந்த செவுத்தி எப்போது ஒளியைக் காணப்போகிறான்? உம்மை இவன் நம்புகிறானில்லை என்பதைவிட, இவன் உம்மை ஒரு போதும் நம்பப்போவதில்லை என்பது நிச்சயமானது போன்று தெரிகிறது.’

‘பிசாசு இவனை ஆட்கொண்டிருக்கிறதா அல்லது இவன் பிசாசை அரவணைத்துக்கொண்டிருக்கிறானா?’

'ஏசுவே! இறந்து, கல்லறைக்குள்ளே முகத்தை மறைத்து நான்கு நாள் சவமாகக் கிடந்த லாசரசை நீர் உயிர்ப்பிக்க வில்லையா? சவத்துக்கு ஒப்பான செவுத்தி, இந்த ஒரு சிறு ஒளியைக் காணும் பாக்கியத்தை நீர் தரமாட்டீரா?'

பாதரின் சிந்தனையை செவுத்தியின் அலறல் நிறுத்தியே விட்டது.

"ஏ பாதரே! உன் கடவுளைக் கூப்பிடு. உன் கடவுளைக் கூப்பிடு. உன் கடவுளைக் கூப்பிடு..."

செவுத்தியானின் இந்த அலறல் ஓங்கியபோது, எசக்கியும் கரீமும் செவுத்தியை அடைந்திருந்தார்கள்.

எசக்கி, "ஏசுவே!" என்று செவுத்தியைச் சமாதானப்படுத்த முயன்றுகொண்டிருந்தான்.

பாதர் திரும்பவும் தன் சிந்தனைகளை ஒழுங்குபடுத்த முயற்சித்தார்.

'ஏசுவே! இவன் உம்மில் நம்பிக்கை வைக்க நான் என்ன செய்யலாம்?'

பாதர் சிந்தனைவசப்பட்டபடியே வெளியே வந்தார். எசக்கியும் கரீமும் "வா போவோம்" என்று இழுக்க செவுத்தியான், "பாதர் கடவுளு காட்டப் போறாரு. பாத்துட்டுப் போறேன்." என்று திமிறிக்கொண்டிருந்தான்.

பாதரைக் கண்டதும் எசக்கிக்குத் தன் குடியின் நினைவு வந்து, தன் பாவத்தின் சுமையை நினைத்து, "பாதரே! நான் குடிச்சுப்புட்டேன்" என்று அழத் தொடங்கினான். பாதர் எசக்கியைக் கவனிக்காமல் நேரே செவுத்தியிடம் போனார்.

"செவுத்தி"

"உடுங்க பாதர், நாங்க இவனைக் கொண்டுபோறோம்" என்று கரீம் முன்வந்தான்.

"செவுத்தி, நீ இப்போ போய்ப் படு. கடவுள் உனக்கு நல்வழியைக் காட்டட்டும்." பாதர் குறியிட்டுக்கொண்டார்.

செவுத்தி இன்னும் திமிறினான். "உன் கடவுளைக் கூப்பிடு."

"செவுத்தியான்! கடவுள் வரமாட்டார். வா போவோம்." என்று கரீம் இழுத்தான். பாதருக்குத் திக்கென்றது. பாதரிடம் சொல்லிக்கொண்டு, எசக்கியும் செவுத்தியானை இழுக்க, செவுத்தியான் பாதர் இருப்பிட முற்றத்தில் கட்டையாக விழுந்தான். பாதர், அந்தோனியைக் கவனித்துக்கொள்ளச் சொல்லிவிட்டு, உள்ளே போய்ச்சேர்ந்தார்.

'கரீம் என்ன சொல்கிறான்? கடவுள் வரமாட்டார் என்றால்...? இவர்கள் பன்றிகள். பாவச் சுமையும் தெரிய வில்லை. வழியும் தெரியவில்லை. காட்டினாலும் ஏற்கிறார்க ளில்லை.'

பாதர் தன்னைத்தானே சலித்துக்கொண்டார். இவர்கள் விஷயங்களில் தேவைக்கதிகமாகவே என்னை ஈடுபடுத்திக் கொண்டுவிட்டேன். எனக்குமே தவிர்க்க முடியாத ஒரு சூழலில் இருந்து மீழ்வு இல்லைப் போலிருக்கிறது.

'நான் அதிமனிதனாக மாறினால்...'

'ஓ! இது என்ன சிந்தனை?'

பாதர் தன் படுக்கையிலிருந்து தூக்கம் வராமல் சிந்தித்துக் கொண்டிருந்தபோது, செவுத்தியை இழுத்துக்கொண்டு கரீமும் எசக்கியும் போவதை, அவன் சத்தம் குறைந்துவருவதைக் கொண்டு அனுமானிக்க முடிந்தது.

"உன் கடவுளைக் கூப்பிடு... உன் கடவுளைக் கூப்பிடு" என்ற செவுத்தியின் வெறியும், "கடவுள் வரமாட்டார்" என்ற கரீமின் தீர்ப்பும் திரும்பத்திரும்ப எதிரொலித்தன.

'செவுத்திக்கு இந்த மனச்சுமை இருப்பதனாலே இவன் பன்றியாக முடியாது. சுமைகளை இறக்கிக்கொள்ள வழி காண்பதிலேதான் மனிதனைக் கண்டுகொள்ள வேண்டும். இவன் இதைச் செய்வதில்லை நான் வழிகாட்ட முயற்சிக்கி றேன். இவன் ஏற்கிறானில்லை. ஏசுவே! பிதாவே! நீர் வர மாட்டீரா?'

பாதர் மெல்லமெல்ல நித்திரையாகிப்போனார்.

அடுத்த நாள் காலை எழும்பியபோது ஒரு புதிய எண்ணம் அவர் மனதில் எழுந்திருந்தது.

நான்தான் செவுத்தியிடம் போகவேண்டும். செவுத்தி என்னிடம் வரத் தேவையில்லை. செவுத்தி இருக்குமிடம் எசக்கிக்குத் தெரியும். எசக்கியிடம் கேட்டால் சொல்லுவான். எசக்கியும் விஜிதவும் தேவனுக்கு முன்னால் தங்கள் பாவங ்களுக்கு மன்னிப்புக் கேட்கட்டும். சட்டம் என்னவாவது செய்துகொள்ளட்டும். அந்தோனியிடம், எசக்கியைக் கண்டால் தன்னிடம் அழைத்துக்கொண்டுவரும்படி கேட்டுக்கொண்டார்.

7

பாதர், எசக்கியைக் கண்டு செவுத்தியிடம் தான் போக வேண்டும் என்பதைச் சொன்னபோது, எசக்கி தானே செவுத்தி யைக் கூட்டிக்கொண்டுவருவதாகச் சொன்னான்.

"இல்லை. நான்தான் அவனிடம் போக வேண்டும்." பாதர் மறுத்தார். பாதர், எசக்கி வழிகாட்ட செவுத்தியின் இருப்பிடத்தை அடைந்தபோது மாலை ஐந்தரை இருக்கும்.

பெரிய வீதியிலிருந்து கிளையாக ஒரு சின்ன வீதி புறப்பட்டு, அது எங்கேயோ போக, சின்ன வீதிக்குக் கிளையாக ஒரு சந்து நீண்டு, சேறும் சகதியும் நிறைந்தவொரு இடத்தில் முடிந்தது. தகரமும் மரமும் மண்ணும் கலந்த பொந்து. தனித்ததல்ல.

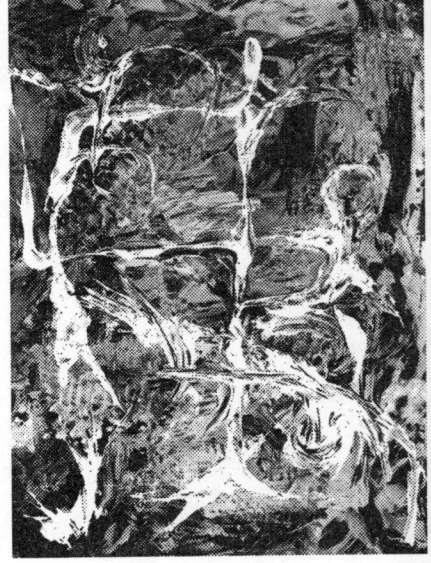

சொர்க்கம்

ஒருமித்த பொந்துகளின் இடையில் அடைந்துபோனதொன்று. எதிரும்புதிருமாகவும் அக்கம்பக்கமாகவும் பொந்துகள்.

மனித சீவியம் எவ்வாறு இருக்க முடியாதென்றும், இருக்கக் கூடாதென்றும் பல மேதாவிகளும் நினைத்தும் வற்புறுத்தியும் இருக்கிறார்களோ அது இங்கே இந்தப் பொந்துகளில் இருக்கிறது. சேற்றில் புரள்கிற நாய்களும், அவற்றுடன் விளையாடித்திரிகிற சிறுவர்களும், சொற்களை வீசி அவற்றின் உரசலில் தங்களை இழக்கிற பெண்களும், நீரிலும் புகையிலும் அமிழ்ந்துபோன ஆண்களும், அழுக்கான அழுக்கும்... கர்த்தரே! இது நரகமாகத் தான் இருக்க வேண்டும். இது கொழும்பு மாநகரத்திலேதான் இருக்கிறதா?

பாதரைக் கண்டதும் அந்த இடத்தின் இயக்கம் முழுவதும் ஒரு நொடி ஸ்தம்பித்துப் பிறகு மந்த கதியில் நடக்கத் தொடங் கியது.

எசக்கி, பாதருக்குப் பின்னால், தானே செவுத்தியைக் கூட்டிவந்திருப்பானென்றும், பாதர் அங்கு வந்திருக்கத் தேவை யில்லையென்றும் சொன்னபடி வந்துகொண்டிருந்தான்.

ஒரு பொந்திலிருந்து சிறு குழந்தையொன்றின் அழுகுரல் உரக்கவே கேட்டது.

'கர்த்தரே! இங்கே பிறக்கிற குழந்தை என்ன பாவத்தை, எங்கே செய்திருந்து இந்த நரகத்தில் பிறந்திருக்க வேண்டும்? உம்மை அடைவதற்காகவல்லோ?'

பாதரின் சிந்தனை திடீரென்று வந்த பலத்த குரல்களின் வீச்சினால் தடைப்பட்டது.

செவுத்திக்கும் அலிசுக்கும் பெரிய வாக்குவாதம் நடந்து கொண்டிருந்தது. அழகான சொற்தொகுப்புகளில், மனித உறுப்புகள், செய்கைகளின் வெவ்வேறு பெயர்களும் வந்து கொண்டிருந்தன. அலிசுக்கு பாதர் வீட்டு முற்றத்தில் செவுத்தி விழுந்துபோனது தெரியவந்து... அதுதான் முழுப்பிரச்சினையும்.

அலிசுக்கும் பாதரின் யோசனை விளைவுகளைத் தீர்மா னிக்க முடியும். கரீமுக்கு பாதரிடம் உள்ள பயங்கள் அவ்வள வும் அலிசுக்கும் உண்டு. பாதருக்கு இந்த விஷயங்களைப் பற்றி என்ன தெரியும்? ஆனால், விவாதம் எங்கேயோ இதற் கப்பால் வெகுதூரத்தில் நின்றது.

"நீ ஏன் பாதர் வீட்டு முற்றத்தில் விழுந்தாய்?" என்பது அலிசின் கேள்வி.

செவுத்தி பலவிதமாகவும் அந்தக் கேள்வியைச் சுற்றிப் பதில் சொல்லிக்கொண்டிருந்தான்.

"நீ யார் கேட்பதற்கு?"

"நான் எங்கேயும் விழுவேன்."

"நீயா காசு தருகிறாய்?"

சொர்க்கம்

"நீ யார் கேட்பதற்கு? நீ யார் கேட்பதற்கு?" என்பதை செவுத்தி சொற்தோரணைகளுடன் அலிசைக் கேட்டுக்கொண்டிருந்தபோது பாதர் போய்ச் சேர்ந்திருந்தார்.

"நீ யார் கேட்பதற்கு?"

பாதர் போய்ச் சேர்ந்தபோது ஏற்பட்ட மௌனத்துக்குச் சற்று முன்னோடியாக இந்த எதிரொலி அதிர்ந்து, அந்த மௌனம் முழுவதையும் ஆக்கிரமித்துக்கொண்டது.

பாதர் தன்னைச் சுதாரித்துக்கொள்ள முயன்றார். "செவுத்தியான்" என்று மெல்ல அழைத்தார் பாதர்

"அவள் உன் மனைவி."

செவுத்தியான் ஒன்றும் சொல்லவில்லை. பேசாமல் நின்றான்.

அலிஸ், "அதைச் சொல்லுங்க பாதர்" என்று தொடங்கி, செவுத்திபற்றிய தன் குறைகள் எல்லாவற்றையும் ஒவ்வொன்றாகச் சொல்லத் தொடங்கினாள்.

பாதருக்கு அவள் பேசப்பேச ஒன்று தெளிவாகப் புரிந்தது. செவுத்திக்கும் அவனைச் சுற்றியுள்ள உலகிற்குமான தொடர்பில் ஒரு விரிசலமைந்து போயிருக்கிறது. தன்னந்தனியனாகவே சீவியத்தை வாழ்ந்துகொள்ளக் கற்றுக்கொண்டிருக்கிறான். எவ்வளவு தூரம் இப்படி வாழ்ந்துவிட முடியும்?

'கர்த்தரே இப்படித் தனித்துப்போனவன் எப்படி உம்மில் நம்பிக்கைவைக்க முடியும்? இவன் உள்ளத்தில் நீர்தான் ஒளி ஏற்ற வேண்டும்' இவன், தன் மகன் விஜிதவைத் தன்னிடம் கூட்டிவருவான் என்று நம்பியது எவ்வளவு முட்டாள்தனமானது.

பாதர், அலிசிற்கும் செவுத்தியானுக்கும் பின்னணியாக அமைந்துபோன சேற்றையும் சகதியையும், எந்த ஒழுங்குக்கும் அமையவராத சேரிக் கட்டடங்களையும், டயர்களையும் கற்களையும், குறுக்கும்நெடுக்குமாக ஓடுகின்ற நாய்களையும், முழு மனிதர்களையும், நிர்வாணச் சிறுவர்களையும், அவர்களின் இரைச்சலையும், அந்தச் சூழல் பரப்பிக்கொண்டிருந்த நெடியையும் புலன் நுகர்ந்தபோது, அவருக்குள்ளே ஒரு தீர்மானம் எழுந்தது. இவர்களுக்காக ஏசுவிடம் பிரார்த்திப்பதே என்னால் கூடுமானது. நான் இவற்றில் ஈடுபடமுடியாது. நான் உடனே திரும்புவதுதான் உசிதமானது. இதைத்தானே ஏசு தன் அப்போஸ்தலர்களை மக்களிடம் நோய் தீர்க்க அனுப்பியபோது சொல்லியிருக்கிறார்.

'மக்கள் நீங்கள் சொல்வதைக் கேட்கமாட்டார்களாயின், உடனே திரும்புங்கள்.'

பாதர் புத்திமதிகளைக் கூறி ஏசுவிடம் அவர்களை வந்து பிரார்த்திக்கும்படி கேட்டுக் குறியிட்டுக்கொண்டு திரும்பினார். அவருக்கு வருத்தமாக இருந்தது.

சொர்க்கம்

அலிசும் பாதர் திரும்பியவுடன் செவுத்தியைப் பிறகு கவனித்துக்கொள்வதாகச் சொல்லிவிட்டு, அந்தோனியார் தேவாலயத்துக்கு இரண்டு பெரிய மெழுகுவர்த்திகளுடன் போய் முழந்தாளிட்டுக்கொண்டாள்.

‘கடவுளே! விஜிதவுக்கு ஒன்றும் நேராமல் இருக்க வேண்டும். அவன் இந்த இக்கட்டிலிருந்து தப்புவானாயின், கடவுளே! உனக்கு இன்னும் இரண்டு மெழுகுவர்த்தி கொளுத்தி வைக்கிறேன். அவனைக் காப்பாற்று.’ அவள் பிரார்த்தனை முடிந்து திரும்பியபோது பாதர் அவளைக் கண்டார். ‘ஏசுவே! என் பிரார்த்தனை பலித்துவிட்டதா? பாதரின் மனதில் ஒரு சிறு நம்பிக்கை பிறந்தது. அதை ஒட்டியே அவநம்பிக்கையும் பிறந்தது. ‘இவள் பிரார்த்தனை அவள் மகன் வரும்வரைக்குந்தான். அதற்குப் பிறகு இவள் உம்மிடம் வருவாளா பார்ப்போம்.

தனக்காகக் காத்துநிற்கிற மக்களைக் காண பாதர் திரும்பினார்.

8

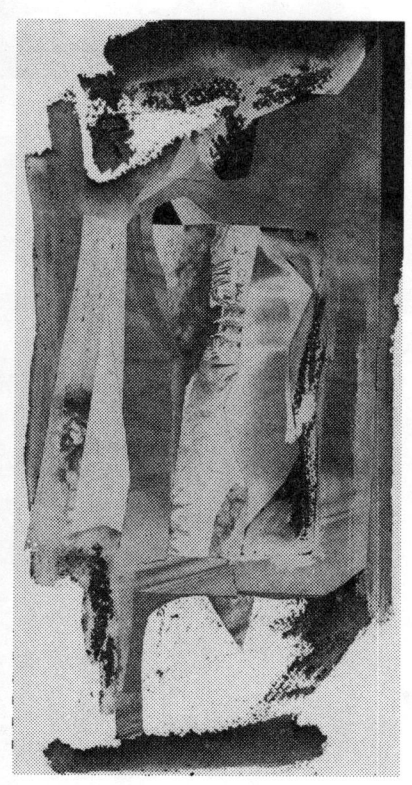

கெம்பா ஸ்தாபனம், கெம்பா எவ்வளவுதான் தீரனாக இருந்தாலும் தனித்ததல்ல. அதற்கெதிரான ஸ்தாபனங்களும், அவ்வப்போது நட்புறவு கொள்கிற ஸ்தாபனங்களும் உண்டு. ஸ்தாபனங்களுக்கிடையே ஒருவகை உணர்வுப் புலம் இயங்குகிறது. ஒருவன் கத்தியில் கை வைத்தால், மற்றவன் கை தானாகவே அவன் கத்தியைத் தொடுவது, பொது எதிரியைக் கண்டால் ஆளுக்காள் சமிக்ஞை செய்துகொண்டு காற்றோடு காற்றாகப் போய்விடுவது... அரவணைத்துக்கொள்கிறபோது வலிந்து அரவணைத்துக்கொள்வது... நம்பிக்கைகொள்கிறபோது அவநம்பிக்கையை அடித்தளமாகக் கொள்வது... செய்வதை வலிந்தே செய்வது... எதையும் எதிர்நோக்கி நடப்பது. இவைகள் இவ்வுணர்வுப் புலத்தின் வெளித் தோற்றப்பாடுகள்.

கெம்பா ஸ்தாபனத்தின் நடவடிக்கைகளில் உயிரிழந்து போன முதலாளியின் சொந்தக்காரர்கள் தீவிர நடவடிக்கைகள் எடுப்பதென்று, கெம்பா ஸ்தாபனத்துக்கெதிரான ஒரு ஸ்தாபனத்திடம் அவற்றை விட்டிருந்தார்கள். விஜிதவை அவர்களும் தேட ஆரம்பித்திருந்தார்கள். கெம்பா பொதுவில் இது மாதிரியான எதிர்நடவடிக்கைகளையும் எதிர்பார்த்தே இயங்குவது உண்டு. விஜிதவைப் பொலிஸ் தேட முயற்சித்த போதே, எங்கோ ஓர் எதிர்விசை இயங்க ஆரம்பித்திருக்கிறது என்பதை உணர்ந்துகொண்டான். விஜிதவை மாத்தறைக்கு அனுப்பி, அங்கே அவன் போன ஒரு வாரத்துக்குள் அவனை வெகு ரகசியமாகக் கொழும்பிற்குத் திரும்பவும் அழைத்துக் கொண்டான். மாத்தறையில் எதிரி, விஜிதவைத் தேடுவான் என்பது அவனுக்குத் தெரியும்.

விஜிதவைக் காப்பாற்றுவதென்பது இலகுவானதல்ல. காவல் வைக்கவும் முடியாது. காவலாட்கள் நடமாடுவது தெரிந்தாலே, ஆள் பதுங்கியிருக்கிறான் என்பது தெரிந்துபோகும். இதனால்,

கெம்பா காவலாட்களை வேறோரிடத்தில் நடமாடச் செய்து எதிரியைக் குழப்பிக்கொண்டிருந்தான்.

விஜித, கொழும்பில் அலிசுக்கும் செவுத்திக்கும் தெரியாத, அவர்களால் தேட முடியாத ஒரு பொந்தில் தலைமறைவாக இருந்தான். சில நாட்கள் மாத்திரம் தலைமறைவாக இருந்த இடத்து அழகிகள் அலுத்துப்போனபோது - தமையனையும் தாயையும் பார்த்துவிட்டு வருவோமென்று தீர்மானித்தான். தலைவன் கெம்பாவின் கட்டளைகள் தீர்க்கமானவை. அவன் கட்டளையை மீறினால்...

அதனால் தொந்தரவுகள் உண்டு. விஜிதவுக்கு எதையும் மீறுவதே பழக்கமானது. விஜிதவுக்கு வாழ்க்கை பாரமானதல்ல. ஒவ்வொரு மூச்சையும் 'வாழ்வு! வாழ்வு! வாழ்வு!' என்று இன்புற்று நுகர்ந்தும் விதிர்த்தும் ஆனந்திக்கிற பொய்மையும் இல்லை. வாழ்க்கை என்பது வாழ்ந்துகொள்ளப்பட வேண்டி யிருந்தது. எனவே, வேறெதுவும் முக்கியமானதல்ல. விஜித வாழ்ந்துகொண்டிருந்தான். இதில் சலனம் ஏற்பட்டுப்போனது.

நேரப் பாதையின் நெடுந்தூரத்தின் சிறு புள்ளி ஒன்றில் கெம்பாவுக்கு எதிரான 'எதிரி ஸ்தாபனம்' விஜிதவை, அவன் தன் தாயைத் தேடிப்போன நேரத்தில் மிக வசதியான ஒரு சந்தில் கண்டுகொள்ள... விஜித தன் தற்காப்புப் போரைத் தொடங்க...

9

பாதர் பூசை முடிந்து தன் மக்களுடைய பிரச்சினைகளை விசாரித்து, தீர்க்க முடிந்த விவகாரங்களைத் தீர்த்து, தீர்க்க முடியாதவைகளை ஒத்திப்போட்டு 'சாப்பாட்டு மேசையில் அமருவோம்' என்று தீர்மானித்தபோது, அவருடைய ரெலிபோன் மணி அடித்தது. பிஷப்பாண்டவரின் காரியதரிசி பாதர் பிரான்சிஸ் மற்ற முனையில். முக்கியமானதாக இருக்கவேண்டும் - அவர் சொல்லப்போவது...

திருச்சபை தீர்மானித்திருக்கிறதாம் செமினரியின் தலை மையை பாதரிடம் கொடுக்க வேண்டுமென்பதாக.

"என்னை இறுதியில் உண்மையாகவே ஒரு குருவாக ஆக்குவதென்று தீர்மானித்துவிட்டீர்கள் என்று நினைக்கிறேன்."

பாதர் பிரான்சிஸ் மறுமுனையில் மெலிதாகச் சிரித்தார்.

"போதனைகளை நடைமுறை வாழ்வில் பிரயோகிப்பது எப்படி என்று மிகவும் தெரிந்தவரைத்தான் நியமித்திருப்பதாக பிஷப்பாண்டவர் எல்லோருக்கும் கூறினார்."

"நன்றி."

"எனது வாழ்த்துக்கள்."

சொர்க்கம்

தனது உணவு மேசையில் திரும்பவும் அமர்ந்து பிரார்த்தனையை முடித்து மெல்லச் சாப்பிட்டவாறே இந்தப் புதுத் திருப்பத்தைப் பற்றிச் சிந்தித்துக்கொண்டிருந்தார்.

‘கடவுள் வரமாட்டார்’ என்று கரீம் செவுத்தியைச் சமாதானப்படுத்தியது திரும்பவும் மனதில் எழுந்தது. கரீமுக்கு அவன் சொல்வதன் முழுப் பரிமாணமும் தெரியுமா? தேவகுமாரனின் வருகையைப் பற்றி அவர்களுக்கு நான் சொல்ல வேண்டும். கரீம், செவுத்தியின் காதுகளில் இது ஏறுமா?

‘தேவனே! கடவுள் வரமாட்டார் என்று சர்வ நிச்சயத்துடனும் சொல்கிறானே! இவன் மனதில் ஒளி ஏற்ற மாட்டீரா? கரீமுக்கு அவன் சொல்வதன் முழுப் பரிமாணமும் தெரியுமா?’

பாதர் இடையில் நீர் குடித்தார். அந்தோனி பெரிய தண்ணீர்ப் பாத்திரத்துடன் வந்து ‘களக், களக்’ என்று பாதரின் ரம்ளரை மறுமுறை நிரப்பினான். பாதர் திரும்பவும் சிந்திக்கத் தொடங்கினார். வேதாகமத்தில், தங்கள் இருதயத்தின் கசப்பிலும் வறுமையிலும் உழன்று மண்ணோடுமண்ணாகப் போகப் போகிறவர்களைப் பற்றிச் சொல்லப்படவில்லையா?

‘தேவரீரே! நான் கேட்பதெல்லாம் இவர்கள் மனதில் சிறு ஒளியே. இவ்வொளி ஏற்றப்படுவதற்கு நான் ஒரு சிறு கருவியாக அமைவேனானால், அதுவே எனக்குப் போதுமானது. செமினரியிலே போய் நான் என்ன செய்ய முடியும்? இவர்களின் வாழ்க்கையின் நாடி எனக்கே தெரியவில்லை. அதைக் கண்டுபிடித்தாலொழிய இவர்கள் மனதில் ஒளி ஏற்றப்படுவதற்கு நான் கருவியாவது சாத்தியமாகாது. பிஷப்பாண்டவருடைய கட்டளையை மீற முடியாது. பாதர் பிரான்சிஸிற்கு எனது மனப்பாங்குகள் புரியக்கூடும். நான் அவரைக் காணவேண்டும்.

பாதர் தன் உணவை முடித்தபின்னர் சுங்கானைப் பற்ற வைத்துக்கொண்டார். தேவன் தன் மக்களையே வெறுத்தொதுக்க முடியுமா?

‘உன் கடவுளைக் கூப்பிடு. உன் கடவுளைக் கூப்பிடு.’

‘கடவுள் வரமாட்டார். கடவுள் வரமாட்டார்.’

பாதருக்கு மனம் வலித்தது. தேவனைப் பற்றியும், தேவகுமாரனின் வருகையைப் பற்றியும் இவர்கள் அறியமாட்டார்களா? தேவனே!

ரெலிபோன் மணி ஒலித்தது. ‘க்ர்ர்ங்... க்ர்ர்ங்க்.’

பாதர் ரெலிபோனை எடுத்தார்.

என்னவோ விளங்காத மொழி ரெலிபோனில் கேட்டது.

‘தவறான ரெலிபோன் இலக்கம்’ என்று சொல்லி பாதர் ரெலிபோனை வைத்தார்.

‘நான் செமினரியில் போய் என்ன செய்வது?’

சொர்க்கம்

தனது அறையில் போய் சாய்வுநாற்காலியில் அமர்ந்து கைகளைத் தன் தலைக்குப் பின்னால் வைத்துக் கண்களை மூடிக்கொண்டார். நினைவுகள் இங்கொன்றும் அங்கொன்று மாக மனதில் எழுந்தன.

கடற்கரை மணல் சூழ்ந்து அணைத்துக்கொள்ள, பனந் தோப்பின் சரசரப்பின் நடுவே மேரி மாதாவின் ஆலயம். ஆலயத்தில் பீடத்தின் வலப்பக்கத்தில் இரண்டாவது வரிசை, ஐந்தாவது இடத்தில் முழங்காலிட்டு இருந்தால், ஏசுபிரான் பார்ப்பது தெரியும்... 'என்னை உங்களுக்காகவே அர்ப்பணித் திருக்கிறேன். என்னிடம் வரமாட்டீர்களா?' என்கிற பார்வை.

அம்மாவிடம், 'தேவாலயத்துக்குப் போய் வருகிறேன்' என்று சொன்னது ஞாபகமிருக்கிறது. என் தாய் அவள். அவளுக்கு ஏதோ பட்டிருக்க வேண்டும். அவள் என்னைத் தன் கண்ணாடி யின் இடுக்குவழியால் பார்த்து, "போய் வா" என்றாள். அந்தக் காலத்து மண்ணெண்ணெய் விளக்கில் அவள் கண்கள் வியப்பை யும் அனுமதியேயில்லாத அனுமதியையும் காட்டின.

அந்தப் பிரதேசத்துக்கே உரிய ஆடிக்காற்று. அரைகுறை இரவின் அரைகுறைச் சந்திரன். சந்திரனைச் சுற்றி மேகங்கள் விலக்கிக் காட்டிய தொலைதூர நட்சத்திரங்கள்.

ஆலயத்தின் உள்ளே போய் முட்கிரீடம் அணிந்து தன்னைச் சிலுவையில் சுமந்துகொண்டிருந்த பிரானைப் பார்க்க வேண்டும் போலவும் இருந்தது. துணிவுமில்லாமல் இருந்தது.

வெளியே மணலில் சரிந்து வானத்தை ஒரு கணம் பார்த்துக் கண்களை மூடிக்கொள்ள...

ஏசுபிரான் தன் சீடர்களுடன் கித்ரோன் ஆற்றங்கரையருகில் அமைந்திருந்த அந்த ஒலிவ்மரத் தோப்பினுள் நுழைகிறார். அவரைக் காட்டிக்கொடுத்த ஜூதாஸ் தானே ஒரு பரிவாரம் ஆயுதம், தீவட்டிகளடங்கிய காவலர்களுடன் அந்தத் தோப் பினுள்ளே போகிறான்.

ஏசுபிரானுக்கு இது தெரியாதா? "யாரைத் தேடுகிறீர்கள்?" தேவகுமாரன் முன்னே வருகிறார்.

"நசரேத்து ஏசுவை."

ஏசு முன் வருகிறார். எல்லோரும் பின்னே நிலத்தில் விழுகிறார்கள்.

திரும்பவும் ஏசு கேட்கிறார். "யாரைத் தேடுகிறீர்கள்?"

"நசரேத்து ஏசுவை." பதில் இன்னும் பலமாகவே வருகிறது. என்ன நாசகார நோக்கத்துடன் அவரைத் தேடுகிறார்கள்.

"அது நான்தான் என்று சொன்னேன்." ஏசு தானே தன்னைக் காட்டித் தொடருகிறார். "நீங்கள் தேடுவது என்னை. இவர்களை விட்டுவிடுங்கள்." அவர் கை சீடர்கள் பக்கம் சுட்டுகிறது.

சீடர் பீட்டரானவர் தன் வாளால் அங்கே நின்றிருந்த பிரதம குருவின் வேலைக்காரனின் காதை அறுக்க, ஏசுவின் குரலில் ஆழம் தெரிகிறது. "உம்முடைய கத்தியைத் தூர எறியும். என் பிதா எனக்குத் தந்த கோப்பையில் அல்லவோ நான் பருக வேண்டும்."

ஏசுவைப் பிரதம குருவிடம் கொண்டுபோய் நிறுத்து கிறார்கள். சீடர் பீட்டர் பிரதம குருவின் மாளிகைக்கு வெளியே இரும்புக் கதவைப் பற்றிக்கொண்டு நிற்க, ஒரு சிறு பெண் கதவைத் திறந்து அவரை உள்ளே விடுகிறாள். "நீர் ஏசுவின் சீடர்களில் ஒருவர் இல்லையா?"

"இல்லை." பீட்டரின் முகத்தில் எதுவித சலனமுமில்லை. இது என்னது?

சைமன் பீட்டர், ஏசுவின் அன்புக்குகந்த சீடரல்லவா? அவரா இப்படிச் சொல்கிறார்? கித்ரோன் ஆற்றங்கரைக்குப் புறப்படுமுன்னர் தேவகுமாரன் இதைப் பற்றிச் சொல்ல வில்லையா?

பிரதம குரு விசாரணையைத் தொடங்குகிறார்.

"உம்முடைய சீடர்கள் யார்? அவர்களுக்கு என்ன உபதேசம் செய்கிறீர்?"

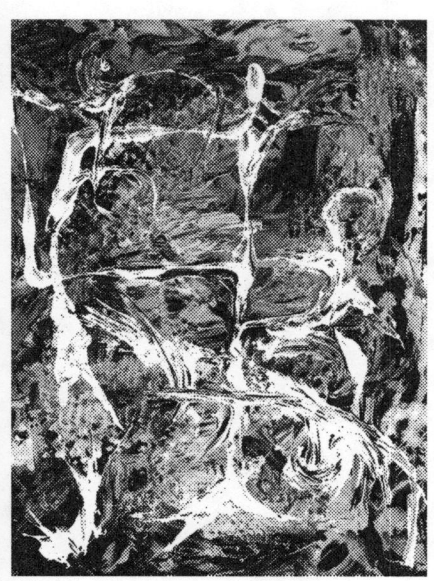

"நான் என்ன கற்பிக்கிறேன் என்பது பரவலாகத் தெரிந்தே இருக்கிறது. மக்கள் மத்தியில் ஒன்று, தனியே இன்னொன்று என்று சொன்னது கிடையாது. இந்தக் கேள்வியை என்னிடம் ஏன் கேட்கிறீர்கள்? என் பேச்சைக் கேட்டவர்கள் இங்கே சிலர் இருக்கிறார்கள். அவர்களுக்கு நான் என்ன சொன்னேன் என்பது தெரியும்." ஏசு எல்லோரையும் பார்க்கிறார்.

திடீரென்று ஒரு படைவீரன் ஏசுவைத் தாக்குகிறான். "இப்படித்தானா பிரதம குருவுக்குப் பதில் சொல்வது?"

"நான் சொல்வது பொய்யானால், அதை நிரூபித்துக் காட்டுங்கள்." ஏசு தொடர்கிறார்.

"உண்மையைச் சொல்கிறான் என்பதற்காக ஒருவனைத் தாக்க வேண்டுமா?"

விசாரணை தொடர்ந்துகொண்டிருந்தபோது, யாரோ சீடர் சைமன் பீட்டரைக் கேட்கிறார்கள்...

"நீர் அவருடைய சீடர்களுள் ஒருவரில்லையா?"

"இல்லை." சைமன் பீட்டர் கண் இமைக்காமல் பதில் சொல்கிறார்.

இது என்னது? பீட்டரா இப்படிச் சொல்கிறார்.

பீட்டரால் காதறுக்கப்பட்ட பிரதம குருவின் வேலைக்காரன் அந்தக் கூட்டத்தினுள்ளே நிற்கிறான்.

சொர்க்கம்

“நான் உம்மை ஏசுவுடன் ஒலிவ் தோப்பிற்குள் காண வில்லையா?”

“இல்லை.” சைமன் குரலில் ஒரு நிச்சயம் தொனித்தது.

‘கொக்கரக்கோ’ என்று எங்கிருந்தோ ஒரு சேவல் ஏசுவின் தீர்க்கதரிசனத்தை உறுதிப்படுத்தக் கூவுகிறது. இது என்ன? சீடன் குருவைத் தனக்குத் தெரியாதென்று மும்முறை மறுக்கி றான். ரோமிய ஆளுநரிடம் ஏசுவைக் குற்றஞ்சாட்டுபவர்கள் போகிறார்கள்.

“அவர் செய்த குற்றம் என்ன?” ஆளுநர் விசாரிக்கிறார்.

“அவன் குற்றவாளி இல்லையென்றால், அவனைக் கைது செய்திருக்க மாட்டோம்” என்று ஒருமித்து வன்மையாகப் பதிலுரைக்கிறார்கள்.

“அப்படியானால், நீங்களே கொண்டுபோய் உங்கள் விதிகளின்படி அவரை விசாரியுங்கள்.”

“இல்லை, அவரைச் சிலுவையில் அறையவேண்டும். அதற்குத் தங்களின் அனுமதி வேண்டும்.”

ஒரு நரிக்கூட்டத்தைப் போல ஊளையிடுகிறார்கள்.

ஆளுநர் ஏசுவைத் தன்னிடம் கூட்டிவரும்படி கட்டளையிட, ஏசுவைத் தள்ளிக்கொண்டு வருகிறார்கள். ஆளுநர் நிதானமாக ஏசுவைப் பார்க்கிறார். ‘இவரென்ன குற்றம் செய்திருக்கக்கூடும்? இல்லை’ என்று மனதில் படுகிறது. ஏதோ ஒரு பெரிய நாடகத்தில் தான் ஓர் அங்கமாகப்போவது போன்ற உணர்வு அவர் மனதில் எழுகிறது.

“நீர்தானா யூதர்களின் அரசன்?”

“அரசன் என்றால்? நீங்கள் கருதுவதுபோலவா? அல்லது யூதர்கள் சொல்வதுபோலவா?”

தேவகுமாரன் கேட்கிறார்.

ஆளுநருக்கு இது எதுவிதத்திலும் உகந்தது அல்ல. “நான் ஒரு யூதனா? உம்முடைய மக்களும் அவர்களுடைய குருமா ரும்தான் இங்கே உம்மைக் கொண்டுவந்து நிறுத்தியிருக்கிறார் கள். ஏன்? நீர் என்ன செய்தீர்?” ஆளுநர் விளக்க முயல்கிறார்.

“நான் அரசனல்லன். அவ்வாறிருந்தால் என்னைக் கைது செய்தபோது, எனது சீடர்கள் யூதத் தலைவர்களுடன் சண்டை பிடித்திருப்பார்கள். எனது அரசு இங்கே இல்லை.”

“அப்படியானால் நீர் ஓர் அரசனா?” திரும்பவும் ஆளுநர் கேட்கிறார்.

“ஆமாம்.” ஏசுபிரான் தொடர்கிறார். “நான் அதற்காகவே பிறந்தேன். உண்மையை உலகத்திற்குக் கொண்டுவருவதற்கா

சொர்க்கம்

கவே நான் வந்திருக்கிறேன். உண்மையை விரும்புகிறவர்க ளெல்லோரும் என்வழி நடப்பவர்களே."

"உண்மை என்றால் என்ன?" என்று ஆளுநர் கேட்டு விட்டு, யூதத் தலைவர்களிடம் போய், "அவர் குற்றம் செய்த வரல்லர். உங்கள் வழக்கப்படி ஆண்டுதோறும் கொண்டாடும் இன்றைய விழாநாளில் நீங்கள் கேட்கும் ஒரு கைதியை என்னால் விடுதலை செய்ய முடியும். உங்கள் 'அரசனை' விடுதலை செய்கிறேன்."

"இல்லை வேண்டாம்." நரிகள் ஊளை அதிகரிக்கிறது.

ஆளுநரின் மன உளைச்சல் அதிகரிக்கிறது. யூதத் தலைவர் கள் ஒருபக்கம் ஏசு மறுபக்கம்.

"அவரைச் சிலுவையில் அறையுங்கள். அறையுங்கள்." நரிகள் ஊளை வானை எட்டுகிறது.

"அவர் குற்றம் செய்தவரல்லர்." அவரை நீங்கள் சிலுவை யில் அறையுங்கள். ஆளுநர் தன் கையைக் கழுவிவிட, நரிக்கூட்டம் ஏசுவை முட்கிரீடம் அணிவித்து, சிலுவையைச் சுமக்கவைத்து கோல்கோதா மலைக்கு இழுத்துக்கொண்டு போகிறது.

அந்தக் கூட்டத்தினுள்ளே ஏசுவைச் சுமந்த மேரி மாதா இருக்கிறார். ஏசுவைச் சிலுவையில் அறைகிறார்கள். மேரி மாதா துடிக்கிறார். உதிரம் சொட்டச்சொட்ட சிலுவையை நிறுத்தி நடுகிறார்கள்.

ஏசுவின் தலை தொய்கிறது.

கீழே நான் இருக்கிறேன். அவர் கண்கள் என்னைப் பார்க்கின்றன.

திடீரென்று விழித்துக்கொண்டு அம்மாவிடம் ஓடுகிறேன். அவளுக்கு என்னில் ஒரு மாற்றம் தெரிகிறது.

"அம்மா எனக்கு ஏசுவைத் தெரிகிறது." வார்த்தைகள் அத்துடன் நின்றுவிடுகின்றன.

அடுத்த நாள் காலை பாதர் பெஞ்சமினிடம் அப்பா அம்மாவுடன் போய் நிற்க, அப்பா சொல்கிறார் "திருச்ச பைக்கு எனது மகனைக் கொடுக்க வந்திருக்கிறேன்." அப் பாவின் குரலில் நடுக்கம் தெரிகிறது. அம்மா கண் கலங்கு கிறாள். என் பிதா எனக்குத் தந்த கோப்பையில் அல்லவோ நான் பருக வேண்டும்?

"பாதர்... பாதர்... பாதர்..."

இது எசக்கி. பாதர் தன் கனவிலிருந்து விழித்தார். அந்தோனி எசக்கியை விரட்ட முயல்வதும் கேட்டது.

பாதர் மெள்ள எழுந்து வெளியே வந்தார்.

"பாதர்... விஜிதவைக் கத்தியால் குத்திப்புட்டாங்க பாதர்." எசக்கி விழுந்து அழுதான். பாதருக்குத் திக்கென்றது.

சொர்க்கம்

"என் பிதா எனக்குத் தந்த கோப்பையில் அல்லவோ நான் பருக வேண்டும்?"

பாதர், "ஏசுவே!" என்று குறியிட்டுக்கொண்டார்.

பாதர் எசக்கியையும் அழைத்துக்கொண்டு வைத்திய சாலையை அடைந்தபோது, விஜிதவுக்காக ஒரு பெரிய கூட்டமே இருந்தது. பொலிஸ் கொன்ஸ்ரபிள் இரண்டு பேர், ஓர் இன்ஸ் பெக்டர் உட்பட.

"என் மகனே! என் மகனே!" அலிசின் ஒப்பாரி நெடுந் தூரம் கேட்டது. செவுத்தி ஒரு சுவரின் மூலையில் குந்தியிருந் தான். எசக்கி குடும்பம், விஜிதவின் தமையன் ரத்னே எல்லோ ரும் அழுகையுடன் நின்றுகொண்டிருந்தார்கள்...

பாதரைக் கண்டதும் அலிசின் அழுகை இன்னும் வெடித் தது.

"பாதர்! என் மகனைக் கொன்றுவிட்டார்கள்."

கரீம், ரத்னேயிடம் தனியே பேசிக் காசு வாங்கிக்கொண்டு ஒரு சவப்பெட்டி வாங்கக் கிளம்பிக்கொண்டிருந்தான்.

"சவப்பெட்டி வாங்க வேண்டும்" என்று பெரிய குரலில் சொல்லிவிட்டு, கரீம் வெளியே போவதை பாதர் கண்டார்.

செவுத்தி சலனமில்லாமல் மூலையில் குந்தியிருந்தான்... பாதர் குறியிட்டுக்கொண்டார்.

இன்ஸ்பெக்டர் முன்னே வந்தார்.

"இவனை உங்களுக்குத் தெரியுமா பாதர்?" இன்ஸ்பெக் டர் ஆச்சரியமடைந்திருக்க வேண்டும்.

பாதருக்கு மனம் வருந்தியது. இது போன்ற கேள்வி முன்னர் கேட்கப்படவில்லையா? பாதர் இன்ஸ்பெக்டரைப் பார்த்தார். அவருக்கு என்ன சொல்வது என்று தெரியவில்லை. கனத்த இடைவெளிக்குப் பின்னர், "ஆமாம்" என்று, திரும்பவும் குறியிட் டுக்கொண்டார்.

"என் மகனே!" என்று அலிசின் ஒப்பாரி நெடுந்தூரம் கேட்டது.

சட்ட விதிகளின் தொல்லைகள் முடிந்து, கரீம் கொண்டு வந்திருந்த சவப்பெட்டியில் விஜிதவைக் கொண்டுபோவதை பாதர் பார்த்தார்.

அவர் மனம் கனத்திருந்தது. தேவாலயத்துக்குப் போய் முழங்காலிட்டு, "பரமண்டலத்திலிருக்கும் பிதாவே! உமது அரசு இப்போது இங்கே வரட்டம். உமது விருப்பங்கள் எவ்வாறு சொர்க்கத்தில் நிறைவேற்றப்படுகின்றனவோ அதுபோல இவ் வுலகிலும் நிறைவேற்றப்படட்டும். பிதாவே! இன்றைய எமது அப்பத்தைத் தாரும். எவ்வாறு எமக்குப் பாவம் செய்தவர்களை

மன்னித்திருக்கிறோமோ அதுபோல் எங்கள் பாவங்களை மன்னியுங்கள். எங்களைத் தூண்டும் துன்மார்க்கப் பாதையிலிருந்து அகற்றி விடுதலை தாரும். ஆமென்" என்று பிரார்த்தித்துக் கொண்டார்.

தனது இருப்பிடத்தை நோக்கி மெள்ள நடக்க ஆரம்பித்தார். வெம்மையான ஒரு நாள் தன் வெம்மையை இரவுக்குப் பறிகொடுக்க ஆரம்பித்திருந்தது. அந்தத் தெருவுக்கே உரிய இயக்கம் அங்கே! சொர்க்கத்தின் கதவுகள் மூடப்பட்டுக் கொண்டிருந்தன. ஈசல் பூச்சிகளின் இயக்கத்தைப் போன்றதொரு இயக்கத்திலும் சத்தத்திலும் அவருக்கு எசக்கியின் புலம்பல் நன்றாகக் கேட்டது. "திக்"கென்றது பாதருக்கு.

சொர்க்கத்தில் செவுத்தியும் எசக்கியும் கரீமும் அருகருகே இருந்து அமுதம் பருகிக்கொண்டிருந்தார்கள். பாதர் உடனே நின்றார்.

"இது என்னது?" மனம் விறைத்தது பாதருக்கு. விறைப்பு நீங்க நெடுநேரம் எடுத்தது.

"என் பிதா எனக்குத் தந்த கோப்பையில் அல்லவோ நான் பருக வேண்டும்."

பாதர் எதிர்வழியே நடக்க ஆரம்பித்தார்.

●●●

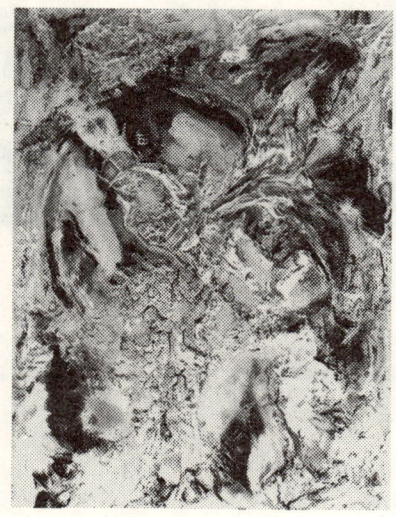

இரண்டாயிரத்து ஒன்று

மண்ணும் மரமும் மேகமும் மழையும் இசைந்தும் பிணங்கியும் வெளியே அவனைச் சூழ்ந்துகொள்வோமெனத் தோற்றம் காட்டிக்கொண்டிருந்தன. காற்று இந்தக் கூட்டத்தில் இன்னும் சேர்ந்துகொள்ளாததில், அவன் குடிசை இன்னும் அது இருந்த இடத்திலேயே இருந்தது. அவனும் அவன் பிள்ளைகளும் அவன் மனைவியும் முடங்கி ஒரு மூலையில் குடியிருந்தார்கள். இரவில் இருளும் சூழ்ந்துகொள்ளும். விடியும்வரைக்கும் அந்த இருளில் இருந்து தப்ப முடியாது.

அதற்குப் பின்னர்...

வெளிச்சமும் நெடுநேரம் நிலைக்கப்போவதில்லை. இன்னோர் இரவும் இருளும் வரவேபோகின்றன. அதற்குப் பின்னர்... ஒரு பகல்!

அந்தக் குடிசையில் ஒரு லாந்தர் விளக்கு உண்டு. அதற்கு மண்ணெண்ணெய் இல்லை. ஒரு வாரமாக இல்லை. நினைவு தெரிந்த நாளிலிருந்து இந்த லாந்தர் விளக்கு அவனிடமிருந்திருக்கிறது. அது அவனிடமிருந்த வண்டியில் இருந்தது. குடிசையில் இருந்தது உடைந்துபோக, வண்டியும் அவனிடமிருந்து போக, இப்போது குடிசையில் இருக்கிறது. விளக்கு விலை முதலில் ஏறியதா அல்லது எண்ணெய் விலை முதலில் ஏறியதா என்பது அவனுக்கு ஞாபகமில்லை. நினைவில் நிற்பதெல்லாம் அதிகமாக ஒரு மூடை நெல் விளைந்தால்தான் ஒரு லாந்தர் விலைக்கு வாங்க முடியும். இந்த எண்ணெய் எங்கோ தூர தேசத்திலிருந்து வருகிறதாம்! மண்ணுக்கு அடியிலிருந்து வருகிறதாம். தண்ணீருக்குக் கிணறு இல்லையா? அது மாதிரி!

விபரம் தெரிந்த அவன் நண்பன் ஒருவன் சொல்கிறான். இந்தக்கிணறு வற்றிக்கொண்டு வருகிறதாம்.

இரண்டாயிரத்து ஒன்று

எண்ணெய் கிணற்றிலிருந்து வருமானால், எங்கிருந்தோ எண்ணெய் ஊற வேண்டும். அங்கெல்லாம் எண்ணெய்மழை பெய்யுமோ?

விலை ஏறிஏறி இப்போது, முன்னொரு காலத்தில் ஒரு வாரத்துக்குப் போதுமான எண்ணெய்க்கான விலை ஒரு நாளைக் குத்தான் போதுமான எண்ணெய் விலையாக இருக்கிறது.

என்ன நடக்கிறது?

பேரீச்சை மரம் இருக்கிற பாலைவனத்தில் எண்ணெய்க் கிணறுகள் இருக்கின்றனவாம். யாருக்குத் தெரியும்?

பேரீச்சை மரம் வளர்ந்தால், கீழே எண்ணெய் ஊறக் கூடும்.

அந்த தூர தேசங்களுக்கு வேலைக்குப் போய் வந்திருக்கிற தச்சன் மகன் சொல்கிறான். அங்கெல்லாம் எண்ணெய் தண்ணி மாதிரி, தண்ணி எண்ணெய் மாதிரி என்று.

இருக்கும்.

'சொர்' என்று மழை வெகு ஒழுங்காகப் பெய்துகொண் டிருந்தது. குடிசையின் கரையோரம் மெல்லமெல்ல இந்தச் சீரான மழையால் கரைந்துகொண்டிருந்தது.

வானம் பொய்க்காது மழை பெய்து, தப்பாது நேரத்துக்கு வெய்யில் அடித்து, சீராக எல்லாம் நடந்து, கிடைக்கிற ஐம்பது மூடை நெல் தன்னுடைய தகப்பன் காலத்தில் என்னத்துக் கெல்லாம் போதுமானதாக இருந்தது.

இப்போது?

மழை.

'சர்' என்று முதலில் மின்னல் விழ, 'ட்டுரும்' என்று இடி விழுந்தது. மெல்லவே அரைஇரவாக இருந்த மாலையும் கரைந்துகொண்டிருந்தது. வானம் தலைக்கு மேலே இருக்கிறது. எண்ணெய்க் கிணறு?

எண்ணெய்க் கிணறுகள் எங்கோ வெகு தொலைவில் பாலைவனத்தில் இருக்கின்றனவாம். அடுப்பு மூலையில் இருந்த தணலில் மடியிலிருந்த பீடியைப் பற்றவைத்துக்கொண்டு, இந்த மழையைப் பார்க்கிற செய்கையில் மௌனமாக நிலைத்துக் கொண்டான். அவன் மனைவி, தன் ஒரு பழைய புடவையால் பிள்ளைகளைப் போர்த்துவிட்டு, 'இது என்ன மழை' என்று சிலிர்ததுக்கொண்டாள்.

'ம்... ம்' எச்சிலை நேராக வெளியே துப்பினான், அவன்.

ட்ராக்றர் வாடகை, உரம்.

ஓ, எல்லாமே விலை ஏறிப்போயிருக்கிறது.

கால்மூடை நெல்லுக்கான பணத்தில் பாதி வேண்டும், இப்போது போய் எண்ணெய் வாங்கிக்கொண்டு வந்து விளக்கேற்ற.

மழை இன்னும் பெய்துகொண்டிருந்தது.

அவன் தன் கந்தல் சட்டையில் இருந்த பணத்தைத் திரும்பவும் எண்ணிக்கொண்டான். இது நூறாவது முறை இருக்கும்.

மனைவி அவனைப் பார்த்தாள். அவன் காசை எண்ணுவதைப் பார்த்தாள்.

திரும்பவும் 'சரீரெ'ன்று மின்னலும் அதைத் தொடர்ந்து இடியும்.

இந்தப் பணத்திற்கு ஒரு கையளவு எண்ணெயும் வாங்க முடியாது. சாப்பிட ஏதாவது வாங்கிக்கொள்ளலாம். கொஞ்ச மாவது கிடைக்கும். ஒரு வாரமாக இரவில் விளக்கில்லாது சுருண்டு படுத்திருப்பதில், இந்த எண்ணெய்ப் பிரச்சினை தொந்தரவு தராமல் இருந்தது.

பகலிலேயே இருள் சூழ்ந்துகொண்டிருக்கும்போது, ஒரு விளக்கு வேண்டும்போல இருக்கிறது.

கிராமத்து விறகுகள் எல்லாம் பட்டணத்திற்குப் போய் விட, காய்ந்த சருகுகளை வைத்துச் சமைத்துச்சமைத்து...

ஓ! இந்த மழையில் அவையுமல்லோ நனைந்துபோயிருக்கும்.

பீடி முடிந்து, கையைச் சுடும்வரைக்கும் இழுத்து அதை எறிந்தான். பீடிப் புகை நின்றுபோனது. நெஞ்சை என்னமோ செய்தது. 'லொக்'கொன்று இருமிக்கொண்டான்.

'அம்மா' என்று பிள்ளைகள் முனகி, காலை ஒருமுறை நீட்டித் திரும்பவும் சுருங்கிக்கொண்டன.

'இந்த மழையைப் பார்த்தால் ஒன்றும் செய்ய முடியா'தென்று முனகிக்கொண்டு எழுந்தான். மனைவி, அவன் எழும்பியதை விரும்பவில்லை என்பது தெரிந்தது. என்னத்தைப் போர்த்துக்கொண்டு வெளியே போவோமென மூலையிலிருந்த வெற்றுச் சாக்கை எடுக்கப் போனபோது...

அதற்கு மேலே இருந்த அந்தப் பாம்பைப் பார்த்தான். ஒரு சின்னப் பாம்பு இயக்கமற்றுச் சுருண்டு கிடந்தது. வெகு நேரமாக அப்படிக் கிடந்திருக்க வேண்டும்போல இருந்தது. அவன் ஒரு கணம் கவனமற்றுப் போனதை அவன் மனைவியும் பார்த்துப் பிள்ளைகளை எழுப்பி ஒதுங்கிக்கொண்டாள்.

"எல்லாம் விலகுங்குகள்" என்று அவன் கட்டளையிட்டான். பாம்பு படுத்திருப்பதையே பார்த்தபடி, பின்னால் நடந்துவந்து குடிசையின் மரக்கதவைத் திறந்தான்.

'சர்'ரென்று மழையின் சத்தம் அதிகரித்து, குடிசையின் உள் மண்ணில் மழைத்துளிகள் விழுந்து, அதை அரிக்கிற முயற்சியில் ஈடுபட்டன.

வேகத்துடன், ஆனால், சத்தமில்லாது நடந்துவந்து அத்தச் சாக்கின் நான்கு மூலைகளையும் பற்றிக் கதவுக்கு வெளியில் வெகு வேகமாய்ச் சுழற்றி எறிந்தான்.

இரண்டாயிரத்து ஒன்று

'தொப்'பென்று சாக்கு ஒரு தொலைவில் விழுந்தது.

'சரீரெ'ன்று மின்னல் விழ, பாம்பு துடித்தபடி வானத்தில் நெளிவது தெரிந்தது. தொடர்ந்து 'ட்டுரும்' என்று இடி விழுந்தது.

உலகம் இருண்டுவருகிறபோது பாம்புகள் எப்படியோ பெருகத்தான் செய்யும் என்று நினைத்துக்கொண்டான். பாம்பு திரும்பியும் வரக்கூடும். அதன் வரவை இந்த இருட்டில் யாருமே தடுக்க முடியாது.

யாரோ தன்னைக் கூப்பிடுவதை அவன் கேட்டான். பக்கத்து வயல்காரனாக இருக்க வேண்டும்.

என்ன வேண்டும் இவனுக்கு? திருப்பி உரக்கப் பதில் கொடுத்தான். அந்த உரத்த சத்தத்தில் பிள்ளைகளும் அவன் மனைவியும் திடுக்கிட்டு விழித்துக்கொண்டார்கள். மாலையும் முடிந்து, இருள் கவ்வத் தொடங்கிய நேரம், குடிசையில் அடுப்பிலிருந்த சாம்பலைப் போர்த்தியிருந்த தணலின் மெளன ஒளியே, ஒளி!

இவனுடைய பதிலுக்கு, அவன் பக்கத்து வயல்காரனின் பதிலைக் காணவில்லை. எல்லோரும் காதை நீட்டிக்கொண்டு விறைப்பாக இருந்தார்கள். திரும்பவும் "என்ன வேண்டும்" என்று குரல் கொடுத்தான்.

அவன் பதில் இப்போது வந்தது. ஆனால், மழைச் சத்தத்தில் ஒன்றுமே கேட்கவில்லை.

சிறிது நேரம் சென்றபின்னர் மழையில் தப்... தப்... என்று யாரோ நடந்துவருவது கேட்டது. தன் பக்கத்து வயல்காரன் என்பதை இவன் உணர்ந்துகொண்டான். அவன் கையில் ஒரு சிறு குப்பி இருந்ததை, இவன் ஒரு மின்னலின் ஒளிப் பின்னணி யில் கண்டுகொண்டான். அவனும் இவன் குடிசை விளக்கு எரியாததைக் கண்டுகொண்டான். இவனுக்குக் கோபம் பொத்துக் கொண்டு வந்தது. 'தன்னிடம் எண்ணெயில்லை என்பது இவனுக்குத் தெரிந்திருக்கக்கூடாதா' என்று முணுமுணுத்துக் கொண்டான். கோபம் இவன் பதிலின் மொழிவழக்கில் தெரிந்தது. பக்கத்து வயல்காரன் திரும்பி நடந்தான்.

அதைக் கேட்டு, மனைவியும் பிள்ளைகளும் சிரிப்பது பக்கத்து வயல்காரனுக்கும் கேட்டது. இவனுக்கும் இப்போது சிரிப்பு வந்தது. அவன் சிறு தொலைவு சென்றபின்னர், "இவன் என்ன மடையன்!" என்று மெல்லிய குரலில் மனைவியிடம் சொல்லித் திரும்பவும் சிரித்தான். சிரிப்பில் அலைகள் ஓய்ந்து கண்களை மூடிக்கொள்கிறபோது பாம்பின் ஞாபகம் வந்தது. பாம்பு திரும்பி வரக்கூடும். உன்னிப்பாக மழையொலியின் சீர்மையைக் குலைத்துக்கொண்டு ஏதேனும் வேறு ஒலி வருகிறதா என்று விறைப்பாகக் கவனித்துக்கொண்டான். இது சிறிது நேரத்தின் பின்னர் முடியாமற்போக, தொலைவில் வள்... வள்... என்று நாய் ஒன்று குலைக்கும் ஒலி கேட்டது. பக்கத்து வயல்காரன் எங்கோ எண்ணெய் தேடிக்கொண்டு போகிறான்போலிருக்கிறது என்று நினைத்துக்கொண்டான். "இந்த நேரத்தில் யார் இவனுக்கு

எண்ணெய் தரப்போகிறார்கள்” என்று உரக்கவே மனைவியிடம் சொன்னான். “இவனுக்கு இப்போ என்னத்திற்காக விளக்கு தேவைப்படுகிறது” என்று மனைவியும் கேட்டுக்கொண்டாள்.

பிள்ளைகள் இப்போது திரும்பவும் சுருண்டுகொண்டார்கள். மனைவியும் இப்போது அலுத்துக்கொண்டாள். ‘இது என்ன மழை!’

அப்போது மழை ஒலியுடன், மரக்கிளைகளைக் காற்று உரசி எழுப்பும் ஒலியும் சிறிதுசிறிதாகச் சேர்ந்துகொள்வது கேட்டது. இப்படியான மழை முன்னரும் பெய்திருக்கிறது. ஐந்து வருஷத்துக்கு முன்னால் வந்த வெள்ளம்.

ஓ... பெரிய வெள்ளம்!

இந்தக் கணத்தில் சீராக வானத்திலிருந்து மழை பொழிகிறது. அது பொய்த்த காலங்களும் உண்டு. அதுவும் கஷ்டப்படுத்தியது உண்டு. வயல்கள் பள்ளம்பள்ளமாகப் பொருக்கு வெடித்துக் காய்ந்து பயிர்களையும் எரித்ததுமுண்டு.

மண்ணின் கீழே இருக்கிற எண்ணெய், இதோ இந்த மழை பொழிவதுபோல் நிலத்திலிருந்து பிரவாகமாக மேலே பீய்ச்சுமானால்...

அது வேறு.

இது மழைகாலம். எவ்வளவுதான் இதை எதிர்பார்த்து நடந்தாலும் ஒன்று பொய்க்கிறது அல்லது மிகுந்து பிரவாக மெடுக்கிறது. பயிர்கள் இந்த மழையை நம்பி வாழ்கின்றன. பயிர்களை நம்பி...? கோர்க்கப்பட்ட சங்கிலியில் உயிர்கள் ஊசலாடுகின்றன. சங்கிலியில் வளையங்கள் தெறிக்க, ஊசலாடுது இசை தப்பி, இயக்கப் பாதை தப்பி, இன்னொரு சங்கிலியைப் பற்றி...

உழவு காலத்திலோர் ஒலி. விதைப்புக் காலத்தில் இன்னோர் ஒலி. அறுவடைகாலத்தில் இசை, கூத்து.

இப்போது எல்லாமே போய், மழையின் உக்கிர ஒலியும் காற்றின் பேயாட்டமுமே மேலோங்கியிருக்கின்றன. நெடுகவே நிலைக்குமா?

நிலைக்கும்போல்தான் இப்போதிருக்கிறது.

என்ன பேயாட்டம் ஆடிவிட்டு இவை ஓயப்போகின்றன?

“நானும் போய்ப் பார்த்துவிட்டு வரட்டுமா?” என்று கேட்டவனை, மனைவி தடுத்தாள். ‘என்ன பார்க்கப் போகிறீர்கள்?’ என்ற கேள்வி தொக்கியே நின்றது.

வெகு தொலைவில்லாத பாதையில் சென்ற ட்ராக்றர் ஒன்றின் ஒலி கேட்டது - மழையின் பின்னணியுடன். கதவை நகர்த்தி அதைப் பார்க்க முயன்றான். அதன் ஒற்றை விளக்கொளி தூரத்தில் மங்கியே தெரிந்தாலும், அதைப் பார்த்துவிட்டு, ‘...னுடை ட்ராக்றர்’ என்று முணுமுணுத்துக் கொண்

டான். 'ஒரு விளக்காவது அதற்கிருக்கிறது' என்றும் தனக்குள்ளே சொல்லிக்கொண்டான். மாரிகாலத் தவளைகளின் ஒலி, மழையொலி, காற்றொலியுடன் சேர்ந்துகொண்டது. பிள்ளைகளின் முனகல், இந்தப் புது ஒலிச்சேர்க்கையை அவர்கள் ரசிப்பதில் அடங்கியிருந்தது.

இருட்டில் மழையுடன்கூடிய காற்றில், வெளியே போக முடியாமல் நடுங்கிச் சுருண்டுகிடப்பது சொகுசானாலும், கண்கள் திறந்திருக்கிறபோதெல்லாம் பசி எடுக்கிறது.

வரப்போரமாக நடந்து தார்ப்பாதையை எட்டிவிட்டால்... மெல்ல மூலைக் கடைக்கு நடந்து போய்விடலாம். எதாவது கிடைக்கும். போகலாம்...

'சோ...' என்று காற்று. குடிசையின் கதவைத் தள்ள முயற்சித்து, கதவைத் திறக்க முயற்சித்தவனின் முகத்தில் மழை ஒரு வாளியளவு நீரைத் தெளித்தது. இதைப் பார்த்த மனைவி திரும்பவும் அவனைப் பேசாது வந்திருக்கும்படி மெல்லிய குரலில், ஆனால், வலியுறுத்துகிற முறையில் சொன்னாள். ஆனால், திரும்பவும் கதவைத் திறந்து அதன் சூழலை எடைபோட்டபடி சிறிது நேரம் நின்றான்.

மனைவி, திரும்பவும் கதவை மூடிக்கொண்டு உள்ளே வரும்படி சொன்னாள். அவளை அலட்சியப்படுத்திவிட்டு, "நில், இதோ வந்துவிடுகிறேன்" என்று சொல்லிவிட்டு, அந்த இருட்டில் சாக்கொன்றதைத் தலையில் போர்த்தியபடி, அவனுக்குப் பரிச்சயமாக இருந்த வரப்பின் மீது வெகு விரைவாக நடக்க ஆரம்பித்தான். மின்னல் ஒளி, பாதையை அவ்வப்போது காட்டிக் கொடுத்தது.

மனைவி அவனை அப்போதும் தடுக்க முயன்றாள்.

"நில்லுங்கள்... நில்லுங்கள்."

அதை அவன் கேட்பதாக இல்லை. சிலவேளைகளில் காற்றின் விசையில் சாக்கு அவனை அரவணைத்தது. மற்றும் வேளைகளில் அதுவும் காற்றோடு காற்றாகப் பறக்க முயற்சித்தது. இடைப்பட்ட வேளைகளில் அவனைக் காற்றோடு சேர்ந்து சாடியது. மனைவி செய்வதறியாது நின்றாள். பின்னர், பெரியதாகத் திரும்பவும் அவனைத் திரும்பும்படி அழைத்தாள். அவனுடன் போராடி அவள் வென்றதில்லை. மின்னல் ஒளியிலும்கூட அவன் போவது சரியாக அவளுக்குத் தெரியவில்லை. அவள் சலித்தபடி ஏதேதோ முணுமுணுத்தாள்.

பெரிய குழந்தை எழும்பித் தாயின் காலைப் பிடித்தபடி வெளியே பார்க்க முயற்சித்தது. காற்று திரும்பவும் மழைநீரைக் குடிசையின் உள்ளே வாரியிறைத்தது. அவள் திரும்பிவந்து முணுமுணுத்துக்கொண்டாள்.

காற்றின் உக்கிரமான வலு, மரங்கள் சரிவதில் தெரிந்தது. அவள் திடுக்கிட்டு எழுந்தாள்... குழந்தைகளும் தாயைச் சுற்றிக்

கொண்டு எழுந்தன. வெளியே கதவைத் திறந்து, போகும் கணவன் தெரிகிறானோ என்று பார்த்தாள். இருட்டில் ஒன்றும் தெரியவில்லை. பெரிதாகக் குரலெடுத்து, அவனைத் திரும்பி வரும்படி கத்தியழைத்தாள். மழைக்காற்றின் ஒலியின் வலுவுடன் அவள் ஒலி போராட முடியவில்லை. திரும்பத்திரும்ப அழைத் தாள். குழந்தைகளும் சேர்ந்து விளித்தன. காற்று உக்கிரமாக இப்போது குடிசைக் கதவைப் பிடுங்கியெறிந்து சாடியது. மழைத் தூறல்கள் குடிசையின் உள்ளே வேகமாக வந்துவிழுந்தன.

ஓ...வென்று காற்று, மரங்களைச் சரிக்க முயற்சிப்பது அதிகரித்தது. குடிசை காற்றில் ஆடத் தொடங்கியது. அதைச் சொல்லியும் அவள் கத்தினாள். பக்கத்துக் குடிசைக்காரன் ஏதோ சொல்வது கேட்டது. அவன் மனைவியும் ஏதோ சொல்ல முயன்றாள். அவளுடன் இவளுக்குச் சில முரண்பாடுகள் உண்டு. அவள் குரல் கேட்டவுடன் தன் விளிப்பை நிற்பாட்டி, காதை உன்னிப்பாக வைத்துக்கொண்டு அவள் சொல்வதைக் கேட்க முயன்றாள். காற்றின் ஒலியே ஒலி! இந்த நேரத்தில் அவள் என்ன சொல்கிறாள்? இவள் கத்துவது நின்றவுடன் அவள் பதிலும் நின்றுவிட்டது. திரும்பவும் தன் கணவனைக் கத்தியழைத்தாள். ஒருதரம் அழைத்து நிறுத்தினாள். பக்கத்து வீட்டவர்கள் கத்துவதைக் கேட்க ஆயத்தமானாள்... அவள் கணவன் ஆபத்தில்லாமல் திரும்பிவிடுவானாம்.

காற்றும் மழையும் பேயாட்டத்தின் உக்கிரத்தை அதிக ரித்துக்கொண்டன. மின்னல் ஒளியில் பல உருவங்கள். இவளுக்கு ஒன்றும் தெரியவில்லை.

இவள் மலைத்தபடி நின்று பார்க்க முயற்சித்துக்கொண் டிருந்தபோது காற்று, குடிசையைச் சரித்துப் பெயர்க்க ஆரம்பித்திருந்தது. அதையும் சொல்லி, குழந்தைகளையும் அணைத்தபடி மழையைப் பொருட்படுத்தாது வெளியே போனாள். இருட்டில் ஒன்றும் தெரியவில்லை. "இது என்ன இருட்டு?" பக்கத்துக் குடிசையிலிருந்தும் மனித ஒலி வருவது கேட்டது. எங்கே தன் கணவன் இந்த நேரத்தில் போய்ச் சேர்ந்தான் என்று அவனை உரக்கவே திட்டிக்கொண்டாள். ஒரு கணம் மழையில் தொப்பலாக எல்லோரும் நனைந்தபடி நின்றார்கள். பக்கத்துக் குடிசையும் காற்றுடனான போராட் டத்தில் தோற்றுப்போக, பக்கத்துக் குடிசைக்காரர்களும் வெளியேறிக் கொண்டிருந்தார்கள். பக்கத்துக் குடிசைக்காரன் இவர்களை அங்கே வரும்படி கத்தியழைத்தான்.

இவள், தன் கணவன் வருகிறானோ என்று ஒரு கணம் பார்த்துவிட்டு, சலித்தபடி குழந்தைகளையும் மெல்ல அழைத் துக் கொண்டு இருட்டில் பக்கத்துக் குடிசையை நோக்கி நடந்தாள்.

போனவன் காற்றுடனும், தார்ப்பாதைக்கும் வயல் வெளிக்குமிடையே ஓடுகிற வெள்ளத்துடனும் போராடிக் கொண்டிருந்தான். வயல்வெளியிலிருந்து தார்ப்பாதைக்குப் போகும் பாதை முற்றாக வெள்ளத்தில் அமிழ்ந்தது தெரியாமல்,

அவன் அதற்குள் இறங்கிவிட, நீர்ச்சுழல் அவனை இழுக்க, அருகிலிருந்த மரமொன்றைப் பற்றியபடி வெளியேற முயற்சித்தான். காற்றும் மரத்தைச் சாய்க்க முயற்சித்துக் கொண்டிருந்தது. தலையைப் போர்த்தியிருந்த சாக்கு, வெள்ளத்தில் இழுபட்டுப் போயிற்று.

இறுக்கமாக மரத்தைப் பற்றி வெளியில் வந்துநின்று ஒரு கணம் தாமதிக்கையில் தார்ப்பாதையில் மனித அரவம் கேட்டது. 'வெள்ளம்...' என்று பேசிக்கொள்வது கேட்டது. குரல் பெரிதாகக் கொடுத்து விபரம் கேட்டான். 'சோ'வென்று காற்று பலவற்றையும் சாய்க்கும் ஒலி தொடர்ந்தது. அதையும் மீறும்வண்ணம் பெரிதாகக் குரல் கொடுத்தான். வெள்ளம் பெருக்கிறதாம்... ஊர்ப் பாடசாலையில் எல்லோரும் ஒதுங்கலாமாம்.

திரும்பித் தன் குடிசையின் திசையை நோக்கி ஓடினான், 'என்ன நடந்ததோ' என்ற யோசனையுடன். இருட்டினால் விரைவாக நடக்க முடியவில்லை. பாதிவழியில் பக்கத்துக் குடிசைக்காரர் தலைமையில் இரு குடும்பங்களும் நடந்து வருவதை உணர்ந்தான். குடிசைகள் அழிந்ததைப் பற்றி அறிந்து கொண்டான். வெள்ளம் பெருகுவதையும் ஊர்ப் பாடசாலையில் ஒதுங்க முடிவதைப் பற்றியும் சொன்னான். தார்ப்பாதைக்கு வழக்கமாகப் போகும் வழியில் போக முடியாது. சுற்றுப் பாதையில் போக வேண்டும். இவனும் பக்கத்துக் குடிசைக்காரனும் எப்படிப் போவது என்று தீர்மானித்துக்கொண்டார்கள். இரு குடும்பங்களும் தட்டுத்தடுமாறிக் கும்மிருட்டில் நடக்க ஆரம்பித்த போதே தங்கள் மாடுகளை எப்படிக் காப்பாற்றுவது என்று விவாதிக்க ஆரம்பித்தார்கள். மழையும் காற்றும் ஓரளவு அதிகமாகவே சாட ஆரம்பித்திருந்தன. தொப்பலாக எல்லோரும் நனைந்தபடி ஒரு கணம் இதை விவாதித்து பின்னர், முதலில் எல்லோரையும் கொண்டுபோய் விட்டபின்னர் மாடுகளைக் காப்பாற்றுவோம் என்று தீர்மானமெடுத்துக் குழந்தைகளைத் தகப்பன்மார் தோள்களில் சுமந்தபடி நடக்க ஆரம்பித்தார்கள்.

பள்ளிக்கூடம் நெருங்க, அருகே ஒரு விளக்கு எரிவதும் ஒரு பெரிய கூட்டம் இருப்பதும் தெரிந்தது.

பள்ளிக்கூடத்தைச் சுற்றி வெள்ளம். பள்ளிக்கூட வகுப்பறைகள் அதைவிட உயரத்தில் இருந்தன. போய் எல்லோரும் பள்ளிக்கூடத்தில் ஒதுங்கினார்கள். அங்கே ஒரு பெரிய கூட்டம் நனைந்துபோய், நொந்துபோய் ஒதுங்கியிருந்தது. இவர்கள் ஒதுங்க, விபரங்கள் கேட்டார்கள். இன்னமும் இயற்கையின் உக்கிரம் தணியவில்லை.

வந்தவர்களில் ஆண்கள் இருவரும் தங்கள் மாடுகளைக் காப்பாற்றுவதற்காகத் திரும்பப் புறப்பட்டார்கள்... கூட்டம் இவர்களைத் தடுத்தது. 'இல்லை... இல்லை' என்று மறுத்தபடி நடக்க ஆரம்பித்தால், முழங்கால் வெள்ளம் இடுப்பளவு ஆகியிருந்தது. இதை வெல்ல முடியாது என்று உணர்ந்தபோது

இரண்டாயிரத்து ஒன்று

திரும்பினார்கள். திரும்பித் தங்கள் உடைகளைப் பிழிந்து, கூட்டத்தில் தங்கள் குடும்பத்தாரை தேடிச் சோர்ந்துகொண்டே, சுவர்க் கரையில் சாய்ந்துகொள்வதற்காக பல பேர் சுவரோரம் இருக்கையில்... நடுவில் களைத்துச் சாய்ந்து அழுதுகொண்டிருந்த குடும்பங்களுடன் பெண்களையும் கண்டு, இவர்களும் போய் களைப்பில் நனைந்த உடைகளுடன் சரிந்துகொண்டார்கள்.

'கசமுச'வென்று பலரும் பேசிக்கொள்கிற சத்தம் மழைக் காற்றின் சப்தத்தை மீற முயன்றது. இவர்கள் மாடுகளைத் தேடிப்போன விபரத்தைப் பக்கத்தில் சரிந்திருந்தவனொருவன் விசாரித்தான். வெள்ளம் அடித்துக்கொண்டு போயிருக்குமென்று சொன்னான். அவன் சொல்வது உண்மையாயிருக்கக்கூடுமென்று இவர்களுக்கு எரிச்சல் வந்தது. என்ன செய்ய முடியுமென்று விவாதித்துக்கொண்டார்கள். காற்று, குளிரை வீசியது. இனி யொன்றும் போராட முடியாதென்கிற நிலைமை ஏற்கக்கூடியதாக இல்லை.

வெளியிலோ இருள்!

மறுகியவண்ணமே சேறுபடிந்த தரையில் படுத்தார்கள். இதுபோன்ற சூழலில் நேரம் மெதுவாகவே செல்கிறது. குழந்தைகள் அழுகின்றன. மனிதர்கள் இயற்கையைப் பற்றிய கசப்பில் உழல்கிறார்கள்.

எப்போது விடியும்?

வெளியில் பலத்த சப்தத்துடன் காற்றும் மழையும் தொடர்ந்து தங்கள் வன்முறையை அதிகரித்துக்கொண்டிருந் தன. மரங்கள் முறிகிற தொடர்பான சப்தமும், இடைக்கிடை பாடசாலையை நோக்கி வருகிற அகதிகளின் சப்தமும் ஒருவரை யும் நித்திரைகொள்ள விடவில்லை.

மழை முகில்களின் முற்றுகையினால் விடிவதற்கும் நேர மெடுத்தது. யாரோ ஒருத்தன் வந்து அப்போது மங்கிப்போய் விட்டிருந்த விளக்கை அணைத்தான். மழை ஓய்வதாக இல்லை. வெள்ள நீர்மட்டம், உயரத்திலிருந்த பாடசாலை மேடையைக்கூட எட்ட ஆரம்பித்திருந்தது. சிலர் எழுந்து வெள்ளத்தைப் பார்க்க ஆரம்பித்திருந்தார்கள். கொஞ்சம்கொஞ்சமாக காற்றின் வலு குறைந்துவர, நீரின் மட்டம் அதன் உயர்ந்த நிலையிலிருப்பதாகவே தோற்றியது. மாடுகள் வெள்ளத்தில் அடிபட்டுப் போவதைப் பார்த்தார்கள். இப்போது எவரும் நடந்து பாடசாலைக்கு வர முடியாது என்று பேசிக் கொண்டார்கள். தாங்கள் உயிரோடிருப்பதே மேல் என்று தோன்றுவதாக இல்லை. தங்கள் உடைமைகளின் இழப்பைப் பற்றியே மறுகிக்கொண்டிருந்தார்கள்.

நேரக் கணக்கெடுப்பு ஏது?

நின்றதாகவே தோன்றியது.

ஒருவகை இயந்திர சப்தம் அப்போது கேட்டது.

இரண்டாயிரத்து ஒன்று

'ர்ர்ர்...' என்கிற சப்தமில்லை.

'ங்ங்...' சில்வண்டு எழுப்புவதைப் போன்றதோர் ஒலி.

முதலில் ஒரு பெரிய இயந்திரப் படகு. அதற்குப் பின்னால் அதைப் போலவே இன்னும் நாலைந்து இயந்திரப் படகுகள் மெல்லப் பாடசாலைக்கு அருகில் வந்து நிறுத்தப்பட்டபோது தான் அகதிகளுக்கு என்னவென்று தெரிந்தது.

வெள்ளத்தினால் பாதிக்கப்பட்டவர்களுக்கு உணவு வந்திருக்கிறது. எல்லோரும் சுறுசுறுப்படைந்து படகுகளை நோக்கிப் போக ஆரம்பித்தார்கள். படகில் வந்தவனொருவன் – யாரோ ஒரு அதிகாரி – ஒழுங்கு நிலைபெறவேண்டும் என்று கத்தினான். ஒருவகை அமதி நிலைபெற இவர்களும் உணவு பெற முயன்றார்கள். இவனும் தன் மனைவி, குழந்தைகளையும் நிறுத்தி ஒரு வரிசையில் நின்றான். பலரும் உரத்த குரலில் வார்த்தை களைப் பரிமாறி இடித்துக்கொண்டும் உரசிக்கொண்டும் நின் றார்கள்.

உணவைப் பெற முயன்றவர்களின் பரபரப்பும் குழப்பமும் அடங்க வெகுநேரம் சென்றது. அப்போதே எல்லோரும் அந்த வெள்ளைக்காரனைப் பார்த்தார்கள்.

மழை குறைந்து தூறலுடன் கூடிய மப்பான சூழல். உணவு கொண்டுவந்திருந்தவர்கள் படகில் திரும்ப ஆயத்தமாகிக் கொண்டிருந்தார்கள். அவர்களுக்கு உதவி செய்யக் கூட்டத் திலிருந்தவர்களில் சிலரும் போனார்கள்

இவனும் போனான். பாத்திரங்களைப் படகில் ஏற்றினார் கள். திரும்பவும் உணவு எப்போ வருமென்று கேட்டார்கள். அதிகாரி வெள்ளைக்காரனுடன் பேசிக்கொண்டிருந்தான். அவனிடம் இந்தக் கேள்வி எட்டியபோது, அவன் வெள்ளைக் காரனுடன் திரும்பவும் ஏதோ பேசினான். 'அன்று பின்னேரம்' என்ற அவன் மறுமொழி கொஞ்சம்கொஞ்சமாகக் கூட்டத்தில் பரவிக்கொள்ள ஆரம்பித்தது. இவன் ஒரு படகோட்டியுடன் பேசினான். படகுமோர் புதிதாம். படகுக்கு எரிநெய் தேவை யில்லையாம். வேகமாகவும் செல்லுமாம்.

குழந்தைகள் புத்துணர்வு பெற்று ஓடியாட ஆரம்பித் திருந்தார்கள். படகுகளில் வந்தவர்கள் திரும்பவும் அவற்றில் ஏறிப் போக ஆரம்பித்தார்கள். மண்நிற வெள்ளத்தில் அலைகள் வரைந்துகொண்டு மெல்லிய ஒலியுடன் செல்வதைப் பார்த்துக் கொண்டிருந்தவர்களுக்கு ஒருவகைக் கவலை வர ஆரம்பித் திருந்தது. படகுகள் போவதையே பார்த்துக்கொண்டிருந்தவர் கள் பேசிக்கொள்ள ஆரம்பித்தார்கள். இவன் தன் பக்கத்து வீட்டுக்காரனிடம் படகுகளுக்கு எரிநெய் தேவையில்லை என்று சொன்னான். மற்றவன் நம்பவில்லை. விவாதம் ஆரம்பித்தது. குழந்தைகள் புத்துணர்வு பெற்று ஓடியாட ஆரம்பித்திருந்தார்கள்.

இரண்டாயிரத்து ஒன்று

பெண்கள் தங்களுக்குள் சிறுசிறு கூட்டமாகப் பிரிந்து பேசிக் கொண்டார்கள். முகில்கள் சற்றே வெளிற ஆரம்பித்தன.

ஒருவகைப் பகல்.

இனி மழை ஓய்ந்துவிடும் என்கிற உணர்வு இவனுக்குள் எழுந்தது. கொஞ்சம் பொறுக்கத்தான் வேண்டுமென்று முணு முணுத்துக்கொண்டு பக்கத்து வீட்டுக்காரனையும் சேர்த்துக் கொண்டு பீடியும் நெருப்பும் தேடிப் போக ஆயத்தமானான்.

வெளியே இன்னும் மழை வெள்ளம். ஆனால், வற்றிக் கொள்ள ஆரம்பித்திருந்தது. வானத்தில் தெரிந்த ஓரிரு வெள்ளிக் கோடுகளை எல்லோரும் பார்த்தார்கள். இனி, வெள்ளம் வற்றி விடும்.

•••

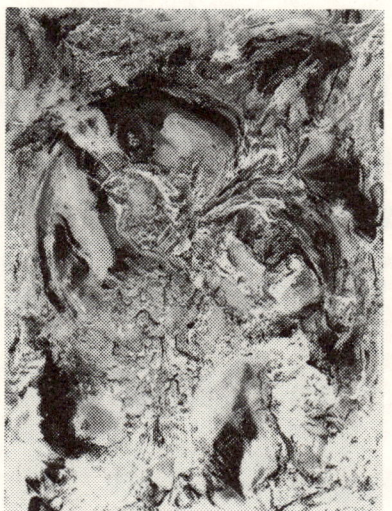

இரண்டாயிரத்து ஒன்று

ஸ்ரீதரன் கதைகள்

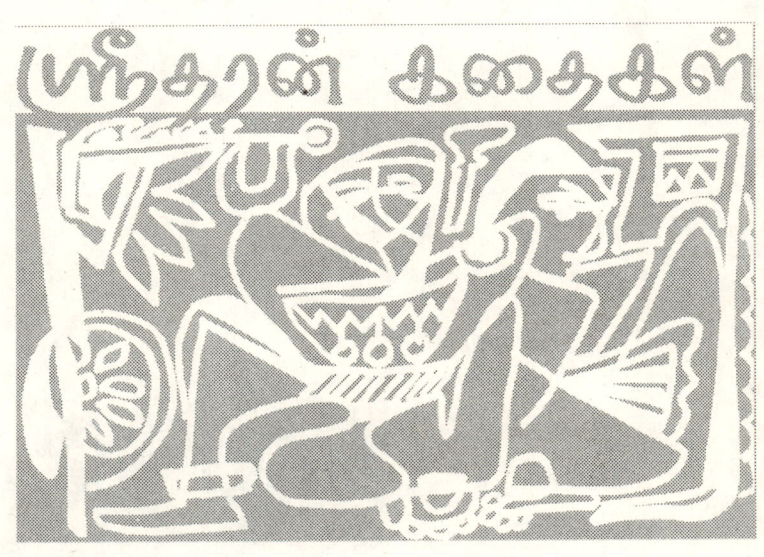

தொடர்புகள்

ஊரைவிட்டு வந்ததிலிருந்து, நிலவு வளர்ந்து தேய்ந்தது நூறு இருநூறு முறை இருக்கும். போட்டியாய் நகர் விளக்குகள் எரிந்து, நிலவு தோற்கும் இந்த ஊரில் யார் கணக்கெடுக்கப் போகிறார்கள்? வெய்யில் பதம் பண்ணிய செம்மண் மத்தியில் பனந்தோப்புகளுக்குப் பின்னால் சந்திரன் ஒளிவீசும் அழகை யெல்லாம் விட்டுவிட்டு குளிர் நடுங்கும் பனிப்பிரதேசத்தில் வாழ்கிறேன் என்று நாட்களைக் கடத்தும் நிலைமையாகிவிட் டது.

எஞ்சினியர், ஆராய்ச்சியாளன்.

எப்படியிருந்தால் என்ன? நாளை வேலைநீக்க அறிவிப் புகள் வரக்கூடும். இதுவரைக்கும் என்னுடைய டிபார்ட்மெண் டில் ஆள்குறைப்பைப் பற்றிய கதையில்லை. திடீரென்று வருகிற ஆள்குறைப்பு அறிவிப்புகள் வராமல் இருந்ததில்லை. எங்கள் குழுவில் ஐந்து வெள்ளையர்கள், ஒரு ஆபிரிக்க அமெரிக்கன், ஒரு சீனன், மற்றது நான். ஒவ்வொருத்தருக்கும் மற்றவர்களைப் பற்றி ஒவ்வொரு கணிப்பு. நான் வேறெந்தவிதமாகவும் நடக்க முடியாது. அவர்களுடைய கணிப்பைப் பற்றி எந்த ஆய்வு நடத்தவும் முடியாது. இது பலகீனமானவர்களுக்கான சமூகமில்லை. இந்தக் குழுவில் இருக்கும் ஒரே ஒரு ஆபிரிக்க அமெரிக்கன் என்றபடியால் தன்னைத் தூக்க மாட்டார்கள் என்பது ஜிம்(Jim)முடைய யோசனை. சீனன் யங் (Yung) அவ்வளவாகப் பேசமாட்டான். இதனால், அவன் ஒரு அறிவுக்கடல் என்கிற கணிப்பு இருக்கிறபடியால், அவனுக்கும் ஆபத்தில்லை. அலெக்ஸ் (Alex), ஜெனரல் மனேஜருடைய வெள்ளை நண்பன். Golf விளையாடுபவன். அவனுக்கும் ஒன்றும் நடக்காது. மற்றது ரிச்சர்ட் (Richard), பிரெட் (Fred), ரோனி (Tony), டான் (Dan). இந்த வெள்ளையர்களுடன் நான். இரண்டு பேரை நீக்கலாம் என்று கேள்வி. ஜிம்மின் கணிப்பும் யங்கின்

கணிப்பும் தவறாகிப் போனதென்றால், நான் தப்பிக்கும் வாய்ப்புகள் அதிகமாகலாம். இந்தக் குழப்பம் காலை எட்டிலிருந்து மாலை ஐந்துவரை. வீட்டிற்குப் போனால், எனக்குள்ள தொல்லை கள்பற்றி என் மேலதிகாரி மாக்(*Mac*)இற்குத் தெரியாது. அவன் இந்தப் பிரதேசத்தையே தாண்டியதில்லை. யாழ்ப்பாணம் எங்கே தெரியப்போகிறது? இடைக்கிடை வரும் பத்திரிகைச் செய்திகள் வாசித்து, ஸ்ரீலங்காவில் யுத்தம் நடக்கிறது என்பது மட்டும் தெரியும். நான் ஒவ்வொரு முறையும் அவனுக்கு விளங்கப்படுத்துவது வழக்கம். மாக் கேட்பதில் தவறில்லைப் போல எனக்குத் தோன்றும். கம்பெனியின் விற்பனைப் பகுதியில் இருக்கும் தமிழ்நாட்டு மனிதன் கிருஷ்ணனுக்கே அங்கே நடப்பது என்னவென்று தெரியாது. ராஜீவ் காந்தியைக் கொலை பண்ணி யது நான்தான் என்கிற மாதிரி அவர் என்னை நடத்திக்கொண்டு இருக்கிறார். கிருஷ்ணன் கர்நாடகக் கச்சேரிகள், தமிழ் சிரிப்பு நாடகம், மற்றைய இந்திய சினிமா நடந்தால் ரிக்கெற் விற்பார். என்மொழியில் பேசும்போதெல்லாம், “தமிழில சொல்லுங்க சார்” என்று சொல்லுகிறபோது சிரிப்பே வந்துவிடும். என் ஊர் அவலம் அவருக்கு எங்கே தெரியப்போகிறது?

ஊர் அவலம் குடும்ப அவலமாகி, என் தனி அவலமு மாகி அடுத்த கிழமை வரப்போகிற ஆள்குறைப்பு வெட்டிலும் முடியும். தெரிந்திருந்தால் ஊரில் நடக்கும் அவல யுத்தத்தில் சாவதற்கும் துணிந்திருக்கலாம்.

மாலை ஐந்து, ஐந்தரைக்கு என் வேலையிலிருந்து புறப் பட்டு, குழந்தைப் பராமரிப்பாளரிடமிருந்து கதிரையும் செல்வி யையும் கூட்டிக்கொண்டு போக மாலை ஆறு மணியாகிவிடும். கல்யாணி வர ஆறேகாலாகும். வந்தவுடனேயே விவாதக் கச்சேரி தொடங்கிவிடும். நான் செய்ய மறந்துபோனவையும், மற்றப்படி செய்யாமற்போன பட்டியலும் கிடைக்கும். சிலவேளைகளில், பல வருடங்கள் முன்னே நியூயோர்க் விமான நிலையத்திலிருந்து அப்போது நான் இருந்த ஊருக்கு அவள் வந்த விபரங்களிலிருந்து தொடங்குவாள். அவள் ஒரு கம்பெனியில் அக்கவுண்டன்ட். அவள் சம்பளம் என் சம்பளத்தைத் தாண்டும் நாள் வெகு தூரத்தில் இல்லை. விவாதக் கச்சேரியில் இதுவும் அவ்வப்போது ஆலாபனைக்குள்ளாகும். பிள்ளைகளுக்குச் சாப்பாடு மக் டொனால்ட்ஸில் இல்லாதபோது, வீட்டில் கொடுப்போம். செய்ய வேண்டிய வேலைகள் எல்லாம் பெரிய வேலைகளாகவே தோன்றுகின்றன. ஆறு வயதுக் கதிரையும் நான்கு வயதுச் செல்வியையும் வீட்டில் கொண்டுபோய்ச் சேர்ப்பதும் இலகு வானதில்லை. என்னால் இந்த வயதில்தான் சொல்லக்கூடிய வற்றைக் கதிரால் இப்போதே சொல்ல முடியும். வாழ்க்கை வெகு வேகமாகவே ஓடுகிறது. விலக முடியாதென்று நினைத்திருந்த செம்மண்ணும் பனந்தோப்பும் மனத்திரையிலிருந்து தேய்ந்து போய்க்கொண்டிருக்கின்றன.

காதில் ஒலிக்கிற தமிழ்ப் பாட்டு மட்டுமே சுய உணர்வு தருகிறதாக இருக்கிறது. வெய்யில் காலத்தில் எல்லோரும் கண்ணாடியை இறக்கிவிட்டு காரில் போகிறபோது, இந்தத்

தமிழ்ப் பாட்டுகள், சமிக்ஞை விளக்குகளுக்காக கார் நிற்கிற போது, எல்லோரையும் எங்களைப் பார்க்கத் தூண்டுகின்றன. கார்க் கண்ணாடிகளை உயர்த்தவே தோன்றுகிறது.

அன்று வெளியே குளிர் மட்டுந்தான். பனியில்லை. வேலை முடிந்து கதிரையும் செல்வியையும் கூட்டிக்கொண்டுவரப் போய்க்கொண்டிருந்தேன். பெருஞ்சாலையில் கார்கள் கூட்டம் அதிகமாகி, எல்லோரும் குறைவான வேகத்தில் போய்க் கொண்டிருந்தார்கள். இந்த ஆள்குறைப்பு விஷயத்தைப் பற்றிக் கல்யாணியிடம் இரண்டு கிழமைக்கு முன்னரே சொல்லி யாகிவிட்டது. அவள் இதைப் பற்றி அவ்வளவாகக் கவலைப்பட்ட மாதிரித் தெரியவில்லை. அவள் தாயும் தந்தையும் அடுத்த சில கிழமைகளில் இங்கிலாந்தில் இருந்து வர இருக்கிறார்கள். அங்கே கல்யாணியின் தமையன் ஒருவர் மருத்துவர். அவள் இளைய சகோதரி கனடாவில் இருக்கிறாள். இங்கே வந்து ஒரு மாதமளவில் நின்றுவிட்டு ரொறன்ரோ போகப்போகிறார்கள். ஈழத்தமிழர் அவலத்தில் பிழைக்கிறவர்கள் ஆயுதத் தளபாடம் செய்கிறவர்கள், விற்கிறவர்கள் மட்டுமில்லை. இந்த விமானக் கம்பெனிக்காரர்கள், ரெலிபோன் கம்பெனிக்காரருந்தான் என்று நண்பன் சற்குணம் சொல்வது சரிதான். கல்யாணிதான் ரிக்கெற் காசு அனுப்பினாள். என் தந்தை அடிக்கடி சொல்வதுபோல ஒரு பிள்ளைச் சீதனம். பஸ்சில் சுண்ணாகம், யாழ்ப்பாணம், சாவகச்சேரி என்று அலையுமாப் போல் விமானத்தில் ஏறிப் பறந்துகொண்டிருக்கிறார்கள். என் தந்தைக்கு திருச்செந்தூர் போவதைத் தவிர வேறெந்த பிரயாண நோக்கமும் இருந்த தில்லை. இரண்டு பிள்ளைகளைப் போர்க்களத்தில் பலி கொடுத்திருக்கிறார். அவரைக் கடைசியாகப் பார்க்க முடியாம லேயே போய்விட்டது. என் தாய் இங்கு வரமாட்டேன் என்கிறாள். தமக்கையுடன் எங்கோ வவுனியாப் பிரதேசத்தில் இருக்கிறாள். கல்யாணியின் விவாதங்கள் அங்கேயும் எட்டிவிட்டனவோ தெரியவில்லை. முதலில் தம்பி விமலன் போய்ச் சேர்ந்தான். எந்தக் களத்திலிருந்தோ உடலைக் கொண்டுவந்து காட்டி விட்டுக் கொண்டுபோய்விட்டார்களாம். நான் அப்போது கலிபோர்னியாவில் மேற்படிப்புப் படித்துக்கொண்டிருந்தேன். விபரங்கள் எங்கே தெரிகின்றன? விமலனைச் சைக்கிளில் கொண்டுபோவது மட்டுமே ஞாபகத்திலிருக்கிறது. வெய்யிலில் வேர்க்கவேர்க்க நல்லூர்த் திருவிழாவிற்கும் ஒருமுறை கூட்டிக் கொண்டுபோய், அவன் வேட்டி சைக்கிள் சில்லில் மாட்டி உரிந்தது ஞாபகமிருக்கிறது. நான் பல்கலைக்கழகத்துக்குப் போனபோது, அவன் நண்பர்கள் அவனைச் சுவீகரித்துக் கொண்டார்கள். மற்றவன் ரமணன், அமைதிப்படை ஆத்தி ரப்படையாய் மாறியபோது நடந்த சண்டையில் இறந்து போனான். தமிழ்நாட்டு நண்பர் கிருஷ்ணனுக்கு இவைகளைப் பற்றி எங்கே தெரியப்போகிறது? தம்பியர் இரண்டு பேரும் பல்கலைக்கழகத்திற்குப் போய் என்னை மாதிரி வருவார்கள் என்று பார்த்துக்கொண்டிருந்த என் தந்தையின் நம்பிக்கையில் மண்ணையும் அள்ளிப்போட்டுக் கொள்ளியும் வைத்துவிட் டார்கள். நடந்தவையெல்லாம் யாருக்கும் தெரியப்போவதில்லை.

தொடர்புகள்

என் மேலதிகாரி மாக், நண்பன் கிருஷ்ணன் இவர்கள் அறியாமை பற்றிக் குறைப்பட முடியாது. ஆனால், கல்யாணி? இவளும் என்னைச் சாடுகிறாள்.

என் தமக்கை யோகராணி குடும்பத்தைக் கனடாவிற்கு அனுப்பலாம் என்று தெண்டித்தேன். பதினாறு பரப்புக் காணியில் வீடும் பத்து லட்சத்தோடும் வந்தவள், வரும் கடிதங்களுக்குப் பதிலெழுதவும் விடுவதில்லை. என் மருமகன் குமாரும், மருமகள் விஜயராணியும் பதினாறு வயது எல்லையைத் தாண்டியிருக்கிறார்கள். அரசாங்கக் குண்டு வீச்சிலிருந்து உயிர் தப்பியிருப்பது பெரிதென்றால், ராணுவக் கொடுமைகளிலிருந்து தப்பியிருப்பது அதைவிடப் பெரிது. ஆயுதம் தாங்கும் போராளிகளாய் மாறாமலிருப்பது அதைவிடப் பெரிதா? அக்காவிடமிருந்து வரும் கடிதங்கள் துன்பத்தைத்தான் தருகின்றன. அவள் கணவர் பத்மநாதனுக்கு அரசாங்கத்தில் ரெக்னிக்கல் உத்தியோகம். என் வாழ்க்கை ஒரு தோல்வியென்று தோன்றினால், அவர் வாழ்க்கையை எப்படி வர்ணிப்பது? நான் கலிபோர்னியாவில் இருந்தபோது அவர் மத்திய கிழக்கு நாடுகளில் வேலை தேடும் ஸ்தாபனத்துக்குக் கட்டிய ஆயிரம் டொலர்கள் வீணாகிப்போய் எல்லா அல்லல்களும் பட்டிருக்கிறார். அவர் குடும்பத்து அல்லல்களைப் பற்றிச் சொல்ல வேறோர் அத்தியாயம் தேவை.

கல்யாணியின் போக்கு குரூரமாகவே இருக்கிறது. என்னுடைய கலிபோர்னியாப் பல்கலைக்கழகத்து மேற்படிப்புச் சான்றிதழையே இவள் கட்டியிருந்திருக்கலாம். அவள் தாய் ஒரு மருத்துவர். இப்போது ஓய்வு பெற்றுள்ள தம்பதி. யாழ்ப்பாணம் ஒரு யுத்தகளமாகிப் போனதும் தெரியாமல் வளர்ந்த குடும்பம். எண்பத்திமூன்றில் அவர்களுடைய கொழும்பு வீடு ஒரு மாதிரித் தப்பிவிட்டது. வருஷத்துக்கு ஒருமுறை உலகச் சுற்றுப் பிரயாணம் நடத்திக்கொண்டிருக்கிற தம்பதி. ரெலிபோனில் பேசும்போது என் தாய் தமக்கையைப் பற்றி ஏதாவது விபரம் தெரியுமா என்று கேட்பேன். கல்யாணிக்கு அவர்கள் மனிதர்களாகத் தோன்றியதில்லை. பயங்கரவாதிகள் குடும்பம் என்று நெடுகச் சொல்லிக்கொண்டிருக்கிறாள். மாமன் இங்கு வந்தால், புலிப்படைபற்றி என்னுடன் விவாதிக்க ஆரம்பித்து விடுவார். எல்லாவற்றையும் இரண்டிரண்டாக வெட்டி இருவேறாக்கித் தனித்துவம் கொடுத்து வித்தியாசம் காட்டி ஒன்று மற்றொன்றைவிட உயர்வானது என்று உணர்வுபடுத்தும் பாடாக இந்த வாழ்க்கை அமைந்துபோயிருக்கிறது. கல்யாணிக்கு இங்கே மருத்துவர் பெரியதம்பி மனைவி கௌரியுடன் நட்பு. என்ன நட்பு என்று தெரிய வில்லை. போட்டி நிறைந்த தொடர்பு. மருத்துவர் பெரிய தம்பிக்கு மருத்துவர்கள் அல்லாதவர்களுடன் தொடர்புகொள்ள விருப்பமில்லையா அல்லது தெரியவில்லையா என்று நெடுகவே புதிர். இருதயநோய் நிபுணர்; பணத்தை என்ன செய்வது என்று தெரியாமல் நிற்கும் மனிதன். நான் ஒரு கார்க் கம்பெனியில் வேலை செய்வதால், எல்லாக் கார்களைப் பற்றியும் தெரியும் என்பது அவர் யோசனை. பென்ஸ், ஜகுவார், லெக்சஸ் மாதிரியான கார்களைப் பற்றியே என்னிடம் கதைப்பார்.

தொடர்புகள்

என்னுடைய துறை, வெப்பம் கடத்துவது (Heat Transfer). அமெரிக்கக் கார்கள் தரத்தில் கூடிக்கொண்டு வருகின்றன என்று சொல்லுகிறார்களே, அதில் எனக்கும் பங்கு உண்டு. இரண்டு கண்டுபிடிப்புகளுக்குப் பதிப்புரிமை எடுத்திருக்கிறேன். மருத்துவர் பெரியதம்பி பணத்தைத் தவிர எதைப் பற்றியாவது சிந்திப்பாரா என்று தெரியவில்லை. வருஷத்துக்கு ஒருமுறை உல்லாசப் பயணம் போவது, வேலையிலிருந்து ஓய்வு எடுக்கவா அல்லது அதைப் பற்றி நண்பர்களுக்குச் சொல்லுவதற்கா, தெரியவில்லை. கௌரி, தங்கமும் வைரமும் நிறையவே சேர்த்து வைத்திருக்கிறார்கள். கல்யாணியிடம் காட்டுவாள். பெரிய தம்பியின் வீட்டுக்குள் நீச்சல் தடாகமிருக்கிறது. கல்யாணியும் பிள்ளைகளும் அவ்வப்போது போய் நீச்சலடித்துவிட்டு வருவார்கள். கௌரியின் தாய் தந்தையர் அவர்களுடன்தான் இருக்கிறார்கள். சாயி பாபா பக்தர்கள். ஒவ்வொரு வருஷமும் புட்டபர்த்தி போய் வருகிறார்கள். சாயி பாபாவிடம் போவதால் பணம் சேருகிறதா அல்லது பணம் சேர்ந்ததனால்தான் சாயி பாபாவிடம் போகிறார்களா தெரியவில்லை. கல்யாணியும் சாயி பாபாவிடம் போகலாம் என்று சொல்லிக்கொண்டிருக் கிறாள்.

வவுனியாவில் எங்கேயோ இருக்கிற என் தாயையும் என் சகோதரி குடும்பத்தையும் எப்போது பார்ப்பது? கம்பெனி வாழ்க்கை சீராகப் போய் லீவு எடுத்துக்கொண்டு போகலாம் என்றால், அது எங்கே நடக்கப் போகிறது? வேறு கம்பெனியில் வேலைக்கு விண்ணப்பித்திருக்கிறேன். முடிவுவர கிழமைக் கணக்கிலாகப்போகிறது.

கதிரையும் செல்வியையும் கூட்டிக்கொண்டு வீடு போகும் போது ஆறு மணியாகிவிட்டது. கடிதப் பெட்டியிலிருந்து கடிதங்களை எடுத்துக்கொண்டு வீட்டினுள் போனோம். கல்யாணி வீட்டில் இருந்தாள். 'என்ன கரச்சலோ தெரியவில்லை' என்று யோசித்துக்கொண்டே அவளைப் பார்த்தேன்.

"மறந்துபோனீர்களோ? டொக்டர் மூர்த்தி வீட்டில் இண்டைக்கு meditation meeting" என்றாள்.

இது நல்ல அறிகுறி. விவாதம் தொடங்காதுபோல இருந்தது.

"எத்தனை மணிக்கு" என்ற கேள்விக்கு, "ஏழரைக்கு" என்று பதில் சொல்லிவிட்டு மேல்மாடிக்குப் போய்விட்டாள். கையிலிருந்த கடிதக்கட்டைத் தேடியதில் அந்தக் கடிதம் இருந்தது. ராணி அக்காவிடமிருந்துதான். பணத்தேவைகளாக இருக்கலாம். வவுனியாவிலிருந்து கொழும்புக்கு வந்துவிட்டார்களா? மற்றக் கடிதங்களை வைத்துவிட்டு அதைத்தான் முதலில் படிக்க ஆரம்பித்தேன். நினைத்தது சரிதான். கடைசியாக, கொழும்புக்கு வந்து சேர்ந்துவிட்டார்கள். கொழும்பு சொர்க்கலோகமா? தலைப்பக்கமாகக் குண்டு விழாது. அது ஒன்றுதான். மற்றப் படியான அவலங்களுக்குக் குறையில்லை. அக்கா, கணவரின் தம்பியார் வீட்டில் தற்போதிருக்கிறார்கள். கனடாவிற்கு எப்படி

யும் இனி இழுக்கத்தான் வேண்டும். ராணி அக்கா விவரமாகத் தான் எழுதியிருந்தாள். நெஞ்சுச் சுமையை ஏற்றும் வண்ணமாய்க் கடிதக் குவியலில் வேறு முக்கியமாக ஒன்றுமில்லை.

கல்யாணி சேலை கட்டிக்கொண்டிருப்பாள்போலிருந்தது. செல்வியும் கதிரும் மேலே தாயுடன் போயிருந்தார்கள். கதிர் கீழே வந்து தாய் கூப்பிடுவதாகச் சொன்னான். மேலே போகும் போதே, “லெட்டர் ஏதென் வந்ததா” என்று அவள் கேட்பது காதில் விழுந்தது. ராணி அக்காவிடமிருந்து என்பதைச் சொன்னேன்.

“கொழும்புக்கு வந்துவிட்டினமாம்.”

அவள் ஒன்றும் சொல்லவில்லை. “வேறு ஏதாவது கடிதங்கள் வந்ததா” என்று கேட்டாள். “வரவில்லை” என்று சொன்னேன். கிழமைக்கு ஒருதரம் கொழும்புக்கு அவள் தாய் தந்தையுடன் ரெலிபோன் செய்வதால் கடிதம் அங்கிருந்து வராது. கனடா வுக்கும் இங்கிலாந்துக்கும் ரெலிபோன் செய்வதால், எனக்கு மட்டுந்தான் ஊரிலிருந்து கடிதங்கள் வருகின்றன. செம்மண் வாசனைதான், வாழ்க்கைப் போராட்டங்களைச் சமாளிக்கும் பலத்தையும், ஈழம் என்கிற பலவீனத்தையும் கொடுத்திருக்கிற மாதிரித் தோன்றுகிறது. ஊர்க் கடிதங்கள் நெஞ்சைக் கொத்தி யெடுக்கின்றன.

“என்ன கூப்பிட்டனீர்” என்று கேட்டேன். “இண்டைக்கு அங்கே டின்னர். பெடியளுக்கு ஸ்நாக்ஸ் ஏதாவது குடுமன்” என்றாள். கீழே பிள்ளைகளைக் கூட்டிக்கொண்டுபோய் அவர்கள் கேட்டதைக் கொடுத்து ரெலிவிஷனைப் போட்டேன். செய்திகள் தொடங்கியிருந்தார்கள். ஜனாதிபதி கிளின்டனும் கிங்ரிச்சும் விவாதம் பண்ணிக்கொண்டிருந்தார்கள். ரெலிவிஷனைப் போட்டாலே நித்திரை வருகிறது. ராணியக்காவின் கடிதத்தில் என் தாயின் சுகவீனங்களைப் பற்றியும் எழுதியிருந்தாள். ‘நடேசபிள்ளை மாஸ்டர் பெண்சாதி’ என்று மரியாதையாகவே ஊரில் இருந்துவந்தவள் என் தாய். எங்களைப் பற்றியெல்லாம் அவளுக்குப் பெருமை உண்டு. வெகு நிதானமாகக் குடும்பம் நடத்தியவளுக்கு நடந்ததென்ன? நாங்கள் போயிருந்தபோது இங்கே வரச்சொல்லிக் கேட்டோம். பிடிவாதமாக மறுத்து விட்டாள். பழைய நினைவுகள் எத்தனை? கல்யாணி வெளிக் கிடுவதற்கு முன் என் நண்பன் ரிச்சர்டைக் கூப்பிட்டு வேலை நிலவரங்களைப் பற்றி விசாரித்துக்கொள்ளலாம் என்று அவனைத் தொலைபேசியில் அழைத்தேன். ரிச்சர்ட் குடும்பத்துடன் இரவுச் சாப்பாட்டை முடித்திருப்பான். பானை, தட்டுகளை ‘டிஷ் வோஷரி’ல் போட்டும் முடித்திருக்கலாம்.

ரிச்சர்ட் முடித்திருந்தான் நல்லவேளையாக.

“ஹலோ பாலா” என்றான். ரிச்சர்ட்டும் நானும் கார் எஞ்சினில் பரிசோதனைகள் செய்துகொண்டிருக்கிறோம். நாங்கள் இன்னும் இரண்டு வருடங்கள் பின்னர் வரப்போகிற

எஞ்சினை தயாரிக்கும் குழுவில் வேலை பார்க்கிறோம். கம்பெனி மனேஜ்மென்ட் இரண்டு பேரைக் குறைத்து, அந்த வேலைகளெல்லாவற்றையும் மற்றவர்களிடம் கொடுத்துவிட்டுச் செலவுகளைக் குறைக்கலாம் என்று பார்க்கிறது. என் மேலதிகாரி மாக்கிடம் என்னுடைய பரிசோதனைகளின் முடிவுகள் எல்லாவற்றையும் சொல்லிவைக்கவில்லை. என்னை நீக்கினால் எஞ்சின் டிசைனில் முன்னேற்றம் எதையும் காணமுடியாது. யார் இங்கே வேலைத்தரத்தைப் பார்க்கிறார்கள்? அரைநிர்வாண உடையில் ஹொலிவூட் நடிகைகளுக்கு அருகில் நிறுத்தினால் கார்கள் தன்னால் விற்கும். பத்து வீதத்தால் எரிபொருள் பாவிப்புக்களில் குறைவதைவிட, இந்த ஆண்டு கம்பெனி இலாபம் கூட வேண்டுமென்பதே முயற்சி. ரிச்சர்ட்டுக்கு வேலை நன்றாகவே தெரியும். இதனால் ரிச்சர்ட்டுக்கும் எனக்கும் வேலை தொடர்பான நட்பு நீடித்திருக்கிறது. செய்துகொண்டிருக்கும் பரிசோதனைகள் பற்றிக் கேட்டேன். அடுத்த கிழமை ரிச்சர்ட் தன் குடும்பத்துடன் ஃப்ளோரிடாவுக்கு உல்லாசப் பயணம் போகவிருப்பதாகச் சொன்னான். அப்போதே இந்த வேலைநீக்க அறிவிப்புகள் வரவிருப்பதைப் பற்றி விசாரித்தேன். அதைப் பற்றி தான் கவலைப்பட முடியாதென்று ரிச்சர்ட் சொன்னான். “அவர்கள் என்னாவது செய்யட்டும். நான் உல்லாசப் பயணம் போகவே போகிறேன்” என்றான். சந்தோஷமாக இருந்துவிட்டு வாருங்கள் என்பதைத் தவிர வேறென்ன சொல்ல முடியும்? ரிச்சர்ட் வேலையைத் தவிர வேறெதையும்பற்றிப் பேசியதை நான் கண்டதில்லை. அவனிடம் எஞ்சின்கள்பற்றி ஒன்று அல்லது இரண்டு நல்ல யோசனைகள் உண்டு. ஆனால், மாக் கேட்க மாட்டான். ரிச்சர்ட் மாதிரி இருந்தால் வாழ்க்கையை நன்றாகவே ஓட்டலாம். வெள்ளிக்கிழமைகளில் எல்லோரையும்போல அவன் “தண்ணியடிக்கப்” போவதில்லை. நான் சொல்லுவது அவனுக்குத்தான் வழக்கமாகப் புரியும். முதலில் என்னைப் பற்றி மிகுந்த நம்பிக்கைக் குறைவுடன்தான் இருந்தான். போன வருஷம் எங்கள் குழு எஞ்சின் டிசைன் உற்பத்திக்குப் போனபோதுதான் அவனுக்கு என்மேல் மதிப்பு உண்டாயிருக்கிறது. ரிச்சர்ட் கர்மவீரன். அவன் மனைவி லிண்டா (*Linda*) நெடுகச் சிரித்தபடியே இருப்பாள். நாங்கள் செய்த ஒரு எஞ்சின், உற்பத்தித் தவறுகளினால் உடைந்தபொழுது ரிச்சர்ட்தான் அவற்றையெல்லாம் எடுத்துக்காட்டி, தவறுகளைத் திருத்தியெடுத்தான். சைக்கிள் ஓட்டுவதும் நீச்சலடிப்பதுமான பேர்வழி. “நீ வேலையைப் பற்றிக் கவலைப்படாதே” என்றான். சந்தோஷமாக இருந்தது. அது நீடிப்பதற்குள், “வெளிக்கிட்டாச்சோ?” என்று கல்யாணி கேட்டுக்கொண்டு மாடியிலிருந்து இறங்கி வந்தாள். என் வேலை நினைப்புகள் கலைந்தன.

மருத்துவர் மூர்த்தி வீட்டிற்குப் போகும்போது, கௌரியைப் பற்றிப் பேசத் தொடங்கினாள். ஹவாய்த் தீவில் வீடு வாங்கியிருக்கிறார்களாம். மார்கழிக் குளிர்நாட்களில் போய் இருந்துவிட்டு வருவதற்காக. “அறுநூறாயிரம் டொலர்கள்” என்றாள்.

ராணியக்காவின் ஞாபகங்கள் வந்தன. கொழும்பில் அவள் கணவரின் சகோதரர் வீட்டில். அவர்களுக்கே போதுமான இடமில்லை. என்ன செய்யலாம்? கல்யாணி பேசிக்கொண்டு வந்தது ஒன்றும் மனதில் பதியவில்லை. மருத்துவர் மூர்த்தி வீடு கொஞ்சம் தொலைவில் இருக்கிறது. கொஞ்சம் காது கொடுத்துக் கேட்டால் கௌரி குடும்பத் தகராறுபற்றி சுவாரசியமாக ஏதாவது கிடைக்கும். என் மனம் மலிவான இன்பங்களைத் தேடும் நிலையில்லை. மருத்துவர் பெரியதம்பி ஹவாயில் வீடு வாங்கியிருந்தார் என்றால், மூர்த்தியும் எங்காவது வெகு விரைவில் வாங்குவார் என்பது நிச்சயம். காகங்கள் உணவுக்கு அடிபடுமாப் போல் போட்டி போடுகிறார்கள். என்னத்துக்கு என்று தெரியவில்லை. பெரியதம்பிக்கு கார்கள், வீடுகள், முதலீடுகள், விஸ்கி இவற்றைத் தவிர வேறேதாவது தெரியுமா என்பது சந்தேகம்தான். மூர்த்தி இப்போது ஆன்மீகத்தில் இறங்கியிருப்பது, இந்த நிலையையும் அவர் தாண்டியிருப்பதுதான். சேர்த்த பொருள் அளவில் சுவாரசியமான மனிதர். அவரின் இரண்டு பிள்ளைகளும் மருத்துவக் கல்லூரி மாணவர்கள். ஆன்மீகத்தில் இறங்க இதுதான் நேரம். இந்தத் தியானம் உடம்புக்கும் நல்லது என்பது அவர் வாதம். எல்லா பௌதிகத் தொடர்புகளையும் துண்டிப்பதுதான் தியானம் என்றால் யாரால் முடியும்? ஓடாத இயந்திரத்துக்கு எரிபொருள் எதற்கு?

தலையில் குண்டுமாரி பொழிந்துகொண்டேயிருக்குமானால் தியானம் முடியுமா? ராணியக்கா தன் குழந்தைகளுடன் நிலக்கிடங்கில் ஒளிந்துகொள்ளும் காட்சியே மனதில் ஓடுகின்றது. அவர்கள் உயிருடன் தியானம் செய்யவே முடியாது. கல்யாணி, “இங்கேதான் திரும்ப வேணுமப்பா” என்றாள். மூர்த்தி வீட்டு அடித்தளத்தில் (*basement*) கூட்டம். சின்மயானந்தா மடத்தில் இருந்து வந்த காவிச்சட்டை எல்லோரிடமும் பேசிக்கொண்டிருந்தது. என் நண்பர் மருத்துவர் ரெடிங்கரும் அங்கேயிருந்தார். ரெடிங்கர் மூர்த்தியை விட சுவாரசியமான மனிதர். கல்யாணியை கௌரி கையுடன் அழைத்துக்கொண்டு போய்விட்டாள். பெரிய தம்பியர் மாமியைப் பற்றி ஏதாவது சொல்லியிருக்கக்கூடும். செல்வியும் கதிரும் அவர்களை ஒத்த வயதுக்காரக் குழந்தைகளுடன் போய்விட்டார்கள். மருத்துவர்கள் கூட்டம் ஒன்று சேர்ந்தது, ரெடிங்கரைத் தவிர. மருத்துவர் ரெடிங்கரைப் பார்த்து “ஹலோ” என்றேன். அவரும் எங்களைப் போல் இந்த மூன்றாவது கூட்டத்துக்கு வந்திருக்கிறார். அவர் மனைவியும் வந்திருந்தார். கார் எஞ்சின் டிசைன்பற்றி முதல் சந்திப்பில் விளங்கப்படுத்தினதிலிருந்து அவருக்கும் எனக்கும் சுவாரசியமான சம்பாஷணைகள் நடக்கும். அவருடைய முதல் பட்டப்படிப்பு, மெக்கானிக்கல் எஞ்சினியரிங். “என்ன புதினங்கள்” என்று கேட்டார். அப்போதுதான் இந்த ஆள்குறைப்பு அலுவலைப் பற்றிச் சொன்னேன். புருவங்களை உயர்த்தித் தன் அபிப்பிராயத்தைச் சுருக்கமாகவே சொன்னார். “கம்பெனி ஸ்ரொக்குகள் மேலே போக வேண்டும் என்ற குறுகிய நோக்குத்தான்.”

தொடர்புகள்

"நாங்கள் முதலில் மேலே போய்விடுவோம்" என்று மேலே கையைக் காட்டினேன். சிரித்தார்.

உயிருள்ளவற்றிற்கும் உயிரில்லாதனவுக்கும் உள்ள வித்தியாசங்கள்பற்றி அவருடன், போன கூட்டத்தின்போது பேசிக்கொண்டோம். ரெடிங்கர் பல நாடுகளுக்கும் போய்வந்த மருத்துவர். ஆபிரிக்காவில் ஐந்து வருடங்கள் மருத்துவராக இருந்தவர். உயிரில்தான் உலகமியங்கும் தத்துவத்தை அறிய முடியும் என்பது அவர் வாதம். அவர் பல கருத்துக்களையும் ஒப்பிட்டுப் பார்ப்பார். உயிர் மூச்சுவிடுவது மட்டுமில்லை என்று அவருக்குத் தெரியலாம். சக மனிதனே துன்பம் தருவது தெரியுமா?

மருத்துவர் மூர்த்தி எல்லோரையும் வரவேற்று உட்காரச் சொல்லிவிட்டு, வந்திருந்த சுவாமியை அறிமுகப்படுத்தினார். சுவாமியார் சுலோகங்கள் பலவும் சொல்லித் தன் பேச்சைத் தொடங்கினார். குழந்தைகள் மேலே போய் ரெலிவிஷன் பார்க்கத் தொடங்கியிருக்க வேண்டும். பெண்கள் யாவரும் ஒன்றாக இருந்தனர். சுவாமி எல்லோரையும் அளவிட்டுக் கொண்டே பேசினார்.

அவரும் கதை சொல்லத் தொடங்கினார். ஒரு திருடனும் ஒரு வியாபாரியும் ஒன்றாக ஒரு நெடுந்தூர ரயில் பிரயாணம் மேற்கொண்டார்களாம். திருடனுக்கு வியாபாரி பணம் கொண்டு வந்திருக்கிறான் என்று தெரிந்தது. வியாபாரி தூங்கும்போது எல்லா இடமும் தேடினானாம். அவன் தேடிய விதங்களைப் பற்றிச் சுவாமியார் சுவாரசியமாக விபரித்தார். கிடைக்கவில்லை. கடைசியாக வியாபாரி இறங்கும்போது திருடன் கேட்டானாம், எங்கே அவர் பணத்தை ஒளித்து வைத்திருந்தார் என்று. "உன் தலையணைக்கு அடியில்தான்" என்று வியாபாரி சொன்னானாம். சுவாமியார் இந்தக் கதையை நன்றாகவே சொன்னார். அந்தத் திருடனைப் போல நாங்கள் சந்தோஷத்தை வெளியே தேடுகிறோமாம். சந்தோஷம் எங்கள் மனதிலேயே இருக்கிறதாம். எல்லோரும் சுவாமியாரை இன்னும் கவனமாகக் கேட்க ஆயத்தமானார்கள்.

எனக்குள்ளே சந்தோஷம் எங்கே வரமுடியும்? இன்னொரு பிறப்பு எடுத்து, சகோதரங்கள் சாகாமல், நாட்டை விட்டு ஓடாமல், பணமும் சேர்ந்திருக்குமானால் சந்தோஷம் எனக்குள்ளேயிருந்து வரலாம். தொடர்புகள் எல்லாவற்றையும் அறுத்துக்கொண்டால் வெட்டவெளிப் பயணம் தொடங்கலாம். சுவாமியார் பேச்சை முடித்தார்.

"ஓம் சாந்தி, சாந்தி, சாந்தி."

தியானம் ஆரம்பித்தார்கள். கண்ணை மூடிக்கொண்டு சூன்யத்தில் நிலைக்க வேண்டுமென்பது சுவாமிகள் வேண்டுகோள். முடிகிறதா? தந்தையுடன் மெயில் ட்ரெயினில் கொழும்பி லிருந்து தூங்கித்தூங்கி வருவதுதான் ஞாபகத்துக்கு வந்தது. தியானம் முடிந்து சாப்பிடத் தொடங்கினோம். மருத்துவர்

பெரியதம்பிக்கு விஸ்கி இல்லாமல் சாப்பாடு இறங்காது. சைவச் சாப்பாடும் பிரச்சினையாகப் போயிருக்கும். அவரிடம் இதைப் பற்றிச் சொன்னேன்.

"இன்டைக்குக் கொஞ்சம் கஷ்டந்தான்."

"நான் எல்லாம் குறைச்சாச்சு" என்றார்.

கல்யாணி, கௌரியுடன் இன்னும் பல பெண்களுடன் பேசிக்கொண்டிருந்தாள். மூர்த்தி மும்முரமாகப் பலரிடமும் ஏதோ சொல்லிக்கொண்டிருந்தார். அடுத்த சொற்பொழிவைப் பற்றியாயிருக்கலாம்.

ரெடிங்கருடன் மறுபடியும் பேசச் சந்தர்ப்பம் கிடைத்தது. அவர் அரிசிச் சாப்பாடு சாப்பிடுவார். அவருக்கென்று மூர்த்தி உறைப்புக் குறைவாகச் சமைத்து வைத்திருப்பார். அதைத் தேடிக்கொண்டிருந்தார்.

"சந்தோஷத்தைத் தேடுகிறீர்களோ?" என்று கேட்டேன்.

"நீர் ஒரு ஆள்தான் அதைத் தேடாமலிருக்கலாம்" என்றார்.

"சுவாமியார் சொல்கிற மாதிரி சந்தோஷத்தை எங்களுக்குள்தான் முதலில் தேட வேண்டுமென்றால், உங்கள் தட்டையே முதலில் பாருங்கள்" என்றேன். சிரித்தார்.

"வெறுந்தட்டு" என்றார்.

எல்லாவற்றிற்கும் ஒரு பின்னணி (*context*) இருப்பதாக அவரிடம் சொன்னேன். என்னால் ஈழத்துப் பிரச்சினைகள் பற்றிப் பேசாமல் இருக்க முடியாது. ரெடிங்கரிடம் ஈழத்துப் பிரச்சினைகள்பற்றிச் சொல்லியிருக்கிறேன்.

"சுவாமியார் சொல்வதை அகதிகள் முகாமில் சொல்லலாமா?" என்று கேட்டேன். ரெடிங்கர் என்னை உற்றுப்பார்த்தார். ஆபிரிக்க அகதிகள் முகாமில் வேலை பார்த்திருக்கிறார். அகதிகள் முகாமைப் பற்றி அவருக்குத்தான் தெரியும்.

"எனக்கு இவற்றில் நம்பிக்கையில்லை. சுவாமியாருடன் சண்டை தொடங்கவும் விருப்பமில்லை" என்றேன்.

ரெடிங்கர், "மனித உயிர் வாழ்க்கை பல்முகம் படைத்தது" என்று ஒரு நடுநிலை எடுத்துக்கொண்டார். மூர்த்தி வேகமாக எங்களை நோக்கி வந்தார். அடுத்த மாதக் கூட்டம் எங்கே நடக்கப்போகிறதென்று சொல்லிவிட்டுப் போனார். கௌரியின் தந்தை புண்ணியமூர்த்தி ஒரு ஓரமாக நின்றுகொண்டிருந்தார். அவர் மனைவியும் பக்கத்தில் நின்றுகொண்டிருந்தார். புண்ணியமூர்த்தி அமைதியான மனிதர்.

"ஊரில் நிலவரம் எப்படியாம்?" என்று கேட்டார்.

"கொழும்பில் பெடிபெட்டையளைப் பிடிச்சுக்கொண்டு போறதுதான் பெரிய பிரச்சினையாம்" என்றேன். ராணியக்கா

வின் குடும்பநிலைபற்றிய யோசனைகள் மனமேட்டில் உலவ ஆரம்பித்தன. புண்ணியமூர்த்தியின் மனைவி தன் கண்ணாடியை நிமிர்த்திக்கொண்டு கேட்டாள்.

“உங்கடை மச்சானை இன்னும் ஆமிக்காறர் பிடிக்கேல்லியோ ?”

‘என்ன சொல்லுகிறாள் இந்தக் கிழவி?’ என் கோபம் தலைக்கேறியது. ‘உயிரைக் கையில் பிடித்துக்கொண்டு அலைபவர்களைப் பற்றி இதைவிடச் சொல்வதற்கொன்றுமில்லையா?’

“இல்லையாம், கொழும்பில் எறிய வேண்டிய வெடி இன்னும் ஒன்றிரண்டு இருக்குதாம். அது முடிஞ்சு ஆமிக்காரரிடம் தானே போறதெண்டு சொல்லிக்கொண்டிருக்கிறார்” என்று வெடித்தேன். நேரே குழந்தைகளையும் கூட்டிக்கொண்டு கல்யாணியிடம் போய், “நாங்கள் போகலாம்” என்றேன். என் குரலில் இருந்த ஆத்திரத்தைப் பார்த்துக் கல்யாணி பயந்திருக்க வேண்டும். ஒருவரிடமும் பேசாமல் கோட்டு, காலணியை மாட்டிக்கொண்டு காரில் ஏறி, வீடு நோக்கிப் புறப்பட்டோம். புறப்படும்போது, தலையைத் திரும்பிப் பார்த்தபோது, புண்ணியமூர்த்தி கிழவியிடம் ஏதோ சொல்லுவது தெரிந்தது. “என்ன பிரச்சினை ?” என்று தொடங்கினாள் கல்யாணி.

“ஆமிக்காரர் பிடிக்கேல்லியோவாம் ராணியக்கா ஆக்களை. கிழவி கேட்கிறாள் !” என் கோபம் அடங்கவில்லை.

“பயங்கரவாதிகள் குடும்பம் என்றால் கேட்பாள்தானே !” கல்யாணி சாட்டையை வாயில் எடுத்துக்கொண்டாள்.

“உங்கடை குடும்பத்தில் யாரேன் செத்திருந்தால் தெரியும்.” இக்கதையை ஒரு நியாயமான தளத்தில் கொண்டுநிறுத்துவது என்று முடிவெடுத்துச் சொன்னேன்.

“நீங்கள் என்ன சொன்னீர்கள் ?” என்று கேட்டாள். நான் சொன்னதைச் சொன்னேன். கிழவியின் தமக்கையும் அவர் புருஷனும் கொழும்பில் அவர்கள் வீட்டுக் காவல். என்னுடைய நக்கல், கிழவிக்கு விளங்காவிட்டாலும் அவள் கணவனுக்கு விளங்கும். கல்யாணிக்குக் கோபம் வரத் தொடங்கியது.

“நான் சொன்னேன். இது ஒரு பயங்கரவாதிகள் குடும்பம் எண்டு. இந்த மாதிரிப் பயங்கர யோசனைகள் ஆருக்கு வரும்?” என்றாள்.

“பயங்கர யோசனைகள் இல்லாமல்தான் ஊரில் சிங்களவர் ஆமியை வைச்சு அடிக்கிறார்கள்.”

“உங்கடை இந்தப் பயங்கரவாதிகள் இல்லாதுபோனால், கவண்மென்ற் ஆமிக்கு என்ன வேலை ?”

கல்யாணிக்குக் குருவியைவிடச் சின்ன மூளை இருக்கிறதாகப் பட்டது. அதைச் சொல்லப்போக விவாதம் வளரத் தொடங்கியது. குழந்தைகள் பின்னால் அழத்தொடங்கின.

"இப்படிக் கதைச்சால் கௌரி எங்களைப் பற்றி என்ன நினைப்பாள்?" கல்யாணியின் பிரச்சினையே அதுதான்போல இருந்தது.

"இவையள் கதைக்கிற மெடிற்ரேஷன் கதையெல்லாம் நம்புறவையாக இருந்தால் இப்படிக் கதைப்பினமோ?"

"பயங்கரவாதிகள் என்னெண்டு கடவுளை நம்புவினம்?"

"கடவுளை நம்புறதுக்கும் ஊருக்காகச் சண்டை பிடிக்கிற துக்கும் என்ன தொடர்பு? யோசிச்சுக் கதையுமன்." இவளின் ஒருதலை நோக்கிற்கெல்லாம் அவள் தாய் தந்தையரின் அறி வுரைகள் ஒரு பக்கம்; மற்றது குருவி மூளை. "யோசிச்சுக் கதையுமென்" என்று திரும்பவும் சொன்னேன்.

வீடு வந்து சேர்ந்து குழந்தைகளைப் படுக்கப் போட்டு, நாங்கள் படுக்கப் போகும்வரை விவாதம் நிற்கவில்லை. நித்திரை லேசில் வருவதாக இல்லை.

சுவாமியாரின் அறிவுரைகள் திரும்பவும் மனதில் எழுந் தன. சந்தோஷம் எனக்குள்ளேதான் இருந்தால், அதைத் தட்டி எழுப்பத் தெரியவில்லை.

'எல்லாவற்றையுமே மறந்தால்?'

நினைவுகள் எப்படிப் போகும்? நான் பயங்கர யோசனை களை விட்டெறிந்தால்தான் சந்தோஷத்தைக் காண முடியும் என்றால், பயங்கர யோசனைகள் வருவதே என் மனம் விறாண்டுப் படுவதால்தானே? அது ஏன் ஒருத்தருக்கும் தெரியவில்லை? படுக்கையிலும் விவாதம் தொடர்ந்தது.

"கொழும்பில் வீடு எரிந்திருந்தால் தெரிந்திருக்கும்."- நான்

"ஆட்கள் சாகிறது தெரியேல்லியோ?" - அவள்.

"எதுவும் சும்மா கிடைக்காது." - நான்.

"கண்டபடி கௌரியின் தாயோட இப்படிக் கதைச்சால், மரியாதை மானம் எல்லாம் போகுது." - அவள்.

"அந்த மனுசி தேவையில்லாமல் என்ன விசர்க் கதை கதைக்குது? டொக்டர் தில்லையைப் பாருமன். இண்டைக்கும் அந்தாளும் அந்தாளின் குடும்பமும் ஊருக்காக உயிரைக் கொடுக்கவும் தயாராய் இருக்கினம். உங்களுக்குச் சிங்களவன அண்டிப் பிழைச்சே பழகிவிட்டுது. இவ்வளவு தமிழர் சாகி றார்கள். விசர்க் கதை கதைக்கிறீர்." - நான்,

"ஒழுங்கான மனுசர் எண்டால், ஒத்து வாழத் தெரியம்." - அவள்.

"தலையில் ஆமிக்காறன் குண்டு விழுந்தால்தான் தெரியும்." - நான்.

"சிங்களவர்கள் வெல்லுகினம்." - அவள்.

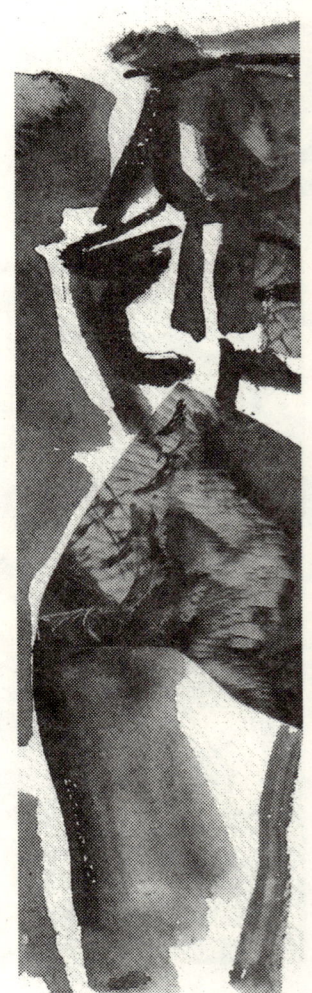

வாதம் நிற்பதாக இல்லை. என் இரத்தக் கொதிப்பு அடங்கு வதாக இல்லை. தூக்கம் வருவதாகவும் இல்லை.

கல்யாணிக்கு என்ன தெரிகிறது? கீழே போய் ரெலிவி ஷனை போட்டேன். ஒவ்வொரு நிலையமாக மாற்றிப் பார்த்தேன். ஒன்றிலும் நல்ல நிகழ்ச்சி இல்லை. சோபாவில் படுத்தபடி சிந்தனைகள் தொடர்ந்தன.

எனக்குள்ளேதான் என்னை மகிழ்விக்கும் சக்தி இருக்கு மானால், அதைத் தோண்டியெடுக்க வேண்டும்.

என்னுடைய வேலை நிலையாக இருப்பது என் கையில் இல்லை. என்னுடைய தாய், தமக்கையின் இவர்களைப் பற்றி நான் எதுவும் செய்ய முடியாது. கல்யாணியிடம் இரக்க குணமோ அறிவோ எதையும் எதிர்பார்க்க முடிய வில்லை.

நாளை ரிச்சர்ட்டுடன் சைக்கிள் ஓடப் போகலாம். ஆனால், அவன் வேகத்தில் போக முடியாது. எஞ்சின் சோதனைகளைத் தொடரலாம். ஆனால், குழந்தைகளைக் கூட்டிக்கொண்டுவந்து விட்டுவிட்டு, திரும்பிப் போக வேண்டும். கல்யாணி குலைப்பாள். எனக்குள்ளே அமைதி எங்கே வரப்போகிறது?

கல்யாணியிடம் சொல்ல வேண்டும் சந்தோசத்தைத் தேடத் தொடங்க வேண்டுமென்று. சைக்கிள் ஓடுவதுதான் சாத்திய மானது. ஆனால், தனியாகத்தான் போக வேண்டும்.

தூக்கம் வர ஆரம்பித்தது.

அடுத்த நாள் காலை. கல்யாணியும் நானும் குழந்தைகளை வெளிக்கிடவைத்து, காரில் ஏற்றும்வரையும் ஒன்றும் பேசவில்லை.

“இண்டைக்கு நீர்தான் போய்க் குழந்தைகளைக் கூட்டிக் கொண்டு வர வேண்டும்” என்றேன்.

“என்னால் முடியாது” என்றாள்.

இது வெறும் வாதம்.

“என்னாலும் முடியாது” என்றேன்.

குழந்தைகள் எங்களைப் பார்த்தன. என் குரலில் இருந்த தீர்மானம் அவர்களையும் உலுப்பியிருக்க வேண்டும்.

“*Gosh dad*” என்றான் கதிர்.

“*Let us go*” என்று சொல்லிப் புறப்பட்டேன். கல்யாணி மற்றக் காரை எடுத்துக்கொண்டு போவாள். நான் அன்று காலை சாப்பிடவுமில்லை. பனியும் நல்ல வேளையாக இல்லை. குழந்தைகளைப் பராமரிப்பாளரிடம் விட்டபோது செல்வி அழத் தொடங்கினாள். கொஞ்சம் நின்றுவிட்டு, அலுவலகத்துக்குப் போகும்போது போக்குவரத்து அதிகமாகி விட்டது. தாமதிக் கத்தான் போகிறது.

நான் போய்ச்சேர்ந்தபோது அலுவலகத்தில் ஒருவருமில்லை. கொம்பியூட்டரில் எனக்கு வந்த செய்திகளைக் கேட்டுவிட்டு,

என் கணக்கீடுகளைத் தொடங்கினேன். எங்கள் குழுவின் கூட்டம் பத்து மணிக்கு வைத்திருக்கிறார்கள். ஆள்குறைப்புபற்றிய அறிவித்தல்கள் இந்தக் கூட்டத்தில் தெரிவிக்கப்படலாம். யோசனைகள் பெருகத் தொடங்கின. மற்றும் கம்பெனிகளிலிருந்து இன்னும் ஒரு பதிலும் வரவில்லை. கொம்பியூட்டர் என் கணக்கீடுகளைச் செய்து முடிக்க நேரமெடுக்கப்போவது தெரிந்தது. எஞ்சின் பரிசோதனை அறைக்குப் போய் அங்கியை மாட்டிக் கொண்டு பரிசோதனைகளைத் தொடங்கினேன். ரிச்சர்ட் அப்போதுதான் வந்தான். "கொம்பியூட்டர் செய்திகளைக் கேட்டாயா" என்று ரிச்சர்ட்டைக் கேட்டபோது, "இல்லை" என்றான். கூட்டம் இருக்கிறதைப் பற்றியும் ஆள்குறைப்பைப் பற்றியுமிருக்கலாம் என்பதைச் சொன்னேன். "அதைவிடப் புதிதாக என்ன இருக்கப்போகிறது" என்று சொல்லிவிட்டு, எஞ்சின் பரிசோதனைகளைத் தொடங்கினான்.

"என்ன செய்யப் போகிறாய்?" என்று கேட்டதற்கு, "பார்க்கலாம்" என்று வேலையில் இறங்கினான்.

"பயணம் இந்தக் கிழமை முடிவில் போகத்தான் போகிறீர்களோ?" என்று கேட்டேன்.

"நிச்சயமாக. இந்த மாதிரியான நேரத்தில்தான் மனதை சந்தோஷமாக வைத்திருக்க வேண்டும்" என்றான்.

சுவாமியாரைவிட இவன் பரவாயில்லைப் போல இருந்தது. கல்யாணியுடன் பயணம் போவதென்றால், அவளும் லீவு எடுக்க வேண்டும்.

எனக்கும் போக ஆசையாயிருந்தது.

பத்து மணிக் கூட்டத்துக்குப் போனோம். மாக் சிரிப்பே இல்லாமல் நின்றுகொண்டிருந்தான். வழக்கம்போல, "நல்ல செய்தி முதலில், கூடாத செய்தி பின்னர்" என்று தொடங்கினான்.

"நல்ல செய்தி - இரண்டு பேரைத்தான் எங்கள் குழுவிலிருந்து நீக்குவதாக அறிவித்திருக்கிறார்கள்..."

"கூடாத செய்தி - நாங்கள் எல்லோரும் இந்த இரண்டு பேருடைய வேலையையும் சேர்த்தே பார்க்க வேண்டும்" என்று நிறுத்தினான் மாக். "இதென்ன கூடாத செய்தி? நாங்கள் யாராவது வேலை ஏதேன் பார்த்தால்தானே?" என்று அலெக்ஸ் பகிடி சொல்லும்போதே, அவனுக்கு இவைகள் பற்றித் தெரிந்திருக்கும்போல இருந்தது. ஆனால், ஒருவரும் சிரிக்கவில்லை.

மாக் தொடர்ந்தான். "... ஆளணிப் (Personnel) பகுதியிலிருந்து இந்த இரண்டு பேருக்கும் இன்று மத்தியானத்துக்குள் அழைப்பு வரும். நீங்கள் எல்லோரும் உங்கள் காரியாலயத்துக்குப் போகலாம்."

தொடர்புகள்

“அந்த இரண்டு பேரும் யார் என்று தெரியுமா?” எல்லோரும் ஆவலாகக் கேட்டார்கள், அலெக்ஸைத் தவிர.

“நாங்கள் ஓர் இலகுவான முறையைப் பின்பற்றினோம். யாரின் உழைப்புக்கும் ஊதியத்துக்குமான விகிதம் குறைவாக இருந்ததோ அவர்களை நீக்கியிருக்கிறோம். மாக்குக்கு, தான் தப்பிட்டோம் என்கிற சந்தோஷம் மனதில் இருந்தது போன்று எனக்கும் தோன்றியது.

எல்லோரும் கசமுசவென்று எல்லோரையும் திட்டியபடி அறையைவிட்டுத் தங்கள் காரியாலய அறைகளுக்குப் போய்ச் சேர்ந்தார்கள்.

நானும் ரிச்சர்ட்டும் எஞ்சின் பரிசோதனை அறைக்குள் நுழைந்து பரிசோதனைகளைத் தொடர்ந்தோம். “செய்தி ஏதாவது இருந்தால் ரெலிபோனில் பதிவாகட்டும்” என்று ரிச்சர்ட் சொன்னான். எஞ்சினில், ஒரு புது மாதிரியான எஞ்சினைக் குளிர்ப்படுத்தும் (*Coolant*) திரவத்தைப் பரிசோதனை பண்ணிக் கொண்டிருக்கிறோம். எஞ்சினில் வெப்ப நிலையைக் காட்டும் கருவிகள் சத்தமில்லாமல் மின்பூச்சிகளைப் போல மாறிக் கொண்டிருந்தன. கொம்பியூட்டருக்குத் தன்னாலேயே போகும்வண்ணம் செய்து வைத்திருக்கிறோம். எஞ்சினை ஓட்டிவிட்டு அவ்வப்போது எல்லாம் ஒழுங்காக இருக்கின்றனவா என்று பார்த்தால் போதுமானது.

“ரிச்சர்ட், கம்பெனிக்காரரின் முடிவுகளை அறிய விருப்பம் உண்மையாகவே இல்லையா?” என்று கேட்டேன்.

“பாலா, இங்கே பார். சிலவற்றைப் பற்றி நாங்கள் கவலைப்படலாம். சிலவற்றைப் பற்றி ஒன்றும் செய்ய முடியாது. இந்த முட்டாள்கள் என்னை வேலையிலிருந்து நிறுத்தினால், நான் வேறு வேலை ஏதாவது தேட வேண்டும். அதைத்தான் நான் செய்யலாம். உனக்கும் ஏதாவது நடந்ததென்றால், எங்கேயாவது குடும்பத்தையும் அழைத்துக்கொண்டு போய் வா. உனக்கு நல்லது” என்றான். என் மனம் கொஞ்சம் அமைதியானது.

மறுபடியும் வேலையில் ஆழ்ந்தோம். பதினொன்றே காலானது பரிசோதனைகள் முடிவதற்கு. கொம்பியூட்டர் தாள்களைக் கையில் எடுத்துக்கொண்டு காரியாலய அறைகளுக்குப் போனோம். என் மனம் பதட்டப்பட ஆரம்பித்தது. போனில் செய்திகள் வந்ததற்கான விளக்கு எரிவதைப் பார்த்தவுடன் மனப் பதட்டம் அதிகரித்தது. போன் செய்திகளை ஒவ்வொன்றாகக் கேட்கத் தொடங்கினேன். முதலில் கல்யாணியின் செய்தி.

உடனடியாகத் தனக்கு போன் செய்யச் சொல்லி.

கௌரி, ஏதாவது கல்யாணிக்குச் சொல்லியிருப்பாள்.

ஆனால், காரியாலயச் செய்திகள் முக்கியமாக ஒன்றுமில்லை. தப்பினேன் என்று யோசித்துக்கொண்டு கல்யாணிக்கு

போன் செய்தேன். கல்யாணிக்கு, நான் நினைத்ததைப் போலவே, கௌரி போன் செய்திருக்கிறாள்.

"உங்களுக்கு ஆரோட என்ன கதைக்கிறதெண்டு நிதானம் இல்லையா? கௌரி ஆட்கள் எங்களைப் பற்றி என்ன நினைப் பினம்?"

"அந்த மனுசி என்ன கதைச்சதெண்டு சொல்லேல்லியோ? எங்கட ஒபீசில் ஆக்களை நிற்பாட்டுறதைப் பற்றி கதைச்சுக் கொண்டிருக்கிறாங்கள். எப்ப, எது கதைக்கிறதெண்டு தெரியாதா...?" என்று உரக்கச் சொன்னேன்.

என் அறைக் கதவை யாரோ தட்டினார்கள். உள்ளே வரச்சொல்லிக் குரல் கொடுத்தேன், போன் வாயை மூடியபடி. ரிச்சர்ட்தான்.

"கெல்லி போனில் பேசுகிறாள்" என்று அவனிடம் சொல்லி விட்டு, நான் பிறகு கதைப்பதாக கல்யாணியிடம் சொல்லிவிட்டு போனை வைத்தேன். கல்யாணி மறுமுனையில் ஏதோ சொல்வது கேட்டது. ரிச்சர்ட் முக்கியமான செய்தி ஏதாவது சொல்லக்கூடும். கல்யாணியை இங்கு எல்லோரும் கெல்லி *(Kelly)* என்று கூப்பிடு கிறார்கள்.

"கெல்லிக்கு ஆயிரமாயிரம் மற்றப் பிரச்சினைகள்" என்று ரிச்சர்ட்டிடம் சொன்னேன்.

"என்னை வேலையிலிருந்து நிறுத்தியிருக்கிறார்கள்" என்றான் ரிச்சர்ட், தன் தோள்களைக் குலுக்கியபடி.

"என்ன...?" என் கதிரையிலிருந்து எழும்பிவிட்டேன்.

"இது நல்ல செய்திதான். நாங்கள் நாளைக்கே ஃப்ளோ ரிடா போகவேண்டியதுதான். லிண்டாவால் இரண்டு நாள் அதிகமாக லீவு எடுக்க முடியும்." ரிச்சர்ட் அப்போதே புறப் படுவான்போல இருந்தது.

"இதுபற்றி உனக்குக் கவலையில்லையா?" என்று கேட் டேன்.

"நான் உனக்கு முன்னரே சொல்லவில்லையா? இதுபற்றி என்னால் ஒன்றும் செய்ய முடியாது. வேறு வேலை தேடுவது பற்றி வந்துதான் யோசிக்க வேண்டும். உனக்குத்தான் கவலைப் படுவது திருப்தியைத் தரும், எனக்கில்லை. என் சாமான்களை எடுக்க, வந்து ஒருகை கொடுப்பாயா?" என்றான்.

ரிச்சர்ட் போவது பற்றிக் கவலையாக இருந்தது. நல்ல மனிதன். தன் வேலை உண்டு, தன் தேகாப்பியாசங்கள் உண்டு என்றிருக்கும் மனிதன். மாக், அலெக்ஸ் மாதிரி மேலதிகாரி களுக்குப் பின்னால் போவதில்லை. சர்ச்சுக்கும் போவதில்லை, கொல்ஃப்பும் விளையாடுவதில்லை. விஷயங்கள் முற்றிக் கொண்டே வருகின்றன. இவன் போனால் யார் இந்த வெப்ப நிலை கணிக்கும் கருவிகளைச் சரிபார்ப்பார்கள் என்று தெரிய வில்லை. இவன் ஒரு நல்ல சக ஆராய்ச்சியாளன். அவன்

காரியாலயத்துக்குப் போய், அவன் புத்தகங்களை அட்டைப் பெட்டிகளில் அடுக்கத் தொடங்கினோம்.

"மையாமியில் (Miami) 'போட்' (boat) ஒன்று வாடகைக்கு எடுக்கப்போகிறோம். மைக்குக்கு மீன் பிடிப்பதென்றால் சந்தோஷம்" என்றான். மைக், அவனுடைய எட்டு வயது மகன். அவனும் ஒரு நல்ல பெடியன்.

ரிச்சர்டை நிறுத்தியிருக்கிறார்கள் என்றால், என் கழுத்துக்கான கத்தியும் தீட்டப்பட ஆரம்பித்திருக்கலாம். மற்றும் சில கார், விமானம் செய்கிற கம்பெனிகளுக்கு விண்ணப்பித்திருக்கிறேன். எல்லோரையும் போனில் விசாரிக்க வேண்டும். ரிச்சர்ட் சொல்லுவதுபோல் எதைப் பற்றியும் கவலைப்பட முடியாது.

"... உனக்குத்தான் கவலைப்படுவது திருப்தியைத் தரும், எனக்கில்லை." ரிச்சர்டின் வார்த்தைகள் மனதில் திரும்பத் திரும்ப ஒலித்தன.

ரிச்சர்ட் போவது எனக்கு இழப்புத்தான்.

"ஃப்ளோரிடா போய்விட்டு வா. நாங்கள் சந்திப்போம்" என்று சொன்னேன்.

"நிச்சயமாக" என்று சொல்லிக் காரில் ஏறிப் போய்விட்டான். என் மனம் உறுதிப்பட ஆரம்பித்தது.

திரும்பிக் காரியாலயத்துக்கு வந்தபோது ரெலிபோனில் செய்திகளுக்கான விளக்குத் திரும்பவும் எரிந்துகொண்டிருந்தது. இது கல்யாணியாகத்தான் இருக்க வேண்டும்.

அவள்தான் - தனக்கு உடனடியாக போன் செய்யுமாறு கேட்டிருந்தாள். அவளுக்கு போன் செய்தால், நல்லவேளையாக அங்கே, அவள் மேசையில் இல்லை. என்னத்துக்காகக் கதைக்கக் கேட்டாள் என்று தெரியுமென்றும், வீட்டுக்கு வந்து தொடரலாம் என்றும் அவளுக்குச் செய்தி வைத்துவிட்டு, மறுபடியும் பரிசோதனை அறைக்குள் போய்விட்டேன். மாக் திரும்பவும் கூட்டம்போட்டு வேலைகளைத் திரும்ப ஒழுங்குபடுத்தத் தெண்டிப்பான் என்று தெரிந்தது. ரிச்சர்டை நிறுத்தினால், யாரை என்னுடன் போடுவார்கள்? அலெக்ஸ் என்றால் கஷ்டந்தான். அவன் ஒரு இனவெறியன். அவன் ஜெனரல் மனேஜரின் நண்பன் என்பதால், மாக்கின் இடத்தையே அவனால் பிடிக்க முடியும். வேலைதான் நடக்காது. மனக் கவலை திரும்பவும் வரும்போல இருந்தது.

ரிச்சர்ட் வேலை செய்துகொண்டிருந்த கருவிகளைப் பற்றி அறிவதில் அன்று பின்னேரம் செலவானது. வீட்டுக்குப் போனபோது நினைத்ததைப் போலவே கல்யாணி வெடித்துக் கொண்டிருந்தாள். கௌரி சொன்னாளாம், நான் அவள் தாயுடன் தேவையில்லாத கதைகள் கதைத்தாக. நடந்தவற்றைத் திரும்பவும் சொன்னேன். கௌரியின் தாய் சொன்னவற்றைச் சொன்னேன்.

"அவ அப்படிச் சொல்லியிருக்கமாட்டா" என்றாள் கல்யாணி. நான் இன்று எந்த விவாதத்தையும் தொடருவதாக இல்லை. தோள்களைக் குலுக்கிவிட்டு என் அறைக்குப் போக ஆரம்பித்தேன்.

"இதுக்கு என்ன சொல்லிறியள்?" என்று கத்தினாள்.

"உம்முடைய பிரச்சினை என்ன தெரியுமா? உப்பிடி விவாதிக்கிறது உமக்குச் சந்தோஷமாக இருக்குது. அப்பிடியெண்டால் இன்னும் கத்தும்" என்று சொல்லிவிட்டுப் போய் விட்டேன். இன்னும் ஏதேதோ சொன்னாள்; கேட்கவில்லை. பின்னேரச் சாப்பாடு செய்ய ஆரம்பித்திருந்தாளோ தெரியவில்லை. அதைப் பற்றியும் இப்போது விவாதம் ஆரம்பிக்கலாம். மேலே போய் முகம் கழுவிக்கொண்டு, இறங்கிவந்து ரெலிவிஷனைப் போட்டேன். கல்யாணி ரெலிவிஷனை நிறுத்தினாள்.

"நான் இந்த விவாதங்களால் சந்தோஷமடைகிறேன் என்று எப்படிச் சொல்ல முடியும்? நான் இப்படிக் கத்துறது சந்தோஷமாகவோ?" என்றாள்.

"பின்னேரச் சாப்பாடு செய்யத் தொடங்குவோமா" என்று கேட்டேன். அதுக்கும் கத்தினாள். பிஸ்சா(*Pizza*)தான் ஒடர் பண்ணி எடுக்க வேண்டும்போல இருந்தது. வேறு கதைகளை வளர்க்காமல் பிஸ்சாவுக்கு போன் பண்ணினேன்.

ராணியக்காவின் கணவர் பத்மநாதனின் மச்சான் ஒருவர் கனடாவில் இருக்கிறார். கல்யாணியின் தங்கையும் குடும்பமும் ரொறொன்ரோவில் இருக்கிறார்கள். நாங்கள் ஒருமுறை ரொறொன்ரோ போனபோது இரண்டு குடும்பத்தாரையும் பார்த்துவிட்டு வந்தோம். கல்யாணியின் தங்கையும் அவள் கணவரும் இருவரும் அக்கவுண்டன்ட் உத்தியோகம் பார்க்கிறார்கள். பத்மநாதனின் மச்சான் சில்லறை உத்தியோகங்கள் பார்ப்பதால், கல்யாணிக்கு அவர்களைப் பிடிக்காது.

"இந்த மாதிரிச் சனங்களை இங்கு விட்டபடியால்தான் தமிழரின்ர மானம் போகுது... " என்பாள்.

"நீங்கள் மேல்மட்டக்காரரெல்லாம் எங்கேயும் போகலாம். சுருட்டுச்சுத்துற சனங்கள் வரக்கூடாதோ."

"வரலாம். ஆனால், ரொறொன்ரோ குப்பையாகிறதுக்கு அதிக நாள் எடுக்காது" என்றாள். தொடர்ந்து, "களவுக் கூட்டங்களும் திருட்டுக்கூட்டங்களும் இங்கே வந்து எல்லாற்றை மானமும் போகுது" என்று கத்தினாள். நெடுக இப்படியே கதைப்பாள்.

பிஸ்சா இன்னும் வந்துசேர்ந்தபாடாக இல்லை. கல்யாணியின் குரல் ஓங்கிக்கொண்டே வந்தது. "எங்கடை ஆக்களுக்கு பயங்கர வேலையள் செய்யிறது பழகிவிட்டுது..."

"அது சரி. நேற்றுச் சாமியார் சொன்னது என்ன? அதைக் கேட்டனீரோ?"

"என்ன சொன்னதைப் பற்றிக் கேக்கிறியள்" என்றாள்.

"சந்தோஷம் எங்கள் மனதில்தான் இருக்கிறது. அதை நாங்களே உணரவேணும் எண்டார்."

"அதெல்லாம் சரி. அது, மனிசர் மாதிரி இருக்கிற சனங் களுக்கு. உங்களுக்கென்னத்துக்கு?" என்று கடுமையாகவே சொன்னாள்.

"முதலில் உம்மிலேயே ஆரம்பியுமென்" என்றேன்.

"நான் சந்தோஷமாகத்தான் இருக்கிறேன். நீங்கள்தான் பிரச்சினை" என்றாள் – முழுப் பூசணிக்காயைச் சோற்றில் மறைக்கும்வண்ணமாக.

"சந்தோஷமாக இருக்கிற மாதிரித் தெரியல்லியே" என்று சொன்னேன்.

இந்த விவாதம் முடிவடையாது. ஊர்ச் சண்டைகள் மாதிரித் தான். சண்டைகள் பிடிப்பதென்றே தீர்மானம் எடுத்திருக்கிறோம். இது நிற்காது. பிஸ்சா வந்துசேர்ந்து, சாப்பிட ஆரம்பித்தோம். குழந்தைகளுக்கு எங்கள் விவாதங்கள் பழகிவிட்டன. கல்யாணி யின் விவாதங்களில் ஆழத்தைக் காணவும் முடியாது. அடக்கத்தை யும் காணமுடியாது. என்னுடைய பதில்களும் பயங்கரவாதப் பதில்களாகிவிட்டன.

"இந்த விவாதங்களுக்கு முற்றுப்புள்ளி வைக்க வேணும் எண்ட யோசனை இல்லியா உமக்கு" என்று கேட்டேன்.

"இதுக்கு நீங்கள் மனிசர் மாதிரி நடக்கப் பழக வேணும்."

"நீர்தான் மிருகம் மாதிரி இருக்கிறீர்... நான் என்ன செய்ய வேணும் எண்டு பாக்கிறீர்?" கல்யாணி முதல் வசனத்தால் இந்தமுறை ஆத்திரமடையவில்லை.

"கௌிரியின் தாயிடம் மன்னிப்புக் கேளுங்கோ..."

"நான் செத்ததன் பிறகு கேட்கிறேன்..."

இந்த விவாதம் முடிவே அடையாது. "நான் இனி உங்கை யெல்லாம் வர ஏலாது. இனி, நீரே உங்கையெல்லாம் போய் வாரும்" என்றேன்.

போன் மணி அடித்தது. மருத்துவர் பெரியதம்பி. "என்ர மாமியிட்ட நேற்று என்ன சொன்னனீர்?" என்று நேரே தொடங்கினார். அவர் மாமி சொன்னதையும் சொல்லி, என் மறுமொழியையும் சொன்னேன். "ஏதென் பிழையோ?"

அவருக்கும் என்ன சொல்வதென்று தெரியவில்லை. "வயசு போனவையோட சரியாகக் கதைக்க வேணும்" என்றார்.

"வயசுபோன ஆக்களும் சரியாகக் கதைக்க வேணும்..." என்றேன். நான் இதை விடுவதாகவும் இல்லை.

"அங்கே ஊரில் சனங்கள் சாகினம். இங்கை இருந்துகொண்டு, அங்கே சனங்கள் இன்னும் சாகேல்லியோ எண்டு கேக்கிறது

தொடர்புகள்

என்ன கலாசாரத்தில் சேர்ந்தது?" பெரியதம்பியால் எந்த ஆழமான சிந்தனையும் முடியாது.

"நீர் அவவிட்ட மன்னிப்புக் கேக்கவேணும்... " என்றார். கௌரி ஒரு பலம் வாய்ந்த சக்தி. எத்தனை பேரை ஆட்டிப் படைக்கிறது?

"நீங்கள் முதலில் அவவை மன்னிப்புக் கேக்கச் சொல்லுங்கோ. எனக்கு வேற வேலை கிடக்கு. நான் போக வேணும்" என்று உடனே போனை வைத்துவிட்டேன். இந்த விவாதமும் முடியாது.

கல்யாணி, யாருடன் கதைத்ததென்று கேட்டாள். "பெரிய தம்பி" என்றேன்.

"உங்களுக்கு இந்த உலக நடப்புகள் ஒன்றும் தெரியாது" என்றாள்.

கதிரும் செல்வியும் எங்களைப் பார்த்துக்கொண்டு நின்றார்கள். கல்யாணி அவர்களை இழுத்துக்கொண்டு மாடிக்குப் போனாள்.

ரிச்சர்ட் ஃப்ளோரிடாவுக்குப் போய்விட்டானோ தெரியவில்லை என்று அவனை போனில் விசாரித்தேன். அடுத்த நாள் கிளம்ப இருக்கிறார்களாம்.

"எல்லாம் எடுத்து 'வானி'ல் வைத்துவிட்டாயிற்று" என்றான். கதை முடிந்தபின்னர் சோபாவில் சரிந்தேன். என் வாழ்க்கையைச் சீர்பண்ண வேண்டும். விவாதங்களும் முரண்பாடுகளும் கவலைகளும் தொல்லைகளும் என்னை ஆட்டிப் படைப்பதை நிறுத்த வேண்டும். பலமும் நிறைய வேண்டும்...

தூக்கம் வரலாயிற்று. கல்யாணியின் குரல் தொலைவில் கேட்டது.

அடுத்த நாள் காலை பனி பெய்துகொண்டிருந்தது. இரண்டு அங்குலம் விழுந்திருக்கும். குழந்தைகளை ஆயத்தப்படுத்தி, காலை உணவு அருந்தி, காரியாலயத்துக்கு வெளிக்கிடும் வரையில் கல்யாணி ஒன்றும் சொல்லவில்லை. நான் சோபாவில் சரிந்ததன் பின் கௌரி போனில் கதைத்திருக்கலாம். இதுபற்றி ஆய்வு நடத்த முடியாது.

காரியாலயத்திற்குப் போனபோது மாக் நின்றுகொண்டிருந்தான்.

"கூட்டம் (*meeting*) வைத்திருக்கிறாயா?" என்று கேட்டேன்.

"ஆம். இன்று காலை முதல் வேலையாய். எட்டு முப்பதுக்கு."

இன்னும் அரை மணித்தியாலம் இருக்கிறது. கொம்பியூட்டரைத் தொடக்கி முதலில் எனக்கு வந்த கடிதங்களைப் பார்க்கத் தொடங்கினேன். நண்பன் சிவராஜா சிட்னியிலிருந்து

கடிதம் எழுதியிருந்தான். சிவராஜா என் பால்ய நண்பன். அவனுடன் சைக்கிளில் திரிந்த நாட்கள் எத்தனை? ஊருக்குப் போய் வந்திருக்கிறான். அதைப் பற்றியும் விபரமாக எழுதியிருந்தான். மனம் கவலையில் ஆழ்ந்தது.

எட்டரை மணிக் கூட்டத்துக்குப் போனபோது, நான் பயந்ததுபோலவே அலெக்ஸை என்னுடன் வேலைக்குப் போட்டிருந்தார்கள். அலெக்ஸ் என்ன மாதிரி எஞ்சினியராக வந்தான் என்றதே ஆச்சரியமானது. ஜெனரல் மனேஜரின் நண்பன் என்பதைத் தவிர வேறொரு தராதரமும் இல்லை.

"ஹலோ அலெக்ஸ்..." என்றேன்.

"ஹலோ" என்றான். அவன் குரலில் உற்சாகமில்லை. அவனுக்கு வெள்ளையரல்லாதவரைப் பிடிக்காது என்பது தெரியும்.

"எனக்கு இந்த ஆராய்ச்சிப் பகுதியையே பிடிக்காது" என்றான்.

"ஒரு கிழமைக்குப் பிறகு பார்" என்றேன். அடுத்து வந்த ஒரு கிழமை நரகமாகவே அமைந்தது. அலெக்ஸுக்கு ஒன்றும் புரிவதுமில்லை. வேலை செய்ய விருப்பமுமில்லை. பாதி நேரம் மாக்கின் காரியாலய அறையிலேயே நின்றான்.

அன்று வழக்கம்போல காலையில் கோப்பியைக் குடித்து விட்டு, பரிசோதனை அறைக்கு எட்டரை மணிக்கு வந்தான்.

"இந்த வெப்பநிலை மாற்றத்திற்கு ஏற்ற மாதிரி எஞ்சினைக் குளிர்ப்படுத்தும் திராவகம் ஓடுகிறதை மாற்ற வேண்டும்... வெப்பநிலை மாற்றத்தைப் பதிவு செய்யும் கருவிகள் சரியாக வேலை செய்கிற மாதிரித் தெரியவில்லை. அதைச் சரிபார்த்துத் தா" என்று கேட்டேன்.

"முடியாது" என்றான் அலெக்ஸ்.

"அது உன்னுடைய கடமை" என்றேன்.

"இல்லை. இதுவெல்லாம் முட்டாள் பரிசோதனைகள்" என்று சொல்லிவிட்டு, தொடர்ந்து "நீ ஒரு மூன்றாந்தர பேர்வழி" என்றான் நக்கலாக.

"நான் மூன்றாந்தரம் என்றால், உன்னை விபரிக்க வார்த்தை யேயில்லை. நான் மைக்கிடம் சொல்லப்போகிறேன்" என்று கோட்டுடன் புறப்பட்டேன்.

"நீ, உன் வேலை நிலைபெறப்படாது என்று யோசித்தா யானால் போய்ச் சொல்" என்றான்.

பரிசோதனையை நிறுத்திவிட்டு ஆத்திரத்துடன் மாக்கிடம் போனேன். மாக் எல்லாவற்றையும் கேட்டுவிட்டு என்னுடன் வர ஆயத்தமானான். மாக்குடன் பரிசோதனை அறையை நோக்கிப் போனேன். அங்கு போனால், அலெக்ஸைக் காண

வில்லை. பக்கத்துப் பரிசோதனை அறையிலிருந்த யங்கையும் டானையும் கேட்டோம். அலெக்ஸ், ஜெனரல் மனேஜரிடம் போவதாகச் சொன்னானாம்.

மாக் என்னைப் பார்த்தான். இனிக் கடவுள்தான் உன்னைக் காப்பாற்ற வேண்டுமென்றான்.

கல்யாணியும் அந்தக் கிழமை ஓரளவு அமைதியாக இருந்தாள். புயல் வருவதுக்கு நேரமெடுக்காது என்று தெரிந்தது. கௌரியும் அவளும் இன்னும் போனில் பேசிக்கொண்டுதான் இருந்தார்கள்.

என்னைத் திருத்த முடியாது என்று தீர்மானித்திருக்கலாம். அல்லது வேறு யார் பிரச்சினையையோ விவாதித்துக் கொண்டிருந்திருக்க வேண்டும். இரண்டுமாகவும் இருக்கலாம். பெரியதம்பியிடமிருந்து வேறு ஒரு கதையும் இல்லை. என் வேலைப் பிரச்சினைகளைச் சொல்லவும் ஒருவருமில்லை. கதிரும் செல்வியும் இந்தப் புதிய அமைதியைப் பயன்படுத்திக்கொண்டு குதூகலமாகவே இருந்தார்கள். கதிரின் புது லேகோ (LEGO) 'செட்'டைப் பொருத்த உதவி செய்து கொடுத்தேன். இந்த அரைஅமைதியைக் குலைத்தபடி அலெக்ஸின் காரியாலய விவாதங்கள் மனக்கொதிப்பை அதிகப்படுத்த ஆரம்பித்திருந்தன.

அலெக்ஸுடன் விவாதம் நடந்த அன்று, வேலை முடிந்த பின் வீடு போகும்போதும் ஆத்திரம் அடங்கவில்லை. பனியும் பெய்து தெருவெல்லாம் கார்கள் சறுக்கிக்கொண்டிருந்தன. வீடு போனபோது பத்மநாதனின் மச்சான் லிங்கத்திடமிருந்து போன் றெக்கோடரில் செய்தி இருந்தது. தன்னை உடனடியாகத் தொடர்புகொள்ளச் சொல்லி.

லிங்கத்துக்கு போன் செய்தபோது செய்தி கிடைத்தது. என் மருமகன் குமாரை ராணுவத்தார் கொழும்பில் கைது செய்திருக்கிறார்களாம். மூன்று நாட்களாகிவிட்டதாம். எங்கு பிடித்துவைத்திருக்கிறார்கள் என்றும் தெரியவில்லையாம்.

"ஒண்டு அல்லது ஒண்டரை லட்சம் குடுத்தால், வெளிய எடுத்துப் போடலாம்" என்றார் லிங்கம்.

"இப்ப ஆருக்குக் காசை அனுப்புறது?"

"மச்சானுக்கே அனுப்புங்கோ" என்றார் லிங்கம்.

அதையும் வீணாக்கிவிட்டு நிற்கக்கூடும். ஆனால், வேறு என்ன செய்ய முடியும்?

"அங்கே கொண்டுபோய்க் குடுக்கிற ஆக்கள் இருக்கின மாம்?" லிங்கம் தனக்குக் காசை அனுப்பினால், தான் அனுப்ப ஏற்பாடு செய்கிறேன் என்றார்.

"நான் உடனே 'செக்' அனுப்புகிறேன்" என்றேன்.

கல்யாணி, "என்ன" என்று கேட்டாள். சொன்னேன்.

தொடர்புகள்

"இது ஒன்றும் சரிவராது" என்று தொடங்கினாள்.

"நீர் என்ன எண்டாலும் செய்யும். நான் அனுப்பவே போகிறேன்" என்றேன். ஏர்போட்டிற்கு அருகில் உள்ள பெடரல் எக்ஸ்பிரஸில் அனுப்பினால், நாளைக்குக் கிடைக்கும். லிங்கத்தி டம் உடனடியாக மூவாயிரம் டொலர்கள் எடுக்க முடியாது.

பெடரல் எக்ஸ்பிரஸைத் தேடி, லிங்கத்துக்கு செக் அனுப்பி விட்டேன். தமக்கை யோகராணியுடன் கதைக்க வேண்டும்போல இருந்தது. எப்படிக் கவலைப்படுகிறாளோ? தெரியவில்லை.

கல்யாணியின் தகப்பனைக் கேட்க முடியாது. தமிழர்கள் எல்லாம் புலிகள் என்கிற பயத்துடன் வாழ்கிற சிங்கள் அதிகார வர்க்கத்துடன் தொடர்பு வைத்திருக்கிற மனிதன். அரசாங்கம் புலிகளை வெல்லும் நாளில் கிடைக்கும் பரிசுகளை எதிர் பார்த்திருக்கும் மனிதர். குமாரை வெளியே கொண்டுவரத் தெண்டிக்கவும் மாட்டார். கேட்டாலும் இழிவுதான்.

இப்போது என்னால் முடிந்ததெல்லாம் பணம் அனுப்பு வதுதான்.

நான் வெளியே போய்த் திரும்பும்போது இரவு ஒன்ப தரை இருக்கும். கல்யாணி போனில் பேசிக்கொண்டிருந்தாள். கௌரியிடம் இந்நேரம் செய்திகள் போயிருக்கும். தமக்கை, தமையன், தாய், தகப்பன் எல்லோருக்கும் இந்தச் செய்தி கிடைத்திருக்கும். இவளுடைய தாய் தகப்பன் வர இருப்பது இவளைப் பார்க்க. என்னைப் பார்ப்பதற்கு அல்ல.

கதிரும் செல்வியும் தூங்கப் போய்விட்டார்கள். குழந்தை களை இவ்வார இறுதியில் சினிமாப் படம் பார்க்கக் கூட்டிக் கொண்டு போவதாக உறுதியளித்திருக்கிறேன்.

என் தந்தையார் சினிமாப் படம் அவ்வளவாகப் பார்த்த தில்லை. எப்போதாவது கூட்டிக்கொண்டு போவது உண்டு. யாழ்ப்பாணம் வெலிங்டன் தியேட்டரில் வெய்யில் வியர்வை யுடன் பகல் காட்சிகளுக்குப் போவோம். என் குழந்தைகள் சினிமாவும் பார்த்து, ரெலிவிஷன் பார்ப்பதிலும் நேரத்தைச் செலவிடுகிறார்கள். இதைப் பற்றி ஒன்றும் செய்ய முடியாது. கல்யாணி ஏதாவது செய்யலாம்.

கல்யாணி பலவேறாகவும் நேரமில்லாதவளாக இருக்கி றாள். ஒன்பது வருடங்களுக்கு முன், அவளைக் கட்டி, இங்கு அழைத்து வந்தபோது சந்தோஷமாகவே இருந்தோம். நாங்கள் பார்க்காத இடமில்லை. யாழ்ப்பாணம் யுத்தகளமாக மாறி, எங்கள் வீடு போய், நான் சகோதரங்களை இழக்க, ஊரில் மக்கள் பல்விதமாகவும் அல்லல்பட்டு வெளியேற, நாங்களும் விவாதம் செய்யும் வழக்கறிஞர்கள் மாதிரி ஆகி விட்டோம். அவள் விவாதத்தில் பொருளில்லாமல் போய்விட்டது. வாழ்க்கை ஓர் ஓட்டப் போட்டி மாதிரி என்று நினைத்துக்கொண்டிருக்

கிறாள். எல்லோரையும்விட முன்னால் ஓட முடியாது போனால், முன்னால் ஓடுகிற குழுவிலாவது இருக்க வேண்டுமென்று பார்க்கிறாள்.

“இந்தப் போட்டிக்கு என்னை இழுக்காதே” என்றால், கேட்கிறாளில்லை. நான் ஒரு வெற்று உருவமாகிவிட்டேன். நான் நாளையே ஓர் ஆயிரமாயிரம் டொலர் பணம் கொண்டு வந்தால், மனிதனாகிவிடுவேன். “கிடுகு வேலித்தனம்”; என்னைப் போன்று கிடுகு வேலிகளுக்குள் இருந்து வந்தவர்களுக்கு இல்லாமல் போய்விட்டது. கொழும்பில் இருப்பவர்களுக்கு வேறு இதைவிட மோசமான வியாதிகள் வந்திருக்கின்றன.

போனில் கதைத்து முடித்துவிட்டு கல்யாணி என்னிடம் வந்தாள்.

“என்ன குழப்படி செய்து பிடிச்சுக்கொண்டு போயிருக்கிறார்கள் எண்டு தெரியுமா?” என்றாள்.

“கல்யாணி இங்கே பாரும். அங்கே பிடிபடுகிறதுக்குத் தமிழன் என்றிருந்தால் காணும். உம்முடைய கொப்பர் கொம்மாவுக்கு உது தெரிய நியாயமில்லை. உமக்கு நான் வேணுமோ இல்லியோ எண்டு நீர் முடிவெடுக்க வேணும். நீர் இப்பிடி முட்டாள் கதையள், சிங்களவரின்ர நியாயம் மாதிரிக் கதைச்சுக் கொண்டிருந்தால் சரிவராது. நான் இண்டைக்கே இப்பவே வெளியே போகத் தயார். நீர் ஒரு அட்டர்ணியுடன் கதையும், தேவையென்றால். என்னால் இனி இப்பிடிப் பிரச்சினைப்பட்டுச் சீவிக்க ஏலாது?”

கல்யாணி என்னை உற்றுப் பார்த்தாள். “பெரியதம்பி உமக்கு போன் எடுத்தவரோ?”

அப்போதுதான் எனக்கு விளங்க ஆரம்பித்தது.

“நீர் அப்ப இதைப் பற்றி சீரியசாகத்தான் இருந்திருக்கிறீர். கௌரி உம்முடைய வாழ்க்கையையும் கொண்ட்ரோல் பண்ண நிக்கிறாள். அது நடக்க நீர் விட்டீர் எண்டால், எங்கட வாழ்க்கை சிதறிப்போகும். அது உம்முடைய விருப்பம்.”

என் ஆத்திரம் அடங்கவில்லை. “நான் வெளியே ஒருக்கா போய்வாறன். நீர் யோசிச்சுவையும்.”

நான் காலணிகளை அணிந்து, கோட்டையும் போட்டுக் கொண்டு கார்த் திறப்பை எடுத்துக்கொண்டு புறப்பட்டேன்.

“எங்கே போறீங்கள்?” என்று கேட்டாள்.

“ஏன் கேக்கிறீர்? நான் எங்கே போனால் என்ன?”

“நீங்கள் ஒரு இடமும் போக வேண்டாம்.”

“என்ர ஒபிசில் இருக்கிற கஷ்டங்கள் உமக்குத் தெரியும். என்ர குடும்பப் பிரச்சினைகள் உமக்குத் தெரியும். உமக்கு விஷயங்கள் எவ்வளவு இறுகிப்போயிருக்கிறதெண்டு தெரி

யேல்லை. உம்மிட வாழ்க்கையில் நிம்மதியைத் தேடுவோ மெண்ட யோசனையுமில்லை. என் மனம் ஆற, நான் காரில் போய்த் திரும்பிவாறன்” என்றேன். என் தாய்தந்தையர் என்னை வளர்த்த வளர்ப்பு. ‘தண்ணி’ அடிக்க, சிகரெட் குடிக்கப் பழக்கி இருந்தால், கொஞ்சமாவது நிம்மதி கிடைத்திருக்கும்.

நான் என்ரபாட்டில் காரில் ஏறிப் போய்விட்டேன், கல்யாணியின் பேச்சு ஒன்றையும் கேட்காமல்.

ஒரு போன் பூத்திற்குப் போய், ரிச்சர்ட்டின் நம்பரைச் சுழற்றினேன். ரிச்சர்ட் எடுத்தான்.

“எப்போ திரும்பினீர்கள்” என்று கேட்டதற்கு, “இரண்டு நாட்களுக்கு முன்னர்” என்றான். “நான் உன்னிடம் இப்போது வரலாமா?” என்று கேட்டதற்கு, “என்ன நடக்கிறது?” என்று பதில் கேள்வி கேட்டான். “நான் வந்து சொல்லுகிறேன்” என்றேன்.

“சரி, வா” என்றான்.

ரிச்சர்ட்டிடம் போனேன். லிண்டாவும் நின்றாள்.

“எல்லோரும் எப்படி?” என்று கேட்டான். “ஓகே” என்றேன். ரிச்சர்ட்டுக்குக் கல்யாணியின் மனச்சிக்கல்களை விளக்கப்படுத்து முன் என் மண்டை வெடித்துப் போகும். ஆபீஸ் பிரச்சினைகளை ரிச்சர்ட்டிடம் சொன்னேன்.

அலெக்ஸ் சண்டைபிடிப்பதைப் பற்றிச் சொன்னேன்.

“இதைப் பற்றி நான் ஆச்சரியப்படவில்லை” என்றான் ரிச்சர்ட்.

“உன்னுடைய வேலை தேடும் முயற்சிகள் எப்படி?” என்று கேட்டேன்.

“அடுத்த கிழமை இரண்டு, மூன்று நேர்முகப் பரீட்சைகள் இருக்கின்றன. ஒன்று லொஸ் ஏஞ்சலஸ். மற்றது அட்லாண்டா வில்” என்றான்.

“நானும் இந்தக் கம்பெனியை விட்டுப் போகலாமா என்று பார்க்கிறேன். உன்னுடைய உதவி கட்டாயம் தேவை” என்றேன். ஒருவன் பெயரையும் போன் எண்ணையும் தந்து, அவனை விசாரிக்கும்படி சொன்னான். எஞ்சின் பரிசோதனை விபரங்களைப் பற்றியும் பேசிவிட்டு நான் வீடு திரும்பும்போது பதினொன்றரையாகிவிட்டது.

“எங்கே போனீர்கள்?” என்று குறுக்கு விசாரணையில் இறங்கினாள் கல்யாணி. என்னை எதிர்பார்த்துக்கொண்டி ருந்தாள். “ரிச்சர்ட்டிடம்” என்று சொல்லிவிட்டுத் தூங்கப் போய்விட்டேன். அவளுடன் பேசச் சக்தியில்லை. எஞ்சின் பரிசோதனைகள் முக்கிய கட்டத்தில் இருக்கின்றன. அலெக் ஸுடன் சண்டைபிடித்ததும் பாரதூரமான விளைவுகளைக் கொடுக்கும்.

தொடர்புகள்

படுக்கும்போது அம்மா, அக்காவின் ஞாபகங்கள் திரும்பவும் வந்தன. உயிருக்குத் தப்பி, கொழும்பு வந்த நேரத்திலும் புது நெருக்கடி. நித்திரை வந்தேவிட்டது.

அடுத்த நாள் காலை எழுந்தபோது கதிரையும் செல்வியையும் நானே கூட்டிக்கொண்டுபோய் குழந்தைப் பராமரிப்பாளரிடம் விட்டேன். கதிர் பின்னேரம் தனக்கு frosty வேணுமென்றான். செல்வி தனக்கும் வேண்டுமென்றாள்.

"பின்னேரம் பார்க்கலாம்" என்று உறுதியளித்தேன். காரியாலயத்துக்குப் போய் நேரே அங்கியையும் மாட்டிக் கொண்டு பரிசோதனை அறைக்குப் போய்ச் சேர்ந்தேன். பரிசோதனை முடிவுகள் வந்திருந்தன. இருதயம் பலமாக அடிக்கத் தொடங்கியது. இவ்வளவு காலத்தின் பின்னர் பரிசோதனைகள் நல்ல முடிவுகளைத் தந்திருக்கின்றன. எஞ்சின்கள் இன்னும் திறமாய் வேலை செய்யவே போகின்றன. மறுபடியும் கொம்பியூட்டரில் எல்லாமும் சரியாக இருக்கின்றனவோ என்று பார்த்து, முடிவுகளை எடுத்துக்கொண்டு மாக்கின் அறையை நோக்கிப் போனேன். மாக் என்னை நோக்கி வந்துகொண்டிருந்தான்.

பரிசோதனைகள் எல்லாம் வெற்றிகரமான முடிவுகளைத் தந்திருக்கிற விஷயத்தைச் சொன்னேன்.

"உனக்குக் கூடாத செய்தி வைத்திருக்கின்றேன்" என்றான்.
"எனக்கு அதைப் பற்றிக் கவலையில்லை" என்றேன்.

"உன்னையும் வேலையிலிருந்து நிறுத்தத் தீர்மானித்திருக்கிறார்கள்!" மாக்கிற்கு உண்மையில் இது கூடாத செய்திதான். எஞ்சின் பரிசோதனைகள் முடிவுகள்பற்றிய விபரங்களை நான் அவனிடம் சொல்லப்போவதில்லை.

"உன்னுடைய வேலைகளை டானிடம் கொடு" என்றான். அவனுக்கே தெரியும், இது நல்ல முடிவில்லை என்று.

"பல ஆயிரமாயிரம் டொலர்களுடன் கம்பெனி என்னை ஒரு கோர்ட்டில் சந்திக்கட்டும்" என்றேன். மாக் முகத்தில் ஈயாடவில்லை. அலெக்ஸ் சக்தி வாய்ந்தவன். போய் என் சாமான்களை எல்லாவற்றையும் எடுத்துக்கொண்டு, ஆளணிகளுக்குப் பொறுப்பாயிருக்கிற பகுதியில் திறப்புகளைக் கொடுத்து, கையெழுத்து வைக்கிற இடங்களில் கையெழுத்தை வைத்துவிட்டு வீட்டுக்குப் போனேன்.

ரிச்சர்ட்டுக்கு போன் செய்து அவனிடம் விபரங்களைச் சொன்னேன்.

"கவலைப்படாதே. உனக்கு வேறு வேலை எளிதில் கிடைக்கும்" என்றான்.

கல்யாணியிடம் சொல்வதா? விடுவதா? அவளுக்கு போன் செய்தேன்.

தொடர்புகள்

“என்னை வேலையிலிருந்து எடுத்துப்போட்டார்கள்” என்றேன்.

“நான் லீவு எடுத்துக்கொண்டு வருகிறேன்” என்றாள்.

வந்து என்னைத் திட்டக்கூடும். சோபாவில் சரிந்தேன். வீடு மிகப் பெரிதாகத் தெரிந்தது. இந்த இருநூற்றி ஐம்பதாயிரம் டொலர் பெறுமதியான வீடு, இருபதாயிரம் டொலர் பெறுமதி வாய்ந்த கார் எல்லாமே பாரமாகத் தெரிந்தன. மெல்லச் சுதாரித்துக்கொண்டு, போன் புத்தகங்களில் அட்டர்ணிகளின் எண்களைத் தேட ஆரம்பித்தேன்.

கல்யாணி வந்துசேர்ந்தாள்.

“என்ன நடந்தது?” என்று கேட்டாள். விபரங்களைச் சொன்னேன். “உங்களுக்குக் கதைக்கத் தெரியாது” என்றாள். அவளுக்கு இப்போதுதான் விஷயங்கள் எப்படி முற்றிப் போயிருக்கின்றன என்று தெரிந்ததுபோல இருந்தது. மேலும் ஏதேன் கடுமையாகச் சொல்வாள் என்று பார்த்தேன். “நீர் வேலைக்குப் போம். நான் சிலருக்கு போன் அடிக்க வேணும்” என்று சொன்னேன்.

கௌரியிடம் வேலையிலிருந்து நீக்கப்பட்ட கணவனைப் பற்றிச் சொல்ல முடியாதுபோலிருந்தது.

“குழந்தைகளைப் போய்க் கூட்டிக்கொண்டு வாருங்கோ. நான் திரும்பவும் ஒபீசுக்குப் போயிட்டு வாறன்” என்றாள்.

யோசனையுடன் வேலைக்குத் திரும்பவும் போனாள். அவள் வர இன்று தாமதாகப்போகிறது.

மூன்றரைக்கு கதிரை அவன் பள்ளிக்கூடத்திலிருந்து குழந்தைப் பராமரிப்பாளர் கொண்டுவந்துவிடுவாள். மூன்ற ரைக்குப் போய் குழந்தைகளைக் கூட்டிக்கொண்டு வரப் போனேன்.

கதிரையும் செல்வியையும் கூட்டிக்கொண்டு போய் *frosty* வாங்கிக்கொடுத்து வீடு வர நாலேகாலகிவிட்டது. வீட்டுக்குள் வரும்போது செல்வியின் *frosty* விழுந்து சரிந்தது. அவள் கத்த ஆரம்பித்தாள். கதிர் அரைவாசி முடித்திருந்தான்.

“குடுங்கோ ராசா” என்று கேட்டுக் கொஞ்சத்தை செல்வி யிடம் கொடுத்தேன். இருவரும் கத்த ஆரம்பித்தார்கள். இரு வருக்கும் பிரிட்ஜைத் திறந்து இன்னும் ஐஸ்கிரீம் கொடுத்த பிறகுதான் அழுகை நின்றது.

ரெலிவிஷனைப் போட்டு, கார்ட்டூன்கள் பார்க்க நானும் செல்வியும் சோபாவில் உட்கார்ந்தோம். கதிர், தன் விளையாட் டுச் சாமான்களுடன் ஒரு மூலையில் ஒதுங்கினான். சோபா வில் உட்கார்ந்து கார்ட்டூன்கள் பார்த்தாலும் மனம் வேறெங் கெல்லாம் அலைபாய்ந்தது. செல்வி முதுகுப் பக்கமாய்த் தோளில் ஏறி என் தலைமயிரைக் குழப்பினாள்.

“இறங்குங்கோ குஞ்சு” என்று கெஞ்சினேன்.

“*I love you daddy*” என்றாள்.

மூலையிலிருந்து கதிரும், “*Me too*” என்று கத்தினான்.

திரும்பவும் எங்கேனும் வெளியே போகப்போகிறீர்களா என்று கேட்டேன். “இல்லை” என்றார்கள். செல்வியை இறக்கி விட்டு, கடிதங்களை எடுத்துவரப் போனேன். எல்லாம், கட்ட வேண்டிய காசுகளுக்கான கடிதங்கள். மின்சார பில், தண்ணீருக் கான பில். பணவசதி அட்டைக்கான பில்... எல்லாம் ஒரே நேரத்தில். வேறு முக்கியமான ஒன்றுமில்லை. கல்யாணி அக்கவுண்டன்ட். இவைகளெல்லாவற்றையும் சமாளிக்க ஏதாவது செய்வாள்; செய்யத்தான் வேண்டும்.

திரும்பவும் அட்டர்ணிகளின் எண்களைத் தேடினேன். சிலரைக் கேட்டேன், போன் மூலமாக. நாலு மணிக்குப் பின்னர் வேலை செய்கிற வழக்குரைஞர்கள் இல்லைப் போலிருந்தது. அதுவும் களைப்பைத் தரலாயிற்று.

கல்யாணி வந்து இன்னொரு யுத்தம் ஆரம்பமாகலாம். கௌரியை ஒபிசிலிருந்து போன் செய்து விசாரித்திருப்பாள். இது ஒரு சுதந்திர நாடு. எவரும் எதை வேண்டுமென்றாலும் செய்யலாம். “மண்டை விறைச்சுப்போச்சு” என்று என் தந்தை சொல்வது ஞாபகத்துக்கு வந்தது. மண்டை விறைத்து, மனிதன் உயிர்போவதுபற்றி எனக்குத் தெரிந்துவிட்ட உணர்வு தோன்றியது.

ரெலிபோன் மணி அடித்தது.

யார் இந்த நேரத்தில்?

லிங்கம் ரொறொன்ரோவிலிருந்து பேசினார். “மனதைத் திடமாக வைச்சிருங்கோ” என்ற பீடிகையுடன் தொடங்கினார். மனம் அப்போதே ‘திக்’கென்றது.

“சிறையில், ஆமிக்காறர் குமாரைச் சாக்கொல்லிப் போட் டார்கள்...” தனக்கு இப்போதுதான் செய்தி வந்ததாம்.

அக்கா, அவள் கணவர், அம்மா மற்றும் மருமகளைப் பற்றி விசாரித்தேன். “அவர்கள் சுகமாக இருக்கினமாம்.”

லிங்கம் பேசிக்கொண்டிருக்கும்போதே, கல்யாணி வீட் டிற்குள் நுழைந்துகொண்டிருந்தாள்.

“யார்?” என்று கேட்டாள்.

“ரொறொன்ரோவிலிருந்து லிங்கம்” என்றேன். லிங்கத்தி டம் வேறென்ன பேசுவது? பிறகு கதைப்பதாகச் சொல்லி போனை வைத்தேன்.

கல்யாணி விபரங்களைக் கேட்டாள். என் மருமகன் குமாரை ராணுவத்தினர் சிறையில் அடித்துக் கொன்றுவிட்டதைச் சொன்னேன்.

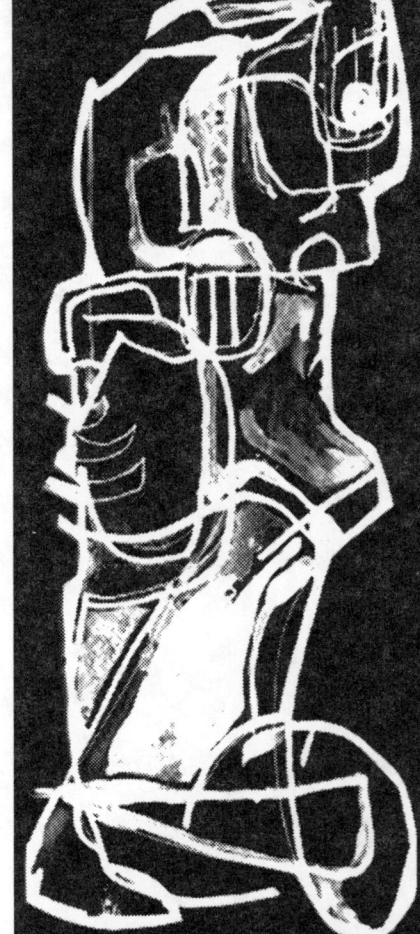

"நான் ஒருக்காப் போய் பார்த்துப்போட்டு வாறன்" என்றேன்.

"இல்லை இப்ப நேரம் சரியில்லை" என்றாள்.

சோபாவில் போய் உட்கார்ந்தேன். செல்வி, என் மடியில் வந்து அமர்ந்து நித்திரைகொள்ள ஆரம்பித்தாள். கதிர் தன் தாயை முத்தமிட்ட பின் என் காலடியில் அமர்ந்துகொண்டான். கல்யாணி தன் கோட்டையும் காலணியையும் கழற்றி எறிந்து விட்டு, என் பக்கத்தில் அமர்ந்துகொண்டாள்.

"I am sorry darling" என்றாள்.

கார்ட்டூனில் எலியும் பூனையும் மின்னலோட்டம் ஓடிக் கொண்டிருந்தன. என் தலையைக் கல்யாணியின் தோளில் சாய்த்துக்கொண்டு கண்ணை மூட, பனந்தோப்புகளுக்கு ஊடாகப் பாய்கிற நிலவொளி தெரிந்தது. கல்யாணியும் தோளில் கையைப் போட்டு என்னை அணைத்துக்கொள் வதை உணர்ந்தேன். நித்திரைகொள்ள ஆரம்பித்தேன்.

31. 03. 1996

•••

தொடர்புகள்

ஸ்ரீதரன் கதைகள்

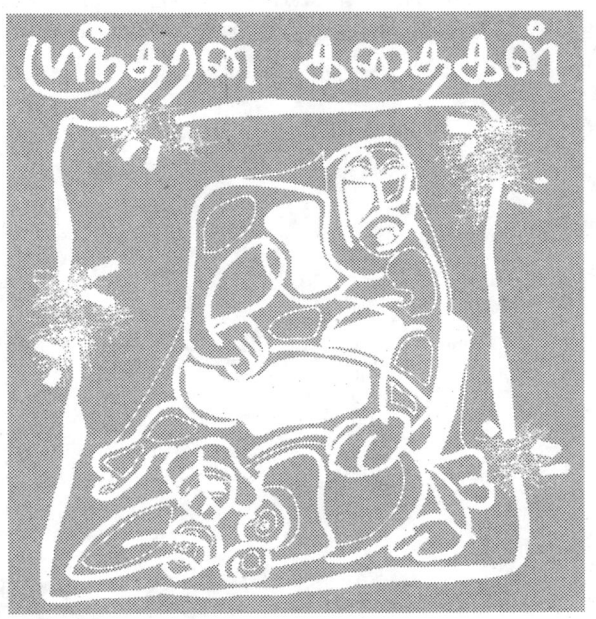

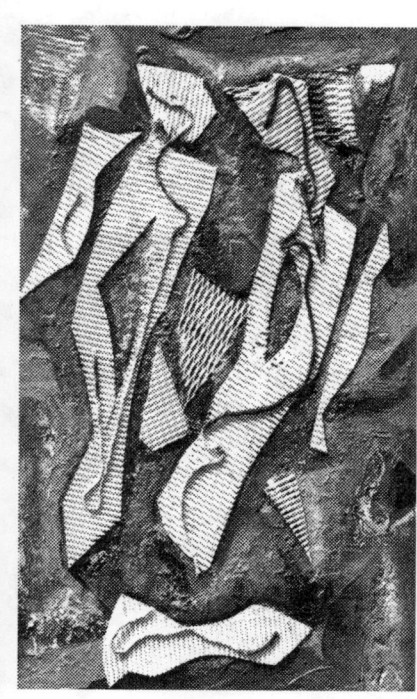

துணை அகதி

சிவா என்கிற சிவநாதன் அவ்விமானத்தில் தன் குளிர்காலக் கோட்டைக் கழட்டிப் பெட்டிகள் வைக்கும் இடத்தில் வைத்து, 'ரை'யைத் தளர்த்திவிட்டு, தன்னுடைய 'சீற்'றில் இருந்தான். சின்ன சூட்கேசைக் காலடியில் வைத்துக்கொண்டான். யன்ன லோரமான சீற். வெளியே விமானத்தின் இறக்கையும் ஜெட் இயந்திரமுமே, விமானத்தளத்தில் விழுந்திருந்த பனிப்படலங் களின் பின்னணியில் யன்னலுக்கூடாகத் தெரிந்தன. விமானம் கிளம்ப இன்னும் அரை மணியிருக்கும். இரவு படுக்கப்போகும் போது இரண்டு மணியாகிவிட்டது. வேலைகளை முடித்து, பிரயாணத்துக்குத் தேவையானவற்றையெல்லாம் ஆயத்தப்படுத்தி, டிவிஷன் மனேஜரிடம் சொல்லிவிட்டு விமானத்திற்கு வரும்போது நாலு மணி ஆகிவிட்டது. பீனிக்சில் (*Phonenix*) குளிராது. அதிர்ஷ்டமிருந்தால் வெப்ப நிலை 75ஐயும் எட்டக்கூடும்.

விமானம் நிரம்பிக்கொண்டிருந்தது. பக்கத்து சீற்றிற்கு வருகைதந்தவரும் தன் கோட்டைக் கழட்டிவைத்து, உட்கார்ந்து சீற் பெல்ற்றை மாட்டிக்கொண்டார். சிவநாதனுக்கு அப்போது தான் ஞாபகம் வந்தது; தன்னுடைய சீற் பெல்ற்றை மாட்டிக் கொண்டான்.

"ஹாய்" என்றார் பக்கத்து சீற். சிவநாதனும் அதையே எதிரொலித்தான். ஒரு ரான்ச்சர் (*rancher*) போலிருந்தது. ஜீன்ஸ், பெரிய பெல்ற், வெஸ்டர்ன் பூட்ஸ், ஒரு பெரிய தொப்பி; கடின வேலைக்கு அஞ்சாத ஒரு அரிசோனா ரான்ச்சர். "நான் இந்த சிகாகோவுக்குச் செய்யப்பட்டவனில்லை" என்றார்.

"சிலருக்கு இங்கேதான் பிழைப்பு நடக்க வேண்டியிருக்கி றதே" என்று சிவா மறுபதில் சொன்னான்.

"ஓயா" என்றுவிட்டு, "உன் ஊர் எது" என்று கேட்டார்.

"ஸ்ரீலங்கா" என்றான் சிவா. யாழ்ப்பாணம் எங்கே தெரியப் போகிறது?

"எந்த நகரத்தில் அது இருக்கிறது?"

"இந்தியாவுக்குக் கீழே; சிலோன் என்று முன்னர் சொல்வார்கள்."

"ஓ செய்லோன்! எனக்குத் தெரியும்."

"அரைப்பூமி தொலைவில்."

"இங்கே என்ன செய்கிறாய்?"

"கெமிக்கல் எஞ்சினியர்." கம்பெனி பெயரையும் சிவா சொன்னான்.

"ம்ம்ம்..."

பிளைற் அற்றெண்டன்ற் பெண் தர, சிவநாதன் கோப்பியும், ரான்ச்சர் வைனும் எடுத்துக்கொண்டார்கள். தொலைவான பயணம். விமானம் கிளம்ப ஆயத்தமானது. சிவநாதன் தன் சின்ன சூட்கேசைத் திறந்து தான் போய்கொண்டிருக்கும் கூட்டத்தில் வாசிக்க வேண்டிய கட்டுரையை எடுத்துக் கையில் வைத்துக்கொண்டான். பாதுகாப்பு விபரங்களை அறிவித்தபடி விமானம் கிளம்பியது. இருட்டத் தொடங்கிவிட்டிருந்தது. வெள்ளையாகக் கீழே பனிப்படலங்கள். தன்னுடைய கட்டுரையை கையிலெடுத்துப் பார்த்தவுடன் அசதி மேலிட்டுக் கண் சொருகியது. அதைத் திரும்பவும் பெட்டியில் போட்டுவிட்டு, சீற்றைச் சரித்துத் தூங்க ஆரம்பித்தான்.

"அரைப்பூமி தொலைவில்..." பச்சைப் புகையிலைத் தோட்டங்கள், நாசியைத் தாக்கும் சுருட்டு வாசனைகள், துலாவுடன் கூடிய கிணறுகள், ஓணான்கள் வசிக்கும் கிடுகு வேலிகள், பல்வேறு நிலையிலிருக்கும் மதில் சுவர்கள், சனங்கள் நிறைந்த பஸ்கள், மாட்டுவண்டிகள், வாழைத் தோட்டங்கள், பனைமரங்கள் யாவும் மாறிமாறி மனத்திரையில் வர ஆரம்பித்தன. நினைவுகள் - பழைய நினைவுகளும் பழையன அல்லாத நினைவுகளும் கலந்துகலந்து வந்தாலும், சுருட்டு வாசனை கனவிலும் அடித்தது. ஆனால், காலத்தொடர்ச்சி கனவுகளுக்கேது?

யாழ்ப்பாணம்...

மிகவும் நிரந்தரமான இடம் என்பதில் சந்தேகமில்லாதிருந்த ஊர். எங்கு போனாலும் திரும்பத்திரும்பக் கவரக்கூடிய காந்த மண். சிவா பிறந்த இடத்தில் செம்மண். கொழும்பு விமானத் தளத்தில் கடைசியாகப் பார்த்தபோது வரிசையாகத் தந்தை, தாய், இரு சகோதரிகள், தம்பி சண்முகநாதன், நண்பன் பாலகுமாரன் எல்லோரும் கவலையுடன்தான் அனுப்பிவைத்தார்கள். ரஞ்சனியால் வர முடியாது போய்விட்டது. ரஞ்சனியைப் பற்றிய நினைவுகளும் தேயத் தொடங்கியிருக்கின்றன. இருந்திருந்து தாக்கும் நினைவுகள் முற்றாகப் போகுமா? அவள் நினைவுகள் உலகின் எந்த மூலைக்குப் போனாலும் முற்றாகப் போகாது.

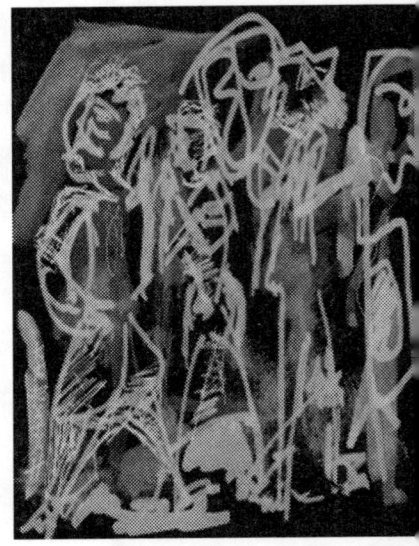

துணை அகதி

அவள் விமானத் தளத்திற்கு வருவாள் என்று நம்பியிருந்தான். அவள் வராது போனபோதே தெரிந்திருக்க வேண்டும். பால குமாரனுக்கு சிவாவின் ஏமாற்றம் தெரிந்தாலும், சொல்ல வழியில்லை. ரஞ்சனி வந்திருக்க முடியுமா?

பல்கலைக்கழக வாழ்க்கையில் மூன்றாவது வருடம். கோவிலுக்குப் போய்வரும் நெடுவழியில் அவள் செருப்பு அறுந்துபோக, பின்னால் வந்த சிவா அதில் இடறத் தொடங் கியதான கதை அது. சிவா எடுத்து அவளிடம் கொடுத்தான். நண்பிகளிடம் வாங்கின ஊசியால் செருப்பை அதே இடத்தில் கல்லாயுதங்களால் திருத்திக்கொடுத்துத் தொடங்கின கதை. பாலகுமாரன் கல்லெடுத்துக் கொடுத்தவன். அவனுக்குத் தெரியும். தெரிய வேண்டியவர்கள் பலருக்குச் சரியாக ஒன்றும் தெரிய வரவில்லை.

ஒருத்தருக்கும் வருங்காலத்தைப் பற்றி ஒன்றும் தெரியாது. சாதிகள் சனங்கள் இந்த மாதிரியான நம்பிக்கைகளுடன் வருங்காலத்தைச் சமாளிக்கிற முயற்சி. “நல்ல பரவணி” என்று பார்த்துப்பார்த்துத் தேடுகிற ஒரு தகப்பன், சிவாவை எப்படி மருமகனாய் ஏற்றிருக்க முடியும்?

ரஞ்சனி, “தாங்க்ஸ்” என்று பார்த்தது இன்னும் ஞாபக மிருக்கிறது. அவள் கூட்டத்தைத் தாண்டிக்கொண்டு சிவாவும் நண்பர்களும் போய்ச் சேர்ந்தார்கள். அவள் நினைவு சிவாவை விட்டுப் போகாதுபோனபோது, அவள் நினைப்பு என்ன என்று மட்டுக்கட்ட வேண்டும் என்று முயன்றான். யாழ்ப்பாணச் சுருட்டுக்கும் கொழும்பின் நாகரீகத்துக்கும் இயற்கையான தொடர்பு ஏதாவது இருந்தால், ரஞ்சனி இப்படித் தேய்கிற கனவாக அமைந்துபோயிருப்பாளா?

கொழும்பா? ரஞ்சனியின் வீடும் அழகானது. முன் போர் டிக்கோவில் பூந்தொட்டிகளுக்கு நடுவே முளைத்த மாதிரி கார் நிற்பாட்டியிருக்கும். மருத்துவர் பத்மநாதன் – ரஞ்சனியின் தந்தை – பிரபல மருத்தவ நிபுணர்; அறுவைச் சிகிச்சையில் புகழும் பெரிது, அகந்தையும் பெரிது. எதற்கும் நேரம் வராத மனிதர். சிவா அவரை நெருங்கவும் முடியாது. ரஞ்சனி கோவி லுக்குப் போய்வருவது அவள் தாயின் பழக்கக் கட்டுப்பாட் டினால். பூந்தொட்டிகள் வாசம், புகையிலை வாசத்துடன் ஒத்துப்போக முடியாதுபோலிருந்தது. சுற்றுவதற்காகத் தயாராக இருக்கிற புகையிலையை எத்தனை நுணுக்கமாக ஆராய்கிறார்கள்?

ரஞ்சனி கொழும்புப் பெட்டை. செருப்பறுந்துபோன விவகாரத்துக்குப் பிறகு சிவா, பாலகுமாரன் துணையுடன் அவளிருந்த ஹொஸ்டலில் போய்ச் சந்திக்க முயன்றான். ஒழுங்குமுறையாக நடந்த தேடல். அவள் சிநேகிதிகளை விசாரித்து, எங்கிருக்கிறாள் என்று அறிந்து போனபோதுதான், கொழும்புப் பெட்டை என்ற விபரம் தெரிந்தது. மலைக் கோவில் முருகன் அருள் ரஞ்சனி விஷயத்தில் கிட்டும் என்று நம்பியிருந்தான். ரஞ்சனி பல்கலைக்கழகத்தில் நன்றாகக் கதைப்பாள். ரசாயனம் படித்துக்கொண்டிருந்தாள். பாலகுமாரன், தன் இன்னொரு

நண்பன் நடராஜசிவத்தின் பெட்டை சுந்தரியிடம் சொல்லி விசாரித்தான். சுந்தரி, சிவநாதனின் பூர்வீகத்தை ஆராய்ந்தாள்.

"உது சரி வராது" என்று முதலிலேயே தீர்க்கமாகச் சொன்னாள். சுந்தரி கலகலப்பானவள். எதையும் சமாளிக்கும் ஆற்றலும் அவளுக்கிருந்தது. பாலகுமாரன், "ஏன்?" என்று கேட்டான்.

"சிவநாதன் கறுவல்" என்று சொல்லுவாள் என்று எதிர்பார்த்தான். பாலகுமாரனுக்கு சிவநாதன் நண்பன். சிவநாதனை வேறு ஒரு கோணத்திலும் பார்த்ததில்லை. சுந்தரி சொன்னாள்.

"உங்கட நண்பருக்கு அவள் புளியங்கொம்பு..." பாலகுமாரனுக்கு இது சரியாக விளங்கவில்லை.

அப்படியே தென்டிப்பதை விடவும் மனமில்லை. "உண்மையாய், சிவா அருமையான பெடியன். நீங்கள் தயவுசெய்து கேட்டுப் பாருங்களேன்" என்றான். நடராஜசிவமும் சுந்தரியிடம் சொன்னான். "ஒருக்கால் கேட்டுப் பாருமென்."

தான் சொல்லுகிறேன் என்றுதான் சுந்தரி சொன்னாள்.

பாலகுமாரன் சிவாவிடம் வந்து, சுந்தரி சொன்ன மறுமொழியைச் சொன்னபோது சிவாவுக்கு அது மனதில் வருத்தத்தை உண்டாக்கியது. "இன்னொரு பிறப்புக் கிடைக்குமா?" சாதிக் கூறுலும் ஆயிரங்கூறுகள் போட்டு கவனப் பிழைப்பு நடத்துகிற சமுதாயம். சிவாவுக்குப் படிக்க வேண்டும்; இந்த இனத்தையும் தாண்டி, சாதிக் கடல்களைத் தாண்டி ரஞ்சனியை எட்ட வேண்டும்.

சிவநாதன் கதிரையை மேசைக்கு அருகில் போட்டுக் கவனமாகப் படிக்க ஆரம்பித்தான்.

ஓர் இரவு.

எங்கேயோ கண்ணாடிகள் நொருங்கிற சப்தமும், சிங்களத்தில் பலரிடமிருந்தான ஆவேச மொழிகளும் கொஞ்சம் கொஞ்சமாகப் பெரிதாகக் கேட்க ஆரம்பித்தன. "பற தெமலோ (பறைத் தமிழர்களே)" என்பதும் கேட்டு, அடிதடிச் சத்தமும் கேட்க ஆரம்பித்தன. சிவநாதனும் பாலகுமாரனும் தங்கள் அறைக்கு வெளியே வந்து ஹொஸ்டலின் நடுப்பகுதிக்கு வந்து பார்த்தபோது, சுந்தரமூர்த்தி ஓடிவந்துகொண்டிருந்தான். இரைக்க இரைக்க "தமிழ்ப் பெடியளை எல்லோரும் அடிக்கிறார்கள் - வெளிக்கிடுங்கோடாப்பா" என்று சொல்லித் தமிழ்ப் பெடியன்கள் இருந்த கதவுகளைத் தட்டிச் சொல்லிக்கொண்டே ஓடிக்கொண்டிருந்தார்கள்.

சிவா, பக்கத்திலிருந்த குணவர்தனாவின் கதவைத் தட்டினான். அவன் அங்கு இல்லை. பாலகுமாரன், "இவங்கள் ஏதோ பிளான் போட்டிருக்கிறாங்கள்" என்றான். பெட்டிகளில், கிடைத்த புத்தகங்கள் உடுப்புகளை எடுத்துக்கொண்டு ஓட ஆரம்பித்தார்கள். அந்த ஹொஸ்டலின் இரண்டாவது மட்டத்திலிருந்த தமிழ் மாணவர்கள் யாவரும் ஓட ஆரம்பித்

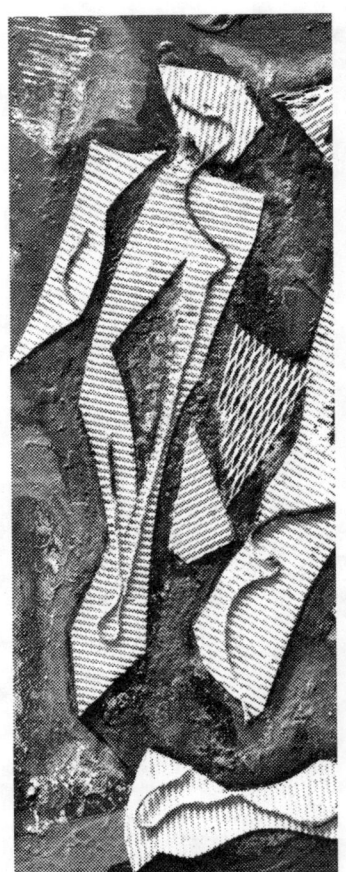

துணை அகதி

திருந்தார்கள். ஓடின திசையில் எதிரே கையில் தடிகளுடன் சிங்கள மாணவர் கூட்டம் ஓடிவந்துகொண்டிருந்தது. "பற கொட்டியோ (பறைப் புலிகளே!) என்று ஆவேசமாகத் தமிழ் மாணவர்களைத் தாக்க ஆரம்பித்தார்கள். கம்புகளும் கல்லும் மனிதச் சதைகளைச் சோதிக்கும் நேரம். சிவாவும் பாலகுமாரனும் எதிர்ப்பக்கமாக ஓட ஆரம்பித்து, மறு எல்லை மாடிப்படிகளை நெருங்கியபோது, அங்கும் 'பறைத் தமிழர்களையும் புலிகளையும் கொல்லத் தீர்மானித்திருந்த இன்னொரு கூட்டம் வந்துகொண்டிருந்தது. சுந்தரமூர்த்தி இடையில் ஓரறையில் ஒளிந்திருந்தான். இவர்களைப் பார்த்தவுடன் அவர்களை இழுத்துக் கதவை மூடினான். "உந்தச் சன்னலால குதிச்சு ஓடுங்கோடா" என்று கட்டளையிட்டான். கையிலிருந்த பெட்டியால் சன்னலை உடைத்துக் கீழே பார்த்தால் இருபது அடிகளாவது இருக்கும்.

"குதியுங்கோடா" என்றான் சுந்தரமூர்த்தி. சுந்தரமூர்த்தி அறைக் கதவைச் சிங்கள மாணவர் கூட்டம் உடைக்க ஆரம்பித்தார்கள். "போக வேண்டாம்" என்று கத்தினான் சுந்தரமூர்த்தி. ஓர் அலவாங்கு மரக்கதவைப் பிளந்துகொண்டிருந்தது. மூன்று பேரும் பெட்டிகளுடன் குதித்தார்கள். சிவாவும் பாலகுமாரனும் நிலத்தையடைந்திருந்தார்கள். பெரும் கால்வலியுடன் ஓட ஆரம்பிக்குமுன் சுந்தரமூர்த்திக்கு என்னவாயிற்றென்று திரும்பிப் பார்த்தால், குதித்த சுந்தரமூர்த்தியின் கால்களைப் பிடித்து அவனை உள்ளே இழுக்கத் தெண்டித்துக்கொண்டிருந்தது வெறிக்கூட்டம். பாலகுமாரனும் சிவாவும் ஒரு கணம் தாமதித்து என்ன செய்வது என்று யோசிக்கையில், "பற தெமலோ" என்று இன்னொரு கூட்டம் ஆவேசமாக இவர்களை நோக்கி வர ஆரம்பித்தது. பாலகுமாரனும் சிவாவும் பெட்டிகளை எறிந்துவிட்டு வேகமாக ஓட ஆரம்பித்தார்கள். வெறிக்கூட்டம் இவர்கள் பெட்டிகளில் இருந்தவற்றைப் பங்குபோட ஆரம்பித்தது, வசதியாகப் போயிற்று. ஒரு கழிவு வாய்க்காலின் கரையில் ஒதுங்கி, சுந்தரமூர்த்திக்கு என்ன ஆயிற்றென்று பார்க்க ஆரம்பித்தார்கள். நெஞ்சுப் பதட்டம் காதுச்சவ்வுவரை அடித்துக்கொண்டிருந்தது. மண்டையும் பிளக்கும்போல இருந்தது. சுந்தரமூர்த்தி நொண்டிக்கொண்டே வந்துசேர்ந்தான். நன்றாக அடித்துவிட்டிருந்தார்கள். சிவா, பாலகுமாரனின் கையைப் பற்றி இழுத்துக்கொண்டு, "பெட்டைகளின் பாடு என்ன மாதிரி என்று நான் பாத்திட்டு வாறன். நீ சுந்தரமூர்த்தியைக் கூட்டிக்கொண்டு போ..." என்று பதிலுக்கும் காத்திராமல் பெண்கள் ஹொஸ்டல் பக்கமாக ஓட ஆரம்பித்தான்...

"சீற் பெல்ற்களைப் பூட்டிக்கொள்ளுங்கள்" என்ற வேண்டுகோளுடன் விமானம் தள்ளாடிக்கொண்டிருந்தது. சிவநாதன் விழித்துப் பார்த்தான். சீட்டை நிமிர்த்தி ரான்ச்சரிடம், "என்ன நடக்கிறது?" என்று கேட்டான். செயின்ட் லூயிஸில் இறங்கிப் போக வேண்டிய விமானம் பனிப்புயலால் வேறெங்காவது திருப்பப்படலாமாம். தான் எப்படியாவது பீனிச்சுக்குப் போய்விட வேண்டுமென்று சிவா சொன்னான். "அது நடக்கும் என்று தீர்மானமாகச் சொல்ல முடியாது" என்றார் ரான்ச்சர்.

சிவா மறுக்கவில்லை. வாழ்க்கையே இந்தத் திசைமாறல்களும் தள்ளாட்டங்களும் நிறைந்ததாகத்தானே அமைந்துபோயிருக்கிறது?

ரான்ச்சர் வேகமாக வந்துகொண்டிருந்த பிளைட் அட்டென்டன்ரனிடம் செயின்ட் லூயிஸில் விமானம் இறங்குமா என்று கேட்டார். அதைத்தான் முயற்சி செய்கிறார்கள் என்று பதிலளித்து விமானத்தின் பின்பகுதிக்கு ஓடினான். திரும்பவும் விமானம் குலுங்கியது.

"இந்த மாதிரியான சொகுசான ரோடியோ(*rodeo*)வை நான் பார்த்ததில்லை" என்றார் ரான்ச்சர். "நிலத்தில் விழாமல் இருந்தால் சரி" என்றான் சிவா.

'இதுவெல்லாம் என்ன பயம்? என்ன கஷ்டம்?

சிங்கள வெறிக்கூட்டங்கள் துரத்தியபோது வந்த மரண பயத்தைவிடவா?'

பாலகுமாரன் சுந்தரமூர்த்தியைப் பத்திரமாய் ஓர் இடத்தில் விட்டு வர, தான் அவனுடன் போய் ரஞ்சனியையும் சுந்தரியையும் தேடிப்பிடித்து, கொழும்பில் பத்மநாதன் வீட்டிற்குப் போய்ச் சேர்ந்தபோது அடுத்த நாள் மத்தியானமாகிவிட்டது. நடராஜசிவத்தைக் காணவில்லை. சுந்தரி அழுதபடி இருந்தாள். பத்மநாதன் வீட்டில் பொலிஸ் ஜீப் நிறுத்தியிருந்தது. பத்மநாதன் வீட்டில் பொலிஸ் அதிகாரியுடன் பேசிக்கொண்டிருந்தார். இவர்களைப் பார்த்தவுடன், "இதோ, இங்கே வருகிறார்களே!" என்று முழு வீட்டிலும் கேட்கிற மாதிரி பெலத்தே சொன்னார். "வினோ" என்று மனைவியையும் கூப்பிட்டார். பொலிஸ் அதிகாரிக்குத் தனக்கு இனித் தலையிடி இல்லை என்று தெரிந்து சந்தோஷம் வந்தது. பத்மநாதனிடம் விடை சொல்லிக்கொண்டு புறப்பட்டார்.

பத்மநாதன் ஏறஇறங்க பாலகுமாரனையும் சிவாவையும் பார்த்தார். பாலகுமாரனைத்தான் முதலில் விசாரித்தார். தன் தந்தை எஞ்சினியர் என்பதையும் அவர் பெயரையும் ஊரையும் சொன்னான். "அவரைத் தெரியும்" என்று பத்மநாதன் சொன்னார். பாலகுமாரனை அவர் விசாரித்துக்கொண்டிருந்தபோது சிவாவுக்கு எரிச்சலும் கவலையுமாக இருந்தது. தன் முறை வருகிறபோது இந்த விபரங்களுக்கு என்ன செய்வது என்று யோசித்துக்கொண்டிருந்தபோது, பாலகுமாரனே பதில் சொன்னான், "இது என் நண்பன் சிவநாதன். என்னுடைய ஊர்." போன் மணி அடிக்க, அவர் நன்றி சொல்லிவிட்டு உள்ளே போய் விட்டார், பாலகுமாரனைப் பற்றி நல்ல அபிப்பிராயங்களுடன்.

ரஞ்சனி, இவர்களை உள்ளே அழைத்துத் தப்பிவந்த விபரங்களைக் கேட்டாள். சிவாவும் பாலகுமாரனும் சொன்னபோது சுந்தரி, நடராஜசிவத்தை நினைத்து அழுதபடி இருந்தாள். ரஞ்சனி தன் தாயிடம் சுந்தரியின் கவலையை விளக்கினாள். சுந்தரி யாழ்ப்பாணம் போக வேண்டும் என்றாள். நடராஜசிவத்தைத் தேடிக் கண்டுபிடிக்கும் பொறுப்பை பால

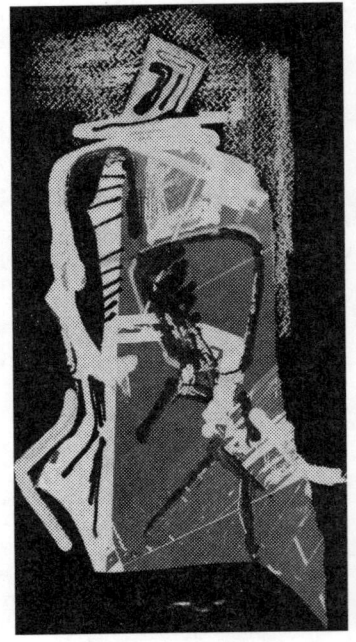

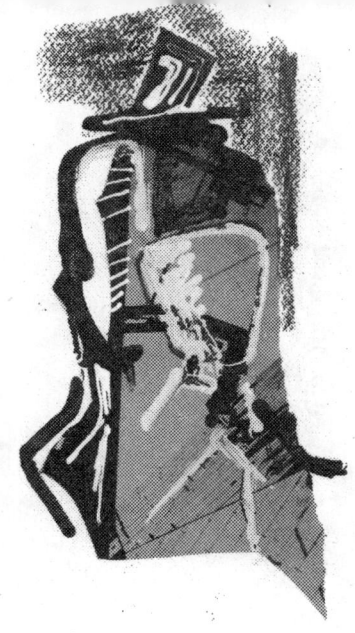

குமாரனும் சிவாவும் ஏற்றுக்கொண்டார்கள். புறப்பட்டுப் போகும்போது...

விமான கப்டன், செயின்ட் லூயிஸில் விமானம் இறங்கப் போவதாகவும் தொடர்ந்து பீனீக்சுக்கு எத்தனை மணிக்குத் தொடரும் என்பது காலநிலையைப் பொறுத்தது என்றும் அறிவித்தார்.

ரான்ச்சர், டார்ன் (*Darn*) – என் மனைவி – திட்டப் போகிறாள் என்று சொல்லிவிட்டு, "உனக்குக் கலியாணம் ஆகிவிட்டதா?" என்று சிவாவைக் கேட்டார்.

"இல்லை" என்றான் சிவா.

"அதிர்ஷடக்காரன்" என்று ரான்ச்சர் சிரித்தார்.

"அதிர்ஷடம் செயின்ட் லூயிஸில் எப்படிப் போகுது என்று பார்க்கலாம்" என்றான் சிவா. ரான்ச்சர், "பை" சொல்லி விட்டுப் போய்விட்டார். பீனிக்சுக்குப் போக வேண்டிய விமானம் இன்னும் மூன்று மணிகள் தாமதமாகலாம் என்று சொன்னார்கள்.

சிவா விமானத்தளத்தில் கடை தேடி, இரவுச் சாப்பாட்டை முடித்துத் தான் போகவேண்டிய விமான வாசலுக்கு வந்து இடம் தேடி, தான் கொண்டுவந்திருந்த கட்டுரையை வாசிக்க லானான். தூக்கமும் வந்தது. அடுத்த நாள் நேரத்துக்குப் போய் விடலாமா என்பது சந்தேகமாக இருந்தது. ஊர் நினைவுகள் வந்தால், வேறெதுவும் மனதில் நிலவுவதாக இல்லை...

நடராஜசிவத்தை பாலகுமாரனும் தானும் தேடிக்கொண்டு போன விபரங்கள் மனதில் எழுந்தன. எங்கெல்லாமோ விசாரித்துக் கடைசியாகத் தெரியவந்தது, நடராஜசிவத்தை வெறிக்கூட்டங்கள் கொன்றுவிட்டிருந்தார்கள். அதை வந்து சுந்தரியிடம் சொல்ல எவ்வளவு கஷ்டமாயிற்று...?

சுந்தரி இப்போது எங்கே?

கொழும்பிலிருந்து யாழ்ப்பாணம் போவதற்குள் எத்தனை பிரச்சினைகள்? யாழ்ப்பாணம் போகும்வரை சுந்தரி அழுத படியே இருந்தாள். கொழும்பில் இருந்தவரைக்கும் சிவா, ரஞ்சனியைப் பார்க்க முயன்றான். மருத்துவர் பத்மநாதன் வீட்டில் இல்லாத நேரம் போக வேண்டியதாயிற்று. ரஞ்சனி என்ன நினைக்கிறாள்? அவளைப் பற்றிய தன் நினைவுதான் சிவாவுக்கு நிச்சயமாகத் தெரிந்திருந்தது. சுந்தரியின் நிலையும் உதவுவதாக இல்லை. கொழும்பை விட்டு பத்மநாதன் குடும்பம் அசையாது இருந்தது. பல்கலைக்கழகம் திரும்பத் தொடங்கும் வரையில் சிவாவும் பாலகுமாரனும் ஊரில் இருக்க வேண்டி யதாகிவிட்டது. தம்பி சண்முகநாதன் இராணுவத் தொல்லை களினால் எப்போதும் "உது சரிவராது" என்று வெடித்துக் கொண்டே இருந்தான். அவன் பேச்சு, சுந்தரியின் "உது சரிவராது" என்ற தீர்ப்பை எதிரொலித்தது.

'எது எப்போது சரிவரப் போகிறது?' என்று சிவா நினைத்தது உண்டு. செம்மண்ணின் வாசனையே தன்னை பதப்படுத்துவதாக

அமைந்தது. ‘பூமிப்பந்தின்’ மூலைகளில் வெவ்வேறாக ஒதுங்கு வோம் என்று யார் எதிர்பார்த்தார்கள்.

பல்கலைக்கழகப் படிப்பை சிவா முடித்துவிட்டு மேல் படிப்புக்காக நியூயோர்க்கிற்குக் கிளம்பும்போது ரஞ்சனியிடம் சொல்லப்போனதும் ஞாபகத்துக்கு வந்தது. மருத்துவர் பத்ம நாதனுக்கு அப்போதுதான் “இவன் யார்?” என்று விசாரிக்கத் தோன்றியது. ரஞ்சனி அப்போதும் முடிவாக ஒன்றும் சொல்ல வில்லை. அமெரிக்கா வந்தபின்னர் எத்தனையோ கடிதங்கள் போட்டும், இரண்டே பதில் கடிதங்கள் போட்டிருந்தாள். இருதயக் கசிவு கடவுளுக்கு மட்டுந்தான் கேட்குமோ?

நண்பன் பாலகுமாரன் ஒரு வருட இடைவெளிக்குப் பின் ரெக்ஸாஸ் வந்து சேர்ந்தான். பாலகுமாரனுக்கும் நம்பிக்கை விட்டுப்போயிருந்தது. போனில் எத்தனை தரம் அவளை மறந்துவிட்டு வாழ்க்கையில் போகும்படி சொல்லியிருக்கிறான்? கொழும்பே நிலை என்றிருந்த பத்மநாதன் குடும்பம் அவுஸ்திரேலியா கிளம்ப வேண்டியதாகிவிட்டது. அவர்கள் போகும்போது ரஞ்சனி எழுதியிருந்தாள். அதுதான், அவளிட மிருந்தான கடைசிக் கடிதம்.

சிவாவின் நித்திரை கலைந்தது. ஒருதரம் நடந்தால் நன்றாக இருக்கும் என்று தோன்றியது. சூடாக ஏதேன் அருந்தினால் நல்லது என்று தோன்றியது. ‘பாரி’ல் ரான்ச்சரைப் பார்க்கக் கிடைத்தது. “நீ நாளைக்கு பீனிக்சுக்குப் போக முடியாது” என்று சிரித்தார். பெரிய கண்ணாடிக் கோப்பையில் பியர் நுரை பாதிவரைக்கும் இருந்தது.

“எப்படியும் நாளை கூட்டத்துக்குப் போக வேண்டும்” என்றான் சிவா.

“நீ அடைய முடியாத கனவுகளைத் துரத்துகிறாய்” என்று ரான்ச்சர் சிரித்துவிட்டு, மறுபடியும் பியரைக் குடிக்க ஆயத்தமானார்.

“அடைய முடியாத கனவுகள் எத்தனை!” என்று மூச்சு விட்டபடி கோப்பியைக் குடிக்கலானான்.

போர்க்களமாகிவிட்ட ஊரில் உயிரைக் கையில் பிடித்துக் கொண்டிருக்கிற தாய் தங்கையர், ஊரைவிட்டு வெளியேறத் துடிக்கிற சகோதரிகள் குடும்பங்கள்; இயக்கத்தில் சேர்ந்து விட்டிருந்த சகோதரன் எல்லோரைப் பற்றியும் கனவுகள் இருந்தன. வெளிச்சம் மிக இல்லாத வீட்டில் கள்ளின் ஆதிக்கத்தில் இருக்கும் தந்தையைப் பற்றிய நையாண்டிகள் இல்லாது போய் விடும் என்றும் எதிர்பார்த்திருந்தான். இந்த நையாண்டிகளும், குலப்பெருமைகள் எதுவுமில்லாததும் இவ்வளவு தூரம் பரந்திருக்கும் என்று எதிர்பார்க்கவில்லை. ரஞ்சனியைச் சூழ்ந்திருந்த பெண்கூட்டங்களுக்குத் தெரிந்திருந்த விபரங் கள்தான் எத்தனை?

இப்போது நையாண்டிகளுக்குள்ளானவர்கள் மட்டுந்தான் மிகுந்துவிட்டிருக்கிறார்களோ தெரியவில்லை. நையாண்டி

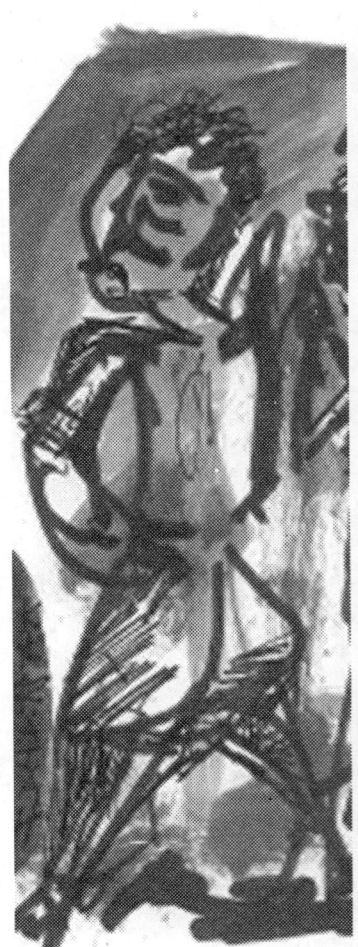

செய்கிறவர்கள் எல்லோரும் தங்கள் அளவுகோல்களுடன் வெளியேறிவிட்டிருந்த மாதிரி இருக்கிறது. சகோதரிகளுக்குக் கல்யாணமும் நடந்து, அவர்கள் குடும்பங்களைப் படங்களில் மட்டுமே பார்க்க முடிந்தது. தம்பி சண்முகநாதனின் சிறு உருவமும் கனவில் வந்துகொண்டேயிருந்தது...

"இது வேறு பிறப்பு!" என்று நினைத்துக்கொண்டு பீனிக்ஸ் போகும் விமானம் எத்தனை மணிக்கு என்று விசாரித்தான். தன் அவசரத்தையும் சொன்னான். அவனைப் போல இன்னும் பல பேர் இருந்தார்கள்.

"அநேகமாகக் காலையில்தான்" என்று பதில் வந்தது.

'கூட்டத்திற்குப் போக முடியாது' என்று தனக்குள் முணு முணுத்துக்கொண்டே மறுபடியும் தங்குமிடத்தை நோக்கிப் போனான். பாலகுமாரனுடன் தொலைபேசியில் பேசலாம் என்று போனான். பாலகுமாரன் டென்வரில் வேலைபார்க்க ஆரம்பித்திருந்தான். கல்யாணமாகி, அவன் மனைவி கர்ப்ப மாகவும் இருந்தாள். யாழ்ப்பாணத்தில் பாரம்பரியம் தவறி எதுவும் நடக்க முடியாது.

'இங்கே எதைக் கேட்க யார் இருக்கிறார்கள்' என்று நினைத்தால்... தொலைபேசியில் பாலகுமாரனைத் தொடர்பு கொண்டு தன் நெருக்கடியைச் சொன்னபோது, செயின்ட் லூயிஸில் கணேசுவரநாதன் இருக்கும் விபரம் தெரிந்தது. கணேசுவரநாதன் சிவாவுடன் ஊரில் கல்லூரியில் படித்த ஒரு நண்பன். கலகலப்பான கணேசுவரநாதனின் தொலைபேசி எண்ணை வாங்கிக்கொண்டு போனில் தொடர்பு கொண் டான்.

"கணேஷ்..." என்று சிவா தொடங்குமுன்னரே, "ஏ, சிவா" என்று உற்சாகமாகப் பதில் வந்தது. கணேசுவரநாதன், தன்னுடன் அன்றிரவு தங்கிவிட்டு அடுத்த நாள் காலை போகலாம் என்று சொன்னான். சிவாவுக்கு இது பரவாயில்லை என்று தோன்றியது.

"சரியடாப்பா. ஆனால், பயங்கர ஸ்நோ, வெளியில் வர ஏலுமா?" என்றான் சிவா.

"அதை என்னட்ட விடு. ஒரு அரை மணித்தியாலமாகும். ரிடபிள்யூஏ வாசலில் நில், வாறன்" என்றான்.

அவன் வருவதற்கு முக்கால் மணி ஆகிவிட்டது. வெளியில் பனி பெய்துகொண்டேயிருந்தது.

பேசிக்கொண்டே அவன் இருப்பிடத்துக்குப் போனார்கள். கணேசுவரநாதன் ஒரு இன்சூரன்ஸ் கம்பெனியில் வேலை செய்துகொண்டிருந்தான். அவன் குடும்பத்தில் மற்றவர்கள் எல்லோரும் அவுஸ்திரேலியாவில். அவனும் சிவாவைப்போல தனியாக இருந்தான். ஆனால், வாழ்க்கைக் குழப்பம் எதுவும் கிடையாது. அவனுக்கும் சிவாவின் விபரங்கள் தெரியும். கணேஷின் அபார்ட்மென்ட்டுக்கு போகும்போது பத்து மணியாகிவிட்டது. கொம்பியூட்டர் வேலை செய்துகொண்

டிருந்தது. அங்குமிங்குமாக கடுதாசிகள், பத்திரிகைகள் பரந்து கிடந்தன.

"ஏதேன் சாப்பிடப் போறியோ?" என்று கேட்டான்.

"கோப்பி தந்தாக் காணும்" என்றான் சிவா.

"சொல்லடாப்பா..." என்று கணேஷ் கோப்பி வைக்கப் போனான். பேசத் தொடங்கினார்கள். பேசிக்கொண்டிருக்கும் போது ரெலிபோன் மணி அடித்தது. கணேஷ் ரெலிபோனில் பேசும்போது சிவாவுக்கு விளங்கியது - கிளிநொச்சியைத் தாக்குகிறார்கள் என்று.

"இது எதிர்பார்த்ததுதான்" என்று கணேஷ் பதிலளித்துப் பேசிக்கொண்டிருந்தான். அவன் முகத்தில் கவலை தெரிந்தது. பேசி முடித்துவிட்டு, "கொஞ்சம் இரு சிவா" என்று தொலை பேசியில் இன்னும் யாருடனோ பேச ஆரம்பித்தான். சிவா அங்கிருந்த தமிழ்ப் பத்திரிகைகளைப் பார்க்க ஆரம்பித்தான். ஊரின் யுத்த நிலைகள், அகதிகளின் அவலங்கள் எல்லாவற் றைப் பற்றியும் நிறையவே செய்திகள் இருந்தன. யாழ்ப்பாணம் என்ன நிலையோ தெரியவில்லை. குடும்பத்தில் யார் உயிருடன் இருக்கிறார்கள் என்பதே தெரியவில்லை.

யாழ் மண்ணைவிட்டு நகரமாட்டேன் என்று பிடிவாத மாக இருக்கும் தாய்தந்தையரின் கடூரம் விளங்குவதாக இல்லை. இருந்த சமூக நெருக்குவாரங்களைவிட எதுவும் கொடூரமாக இருக்கமுடியாது என்ற நினைப்பா?

"கள்ளுக்கு கொப்பர் என்ன செய்யிறார்?" என்று தெரிந்தவன் ஒருவன் கேட்டு எரிச்சல் அடைந்தது ஞாபகத்துக்கு வந்தது. நக்கல்களுக்கு எங்களிடம் குறை எப்போது இருந்தது? சகோ தரிகளின் கல்யாண வீடுகளுக்கும் போக முடியவில்லை.

படங்கள்... படங்கள்... எதற்கு உயிர் இருக்கிறது?

கணேஷ், "சிவா ஒரு நிமிடம்" என்று சொல்லிவிட்டு போனில் எண்களை அமுக்கலானான்.

"அகதிகள் முகாம்..." என்று பேசத் தொடங்கினான். ஊருக்கும் போகாமல் அவுஸ்திரேலியா போய் ரஞ்சனியைப் பார்க்க முயன்ற தன் கதை ஞாபகத்துக்கு வந்தது.

'இது என்னுடைய யுத்தம்' என்று சிவா பெருமூச்சு விட்டுக் கொண்டான். இந்த கணேசுவரநாதனின் சகோதரிகளில் ஒருத்தி மெல்போர்னில் இருந்தாள். பாலகுமாரன் விபரங்கள் எடுத்துத் தந்து, பத்து நாட்கள் அங்கே போயிருந்து ரஞ்சனியைப் பார்க்க முயன்றதும் ஒரு யுத்தந்தான். மருத்துவர் பத்மநாதன் எரிந்து விழுந்தது பரவாயில்லை. ரஞ்ச்னி பேசவும் மறுத்துவிட்டாள். அதுவே மனதை வருத்தியது.

"என் பரவணியைப் பற்றித் தெரியுமா?" என்று பத்மநாதன் வெடித்த சிறுமையும் வருத்தமாயிருந்தது. பாலகுமாரனும் எத்தனை தரம் தொலைபேசியில் ரஞ்சனியின் தாயிடம் சொல்லி

துணை அகதி

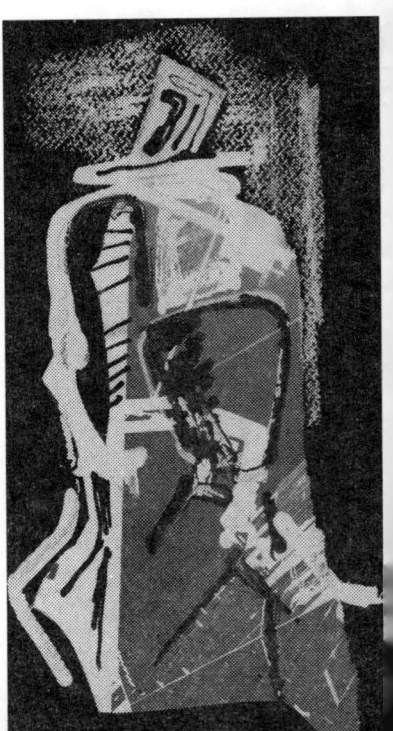

யிருப்பான்... "சிவா ஒரு நல்ல பெடியன்." எதையும் கேட்க பத்மநாதன் தயாராக இல்லை. திரும்பியபோது மன வெறுமை இதயத்தைத் தாக்கியது. வேலையே மனதுக்குத் திருப்தி தருவதாக அமைந்திருந்தது.

"சிவா" என்று சக வேலையாளர்கள் அழைப்பது ஒன்று தான் உணர்வு நரம்புகளைத் தொட்டன. கணேஷ் போனில் "...அகதிகள் முகாமுக்கு என்ன நடந்தது?" என்று கேட்டது, சிவாவைச் சூழலுக்குத் திருப்பியது.

அகதிகள்!

ஊர் நிலவரம்தான் என்ன? புகையிலைத் தோட்டங்களுக்கு என்ன நடந்திருக்கும்? சிவா தலையைச் சிலிர்த்துக்கொண்டான். கணேஷ் "...நான் பிறகு கதைக்கிறேன்" என்று போனை வைத்து விட்டு,

"மன்னிக்க வேணுமடாப்பா... சொல்லு உன்ர கதையளை..." என்று சொல்லிக்கொண்டே கோப்பிக் கிண்ணங்களைக் கொண்டு வந்து வைத்தான். வேலையைப் பற்றிப் பேச்சு முதலில்.

"ரஞ்சனி அலுவல் எப்படி முடஞ்சுது?" கணேஷ் கேட்ட விதத்திலேயே அவனுக்கு நிறையத் தெரிந்திருக்கலாம் என்று தெரிந்தது.

சிவாவின் முகம் வருத்தத்தில் தோய்ந்தது. "சரிவந்திருந் தால் உனக்குத் தெரியாமல் போகுமா? எப்ப எங்கட சமூகம் திருந்துமோ தெரியாது..." என்று தொடங்கினான் சிவா.

"நாங்கள் அழியிறது எங்கட சின்னத்தனத்தினால" என்று தன் கொதிப்பை கணேசுடன் பகிர்ந்துகொள்ள முயன்றான்.

கணேஷுக்குக் கோபம் வரப்போகிற மாதிரி இருந்தது. "நாங்கள் அழியிறது பிக்குகளின் சின்னத்தனத்தினாலயடாப்பா... சும்மா விட்டிட்டா நாங்கள் எங்களுக்குள்ள அடிபட்டுச் செத்துப்போய் விடுவமா?"

"நாங்களாகவே திருந்திக்கொள்றதுக்கு ஒரு சூழல் வேணு மடாப்பா. இரண்டையும் தேவையில்லாமல் தொடர்பு படுத்தாதே." சிவா பொறுமையாகக் கேட்டுக்கொண்டான்.

"கணேஷ், இங்கே இருக்கிற தமிழர்களுக்கு யுத்தமா நடக்குது? என்ர நிலையில் இருந்தால் உனக்குத் தெரியும். உன்ர கொப்பரைக் கியூபாவுக்கு அனுப்பன். சுருட்டுக்கு அங்குதான் நல்லை வேலை என்று சொன்னதையும் கேட்டிருக்கிறேன். உனக்கு இதெல்லாம் என்னெண்டு தெரியப் போகுது? சொந்தப் பிரச்சினை இல்லாத வர்களுக்கு சமூகப் பிரச்சினைகளைத் தீர்க்க நேரமும் இருக்குது வசதியும் இருக்குது" என்று சிவா சொல்லி முடிக்க ரெலிபோன் அடித்தது. கணேஷ் மறுபடியும் தன் உலகில் ஆழ்ந்தான்.

"கிளிநொச்சி... அகதிகள்..."

கணேஷ் போனை வைத்துவிட்டு வந்தான்.

துணை அகதி

“பாத்தியா சிவா, சனங்கள் அங்கே அல்லல்படுகினம். இதைவிட அவலம் இருக்க முடியாது. என்னைக் கேட்டால் உதுக்குத்தான் உதவி செய்தால் உதவியாய் இருக்கும்... உண்மை யான உதவியாய் இருக்கும்.

“கணேஷ், என்ர குடும்பத்து ஆட்கள் எல்லோரும் இந்த அவலத்தில்தான் இருக்கினம். ஊரைவிட்டு வெளிக்கிடுகிற யோசனையும் என்ர பெற்றோருக்கு இல்லை. ஆர் உயிரோட இருக்கினம், ஆர் உயிரோட இல்லை எண்டதும் தெரியாது. எனக்கு இந்த அவலங்கள் விளங்கும்...”

கணேஷ் மௌனத்தில் ஆழ்ந்தான்.

சிவா தொடர்ந்தான். “...சொந்தப் பிரச்சினையைப் பற்றியே யோசிக்கிறவன் மாதிரித் தெரியுது எண்டால், என்னால ஒண்டும் சொல்ல முடியாது. அநீதி நடந்தால் ஒன்றென்ன, ஒரு லட்சமென்ன எல்லாம் ஒண்டுதான்.”

கணேஷ் ஏதோ சொல்ல வாயெடுத்தான். போன் மறுபடியும் அடித்தது. கணேஷ் எடுத்தான். “ஹலோ...” என்று கேட்டுவிட்டு “சிவா உனக்குத்தான்... பாலகுமாரன்” என்று சொல்லி போனைக் கையில் கொடுத்தான்.

சிவா போனை வாங்கிக்கொண்டான்.

“பீனிக்ஸ் போக ஏலாதுபோலக் கிடக்கு” என்று பாலகுமாரன் தொடங்கினான்.

“பயங்கர ஸ்நோ” என்றான் சிவா.

“கொன்பரன்ஸைக் கான்சல் பண்ணிப்போட்டு போக வேண்டியதுதான்.”

“இல்லை பாலா, காலமை தெண்டிக்கப்போறேன். ஒண்டரைக்கு நிண்டால் காணும். போயிடலாம், பாப்பம்.”

ஒரு கணம் பாலகுமாரன் ஒன்றும் சொல்லவில்லை.

“... செந்தில் மெல்போர்னிலிருந்து இப்ப போன் எடுத்துக் கதைச்சான். . .”

ஒ, இது ரஞ்சனியைப் பற்றிய செய்திதான். “சொல்லு” என்றான் சிவா.

“ரஞ்சனிக்குக் கலியாணமாம்.”

“பொடியன் டொக்டர்.”

“எப்பவாம் கலியாணம்?”

“ஏப்ரலில...”

சிவநாதனால் மேலே எதுவும் செய்ய முடியவில்லை.

“நான் சிக்காகோ போனதன் பிறகு கோல் எடுக்கிறன்” என்று போனை வைத்தான் சிவா.

‘இவ்வளவு நாட்கள் பின்னரா?’

துணை அகதி

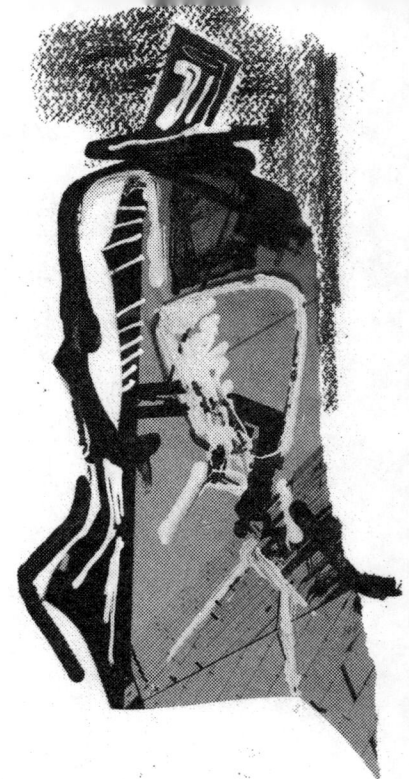

கணேஷிடம் விபரத்தைச் சொன்னான். “உந்தப் பேச்சுக்கள் நானும் கேள்விப்பட்டதுதான்” என்று கணேஷ் மெல்லச் சொன்னான்.

அவளும் உறுதியாயிருப்பாள் என்று நினைத்ததும் வீணாகிப் போன மாதிரியிருந்தது.

“கவலைப்படாதேயடாப்பா...” என்று கணேஷ் ஆறுதல் சொன்னான்.

“எயர் லைனைக் கேட்டுப் பாப்பம் எப்ப பிளைட் எண்டு...” சிவா அவசரப்படுகிறவன் மாதிரித் தோன்றினான்.

அடுத்த நாள் காலை 8 மணிக்கு என்ற விபரம் தெரிந்தது. கணேஷ், “நான் வேலைக்குப் போறதுக்கு முன்னால் எயர் போர்ட்டில் விட்டுட்டுப் போறேன்” என்றான்.

சிவா மறுபடியும் மௌனமானான். கணேஷ், சிவா தோளைத் தட்டினான். “வாழ்க்கையில் உன்னுடன் எப்பவும் வாறதுக்கு உயிர்த்துணைதான் வேணுமெண்டதில்லையடாப்பா.” கணேஷ் நிறுத்திக்கொண்டான்...

“சாகிறதுக்கு நான் இப்பவும் ஆயத்தந்தான். ஊருக்குப் போகவும் விருப்பந்தான். பாப்பம், கெதியில் போகத்தான் வேணும்...”

கணேஷ் தலையில் கையை வைத்துக்கொண்டான்.

“இந்த அகதிகள் உதவிக்கு நீ என்ன செய்யிறாய்...?” சிவா விபரங்களைக் கேட்க ஆரம்பித்தான். கணேஷ் சொல்ல ஆரம்பித்தான்...

அடுத்த நாள் காலை விமானத்தளத்தில், சிவா விமானத் துக்குக் காத்திருந்தபோது, ரான்ச்சர் சந்தோஷமாகவே வருவதைக் கண்டான்.

“எப்படி உன் இரவு கழிந்தது?” என்ற கேட்டார்.

“நன்றாகப் போனது. ஒரு துணை அகதியுடன் பேசிக் கொண்டேயிருந்தேன்.”

“உன் கூட்டத்துக்குப் போய்விடலாம்” என்றார்.

“நிச்சயமாக” என்றான் சிவா. பனி நின்றுவிட்டிருந்தது.

●●●

துணை அகதி

இராமாயண கலகம்

சீதையானவள் தன் பொறுமையின் சுமை எவருக்கும் தெரியாது போய்விட்ட நிலையில், தன் கதையையே ஒரு கணம் நினைத்துப் பார்த்தாள். இராமன், அவன் தேசத்து மக்கள் தன்னை விமர்சித்த தொனியை வைத்து ஒதுக்கியதையும், அதனால், புத்திரர்களைத் தனியே வளர்த்தெடுக்க நேர்ந்ததையும் யோசித்துக்கொண்டாள். தேவர்களுக்கொப்பான அயோத்தியாபுரி மக்களே தன்னைச் சந்தேகிக்க நேர்ந்ததை நினைத்துக் கவலைப்பட ஆரம்பித்தாள். 'எந்த உயிர் விவகாரமும் மனக்குறுக்கல்களின் வீச்சுக்குத் தப்பி நடக்க முடியாதா' என்கிற ஏக்கம் வர ஆரம்பித்தது. இந்த மனித கணங்களின் மனக்குறுக்கல்களுக்குத் தன்னையே தண் டித்துக்கொள்கிற மாதிரி இராமன், வனவாசத்திற்குத் தன் மனைவியையே அனுப்பிவைத்திருக்கிறான். மக்களுக்கு இதனால் அறிவு வந்துவிடுமா? இராமனின் ஆட்சியில் கவலை வர இடமேது?

தன் புத்திரர்களை இராமன் அயோத்திக்குக் கொண்டு போய்விட, எந்த மண்ணில் இருந்து வந்தாளோ அந்த பூமியே திறந்து, அவளைத் திரும்ப அழைத்துக்கொள்ளப் போவதற்கு முன் தன் மனச்சுமையை இறக்கிவைக்கும் வண்ணமாக அயோத்தியாபுரி மக்களை நினைத்து, 'உண்மையும் நேர்மையும் இவர்களுக்கு என்றுமே தெரியப்போவதில்லை' என்று ஏங்க லானாள். இராமனை நினத்துக் கைகூப்பிப் பூமாதேவியுடன் ஐக்கியமானாள்.

இது ஒரு சாபமாகிப் போனது.

இராமன் சீதையைக் காட்டிற்கு அனுப்பியது தெரிந்ததி லிருந்து விபீடணனுக்கு கவலையெடுத்தது. தன் தமையனின் செயல்களால் அவனை எதிர்க்கும் தருமசங்கடத்தில் இருந்த போது, இராமனின் சத்தியப்பாதையின் வலிவே அவனுக்கு உதவியாக இருந்தது. விபீடணன் தன் சந்ததியரிடம் இலங்கை

இராமாயண கலகம்

யின் பாரத்தைக் கொடுத்துவிட்டு வானப்பிரஸ்தத்திற்குத் தயாரானான்.

இராமன் காலமும் முடிந்தது. அயோத்தியாபுரியில் இரகுகுல வம்சத்தினருக்குள் முரண்பாடுகள் தோன்றலாயின.

வானர அரச வம்சத்துக்குள்ளும் பூசல்கள் பெருகின. பல்வேறு மக்களும் அவ்வப்போது கலகநிலைக்குள்ளானார்கள். தேவர்களானாலென்ன மனித கணங்களானாலென்ன அவ்வப்போதான கலகநிலைக்குத் தப்ப முடியாதுபோயிற்று.

தன்னில் இப்பாரங்களை ஏற்ற பூமாதேவிக்கு, தன் சீதைப் பிராயத்தில் நடந்த சம்பவங்களினால் மனம் கல்லாகிப்போனது. உலகக்காப்பாளன் தனக்குப் பூமாதேவியின் முடிவு தெரிந்ததே என்று புன்னகைக்கலானான்.

இரகுகுல வம்சத்தினரும், வானரதேச அரச வம்சத்தினரும், விபீடண வம்சத்தினரும் அவ்வத் தேசத்து மக்களும் சந்ததிசந்ததியாகப் பலவாறாகவும் பல நேரங்களிலும் கலகப்படலானார்கள்.

உலகக்காப்பாளன் சயன நிலையில் இருந்து புன்னகைக்கலானான். பூமாதேவி பொறுமையுடன் இருந்தாள்.

அவ்வப்போது அமைதியும் இருந்தது.

கலகங்கள் பல்வேறு விதமாகவும் இருந்தன. சண்டைகளாகவும் இருந்தன. விவாதங்களாகவும் இருந்தன. பூசல்களாகவும் இருந்தன. தங்கள் நாடென்றும், தங்கள் வீடென்றும், தங்கள் காணியென்றும் முரண்பட்டார்கள். செல்வம் சேர்க்கும் சண்டைகளும் இருந்தன.

கலகங்கள் நிலையாகிற நிலை ஏற்படலாயிற்று. அயோத்தியாபுரியையும் ஈழத்தையும் அந்நியர் படையெடுக்கலாயிற்று. வடக்கிலிருந்து தெற்கு நோக்கிப் படையெடுப்புகள் பெருகக் கொஞ்சம்கொஞ்சமாக வானர தேசமும் மாறலாயிற்று. பிரிவுகள் வளர்ந்துகொண்டேயிருந்தன.

காப்பாளன் தன் புன்னகையையும் நிறுத்தவில்லை; பூமா தேவியும் தன் பொறுமையையும் இழக்கவில்லை.

வானர மன்னருக்குத் தெற்கிலிருந்தும் உதவி கிடைத்தது. விபீடண வம்சத்து மன்னர் அவ்வப்போது வடக்கிலிருந்தும் உதவிபெற்றுக் கொண்டார்கள்.

மக்களை நிறுத்தமுடியுமா? வடக்கேயும் தெற்கேயும் தங்கள் வாழ்க்கைகள் இழுத்தபடி போய்வந்துகொண்டிருந்தார்கள். சேது அணை ஈழத்துப் போக்குவரத்துக்கு உதவியாக இருந்தது.

காலப்போக்கில் தேவர்கள், வானரர்கள், அரக்கர்கள் யாவரும் மனிதர்களானார்கள். நாட்டு நிலவரங்கள் யாவையும் மாறிப்போயின.

இராமாயண கலகம்

ஆனால், கலகங்கள் நிற்கவில்லை. பூமாதேவியின் பொறுமை யிலும், உலகக்காப்பாளனின் புன்னகையிலும் மாற்றம் எதுவும் இல்லை.

செல்வங்கள் சேர்ந்தென்ன, இலக்கியங்கள் வளர்ந்தென்ன, கலகங்கள் நின்றபாடாக இல்லை. கோவில்கள் வெறுமே பெருகி, விரதமிருந்து, இயற்கையாய் விளைந்ததையும் நெருப்பில் பொங்கியதையும் படைத்து, ஊர்ப்பவனி வந்து, கூத்தாடிக் கோலாகலப்பட்டு இறைகளுக்கு விழா எடுத்தென்ன, கலகங்கள் நின்றபாடாக இல்லை.

கலகம் மிகுந்தபோது அமைதியடைய வேண்டுமென்றி ருந்தது.

அமைதி வந்ததும் உண்டு.

அமைதி இருந்தபோது கலகநிலைக்கு வித்திடுவோர் தோன்றினர்.

தெற்கிலிருந்தவர்களுக்கு வடக்கேயுள்ளவர்கள் மேலான அந்நியர்களாகத் தோற்றினார்கள். வடக்கேயிருந்தவர்களுக்குத் தெற்கேயுள்ளவர்கள் கீழான அந்நியர்களாகத் தோற்றினார் கள்.

இக்காலவோட்டத்தில், மன்னர்கள் வம்சம் தொடர்ந்தது போன்று படகோட்டி குகனின் வம்சமும் தொடர்ந்தது; பட கோட்டும் தொழிலும் தொடர்ந்தே வந்துகொண்டிருந்தது. அவ்வம்சத்துத் தோன்றலொருவனுக்குப் பரதன் என்று பெயர் வைத்திருந்தார்கள். அறிவுள்ளவனாகவும் உற்சாகமானவனாகவு மிருந்தான். சிறுவயதிலேயே பல மனிதர்களையும் சம்ப வங்களையும் படகுத் தொழிலால் பார்த்தவனாகவுமிருந்தான். பரதனுக்கு இராமனின் கதை அவன் தந்தைவழி முன்னோர் களால் தெரிந்திருந்தது. அவர்கள்போலவே, இராம குடும்பத்தில் பக்தி மிக உள்ளவனாக இருந்தான். பரதன் இளவயதின னானாலும், இவ்வுலகை அறிய வேண்டுமென்கிற அவாவுடைய வனாக இருந்தான். அவனுக்கு, இராம கதையின் முழு விவரங் களையும் அறிந்து, உணர்ந்து சேவித்துக்கொள்ள வேண்டுமென்கிற ஞானநோக்கு வயதையும் மீறி எழலாயிற்று.

எப்படியாவது இராமன் இருந்த அயோத்திக்குப் போய் வர வேண்டுமென்கிற எண்ணம் அவனுள் உருவாகியது.

படகோட்டுவதைத் தன் தம்பியிடம் ஒப்படைத்துவிட்டு வடக்கு நோக்கிப் போனால், அயோத்தி நகர் சிதிலமடைந்தி ருந்தது. விசாரித்துப்பார்த்ததில், மன்னர்கள் வேறு இடத்தில் நகர் அமைத்துக்கொண்டு போய்விட்டதாக அவ்விடத்து மக்கள் சொன்னார்கள். “இராம கதை தெரியுமா?” என்று பரதன் கேட்டபோது, ஊரில் ஒரு முதிய கிழவனுக்குத்தான் தெரியும் என்று சொன்னார்கள். பரதன் அந்தக் கிழவனைத் தேடிக் கொண்டு போனான். போனது, வீண் முயற்சியானது; கிழவன் கிடைக்கவில்லை. பரதன் மிதிலை நகர் நோக்கிப் புறப்பட்டான்.

"சீதா தேவியே! பொறுமையின் எல்லையே! தங்கள் காலடி பட்ட இடத்தைத் தரிசிக்க அருள் வேண்டும்" என்று பிரார்த்தித்துக்கொண்டு போனால், மிதிலை நகர் எங்கிருக்கிறது என்றே பலருக்குமே தெரியவில்லை. மிதிலை என்று சிலர் காட்டிய ஊரும் சிதைந்திருந்தது. சிதிலமடைந்த அரண்மனைக் கட்டடக் கற்கள் குவியலாக இருந்தன.

"சீதாபிராட்டியே, இராமன் உன்னைக் காட்டிற்கு அனுப்பியதால், இந்தச் சாபமிட்டனையோ!" என்று பரதன் நொந்துகொண்டான்.

ஒவ்வோரிடத்துக்குப் போகவும் பல நாட்களாயின.

அவன் மனமுடைந்து தன் ஊருக்கு வந்துசேர்ந்தான்.

மன்னர்கள், தேச எல்லைகள் யாவுமே எங்கும் மாறியிருந்தன. "இராமபிரானே! தங்கள் சீதாபிராட்டியை மக்கள் அவதூறு சொன்ன காரணத்திற்காக, இந்தச் சாபமிட்டுச் சென்றீரோ" என்று வணங்கலானான்.

ஊருக்குத் திரும்பிவந்த பரதனின் மனக்கவலை நிற்கவில்லை. பஞ்சவடிக்குச் சென்று சீதையும் இராமனும் தடம் பதித்த பூமியை வணங்கலாம் என்று தீர்மானித்தான். "விவாகம் செய்துகொள்" என்று தாய் வற்புறுத்தினாள். "உலக விவரம் தெரிந்தபின்னர் செய்துகொள்கிறேன்" என்று சொல்லிவிட்டுப் பரதன் பஞ்சவடி தேடிப் புறப்பட்டான். பஞ்சவடி எங்கேயென்று யாருக்கும் தெரியவில்லை. அவன் பேசியது எவருக்கும் புரியவில்லை. மக்கள் பல்வேறாகவும் பேசிக்கொண்டார்கள். மொழிகள் மாறுபட்டிருந்தன. காவியுடையில் பல்வேறு மனிதரைப் பார்த்தான். ஆனால், எவரும் முனிவர்கள் மாதிரித் தோன்றவில்லை. பல படகோட்டிகளைப் பார்த்துப் பேசும் வாய்ப்புக் கிடைத்தது. அவர்களுக்கு உதவிசெய்யும் வாய்ப்பும் கிடைத்தது.

தங்களுக்கு வேறு எதிர்காலமில்லை என்பதாலேயோ என்னவோ கிழவர்களுக்கு மட்டுமே பழங்கதைகளில் ஆர்வம் இருந்தது. சிறுவர்கள் விளையாடிக்கொண்டிருந்தார்கள். இளைஞர்கள் இன்பத்தைத் தேடிக்கொண்டிருந்தார்கள். நடுத்தர வயதினர் குடும்பபாரத்தைச் சுமந்துகொண்டிருந்தார்கள். ஒரு கிழத் தம்பதியரே, பஞ்சவடி என்கிற இடத்துக்கான பாதையை பரதனிடம் சொல்லிவிட்டு, "அப்பாதைக்கூடாகப் போகும் சக்தி தங்களுக்கு இல்லை" என்று பின்தங்கிவிட்டார்கள்.

காட்டில் எதுவும் தெரியவில்லை. பஞ்சவடியைத் தேடி அலைந்தானே தவிர, தடயம் எதுவும் கிடைக்கவில்லை. இராமனையும் சீதையையும் மனதில் நிலைநிறுத்தி, இலக்குவனையும் மனதில் ஏற்று எங்கெங்கும் தேடிப்பார்த்தான். வனவிலங்குகளையும் அக்கறை அற்ற மனிதரையுமே எதிர்கொள்ள நேர்ந்தது. ஒருவருக்கும் இடம் தெரியவில்லை.

"என்மனத்திறைவனே! நான் உன்னைப் பார்ப்பதென்பது முடியாது. உன் தடங்களே உன் பிரதிநிதிகள். நான் உன்

தடங்களைக் கண்டு வணங்க வரம் தருக!" என்று பிரார்த்தித்துக்கொண்டான். தன் பாட்டன் சொன்ன கதைகள் நினைவிலெழுந்தன. அவன் மனமே அசரீரியாக, "சேதுவுக்குப் போ" என்று கட்டளையிட்டது.

மனதில் வலிவு ஏற்றுக்கொண்டு தெற்கே சேது அணையைத் தேடிக்கொண்டு பயணமானான். பாதையில் எதிர்கொண்ட மற்றக் கடினங்களைப் போல் மொழி வித்தியாசங்களும் அவனை வருத்தலாயின. அவன் ஒன்று சொன்னால் வேறோர் அர்த்தமாக இருந்தது. அவன் போன ஊர்களில் அவன் மொழி தெரிந்தவர்கள் குறைவாகவே இருந்தார்கள். பிரயாணத்தின் மூலமாக மொழிப் பிரச்சினைகளைத் தீர்க்கும் வழிகளையும், மனித உயிர்க்கோப்பின் உள்வடத்தின் தொடுப்புகளையும் கொஞ்சங்கொஞ்சமாக அறிந்துகொள்ளலானான்.

போன பாதையில் செழிப்பும் இருந்தது. வறுமையும் இருந்தது. அறிவும் இருந்தது. அறிவின்மையும் இருந்தது. அன்பும் இருந்தது. வெறுப்பும் இருந்தது.

ஆறுகள் கரைகளுக்குள் நிதானமாக ஓடும் காலமும் உண்டு. வெள்ளப்பெருக்கெடுப்பதும் உண்டு. "இராமனே வழிகாட்டு! வழிகாட்டு!" என்று பிரார்த்திக்கொண்டே போய்க்கொண்டிருந்தான்.

தெற்கே போகப்போக ஆலயங்களும் வழிபாடுகளும் பெருகியிருப்பதைக் கண்டான். ஆனால், கலகங்களும் நின்றதாகத் தெரியவில்லை. யுத்தங்களும் ஓயவில்லை.

பரதன் அலைந்துதிரிந்து இராமேசுவரத்தை அடைந்தான். இராமனையே கண்டதுபோல் புளகாங்கிதமடைந்தான். அங்கே இராமர் அணை, ஒரு தரும யுத்தத்திற்குப் பேருதவியாய் இருந்த பேறையெண்ணிக் கடலலைகளின் பலம் நிறைந்த வீச்சையெல்லாம் எதிர்த்தபடி, தாயொரு சேயினை அணைக்குமாப்போல் ஈழத்தைத் தொடுத்தவாறு இருந்தது. மக்கள் இருபக்கமுமாகப் போய்வந்துகொண்டிருந்தனர். தன் முன்னோர்கள் சொன்ன மாதிரி ஐந்து நாட்களில் இப்பேரணையைக் கட்டி முடித்திருப்பார்களா?

சேதுவை, வானரருதவியுடன் நிலைநிறுத்திய தசரத குமாரன் இவ்வணைமேல் இலக்குவனுடனும் அனுமனுடனும் வானர சைனியத்துடனும் நடந்து ஈழத்தை எட்டவில்லையா? "இதோ! இதுவே இராமன் கால்பட்ட மண்! இதுவன்றோ இராமனின் தடம்!" என்று சிலாகித்துக்கொண்டான். ஈசுவர வழிபாட்டை இராமேசுவரத்தில் மேற்கொண்டபின்னர், சேதுக்கரையில் அமர்ந்து, இவ்வணைக்குப் பின்னால் இடங்கள் எப்படியிருக்கும் என்று ஆச்சரியப்படலானான்.

அயோத்தி, மிதிலை, பஞ்சவடி என்று தேடி அலைந்த பரதனுக்கு, இராமேசுவரம் ஒரு நிலையான புள்ளியாகத் தோன்றியது. அவ்வூரில் தங்கி, இராமனைத் தியானம் செய்து கொள்ள எண்ணங்கொண்டு அங்கே இடம் தேடலானான்.

அப்போதே தன்னைப் போன்று பல பேர் இராமன் கால் பட்ட மண்ணைத் தேடிக்கொண்டு வந்திருப்பதை அறிந்தான். அவர்கள் ஒரு மடத்தில் தங்கியிருந்தார்கள். அவர்களுடன் ஒரு பொழுது போனது.

“இந்த அணை தொடுக்கும் ஈழம் உள்ளே எவ்வாறிருக்கும்?” என்று அவர்களைப் பரதன் விசாரித்தான்.

“அரக்கர் வாழ்ந்த பூமி” என்றான் ஒருவன். “விபீடணனை அரக்கன் என்று சொல்ல முடியுமா?” என்று இன்னொருவன் கேட்டான்.

“சீதாதேவி பத்திரமாகப் பாதுகாக்கப்பட்டிருந்தாளே!” என்றொருத்தி சொன்னாள். யுத்த பூமிகளையும் தாண்டி, இராமேசுவரம் வந்த கதைகளைப் பகிர்ந்துகொண்டார்கள்.

“ஈழத்திலும் யுத்தம் நடக்கிறதாமே?” என்றொருத்தன் விசாரித்தான்.

“யுத்தம் இல்லாத இடமேது?” என்று ஒரு முதியவன் விளித்தான்.

இராமேசுவரத்திற்கு வந்ததே போதும் என்றும், தங்கள் ஊர்களுக்குத் திரும்பப்போவதாகவும் பேசிக்கொண்டார்கள்.

காலையில் பரதன், இராமர் அணைப் பக்கம் போய் மறுபடியும் அதன் வியாபகத்தையும் எழிலையும் இரசித்துக் கொண்டான்.

அங்கேயும் அணைப் பக்கமாக ஓடங்கள் இருந்தன. ஆற்று ஓடங்களல்லாது கடல் ஓடங்கள். அலைகளின் வீச்சை எதிர்க்க உறுதியாகக் கட்டப்பட்ட பெரிய ஓடங்கள். மீனவர்கள் அவ்வோடங்களை இலாவகமாகக் கையாள்வதையும் பார்த்துக் கொண்டான். மறுபடியும் தன் மனத்திரையிலிருந்த இராமனின் நடையை இந்தச் சூழலின் பின்னணியில் கற்பனைபண்ணிப் பார்த்துக்கொண்டிருந்தபோது...

திமுதிமுவென்று சத்தம் கேட்டது. தாரைதப்பட்டை களுடன் ஓர் இராணுவ சேனை வருவதைக் கண்டான். யானைகள், குதிரைகள், ஆயுதந்தரித்த வீரர்கள் படைபடை யாக வந்துகொண்டிருந்தார்கள். அணையில் ஏறி ஈழம் நோக்கிச் சென்றுகொண்டிருந்தார்கள்.

பரதன் என்னவென்று விசாரித்தான். தெற்கில் யுத்தம் நடக்கிறதென்றும், அவ்வூரரசன் தென்னாட்டு மன்னனிடம் உதவிகோரி, உதவிக்காகப் படை போகிறது என்று தெரிய வந்தது.

“மறுபடியும் அங்கே கலகமா?” பரதன் யோசிக்கலானான். முதியவர் ஒருவரை அணுகி, ஈழத்தில் அரசி எவளையேனும் சிறைப்படுத்தியிருக்கிறார்களோ என்று விசாரித்துக்கொண் டான்.

“அங்கே என்ன நடக்கிறதென்றே தெரியவில்லை. இந்த முறை சேனை ஈழம் நோக்கிப் போகிறது. அங்கிருந்து இங்கு வருவதும் உண்டு” என்று முதியவர் சொல்லிவிட்டுப் போய் விட்டார்.

“அங்கே போக வேண்டாம்” என்று இன்னொருத்தன் அறிவுரை சொன்னான். பரதனின் வியப்பு அடங்கவில்லை. சேனையின் பின்னணியாக யானைப்படையொன்று போய்க் கொண்டிருந்தது.

பரதன் ஒரு கணம் யோசித்துவிட்டு, அந்த இராணுவ சேனையின் பின்னால் அணைப்பாதையில் ஈழத்தை நோக்கி நடக்கலானான். அப்பாதையில் இன்னும் சில பிரயாணிகளும் அவனைப் போல் போய்க்கொண்டிருந்தார்கள். சீதாதேவியை எப்படிச் சிறைப்படுத்தியிருந்தார்கள் என்று அறிய ஆவலா னான். விபீடண வம்ச மன்னர் எப்படி நாட்டை ஆள்கிறார்கள் என்று அறியவும் ஆசைப்பட்டான். ஈழக்கரையை அடைந்தபோது மாலையாகிவிட்டது. இராணுவ சேனை நாட்டுக்குள் போய் விட்டது. பரதன் தங்க இடம் தேடியபோது, திருக்கேதீசுவரக் கோவிலை எல்லோரும் காட்டினார்கள். அங்கே போய், இறைவனை வழிபட்டுக் கோவில் மடத்தில் இருந்தவர்களை விசாரிக்கலானான்.

“என்ன யுத்தம்? ஏன் இராணுவ சேனை போகிறது? விபீடணன் சந்ததியினர் ஆள்கின்றனரோ?” என்றெல்லாம் விசாரித்தான். விபீடணனைப் பற்றியே பல பேருக்குத் தெரிய வில்லை. சிலர் சொன்னமட்டில் ஈழமும் கூறுபட்டிருந்தது. குறுநில மன்னர்களுக்குள் யுத்தம் நடந்துகொண்டிருந்தது. குறுநில மன்னனொருவன், பாண்டிய மன்னனிடம் உதவி கேட்க, பாண்டிய சேனை தெற்கே போய்க்கொண்டிருந்தது.

கலகங்கள் ஓய்ந்ததாகத் தெரியவில்லை. இராமன், இரா வணனை மாய்த்தும் உலகில் இறைமை வென்றதாகத் தெரிய வில்லை. சச்சரவுகளும் கொடுமைகளும் நின்றதாகவும் தோற்ற வில்லை. பரதன் குழப்பமடைந்தான்.

“இராமர் கோவில் ஏதாவது இங்கிருக்கிறதா?” என்று விசாரித்தான்.

“இல்லை” என்று சொன்னார்கள்.

“இராவணனுக்கு?” என்று பரதன் கேட்டான்.

அங்கே இருந்தவர்கள் சிரிக்கலானார்கள்.

“வன்மைக்கும் மெய்மைக்கும் என்றுமே முரண். இராமனும் இராவணனும் இன்னும் வந்துகொண்டே இருப்பார்கள். இவர்களுக்காக என்னத்துக்குக் கோவில் கட்ட வேண்டும்?” என்று களைப்பாயிருந்தவன் ஒருவன் கேட்டான்.

பரதன் அதிர்ச்சியடைந்தான். இறைவன் இராமன் இவ் வுலகைக் காக்க வந்தவன். நடுநிலையானவன். தன் மனைவியையே

காட்டிற்கு அனுப்பியவன். அவனுக்கு ஊரின் நிலையே பெரிது. பரதன், 'இவர்களுக்கு இது விளங்குமா?' என்று யோசித்துக் கொண்டே களைப்படைந்தவனைக் கேட்டான்.

"இராமன் தன் சீதையை, அவள் தூய்மைத் தோற்றம் மக்களின் மனதில் படும்படி அவளை வனவாசத்திற்கு அனுப்ப வில்லையா?"

களைப்படைந்தவன் சிலிர்த்துக்கொண்டான்.

"இப்படி அரசர்களைப் பற்றியே கதை பேசிக்கொண்டிருக் கிறீர்களே, இதோ இப்போது போகிற சைனியம் எத்தனை கொடுமைகளை இழைக்கப்போகிறது? அரச குடும்பச் சண்டைகள் எத்தனை? படைகள் இறந்து, மக்கள் மாண்டு, அரசன் உய்வதால் மக்களடைந்த நன்மைகளென்ன? எப்போது உங்களுக்கு இவை களெல்லாம் புரியப்போகின்றது? இராமன் ஆண்டாலென்ன? இராவணன் ஆண்டாலென்ன? மக்கள் நசிந்துகொண்டே யிருக்கிறார்கள். வன்மைகளும் கலகங்களும் நடந்துகொண்டே இருக்கின்றன." களைப்படைந்தவன் இன்னும் களைப்படைந்தான்.

பரதனுக்கு இந்த நிந்தனைகள் மனவருத்தத்தைத் தந்தா லும், அவனுக்கும் குழப்பமாக இருந்தது. 'இராமன், தன் சீதையை மீட்க வந்தவன், என்ன செய்தான்? எங்கே யுத்தம் நடந்தது? இராவணன், கும்பகர்ணன் இவர்கள் மாளிகைகள் இருந்த இடம் எங்கே? சீதையை எங்கே வைத்திருந்தார்கள்? ஈழத்தில் என்ன நடந்தது?' பரதன் சிந்திக்கலானான்.

மடத்தில் நித்திரைகொண்டு, அவன் அடுத்த நாள் தன் பயணத்தைத் தொடரத் தொடங்கியபோது, முதலில் சீதையைச் சிறைவைத்திருந்த இடத்தைத் தேடிப் போகலாமென்று எண்ணம் கொண்டான். அங்கே இருந்தவர்களைக் கேட்டபோது, ஒரு வருக்கும் நிச்சயமாகத் தெரியவில்லை. கிழக்கே போக வேண்டு மென்றான் ஒருவன். "அவ்விடம் தென்னிலங்கையில் இருக்கிறது" என்று வேறுசில பிரயாணிகள் சொன்னார்கள். நெடுந்தூரம் மலை ஏறிப்போகவேண்டுமென்றும் சொன்னார்கள்.

"இதுவுமொரு புண்ணிய யாத்திரையாயிற்று" என்று எண் ணியவாறு, இராமனை மனத்தில் இருத்தித் தென்னிலங்கை நோக்கிப் பரதன் புறப்பட்டான். பஞ்சவடி தேடிப் போனது போல் இதுவுமோர் கடின யாத்திரையாகிப்போனது. எல்லா இடங்களையும் மனிதநூல் கோர்த்திருந்தது. விருப்பு-வெறுப்பு, இசைவு-பிணக்கு இவைகள் எங்குமிருந்தன. கலகமும் இருந்தது, அமைதியும் இருந்தது. மொழி வித்தியாசங்கள், பிரதேச வழக்கு வித்தியாசங்கள் தொடர்ந்துகொண்டேயிருந்தன.

தேடிப் போனபோது, ஓர் அழகான ஆற்றங்கரையில் அமைந்திருந்த எழிலான ஊர் ஒன்றை அடைந்தான். அந்த ஊரில் தங்கி, விசாரிக்க வேண்டுமென்கிற நோக்கம் உரு வானது. சீதாதேவியைச் சிறைவைத்திருந்த இடத்தைத் தரிசிக்க வேண்டுமென்கிற தன் அவாவை, அவ்வூர் மக்களிடம் சொன்ன

போது, வெகுதூரம் போக வேண்டுமென்றும், வனவிலங்குகள் நிறைந்த காடுகளுக்கூடாக மலையேறிப் போகவேண்டுமென்றும் சொன்னார்கள். வழிகாட்டுவோன் ஒருவனைக் கூட அனுப்பலாமென்றும் சொல்லி, அன்புடன் உபசரித்தார்கள். மாணிக்கமும் இரத்தினங்களும் மிகுந்திருந்த அவ்வூரில், பரதன் சில நாட்கள் தங்கித் தன் களைப்பான பிரயாணத்திலிருந்து ஓய்வெடுத்துக்கொண்டான்.

அங்குள்ளவர்களிடமும் இராம-இராவண யுத்தத்தைப் பற்றிக் கேட்டான். அது எங்கே நடந்தது என்று தெரியாதென்றும், ஆனால், இலக்குவனின் அம்பை ஒரு தம்பதியர் பொறுப்பில் பாதுகாத்து வருகிறார்கள் என்றும் சொன்னார்கள். "இது அடுத்த தடயம்" என்று பரதன் உற்சாகம் அடைந்தான். உடனே அத்தம்பதியினரைத் தேடிப் போனபோது - அவர்கள் குடிசைக்குப் பின்னால் மண்ணில் மேடையமைத்து ஒரு சிறு குடில் கட்டப்பட்டிருந்தது. அவர்களைச் சேவித்துக்கொண்டான். இலக்குவனின் அம்பைப் பத்திரமாகப் பாதுகாக்கும்படி தங்கள் மூதாதை வழியினர் வேண்டியதாகவும், விழா நாட்களில் அதை ஊர்கோலம் கொண்டுபோவோம் என்றும் கூறினார்கள். "அந்த அம்பைப் பார்க்கலாமா?" என்று பரதன் கேட்டபோது, "அதை வெறும் மனிதர் பார்க்கலாகாது" என மூதாதையர் கட்டளையிட்டிருப்பதாகச் சொல்லிவிட்டார்கள். பரதனுக்கு அதுவோர் பிரச்சினையாகத் தோன்றவில்லை. நிலத்தில் விழுந்து அக்குடிலை நோக்கி வணங்கலானான். அவ்வம்பைக் காக்கும் தம்பதியரையும் மறுபடியும் சேவித்துக்கொண்டான். தன் வம்ச பரம்பரையைப் பற்றிச் சொல்லி, தான் இராமனாதியோர் தடங்களைத் தேடிக் கொண்டு யாத்திரை போவதைப் பற்றி விளக்கினான். "சீதையிருந்த இடத்தை முதல் தரிசித்தால், சீவன்முக்தி பெறுவதுறுதி" என்ற தன் நம்பிக்கையையும் சொன்னான்.

தம்பதியர் ஆளையாள் பார்த்துக்கொண்டார்கள். ஏதோ சொல்ல முதலில் நினைத்துக்கொண்டு, பிறகு தங்களை அடக்கிக் கொண்ட மாதிரியிருந்தது. "சீதையை வனவாசம் வைத்திருந்த இடத்தைத் தாங்கள் காட்டுகிறோம்" என்று உறுதியளித்தார்கள். தம்பதியர் குழந்தைகளில் மூத்தவனுக்கு இளைஞனான பிராயமிருக்கும். அவனிடம் தாங்கள் பரதனுடன் போகப்போவதைச் சொல்லித் தாங்கள் திரும்பும்வரை என்னென்ன செய்ய வேண்டுமென்று விளக்கினார்கள். ஊரதிகாரியிடம் போய் உத்தரவுவாங்கப் போனபோது, அவன் விபரங்களைக் கேட்டுக் கூடவே ஒரு காவலாளியையும் அனுப்பிவைத்தான். அதிகாரி அத்தம்பதியரையும் பரதனையும் மரியாதையாகவே நடத்தினான். போகும் வழியில் யுத்தம் நடப்பதைப் பற்றியும் பத்திரமாகப் போய்வர வேண்டிய சூழலிருப்பதைப் பற்றியும் கூறி வழியனுப்பினான்.

துங்கன், சந்திரை என்ற அத்தம்பதியர் காவலாளி சிங்கனுடனும் பரதனுடனும் பேசிக்கொண்டே பிரயாணம் செய்யலானார்கள். பரம்பரைபரம்பரையாகவே இலக்குவனின் அம்பைப் பாதுகாத்துக்கொண்டுவருவதைப் பற்றி பரதனுக்கு விளக்கி

னார்கள். ஆனால், "எவ்வாறு அம்பு தங்கள் மூதாதையருக்குக் கிடைத்ததென்று தெரியாது" என்று கூறினர். பல விடயங்களைப் பற்றியும் பேசிக்கொண்டார்கள்.

'வீணாக இலக்குவன் அம்பெய்திருக்க மாட்டான். யாருடையவோ மார்பில் பதிந்த அம்பை எடுத்து வைத்திருந்திருக்க வேண்டும். இலக்குவன் அம்பைப் பாதுகாப்பவர்கள், இராம பாணம் ஒன்றையும் ஏன் பாதுகாக்கவில்லை?' பரதன் யோசித்துக் கொண்டே நடந்தான். இதைப் போன்ற கேள்விகள் கேட்டால், ஒன்றில் "தெரியாது" என்று சொல்லிவிடுகிறார்கள் அல்லது அதைப் பற்றியொரு கதை சொல்கிறார்கள். 'எதற்கும் கேட்கலாம்' என்று பரதன் அவர்களை வினாவினான்.

"இராமனின் அம்பெதுவும் கிடைக்கவில்லையா?"

துங்கன், தன் முன்னோர் காலத்தில் அவ்வாறம்பொன்று இருந்ததெனவும், அரச கட்டளையினால் அதை அப்புறப் படுத்தி, இலக்குவனின் அம்பையே பாதுகாத்து வைத்திருப்பதைப் பற்றிச் சொன்னான்.

"அரச கட்டளையை யார் விபரங்கேட்கிறார்கள்?" மனைவி நிலைமையைச் சொன்னாள்.

"நீ இளவயதுக்காரன். உனக்கெவ்வளவோ எதிர்காலம் உண்டு. அதுவே புதிராக இருக்கப்போகிறது. கடந்தகால நிகழ்வுகளைப் பற்றியே ஏன் இவ்வளவு ஆய்கிறாய்?" என்று துங்கன், பரதனைக் கேட்டான். பரதனுக்கு இது சின்ன விடயமாகப் பட்டது.

"எதிர்காலம் நிச்சயமானதில்லை. எதுவும் நடக்குமா என்று தெரியாது. ஆனால், கடந்தகாலம் நிச்சயமானது. நடந்தது. தடயம் கிடைத்துவிட்டால், நடந்தது உறுதிப்படுத்தப்பட்டுவிடும். எந்த உண்மையையும் நடந்ததைவைத்தே சொல்கிறார்கள். நடக்கப்போவதைவைத்துச் சொல்கிறார்களா? எனக்குத் தடயங்களின் உண்மை தெரிய வேண்டும்." பரதன், அவர்களுக்குத் தன் சிந்தனைகளைச் சொன்னான்.

"அது அப்படியாக இருக்கலாம். ஆனால், உனக்கு எந்த உண்மையும் தெரிந்து என்ன ஆகப்போகிறது?" துங்கன் அறிய விரும்பினான்.

"அதுதான் நிச்சயமில்லை என்று சொன்னேனே?" என்றான் பரதன், எதிர்காலத் தொனி கேள்வியிலிருப்பதாக நினைத்துக் கொண்டு.

"நடந்தது எல்லாம் தெரிய வேண்டுமென்கிறாயே, உன் வாழ்க்கையில் நடந்ததே உனக்கு ஞாபகமிருக்கிறதா?" காவலாளியும் எல்லாவற்றையும் கேட்டுக்கொண்டே வந்திருக்கிறான்.

பரதனுக்கு இந்த விடயத்தில் மிக நிச்சயம் நிறைந்திருந்தது.

"என் நினைவெல்லாம் நான் இறந்ததின் பின் என்னோடு போய்விடும். நான் அறிய வேண்டிய உண்மைகள் என் நினைவுக்கு

எனக்கு நடந்த சிலவற்றை ஞாபகம் வைத்திருக்கிறேன். மூன்று நாட்களுக்கு முன்னால் என்ன சாப்பிட்டேன் என்று ஞாபக மில்லை. ஆனால், நான் சேதுவைப் பார்த்தது நிச்சயம்" என்றான் பரதன்.

"இராம கதையைப் பற்றி மட்டுமே ஏன் இவ்வளவு அக்கறை கொண்டாய்?" காவலாளி சிங்கன் மறுபடியும் கேட்டான்.

"இவன் படகோட்டி குகன்வழியில் தோன்றியவன்." துங்கன் சொன்னான்.

"அது நிச்சயமாகத் தெரியுமா?" என்று சந்திரை கேட்டாள்.

பரதன் இக்கேள்வியினால் மனமுடையவில்லை. "எனக்கதில் சந்தேகமே இல்லை" என்றான்.

"என்ன சந்தேகங்கொண்டு இராமனின் தடயங்களைத் தேடுகிறாய்? இராமன் இருந்தான் என்றா?" காவலாளி சிங்கன் திரும்பவும் பரதனை விசாரித்தான்.

தன் இரத்தத்தோடிரத்தமான இராம பக்தியைச் சந்தேகிக் கலான மனிதனுக்கு மறுமொழி சொல்ல பரதனுக்கு முதலில் வார்த்தைகள் வரவில்லை.

"இராம கதை உண்மைதானா என்று துலக்க வரவில்லை. இராமபிரான் சென்றவிடமெல்லாம் சென்று சேவித்து வழிபட நினைக்கின்றேன். இப்பிறப்பில், எனக்குக் கிடைக்கப்போகிற இராம தரிசனம் இத்தடயங்களே."

பிரயாணிகள் பாதை கடினமாக இருந்தது. ஆனால், அழகு சூழ்ந்ததாக இருந்தது. இரண்டு நாட்கள் பயணம் செய்து மலைப்பட்டினம் ஒன்றை அடைந்தார்கள். ஆளுக்காள் பரிச் சயமானார்கள். ஊரின் எல்லையிலேயே, அவ்விடத்தில் யுத்தம் நடப்பதுபற்றிக் கேள்விப்பட்டார்கள். ஊருக்குள் போக வேண்டா மென்று ஒருத்தன் அறிவுரை சொன்னான். வடக்கே இருந்து வந்த சைனியம் இங்கேதான் யுத்தத்திற்கு வந்திருந்தது.

ஊரெல்லையில் இருந்த அம்பலம் ஒன்றில் தங்கினார்கள். யுத்தம் அடங்கியபின் பிரயாணத்தைத் தொடருவது என்பது திட்டம். மழை பெய்ய ஆரம்பித்தது.

அம்பலத்தில், வடக்கிலிருந்து வந்தவர்களும் இருந்தார்கள். எல்லாப் பிரயாணிகளைப் போலவும் பரதன் அவர்களுடனும் பேசிக்கொண்டான். தான் சீதாப்பிராட்டியைச் சிறைவைத்திருந்த இடத்தைத் தேடிப் போய்க்கொண்டிருப்பதை அவர்களிடம் சொன்னான். வடக்கிலிருந்து வந்தவர்கள், தெற்கே மகிமை வாய்ந்த இறைத்தலம் உள்ளதென்றும், அத்தலம் நோக்கித் தாங்கள் புண்ணிய யாத்திரை போய்க்கொண்டிருப்பதைப் பரதனிடம் விளக்கினார்கள்.

சீதையைச் சிறைவைத்திருந்ததாகச் சொல்லப்படுகிற இடமொன்று குளிர் மலைப் பிரதேசத்தில் இருக்கிறதென்று ஒரு பிரயாணி சொன்னான். இராமன் இலகுவில் தேடிக்

கண்டுபிடிக்க முடியாதவாறு, தெற்கே மலைப் பிராந்தியத்தில் சீதையை ஒளித்துவைத்திருக்க வேண்டும் என்று பரதனுக்குப் பட்டது.

இராம கதையைத் தன் மூதாதையர் சொல்லும்போதெல் லாம், இலங்கை ஏதோ ஒரு சிற்றூர் மாதிரியாகவும், ஊரின் மூலையில் இருந்த ஓர் அசோகவனத்தில் சீதையைச் சிறை வைத்திருந்த மாதிரியாகவுமன்றோ சொல்லிவிட்டுப் போயிருக் கிறார்கள். சேதுவைக் கடந்து, இவ்வூர் வந்துசேரவே எடுத்த தூரத்தையும் அவர்களுக்குத் தெரிந்திருக்கவில்லையே என்று பரதன் அங்கலாய்த்தான். அயோத்தி எங்கே, பஞ்சவடி எங்கே, சேது எங்கே எல்லா ஊர்களும் ஒரு காலடி தூரத்தில் இருந்த மாதிரி நடந்தவற்றைச் சொல்லிவிட்டார்கள். என்ன தூரம்! எவ்வளவு காலநேரம்!

இன்னோர் பிரயாணி சீதையை, இராவணன் அவ்வளவு தூரம் கொண்டுபோயிருக்க முடியாது என்று அபிப்பிராயப் பட்டான். ஈழத்தின் வட மத்தியில்தான் அசோகவனம் இருக்கக் கூடியதான சுவாத்தியம் உள்ளது என்றான். பரதன் இராவண னின் புட்பக விமானத்தை எல்லோருக்கும் நினைவுபடுத்தினான். தூரங்கள், இராவணனுக்கு ஒரு பிரச்சினையாக இருந்திருக்காது.

பரதனைக் கூட்டிக்கொண்டுபோன தம்பதியர், மறுபடியும் ஆளையாள் பார்த்துக்கொண்டார்கள்.

ஒரு கெட்ட கனவாக, சீதையைச் சிறைவைத்திருந்ததை எல்லோரும் மறக்க முயல்வது போன்று பரதனுக்குப் பட்டது. வந்த பிரயாணிகள் தங்களுக்குள், “சீதையைச் சிறைவைத்திருந்த இடம் வடக்கிலா தெற்கிலா” என்று விவாதம்புரிய ஆரம்பித் தார்கள். தம்பதியர், தாங்கள் அறிந்தவரையில் தெற்கில்தான் சீதை சிறைப்பட்டிருக்க வேண்டுமென்றார்கள்.

பரதன் குழப்பமடைந்தான். முதலில் தம்பதியருடன் போய், சீதை சிறைவைத்திருக்கப்பட்டிருந்ததாகச் சொல்லப்படுகிற இடத்தைப் பார்ப்போம். ‘பார்த்தால்தான் தெரியும்’ என்று நினைத்துக்கொண்டான்.

மழை ஓய்ந்தும் யுத்தம் அடங்குவதாக இல்லை. அம்பலத் தில், வேறு பிரயாணிகளும் வந்தடைய ஆரம்பித்திருந்தார்கள். வழிகாட்டும் தம்பதியர், அவர்கள் போக வேண்டிய வழியில் யுத்தம் நடப்பதனால், “இன்னும் ஒரு வாரம் பொறுத்துப் பார்க்கலாம்” என்று பரதனிடம் சொன்னார்கள்.

பரதன் பொறுமையை இழக்க ஆரம்பித்திருந்தான். இலங்கை யில் சீதைக்கு என்ன நடந்தது? தன் கணவனை நம்பிக் காட்டிற் குப் போனவளை நம்பாது, நெருப்பில் நடக்க வைத்தார்களே! இங்கே என்ன நடந்தது? மெய்யாக நடந்தது எவருக்குமே தெரியாதா?

“சீதை இருந்த இடத்தை இவ்வளவு அக்கறையுடன் தேடுகிறாயே, இங்கே இந்த யுத்ததைப் பற்றி உனக்கு அக்கறை

யில்லையா? இவ்வளவு பேர் இறந்துகொண்டிருக்கிறார்களே!" – ஒரு பிரயாணி கேட்டான்.

பரதன் விசனப்படலானான். பரதனுக்கு, அவன் கேள்வி நியாயமானதாகத்தான் பட்டது. தான் அயோத்தி என்று சொல்லப்படுகிற இடத்திலிருந்து ஈழம்வரை வந்த பிரயாணத்தில் தான் கண்ட யுத்தங்களைப் பற்றிச் சொன்னான்.

"எல்லாமிருந்தாலும் சண்டை. எதுவுமில்லாவிட்டாலும் சண்டை. மன்னர்களுக்கு ஆதிக்கம் நிலைக்க வேண்டும் அல்லது விரிவடைய வேண்டும். படைகள் சேகரித்து யுத்தம்புரிவது கூத்தாடிகள் கூத்துப் போன்றாகிவிட்டது. சச்சரவுகளை நிறுத்த மன்னர்களால்தான் முடியும் என்றாகிவிட்டது. அவர்களிடம் யார் சொல்வது? என்னத்திற்காக இங்கே இப்போது யுத்தம் நடக்கிறது?" பரதன் கடைசியாக விசாரித்தான். புண்ணிய யாத்திரை போவோன் ஒருத்தன் விபரிக்க ஆரம்பித்தான்.

ஈழம், வடக்கும் தெற்குமாக இப்போது இரு கூறாகியிருக்கிறது. தென்னிலங்கை மன்னன் ஈழம் முழுவதையும் தன் வசப்படுத்த எண்ணி, வட இலங்கை மன்னனுடன் போர் தொடுக்க, ஈழம் இரத்தக் களரியாய் மாறியிருக்கிறது. தென்னிலங்கை மன்னனின் படைகள் கடூரமான கொடுமைகளை வடபக்கத்து மக்களுக்கு இழைக்க, வடக்கினரசனும் மக்களும் இக்கொடுமைகளை எதிர்த்துப் போராடிக்கொண்டிருந்தார்கள். கொலைகளும் கொள்ளைகளும் கற்பழிப்புகளுமாக மனிதநேயம் அறவேயற்றுப்போன நிலைமையாகிவிட்டது. இப்போரை விரைவில் முடித்துவிடுவதற்காக தென்னிலங்கை மன்னன், பாண்டிய மன்னனிடம் படையுதவி கேட்டிருக்கிறான். ஏற்கெனவே, ஆயிரக்கணக்கில் போர்வீரர்களும் யானைகளும் உயிரிழந்த இந்தச் சண்டையில் மக்களடைந்துகொண்டிருக்கும் கொடுமைகள் பல்லாயிரம். வட இலங்கை மன்னன், சோழ மாமன்னனிடம் உதவி கோரப் போவதாக மக்களும் பேசிக்கொண்டார்கள். விபரித்தவன் மிகக் களைப்படைந்திருந்தான். அவன் சொல்லி முடிவதற்குள், கூடவந்த தம்பதியர் துங்கனும் சந்திரையும் காவலாளி சிங்கனும் "அப்படியில்லை! அப்படியில்லை" என்று ஆவேசமானார்கள்.

"இதற்கு முடிவில்லையா?" குழப்பமடைந்த பரதனுக்கு உடன் பதில் வேண்டும்போலிருந்தது.

விபரித்தவன், கூடவந்தவர்களைப் பார்த்துத் தன் இடது நெஞ்சில் கையை வைத்து, "இங்கே ஒரு சிறுமாற்றம் வந்தால் போதும்" என்றான்.

"வருமா?" பரதன் கேட்டான்.

"உனக்குத்தான் எதிர்காலம் நிச்சயமில்லையே." துங்கன் சொன்னான். "வரப்படாது" என்கிற நோக்கமுள்ளவனாகத் தோன்றினான்.

"ஒருநாள் வரும்" என்றான் காவலாளி.

இராமாயண கலகம்

பரதன் மேலும் சிந்திக்கலானான். இராவணன் தன் மக்களைக் கொடுமைப்படுத்தியதாகவோ வேறு நிலத்தை அடக்கப் புறப்பட்டவனாகவோ தெரியவில்லை. சீதாப்பிராட்டியைக் கவர்ந்து சிறைவைத்தானே தவிர, இந்த மாதிரியான கொடுமைகள் அவன் காலத்தில் நடந்த மாதிரித் தெரியவில்லை. இராம பிரான் யுத்ததைத் தவிர்க்கும் யோசனையில், அனுமனை அனுப்பவில்லையா? ஆஞ்சனேயர், இராவணனுக்கு அறிவுரை எடுத்துக்கூறவில்லையா? இராவணன் அழிந்ததுடன் எல்லாக் கொடுமைகளும் அழிந்ததாகவன்றோ தன் மூதாதையர் சொல்லித் தந்திருக்கிறார்கள். இன்னும் யுத்தங்களும் தொடர்ந்தே வரு கின்றனவே! 'இராமனை வணங்குவதே முதல்' என்ற தீர்மானம் அடைந்தவனாக மற்றும் பிரயாணிகளுடன் அம்பலத்தில் பொறுமையுடன் இருந்தான். இந்தப் போர்ச் சூழலிலும் மக்கள் தலயாத்திரை போவதும், தங்கள் வாழ்க்கையை நடத்துகிற மற்ற முயற்சிகளில் மும்முரமாக இருப்பதுவும் ஆச்சரியமாக இருந்தது.

"இந்த யுத்தகளத்துக்கூடாகத் தலயாத்திரை வருகிறீர்களே. என்ன வேண்டுதல்? இந்தப் போர் முடிய வேண்டுமென்றா?" பரதன், வடக்கிலிருந்து வந்த பிரயாணிகளைக் கேட்டான்.

"இப்போர் முடிய வேண்டுமென்று ஒவ்வொரு கணமுமே எல்லாத் தெய்வங்களையும் வேண்டிக்கொண்டிருக்கிறோம். வேண்டுதல் ஒன்றுமில்லை. புண்ணியந்தேடுவதற்கு யுத்த பூமியில் வழியேது? இக்கடின யாத்திரையே எங்கள் தவம்." பிரயாணிகள் தங்கள் யாத்திரையைத் தொடர ஆவலுள்ளவர்களாகத் தோற் றினார்கள்.

காவலாளி சிங்கன், "இப்பிரயாணிகளுக்குள் ஒற்றர் கூட்ட மிருக்கலாம்" என்று ஐயப்பட்டதாகத் தோற்றியது.

வந்து மூன்று, நான்கு நாட்களாகியும் யுத்தம் ஓயவில்லை. தலயாத்திரை செய்யும் பிரயாணிகள் பிரயாணத்தைத் தொடர லானார்கள். பரதனும் தன் வழிகாட்டியினரையும் காவலாளி யையும், "தாங்களும் பிரயாணத்தைத் தொடரலாம்" என நச்சரித்து, மலைப் பிரதேசப் பிரயாணத்தைத் தொடரலானான்.

அவன் கேள்விப்பட்டதைப் போன்றே மிகக் கடினமான பாதை அது. குளிர், மழை எதையும்பொருட்படுத்தாமல் தன் சக பிரயாணிகளுடன் சீதையைச் சிறைவைத்திருந்த இடத்தை நோக்கிச் சென்றான். யுத்தகளத்தைச் சாதுரியமாகக் கடந்து சென்றார்கள். தம்பதியர் வழிகாட்டினர். காவலாளி அவர்கள் பிரயாணத்திற்கு மிக உதவியாக இருந்தான்.

மலையின் சிறு அருவிக்கருகில் இருந்த ஓரிடத்தைக் காட்டி, "அதுதான் சீதை சிறைவைக்கப்பட்டிருந்த இடம்" என்று தம்பதியர் காட்டினார்கள். கருங்கற்களால் அமைக்கப்பட்ட சிறு மேடை ஒன்று இருந்தது. அப்பிராந்தியத்தில் குளிரும் மழையும் மிகுந்து இருந்தன. யாவரும் அவ்விடத்தைச் சோதனை செய்தனர். அங்கே சீதாதேவியைச் சிறைவைத்திருந்ததாகச் சொல்லப்பட்ட

கருங்கல் மேடையின் நடுவில், தட்டையான ஒரு கல்லிருந்தது. பரதன் அச்சூழலை முற்றும் தீவிரமாக அளக்கலானான். அசோகவனமுமில்லை, அரக்கியர் சூழ்வதற்கேற்ப மேடையு மில்லை. அனுமன் வந்து சீதையை வணங்கியிருந்திருக்கக் கூடியதான சூழலும் அங்கிருப்பதாகப் பரதனுக்குத் தோற்ற வில்லை. அவன் நம்பிக்கைத்தளம் ஆட்டமடைந்திருந்தது. மறு படியும் கேட்டான்.

“இதுதானா சீதை சிறைவைக்கப்பட்டிருந்த இடம்? நிச்சய மாகத் தெரியுமா?”

“பாரம்பரியமாக இந்த இடத்தைத்தான் சீதை சிறை வைத்திருந்த இடமென்று தங்கள் மூதாதையர் சொல்லியிருக் கிறார்கள்” என்று தம்பதியர் அவ்விடத்தை வணங்கினர். பரதனும் வணங்கினான். ஆனால், அவன் ஐயம் அடங்கவில்லை. அவன் ஏமாற்றம் கூடவந்தவர்களுக்குக் கவலையை அளித்தது. அவ்விடம் எவ்வாறு, தங்களின் பெற்றோர்களால் தங்களுக்கு அடையாளம் காட்டப்பட்டது என்பதைப் பரதனிடம் சொன்னார்கள்.

இராமகதைத் தடங்கள் சிலவற்றை முற்றாகவே காண வில்லை. இருக்கிற சில தடங்கள் உண்மையான தடங்கள்தானா என்று தெரியவில்லை.

தன் மூதாதையர், காலங்காலமாகப் போற்றிப் பாதுகாத்துக் கொண்டிருக்கும் இராமபிரான் காலடி பட்ட கங்கை நதிக்கரைத் தடங்கள் எவ்வளவு நிச்சயமானவை! வெள்ளம் அள்ளிக்கொண்டு போய்விட முடியாத தடங்கள்! சேது அணை என்ன உறுதியான சேத்திரம்! கடலலைகள் கொண்டுபோய்விட்டனவா? இல்லையே!

ஆனால், அயோத்தியையும் காணவில்லை. மிதிலையையும் காணவில்லை. இலக்குவனின் அம்பு என்று சொல்லப்படுகிறதன் பூர்வீகமும் முற்றாகத் தெரியவில்லை. சீதை சிறைவைக்கப் பட்டிருந்ததாகச் சொல்லப்படுகின்ற இடமும் சரியாகத் தெரிய வில்லை. நடந்தவைகள் எவருக்குமே சரியாகத் தெரியாது போய்விட்டதுபோலுமென்று பரதன் யோசிக்கலானான். எப்படியாகவாவது இராமகதையை முழுமுற்றாக அறிந்துவிட வேண்டும் என்று தீர்மானித்துக்கொண்டான்.

வந்த பாதைவழியே திரும்பும்போதான பிரயாணமும் கடினமிகுந்ததாக இருந்தது. மேகங்கள் கூடி மழை சொரியும் அழகும், அவை அகன்று சூரியன் பிரகாசிக்கும் அழகும் இக் கடினங்களை மறக்கவைத்தன. மக்களிருந்த ஊர்களில் அவர்களை வரவேற்று உபசரித்தார்கள். காட்டுப் பாதையில் தாங்களே உணவு சேகரிக்கும்படி ஆகிவிட்டது. இராமன், சீதை, இலக்குவன் இவர்களெல்லாம் இப்படித்தான் காட்டிற்கூடாகப் போயிருந் திருக்க வேண்டுமென்று தோன்றியது. கூடவந்த தம்பதியர் தங்களுக்குள் நிறையப் பேசிக்கொண்டு வந்தார்கள். காவலாளியும் அவ்வப்போது தனக்குத் தெரிந்தவற்றைச் சொன்னான். “சீதை இருந்த இடத்தைப் பார்ப்பதற்கு நிறையப் பேர் வருவதாகத் தெரியவில்லை” என்று தம்பதியர் குறைப்பட்டார்கள்.

இராமாயண கலகம்

"குளிரும் மழையுமாக வேறு அங்கே இருக்கிறது." காவலாளி சிங்கன் குறைப்பட்டுக்கொண்டான்.

தம்பதியரின் பக்தியைப் பரதன் வியந்துகொண்டான்.

"இவ்வளவு கடினங்களுக்கூடாக பிரயாணம் வருகிறீர்களே. உங்கள் பக்தி பவித்திரமானது" என்றான்.

கணவனும் மனைவியும் ஆளையாள் பார்த்துக் கொண்டார்கள். கணவன் முகத்தில் சிறுநகை தோற்றியது. "இவ்விடத்திற்கு நிறையப் பேர் வருவதாகத் தெரியவில்லையே" என்று மறுபடியும் குறைப்பட்டுக்கொண்டான்.

"இலக்குவன் அம்பைப் பார்க்க வருவோர் நிறைய உள்ளனரோ?" பரதன் கேட்டான்.

தம்பதியர் உற்சாகமடைந்தார்கள். மக்கள் அவ்வம்பைப் போற்றிவருவதை அவனுக்கு விளக்கினார்கள். அரசன் தங்களுக்கு, அதைப் பார்த்துக்கொள்வதற்காக மானியம் அளித்துவருவதைப் பற்றியும், மக்களும் காணிக்கைகள் கொடுப்பதைப் பற்றியும் சொன்னார்கள்.

"சீதையிருந்த இடத்தைப் பார்த்துக்கொள்வதற்கு அரசன் ஏற்பாடுகளெதுவும் செய்திருப்பதாகத் தெரியவில்லை. அரசனிடம் அடுத்த தடவை இதையெடுத்துச்சொல்லி ஏற்பாடுகள் செய்ய வேண்டும். எங்கள் மகன் வளர்ந்துகொண்டு வருகிறான். அவனை இவ்விடத்தைப் பார்த்துக்கொள்வதற்கு ஏற்பாடு செய்துவிடலாம்" என்று காவலாளியிடமும் சொன்னான்.

"அதற்குமுன்னர் அவ்விடத்தை உறுதிப்படுத்த வேண்டும்." பரதனின் நிச்சயம் தம்பதியருக்குக் கோபத்தை உண்டாக்கியது.

"இல்லை! இல்லை! எங்கள் மூதாதையரெல்லாம் என்ன முட்டாள்களா? அதுதான் சீதையிருந்த இடம்." துங்கன் சத்தமாகவே சொன்னான்.

பரதனுக்குத் தான் அதிதியான மனநிலை எழ, "மன்னிக்க, மன்னிக்க" என்று அவர்களை வேண்டிக்கொண்டான். ஆனால் மறுபடியும், 'எப்படியாகவாவது இராமகதையை முழுமுற்றாக அறிந்துவிட வேண்டும்' என்கிற தன் அவாவை அடக்க முடியாதவனானான்.

திரும்பிவரும் பாதையில், போகும்போதிருந்த யுத்தம் முடிந்திருந்தது. யுத்தகளம் ஒரு பெரிய சவக்கிடங்காகியிருந்தது. தங்கள் கணவனென்றும் மகனென்றும் பேரனென்றும் இறந்தவர்களை மடியில்போட்டு அழுதுகொண்டிருந்தார்கள். பல அனாதைப் பிணங்களுமிருந்தன. இறந்திருந்த யானைகளையும் மற்ற மிருகங்களையும் கவனிக்க ஒருவருமில்லை. பரதன் இம் மாதிரியான துன்பக் காட்சிகளை என்றும் கண்டிருந்ததில்லை.

இராம-இராவண யுத்தம் முடிந்தபின் ஈழமும் இப்படித் தான் இருந்திருக்கும். பரதன் மிக நொந்துபோனான்.

இராமாயண கலகம்

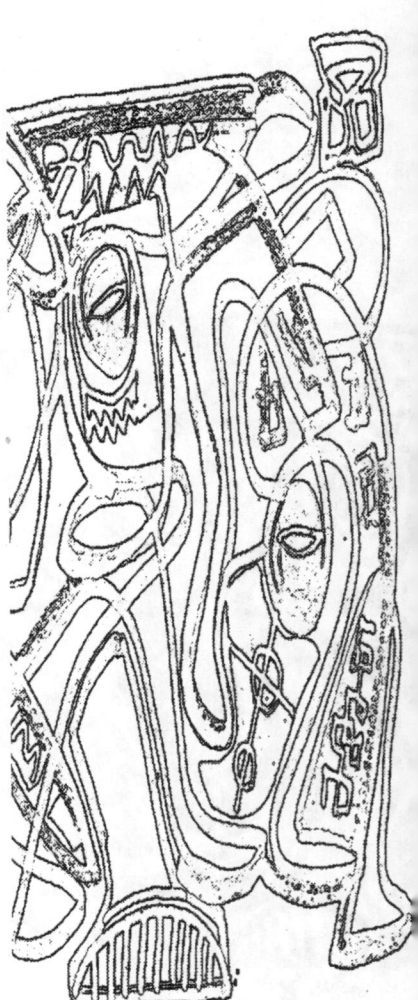

மண்டோதரி எப்படி அழுதிருப்பாள்! இராவணனிற்கு இறுதிக் கிரியைகள் யார் செய்தார்கள்? விபீடணனாகத்தான் இருந்திருக்கும். இவையெல்லாம் என்ன கேள்விகள்? சீதையைச் சிறைவைத்த அரக்கனுக்கு யார் கொள்ளிவைத்திருந்தால் என்ன? பலவாறாகவும் பரதன் தன்னையே கேள்வி கேட்டுக்கொண்டான்.

பரதன் ஒரு மூலையில் இருந்து போர்க்களத்திற்கு எதிர்ப் பக்கமாய் நோக்கி அச்சூழலை ஆராய முனைந்தான். காவலாளி போரில் யார் வென்றார்களென்று அறியப் புறப்பட்டான். அவன் போனதின் பின், யுத்தகளத்தில் விழுந்துகிடந்திருந்த அம்புகளையும் கேடயங்களையும் தம்பதியர் சோதனை பண்ணினர். களத்தில் இருந்தது எதையோ எடுத்துத் தங்கள் மூட்டையில் எவருக்கும் தெரியாதவாறு கட்டிக்கொண்டனர். காவலாளி சிறு நேரங்கழித்து வந்தான்.

பரதன், தாங்கள் எடுத்துவைத்ததைப் பார்த்தானா என்ற ஐயம் அவர்களுக்குத் தோன்றியபடியே இருந்தது.

“வடக்கிலங்கையிலிருந்து வந்த சைனியம் பின்வாங்கி விட்டது. பாண்டிய சேனையின் உதவியுடன் தென்னிலங்கைப் படை வடக்கிலங்கைப் படையை முறியடித்துவிட்டது.” காவலாளி சிங்கன் உற்சாகமடைந்திருந்தான்.

“வடக்கிலங்கை ஒழியட்டும். அழிந்தேபோகட்டும்!” என்று துங்கன் பெருங்குரலில் திட்டினான். அவன் சத்தத்தைக் கேட்டுப் பரதன் திடுக்கிட்டுத் திரும்பினான். அவர்கள் திட்டுதலின் முழுக் காரணங்களையும் அறிய விரும்பினான்.

“வடக்கிலிருந்து படையெடுப்புகள் வரும்போது மக்கள் தெற்கேதான் போக முடியும். தென்னிலங்கைக்குத் தெற்கே கடலிருந்ததால், அவர்கள் எங்கு போக முடியும்?” சிங்கன் பதிலளித்தான்.

“ஆனால், தென்னிலங்கை மன்னனல்லவோ இப்போது போர் தொடங்கியிருக்கிறான்?” பரதன் தான் கேள்விப்பட்டதைச் சொன்னான்.

“வடக்கிலங்கை முற்றாக அழிந்தால்தான், நாங்கள் நிம்மதியாக இருக்க முடியும்.” துங்கன் சபிக்கும் குரலில் சொன்னான்.

இது பரதனுக்கு தர்க்கபூர்வமானதாக இல்லை. வடக்கிலங்கைக்கு வடக்கில் வேறு தேசங்கள் உள்ளனவே! இவர்கள் பார்த்ததில்லை போன்றும். பின்னர் அவர்களும் அழிந்தால்தான் நிம்மதி கிடைக்கும் என்று தர்க்கித்துக்கொண்டே போனால், எங்கு இது முடியும்? வடக்கிலங்கைக்கும் வடக்கில் இருக்கிற பாண்டிய மன்னனிடம் உதவிக்குப் போயிருக்கிறார்களே! இது என்ன குழப்பம்? “வடக்கு-தெற்கு” என்று யாரோ இவர்களுக்குப் பிரித்துச் சொல்லிவிட்டுப் போய்விட்டார்கள். இந்தச் சண்டைகள் தொடர்ந்தே வருகின்றனவே! எவ்வாறு இவ்வுலகில் அமைதி வரப்போகிறது? பரதன் இவைகளைப் பற்றியும் சிந்திக்கலானான்.

'இப்போது நடந்துகொண்டிருக்கும் சம்பவங்களெல்லாம் இராமாயண காவியத்தின் தொடர்ச்சியாக ஏன் இருக்க முடியாது? இராவணன் வம்சம் என்ன ஆனது? இராவணன் மகன் இந்திரசித்துக்கு வாரிசுகள் இருக்கவில்லையா? இராவண தேசத்து மக்களுக்கு என்ன நடந்தது? இன்னும் அறிய வேண்டியது நிறைய உள்ளது.' பரதன் தன் வழக்கமான ஆய்வில் இறங்கினான்.

"முதலில் இராவணன் இருந்த இடத்துக்குப் போவோம். அங்கே சில தடயங்கள் கிடைக்கக்கூடும்."

பரதன் தம்பதியரிடமும் காவலாளியிடமும் தன் விருப்பத்தைச் சொன்னபோது, அவர்களுக்கும் முதலில் அவனுடன் போகலாம் என்ற ஆசை எழுந்தது. தங்கள் ஊரிலேயே இருந்து உலகை அளப்பதைவிட பல இடங்களையும் சென்று பார்ப்பதுவே மேலென்று தோன்றியது. காவலாளியோ ஊரதிகாரி உத்தரவில்லாது, வேறெங்கும் போக முடியாது. சந்திரைக்கு அவள் குழந்தைகளைப் பார்த்துக்கொள்ள வேண்டிய சூழ்நிலை இருந்தது. துங்கன், "நான் பரதனுடன் போய்வருகிறேன்" என்றான். இது அவன் மனைவிக்கும் காவலாளிக்கும் விருப்பமான திட்டம் அல்ல.

"அங்கே போர் நடந்தால், உங்களுக்கு ஆபத்து வரலாம். நீங்கள் எங்களுடன் வாருங்கள்." மனைவி பிடிவாதமாகச் சொன்னாள்.

பரதன், தான் தன்வழியே இடங்களைத் தேடிக்கொண்டு போவேனென்றும், தனக்கு இவ்வளவுதூரம் உதவி செய்ததை மறக்கமாட்டேனென்றும் கூறினான். இராவணன் இருந்ததாகச் சொல்லப்படுகிற ஊர் வடகிழக்கே உள்ளதென்றும், அடர்ந்த காடுகளுக்கூடாகப் போக வேண்டுமென்றும் காவலாளி திசை காட்டியபின், பரதன் அவர்களுக்குத் தன் நன்றியைத் தெரிவித்த பின், தன் பிரயாணத்தைத் தொடரலானான்.

தம்பதியரும் காவலாளியும் தங்கள் ஊர் நோக்கிச் செல்ல ஆரம்பித்தனர். கணவனும் மனைவியும் பேசிக் கொண்டே போகலானார்கள். அதிகாரிகளிடம் சொல்லி, சீதை இருந்த இடத்தைத் தாபிக்க வேண்டுமென்றும் அங்கே தங்கள் மகனை அனுப்பலாமென்றும் மறுபடியும் பேசிக் கொண்டார்கள். காவலாளி கேட்க முடியாதவாறு துங்கன், மனைவிக்கு இரகசியங்கள் சொல்லிகொண்டு நடந்தான்.

"கவனமாக எல்லாவற்றையும் செய்ய வேண்டும்." சந்திரை எச்சரித்தாள். அவர்கள் நடை ஊர் நோக்கித் தொடர்ந்தது.

பரதன் காடுகளுக்கூடாக இராவணனின் ஊர் தேடிக் கொண்டு, பலரிடம் விபரங்களும் வழிகளும் கேட்டுத் திருக்கோணேசுவரம் அடைந்தான். அங்கே யுத்தம் ஒன்றும் நடக்க வில்லை. அங்கு இராவணனைப் பற்றிய விபரங்களைப் பல பேரிடமும் கேட்டான். தங்களுக்குத் தெரிந்தவற்றையெல்லாம் அவனுக்குச் சொன்னார்கள். இராவணன் கோபமடைந்தபோது கடலுக்கருகில் இருந்த பெரும்பாறையொன்றை வெட்டியிருந்த

இராமாயண கலகம்

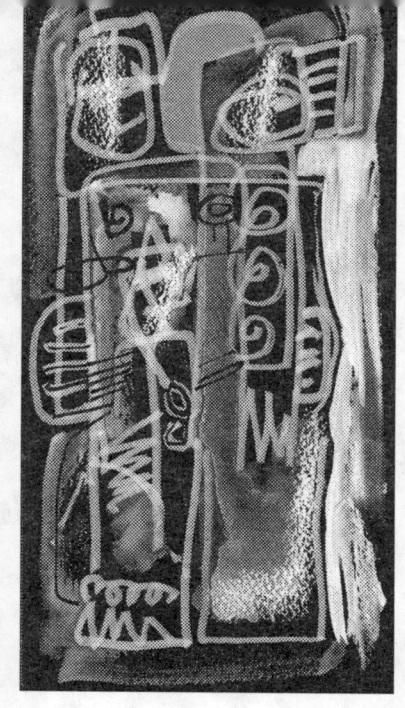

தைக் காட்டினார்கள். அவன் வழிபட்ட சிவத்தலத்தைக் காட்டினார்கள். அவன் தாயிற்கு இறுதிக் கடன் செய்தபோது வெட்டிய வென்னீரூற்றுகளைக் காட்டினார்கள். அதைத் தவிர வேறெதுவும் தடயம் ஒன்றுமில்லை. இராவணனின் மாளிகையோ அல்லது விபீடண வம்சத்தினரின் மாளிகையோ ஒன்றையும் காணவில்லை. அசோகவனம் எதுவும் அங்குமிருந்ததாகவும் தெரியவில்லை.

ஒரு மாலைப்பொழுதில் கடற்கரை மணலில் அமர்ந்து தன் பிரயாண சம்பவங்களை அசைபோடலானான். மீனவர்கள் தங்கள் தேடல்களை ஓடங்களிலிருந்து எடுத்துக்கொண்டு போய்க் கொண்டிருந்தார்கள். கடற்கரை நண்டுகள் மீனவர்களின் ஓட்டத்தைப் பொருட்படுத்தாது தங்களின் தேட்டத்தில் ஈடு பட்டிருந்தன. மீனவர்கள் ஆரவாரம் கடலலைகளின் ஓசையை மீறி எழுந்துகொண்டிருந்தது. ஆரவாரங்களிருந்தாலும் அவற்றை யும் மீறியதான அமைதியொன்று அக்கடற்கரையில் நிலவியது. கடற்கரை அருகிலிருந்த குடில்களிலிருந்து எழுந்த சமையல்களின் வாசமும் அச்சூழலின் இயற்கை இசைவை ஒத்திருந்தது.

பரதனுக்குள் இந்த அமைதி நிலவவில்லை. அவன் யோசனைகள் பெருகியிருந்தன. யுத்த முடிவில் என்ன நடந்திருக்கும்? சீதை சிறைவைக்கப்பட்டிருந்த இடம் அந்தக் குளிர் மலைப் பிராந்தியம் என்றால், அங்கிருந்து சீதையைப் பல்லக்கில் கொண்டு போய்ச்சேர்க்கவே இராமனுக்குச் சில நாட்கள் எடுத்திருக்கும். கதைகளெல்லாம் சொன்னவர்கள் பல விபரங்களை விட்டு விட்டார்கள். சீதை நெருப்பில் நடந்தது எங்கே? இங்கே ஈழத்திலா அல்லது சேதுவைத் தாண்டியபின்னரா? கொடுமைகளை யெல்லாம் ஒடுக்கி, இராமன் நிலைநிறுத்திய தருமம் எங்கே போயினது?

கடலலைகளின் சீர் அவன் மன அலைகளுக்கிருக்கவில்லை.

"ஏய் காஞ்சனை! ஏய் காஞ்சனை! இங்கே வா!" என்று பெருங்குரல் கேட்டது. மீனவக் கிழவன் ஒருவன் கரையிலிருந்த ஒருத்தி நோக்கி விளித்தான்.

அவன் குரல் பரதனின் சிந்தையோட்டத்தை நிறுத்தியது. எங்கே அந்தக் குரல் போகிறதென்று பரதன் கழுத்தைத் திருப்பிப் பின்னால் நோக்கினால், அங்கே ஓரிளம்பெண் சிந்தனையே வடிவாகத் தன் கால்களை மடக்கியபடி கடற்கரை மண்ணில் உட்கார்ந்து கடலை வெறித்துப் பார்த்தபடி இருந்தாள். அவளழகும் அமைதியும் பரதனைப் பாதித்தன. அவன் திரும்பி நோக்கியபோது, அவனைப் பார்த்தாள். அவன் தோற்றத்தின் செம்மையும் கண்களின் கூர்மையும் அவள் மனத்தில் பதிய, அவனை நோக்குவதிலிருந்து தன் கண்களை அவளால் எடுக்க முடியவில்லை.

"ஏய் காஞ்சனை! ஏய் காஞ்சனை! இங்கே வா!" என்று மறுபடியும் மீனவக் கிழவன் குரல் கொடுத்தான்.

"இதோ வருகிறேன் தந்தையே!" என்று கூறியபடியே, அந்தக் கிழவனை நோக்கி ஓடினாள். அவள் ஓட்டத்தின் அழகும் பரதனைக் கவர்ந்தது.

இவள் யார்? அரக்கர்கள் பூமி என்று வருணிக்கப்பட்ட இந்த இடத்திலிருந்து இத்தேவதை எவ்வாறு தோன்றினாள்? பரதன் அவளையே நோக்கலானான். அவளும் மீன்கூடையைத் தலையில் வைத்தபடி கிழவனுடன் பேசிக்கொண்டே, பரதன் பக்கமாக நடந்துவர ஆரம்பித்தாள். பரதனை மீண்டும் நோக்கினாள். தன் உயிர் தன்னைப் பிரிந்து எங்கோ போவது போல் பரதன் உணர ஆரம்பித்தான்.

அன்று கடற்கரைக் கூதல்காற்றையும் பொருட்படுத்தாது அங்கே படுத்திருந்தான். வானத்து நட்சத்திரங்கள் மெல்ல நகர்ந்துபோனது முழுவதையும் பார்த்துப் பின்னர், சூரியனின் ஆட்சியில், செவ்வானம் முதலில் வந்து, பின்னர் இரவு பகலானதையும் நித்திரை சற்றுமில்லாமல் பார்த்தவனை, 'எப்போது வருவாள்?' என்கிற ஆவலே ஆட்கொண்டிருந்தது.

"ஏய் காஞ்சனை!" என்று மனமும் கூவியது.

காஞ்சனைக்கும் அவன் அடுத்த நாள் அதே இடத்தில் இருப்பான் என்று தோன்றியது. அவளும் தந்தையுடன் வந்து, வலைகளெல்லாவற்றையும் அவன் ஓடத்தில் போடவும், ஓடத்தைக் கடலில் தள்ளவும் உதவிசெய்து கரைப்பக்கமாக வந்து பரதனை மறுபடியும் நோக்கியபின்னர் தனக்கு விருப்பமான இடத்தில் அமர்ந்து கடலை அமைதியாக நோக்கலானாள். வேர்வைப்படலம் அவள் எழிலிற்கு மெருகூட்டியது.

பரதன் அவளிடம் நடந்துபோய், "காஞ்சனை!" என்று அழைத்தது அவளுக்கு ஆச்சரியமாக இருந்தது. அவள் முதலில் மிக வெட்கமடைந்தாள். ஆனால், அவன் முகக்காந்தியின் வலிமையில் அவள் வெட்கம் போக ஆரம்பித்தது.

"என் பெயர் உனக்கெப்படித் தெரியும்?" என்று கேட்டாள். தான் முந்தியநாளன்று அவள் தந்தை அவளைப் பெயர் சொல்லி விளித்ததைப் பார்த்த விடயத்தைச் சொன்னான்.

"உன் பெயர் என்ன?" ஆவலுடன் கேட்டாள்.

தன் பூர்வீகத்தையும் தான் ஈழம் வந்த நோக்கத்தையும் விபரமாக எடுத்துச்சொன்னான். அவன் தன் காதலைத் தெரிவிக்க அவள் ஆனந்திக்கலானாள்.

"உனக்கு இராம கதை தெரியுமா?" என்று ஆவலுடன் அவளைக் கேட்டான்.

தான் இராமர் கதை கேட்டிருப்பதாகவும், ஆனாலும் பல விபரங்கள் தனக்குத் தெரியாது என்றும் சொன்னாள்.

"என் தந்தைக்கு நிறையத் தெரியும். அவரை நீ கேட்கலாம்." அவள் பெருமையுடன் சொன்னாள்.

இராமாயண கலகம்

"பலருக்கும் நடந்த விபரங்கள் தீர்க்கமாகத் தெரியவில்லை." பரதன் குறைப்பட்டுக்கொண்டான்.

"என் தந்தையைக் கேள்." மறுபடியும் காஞ்சனை சொன்னாள். அவள் பதிலின் தொனிமட்டுமே அவன் மனதில் பதிந்தது.

அவர்கள் காதல் மலரலாயிற்று.

தன் பிரயாணங்களைப் பற்றி விபரமாக எல்லாவற்றையும் சொன்னான். துங்கன், சந்திரை மற்றும் சிங்கனோடு சீதை சிறைவைக்கப்பட்ட இடத்தைத் தேடிப்போன கதைகளை, காஞ்சனை அவதானத்துடனும் சுவாரசியத்துடனும் கேட்டுக் கொண்டாள். 'குளிர் எப்படியிருக்கும்?' அவளுக்கு அதையும் உணர வேண்டும்போலிருந்தது.

தினமும் அவளுடன் கடற்கரையில் அமர்ந்து கடலலைகளின் எழிலையும் வலுவையும் வீச்சையும் ஓசையையும் அவள் இரசிப் பதை நோக்குவதே அவனுக்குப் புது அனுபவமாக இருந்தது. விதம்விதமான பறவைகள், பறந்துகொண்டே பல்வேறு சங்கேதங் களைத் தங்களுக்குள் பரிமாறிக்கொண்டதையும், மீனவர்கள் விட்டுப்போன மீன்துண்டுகளையும் கடற்கரையிலிருந்த மற்றும் இரைகளைக் கொத்திக்கொண்டு பறந்தேகும் இலாவகத்தையும் அவள் விடாது இரசித்துக்கொண்டேயிருந்தாள்.

"கங்கை நதி அழகானதா?" காஞ்சனை அவனைக் கேட்டாள்.

"நான் இரசித்த முதல் அழகான படைப்பு நீதான்." பரதன் காதல்வயப்பட்டிருந்தான்.

"ஓடமோட்டும் தொழிலில் இயற்கையை இரசிக்க ஏது நேரம்? அங்கே நீ என்னுடன் வந்து பாரேன்." அவளை அழைத்தான்.

பரதன் தங்கள் காதலை, காஞ்சனையின் தந்தையிடம் சொல்லி அவளை விவாகம் செய்துகொண்டு தன் ஊருக்குப் போக வேண்டுமென்கிற நோக்கத்தையும் சொன்னான். அவனுக்கு 'அவர் என்ன சொல்வாரோ' என்று தயக்கமாக இருந்தது.

மனிதரைப் பிரித்துப்பார்க்கும் வழக்கங்களை நிறையப் பார்த்துவிட்ட பரதனுக்கு வேறுவிதமான அதிர்ச்சி காத்தி ருந்தது.

காஞ்சனையின் தந்தை சேந்தனார், பரதனுக்கு அவ்வூர் விவாக வழக்கத்தை விளக்கலானார்.

"நீர் காஞ்சனையை விவாகம் செய்துகொள்வதென்றால், இவ்வூரில்தான் திருமணத்திற்குப் பின் இருக்க வேண்டும். மேலும், அவள் தாயில்லாப் பெண்." சேந்தனார் தீர்க்கமாகச் சொல்லிவிட்டார்.

தன்னுயிரை இருகூறாக்குவதான பதிலைச் சேந்தனார் சொல்கிறாரே என்று பரதன் முதலில் யோசித்தான். சீதைக்கு நடந்த துன்பங்களெல்லாம், அவள் தந்தைதாயுடன் மிதிலையி

இராமாயண கலகம்

லேயே இராமனுடன் இருந்திருந்தால் நடந்திருக்காது என்பது அவனுக்குப் புரிந்தது. ஈழத்தினரல்லோ இப்பாடத்தை நன்றாகத் தெரிந்துவைத்திருக்கிறார்கள்! தன் தாயின் நினைவும் அவனுக்கு மேலோங்கியது.

"என் தாயிடம் ஒருமுறை சென்று காஞ்சனையைக் காட்டி ஆசீர்வாதங்கள் பெற அனுமதி தருவீர்களேயானால், நான் இந்த ஊரிலேயே உங்கள் வழக்கப்படி இருந்துகொள்கிறேன்." பரதன் மனப்போரில் காதல் வென்றது.

"கடலில் மீன்பிடிக்க உமக்குத் தெரியுமா?" சேந்தனார் கேட்டார்.

"கற்றுக்கொள்வேன்" என்று பரதன் உறுதிமொழியுரைத்தான்.

திருகோணமாமலையமர்ந்தோனின் சன்னதியில் தன் தாயையும், இறந்துபோன தன் தந்தையையும், அருமைத் தம்பியையும் மற்றும் தன் பாசமுள்ள சுற்றத்தாரையெல்லாம் நினைத்தபடியே காஞ்சனையை மணம்புரிந்துகொண்டான். சேந்தனாருக்குப் பரதனிடம் வாஞ்சனையுண்டாயிற்று. காஞ் சனையும் அவனிடம் காதல் கொண்டவளாக இருந்தாள்.

கடலில் ஓடமோட்டுவது, கங்கையில் படகு செலுத்துவதைப் போல இலகுவானதல்ல என்பது பரதனுக்குப் புரிந்தது. அவருடன் மீன்பிடிக்கப் போகும்போது சேந்தனாரிடம் இருந்து பல விடயங்களைப் பரதன் தெரிந்துகொண்டான். தன் பிரயாணத்து அனுபவங்களையெல்லாம் விபரித்தான். அதனால், சீதைப் பிராட்டியைச் சிறைவைத்திருந்த இடத்தைத் தேடிப்போன விபரங்கள் சொன்னான். அந்த இடத்தில் அசோகவனமொன்றை யும் தான் காணவில்லை என்பதையும் சொன்னான். போகும் வழியில் தான் கண்ட போரைப் பற்றியும் சொன்னான்.

பழங்காலத்தில், திருகோணமலையைத் திரிகூடமலையென்று கூறுவார்களென்றும், இராவணன் சிவபக்தன் என்றால், அவன் அங்கேதான் வழிபட்டிருக்க வேண்டுமென்றும் சேந்தனார் சொன்னார்.

"வடக்கத்தியர் அரக்க குலம் என்று இராவண வம்சத்தைப் பழித்துச் சொல்லிவிட்டார்கள். குபேரனை வென்றவன் என் றல்லோ இராவணன் புகழ் பரவியிருந்தது! பழங்கதைகளில் ஈழம் எவ்வளவு அழகானது, செல்வம் நிறைந்தது, விசித்திர வேலைப்பாடுகள் நிறைந்த மணிமண்டபங்களும் மாளிகைகளும் நிறைந்தது என்று கூறப்படவில்லையா? அரக்ககுலம் இழிவான குலம் என்றால், எப்படி அரக்கர் தேசம் செல்வமும் அழகும் பொருந்தியிருந்திருக்க முடியும்? எவ்வாறு அங்கே அழகான மக்கள் இருந்திருக்க முடியும்?" சேந்தனாருக்கு வடக்கே சொல்லப் படுகிற இராம கதை தெரிந்திருந்தது. தொடரலானார்.

"இராவணன் பிரமனின் வழிவந்தவன். அவனுடைய சகோதரி சூர்ப்பனகை. முதல் மனைவி மண்டோதரி. அவ னுடைய இளைய மனைவி தானியமாலி. வேறு மனைவியரும்

அவனுக்கு இருந்தனர். இவைகளெல்லாம் தெரிந்த விபரங்கள். இராவணனின் தந்தை விசுரவசு இருடிக்கு எத்தனை மனைவியர்? இராவணனுக்கும் சூர்ப்பனகைக்கும் ஒரே தாயா? சூர்ப்பனகை எதற்காகத் தண்டகாரணியம் போக வேண்டியிருந்தது? அவளும் அழகான பெண் என்று சில நேரங்களில் வருணிக்கப்படவில்லையா? பதினான்கு சேனாதிபதிகளுடன் கரன், தூடணன் என்ற இராவணின் சகோதரர்கள் எப்படி அக்காட்டிற்கு அதிபதியாய் இருந்தார்கள்? அவர்களை இராமனும் இலக்குவனும் அழித்தபோது, கரன் தூடணாதியோருடன் இருந்த அகம்பனன் எப்படிப் போய் இராவணனிடம் நடந்ததைச் சொன்னான்? படகில் வந்தானா? இல்லை பறந்து வந்தானா? அகம்பனன் பின்னர் இராம-இராவண யுத்தத்தில் முக்கிய பங்கு வகித்தானே! எவ்வாறு தம்பியர் விபீடணனும் கும்பகர்ணனும் மட்டுமே ஈழத்தில் இருந்தார்கள்? இராவணனின் தாய்வழிப் பாட்டனான மாலியவானை இன்னும் ஏன் இவ்வூர் மக்கள் போற்றுகின்றனர்? இராவணனின் புதல்வர்களில் முதலில் அனுமானின் கையால் மாண்டது அச்சன். அனுமான் தூது வந்த சமயம் நடந்தது அது. பின்னர் இந்திரசித்துவையும் அனுமான் எதிர்க்கலாயினும், அனுமானால் இந்திரசித்துவை ஒன்றும் செய்ய முடியவில்லை. சுவேலைமலையில் இராம, இலக்குவ சைனியம் வந்திறங்கிற்று என்று சொல்வார்கள். இம்மலை எங்கே இருக்கிறது என்று பலருக்கும் தெரியாது. யுத்தம் ஒரு பக்கம் இருக்கட்டும். இராவணாதியோரின் குடும்பங்களில் எத்தனை குழப்பம்? விபீடணன் மனைவி சரமையைத் தனியே ஈழத்தில் விட்டுவிட்டல்லோ இராமனிடம் போய்ச் சரணாகதி அடைந்தான்? இது எந்த நீதிநூலுக்கேற்றதாக இருந்திருக்கும்? இந்திரசித்துவை இலக்குவன் எய்த இந்திராத்திரம் கொல்லலாயிற்று. தென்னிலங்கை மக்கள் காக்கும் இலக்குவனின் அம்பு அதுவாக இருக்கலாம். இராவணன் மாண்டபின்னர் மண்டோதரிக்கு என்ன ஆயிற்று என்று ஒருவரும் சொல்லவில்லை.

சேந்தனார் தனக்குத் தெரிந்தவற்றைச் சொன்னார். தன் மனக்கேள்விகளையும் பரதனிடம் பகிர்ந்துகொண்டார்.

பரதனுக்கு சேந்தனாரிடம் அவர் அறிவின் அகலத்தினால் மரியாதை உண்டானது. அவர் மனதிலும் கேள்விகள் தொக்கி நிற்பது குறித்துப் பரதனுக்கு யோசனைகள் பெருகின.

“நீர் இராமஇலக்குவர்களினதும் சீதையினதுமான தடங்களைத் தேடுமாப் போல், நானும் இராவணாதியோரின் தடங்களைத் தேடிக்கொண்டு ஒருமுறை போய்வர வேண்டும். என் சரீரம் ஒத்துழைக்குமா?” சேந்தனார் பரதனிடம் சொல்லி ஆதங்கப்பட்டார்.

“இராமரும் சீதையும் இறைவரல்லவோ!” பரதன் பக்தியுடன் சொன்னான்.

“உண்மையில் இராவணன் எப்படியானவன் என்று அறிகிற வாய்ப்புமில்லாமல் போய்விட்டது. தடங்கள் தேடிக் கும்பிட

அல்ல. என்ன நடந்ததென்று அறிவதற்காக மட்டுமே. பக்தி இயற்கையான உணர்ச்சி அல்ல." சேந்தனார் பரதனுக்கு விளக்கினார்.

பரதன் இப்படிப் பலமுறையும் கடலில் போகும் போதெல்லாம் சேந்தனாருடன் பேசித் தன் சிந்தனைகளை ஓட்டியபடி இருந்தான். காஞ்சனையின் அன்பும் அவள் இரசனையான போக்கும் பரதனின் காதலை வளர்த்தன. 'காஞ்சனையையும் கூட்டிக்கொண்டு போய் இராமகதைத் தடங்களை மீண்டும் தேட ஆரம்பிக்கலாம்' என்று யோசனை செய்து, சேந்தனாரிடம் உத்தரவு கேட்டான்.

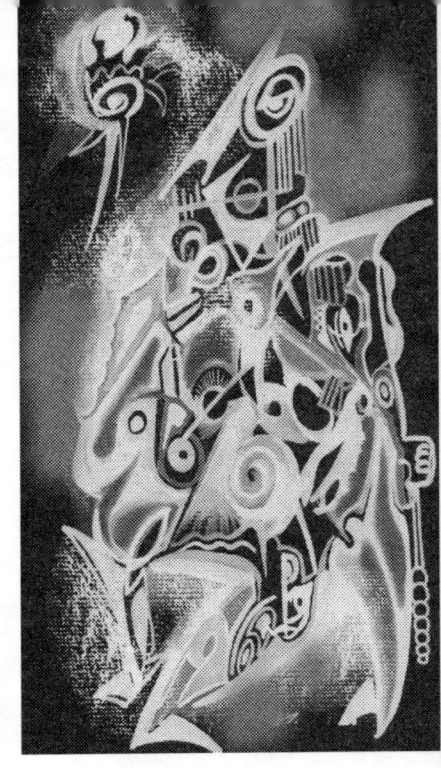

போர் நிலவரம் சேந்தனாருக்குக் கவலையளித்தது. தென்னிலங்கை அரசனின் கொடூரங்களுக்களவில்லை. இப்போது அவன் கை ஓங்கியிருக்கிறது. பரதனுக்கு ஊர் விவகாரங்கள் தெரியவில்லை. என்ன செய்யலாம்? உண்மைகள் அறிய விரும்புபவனை எவ்வாறு தடுக்க முடியும்? அவர்களை அனுப்பி அனுபவம் பெறச் செய்வதேதான் சிறந்த வழி.

சேந்தனார் அனுமதி தந்து மேலும் விபரங்கள் கூறலானார்.

பழங்கதைகளில், இலங்காபுரியை ஒரு நகரமென்று விபரித்திருக்கிறார்கள். அந்நகரத்தைச் சுற்றி நான்கு பக்கமும் மதிற்சுவர் இருந்திருக்கிறது. இராம–இராவண யுத்தம் நடந்தபோது, நான்கு திசைகளிலும் இராவணன் படையணிகளைப் போருக்கு அனுப்பியிருந்தான். கிழக்கணிக்கு, பிரகசு தன் தலைமை. தெற்கே யமனையும் எதிர்க்குமாறு ஒருவனுக்கிருவனாக மகா பாரிசுவனும் மகோதரனும் தலைமை. மேற்கில் இருந்தே இராமன் வருவான் என்று யோசித்துத் தன் அருமைப் புத்திரன் இந்திரசித்துவை அத்திசைக்காவல் தலைமையில் அமர்த்தினான். வடக்குக் காவலுக்கு இராவணனே தலைமை. விருபாச்சன் இலங்காபுரி நகர் உட்காவலுக்கான தலைவனாக்கப்பட்டான். இப்படிப் பார்த்தால் திரிகூடமலையென்கிற திருக்கோணேசுவரத்துக்கு மேற்கேதான் இலங்காபுரி என்கிற நகரம் இருந்திருக்க வேண்டும். திரிகூடமலையில் இருந்தது இலங்காபுரியென்றால் அதற்கு நான்கு பக்கம் கோட்டை வாசல் இருந்திருக்க முடியாது. திரிகூடமலைக்குக் கிழக்கே கடலல்லவோ உள்ளது? திரிகூட மலைமேல் இராவணனுடைய நகரம் இருந்தது எனவும் சொல்லியிருக்கிறார்கள். அதுவும் இலங்காபுரியும் வெவ்வேறு இடங்களாயிருந்திருக்க வேண்டும். சீதை சிறைவைக்கப்பட்டிருந்த அசோக வனம் இலங்காபுரியென்று சொல்லப்பட்ட நகரத்தையொட்டித் திருக்கோணேசுவரத்திற்கு மேற்கே இருந்திருக்க வேண்டும். நீங்கள் மேற்கே போய்த் தேடினால், தடங்கள் கிடைக்கக்கூடும்.

"காஞ்சனை! நீயும் வருகிறாயா?" பரதன் அவளைக் கேட்டான். காஞ்சனைக்குப் பரதனுடன் பிரயாணம் செய்யப் போவதில் மிகுந்த ஆவல் எழுந்தது. கடலின் அழகு மட்டுமே இதுவரை பார்த்திருந்தவளுக்கு வனங்களும் அவற்றில் வாசம் செய்யும் பிராணிகளையும் பார்க்கப்போகிற ஆசை எழுந்தது.

இராமாயண கலகம்

“நெடுங்காடுகள் நிறைந்த பிரதேசம். கவனமாகப் போய் வாருங்கள்” என்று அனுப்பிவைத்தார் சேந்தனார்.

யானைகளும் சிறுத்தைகளும் மற்றும் பல்வேறு வகையான மிருகங்களும் நிறைந்த காட்டு வழியில் போகையில் காஞ்சனை எல்லாவற்றையும் இரசித்தாள். பயம் வந்தபோதெல்லாம் பரதனைக் கட்டிக்கொண்டாள். சிரித்தபோதெல்லாம் பரதனிடம் முத்துப் பற்களைக் காட்டித் தன் சிரிப்பைப் பகிர்ந்துகொண்டாள். தன் இரசனை எல்லாவற்றிலும் பங்கேற்கும்படி பரதனை வேண்டினாள். முள்ளில் அவள் ஆடை சிக்கியபோதெல்லாம் பரதன் அதை எடுத்துவிட்டான். தன் ஆடைத் தலைப்பினால் அன்புடன் அவன் வேர்வையைத் துடைத்துவிட்டாள். காட்டுப் பறவைகள் இன்னிசையாகவும் துயரம் தொனிக்கவும் உற்சாகமாக வும் பாடின. இலைகளில் இளந்தளிர்களும் சருகுகளும், பூவுலகின் உயிர்நிலைகளைக் காட்டிக் காட்சிகளைப் பூரணப்படுத்தின.

வாழ்க்கையின் ஒவ்வொரு கணத்திலும் தன் சூழலை இரசித்தபடி இருந்தவளுக்கு நேற்றும் நாளையும் இல்லாத மாதிரி இருந்தது. பரதனுக்கு அது வியப்பாக இருந்தது.

“நான் இல்லாமல் இக்காட்டிற்குள் வந்திருப்பாயா?” பரதன் அவளைக் கேட்டான்.

“நீ இல்லாமல் என் உயிரே இல்லை. என் உயிர் உன்னி டத்தில் என்றால், நீயில்லாமல் நான் எங்கே போக முடியும்?” மிகுந்த காதலுடன் காஞ்சனை சொன்னாள்.

போகும்போது காட்டுப்பாதையில் காட்டாறுகள் குறுக் கிட்டன. தாமரைக்குளங்களில் நீர் பருக வரும் பிராணிகளை எதிர்பார்த்துச் சிறு முதலைகளும் காத்திருந்தன. “தண்ணீர் எடுக்கவோ குளிக்கவோ போகும்போது, கவனமாகக் குளத்தில் இறங்கு” என்று பரதன் அவளிடம் சொன்னான். போகும் பாதையை நன்றாக அடையாளம் செய்தபடி பரதன் போய்க் கொண்டிருந்தான். திரும்பும்போது பாதையில் குழப்பம் எதுவும் வரப்படாது என்கிற தீர்மானம் உடையவனாக இருந்தான்.

சில நாட்கள் பிரயாணம் செய்து ஓரழகான ஊரை அடைந்தார்கள். சோலைகளும் வாவிகளும் நிறைந்த ஊரா யிருந்தது. அழகு நிறைந்த அவ்வூரில் யுத்தம் எந்த நேரத்திலும் வரலாம் என்று அவ்விடத்து மக்கள் சொன்னார்கள். அழகிய புரம் என்ற பெயரும் மற்றும் எந்த மன்னன் அவ்வூரை ஆள்கிறான் என்பதைப் பொறுத்துப் பல்வேறு பெயர்களும் அந்த ஊருக் கிருந்தது. மடம் ஒன்றில் தங்கி, தங்கள் பிரயாணத்தின் நோக்கத் தைப் பலரிடமும் சொல்லி அசோகவனத்தைத் தேடிப்போன போது...

ஊரின் ஓரெல்லையில் மரத்தோப்பு ஒன்று கண்டார்கள். பல்வேறு நெடிய மரங்களும் அவற்றைச் சுற்றிய கொடிகளும் அம்மரத்தோப்பிற்குத் தனித்தன்மையைக் கொடுத்தன. காடு போலல்லாது தனித்தனியே ‘நான் நானாக இருக்கிறேன்’ என்று

பறைசாற்றுவதுபோல் ஒவ்வொரு மரமும் கம்பீரமாக நின்றது. மான்கள் அத்தோப்பிற்கு அழகூட்டியபடி அங்கங்கே தங்கள் அழகுமிக்க பார்வையை இவர்கள் பக்கம் ஒரு கணம் செலுத்தி வெருண்டு ஓடப்பார்த்துப் பின்னர் இவர்கள் அமைதியைப் பார்த்துத் தங்கள் ஓட்டத்தை நிறுத்தின. குரங்குகள் மரத்தோப்பில் பல்விதமாகவும் தங்களுக்குள் பேசியபடியே கனிகளையும் இலைகளையும் சுவைபார்த்தபடி இருந்தன. ஒருபக்கத்தில் சிதைந்துபோன ஒரு மதிற் சுவர் இருந்தது. அதையொட்டி ஓர் எறும்புப்புற்று ஓரரசனின் கோட்டைக்கு இருக்கக்கூடிய செம்மையுடன் இருந்தது. காட்டுப்பூக்களின் நறுமணம் மயக்கம் தருவதாக இருந்தது.

அத்தோப்பின் நடுவில் ஓர் ஆலமரம் இருந்தது. அப்பாரிய மரத்தின் பருங்கிளைகளைத் தாங்கிய வேர்களெல்லாம் கோவில் தூண்களைப் போலச் செம்மையாகவும் சீராகவும் இருந்தன. நடுவே மரத்தைச் சுற்றி அழகான மேடை ஒன்று இருந்தது. குரங்குகள் மரக்கிளைகளில் அமர்ந்து தங்கள் விளையாட்டுகளில் சிரத்தையாக இருந்தன. பறவைகளும் தங்கள் உல்லாசத்தில் இருந்தன.

"ஏ பரதனே! இதைப் பார்! இந்தத் தோப்பைப் பார்!" என்று அத்தோப்பை வியந்தபடியே காஞ்சனை பரதனின் தோளை உலுக்கிச் சொன்னாள்.

பரதன் அந்த மரத்தோப்பைப் பார்த்தான். அவனுக்கும் அது ஒரு விசேடமான இடமாகப்பட்டது.

"என்னுயிர் பரதனே! இங்கே பார். இந்த மேடையைப் பார். மான்களைப் பார். இந்த மரத்தின் அழகைப் பார். இந்தத் தோப்பின் தெய்வீகச் சூழலைப் பார். இந்த எழிலான குரங்குகளைப் பார். பறவைகளின் சத்தத்தின் சுத்தத்தைக் கேள். பூக்களிலிருந்து வரும் வாசனைகளை முகர்ந்துபார். இங்கேதான் சீதை சிறைவைக்கப்பட்டிருந்திருக்க வேண்டும்."

ஆனால், சீதையிருந்தது சிம்சுபாமரத்தடியில் என்றல்லவா தன் மூதாதையர் சொல்லியிருக்கிறார்கள்? இது ஆலமரம். அசோகமரங்கள் எங்கே?

பரதன் ஒருகணம் தனக்கு இராம கதை சொன்ன தன் பாட்டனை ஞாபகப்படுத்திப்பார்த்தான்.

அவன் சந்தேகம் காஞ்சனைக்குக் கவலையைத் தந்தது.

"நீ இராமன் சீதையைச் சந்தேகித்த மாதிரி இந்த இடத்தைச் சந்தேகிக்கிறாய். நீ, சற்று இந்த இடம் முழுவதையும் இன்னொரு முறை பார். காட்டுக்கு நடுவே அமைந்துபோன அழகுத் தோப்பைப் பார். கேட்கிற தொனிகளை உற்று நன்றாகக் கேள். இங்கே மலரும் பூக்களின் நறுமணத்தை நன்றாக முகர்ந்து கொள். கண்களை ஒருகணம் மூடித் திற." காஞ்சனை தன் அழகிய கரங்களால் மெல்ல அவன் கண்களைப் பொத்தி, "என் அன்பின் பரதனே! முதலில் தொனிகளையும் வாசங்களையும் ஒருகணம் உணர்" என்றாள்.

இராமாயண கலகம்

பரதனின் பார்வை தவிர்ந்த மற்றப் புலன்கள் யாவும் சக்தியடைந்து ஒருமைப்படுகையில், காஞ்சனை அவன் கண்களிலிருந்து தன் கரங்களை எடுத்தாள்.

"இங்கே பார்" என்றாள் மெல்லிய குரலில்.

அவன் அத்தோப்பைத் தன் கண்களாலும் உணர்ந்தபோது, புலன்கள் யாவும் ஒன்றுபட்டு அவனுள் ஓர் இன்ப அமைதியத் தந்தன.

"ஏ காஞ்சனயே! நீ சொல்வது சரிதான். இதுதான் சீதாப்பிராட்டி இருந்த இடம்! இதுவேதான்!" பரதன் குரல் எழுச்சியில் அவன் புளகாங்கிதம் தெரிந்தது.

"இங்கே கத்தாதே! மெல்லமெல்ல!" என்று விரலை வாய்க்கு முன் வைத்து அவனை அடக்கினாள். "இந்த அழகை இரசித்துப் பார்" என்று மீண்டும் தன் ஐம்புலன்களையும் கொண்டு அக்காட்சியில் ஐக்கியமானாள். பரதனும் இக்கலையைக் கற்கலானான்.

"இன்றிரவு வந்து பார்க்கலாம். சந்திரனின் ஒளியில் இத்தோப்பு எப்படி இருக்கிறது என்று பார்ப்போம். அனுமான் முதலில் அசோகவனத்துக்கு வந்தபோது சந்திரனின் ஒளியின் உதவியால் அல்லவா சீதாப்பிராட்டியை பார்க்க முடிந்தது." பரதன் உற்சாகமடைந்திருந்தான்.

"நிலாக்காயும்போதா? ஓ! என் பரதனே! பரதனே!" அவள் நாடிநரம்பெல்லாம் உருகியபடி அவனை முத்தமிட்டாள். அவளின் உற்சாகம் அவன் உயிரை உலுப்பியது.

மாலை அங்கு வந்தவர்கள் இரவின் வரவையும், அதை யொட்டி வரப்போகிற சந்திரப் பிரபையையும் எதிர்பார்த் திருந்தார்கள். வளர்பிறைச் சந்திரன் இன்னும் சில நாட்களில் பூரணம் பெறுகிற நிலையில் இருந்தான். சந்திரன் அடிவானத்தில் எழுந்தபோது, பின்னர் இயற்கைக் காட்சிகளெல்லாம் மயக்கும் வெண்மையாகப்போகும் விசித்திரம் நடைபெறப்போகிறதற்கான அறிகுறி ஒன்றுமில்லை. நட்சத்திரங்கள் வானில் சுடர்விடத் தொடங்க, சந்திரன் தன் மயக்கும் வலிமையைக் காட்ட ஆரம்பித்தான். இலைகளில் பட்டுத்தெறித்த சந்திரனின் ஒளி அவற்றை வெள்ளியாக்கிவிட்டுச் சீவராசிகளின் கண்களை மயக்கத் தொடங்கின. ஆலமரத்தின் கிளைகளுக்கூடாக மெல்லிய ஒளி பாய்ந்து பரவி, அம்மரத்தைச் சூழ்ந்து அணைத்துக் கொண்டது.

"என் பரதனே! என் பரதனே!" என்று முனகியபடியே காஞ்சனை மைதுன நிலையடைந்தாள்.

பறவைகள் சந்திர ஒளியினை இரசித்துப் பாடின. இரவு இரைதேடும் மிருகங்களின் ஆரவாரம் அவ்வப்போது கேட்டபடி இருந்தது.

சூழலின் அமைதியில் பரதனும் காஞ்சனையும் தங்கள் பிரயாண மூட்டைகளை அங்கே போட்டு, காதல் அணைப்புடன்

நித்திரையானார்கள். இரவு முடிகிற நேரம் பரதன் மெல்ல எழுந்தான். பறவையொலி அவனை எழுப்பிவிட்டது.

பார்த்தால்...

சந்திரன் வானத்தில் இருந்து மறைவதற்கு முன் ஆலமரத்தின் அடியில் தன் அமைதியொளியைப் பாய்ச்சிக்கொண்டிருந்தான். ஒரு வெண்புறா மேடையில் அரைத் தூக்கத்தில், துக்கம் தோன்றிய மந்தாரத் தொனியில் தன் நிலை எதையோ சொல்ல முயற்சித்துக் கொண்டிருந்தது. அதைச் சுற்றியிருந்த மற்றப் புறாக்கள் இவ்வெண்புறாவுடன் சம்பாடணை செய்யும் நிலையி லிருந்ததாகத் தெரியவில்லை. மரக்கிளையொன்றில் ஒரு குரங்கு அப்புறாவின் மந்தாரத் தொனிக்கேற்றவாறு தாரத் தொனியில் பதிலளித்துக்கொண்டிருந்தது. காஞ்சனையை, பரதன் மெல்ல அவளை முத்தமிட்டு எழுப்பினான். மெல்லிய குரலில்,

"ஏ காஞ்சனை இங்கே பார். இந்த அதிசயத்தைப் பார்!" என்றான்.

காஞ்சனை மெல்ல எழுந்து கண்களைக் கசக்கியபடி அவன் காட்டிய திசையில் பார்த்தாள். சூழல் புரியச் சிறு தாமதமாயிற்று.

புறாவின் குறைகளைக் கேட்டுக் குரங்கு பதிலளித்துக் கொண்டிருந்தது.

"பரதனே! இதுவேதான் அந்த இடம். இதுதான். இதுவே தான்!" காஞ்சனை அவன் தோளைப் பற்றியபடி மெல்லிய குரலில் சொன்னாள். எங்கோ இருந்து எழும்பிய காட்டுச் சேவலின் கூவலில் வெண்புறாவும் அதைச் சுற்றிய கூட்டமும் குரங்குகளும் தத்தம் கடமைகளை நினைத்தோட ஆரம்பித்தன. தோப்பு பகலை நேர்கொள்ள ஆரம்பித்தது.

பரதன் அம்மேடைக்கருகில் போய் வணங்கினான். "இத் தலத்தை எல்லோருக்கும் காட்டவேண்டும்." பரதன் தீர்மானித்துக் கொண்டான்.

"என் தந்தையிடம் முதலில் காட்ட வேண்டும்" என்றாள் காஞ்சனை.

"எப்படி எல்லோரிடமும் சொல்லலாம்? முதலில் அழகிய புரத்துக்குப் போவோம். அங்கே சொல்லிப்பார்ப்போம்." சிந்தனைகள் மேலும் தொடரலாயின.

அழகியபுரத்துக்குப் போனால், அங்கே ஊர் கலக நிலையில் இருந்தது.

தென்னிலங்கை மன்னன் போரில் வென்று, வட இலங்கை மன்னன் எங்கேயோ போய்விட்டான். தென்னிலங்கை மன்னனின் கொடூரங்கள் அவ்வூர் மக்களுக்குப் பிடித்தமானவையல்ல. மக்களை எல்லாவிதமாகவும் இம்சிப்பது - யானையை வைத்து மிதிப்பது, பெரும் உரலில் போட்டு இடிப்பது, பெண்களைக் கற்பழிப்பது இவையெல்லாம் அவனுக்குப் பிடித்தமானவை.

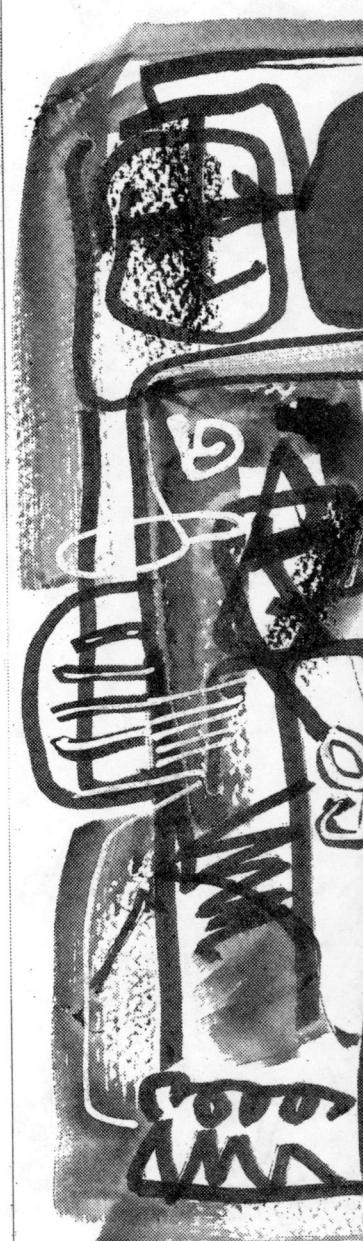

தென்னிலங்கை மன்னன் தன் அதிகாரத்தை அவ்வூரில் நிலை நிறுத்துவதற்காய் அங்கே வரப்போகிறானாம். இது பல பேருக்கு உகந்ததாக இல்லை. முதலில் வெற்றிவிழா ஒன்று நடக்கப்போகிறது. யானைகள், பாணர்கள், நாட்டியகாரர்கள், வாத்தியகாரர்கள் மற்றும் விதம்விதமான கூத்தாடிகள் அவ்விழாவில் வரப்போகிறார்கள். வெகு விசேடமான தெய்வாம்சம் பொருந்திய பொருளொன்றை, வடக்கே அணைக்கு அப்பால் இருந்து வந்த முனியொருவர் தென்னிலங்கை மன்னனிடம் கொடுத்து, "நீ வெற்றி பெறுவாய்!" என்று வாழ்த்திச்சென்ற அப்பொருள் ஊர்வலம் வரப்போகிறது.

காஞ்சனையும் பரதனும் இவ்விழாவைப் பார்த்துவிட்டுப் போகலாமென்று முடிவெடுத்தார்கள். மக்கள் பயத்துடனும் வியப்புடனும் விழாவைப் பார்ப்பதற்காகத் தெருவில் சேர்ந்தார்கள். மக்கள் பல்தொலைவுகளிலிருந்தும் வந்துசேர்ந்தார்கள். சிறுவர், இளைஞர், நடுவயதினர், முதியோர் யாவரும் பகல்பொழுதிலிருந்து அரச மாளிகை வீதியை நோக்கி இருபுறமும் வரிசையாக நின்றனர். கூட்டத்தில் 'எங்கே தங்கள் சிறுவர் தொலைந்துபோய்விடுவரோ' என்றஞ்சிப் பெற்றோர் இறுக்கிப் பிடித்தபடி கால்வலிக்க நின்றுகொண்டிருந்தார்கள். மரக் கிளைகளில் ஏறக்கூடியவர் யாவரும் மரக் கிளைகளில் ஏறி, நடப்பது யாவையும் மேலிருந்து பார்த்து இரசித்தனர். விழா தொடங்க மாலையாயிற்று. தீப்பந்தங்களைப் பிடித்தபடி சேவகர்கள் அவ்விடத்துக்கு ஒளிசேர்த்தனர்.

கூட்டங்கூட்டமாக மக்களை மகிழ்விக்கும் பாணர்களும் நாட்டியகாரர்களும் வாத்தியகாரர்களும் கூத்தாடிகளும் விழாவில் பிரதானமாக இடம்பெற்று நடந்து வந்துகொண்டிருந்தனர். முதலில் ஒரு நாட்டியக் கூட்டம். அவற்றுக்கு வாத்தியமும் மத்தளமும் வாசிப்பவர்கள் சற்றுப் பின்னால். மத்தள வாத்தியங்களின் ஒலி காதைப் பிளந்தது. வெவ்வேறு நாட்டியக் கூட்டங்களின் இசை ஒலிகளும் தாளங்களும் முரண்பட்டன. தனித்தனியாகக் கேட்டால், இசைவாக இருந்த சப்தங்கள் ஒன்றாகக் கேட்டால், அபசுவரத்தொனியாகக் கேட்டது. மரக் கிளைகளில் இருந்தவர்கள் அதைக் கேட்டு அவ்வப்போது தம் காதுகளைப் பொத்திக்கொண்டனரானாலும், மக்களின் கூட்டமும் விழா நடப்புகளின் தனித்தன்மையும் அவர்களை மிகவும் கவர்ந்தன. காஞ்சனையும் பரதனும் மக்களோடுமக்களாய் விழாவில் உலாவரும் யாவற்றையும் பார்த்து வியந்தனர்.

நாட்டியக் கூட்டங்கள் போனபின்னர், கூத்தாடிகள் பல்வேறு முக அலங்காரங்களுடன் தங்களின் சேட்டைகளைக் காட்டி மக்களைச் சிரிக்கவைத்தனர். தீப்பந்தங்களின் ஒளி பல்வேறு தோற்றங்களையும் கூத்தாடிகள் முகத்தில் தோற்றுவித்தது. சந்திர ஒளி அவ்விழாவிற்கு அழகு கூட்டியது. மக்கள் தங்கள் விசனங்களை அக்கணத்தில் மறந்திருந்தனர். கூத்தாடிகளுக் கடுத்ததாக அழகாக அலங்கரிக்கப்பட்ட யானைகள். ஒவ்வோர் யானையின் அம்பாரியிலும் ஒவ்வொரு பொருள் அலங்கரிக்கப் பட்டிருந்தது. முதலில் தென்னிலங்கை மன்னனின் கேடயமும்

வாளும். பின்னர் அவன் வென்ற எதிரிகளின் கிரீடங்கள். ஒவ்வொரு யானைக்குப் பக்கத்திலும் ஒவ்வொரு அதிகாரி. மந்திரி, சேனாதிபதி, முக்கிய தளபதிகள் யானைகளுடன் கம்பீரமாக பவனி வந்தனர்.

கடைசியாக, ஒவ்வொரு பக்கத்திலுமாக, ஒரு நூறு சேவகர்கள் இருக்கக்கூடும் - தட்டங்களிலிருந்து மலர்களைத் தூவியபடி வந்துகொண்டிருந்தார்கள். கட்டியக்காரர்கள் இருவர் முதல் வந்துகொண்டிருந்தனர். இவர்களுக்குப் பின்னால் மிகுந்த கம்பீரத்துடன் தன் நீண்ட வெண்தந்தங்களை இடமும்வலமுமாக ஆட்டியபடி பெருமையுடன் ஒரு வெகு உயரமான யானை வந்துகொண்டிருந்தது. அதன்மேலிருந்த தங்க அம்பாரி தீப் பந்தங்களின் ஒளியில் மின்னியது. அம்பாரியில் சிவப்புப் பட்டுத்துணியால் பத்திரமாக மூடப்பட்டிருந்தது ஒரு பொருள். அந்த யானை தனிச் சிறப்பானது, அதன் அம்பாரியில் இருப்பதும் சிறப்பானது என்று மக்களுக்குத் தெரிந்தது.

"இலக்குவனின் கேடயம்! இலக்குவனின் கேடயம்!" கட்டியக் காரர்கள் முழக்கினர்.

மக்கள் யானையில் வந்த அக்கேடயத்தைக் கைகூப்பி வணங்கினர்.

இலக்குவனின் கேடயமா? இதைப் பற்றி ஒருவரும் ஒன்றுமே சொல்லவில்லையே! பரதன் ஆச்சரியமடைந்தான்

பரதனுக்கு யானையின் பக்கத்தில் நடந்துவருபவன் யாரோ தெரிந்தவன்போலிருந்தது. கிட்டே போய்ப் பார்த்தால், அது துங்கன்!

அவன் முக்கியமடைந்தவன் என்பது அவன் உடையின் சிறப்பால் தெரிந்தது. பின்னால் சிங்கனும் ஈட்டியுடன் நடந்து வந்துகொண்டிருந்தான்.

காஞ்சனைக்கு அவர்கள் யாரென்பதை விளக்கினான். காஞ்சனையோ தீப்பந்தங்களின் ஒளியில் மாறும் முகச் சித்திரங் களை இரசித்தவாறு இருந்தாள்.

'துங்கனிடம் சொன்னால், சீதாப்பிராட்டி சிறையிருந்த தோப்பை எல்லோருக்கும் சொல்லிப் பாதுகாப்பான்.' பரதன் துங்கனையும் சிங்கனையும் தொடர்ந்து காஞ்சனையின் கையை இழுத்துக் கூட்டிக்கொண்டுபோக ஆரம்பித்தான். துங்கனிடம் போய் வணங்கினான். துங்கன் ஆச்சரியப்பட்டான்.

"பரதனே எவ்வாறு இங்கு வந்து சேர்ந்தாய்? இவள் யார்? இராவணன் இருந்த இடங்களைப் பார்த்தாயா? சொல்! சொல்" என்று அவசரமாக அடுக்கடுக்காகக் கேட்டான்.

பரதன் தன் பிரயாணங்களின் விபரங்களைச் சொல்லி, எப்படிக் காஞ்சனையை மணம்புரிந்துகொண்டான் என்பதை விளக்கினான். சீதாப்பிராட்டி இருந்த வனத்தைப் பார்த்ததை விளக்கியபோது, துங்கனுக்கு முகம் கறுத்தது.

இராமாயண கலகம்

"அந்த இடமாக இருக்க முடியாது! நாங்கள் போய்ப் பார்த்த இடந்தான் சீதை சிறை இருந்த இடம். வேறெதுவுமாக இருக்க முடியாது!" துங்கன் ஓங்கிய குரலில் சொன்னான்.

"நாளைக்கு அந்த இடத்தைக் காட்டுகிறோம். பார்த்து விட்டுச் சொல்லுங்கள்" என்றான் பரதன். துங்கனின் பதிலால் அவர்கள் கவலையடைந்தார்கள்.

துங்கனின் அதிதிகளாக அன்றிரவிருந்து அடுத்த நாள் காலை சீதை சிறையிருந்த வனத்துக்குப் பரதனும் காஞ்சனையும் துங்கனைக் கூட்டிக்கொண்டு போனார்கள். சிங்கனும் காவலுக்கு வந்தான். அங்கே போகும்போது, பரதன் துங்கனைக் கேட்க லானான்

"நான் முதல்முறை வந்தபோது நீங்கள் இலக்குவனின் கேடயத்தைப் பற்றிச் சொல்லவேயில்லையே!"

துங்கன் வடக்கிலிருந்து வந்த முனியொருவன், போர் நடக்கும்போது, தென்னிலங்கை மன்னனுக்கு அக்கேடயத்தைக் கொடுத்து, "வெற்றிபெற" என வாழ்த்திச்சென்றதாகச் சொன்னான். தம் மன்னன் வட இலங்கை மன்னனைப் போரில் வென்றதற்கு அத்தெய்வ வாழ்த்தே காரணம் என்பதால், மக்களும் அக் கேடயத்தைத் தரிசித்துத் தன் வெற்றியில் பங்குகொள்வதற்காக அதைத் தன் வெற்றிவிழாவில் ஊர்கோலம் கொண்டுபோகுமாறு கட்டளையிட்டதை விபரித்தான். மன்னன் தன்னையே இதற்குப் பொறுப்பாக விட்டிருப்பதாகவும், அதற்கும் ஒரு கூடம் கட்டிப் பேணுவார்கள் என்பதையும் சொன்னான். சிங்கன் ஒரு மூலையில் இருந்து வேறெங்கோ பார்த்துக்கொண்டிருந்தான்.

துங்கன் முதலில் ஒன்றுமே சொல்லாமல் சீதை சிறை யிருந்த வனத்தைப் பார்த்தான். பின்னர், அத்தோப்பை இரண்டு, மூன்றுமுறை சுற்றிவந்து பார்த்துவிட்டு,

"இந்த இடமல்ல" என்று மிக உறுதியடைந்தவன்போல் சொன்னான்.

காஞ்சனையும் பரதனும் மிகக் கவலையடைந்தார்கள். தோற்றுபவைகளெல்லாம் உறுதியற்றுப்போகும்போல் இருந்தது. 'எது தெய்வ உண்மையோ அது தெரியாமல் போய்விடுமோ' என்கிற பயம் ஆட்கொள்ள, பரதனுக்குத் தான் போன இடங் களெல்லாம் போய் இவ்வுண்மையைச் சொல்லி நீதி கேட்க வேண்டும்போலுமிருந்தது.

பிரயாணத்தேவதை அவனை மீண்டும் ஆட்கொள்ளலா னாள். கேதீசுவரத்திலும் இராமேசுவரத்திலும் மடங்களில் சொன்னால், இராம தடங்கள் தேடி வருவோர் புண்ணியம் அடைவர். கேதீசுவரம் முதலில் போகலாம்.

காஞ்சனையிடம் சொன்னபோது, தந்தைக்கு இத்திட்டம் தெரியாதது அவளுக்குக் கவலையளித்தாலும், பரதனின் துணை நம்பிக்கையளித்தது. "வருகிறேன்" என்றாள்.

இராமாயண கலகம்

கேதீசுவரத்திற்குப் போகப்போவதைத் துங்கனிடம் சொல்லி விடைபெற்றுக்கொண்டு தங்கள் பிரயாணத்தைத் தொடர்ந்தார்கள். அவர்கள் போனவுடன், துங்கன் சிங்கனைக் கூப்பிட்டு அவன் காதில் ஏதோ சொன்னான். சிங்கனும் தன் தலையை ஆட்டிவிட்டு, முன்னால் போகும் இளம் தம்பதியர் கண்டு கொள்ளாதவாறு ஈட்டியுடன் பின்னால் நடக்கலானான்.

மறுபடியும் காட்டுப்பாதை வழியில் திருக்கேதீசுவரம் நோக்கி பரதனும் காஞ்சனையும் நடக்கும்போது, காஞ்சனை உற்சாகமில்லாதவளாக இருந்தாள். கவலை பரதனையும் ஆட்கொள்ளலாயிற்று. கேதீசுவரத்தை அடைந்தபோது, மழை ஆரம்பித்தது. முதலில் சிறிதாக. தான் தங்கியிருந்த மடத்தில் சென்று தான் பார்த்த வனத்தின் இடத்தை அங்குள்ளவர்களுக்கு விளக்கினான். எல்லோரும் ஆச்சரியத்துடன் கேட்டார்கள். அவன் சொல்லும் கதையைக் கேட்பதற்காகச் சனங்கள் கூடினார்கள்.

இவற்றையெல்லாம் மறைந்திருந்து பார்த்துக்கொண்டிருந்த சிங்கன், அவனுடன் வந்தவன் ஒருவனிடம் ஏதோ சொல்லி அனுப்பினான்.

"காஞ்சனையே! இங்கிருந்து இரமேசுவரம் போய்த் தரிசித்து அங்கேயும் நாங்கள் கண்டதை எல்லோரிடமும் சொல்லிவிட்டுத் திரும்பி வரலாம். வருகிறாயா? இராமர் அணையை நீ கட்டாயம் பார்க்க வேண்டும். அங்கே அவ்வணை கடலை இருகூறாக்குவது வேறெங்கும் காண முடியாத ஓரற்புதமான காட்சி."

கடல் இருகூறாகிறதா? காஞ்சனையைக் கற்பனைகள் சூழலாயின. அணையின் ஒரு பக்கத்திலிருந்து இன்னோர் பக்கத்துக்குத் தாவும் மீன்களைப் பார்க்க நேரலாம். அவைகளைப் பிடித்துத் திரும்பவும் கடலில் சேர்க்கலாம். நண்டுகள் மணலைத் தோண்டக் கடற்கரை மணலில்லாமல் என்ன செய்கின்றன என்று பார்க்கலாம்.

"வருகிறேன்" என்றவளைக் கூட்டிக்கொண்டு, பெய்கிற மழையையும் பொருட்படுத்தாது அணைக்கருகில் போய்க் காட்டினான். காற்றும் கடுமையாக வீச ஆரம்பித்தது. அலைகள் அணையின் இடதுபுறத்திலிருந்து ஓங்கிச் சாடின. அணைக்கு மேல் நீரை வாரிக்கொட்டின. தந்தையைக் கடலுக்கு அனுப்பிவிட்டுக் கவலைப்படும் கணங்கள் நினைவுக்கு வர, தந்தையை நினைத்துக் காஞ்சனை ஏங்க ஆரம்பித்தாள். அணையில் மழையையும் காற்றையும் பொருட்படுத்தாது வடக்கே நடக்கலானார்கள். பரதன் வேறு யாராவது அணைமேல் வருகிறார்களா என்று பார்த்தான். முன்னால் பார்த்தால், வேறு ஒருவரையும் அணையில் காணோம். பின்னால் பார்த்தால், இரு மனிதர்கள் வந்துகொண்டிருந்தார்கள். அவர்களும் தொப்பலாக நனைந் திருந்தார்கள். காற்றும் மழையும் வலுவடைய, காஞ்சனையும் பரதனும் ஓட ஆரம்பித்தார்கள். பின்னால் வந்த இரு மனிதரும் அவர்களைத் தொடர்ந்து ஓட ஆரம்பித்தனர். காஞ்சனை

இராமாயண கலகம்

ஓடுவதை நிறுத்தினாள். பரதனையும் நிறுத்தி, "பரதனே! வா திரும்பிவிடலாம். இராமேசுவரம் போக இது சரியான நேரம் மாதிரித் தெரியவில்லை" என்று அழ ஆரம்பித்தாள். அவள் கண்ணீர் விட ஆரம்பித்தாள்.

"காஞ்சனை! ஏன் அழுகிறாய்?" பரதன் கவலை அதிகரித்தது.

"என் தந்தை! என் தந்தை! ஓ..." என்று காஞ்சனை விக்கி விக்கித் தேம்பலானாள். பரதனால் அவளைத் தேற்ற முடியவில்லை. காற்றும் மழையும் தங்கள் சாடலை நிறுத்தப்போவதாகத் தோற்றவில்லை.

"கவலைப்படாதே என் காஞ்சனையே! கவலைப்படாதே! நாங்கள் உன் தந்தையிடமே போகலாம். வா திரும்புவோம்!" என்ற பரதனின் கண்களில் நீர் நிரம்பியிருந்தது. அவளை அணைத்து ஆறுதல் சொல்லி இருவரும் திரும்பினால்...

அங்கே துங்கனும் சிங்கனும் கையில் உருவிய வாளுடன் நின்றுகொண்டிருந்தார்கள். வெறிபிடித்தவர்கள்போலிருந்த அவர்களின் கோலத்தைக் கண்டு காஞ்சனை பரதனை இறுக்கிக் கட்டிக்கொண்டாள். மழையும் காற்றும் கூவிச் சாடின.

பரதன் "என்ன..." என்று அவர்கள் கோபத்தை அறிய விரும்பித் தொடங்கினான்.

"நீ எப்படி சீதையின் சிறையிடம் அழகியபுரிவனம் என்று சொல்லுவாய்? எவ்வளவோ கடினத்துடன் உன்னை சீதை சிறையிருந்த இடத்துக்குக் கூட்டிக்கொண்டுபோனோமே! யுத்த களங்களையும் தாண்டிக் கூட்டிக்கொண்டுபோனோமே! நாங்கள் என்ன மடையர்களா? ஏன் தவறான இடத்தை எல்லோருக்கும் சொல்கிறாய்? எங்கேயோ இருந்து வந்தாய்! இந்த வடக்கிலங்கைக்காரி சொல்பேச்சைக் கேட்டு வேறோர் இடத்தைச் சீதையின் சிறையிடம் என்று காட்டுகிறாய். என்ன துணிச்சல் உனக்கு? கேட்டுக்கொள்! நான் சொல்கிற இடமே சீதையிருந்த இடம்!" என்று துங்கன் கர்ச்சனை செய்து காஞ்சனையை அவனிடமிருந்து பிரித்தெடுக்க இழுத்தான். உக்கிரமாக அலைகள் அணையின் மேல் வந்து விழுந்து தங்களின் வலுவைக் காட்டின. ஓரலை வீச்சு பரதன் மேலும், காஞ்சனை மேலும் வீழ்ந்து அவர்களை அணைமேல் தள்ளியது. சிங்கன் தன் வாளை இருமுறை ஓங்கினான்.

அடுத்த அலை வீச்சில் இரத்தம் கலந்தது. அணைமேல் அலைகள் வரிந்து தாக்கின. கடல் கொஞ்சம்கொஞ்சமாக அணையைத் தன் ஆதிக்கத்துள் கொண்டுவர முயற்சி செய்தது.

"ஒழியட்டும் இவர்கள்!" துங்கன் வெறியுடன் கத்தினான். சிங்கன் அவர்களின் மூச்சு நின்றுவிட்டதை உறுதிப்படுத்திக் கொண்டபின்னர் இருவரும் திரும்பி ஓடலானார்கள்.

பூமாதேவி தன்மேல் விழுந்திருந்த இளசுகளைத் தன் மடியில் போட்டு அணைத்துக்கொண்டாள். அவள் கண்ணீர் பெருகப்பெருகக் கடலின் உயரம் கூடியது. அணை கொஞ்சம்

இராமாயண கலகம்

கொஞ்சமாகத் தாழ்ந்தது. வெறியர்கள் இருவரையும் ஓரலை தூக்கி ஒரு பாறையில் சாடித் தொலைத்தது.

மழையும் காற்றும் அடங்க அடுத்த நாள் அணையைக் காணவில்லை.

கடலுக்குக் கீழே வானரர்கள் உழைப்பெல்லாம் அடங்கிப் போனது.

பூமாதேவி தன் கண்களைத் துடைத்துக்கொண்டாள்.

உலகக்காப்பாளன் இன்னும் புன்னகைத்துக்கொண்டிருந்தான்.

இராமாயண கலகம்

அம்பலத்துடன் ஆறு நாட்கள்

சிவம் அந்தச் சிறைச்சாலை அறைக்குள் ஒரு செவ்வாய்க்கிழமை மாலை கொண்டுவந்து தள்ளப்பட்டபோது, அந்தத் தாடி மனிதன் புகைத்தவாறு இருந்தான். வயது அறுபதிருக்கும். அவன் பார்வையில் மிகுந்த தீர்மானம் இருந்தது. சிவத்தை ஏறெடுத்துப் பார்த்தான். பேச்சைத் தொடங்குவதற்கு இன்னும் நேரம் வரவில்லை என்பது தாடி மனிதனுக்குத் தெரியும். சிகரெட் ஒன்றைச் சிவத்துக்குக் கொடுக்க முயன்றான். சிவம் 'வேண்டாமென்று' தலையாட்டினான். தாடி மனிதன் திரும்பவும் தன் புகைத்தலில் ஆழ்ந்தான். சிறைகளில் மனிதர்கள் தள்ளப்படும் நிலவரங்கள்பற்றி அவனுக்கு நன்றாகவே தெரியும். குற்றங்கள் புரிந்தும் இருக்கலாம், புரியாமலும் இருந்திருக்கலாம், தர்க்கப் படுத்தியுமிருக்கலாம், ஆத்திரப்பட்டும் இருந்திருக்கலாம். சிறையில் தள்ளப்பட்டிருந்ததொன்றே நிச்சயம்.

சிவம் மிகவும் பாதிக்கப்பட்டிருந்தான். தாடிக்காரனையும் தெரியவில்லை. சிறையின் அடைப்பும் பெரிதாகத் தோன்ற வில்லை.

வெளியுலகில் அவனுக்கு இருந்த தொடர்புகளில் பிரச்சினை கள் இருந்தன. 'எந்தக் கணத்திலிருந்து நடந்தவற்றை அனுமானிக் கலாம்' என்ற யோசனை எழ, மனக்களைப்பு இறுகக் கவ்வியது. ஒரு மூலையில் குந்தியிருக்க வேண்டும் என்று தோன்றி, தாடிக் காரனின் ஸ்தானத்திலிருந்து ஒரு தொலைவில் அமர்ந்தான். எவனுடனாவது பேச வேண்டுமென்றும் அவனுக்குத் தோன்றவே யில்லை.

தாடிக்காரன் அதையும் பார்த்துக்கொண்டே புகை ஊதி னான். சிவம் வெகுதூரம் போய்விட முடியாதென்பது தாடிக் காரனுக்குத் தெரிந்திருந்தது. சிவம் குந்தியிருந்து தன் கைமடிப்பில் முகத்தைப் புதைத்துத் தன் நிலையை ஆராய முயன்றான். தாடிக்காரன் புகையை நிறுத்தி, "உன்னுடைய பெயரென்ன?" என்று கேட்டான்.

"சிவம்" என்று பதிலளித்தவனுக்கு, தாடிக்காரன் பெயரை உடனே திருப்பிக்கேட்கத் தோன்றவில்லை. திரும்பவும் தலையைப் புதைக்க முயன்றான். வாழ்க்கையின் இன்பதுன்பக் கணக்கில், துன்பக் கணக்குமட்டுமே வேர்கொண்டிருந்தது. கணங்கள் சில போனபின்னரே, நினவுகளும் துரத்தத் தலையை நிமிர்த்தி அந்தத் தாடி மனிதனைப் பார்த்தான்.

"உன்னுடைய பெயரென்ன?" சிவத்தின் குரலில் தோல்வி மிகச் சூழ்ந்திருந்தது.

தாடிக்காரன் தன் தனிமையை இழந்ததை உணர்ந்து சிலிர்த்துக்கொண்டான்.

"அம்பலம். தாடியம்பலம்" என்று தாடியைத் தடவிக் கொண்டான். சிவத்தினால் சிரிக்க முடியவில்லை. தாடியம் பலம், 'சிவம் ஒரு கோபக்காரனாய் இருக்கக்கூடும்' என்று யோசித்தான். 'போகப்போகத் தெரியும். இளவயது' என்றும் தோன்றியது.

மணியடித்தார்கள் - மாலை உணவிற்காக. அம்பலம் புறப்பட்டான். சிவத்தைப் பார்த்து, "வா, போகலாம்" என்றான்.

"பசி இல்லை" என்றான் சிவம்.

"உனக்குப் பசி எடுக்கும்போது இங்கே சாப்பாடு கிடைக்காது. மறந்துபோனாயா? இது சிறை" என்றான் அம்பலம்.

சிவம் மிகுந்த களைப்புடன் சாப்பிட எழுந்தான். சிறையின் சூழல் இன்னும் சிவத்தின் மனதில் பதியவில்லை என்பது அம்பலத்துக்குத் தெரிந்திருந்தது. சாப்பாட்டு அறையில் பல வயதுக்காரர்களும் பலவித குரல்களுடன் பேசிக்கொண்டே சாப்பிட ஆயத்தமானார்கள். அம்பலத்தைக் கண்டவுடன் பலர் உற்சாகமடைந்தார்கள். அம்பலம் அந்தச் சிறையில் பிரபலமான ஓர் உற்சாக சக்தி என்பதைச் சிவம் உணர்ந்து கொண்டான்.

"யாரிவன்?" என்ற பலரின் கேள்விக்கு, அம்பலம் தலையைச் சற்றே சரித்து, "ஒரு புதிது" என்று பதிலளித்தான்.

ஓர் அரைத்தாடி மனிதன் அம்பலத்தின் மறுமொழியை உணர்ந்தவனாக சிவத்தைப் பார்த்து, ஒரு கணம் நின்று சிவத்தை உற்றுப்பார்த்துவிட்டுப் போனான். ஒரு சந்தைக் கடையின் ஆரவார நிலையை ஒத்திருந்த அந்தச் சாப்பாட்டு அறையில், அம்பலம் சிவத்திற்கு அருகிலேயே இருந்தான்.

"இந்தச் சிறையில் என்ன வேண்டுமென்றாலும் நடக்கலாம்" என்று அம்பலமும் அவனைச் சூழ இருந்தவர்களும் சொன்ன போது சிவத்தினால் உண்ண முடியவில்லை. இதையும் தாடி யம்பலம் பார்த்துக்கொண்டான்.

சிவம் தன் நிலையை உணரக் கஷ்டப்பட்டுக்கொண் டிருந்த அந்தக் கணத்தில், சங்கிலிகள் நிலத்தில் உராய்ந்து எழுகின்ற சத்தத்துடன் சிறைக் காவலர்களால் கடினத்துடன் அடக்கப்பட்டபடி, திமிர்ந்து கொண்டுவரப்பட்ட அந்த

இருவரையும் சூழ்ந்துவந்த அதிர்வுகள், பலவிதமாகவும் பேசிக் கொண்டிருந்த கைதிகளை மௌனப்படுத்தின. பலவித வசவுகளை உரக்கவே சப்தித்துக்கொண்டு ஆர்ப்பாட்டமாகவும் திமிராகவும் அந்த இருவரும் வந்துகொண்டிருந்தார்கள். அவர்களை அடக்கச் சிறைக் காவலர் உரத்துத் திட்டியபடியும் அடித்தபடியும் இருந்தார்கள். அம்பலம் தன் தாடியைத் தடவியபடி அவர்களின் திமிறலைப் பார்த்து ஏளனமாகச் சிரிக்க ஆரம்பித்தான். சிரிப்பலை உணவு அறை முழுவதிலும் பரவி, அந்த ஆர்ப்பாட்டக் கைதி களின் திமிறல் ஒலிகளை அடக்கின. சிரிப்பலை அடங்க, புதுக் கைதிகளின் விலங்கொலி மறுபடியும் அதிகரிக்க ஆரம்பித் தது. காவலர்கள் அவர்களை மறுபடியும் அடக்கினார்கள். இந்த நடப்புகள் சிவத்தின் பாதிப்பு நினைவுகளை அடக்கின.

சாப்பாடு முடிந்து அவர்கள் சிறைக்கூண்டிற்குப் போன போதே அம்பலத்துக்கும் சிவத்துக்கும் புதுக் கைதிகளை அவர்கள் கூட்டில் போட்டிருக்கிறார்கள் என்பது தெரிந்தது. கை, கால் விலங்குகளை எடுத்துவிட்டு அவர்களை உள்ளே தள்ளிக் கம்பிக் கதவுகளை இழுத்துப் பூட்டியிருந்தார்கள்.

தாடியம்பலம் மறுபடியும் சிகரெட் புகையில் ஆழ்ந்தான். சிவத்துக்குப் புதுக் கைதிகளைப் பார்க்கப் பயமாக இருந்தது. அம்பலத்தின் நிதானமும் நிர்ச்சிந்தையும் தைரியத்தைக் கொடுத் தன. தள்ளப்பட்ட புதுக் கைதிகள் சிறைக்கூண்டின் கம்பிக் கதவுகளைப் பற்றியபடி, காவலர்களையும் வேறு மற்றவர்களை யும் உரத்த குரலில் திட்டியபடி இருந்தார்கள்.

"நிறுத்துங்கள்!" என்று அம்பலம் கத்தினான். புதுக் கைதிகள் கோபத்துடன் திரும்பி அம்பலத்தைப் பார்த்தார்கள்.

"இது சிறை! இங்கே நீங்கள் நினைத்தபடி எதுவும் நடக்காது." அம்பலத்தின் உறுதி, அவர்களின் கோபத்தீயைத் தூண்டி விட்டிருந்திருக்க வேண்டும்.

"ஆ..." என்று பற்களைக் கடித்தபடி இருவரும் அம்ப லத்தை நோக்கி அவனைத் தாக்க ஓடிவந்தபோது, ஒரு புலியின் இலாவகத்துடன் அவன் ஒதுங்கிக்கொள்ள, கைதிகள் இருவரும் சிறையின் கற்சுவரில் மோதிக்கொண்டார்கள். இந்தச் சத்தத்தைக் கேட்ட காவலர்கள் ஓடிவந்து, அவர்களை அடக்கினார்கள். அவர்கள் ஆத்திரம் அடங்குவதாக இல்லை. எதிர்வரும் எல்லோரையும் சாடும் ஆத்திரத்துடன் இருந்த அவர்களை அம்பலம் ஆசுவாசப்படுத்த முயற்சித்தான்.

யாரோ ஒருத்தன் பெயரைச் சொல்லி, "அவன் சாக வேண்டும்" என்று வன்மப்பட்டார்கள்.

"இது சிறை! இங்கே நீங்கள் நினைத்தபடி எதுவும் நடக்காது." மறுபடியும், அம்பலம் அவர்களுக்கு நினைவுறுத்தினான். அவர்களிருவரும் தாங்கள் சொன்னதையே திரும்பிச் சொன்னார்கள்.

அம்பலம் அதைக் கேட்டுச் சிரிக்க ஆரம்பித்தான்.

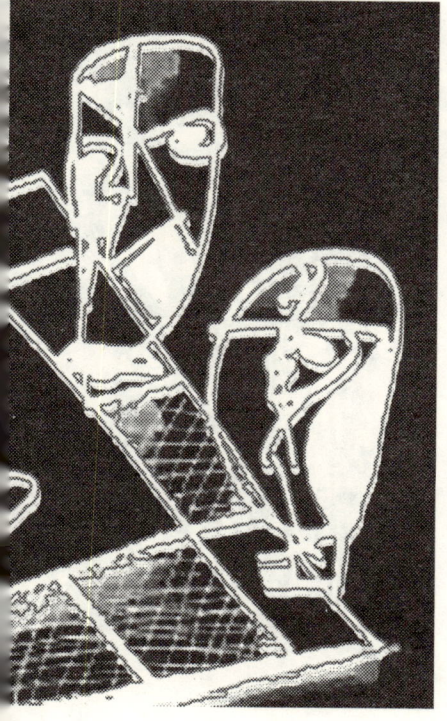

அம்பலத்துடன் ஆறு நாட்கள்

“நீ விருச்சிக ராசிக்காரன்” என்று அவர்களுள் பெரியவனாக இருந்தவனைக் காட்டிச் சொன்னான். “நீ கர்க்கடகம்” என்று மற்றவனை அதே மூச்சில் சுட்டிக்காட்டினான்.

சிவம் ஆச்சரியமடைந்தான். “என் விதி இங்கேயும் தொடர்கிறதா?” என்று யோசித்தவாறே நடப்பவைகளைப் பார்த்துக் கொள்ள ஆரம்பித்தான்.

“உனக்கெப்படித் தெரியும்? பைத்தியக்காரனே!” பெரியவன் ஆத்திரம் இன்னும் போகவில்லை. “இந்தப் பைத்தியத்தை விடு” என்று மற்றவன் பெரியவனுக்கு அறிவுரை சொன்னான்.

“உங்கள் சரித்திரம் முழுவதும் எனக்குத் தெரியவரும்” என்றான் அம்பலம்.

“வாயை மூடடா பைத்தியக்காரனே!” என்று இருவரும் சொன்னர்களே தவிர, இம்முறை அவன்மேல் பாயவில்லை.

சிவத்துக்குத் தன் நிலையை மறக்க வேண்டும்போலிருக்கத் தூக்கம் அவனை ஆட்கொள்ள ஆரம்பித்தது. அம்பலம் அவன்பாட்டில், தன் தலைமாட்டுக்கடியில் இருந்து ஒரு சிறு சுண்ணாம்புக்கட்டியை எடுத்து, சிறைச் சுவரில் இருந்த ஓட்டைக் கூடாகத் தெரிந்த ஓரிரு நட்சத்திரங்களைப் பார்த்தபின்னர், நிலத்தில் கோடுகளை வரைந்தான். கணக்குகள் போட்டான்.

“நீங்கள் தென்மேற்கிலிருந்து வருகிறீர்கள், இல்லையா?”

“உனக்கு இவ்வளவு நிச்சயமென்றால், எங்களை ஏன் கேட்கிறாய்?” சிறியவன் தன் ஆச்சரியத்தை அடக்கிக்கொண்டு கேட்டான்.

“என் கணக்குகள் தப்பியதே இல்லை.” அம்பலம் பெருமைப் பட்டுக்கொண்டான்.

“நீ எந்தக் கணக்கைப்போட்டுச் சிறைக்குள் வந்துசேர்ந்தாய் செம்மறியே?” சிறியவன் திரும்பவும் சாடினான்.

“நீ மிகவும் சின்னவன். உனக்கு யோசிக்கத் தெரியவில்லை. சிறைக்குள் வந்தே இந்தக் கணக்குகளைப் படித்தேன். நீயும் படி, படிப்பதற்கு இதுதான் நல்ல இடம்.” அம்பலம் மறுபடியும் சிரித்தான்.

“இந்த இடத்தைவிட்டுத் தப்பியோடுவதற்கு ஒரு வழியைக் கண்டுபிடிக்காத மேதை நீ, எந்தக் கணக்கைப் படித்தென்ன?” பெரியவன் நக்கலாகப் பதில் சொன்னான்.

“நான் தப்பியோடி உன் மாமியார் வீட்டில் மாட்டிக் கொள்ளவா?” தாடியம்பலம் நக்கல் பதிலுரைத்தான்.

உரையாடலில் அடியோடிய சினம் அடங்கவில்லை. சிவம் ஆழ்ந்து தூங்கிக்கொண்டிருந்தான்.

“என்னுடைய பெயர் அம்பலம். தாடியம்பலம் என்று இங்கே என்னைச் சொல்வார்கள். உங்கள் பெயரென்ன?” தாடியை வழக்கம்போல் தடவிவிட்டுக்கொண்டான்.

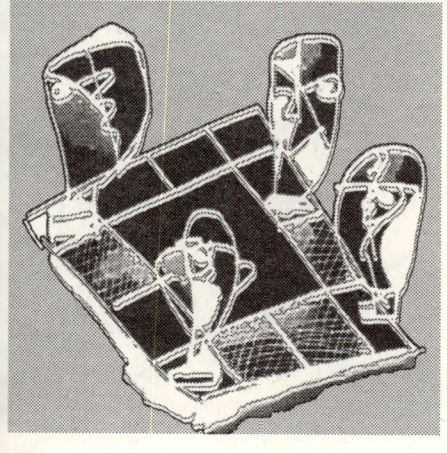

"நீ கணக்கைப்போட்டுத் தெரிந்துகொள்." சின்னவன் சவால்விட்டான்.

"இதற்கு எதற்குக் கணக்கு? இதோ பார்!" அம்பலம் தன் சக்தியைப் பிரகடனம் செய்யும் நேரம் வந்துவிட்டதாக உணர்ந்தான். "சங்கரன்!" என்று குரல் கொடுத்தான். ஒரு காவலன் வந்து, "என்ன வேண்டும்?" என்றான்.

"இந்த எருமைகளின் பெயரைச் சொல்!" அம்பலம் காவலனுக்குக் கட்டளையிட்ட மாதிரியிருந்தது.

"பெரிய எருமையின் பெயர் நாதன். சின்ன எருமை, செல்வன்."

காவலன், "அவ்வளவுதானா?" என்று கேட்டுவிட்டுத் தன் காவல் ஸ்தானத்திற்குப் போய்ச்சேர்ந்தான்.

பெரியவனையும் சின்னவனையும் பார்த்து, "இது எவ்வளவு சின்ன விஷயம்?" அம்பலம் கொக்கரித்துக்கொண்டான்.

"மற்றவைகளையும் நீயே கண்டுபிடி!" என்று செல்வன் சொன்னபின்னர், புதுக் கைதிகள் மூவரும் நித்திரைகொள்ளப் போனார்கள். அம்பலம் தன் கணக்கில் புதைந்திருந்ததில் இருந்து எழுந்து நித்திரைகொள்ளப் போனபோது இன்னும் நேரமாகிவிட்டது.

அடுத்த நாள் **புதன்கிழமை** காலை சிவம் எழுந்தபோது, தாடியம்பலம் ஏற்கனவே எழுந்திருந்ததைப் பார்த்தான். நிலத்தில் சுண்ணாம்புக் கட்டியில் போட்டிருந்த கிறுக்கல்கள் நடுவில், ஏதோ கணக்கில் அம்பலம் ஆழ்ந்திருந்தான். இரு பிரச்சினைகாரர்களும் இன்னும் தூங்கிக்கொண்டிருந்தார்கள். அவர்கள் மிகக் களைப்படைந்திருக்க வேண்டும்.

"என்ன கணக்குப் போடுகிறாய்?" சிவம், சிறைவாழ்க்கையை எதிர்கொள்ளுவதைத் தவிர வேறு வழியில்லை என்கிற உண்மையைத் தன் தலையில் புகுத்தியவனைக் கேட்டான்.

"உன்னைப் பற்றியில்லை. என்னை யோசிக்க விடு" என்று தாடியம்பலம், தன் தலையை நிமிர்த்தாமலே சொல்லிவிட்டுக் கணக்கில் ஆழ்ந்தான்.

"உனக்கு என்னென்ன கணக்குகள் தெரியும்?" சிவம் விடுவதாக இல்லை.

அம்பலம் சிவத்திற்குப் பதில் சொல்ல முனையவில்லை. தன் கணக்கில் ஆழ்ந்திருந்தான்.

"இந்தக் கணக்குகள் இன்னும் என்னைத் தொடர்கின் றனவே. இந்தத் தாடியம்பலம் யார்?" சிவம் பல சிந்தனைகளுடன் காலைக்கடன் முடிக்கப் போனான். தன் சூழலை முதல்முறையாக ஆராய முனைந்தான். தன் நிலையையும் அளவெடுக்க முயன்றான். ஒரு குறுகிய காலத்திற்குள் இப்படி விஷயங்கள் இறுகிப்போய், தீர்வில்லாத, தீர்வு இலகுவில் அடையவும் முடியாத ஒரு நிலைக்குப் போய்விட்டன. முடிவில்லாத மயான யாத்திரையாக

அம்பலத்துடன் ஆறு நாட்கள்

வாழ்க்கை அமைந்துபோனதான உணர்வு சிவத்தைக் கவ்வி யிருந்தது. காலைக்கடன் முடித்துத் திரும்புகையில் அம்பலம் கணக்குகளை முடித்து, சிகரெட் புகையில் ஆழ்ந்திருந்தான். திரும்பிவந்தவனைப் பார்த்து, "உன் குடும்பத்தினரைப் பற்றிய மனக்கவலைகளை விடு" என்று சொல்லித் தன் தாடியை அம்பலம் தடவிவிட்டுக்கொண்டான்.

"உனக்கெப்படித் தெரியும்?" சிவம் ஆச்சரியப்பட்டான்.

"உனக்குப் புரிகிற மாதிரிச் சொல்வதானால், இயற்கை சக்தி தாயக்கட்டை உருட்டுவதில்லை. எல்லாவற்றிற்கும் ஒரு நேரம், ஒரு இடம் இருக்கும். அதிலிருந்து கண்டுபிடிக்க முடியும். ஏ கழுதையே! அது பிரச்சினையல்ல." அம்பலம் ஒரு கணம் நிறுத்தித் தன் குரலை உயர்த்தினான்.

"நடக்கும் விஷயங்களுக்குள் ஒரு பொருளுமிருக்கும். அதைத்தான் கண்டுபிடிக்க வேண்டும்." அம்பலத்தின் கண்கள் பிரகாசமடைந்திருந்தன. ஆள்காட்டிவிரலை ஆட்டிவிட்டு, மற்ற விரல்களாலும் தன் தலைமயிரைப் பற்றிக்கொண்டான்.

"என்ன சொல்லுகிறாய்?" சிவம் அம்பலத்தை உற்று நோக்கினான். "கழுதை" என்று அம்பலம் சொன்னதுவும் மனதில் தைக்கவில்லை.

"உனக்கு நடந்ததை எங்கே நடந்தது, எப்போது நடந்தது என்று என்னால் கணக்குப்போட முடியும். ஆனால், "ஏன் நடந்தது என்று முற்றாக என்னால் சொல்ல முடியாது." அம்பலம் தலையைச் சொறிந்துகொண்டான். சிவத்துக்கு இரண்டாவது ஒரு பிரச்சினையாகத் தோன்றவில்லை.

"எனக்கு நடந்தவற்றைச் சொல்ல முடியுமா? சொல்லு! சொல்லு!" சிவத்தின் ஆச்சரியநிலை அதிகமாயிற்று.

"இல்லை! இல்லை! இல்லை! மடையனே!" அம்பலம் கத்தினான்… "எல்லாவற்றிற்கும் ஒரு நேரம், ஒரு இடம் இருக்கிறது! அந்த இயற்கையைக் குலைக்காதே! கேட்பதற்கும் ஒரு நேரம் இருக்கிறது. பதில் சொல்வதற்கும் ஒரு நேரம் இருக்கிறது. சரியான நேரம் வரும்போது நானே சொல்லுவேன்!

சிவத்தின் ஏமாற்றம் இலகுவில் அடங்குவதாக இல்லை. தோல்விகள் என்னென்ன விதத்தில் வருகின்றன?

"நானே உனக்கு என் கதையைச் சொல்வதற்கும் நேரம் வரவேண்டுமா? நான் உன்னை மாதிரி ஒரு சாத்திரக்காரன் இல்லை."

சிவம் சொல்லிமுடிப்பதற்குள் அம்பலம் மறுபடியும் தன் தலைமயிரைப் பற்றியபடி, "நான் ஒரு சாத்திரக்காரன் இல்லை! நான் ஒரு சாத்திரக்காரன் இல்லை! நான் ஒரு சாத்திரக்காரன் இல்லை!" என்று கத்தினான்.

சிவம் அதிர்ச்சி அடைந்தான். அம்பலம் ஒரு பைத்தியக் காரனாய் இருக்கலாம் என்று தோன்றியது.

அம்பலத்துடன் ஆறு நாட்கள்

அம்பலத்தின் கூச்சலில் எருமைகள் இரண்டும் எழுந்தன. தூக்கக் கலக்கத்திலும், அம்பலத்தை அடக்கும் விதமாக, "பைத்தியமே! கொஞ்சம் மனிதனை நித்திரைகொள்ள விடேன்!" என்று சேர்ந்து கத்தின.

"உங்களை யார் இங்கே நித்திரைகொள்ள விடப்போகிறார்கள்? எருமைகளே எழும்புங்கள்! இல்லையானால் தலையில் தண்ணீர்கொண்டு தெளிப்பார்கள்!" அம்பலம் சிறையின் நிதர்சனத்தை அவர்களுக்கு மறுபடியும் நினைவூட்ட முயன்றான்.

"உன் வாயை அடக்கு! நாங்கள் யார் தெரியுமா?" பெரிய எருமையின் கை மார்தட்டப்போகுமுன்னரே, அம்பலத்தின் சிரிப்பு வெடிக்க ஆரம்பித்துவிட்டது.

"வேண்டுமானால் திரும்பவும் போய்த் தூங்குங்கள்! உங்கள் வெளிக்கனவுகள் மறுபடியும் சிறைப்பட்ட நினைவுகளாகட்டும்! அதிகார பரம்பரை இங்கே ஆட்டுக்கல் அரைக்கப்போகிறது!" அம்பலம் சிரிப்பைத் தொடர்ந்தான்.

"நீ என்ன பரம்பரை?" சின்ன எருமை கேட்டது.

அம்பலம் ஏதோ சொல்வதற்குள், காலை உணவிற்காக மணியடித்தார்கள்.

"இதற்குத்தான் சொன்னேன் வெட்டிப்பேச்சு எதுவும் இல்லாமல் ஒரு நாள் பொழுதைத் தொடங்கு என்று." அம்பலம் அவர்களைப் பேசியபின், சிவத்தைப் பார்த்து, "இவர்கள் காலைக்கடன் இன்னும் முடிக்காததினால், இவர்களுக்கு இன்று காலை உணவு கிடைக்காது. நீ வா, நாங்கள் போகலாம்" என்று சிவத்தின் கையைப் பற்றி, இழுத்துகொண்டு சிறைக் கதவருகில் அது திறக்கப்படுவதற்காய் ஆயத்தமானான்.

"இவர்கள் யார்?" சிவத்துக்கு, அம்பலம் மறுபடியும் "இடம் பொருள் ஏவல் எதுவுமில்லை" என்று சொல்லிக் கத்துவான்போல் தோன்றவில்லை.

"கடைக்காரர்கள். தொந்தியையும் அதிகாரத்தையும் பார்த்தால் தெரியவில்லையா? இவர்கள் பண்ணிய கொலையை தொழில் போட்டியில் காட்டிக்கொடுத்திருக்கிறான் எதிர்க்கடை. "கொஞ்ச நாளில் வெளியே போய்விடுவோம். பணம் பாதாளம் மட்டும் பாயும் என்கிற நம்பிக்கை இவர்களுக்கு நிறைய இருக்கிறது." அம்பலம் ஒரே மூச்சில் அமைதியாகச் சொல்லி முடிவதற்குள் கதவு திறக்கப்பட்டது. உணவுக்கோட்டில் மற்றவர்களுடன் நிற்கையில், சிவத்துக்கு அம்பலத்தை மேலும் கேள்விகள் கேட்கத் தோன்றவில்லை.

இந்தச் சிறைவாசம் ஒரு வெகு நீளமான காலக்கோடு. தனக்கு என்ன நடக்கக்கூடும் என்று அம்பலத்தைக் கேட்க நிறைய நேரம் இருக்கிறது. அவசரம் எதுவுமில்லை. சிவம் பொறுமையாகத் தாடியம்பலத்திற்குப் பின்னால் காலை உணவு பெற மெல்ல நடந்தான். காவலர்கள், எருமைகள் இருவரையும்

அதிகாரப்படுத்துவது பின்னால் கேட்டது. இது விளையாடப்பட வேண்டிய விளையாட்டு.

"இன்று எங்கே கல்லுடைப்பு?" உணவுக்கோட்டில் மூன்று பேர் தள்ளி முன்னால் இருந்தவன் ஒருவன் அம்பலத்தைக் கேட்டான்.

"இன்று கல்லுடைப்பு ஒன்றுமில்லை. பாதை போடக் கூட்டிக்கொண்டுபோகப் போகிறார்கள்" என்றான் அம்பலம்.

காலை உணவு முடிந்து சற்றே மலைப்பாங்கான இடத்துக்கு நாற்பது, நாற்பது பேராக இரண்டு பஸ்களில் கூட்டிக் கொண்டுபோய் பாதை அமைப்பு வேலையில் கைதிகளை ஈடுபடுத்தினார்கள். எருமைகள் இரண்டையும் தங்கள் பஸ்சில் காணவில்லை. 'மற்ற பஸ்சில் வருகிறார்கள்' என்று சிவம் யோசித்துக்கொண்டான்.

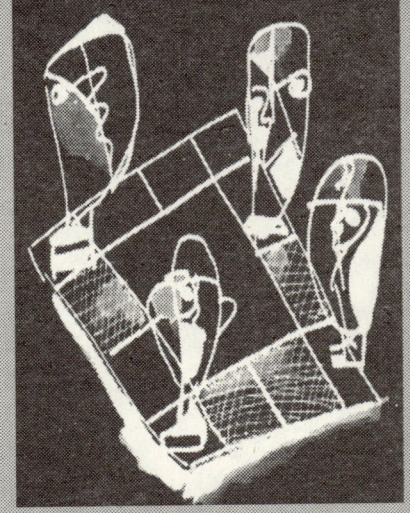

அம்பலத்துக்குத் தள்ளுவண்டியில் கல்லுகளைப் போட்டுக் கொண்டுபோகிற வேலை. சிவத்தை, கற்களை வண்டியில் போடச்சொல்லிக் கட்டளை. அம்பலத்தைக் கொஞ்சநேர வேலைக்குப் பின் அதிகாரி ஒருவன் கூட்டிக்கொண்டு போய் விட்டான். அம்பலத்தின் வேலையும் சிவத்தின் கையில் விழுந்தது.

சிவம் தூரத்தில் இருந்தே அம்பலத்தையும் அந்த அதிகாரியையும் பார்க்க முடிந்தது. சிறு கற்பாறையில் உட்கார்ந்து கையில் ஏதோ பேப்பர் தாள்களை வைத்துக்கொண்டு அவர்கள் விவாதம் பண்ணிக்கொண்டிருந்தார்கள். வெய்யில் ஏற வேலைப் பளு தோற்ற ஆரம்பித்தது. சிவம் வேர்வையைத் துடைத்துக் கொண்டான்.

இது எல்லாம் என்ன வேலை? நான் செய்யாத வேலையா? வாழ்க்கையை, சாவுக்கு மிக அருகில் ஆரம்பித்து, உயிர்வாழ்வே முதலில் பிரதானமென்று உயிர்த்து, கூடப்பிறந்தவர்களின் உயிர்ப்பையும் தன் உயிர்ப்போடு இணைத்து, உயிர்ப்பு போட்டி யாகிற ஒரு நிலவரத்தில், கூடப்பிறந்தவனின் வாழ்க்கைப் போட்டியின் சில்லில் மாட்டி இந்தச் சிறைவாசத்தில் நசுங்கும் படியாகிவிட்டது. எங்கே இந்த அசைபோடலை ஆரம்பிக்கலாம்?

கூடவே ஒன்றாக இருந்ததெல்லாம் இரண்டாக, மூன் றாகப் பெருகி, பின்னர் ஒவ்வொன்றும் பெருகி, உயிரைப் பங்கு போட்டுக்கொண்டன. முதலில் என் உயிரைத்தான்...

மற்ற உயிர்கள் தங்கள் தனித்துவத்தை நிலைநிறுத்துவதை மட்டும் செய்திருந்தால், என்வழியே நான் நிம்மதியாகப் போயி ருப்பேன்.

என்னில் பழியைப்போட்டுக் கூத்தாடத் தொடங்கிவிட்டன.

யார் சொல் நிற்கிறது என்பதற்கு சமூகத்து நிலை உதவியா யிருக்கிறது. எனக்கு என்ன நிலை? யாரையும் என்னால் பழிசொல்ல முடியாது. வாழ்க்கைப் போட்டியில் பின்னே தங்கியதற்கு என்னையேதான் குற்றம் சொல்லிக்கொள்ள வேண்டும்.

இந்தச் சிறையும் மனிதனை ஒடுக்குவதாகத்தான் இருக்கிறது.

சிவம் தன் மனவலிப்பை நிறுத்த முயற்சிக்கவில்லை. கற்கள் கையை நெருக்கி, வலியைப் பெருக்கின. சிவம், தள்ளுவண்டியில் மற்றக் கற்களுடன் போய்ச் சேர்ந்துகொள்ளும்போது, ‘டக்’ என்று ஓசை எழுப்புவதோடு கற்களின் உயிர்ப்பு நின்றுபோய் விடுகிறதைப் பார்த்து அலுத்துக்கொண்டான்.

‘கற்களுக்குப் பெரும் நிறையாவது இருக்கிறது. எனக்கு என்ன இருந்தது?’ சிந்தனையைக் கலைக்கும் விதமாகப் பின்னால் இருந்து சத்தம் கேட்டது.

“தள்ளு, இனி நான் பார்த்துக்கொள்கிறேன்” என்று பின்னால் இருந்து வந்தான் தாடியம்பலம். சற்றுத் தள்ளி அவனைக் கூட்டிக்கொண்டுபோன அதிகாரி வந்துகொண்டிருந்தான்.

“உனக்கு நடந்ததையே யோசித்துக்கொண்டிருந்தாய் என்றால், உன் சுவாசம் நின்றுபோகப்போகிறது. இந்த உலகத்தில் யோசிப்பதற்கு நிறைய விஷயங்கள் இருக்கின்றன.” மலைத்து நின்ற சிவத்தைத் தட்டிக்கொடுத்துவிட்டு தாடியம்பலம் கல் வண்டியைத் தள்ளிக்கொண்டுபோக ஆரம்பித்தான்.

கொண்டுபோய்க் கற்களைக் கொட்டியபின்னர் பாதை போடும் இயந்திரத்தால் அதைச் சமன்படுத்திக்கொண்டிருந்த போது அதில் கோளாறு வந்துவிட்டிருந்தது. கைதிகளை சிறு கூட்டங்களாகப் பிரித்துக் கண்காணித்துக்கொள்ள ஆரம்பித் தார்கள். அம்பலம் சிவத்திற்கு அருகே வந்து உட்கார்ந்தான்.

“உனக்கு என்ன நடந்தது?”

“எங்கே தொடங்குவது என்று தெரியவில்லை. ஆரம்பத்தி லிருந்தே சொல்கிறேன். நான் சிறுவனாக இருந்தபோது ஒரு சிறு காணியில் தோட்டம் செய்து பிழைக்க வேண்டிய நிலையில் இருந்தோம். என் தாய்தான் சொல்லுவாள் – தந்தைக்கு நிறையக் காணிகள் இருந்ததென்றும், அவருடைய சகோதரர்கள் சண்டை போட்டுக் காணிகளை எடுத்துக்கொண்டார்கள் என்றும். நெடுகவே என் தந்தைக்கிருந்த காணிச்சண்டைகள் ஓயவில்லை. என் தாயும் வெற்றிலை போட்டபடி, நெடுக வேலை செய்து கொண்டுதான் இருந்தாள். அவள் உழைப்பிலுந்தான் எங்கள் காலம் ஓடிக்கொண்டிருந்தது. நான் மூத்தவன். எனக்கு அடுத்து இரண்டு தங்கைகளும், பின்னர் மூன்று தம்பிமாரும் இருந்தனர். நான் பன்னிரண்டு வயதுவரை பள்ளிக்கூடம் போய்வந்து கொண்டிருந்தேன். அதற்குப் பின் என் தந்தைக்கு உதவி செய்யப் போய்விட்டேன். என் தங்கைமாரும் பருவ வயதுடன் பள்ளிக் கூடம் போவதை நிறுத்திக்கொண்டார்கள். எங்கள் கடும் உழைப்பில் அருகில் இருந்த காணியை வாங்க, எங்கள் நிலவரம் கொஞ்சம் முன்னேறியது. என் தம்பிமார் என்னைப் போல் கஷ்டப்படலாகாது என்று அவர்களைப் படிக்கவைத்தேன். இரண்டு பேர் எஞ்சினியர் ஆனார்கள். ஒருத்தன் மருத்துவர் ஆனான். அதுவும் பிரச்சினையாகிப் போனது. தங்கைகள் இருவரும் கல்யாணம் செய்துகொண்டு போனார்கள். என்னைக்

கல்யாணம் செய்துகொள்ளச் சொல்லி நெடுக என் பெற்றோர் வற்புறுத்தியும் எனக்கு அதில் விருப்பமில்லாமல் இருந்தது. என்னோடு படித்தவர்கள் எல்லோரும் அனேகமாக உத்தியோகம் பார்த்துக்கொண்டு போய்விட்டார்கள். என்னைப் போல் இருந்தவர்கள் சிலபேர் எங்கள் ஊரிலேயே இருந்தார்கள். என் தம்பிமார்கள் நல்ல நிலைக்கு வர நண்பர்கள் கூச்சத்துடனே என்னுடன் பழக ஆரம்பித்தார்கள். ஆனால், மணி என்றவன் ஒருவன்தான் என்னுடன் நட்பாக இருந்தான். என் பெற்றோர்கள் மறைந்துபோக அவனுடன்தான் குடிக்கப்போவது வழக்கமாயிற்று. இரண்டு சுருட்டும் கொஞ்சம் கள் அல்லது சாராயமும் இருந்தால் போதும். பகல் உழைப்பிற்கும் அவ்வாறாகச் சிறு ஓய்வை மாலையில் இரசிப்பதற்கும் இருந்த வாழ்க்கை நடுவில் குடைச் சாமியைப் பார்க்க நேர்ந்தது."

கவனமாகக் கேட்டுக்கொண்டிருந்த அம்பலம் ஒருதரம் தன்னுடம்பை சிலிர்த்துக்கொண்டான்.

"என்ன சொன்னாய்? என்ன சொன்னாய்? குடைச் சாமியா?" அம்பலம் தன் தாடியை மறுபடியும் நீவிவிட்டுச் சிவத்தை உற்றுநோக்கியபடி கேட்டான். தன் மூளையின் ஒவ் வொரு அணுவையும் பாவித்து இந்தக் குடைச்சாமி என்று சொல்லப்படுகின்றவனை ஆராய முனைந்தான்

"யாராய் இருக்கலாம், இந்தக் குடைச்சாமி?"

சிவம் தலையை ஆட்டிவிட்டுத் தொடர்ந்தான்.

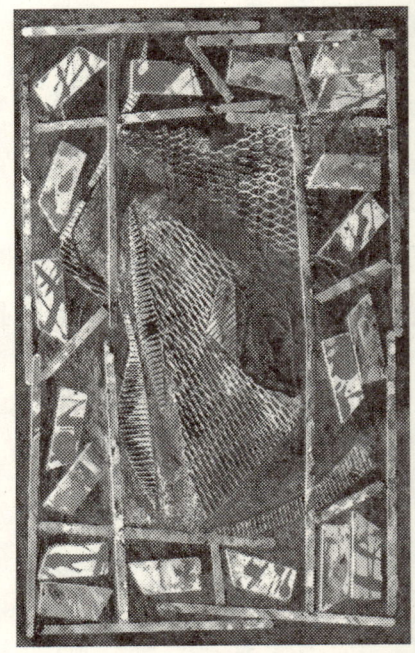

"அவரைச் சாமியார் என்று சொல்வதற்குத் தாடியொன் றுதான் அடையாளம். குடை நெடுக வைத்திருந்தபடியால், எல்லோரும் குடைச்சாமி என்று அவரைக் கூப்பிடுவார்கள். அந்தக் குடையில் பன்னிரண்டு பகுதிகள். வெறும் வேட்டியும் ஒரு சால்வையுந்தான் போட்டிருப்பார். ஆனால், வெள்ளை யாக இருக்கும். எங்கே இருந்து எங்கள் ஊருக்கு வந்தார் என்று ஒருவருக்கும் தெரியாது. குடைச்சாமி, கோவிலில் தங்குவதென்று பேசிக்கொண்டாலும், ஒருநாள் மாலை அவரைத் தொடர்ந்து போய்ப் பார்த்ததில் அவர் ஊருக்கு மூலையில் இருந்த வீடு ஒன்றில் தனியே இருந்தார். வேறு ஒருத்தரும் அந்த வீட்டில் இல்லை. அது ஒரு நாற்சார் வீடு. ஆனால், வீட்டு வாசல்கதவு, மற்ற வீடுகளைப் போல் ஒரு சுவருக்கு நடுவில் இல்லாது, இரண்டு சுவர்கள் சந்திக்கும் மூலையில் இருந்தது. சின்னச்சின்ன அறைகளாகப் பன்னிரண்டு அறைகள். அறைகளுக்கு நடுவிலும், ஒரு அறையில் இருந்து மற்ற அறைக்குப் போவதற்கு கதவு இருந்தது. பகலில் வீட்டு நடுவில் வரும் வெளிச்சம் அறைகளுக்குள் போதுமான அளவு வரும். ஆனால், குடைச்சாமி பகலில் ஊரெல்லாம் சுற்றுவார். அந்த வீட்டில் சமையல் அறை இல்லை. வெளியே தனியாக ஒரு சமையல்கட்டு இருந்தது." வானத்தைப் பார்த்துப் பேசிக்கொண்டிருந்த சிவத்தை சப்பாத்து ஒலி நிறுத்தியது.

"எல்லோரும் புறப்படுங்கள்" என்று அதிகாரி ஒருவன் கத்தியபடி கட்டளையிட்டான். அப்போதுதான் அவர்களுக்கு

எருமைகளின் ஞாபகம் வந்தது. அவர்களைக் காணவில்லை. எல்லோரும் கைவிலங்கு பூட்டப்பட்டபின்னர் அவரவர் பஸ்களில் ஏறிக்கொண்டார்கள். அம்பலம் சிவத்திற்கு அருகில் உட்கார்ந்துகொண்டான்.

"நீ எப்படிக் குடைச்சாமியை முதலில் சந்தித்தாய்?"

"நான் தோட்டத்திலிருந்து கடைக்குக் காய்கறி, தினமும் காலை ஒரு பத்தரை மணியளவில் சைக்கிளில் கொண்டு போவேன். போகிற வழியில் குடையையும் பிடித்தபடி போவார். வெள்ளை வேட்டியும் அதற்குமேல் ஒரு சிறு சால்வையுந்தான் - காவி கிடையாது. தோல்செருப்புப் போட்டிருப்பார். அவர் கண்ணில் ஓர் ஒளியிருக்கும். ஒதுங்கிநின்று என்னை அந்தக் கண்களால் பார்த்துவிட்டுப் போவார். எப்போது அவரைப் பார்க்கத் தொடங்கினேன் என்பதும் ஞாபகமில்லை. நீ சொன்னது போல் எல்லாவற்றிற்கும் ஒவ்வொரு நேரம் வரவேண்டும். அப்படியான ஒரு நேரம் ஒருநாளும் வந்திருக்கப்படாது. ஆனால், வந்துசேர்ந்தது."

சிவம் பெருமூச்சு விட்டு, பஸ்சிற்கு வெளியே வயல்களையும் தோப்புகளையும், நடந்துகொண்டும், வேலை செய்து கொண்டும் இருக்கும் மனிதர்களையும் பார்த்தான்.

"என்ன பார்க்கிறாய்?" அம்பலம் சிவத்தைக் கேட்கத் தொடங்கினான், "வெளியே எல்லோரும் சுதந்திரமாக இருக் கிறார்கள் என்றா?"

"வெளியே இருந்தால் சுதந்திரமா? அந்த யோசனைக்ளுக்கு எங்கே நேரம்? அதெல்லாம் இல்லை. என் சகோதரர்கள் செய்தவைகளால் நான் குடைச்சாமியிடம் போக நேர்ந்ததா இல்லை நான் எப்படியும் என் விதியினால் அவரிடம் போயிருப் பேனோ தெரியவில்லை என்று யோசித்துக்கொண்டு இருக்கிறேன்." சிவம் பெருமூச்சு விட்டபின், அம்பலத்தால் தன் நிலைமையின் முழுப் பரிமாணங்களையும் உணர முடியும் என்ற நம்பிக்கை வந்தவனாகவும், அவன் சக்தியை எடைபோடும் விதமாகவும், தன் சகோதரர்களின் நினைப்பு வந்த களைப்பைப் போக்கடிக்கத் தன் மனத்தைச் சாடியெழுப்பும் விதமாகவும் தொடர்ந்து சொல்லலானான்.

"ஏன், நீயும் இந்தக் குடைச்சாமிபோல்தான் இருக்கிறாய். இதற்கும் மேலாக இந்த உலகத்து நடப்புகள் எல்லாம் தெரிந் தவன் மாதிரிவேறு கொக்கரிக்கிறாய். என் கதையெல்லாம் முதலில் கேட்டுக்கொள். பின்னர் என் சந்தேகங்களைக் கேட் கிறேன். விளங்கப்படுத்து பார்க்கலாம்."

தாடியம்பலம், பஸ்சின் குலுக்கல்களைச் சட்டை செய்யாது, விலங்கிடப்பட்டிருந்த கைகளுடன் தாடியைத் தடவிவிட்டுக் கொண்டு பதில் சொன்னான்.

"அதற்கு இந்த இடம் சரிவராது. வா, சிறையில் மற்றவை களைப் பேசிக்கொள்ளலாம்."

அம்பலத்துடன் ஆறு நாட்கள்

சிவத்திற்கும் அது உகந்ததுதான். தனக்கு நடந்தவைகளை அசைபோட அந்த நேரத்தில் தனக்குச் சக்தியில்லை என்று தோன்றியது. அம்பலத்திற்கு நிறையப் பிரச்சினைகள் சிறையில் எதிர்பார்த்திருந்தன.

சிறையில் அம்பலமும் சிவமும் அவர்கள் அறையில் கொண்டு விடப்பட்டபோது, எருமைகள் இரண்டும் இருந்தன. காலின் மேல் கால்போட்டபடி படுத்திருந்தன. இவர்களைக் கண்டதும் மூத்த எருமை - நாதன், "கல்லுடைப்பு எப்படி?" என்று, காலை ஆட்டியபடியே கேட்டான்.

"ஆட்டுக்கல் அரைத்தது எப்படி?" என்று அம்பலம் திருப்பினான்.

"எங்களைப் பார்த்தால் ஆட்டுக்கல் அரைத்தவர்கள் மாதிரியாகவா தோன்றுகிறது?" சின்ன எருமை சேர்ந்து கொண்டது.

"இதெல்லாம் வெட்டிப்பேச்சு" என்று அம்பலத்திற்குத் தோன்றியது. வெளியே வேலை செய்துவிட்டுத் திரும்பியவர்கள் எல்லோரும் சாப்பாட்டிற்காகக் கூப்பாடுபோட ஆரம்பித்தார்கள். அவர்கள் ஆரவாரம் சிறையின் சுவர்களிலெல்லாம் எதிரொலித்துக் காதைச் செவிடாக்கும்போல் இருந்தது.

"இதற்குத்தான் காலையில் நேரத்திற்கு எழும்பாமல் தூங்க வேண்டும். எங்களைப் பார்! நேரத்திற்குக் காலையும் மத்தியானமும் சாப்பிட்டுவிட்டுத் தூங்குகிறோம்." நாதன் கொக்கரித்துக் கொண்டான்.

"நாளைக்குப் பார்!" என்று அம்பலம் சவால்விட்டான்.

சிவம், அம்பலத்திடம், அவனுடன் வெளிக்களத்தில் பேசிக்கொண்டிருந்த அதிகாரி, என்ன கேட்டான் என்பதை விசாரித்தான்.

"எல்லோருக்கும் நாளை எப்படி விடியும் என்கிற விசனம் தான். அவன் பிள்ளைகளின் எதிர்காலம் எப்படியாகும் என்று சாத்திரம் பார்த்துக்கொள்கிற ஆசைதான்." அம்பலம் தாடியைத் தடவிக்கொண்டான்.

"அப்படியென்றால் நீ... உனக்கும்... சாத்திரம் தெரியுமா?" சிவம் பதட்டப்பட ஆரம்பித்தான். சாப்பாட்டிற்காக மணி அடித்தார்கள்.

"அதைப் பற்றிச் சாப்பிட்டபின் பேசிக்கொள்ளலாம்." அம்பலம் அமைதியாக எழுந்தான்.

"இவன் குடைச்சாமிக்கு அடுத்ததாக என்ன தாடிச் சாமியா? சாத்திரம் எதிர்காலத்தை அறிவதற்கல்லவா? எதிர் காலத்தைப் பற்றி எனக்கென்ன யோசனை இருந்தது? நடந்து கொண்டிருந்தவற்றை மறக்கவல்லவோ போய்க் குடைச்சாமி யிடம் மாட்டிக்கொண்டேன்." சிவம் கவலையுடன் அம்பலத்

துடன் சாப்பாட்டு அறையை நோக்கி நடக்க ஆரம்பித்தான். சாப்பாட்டு அறையில் அம்பலத்தின் அமைதியினால், அவனுடன் வழக்கமாகப் பேசுகிறவர்களும் அமைதியாக இருந்தார்கள். பசி வேறு. அம்பலத்திற்குச் சிவத்துக்கு என்ன நடந்தது என்பதை அறியவே ஆவலாக இருந்தது. சாப்பிட்டுக்கொண்டே பேச ஆரம்பித்தார்கள்.

வேலையில் இருந்து திரும்பிவந்த கைதிகள் அமைதியுடன் சாப்பிட்டதில், அம்பலத்தை ஒருவரும் சட்டைசெய்யவில்லை. அம்பலத்திடம் சிவம் பாதிச் சாப்பாட்டின் பின் தனக்கு நடந்தவற்றைச் சொல்லத் தொடங்கினான்.

“என் தம்பிமார் முதலில் படிக்கப் போனார்கள். பின்னர் வேலை. கொஞ்சம்கொஞ்சமாகத் தாய், தந்தை, சகோதரிகள் இவர்களிடமிருந்தெல்லாம் பிரிய ஆரம்பித்தார்கள். அவர்கள் கலியாணங்கள் இந்தப் பிரிவை முற்றாக்கிவைத்துவிட்டன. அவர்கள் வீடுகளுக்குப் போனால் முன்கதவு வழியாக வரவேற்பு கிடைப்பதெல்லாம் போய்ப் பின்கதவு வழியாகப் போக வேண்டிய நிலைமையாகிவிட்டது. நானும் படித்திருந்து, எங்கள் தாய் தந்தையும் பணக்காரர்களாக இருந்திருந்தால், வித்தியாசமாக இருக்குமோ தெரியவில்லை. எங்கள் சகோதரிகளுக்கும் இந்த வரவேற்புதான். இதையெல்லாம் சட்டை செய்யாத மன வலிவுள் ளவர்களாக என் சகோதரிகள் இருந்தார்கள். இதனாலேயே, முதலில் என் தந்தைக்குக் கவலை வந்து, பின்னர் தாய்க்கும் வந்து ஒவ்வொருத்தராக இறந்துபோனார்கள். வாழ்க்கை சூனியமாகிப்போன மாதிரிப் பட்டது.”

“விவரமாகச் சொல்லு. இப்படி மூளியாகச் சொல்லாதே!” அம்பலத்திற்கு சிவத்தின் விவரணைகள் திருப்திகரமாக இல்லை.

“எனக்கு நடந்ததெல்லாம் நடந்திருக்கப்படாது என்பது என் ஆசை. விவரங்களைச் சொல்லி மனக்கவலைப்படவா? எல்லாம் தெரிந்த உனக்கு இந்த விவரங்கள் எல்லாம் எதற்கு?”

“எல்லாம் தெரிந்தால், நான் ஏன் இந்தச் சிறையில் இருக்க வேண்டும்? சிலவற்றை அனுமானிக்கலாம். எல்லாவற்றையும் அறிய முடியாது. நீ இப்போதுதானே சிறைக்கு வந்திருக்கிறாய். போகப்போக இங்கேதான் மிகக் கூர்மையான புத்திசாலிகள் இருக்கிறார்கள் என்பது உனக்குத் தெரியவரும்.” அம்பலம் சிறிய நகைப்புடன் தாடியைத் தடவிவிட்டுக் கொண்டான். தாடியம்பலம் சொல்லி முடிவதற்குள் சாப்பாட்டு அறையில் ஆரவாரம் எழ ஆரம்பித்தது. எருமைகள் இரண்டும் பெருத்த ஆரவாரத்துடன் சிறைக்காவலன் சங்கரனுடன் அவன் பின்னால் வந்துகொண்டிருந்தார்கள்.

“எங்களுக்கும் சாப்பாட்டைக் கொண்டுவாருங்கள்.” மூத்த எருமை கத்தியது.

“இவர்களுக்கு ஏன் இரண்டாம் முறையும் சாப்பாடு? இவர்கள் வேலைக்கும் வரவில்லை. இங்கே சுகமாக இருந்து

விட்டு மறுபடியும் சாப்பிட வருகிறார்கள். இது என்ன நியாயம்?" யாரோ ஒரு கைதி கத்தினான். ஒரு வினாடியில் கைதிகள் யாவரும் ஒன்றுசேர்ந்து கத்தினார்கள். "திருப்பிக் கொண்டுபோய் அடையுங்கள்!" கைதிகளின் கூச்சல் சிறையை அதிர்த்தது. அம்பலம் எழுந்துகொண்டு, "அமைதி" என்றான். உடனே கைதிகள் யாவரும் அமைதியானார்கள்.

"சங்கரன்! உனக்கு இவர்கள் எவ்வளவு காசு கொடுத்தார்கள்? போ! இவர்களைக் கொண்டுபோய் அடை!" அம்பலம் சங்கரனைத் திட்டினான்.

"சிறையதிகாரி சொல்லித்தான் இவன் எங்களைக் கொண்டு வந்திருக்கிறான். நீங்கள் யாரடா கேட்பதற்கு?" சின்ன எருமையும் பலமாகக் கத்த ஆரம்பித்தது. சொல்லி ஒரு கண் இமைக்கும் நேரத்தில் பக்கத்திலிருந்த கைதிகள் எருமைகளின் குரல்வளைகளை நெருக்க ஆரம்பித்தன. எருமைகளின் திமிறல்களை அடக்கவும் ஒரு கூட்டம் சேர்ந் துகொண்டது. மீண்டும் அம்பலம் "அமைதி" என்று கத்திவிட்டு சங்கரனைக் கூப்பிட்டு, "இந்த எருமைகளைக் கொண்டுபோ!" என்று கட்டளையிட்டான். சங்கரன் அவர்களைத் திரும்பவும் கூட்டிக்கொண்டுபோகும் போதுதான் அவர்களை விட்டார்கள்.

"எருமைகளே! உங்கள் அதிகாரம் இங்கு செல்லாது! செல்லவும் விடமாட்டோம்!" கத்திய அம்பலத்தை வெறுப்புடன் பார்த்தபடி, "நாய்களே! அதிகாரியிடம் உங்கள் அராஜகத்தைச் சொல்லுவோம்! பொறுத்திருந்து பாருங்கள், என்ன நடக்கப் போகிறது என்று." சவால்விட்ட எருமைகள் இரண்டும் சங்கரன் பின்னால் இழுபட்டுக்கொண்டுபோக ஆரம்பித்தன.

சிவத்தை இந்த ஆரவாரமும் பாதித்ததாகத் தெரியவில்லை. அம்பலத்தின் கொதிப்பு அடங்கவில்லை.

"எது அராஜகம்? சிறைக்குள்ளேயே பணம் கொடுத்து ஒருதரத்திற்கு இரண்டுதரம் சாப்பிட முயல்பவர்களின் திமிரைப் பார். கொலை செய்தவர்கள் அகராதியில் அராஜகம் ஏது?"

இந்தக் குழப்பத்தினால் எழுந்த ஆரவாரம் அடங்க நெடு நேரம் எடுத்தது. சாப்பாடு முடிந்து திரும்பவும் அம்பலமும் சிவமும் அவர்கள் அறைக்குள் விடப்பட்டபோது எருமைகள் இரண்டும் உறுமிக்கொண்டிருந்தன. இவர்களைப் பார்த்தவுடன் எருமைகளின் கோபம் அடங்காது பொங்க ஆரம்பித்தது.

"உங்கள் வன்மையையெல்லாம் அடக்குவோம்! இருந்து பாருங்கள்! பணம் பாதாளம்வரை பாயும்! உங்கள் சாவு இங்கேதான்!" கைவிரல்களை ஆட்டி மூத்த எருமை நாதன் எச்சரித்தான்.

"உங்கள் இருவரின் சாவையும் பார்த்தபின்னர்தான் என் சாவு! உங்கள் சாதகத்தில் சனியும் ராகுவும் கேதுவும் எங்கே எங்கே இருக்கிறார்கள் என்று எனக்குத் தெரியும். உங்களுக்கு என்னடா தெரியும் எருமைகளே!" அம்பலம் உக்கிரமாகச் சிலிர்த்துக்கொண்டான்.

"கிரகங்கள் எங்கே இருக்கிறதென்பதைவிடப் பணம் எங்கே இருக்கிறதென்பதை முதலில் பார்!" - சின்ன எருமை செல்வன் தொடர்ந்தான்.

"எருமைகளே, பணம் உங்களிடம் இருந்து என்ன ஆனது? இங்கே நீங்கள் வருவதைத் தடுக்க முடிந்ததா?" - அம்பலம் தர்க்கத்தில் இறங்கினான்.

"நாங்கள் எங்கே இருக்கிறோம் என்று ஒரு கிழமை கழித்துப் பார்!" - செல்வன் மீண்டும் சவாலில் இறங்கினான்.

"ஒரு கிழமை நாட்களில் சனிக்கிழமையும் அடங்கும், தெரியுமா?" அம்பலம் பயமுறுத்தினான்.

"சனிக்கிழமை... சனிக்கிழமை..." சிவம் முணுமுணுக்க ஆரம்பித்தான். "குடைச்சாமிக்குக் கிடைத்த சனீஸ்வரன் மணி. மணியும் இல்லையென்றால் என்ன நடந்திருக்கும்?"

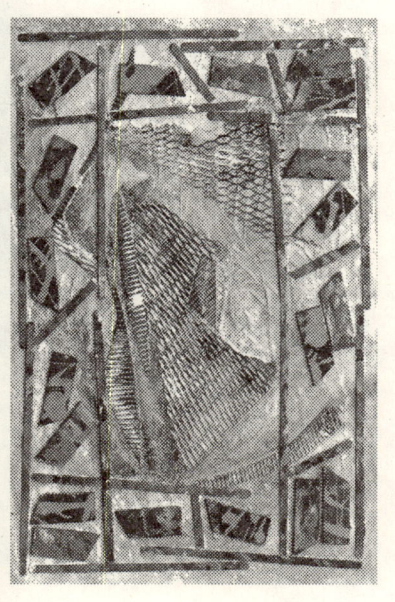

"சனி என்றால் என்ன, ஞாயிறு என்றால் என்ன... இருந்து பாருங்களடா நாய்களே! உங்களோடு பேசி ஏன் நேரத்தை வீணாக்க வேண்டும்?" நாதன் சிறைக்கதவருகில் சென்று காவலாளி சங்கரனைக் கூப்பிட்டான்.

"அறிவிலிகளே! உங்களுக்கு என்ன தெரியும்?" தாடியம்பலம் பலமாகச் சிரிக்க ஆரம்பித்தான். செல்வன் இதையும் கவனிக்காமல் நாதன் அருகில் போய் நின்றான். இருவரும் மெல்லிய குரலில் ஏதோ பேசிக்கொள்ள ஆரம்பித்தார்கள்.

"இந்த இழவு பிடித்தவர்கள் இருக்கும்போது உன் கதை வேண்டாம். நாளை பார்க்கலாம்." அம்பலம் சிவத்திடம் சொல்ல, சிவம் குந்தியிருந்தபடியே கண்களை மூடிக்கொண்டான். களைப்பில் தூக்கம் கலக்கியது.

அம்பலத்தின் கவனம் மறுபடியும் கூடிப் பேசிக்கொண்டிருந்த மூவர்மேல் விழுந்தது. "சங்கரன்! இவர்கள் காசுக்கு ஆசைப்படாதே! உனக்குப் பேராபத்து பின்னர் வந்துசேரும். நீ போய்விடு. போ!" அம்பலத்தின் கத்தலில் சிவம் கண்களைத் திறக்கும்படியாயிற்று. அம்பலத்தின் வாக்குவாதங்களைக் கவனிக்கத் தொடங்கினான்.

அம்பலத்தின் எச்சரிக்கையைக் கேட்டு சங்கரன் பின் வாங்கிக் கொண்டான்.

"சங்கரன் நில்! நில்!" கதவுகளைப் பற்றியபடி நாதன் திரும்பிப் போய்க்கொண்டிருந்த சங்கரனை அழைத்தான். சங்கரன் முடியாதென்று தலையை ஆட்டிவிட்டுப் போய்விட்டான். எருமைகளின் கோபம் அம்பலத்தின் மேல் தொடர்ந்தது. அவனைத் தாக்கினால் மறுபடியும் காவலாளிகள் தாக்கக்கூடும்.

"நீ யாரடா சங்கரனுக்குக் கட்டளையிடுவதற்கு? உன்னைத் தொலைத்துவிடுவோம்!" செல்வன் கத்தினான்.

"சனிக்கிழமை தாண்டியதன் பின் செய்துபாருங்கள்." அம்பலம் இந்த முறை அமைதியாகவே சொன்னான்.

அம்பலத்துடன் ஆறு நாட்கள்

சிவம் ஆச்சரியமடைந்தான். "ஏன் சொல்லுகிறாய்?"

"இதுவெல்லாம் விபரிக்கிற விஷயங்கள் இல்லை. போய்ப் படுத்துத் தூங்கு." அம்பலம் இந்த உலகத்தைத் தன் காலடியின் கீழே வைத்திருக்கும் சக்தி உள்ளவன்போல் சொன்னான்.

"வெளியில் அந்தக் குடைச்சாமி, உள்ளே நீ ஒரு தாடிச் சாமி - உங்கள்பாட்டிற்குப் பூடகம் பேசுவதற்கும் பண்ணுவ தற்கும்." சிவம் முணுமுணுத்துக்கொண்டான். அவன் புலம்பல் எருமைகளுக்கும் கேட்டது.

"என்னது? இவன் சாமியாரா?" சிவத்தின் கேள்விக்குப் பின்னரே, அம்பலத்தின் மறுமொழியில் அர்த்தம் ஏதோ இருக்கிறது என்பதை உணர்ந்த் செல்வனும் நாதனும் தங்கள் அதிர்ச்சியை அடக்க முயற்சித்தார்கள்.

"அவனையே கேள்." சிவம் அலுத்துக்கொண்டு கண்ணயர முயற்சித்தான்.

நாதனும் செல்வனும் மெல்ல அம்பலத்தின் அருகில் போய் உட்கார்ந்தார்கள்.

"நீ... நீங்கள் சாமியாரா?"

அம்பலம் சிரிக்க ஆரம்பித்தான். அம்பலத்தின் சிரிப்பைப் பார்த்து இம்முறை எருமைகளால் கோபப்பட முடியாது இருந்தது.

சிரிப்பு அடங்கியபின்னர் அம்பலம் தாடியை ஒருமுறை தடவிவிட்டுக்கொண்டு காலைச் சம்மணம் இட்டுக்கொண்டு நிதானமான குரலில் சொல்ல ஆரம்பித்தான்.

"நான் சாமியாரும் இல்லை, சாத்திரக்காரனும் இல்லை. நானும் உங்களைப் போல் ஒரு சிறைக் கைதி."

"எங்களைப் போல் ஒரு கைதி என்று சொன்னால்... நீ... நீங்களும் தப்பிவிடுவீர்களா?"

அம்பலம் சிலிர்த்துக்கொண்டான். "நீங்கள் தப்புவதா? இல்லை, இல்லை! உலகத்தையே கொள்ளையடித்து ஒருவ னைக் கொலையும் செய்துவிட்டு வந்திருக்கிற மிருகங்கள் நீங்கள். நீங்கள் தப்புவதா... இல்லை நடக்காது." அம்பலம் கத்தினான்.

நாதனும் செல்வனும் தங்கள் கடும் கோபத்தை அடக்கிக் கொண்டார்கள். "தாடி அம்பலத்தைக் கோபித்துக்கொள்ள முடியுமா" என்பதை முதலில் தீர்மானித்துக்கொள்ள வேண்டும் என்று பட்டது.

"இருந்து பார்!" என்று தங்கள் மூலைக்குப் போய்ச் சேர்ந் தார்கள்.

குட்டித்தூக்கம் கைதிகள் யாவரையும் ஆட்கொண்டது.

அம்பலம் எழுந்தபோது சிறையில் மின்விளக்குகள் போடும் நேரமாகியிருந்தது. இடப்பக்கத்துச் சிறை அறையில் இருந்து

அம்பலத்துடன் ஆறு நாட்கள்

கணபதி அம்பலத்தைக் கூப்பிட்டான். அவன் சத்தத்தின் வலிவில் மற்றவர்களின் தூக்கமும் கலைந்தது. அம்பலம் பிறகு பேசிக்கொள்ளலாமென்று சொன்னான். சிறை அறைகளின் தடுப்புகளை மீறும் விதமாக கைதிகள் ஆளையாள் கூப்பிட்டுக் கொள்ளும் சப்தங்கள் கொஞ்சம்கொஞ்சமாகக் கூடிக்கொண்டு வந்தன. அம்பலம் தன் தலைமாட்டில் இருந்த சுண்ணாம்புக் கட்டியை எடுத்துக் கணக்குகள் போடுவதில் இறங்கினான். சிவம், அம்பலம் இனியாவது என்ன கணக்குகள் போடுகிறா னென்று சொல்லுவான் என்ற நம்பிக்கையுடன் துருவிக்கேட்க ஆரம்பித்தான்.

“என்ன கணக்குகள் போடுகிறாய்?”

அம்பலம் இந்த முறை கோபமடையவில்லை. “எல்லாம் எனக்கு நடப்பவற்றைப் பற்றித்தான். எனக்கு நடப்பவற்றில் நீயும் இருக்கிறாய் - இதோ, இந்த எருமைகளும் இருக்கின்றன, சங்கரனும் இருக்கிறான், இடப்பக்கத்து அறையில் கணபதியும் சின்னத்துரையும் இருக்கிறார்கள், வலப்பக்கத்து அறையில் லிங்கமும் ஆறுமுகமும் இருக்கிறார்கள்...”

“நிறுத்து! சொல்லாதே! சொல்லாதே...!” குடைச்சாமியின் பரிசோதனைகள் அவன் ஞாபகத்துக்கு வந்து, சிவம் வேர்க்க ஆரம்பித்தான்.

அம்பலம் தரையில் போட்ட தன் கிறுக்கல்களை ஒரு சிறு துணித்துண்டினால் அழித்துக்கொண்டான்.

“ஏன்? ஏன்...” அம்பலம் அமைதியாகத்தான் கேட்டான்.

தலையை, “முடியாது” என்று ஆட்டிவிட்டு சிவம் முகத்தை மூடிக்கொண்டான். அம்பலம் “இவன் மனதை என்ன சொல்லித் திறக்கலாம்” என்கிற யோசனையில் ஆழ்ந்தான்.

“நான் சொல்லட்டுமா?” அம்பலம் தன் தாடியைத் தடவி விட்டுக்கொண்டான். சிவத்தை இந்த சவால் தாக்கி இருந்திருக்க வேண்டும்.

“நீயும் உன் சக்தியும். குடைச்சாமி, என்னை ஒரு “கேது” என்று சொன்னார். உனக்கு நான் கேதுவா, ராகுவா அல்லது சனியா?” சிவம் கத்த ஆரம்பித்தான்.

அம்பலம் மெல்லிய சிரிப்புடன் தாடியைத் தடவிக் கொண்டான்.

“சனி, சனியாக எல்லா நேரத்திலும் இருப்பதில்லை. ராகு எல்லா நேரத்திலும் ராகுவாக இருப்பதில்லை. கேது எல்லா நேரத்திலும் கேதுவாக இருப்பதில்லை. அதை உன் குடைச்சாமி சொன்னாரா?”

‘குடைச்சாமி அதிகம் பேசுவதே கிடையாது. அவர் கண்ணில் தோன்றிய ஒளியினால் அவரிடம் போய் மாட்டிக்கொண்டேன். தினமும் அவர் கண்களில் நான் பட வேண்டும் என்று

தோன்றியது. பட்டு, அவர் அருள் கிடைக்கும் என்கிற நம்பிக்கை இருந்தது.' சிவத்துக்குப் பழைய நினைவுகள் ஓங்கின.

"எந்த நேரத்தில் உன்னை ஒரு கேது என்று குடைச்சாமி சொன்னார்?" அம்பலத்திற்கு சிவத்தின் பிரச்சினைகளைத் தீர ஆராய வேண்டும் என்கிற அவா பொங்க, தான் செய்வது ஞானபூர்வமில்லாதது என்று தெரிந்தும் அவசரப்பட ஆரம்பித்தான்.

"என் தம்பிமாரைப் பற்றிச் சொன்னேன். அதிலிருந்து சொன்னால்தான் உன்னால் எல்லாவற்றையும் விளங்கிக்கொள்ள முடியும்..." சிவம் தொண்டையைக் கனைத்துக்கொள்ள, சாப்பாட்டு மணி அடிக்கத் தொடங்கியது.

"இன்று இந்தக் கதை இவ்வளவுதான்." அம்பலம் தாடியை வருடியபடி எழுந்தான்.

"எனக்கு வாழ்க்கை... உனக்குக் கதையா?" சிவம் அலுத்துக் கொண்டான். கோபப்படுவது அர்த்தமில்லாதது. கோபப்படு வதற்கான தராதரம் தனக்கில்லை என்ற உணர்வு சிவத்தை எப்போதோ ஆட்கொண்டுவிட்டது. எல்லோரும் உணவுக்காக நின்றுகொண்டிருந்தபோது,

"யார் இந்தக் குடைச்சாமி?" நாதன், சிவத்தைக் குடைய முயற்சித்தான்.

சிவம் ஏதோ சொல்ல ஆரம்பிப்பதற்குள், "நாய்க்கு ஏன் போர்த்தேங்காய்?" என்று அம்பலம் எருமைகள்மேலுள்ள தன் காழ்ப்பைக் கொட்டினான். செல்வனுக்குக் கோபம் பொங் கலானது.

"ஏன், உனக்குத்தான் எல்லாம் தெரியுமே! நீயே அதற்கு ஒரு விடை சொல்லு பார்க்கலாம்."

அம்பலம் மறுமொழி சொல்ல ஆரம்பிப்பதற்குள், சிவம் நாதனுக்கு விளக்கம் சொல்ல ஆரம்பித்தான்.

"திருப்பியும் சொல்கிறேன். இது நேரத்தை வீணாக்கும் முயற்சி." அம்பலம் சிவத்துக்கும் அறிவுரை சொல்ல முயற் சித்தான்.

"நீ ஏன் அவனைத் தடுக்கிறாய்?" செல்வன் மறுபடியும் கோபிக்கலானான்.

சிவம் பொறுமையாக பதிலளிக்கத் தொடங்கினான். எருமைகளும் கேட்டுக்கொண்டன. அம்பலம் இடையிடையில் எருமைகளைக் கேலி பண்ணும் தொனியில் தன் இடைச் செருகல்களை எறிந்து, முன்னேயும் பின்னாலும் நின்றுகொண் டிருந்தவர்களின் சிரிப்புகளைப் பெருமையுடன் பகிர்ந்து கொண்டான். சாப்பிடும்போது தாடியம்பலம் சிவத்திடம்,

"இனி உன்னிடம் நாளைதான் விபரங்களைக் கேட்டுக் கொள்ள வேண்டும். குடைச்சாமி என்ன செய்திருப்பார் என்று தெரிகிறது. பிரச்சினை, உன் தம்பிமார் என்ன சொன்னார்கள் என்பதுதான்."

அம்பலத்துடன் ஆறு நாட்கள்

சிவத்துக்குத் திரும்பவும் மாரில் ஊசி குத்தியது. "அதைச் சொல்ல இன்று எனக்குச் சக்தியில்லை. நாளைதான் நல்லது." சிவம் அலுத்துக்கொண்டான்.

அம்பலம் தன் சாப்பாட்டு மேசைக்கு முன்னால் சாப் பிட்டுக்கொண்டிருந்த பழைய சகபாடிகளுடன் தன் சம்பாஷ ணைகளை உற்சாகமாகத் தொடர்ந்தான். சிறையில் எல்லா விதமான நேரமும் இருப்பதை சிவம் பார்த்துக்கொண்டான்.

"நாளைக்கு எங்கே கூட்டிக்கொண்டு போவார்கள்?" அம்பலத்தை யாரோ கேட்டான்.

"வெறும் கல்லுடைப்பாய்த்தான் இருக்கும். பாதைக்குக் கொண்டுபோவார்களோ தெரியாது. மழையென்றால் சிறை அறையிலேயே இருக்க வேண்டியதுதான்." அம்பலத்திற்கு அதுவும் உகப்பானதுதான்.

"நாளைக்குக் கல்லுடைப்பு என்றால், என்ன செய்யப் போகிறீர்கள், எருமைகளே?" அம்பலம் திரும்பவும் சீண்டலில் இறங்கினான்.

வெடுக்காக ஏதோ பதில் சொல்ல முயன்ற செல்வனை, நாதன் அடக்கினான். "பார்ப்போம்" என்றான்.

சாப்பாடு முடிந்து எல்லோரும் தங்கள் அறைக்குப் போகும் நேரம், "நாளை வியாழன்" என்றான் அம்பலம். அதை யாரும் சட்டை செய்யும் நிலையில் இல்லை.

அன்றிரவு அம்பலத்தின் கணக்கும் இல்லை. எருமைகளுடன் சண்டையும் இல்லை. சிவத்துக்கு நன்றாகத் தூக்கம் தூங்கியது.

வியாழக்கிழமை காலை சிவம் எழும்பியபோது, அம்பலம் மறுபடியும் கணக்கில் ஆழ்ந்திருந்தான். எருமைகள் தூக்கத்தில் இருந்தன. "இன்றும் நேற்றையைப் போல் ஒருநாள் பொழுது" என்று யோசித்தபடியே காலைக்கடன் முடிக்கப் போனான்.

"இன்று நாள் பொழுது வேறுபடியாகப் போகும்." அம்பலம் தலையை எடுக்காமலே சொன்னான். சிவத்திற்கு அம்பலத்தின் பிரகடனங்கள் ஆச்சரியத்தை அளிப்பது நின்றுபோகத் தொடங்கி யிருந்தது.

எருமைகளுக்கு, அன்று மற்றவர்களுடன் எழும்பி, காலை உணவிற்குப் போகும்படியாகிவிட்டது. காலை உணவிற்கு எல்லோரும் நின்றுகொண்டிருந்தபோது, சங்கரன் நாதனிடம் வந்து, "நான் எவ்வளவோ முயற்சி செய்தேன். இன்று நீங்கள் வேலைக்குப் போகவேண்டியதுதான். சின்ன வேலையாக ஏற்பாடு செய்கிறேன்" என்று மெல்லிய குரலில் சொல்லிவிட்டுப் போய் விட்டான். செல்வன்: "எங்கே கூட்டிக்கொண்டுபோகப் போகிறார்கள்?" கேட்பதற்கு முன்னரே சங்கரன் போய்விட்டான். அதட்டும் குரலில் முன்னாலும் பின்னாலும் நின்றவர்கள், "சங்கரன் என்ன சொன்னான்?" என்று நச்சரிக்க ஆரம்பித்தபோது, "போய்த் தொலையுங்கள்!" என்று செல்வன் பதிலளிக்க, "ஏய் அம்பலம்! இவன் சொல்வதைக் கேள்!" ஒருவன் உணவுக்

அம்பலத்துடன் ஆறு நாட்கள்

கோட்டில் முன்னால் நின்றுகொண்டிருந்த அம்பலத்திடம் கத்திச் சொன்னான்.

"என்னவாம்?" அம்பலம் பதிலுக்குக் கத்தினான்.

"சங்கரன் மறுபடியும் காசு வாங்கிக்கொண்டு இவர்களுக்குச் சகாயம் செய்கிறான். ஏதோ நடக்கிறது இங்கே!" என்று பின்னால் நின்றவன் கத்தினான்.

எருமைகளுக்குக் கோபம் மேலோங்கி அவனைத் தாக்கின. சிறைக்காவலர்கள் தாக்கப்பட்டவனைப் பிடித்துக்கொண்டு போக முயற்சித்தபோது, சூழ்ந்திருந்த கைதிகளுக்குக் கோபம் வந்து எல்லோரும் கத்த ஆரம்பித்தார்கள். அவர்கள் கத்தலைக் கேட்டு அதிகாரி ஒருத்தன் வந்து விசாரித்தான். அம்பலம், "இது என்ன நியாயம்? காசை வாங்கிக்கொண்டு அந்த எருமைகளுக்குச் சகாயம் செய்ய முயல்கிறான் உங்கள் காவலாளி. கேட்டவனை அடிக்கிறார்கள், அந்த மூளையில்லாத எருமைகள். அவர்களுடன் சேர்ந்துகொண்டு அவனைப் பிடித்துக்கொண்டு போகப் பார்க்கிறார்கள். இதை நிறுத்தவில்லையென்றால், அடுத்த நடவடிக்கையை நாங்கள் எடுப்போம்!" என்று கத்தினான். அதிகாரி சிறைக்காவலர்களிடம் அவனை விடச்சொல்லிவிட்டுப் போனான். "இது உங்கள் இராச்சியமில்லை!" என்று அம்பலம் கத்தினான். எருமைகள் அமைதியாக உணவுக்கோட்டில் நடக்க ஆரம்பித்தன.

காலை உணவு முடிந்து, பஸ்ஸில் எல்லோரையும் ஏற்றிச் செங்கல் சூளைக்குக் கூட்டிக்கொண்டு போனார்கள். செங்கற்களைச் சூளையிலிருந்து அடுக்கும் வேலை. எருமைகள் தலையிலும் செங்கல்லைச் சுமத்தினார்கள். அம்பலம் சிவத்தின் அருகில் நின்று வேலை செய்ய ஆரம்பித்தான். அவன் பார்வை எருமைகள்மீதே இருந்தது. அவர்கள் தலையில் செங்கல்கூடை ஏற்றிவிடப்பட்டபோது, அம்பலத்தின் சந்தோஷத்திற்கு அளவில்லை. அம்பலத்தை அன்று ஒருவரும் சாத்திரம் பார்ப்பதற்குத் தொந்தரவு செய்யவில்லை. அம்பலம் மிகுந்த உற்சாகத்துடன் கற்களைக் கூடையில் அடுக்கிவிட ஆரம்பித்தான். கற்கள் அடுக்குவோரெல்லாம் வேலைக் களைப்புப் போகத் தங்களுக்குள் சம்பாஷிக்க ஆரம்பித்தார்கள். சங்கரன் எவ்வளவு காசு வாங்கிக்கொண்டு எருமைகளுக்கு உதவி செய்கிறான் என்பதைப் பற்றிய அனுமானங்கள், காவலாளிகளின் தொந்தரவுகள், அதிகாரிகளின் ஊழல்கள் இவற்றைத் தொடர்ந்து, சிவத்தைப் பற்றியும் விவாதித்துக் கொண்டார்கள். என்ன செய்து, சிவம் சிறைக்குள் வந்திருக்கிறான் என்பதை அறிய எல்லோரும் ஆவலாக இருந்தார்கள். அம்பலத்தின் சிறை அறையில் இப்பொழுது ஒன்றுக்கு மூன்று பேரைப் போட்டிருக்கிறார்கள். அம்பலம் இலகுவில் ஒன்றையும் தீர்க்கமாக விபரிப்பதில்லை.

"சிவம் ஒரு சாமியாரால் ஏமாற்றப்பட்டிருக்க வேண்டும். ஏதாவது கொலை நடந்ததா என்று தெரியவில்லை. ஒரு வீடு எரிந்த மாதிரித் தெரிகிறது. கேட்டுத்தான் சொல்ல வேண்டும். சிவம் இன்னும் ஒருவகை அதிர்ச்சியில்தான் இருக்கிறான்."

அம்பலத்துடன் ஆறு நாட்கள்

"உனக்கே தெரியவில்லை என்றால், இது மிகவும் சிக்கலான விஷயமாக இருக்க வேண்டும். பெரிய குற்றம் இல்லை என்றால், இங்கு ஏன் அனுப்புகிறார்கள்?" என்று ஒருத்தன் சொன்னான்.

அம்பலம், "பொறுத்துக் கேட்கலாம்" என்று சொல்லிவிட்டுத் தன் வேலையில் ஆழ்ந்தான். ஆனால், அவன் அவாவும் அடங்கவில்லை. "குடைச்சாமி ஒரு தனிச்சாமி" என்று தனக்குள் சொல்லிக்கொண்டான்.

எல்லோருக்கும் ஒருமணி நேரம் ஓய்வு கொடுத்தார்கள். ஒரு காவலாளி தண்ணீர் கொண்டுவந்து கொடுத்துக்கொண்டிருந்தான். அம்பலம், சிவத்தின் அருகில் போய் உட்கார்ந்து கொண்டான். எருமைகளும் பக்கத்தில் வந்து இருந்தன. அம்பலத்திற்கு எரிச்சலாகத்தான் இருந்தது. சிவம் தன்மேல் பட்டிருந்த செங்கல் தூள்களைத் தட்டிவிட்டுக்கொண்டிருந்தான்.

"உன் தம்பிமாரைப் பற்றிச் சொல்வேன் என்று சொன்னாயே. இப்போது சொல்லேன்" என்று அம்பலம் சிவத்தைத் தூண்டினான்.

"என்ன சொல்வது? எப்படிச் சொல்வது?" சிவம் அலுத்துக் கொண்டான்.

"குடைச்சாமியிடம் எப்படிப் போய்ச்சேர்ந்தாய் என்று கேட்டேன். உன் தம்பிகளைப் பற்றிச் சொன்னால்தான், அது புரியும் என்றாய். குடைச்சாமி என்ன செய்தார் என்பதுதான் அறியவேண்டியதொன்றுபோல் தோன்றுகிறது."

"பார்த்தாயா? இந்தத் தம்பிமாரின் கூத்துகளினால் இந்தச் சிறையில் தள்ளப்பட்டிருக்கிறேன். சாகும்வரை இதுதான் என் இடம். குடைச்சாமியின் தத்துவ பரிசோதனை என்ன என்பதே உனக்கு முக்கியம். எனக்கு நடந்தவைகள் முக்கியமில்லையா?" சிவம் சுயபரிதாபக் கடலில் மூழ்கப் பிரயாசித்தான்.

"ஏ முட்டாளே! எத்தனைதரம் நான் உனக்குச் சொல்வது? நடப்பவையெல்லாம் தனித்தனியாக நடப்பவையல்ல. எல்லாம் தொடர்புள்ளவையாகவும் தொடர்ச்சியாகவும் நடக்கும். பார்த்தாயா? குடைச்சாமியுடன் எனக்கும் உன்மூலமாகத் தொடர்பு வந்துவிட்டது. குடைச்சாமி என்ன பரிசோதனை செய்து, இந்தச் சாக்கடைக்குள் நீ வந்துசேர்ந்தாய் என்பதை அறியத்தான் கேட்டேன். குடைச்சாமியின் பரிசோதனைக்குள் உன் தம்பிமார் செய்த கூத்துகளினால்தான் மாட்டிக்கொண்டாய் என்று நீயே சொன்னாய். இல்லையா? எல்லாவற்றிற்கும் தொடர்புகள் உண்டு." அம்பலத்தின் குரலில் பொறுமையின்மையும் இருந்தது. அதே நேரத்தில் சிவத்துக்கு எடுத்துச்சொல்ல வேண்டிய கடமையிருந்ததான உணர்வும் இருந்தது.

சிவத்திற்குச் சம்பவங்களின் தொடர்புகளை ஆராயும் மனநிலை இல்லை. எப்படிக் குடைச்சாமியிடம் தான் போனேன் என்பதைச் சொல்லுவோம் என்று தொடர்ந்தான்.

அம்பலத்துடன் ஆறு நாட்கள்

"இரண்டு எஞ்சினியர் தம்பிகளில் மூத்தவன் கருணா கரன். அவனைக் "கரன்" என்று செல்லமாகக் கூப்பிடுவோம். இளையவன் மகேந்திரன். அவனை "இந்திரன்" என்று கூப்பிடு வோம். அந்த மருத்துவனான தம்பியின் பேர் மனோகரன். எல்லோருக்கும் தம்பி ஆனபடியால், "தம்பி" என்பதே அவன் பேராகிவிட்டது. வளர்ந்து பெரிய ஆளானதின் பின்னர் அவர் களை எப்படிக் கூப்பிட முடியும்? பெரிய இடங்களில் அவர்கள் கலியாணம் செய்து, பெரிய வீடுகளில், பெரிய வாழ்க்கை நடத்திக்கொண்டிருந்தார்கள். என் தாய், தந்தை இவர்கள் வாழ்வின் வளர்ச்சியைப் பார்ப்பதற்கு முன்னரே போய்ச் சேர்ந்துவிட்டார்கள். நான்தான் அவர்கள் வாழ்க்கைத் தொடக் கத்தின் ஒரே நகரம் என்றாலும், ஒவ்வொருவர் வீடும் தொலைவில் இருந்தது. நான் கிராமத்திலிருந்து போனால், சிலவேளைகளில் ஒரேநாளில் எல்லோரையும் பார்த்துவிட முடியாது. அவர்கள் மனைவிமார் எல்லோரும் வேலைக்குப் போய்வந்துகொண் டிருந்தார்கள். ஒவ்வொருத்தருக்கும் ஒரு குழந்தை. ஒரு தம்பியின் குடும்பத்தோடு ஒரு நாள் என்ற கணக்கில் மூன்று நாளில் திரும்பிவிடுவேன். தம்பியர் மனைவிகளுக்கு என்னையும் பிடிக் காது, என் சுருட்டையும் பிடிக்காது. ஊருக்குப் போய் மணியுடன் சாராயம் குடிக்க வேண்டும் என்ற ஆசை வந்தவுடன் போய் விடுவேன். முதலில், இவர்களிடம் போனால் நன்றாகத்தான் என்னைக் கவனித்துக்கொண்டார்கள். "ஊரில் என்ன நடக்கிறது" என்று விசாரிப்பார்கள். அப்பா, அம்மா இருந்தபோது அவர்களை, சகோதரிகள் எல்லோரையுமபற்றி விசாரிப்பார்கள். முதலில் நான் போன நேரம் சனி, ஞாயிறு என்றால் சிலவேளைகளில் கரன், இந்திரன் குடும்பங்களை ஒருவர் வீட்டிலேயே பார்க்க முடியும். பின்னர், நாட்கள் போக, அவர்களுக்குள் என்ன பூசலோ தெரியவில்லை. கரன் வீட்டிற்குப் போனால் தம்பி, இந்திரன் குடும்பத்தார் எப்படியிருக்கிறார்கள் என்று கேட்க ஆரம்பித்தார்கள். இந்திரன் வீட்டிற்குப் போனால் தம்பி, கரன் குடும்பத்தார் எப்படி இருக்கிறார்கள் என்று கேட்டார்கள். நீங்கள் நகரத்திலேயே இருக்கிறீர்கள். நான் ஊரில் இருந்து வந்து உங்களுக்கு மற்றவர்கள் விவரம் சொல்ல வேண்டுமா?" என்று கேட்டால், அதுவும் பிடிப்பதில்லை. பொருட்கள் சேகரிப் பதில் அவர்களுக்குள் போட்டி. விவரங்களை என்னிடம் இருந்து அறிவதற்குத்தான் அப்படி கேட்கிறார்கள் என்பது எனக்குத் தெரியாது. எனக்குத் தெரிந்ததை நான் சொல்லுவேன். ஆளுக்காள் சண்டையும் பிடித்துக்கொண்டு, நான்தான் அவரவரிடம் "அதைச் சொன்னேன், இதைச் சொன்னேன்" என்றுவேறு சொல்ல ஆரம்பித்தார்கள். நான் எல்லோர் வீட்டிற்கும் போவதால், எல்லா விவரங்களும் எனக்குத் தெரியும் என்கிற கணக்கு இருந்திருக்கலாம். "இப்படி ஒரு படிக்காத சகோதரன் இருக்கிறான்" என்ற மரியாதைக்குறைவாகவும் இருக்கலாம். எனக்கு வாழ்க்கையில் இருந்த பிடிப்பெல்லாம் இவர்கள்தான். இவர்கள் போட்டியின் சூட்டில் இவர்களை ஒரு நிலைக்குக் கொண்டுவர நான் பட்டபாடுகளெல்லாம் அவர்கள் மனதில் சாம்பலாகிப்

போயிருந்தது தெரிந்தது. இவர்களிடம் நான் போய்க்கொண்டிருந்தது அவர்கள் வாழ்வில் பங்கெடுப்பதற்காக ஒருநாளும் இல்லை. என் மனதில் சிறிது ஈரம் இருந்தது. அந்த ஈரத்தைப் பகிர்ந்துகொள்வதற்காகப் போய்வந்துகொண்டிருந்தேன். அதுவும் அவர்களுக்குத் தெரியவில்லை. படித்து வேலைபார்த்து நன்றாக வாழ்கிறவர்கள்போல் இருக்கிறவர்கள் எல்லோருடைய சுய நலத்தையும் பார்க்க அருவருப்பு எழ ஆரம்பித்தது." சிவம் ஒரு கணம் நிறுத்தினான். அவனுக்குத் தாகம் எடுத்தது.

நாதன் செல்வனிடம் "இந்தப் புலம்பல்கள் எங்களுக்குச் சரிவராது, வா போகலாம்" என்று சொல்லி அவனைக் கூட்டிக்கொண்டு போனான். தாடியம்பலம் தாடியை வருடிக்கொண்டு சிவம் சொன்னவற்றை அசைபோட்டபின்னர் மெல்லியதாகச் சிரித்தான். "படித்து வேலைபார்ப்பவர்களைப் பற்றிச் சொன்னாயே உண்மைதான். அறிவுக்கும் படிப்பிற்கும் வெகுதூரம் என்கிற நிலையாகிவிட்டது." அம்பலத்தின் கண்கள் எங்கோ வானத்தில் பதிந்தன.

'நான் எப்படிச் சிறைக்கு வந்தேன் என்பதை நல்ல வேளை யாரும் கேட்கவில்லை.' அம்பலத்தின் சிந்தனையைக் கலைக்கும் விதமாகத் தூரத்தில் யாரோ உரத்த குரலில் விவாதிக்கும் சப்தம் கேட்டது. சிவமும் அம்பலமும் சத்தம் வந்த திசையை நோக்கினார்கள். காவலுக்கு இருந்தவனும் தன் துப்பாக்கியைச் சரிசெய்துகொண்டு நோக்கினான்.

எருமைகள்தான்!

அம்பலம் சிலிர்த்துக்கொண்டான். "எருமைகள் பன்றிகளாகவும் மாறப்பார்க்கின்றன. சோம்பேறிகள்" என்று சிவத்திடம் சொல்லிவிட்டு, "அவர்கள் தலையில் இன்னும் இரண்டு கூடை செங்கல் அடுக்குங்கள்!" என்று கத்தினான்.

"சரி! சரி! எல்லோரும் மறுபடியும் வேலையைத் தொடங்கலாம்" என்று காவலாளி உத்தரவிட்டான். "இந்த எருமைகள் தொடர்புக்கணக்கில் வக்கிரமாக மாட்டிக்கொண்டிருக்கின்றன. இருந்து பார்" என்று சிவத்திடம் சொன்னான்.

"எனக்கு விளங்கவில்லை" என்று சிவம் நடக்க ஆரம்பித்தான்.

"கவலைப்படாதே. நான் ஆறுதலாக விளக்குகிறேன்" என்று அம்பலம் மண்ணைத் தட்டிக்கொண்டு வேலயில் ஈடுபட ஆரம்பித்தான்.

அன்று வேலை முடிந்து மதிய உணவு சாப்பிடக் கைதிகள் உட்கார்ந்தபோது இரண்டரை மணியாகிவிட்டது. எல்லோரும் களைப்படைந்திருந்ததில், அதிகம் பேச்சில்லாமல் சீக்கிரம் சாப்பிட்டுச் சிறையறைகளில் தூங்க ஆரம்பித்தார்கள். எருமைகளின் குறட்டை வெகுதூரம் எதிரொலித்தது. பக்கத்து அறைக்காரர்கள், "இவர்கள் வாயில் துணியை அடையுங்கள்" என்று

கத்தினார்கள். குறட்டையைக் களைப்பு வெல்ல, எல்லோரும் பகல்தூக்கத்தில் இறங்கினார்கள்.

அன்றிரவு, சாப்பாட்டு மேசையில் நான்கு கைதிகள் தள்ளி இருந்த எருமைகளுடன் அம்பலம் மறுபடியும் விவாதிக்க ஆரம்பித்தான்.

"நான் சொன்னேனே உங்கள் அதிகாரம் இங்கே செல்லாது என்று. கேட்டீர்களா? மத்தியானம் காவல்காரரிடம் அடி வாங்கியும் உங்களுக்கு இன்னும் அறிவு வரவில்லை."

"மத்தியானம் ஒருத்தரும் எங்களை அடிக்கவில்லை. இந்த லஞ்சப் பிசாசுகள், கொடுத்த காசு காணாது என்று சண்டை பிடிக்கிறார்கள். மந்திரியிடம் இன்றல்லது நாளை பணம் கொண்டுபோய்க் கொடுப்பார்கள். இந்த லஞ்சப் பிசாசுகளுக்கு வேலை ஆட்டம் காணப்போகிறது. இன்னும் இரண்டு நாட்களில் பார், என்ன நடக்கப்போகிறது என்று."

"உண்மைதான், இரண்டு நாட்களில் பல விஷயங்கள் நடக்கலாம். நீங்கள் இவர்களை லஞ்சப் பிசாசுகள் என்று திட்டுவதுதான் கேலிக்குரியதாக இருக்கிறது. நீங்கள் செய்யாத அக்கிரமமா?"

"எங்களைப் பற்றி உனக்கு என்னடா தெரியும்? நீயும் உன் நக்கலும். இருந்து பார்!" நாதன் அம்பலத்திடம் விரலை ஆட்டிப் பயமுறுத்தினான்.

அம்பலம் பெரிதாகச் சிரிக்கத் தொடங்கினான். சிரிப்பலை பல திசைகளிலும் பரவியது. எருமைகள் இந்த முறை சிலிர்த்துக் கொள்ளவில்லை. சிறையில் சிரிப்பலை பரவக் காரணம் தேவை யில்லை என்று சிவத்துக்குத் தோன்றியது. அம்பலத்தைக் கேட்டான்.

"என்னத்திற்குச் சிரிக்கிறாய்?"

"இவர்களின் நிச்சயம் உனக்குச் சிரிப்பைத் தரவில்லையா? மந்திரிக்கு லஞ்சம் கொடுத்து விடுதலை வாங்கிக்கொள்ள இது என்ன கத்திரிக்காயா?" அம்பலம் தன் சிந்தனைத்தொடரை வேறு பாதையில் திருப்பினான். "எருமைகளுக்கு இந்தச் சின்ன விஷயமும் தெரியவில்லை - எல்லா விஷயத்தையும் எங்களால் நிச்சயிக்க முடியாது."

சிவம் குழப்பமடைந்தான். "ஆனால்... ஆனால்... நீ சொல்ல வில்லையா - இயற்கைச் சக்தி தாயக்கட்டை உருட்டுவதில்லை என்று."

அம்பலம் சிறுநகை புரிந்தான். "ஏய், நீ விவரம் புரிந்த வனாகத்தான் இருக்கிறாய்! குடைச்சாமி சும்மா உன்னைத் தேர்ந்தெடுக்கவில்லை."

"குடைச்சாமி இருக்கட்டும். நீ விஷயத்தைச் சொல்." சிவம் ஒரு நல்ல பதிலை உடனே எதிர்பார்க்கலானான்.

அம்பலத்துடன் ஆறு நாட்கள்

"எல்லாச் சம்பவங்களும் எங்கள் கட்டுப்பாட்டில் நடடப்ப தில்லை என்றால், சம்பவங்கள்எப்படியும் போக்கற்று, தாயக் கட்டை உருட்டுவதுபோல் நடக்கலாம் என்பதில்லை. சம்பவங் களுக்குள் ஒரு காரணகாரியத் தொடர்பு இருக்கும். நீ நடந்து போகும்போது கல் தடக்கினால், "எங்கேயோ பார்த்துக்கொண்டு நடந்துவந்துவிட்டேன்" என்று ஒரு காரணம் சொல்லத் தெண் டிக்கமாட்டாயா?"

"எப்படி, அவ்வாறு எங்கேயோ நான் பார்த்துக்கொண்டு வரலாயிற்று என்று திருப்பிக் கேட்டால்?" சிவம் தருக்கக் கோட்டை கிரமமாகத் தொடர்ந்தான்.

"அதற்கும் ஒரு காரணம் சொல்ல முடியும். நீ நடக்கத் தொடங்குவதற்குமுன் என்னை, "நான் தடுக்கி விழுவேனா?" என்று கேட்டால், அதற்குச் சாத்திரம் சொல்ல முடியாது. நீ அவ்வாறு கேட்க முயலும்போதே சம்பவத்தொடரின் திசை மாறிவிடும். மனித வாழ்க்கையில் எவ்வளவோ குழப்பங்கள் இருந்தாலும், ஒரு கணக்கிலும் தீர்மானத்திலிருந்தும் தப்ப முடியாது..." அம்பலம் ஒரு கவளம் உணவை எடுத்து வாயில் போட்டுக்கொண்டபோது மணியடித்தார்கள். அதிகாரி ஒருத்தன் சிறையில் சுகாதாரமாக இருக்க வேண்டியதைப் பற்றி பேசத் தொடங்கினான். கைதிகள் தங்கள்பாட்டில் பேசிக்கொண்டே சாப்பிட்டுக்கொண்டிருந்தார்கள். ஒரு மேல்நோக்கிச் சுடப்பட்ட துப்பாக்கிச் சத்தம் அவர்களை அமைதிப்படுத்தியது.

"எங்கள் கதையைப் பிறகு தொடரலாம்." அம்பலம் சிவத்திடம் சொல்லிவிட்டு அமைதியானான். அதிகாரியின் பேச்சு முடிந்தவுடன், மறுபடியும் கைதிகள் தங்கள் சம்பாஷ ணைகளைத் தொடர்ந்தார்கள். சிறையறையில் பின்னால் எல்லோரும் கொண்டுபோய் விடப்பட்டபோது, அம்பலம் தன் கணக்குகளை சுண்ணாம்புக்கட்டியை எடுத்துக்கொண்டு தொடர்ந்தான். சிவம் சிறைக்கதவுகளைப் பற்றியபடி அந்தச் சிறையின் சூழலை ஒரு புதிய சுயஉணர்வுடன் அனுமானித்துக் கொள்ள முயற்சித்தான். எருமைகள் தங்களுக்குள் ஏதோ பேசிக்கொண்டிருந்தன. சிறை அதிகாரி ஒருத்தன் இவர்கள் அறைக்கு வந்து, "எங்கே அம்பலம்?" என்றான். அவன் கையில் துண்டுக் காகிதம் ஒன்று இருந்தது. அம்பலம் தன் கணக்கிலிருந்து வெளிவந்து அதிகாரியைப் பார்த்தான்.

"உன்னால் இப்போது என்னுடன் வரமுடியுமா?" அதிகாரி கேட்டான்.

"இந்த அறையிலிருந்து ஒரு மணியாவது வெளியே போவது நல்லதுதான்" என்று சொல்லிக்கொண்டே அவருடன் புறப் பட்டான்.

எருமைகள், "எங்கே இவனைக் கூட்டிக்கொண்டு போகி றீர்கள்?" என்று கேட்டன. "வாயை மூடு" என்று சொல்லிக் கொண்டே அதிகாரி அம்பலத்தைக் கூட்டிக்கொண்டு போனான். சிறையறையின் இரும்புக் கதவுகள் மூடப்படும் சத்தம், கைதிகளின் சம்பாஷணை ஒலியை மீறி எழுந்தது. அம்பலம் போனவுடன்

காவல் சங்கரன் வந்தான். எருமைகள், சங்கரனைக் கண்டவுடன் சிறைக்கம்பியை ஒட்டிக்கொண்டு, அவனை விவரங்கள் கேட்க ஆரம்பித்தன.

"எங்கே, என்னத்திற்காக அம்பலத்தைக் கூட்டிக்கொண்டு போகிறார்கள்?"

சங்கரன் விளக்கினான். "அதிகாரி அம்பலத்தைக் கூட்டிக் கொண்டுபோவது சாத்திரம் பார்க்கத்தான்."

"உத்தியோக உயர்வு, பிள்ளைகள் படிப்பு, மகள் கல்யாணம், மகனுக்கு வேலை, மனைவி குடும்பத்தார் தொல்லை - இந்த மாதிரிப் பிரச்சினைகள் யாருக்கு இல்லை? கைதிகளிடமும் அதிகாரிகளிடமும் அம்பலம் சரியாகச் சாத்திரம் சொல்லுவான் என்கிற நம்பிக்கை இருக்கிறது. ஏன், எனக்கே சரியாகச் சொல்லி யிருக்கிறான். "தெரியாது என்றால், தெரியாதுதான்." தனக்கு விருப்பம் இருந்தால்தான் சொல்லுவான். "எல்லாவற்றிற்கும் ஒரு நேரம் இருக்கிறது" என்று சொல்லிக்கொண்டுபோவான். அவன் சாத்திரம் சொல்லுவது சிகரெட் மாதிரியான சலுகை களுக்கு மாத்திரம் இல்லை. இதனால், அவனுக்கு இங்கே சரியான மரியாதை."

நாதன், "அம்பலம் இந்தச் சனிக்கிழமையைப் பற்றி என்ன சொன்னான்?" தன் புருவங்களை நெருக்கிக்கொண்டு செல்வனைக் கேட்டான்.

"ஞாபகம் வரவில்லை" என்றான் செல்வன்.

"அவன் சொல்வதைச் சரியாகக் கேளுங்கள்" என்று சொல்லிக்கொண்டு சங்கரன் போக முயற்சித்தான்.

"சங்கரன் நில்! நில்!" நாதன் அவனை நிறுத்தி அவன் காதில் மெல்லியதாக, "உனக்குக் காசு வந்துசேர்ந்ததா?" என்று கேட்டான்.

"ம்... ம்..." என்று தலையாட்டிவிட்டுப் போய்விட்டான். அவர்களை மேலும் பேச இடம் கொடுக்கவில்லை. அம்பலத்தின் சக்தியைப் பற்றி அவனிடம் நிறையக் கேட்க வேண்டும் என்று அவர்கள் பார்த்தார்கள்.

சிவம் இவற்றைப் பார்த்துக்கொண்டான். "ஏன், நான் சாத்திரக்காரன் இல்லை என்று அம்பலம் சொல்லிக்கொள் கிறான்?" என்று யோசித்தபடியே குந்தியிருந்தான்.

குடைச்சாமி அம்பலத்தைப் போல் பேசுவாராக இருந்தால், அவரும் இதுமாதிரிச் சொல்லியிருக்க முடியும்.

மனிதர் யாவரையும் சூழும் ஒரு வானவெளி.

அந்த வானவெளியில் பல்வேறு குணாதிசயங்கள் கொண்ட கிரகங்கள். கிரகங்களுக்கு வீடுகள்.

அந்தக் கிரகங்களுக்கு ஆளையாள் பார்த்துக்கொள்வதும் சேர்ந்துகொள்வதும் மனிதரைச் சிப்பிலி ஆட்டுவதுமான ஒரு கூத்து.

அம்பலத்துடன் ஆறு நாட்கள்

பிறந்த உடனேயே ஆட்கொள்ளுமாமே?

சந்திரன் ஒரு பெண். அவளை நான் சுற்றிவந்தது அந்தக் குடைச்சாமிக்கு எப்படித் தெரிந்தது? கனகத்தைப் பார்த்தால் எனக்குச் சாராயம் தேவையில்லாமல் இருந்தது. வேறெதுவுமே தேவையில்லாமல் இருந்தது. கிரகங்கள் தூரவே இருப்பதைப் போல் மனிதரும் தூரத்தூரத்தான் இருக்கிறார்கள். இந்தத் தொடர்புகள்தான் என்ன? அம்பலத்தைத்தான் கேட்க வேண்டும். என் கதையை முழுக்கச் சொன்னால்தான், அவனுக்கு விளங்கும். கனகம் தூரவே அமைந்துபோனாள்.... அம்பலத்திற்குக் கனகத்தின் நினைவுகள் வர நித்திரைகொள்ளப்போனான்.

அம்பலம் திரும்பி அறைக்குக் கொண்டுவரப்பட்டபோது, எல்லோரும் நித்திரைகொண்டிருந்தார்கள். 'நாளை நல்ல பொழுதாகப் போகும். எருமைகள்தான் என்ன செய்யப்போகின்றனவோ தெரியவில்லை' என்று நினைத்துக்கொண்டு, அவனும் நித்திரை கொள்ளப்போனான்.

வெள்ளிக்கிழமை அதிகாலையிலேயே அம்பலம் எழுந்து கொண்டான். மற்றவர்கள் எழும்பியபோது சுண்ணாம்புக் கட்டிக் கிறுக்கல்கள் நடுவில் அம்பலம் இருந்தான். சிவம், 'இன்று அம்பலத்திடம் மற்றக் கதைகளைச் சொல்லிமுடித்து விட வேண்டியதுதான்' என்று யோசித்துக்கொண்டான். நாதனும் செல்வனும் அம்பலத்திடம் எவ்வாறு தங்கள் எதிர்காலம்பற்றிக் கேட்கலாம் என்று யோசித்தபடியே நாடியைத் தடவிக்கொண்டார்கள். காலை உணவிற்குப் பின்னர் சிறையின் பின்னாலேயே தோட்ட வேலை. தோட்ட வேலையின் நடுவில் அம்பலத்துடன் சிவத்தால் பேசமுடிந்தது. எருமைகள் இவர்கள் பக்கத்திலேயே வேலைசெய்துகொண்டிருந்தன. அம்பலந்தான் முதலில் பேச்சைத் தொடங்கினான்.

சிவத்தினால் நன்றாகவும் எல்லாவற்றையும் சொல்லவும் முடியவில்லை. "முதலில் தம்பி குடும்பத்தார் நான் எதையோ திருடினேன் என்றார்கள். பின்னர், "முன்கதவு வழியாக வராதே, பின்கதவு வழியாக வா" என்றார்கள். அவர்கள் குழந்தைகளை என்னோடு பேசவிடாமல் தடுத்தார்கள். ஒருத்தன் வீட்டிற்குப் போனால், மற்றவன் என்ன செய்கிறான் என்று என்னைக் கேட்டார்கள். நான், இல்லாதவற்றை மற்றவர்களிடம் சொன்னேன் என்று பழித்தார்கள்."

"ஏன்?" அம்பலம், சிவத்தின் விளக்கத்தைக் கேட்க முனைந்தான்.

சிவத்தை யாரும் இப்படிக் கேட்டதில்லை. விளக்க முயன்றான்.

"வாழ்க்கைப் போட்டியும் இந்தப் படித்தவர்களிடம் வழக்கமாகவே இருக்கும் சுயநலமாக இருந்திருக்கலாம். தன்னிடம் இருக்கிற பணத்தைவிட மற்றவனிடம் கூட இருந்து விடப்போகிற பயம் என்று தோன்றியது. எப்படிக் கூடப் பிறந்தவனைவிட

இந்தப் போட்டி முக்கியமாயிற்று என்று தெரியவில்லை. இவர்கள் வளரும் பருவத்தில், இவர்கள் கல்லூரியில் படிக்கும் நாட்களில், நான் இவர்களுக்குப் பாசத்துடன் செய்தனவெல்லாம் இவர்களுக்கு மறந்துபோயிற்று. நான் அதைப் பற்றிக் கவலைப்படவில்லை. அன்பான வார்த்தையுமில்லாமல் போய்விட்டது. அதுதான் மனதை வருத்தியது. இவர்களிடம் என்ன காசா கேட்டேன்?"

கேட்டுக்கொண்டிருந்த நாதன், "ஏ அறிவில்லாத நாயே!" என்று தொடங்கினான்.

"உன் சகோதரர்கள் புதுப் பணக்காரர்கள். அதுவும் அரைப் பணக்காரர்கள் மாதிரித் தோன்றுகிறது. இந்தப் புதுப் பணக்காரருக்கு நடப்பது இதுதான். புதுப் பணக்காரருக்குச் சிறப்பாக வாழ்க்கையைக் கொண்டுநடத்துவது தெரியாது. அது என்னவென்றும் புரியாது. இப்படியே அடிதடிபட்டபடியே வாழ்க்கையைக் கொண்டுபோவதுதான் அவர்கள் தலையில் எழுதப்பட்டிருக்கிறது. பரம்பரைப் பணக்காரனைப் பார். ஒருநாளும் இப்படி சகோதரர்களுடன் முரண்படமாட்டான். ஏன் அவனிவனைப் பார்க்கிறாய்? எங்களைப் பார். நாங்கள் அடிபடுகிறோமா...?" நாதன் மார்தட்டிக்கொண்டான்.

"சிறப்பாக வாழ்க்கையைக் கொண்டுபோகத் தெரிந்துதான், இரண்டுபேருமாய்ச் சிறைக்கு வந்திருக்கிறீர்களே! எருமைகளே!" அம்பலம் காறி உமிழ்ந்தான். "நீங்கள் முழுமுட்டாள்களாக இருக்கிற முழுப் பணக்காரர்கள். உங்களுக்குப் பொதுமக்களைச் சுரண்டவும் அவர்களை ஏமாற்றுவதையும் தவிர என்ன தெரியும்? இந்த உலகம் எவ்வாறு இயற்கைப்படுத்தப்பட்டிருக்கிறது என்று உங்களுக்குத் தெரியாது. அது தெரியவும் வராது. ஒற்றுமையாக இரண்டுபேரும் பணத்தைக் கட்டிக்கொண்டு சாக நீங்கள் தயாரா?"

இந்த முறை நாதன் அம்பலத்தின் மீது பாய முயற்சிக்க வில்லை. கோபப்பட்ட செல்வனை அடக்கினான்.

"நீ இருந்து பார்" என்று நாதன் தன் வேலையில் ஈடு பட்டான். ஆனால், பின்னரும் இவர்கள் சம்பாஷணையைக் கேட்டுக்கொண்டான்.

அம்பலம் சிவத்தைப் பார்த்து, "இவர்கள் கிடந்தார்கள். நீ சொல்" என்றான்.

சிவம் தொடர்ந்தான். "அரைப் பணக்காரர்களோ முழுப் பணக்காரர்களோ எனக்கென்ன தெரியும்? ஒருமுறை என் பயணப் பையையும் வெளியே எறிந்து, "நீ ஊர் போய்ச் சேர்" என்று துரத்தினார்கள். சகோதரன் என்பதைவிட, ஒரு படிக்காத பட்டிக்காட்டான் என்கிற யோசனை வந்து சேர்ந்துவிட்டதோ தெரியவில்லை. அந்தமுறை மனமுடைந்து ஊருக்கு வந்து ஒரு மாலைப்பொழுதில் என் நண்பன் மணியிடம் நகரத்தில் நடந்தவற்றையெல்லாம் சொல்லி, அவனுடன் சேர்ந்து வழக்கத் திற்கும் மேலாகவே ஏற்றிக்கொண்டு, அவனையும் கூட்டிக்

அம்பலத்துடன் ஆறு நாட்கள்

கொண்டு குடைச்சாமி வீட்டுக்குப் போனேன். சாமியார் என்கிறார்களே, என் துயரத்தை அவரிடம் சொல்லலாம் என்பது என் யோசனை. ஆனால், அங்கே போனால் குடைச்சாமியைச் சுற்றி, அந்த ஊரில் பிரபலமான மனிதர் சிலபேர் இருந்தார்கள். குடைச்சாமி அந்த நாற்சார் வீட்டின் உள் முற்றத்தில் ஒரு சுழல்நாற்காலியில் இருந்தார். அறைக்கதவுகள் யாவும் திறந்திருந்தன. அங்கிருந்த பிரபலமான மனிதர்கள் சாமியாரைச் சுற்றி நிலத்தில் உட்கார்ந்திருந்தார்கள். தனியாக அவரிடம் எதுவும் அந்த நேரத்தில் சொல்லிவிட முடியாதுபோலிருந்தது. இந்த மனிதர்கள் எல்லோரும் பின்னர் எனக்குக் கொஞ்சம்கொஞ்சமாகக் குடைச்சாமியினால் பரிச்சயமானார்கள். அங்கே கனகமும் இருந்தாள். கனகம், அவள் தந்தை கனகசபையுடன் அங்கு இருந்தாள். அவர் ஊரில் ஒரு பிரபலமான பணக்காரர். கனகத்தைப் பார்த்தவுடனேயே என் மனதினில் வார்த்தைகளில் அடங்காத ஒரு காந்த உணர்ச்சி என்னை ஆட்கொண்டது. குடைச்சாமி காலில் விழுந்தேன். மணி தடுமாறிக்கொண்டே நின்றுகொண்டிருந்தான்.

"நீ இப்படி கொஞ்சநேரம் இரு" என்று என்னிடம் சொல்லி விட்டு குடைச்சாமி, அவரைக் கூடியிருந்தவர்களைப் பார்த்து, "சீக்கிரத்தில் நாங்கள் யாகம் செய்யலாம். செய்வதற்கான கிரகங்களெல்லாம் கொஞ்சம்கொஞ்சமாக வந்துசேர்ந்துகொண் டிருக்கின்றன" என்று என்னையும் மணியையும் பார்த்துக் கொண்டார். "இப்போது சொல்" என்றவுடன், நான் என் பெயரைச் சொன்னேன். இறந்துபோன என் தாய், தந்தையின் விபரங்களையும் சொன்னேன். மணியும் என்னைப் பார்த்து விட்டுத் தானும் தன் பெயரையும் சொல்லித் தன் பூர்வீகத்தையும் சொன்னான். கனகசபை எங்களைப் பார்த்துவிட்டு ஒன்றும் சொல்லவில்லை. மற்றையோர் - குடைச்சாமியையும் சேர்த்து அங்கே மொத்தமாக ஒன்பது பேர் இருந்தார்கள். இவர்கள் எல்லோரும் கொஞ்சம்கொஞ்சமாகப் பின்னர் தெரியவந்தார்கள். குடைச்சாமி கணக்குப் போட்டபடி இருப்பார். ஒரு சின்னப் புத்தகத்தில் குறுக்கிக்குறுக்கிக் கணக்குப் போடுவார். அவரை யார் என்ன கேட்டார்கள்? இந்தக் கணக்குகளும் பின்னர் என்னைக் குழப்பும்விதமாக இருந்தாலும், குடைச்சாமியின் யாகத்தின் விபரங்களின் சில அம்சங்கள் புரிய ஆரம்பித்தன."

சிவம், சிறைக் காவலாளியின் "வேலையைப் பாருங்கள் நாய்களே" என்ற அதிகாரக் குரல் கேட்டு, தன் கதையை நிறுத்தினான். அம்பலமும் எருமைகளும் சிறைக் காவலாளியைப் பார்த்து, "வேலை செய்துகொண்டுதான் இருக்கிறோம்" என்று சொன்னார்கள். அம்பலத்தைப் பார்த்தவுடன் காவலாளி பேசாது திரும்பிப்போனான்.

"நீ சொல்" என்று அம்பலம் சிவத்திடம் சொன்னான். சிவம் கதையைத் தொடர்ந்தான்.

"குடைச்சாமி என்னைப் பார்த்து, "நீ யார் என்று தெரியும். உன் நண்பனையும் தெரியும்" என்றார். அந்தக் கூட்டத்தில்

அவரிடம் மேலே என் கதையைச் சொல்லத் தேவையில்லை என்று தோன்றியது. எல்லோரும் போனபின்னர் அவரிடம் என் கதையைச் சொல்லலாம் என்று இருந்தேன். ஆனால், அன்று எல்லோரும் போவதற்கு வெகு நேரமாகிவிட்டது. குடைச்சாமி என்ன செய்தார் என்றால், முதலில் ஒவ்வொருத் தரையும் கூப்பிட்டு,

"கனகசபை! – நீதான் சூரியன்
கனகம்! – நீ சந்திரன்
குமாரசாமி! – நீ செவ்வாய்
பத்மநாதன்! – நீ புதன்
செல்வராஜா! – நீ வியாழன்
யோகநாதன்! – நீ சுக்கிரன்
மணி! – நீ சனி
துரை! – நீ ராகு
சிவம்! – நீ கேது"

என்று வரிசையாகச் சொன்னார். நானும் மணியும் திடுக்கிட்டுப் போனோம். மணி – சனீஸ்வரனாம், நான் கேதுவாம்! சாமியார் என்ன சொல்லப்போகிறார் என்ற எதிர்பார்ப்பு எங்கள் மப்பையும் மீறிப் பாதித்தன. சாமியார், "இந்த அடையாளங்களை ஒருத்தரும் மறக்கப்படாது. அப்படி மறந்தால், பெரிய பாதிப்பு ஏற்படும்!" என்று எச்சரித்துவிட்டு, மேலே கட்டளைகள் சொன்னார். முதலில் கனகசபையைக் கூட்டிக்கொண்டுபோய் ஓர் அறையில் நாற்காலியில் உட்காரவைத்தார். இன்னொரு அறையில் குமார சாமி, இன்னொன்றில் பத்மநாதனையும் மணியையும் கூட்டிக் கொண்டுபோய் உட்காரவைத்தார். மற்றப்படி செல்வராஜா, யோகநாதன், துரை எல்லோரும் ஒவ்வொரு அறையில், ஒவ்வொரு நாற்காலியில் உட்காரவைக்கப்பட்டார்கள். என்னையும் ஓர் அறை நாற்காலியில் வைத்தார். இருள் கவ்வ ஆரம்பித்தது. பின்னர்தான் அந்த நாள் அமாவாசை என்று எனக்குத் தெரிய வந்தது. இருள் கவிந்தபின்னர், குடைச்சாமி எல்லோருக்கும் சொன்னார், "நான் ஒருவனைக் கூட்டிக்கொண்டு வருவேன். இந்தக் கூடத்து நடுவில் அவனை உட்காரவைப்பேன். நீங்கள் அவனுடன் என்ன வேண்டுமானாலும் பேசலாம் – என்ன வேண்டுமென்றாலும் கேட்கலாம். உங்கள் அறையிலேயே நீங்கள் இருக்க வேண்டும். நீங்களும் உங்களுக்குள் என்ன வேண்டு மென்றாலும் பேசிக்கொள்ளலாம். ஆனால், நான் சொல்லும் வரையில் உங்கள் அறையிலிருந்து போக முடியாது." இருட்டிலும் அவர் குரல் தீர்க்கமாகக் கேட்டது. கடைசியாக ஒருத்தனைக் கூட்டிக்கொண்டுவந்தார். அவன் பேர் சிதம்பரநாதன் என்று தெரியவந்தது. அவனைத் தான் உட்கார்ந்திருந்த சுற்றும் நாற்காலியில் உட்காரவைத்துவிட்டு, "இவர்கள் உன்னுடன் பேசினால், அவர்கள் திசையை நோக்கிப் பதில் சொல்ல வேண்டும்" என்று சொல்லிவிட்டுத் தானும் ஓர் அறையில் போய் உட்கார்ந்துகொண்டார். திடீரென்று வீட்டு விளக்குகளைப் போட்டார். எல்லா அறையிலும், வீட்டு முற்றத்திலும் விளக்குகள். வெளிச்சத்தில் எல்லோரும் தெரிந்தார்கள். இந்த..."

அம்பலத்துடன் ஆறு நாட்கள்

“எந்தெந்த அறையில் இவர்களை குடைச்சாமி உட்கார வைத்தார் என்று ஞாபகம் இருக்கிறதா?” அம்பலம் இடை வெட்டினான்.

“அதுதான் பெரிய பரிசோதனையாகிப் பிரச்சினையில் முடிந்தது. ஒருவிதமாக வெவ்வேறு அறைகளில் எங்கள் எல் லோரையும் இருத்தினார். பின்னர், போகப்போக யார் எங்கே இருப்பது என்பதை மாற்றினார். அதைப் பின்னால் விவரமாகச் சொல்கிறேன். நாங்கள் முதல் நாள் போன அன்று, குடைச்சாமி வீட்டு வாசல் வழியாக வந்து முற்றத்தில் இருந்து வீட்டை உள்நோக்கும் திசையில் நின்றால், வாசலை எதிர்கொள்ளும் அறைகளமைந்த கோட்டில் வலது மூலையில் இருக்கும் அறையில் தான் குடைச்சாமி இருந்தார். கோவிலைச் சுற்றுவதைப் போல் ஆன பாதையில் எல்லோர் இடத்தையும் சொல்கிறேன். செல்வ ராஜாவும் துரையும் அடுத்த அறை. பத்மநாதனும் மணியும் மூன்று அறைகள் தள்ளி மூலை அறைக்குப் போனார்கள். அந்த அறை, வீட்டு உள்பக்கமாகப் பார்க்கும்போது, வாசலோடு இருக்கும் அறைக்கோட்டில் வலது கைப்பக்கமாக இருக்கிற மூலையில் - விளங்குகிறதா?”

“ம்... ம்...” என்று அம்பலம் தலையாட்டினான். நாதன் இடைவெட்டி “இல்லை இல்லை. திரும்பவும் சொல்” என்று சொன்னான். அம்பலம் மிகக் கோபமடைந்தான்.

“இந்த எருமைகளை விடு. அதுவும் அறிவில்லாத எருமைகள். நீ மேலே சொல்” என்றான் அம்பலம். சிவம் நிலத்தில் கோடுகள் போட்டுக் காட்டினான்.

“அந்த வீடு தெற்கு நோக்கும் வீடு. வாசலில் இருந்து இடதுகைப்பக்கத்தில் மூன்றாவது அறையில் கனகம். அதற்கு அடுத்ததான அறையில் என்னையும் குமாரசாமியையும் இருத்தினார். அடுத்த அறையில் யோகநாதன். அடுத்த அறை யில் கனகசபை.”

“சிதம்பரநாதன் என்று சொன்னாயே, யார் அந்தச் சிதம்பரநாதன்?” செல்வன் கேட்டான். அம்பலம் இந்தமுறை பொறுமையை இழக்கவில்லை.

சிவம் தொடர்ந்தான். “அந்தச் சிதம்பரநாதன் பக்கத்து ஊர் வியாபாரி. அவனும் பணக்காரன்தான். என்னத்திற்காகக் குடைச்சாமியிடம் வந்து தனக்கு என்ன நடக்கப்போகிறது என்று கேட்டான் என்று முதலில் தெரியவில்லை. அங்கிருந்த வர்களில் நானும் மணியும் துரையும்தான் சாதாரண மனிதர்கள். மற்றவர்கள் எல்லோரும் பிரபலமானவர்களும் பணக்காரர் களுமான மனிதர்கள். கூடாத கிரகங்களுக்கு எங்களைப் போட்டிருந்தார் குடைச்சாமி.”

“இந்தத் துரை என்றவன் யார்?” இது நாதன்.

சிவத்திற்கு எங்கே தன் கவனம் குறைந்து, விவரங்களை எங்கே விட்டுவிடுவோமோ என்கிற பயம் எழுந்து எரிச்ச லுற்றான்.

அம்பலத்துடன் ஆறு நாட்கள்

“குறுக்கே பேசி என்னைக் குழப்பாதே. சொல்வதைப் பொறுமையாகவும் கவனமாகவும் கேள். அவன் கனகசபை வீட்டு வேலைக்காரன். அவனும் செல்வராஜாவும் இருந்த அறையில் இருந்து ஆறு அறைகள் தள்ளி என்னையும் குமார சாமியையும் இருத்தினார். இரண்டு அறைகள் தள்ளி அதே கோட்டில் கனகசபையை இடது மூலை அறையில் இருத்தி யிருந்தார். கனகத்தைக் கொண்டு, நான் இருந்த அறைக்கும் துரை இருந்த அறைக்கும் நடுவில் இருந்த மூலை அறையில் இருத்தியிருந்தார். என்ன புதிர் என்றால், அந்த முற்றத்தின் நடுவில் இருந்து பார்த்தால் அறையில் இருக்கும் எல்லோரையும் பார்க்க முடியும்.”

“இது என்ன குழப்பக் கதையாக இருக்கிறதே. விளக்கிச் சொல்லேன்.” செல்வன் புரிய முனைந்தான்.

“எருமைகளே நான் விளக்கப்படுத்துகிறேன்.” அம்பலம் நிலத்தில் கோடுகள் வரைந்தான். பன்னிரண்டு கட்டங்களையும் அழகாகக் கீறினான்.

“இந்த மூலையில் குடைச்சாமி. இரண்டாவது இடத்தில் செல்வராஜாவும் துரையும், அதாவது வியாழனும் ராகுவும். நாலாவது இடமான மூலையில் பத்மநாதனும் மணியும், அதாவது புதனும் சனியும். ஏழாவது இடத்தில், அதுவும் ஒரு மூலையில், கனகம் – அதாவது சந்திரன். எட்டாவது இடத்தில் செவ்வாயும் கேதுவும் – அதாவது குமாரசாமியும் சிவமும். ஒன்பதாம் இடத்தில் சுக்கிரன். இந்தக் கோட்டு மூலையில் அமைந்த பத்தாவது இடத்தில் கனகசபை, அவர் சூரியன்.”

“அது சரிதான்” என்று தலையாட்டினான் சிவம். தொடர்ந்து சொல்ல ஆரம்பித்தான்.

“குடைச்சாமி விளக்கைப் போட்டவுடன், நடுவில் சுழல் நாற்காலியில் இருந்த சிதம்பரநாதனின் முதுகைத்தான் நான் பார்க்க முடிந்தது. யார் ஆள் என்றே தெரியவில்லை. அந்த ஆள் முதலில் செல்வராஜாவைப் பார்த்தபடி இருந்தார். செல்வராஜா, “உங்கள் பெயரென்ன” என்று கேட்டார். “சிதம்பர நாதன்” என்று பதில் வந்தது. மணி, கனகத்தைப் பார்த்தபடி இருந்தான். நானும் திரும்பிக் கனகத்தைப் பார்த்தேன். அவளோ சிதம்பரநாதனின் முதுகைப் பார்த்தபடி இருந்தாள். “என்னத் துக்காகக் குடைச்சாமி அங்கே தன்னை இழுத்திருக்கிறார்?” என்கிற கேள்விக்குறி அவள் முகத்தில் இருந்தது எனக்கு நன்றாகவே தெரிந்தது. மணியுடன்கூட இருந்த பத்மநாதன், மணியைப் பார்த்து, “இங்கே பார்” என்று சொன்னவுடன், மணி திடுக்கிட்டு சிதம்பரநாதன் முதுகைப் பார்த்தான். பத்மநாதன் அடுத்த கேள்வி கேட்டார். எனக்குக் கேள்வி கேட்கவும் தோன்றவில்லை. என்ன நடக்கிறது என்று பார்க்கலாம் என்று தீர்மானித்தேன். அந்த சக்தியான மனிதர் கூட்டத்தில் மணியையும் என்னையும் மற்றும் அங்கு வந்திருந்த சிதம்பர நாதனையும் தவிர எல்லோருக்கும் எல்லோரையும் தெரிந்திருந்தது.

துரை, கனகசபை வீட்டு வேலைக்காரன் என்றபடியால், அவனையும் எல்லோருக்கும் தெரிந்திருந்தது. வரிசையாகச் சொன்னால்தான், எல்லோரும் என்ன மாதிரி அங்கே இந்தச் சிதம்பரநாதனைப் பரிச்சயம் செய்துகொள்ள முயன்றார்கள் என்பதை விளங்கிக்கொள்ளலாம். செல்வராஜா அவ்வளவாக அன்று ஒன்றும் கேட்கவில்லை."

"இந்தக் கிரகங்களுக்கான மனிதர் கனகசபை, செல்வராஜா இவர்களெல்லாம் யார்? என்ன தொழில்? அவற்றைத் தெரிந்து கொண்டாயா?" அம்பலம் தாடியை வருடிக்கொண்டான்.

"கனகசபை பெரிய மளிகைக் கடைகள் அந்தப் பிராந்தியத்தில் வைத்திருந்தார். குமாரசாமி ஒரு பள்ளிக்கூட அதிபர். பத்மநாதன் அரசியல்வாதி. அவர் எங்கள் தொகுதி மக்கள் பிரதிநிதி. செல்வராஜா ஒரு எஞ்சினியர். யோகநாதன் ஒரு பிரபல வழக்குரைஞர். தவிர, கனகம் கனகசபையின் மகள் என்பதை முன்னரே சொன்னேன். அவள் பெரிய படிப்புகளெல்லாம் படித்து முடித்திருந்தாள். அவள் பெற்றோர் அவளுக்கு மாப்பிளை தேடிக்கொண்டிருப்பதாகப் பின்னர் தெரியவந்தது. இவர்களெல்லாம் தவிர மணி, துரை இவர்களைப் பற்றித்தான் சொல்லிவிட்டேனே. இந்தப் பெரிய மனிதர் கூட்டத்தில் எங்களுக்கு, அதாவது மணி, துரை மற்றும் எனக்கு இருப்பதற்கு ஒருமாதிரியாக இருந்தது. எங்களைக் கொண்டுவந்து ஏன் இந்தக் கூட்டத்துடன் குடைச்சாமி சேர்த்திருந்தார் என்பது முதலில் பெரும் புதிராக இருந்தது.

பத்மநாதன், துரை, மணி மற்றும் என்னைத் தவிர எல்லோரும் சிதம்பரநாதனுடன் தங்களைப் பரிச்சயமாக்கிக் கொண்டார்கள். "அவர் என்ன செய்கிறார், குடும்பம், மற்றும் பூர்வீகத்தைப் பற்றின விவரங்கள், இவனைத் தெரியுமா, அவனைத் தெரியுமா என்கிற கேள்விகள் எங்கள் மூவருக்கும் சுவாரசியத்தைத் தரவில்லை. கனகம், "உங்களுக்கு எத்தனை குழந்தைகள்?" என்று கேட்டபோது, அவள் குரலின் அழகில் மயங்கிப் போனேன். மணியை, அவனுடன் இருந்த பத்மநாதன், "அங்கே பார்" என்று சிதம்பரநாதன் பக்கமே கையைக் காட்டி அதட்டியபடி, அவன் கனகத்தையே பார்க்கும் முயற்சியிலிருந்து தடுத்தபடி இருந்தார். எனக்குப் பக்கத்து அறை என்றபடியால் கனகத்தை அருகில் பார்க்க முடிந்தது. துரையும் அவளைப் பார்த்தபடியிருந்தான். குடைச்சாமி எல்லாவற்றையும் பார்த்தபடி மௌனமாக இருந்தார். எனக்கு சிதம்பரநாதனைக் கேள்விகள் எதுவும் கேட்கத் தோன்றவில்லை. கனகத்தைப் பார்க்க பத்மநாதன் விடவில்லையென்றதாலோ என்னவோ தெரியவில்லை, மணி, வெறியுடனான கோபத்தில் சிதம்பரநாதனைக் கேள்வி கேட்கத் தொடங்கினான்.

"என்னத்துக்காக இங்கே வந்திருக்கிறாய்?" மணியன் கத்தியது, பெரிய மனிதர் கூட்டத்திற்குப் பிடிக்கவில்லை. அவர்கள் எல்லோரும் குடைச்சாமி பக்கம் திரும்பினார்கள். குடைச்சாமி மௌனமாக முகத்தில் எந்த சலனத்தையும் காட்டாது இருந்தார்.

சிதம்பரநாதன் தன் கதிரையில் இருந்து நெளிந்தபடியே, ஏதோ சொல்ல முயற்சித்தார். அதற்குள், "ஏய், என்ன பேசுகிறாய்?" என்று கனகசபையும் குமாரசாமியும் மணியனை அடக்க முயற்சித்தார்கள். மணியன் இவர்கள் பேச்சைக் கேட்கும் நிலையில் இல்லை. ஒரு வெறியடைந்தவனின் தத்துவப் போதனை யான பேச்சுடன், சிதம்பரநாதனைப் பார்த்து, "இவர்கள் கிடந்தார்கள். உனக்கு என்ன நடந்தால்தான் என்ன? 'காயமே இது பொய்யடா' என்ற பாட்டு நீ கேள்விப்பட்டதில்லையா?" என்று சொல்லிவிட்டு, "வானமே எல்லை! வானமே எல்லை!" என்று பாட ஆரம்பித்தான். நடுவில், "சிவம், நீயும் பாடு, நீயும் பாடு" என்று என்னையும் பார்த்துக் கத்தினபோது, எனக்குக் கூச்சமாக இருந்தது. கனகம் எங்கே, "இந்தக் குடி காரனுடன் சேர்ந்த மற்றக் குடிகாரன்" என்று என்னைப் பார்க்கிறாளோ என்று அவளைத் திரும்பிப் பார்த்தால், அவள் என்னைப் பார்த்துக்கொண்டிருந்தாள். அவள் முகத்தின் பிரகாசத்தில் என் நினைவுகள் யாவும் மறந்து, என்ன பேசுகிறேன் என்ற பிரக்ஞை இல்லாமலேயே, "இந்தப் பூமி தொடக்கமுமில்லை, வானம் எல்லையுமில்லை. நிறுத்து உன் பாட்டை" என்று நான் அவனை அடக்க முயற்சித்தேன். அப்போது கனகம் என்னை உற்றுநோக்குவதை உணர்ந்தேன். அவளை நோக்கித் திரும்பியபோது, மணி வெறியுடன் திரும்பவும் கத்தினான். "ஏ சிவம், என்னைப் பாரடா! என்னைப் பாரடா!" என்று கூப்பிட்டு, "பூமி தொடக்கமுமில்லை, வானம் எல்லையுமில்லை" என்று இழுத்துப் பாடிவிட்டு, "இப்போது சரியா?" என்று கேட்டான்.

பெரிய மனிதர் கூட்டம், "ஏய், என்ன பேசுகிறாய்?" என்று மறுபடியும் மணியனை அடக்க முயற்சித்தது. ஆனால், மணியன் விடுவதாக இல்லை. "என்னத்திற்காக இங்கே இந்த ஆள் வந்திருக்கிறார் என்று உங்களுக்கும் தெரியவில்லை. இந்த ஆளைப் பார்த்தால் இவரும் உங்களை மாதிரியான பணக்காரன் மாதிரித்தான் தெரிகிறது. இங்கே இது என்ன கூத்து? என்ன நடக்கிறது இங்கே? பணத்தைக் கொடுத்துக் கடவுளையே வாங்குகிற மாதிரி ஒரு சாமியாரையே இங்கே கொண்டுவந்து வைத்திருக்கிறீர்கள்."

பெரிய மனிதருக்கு அப்போதுதான், மணியனை அலட்சியப் படுத்த முடியாது என்று புரிந்தது. கனகசபை, அவர் நண்பர் எல்லோர் நிலையையும் விளங்கப்படுத்துவதைப் போன்று, "இங்கே குடைச்சாமி எங்களை வரச்சொல்லி நாங்கள் வந்திருக் கிறோம். நீயும் சிவமும் இங்கே இந்த யாகத்திற்கு இன்று வந்துசேருவீர்கள் என்ற தீர்க்கதரிசனம் சாமியாருக்குத் தெரிந்தே இருக்கிறது. அதிலிருந்தே உனக்கு அவர் சக்தி தெரிந்திருக்க வேண்டும்…" என்று சொல்லிக்கொண்டுபோனபோது, மணி அவரை இடைவெட்டினான்.

"இது யாகமும் இல்லை ஒன்றுமில்லை. இது ஒரு கூத்து. நீங்கள் தினமும் சாமியாரைப் பார்க்க வருகிறீர்கள். நாங்கள் இன்று வந்து மாட்டிக்கொண்டோம். எல்லோரும் இன்று

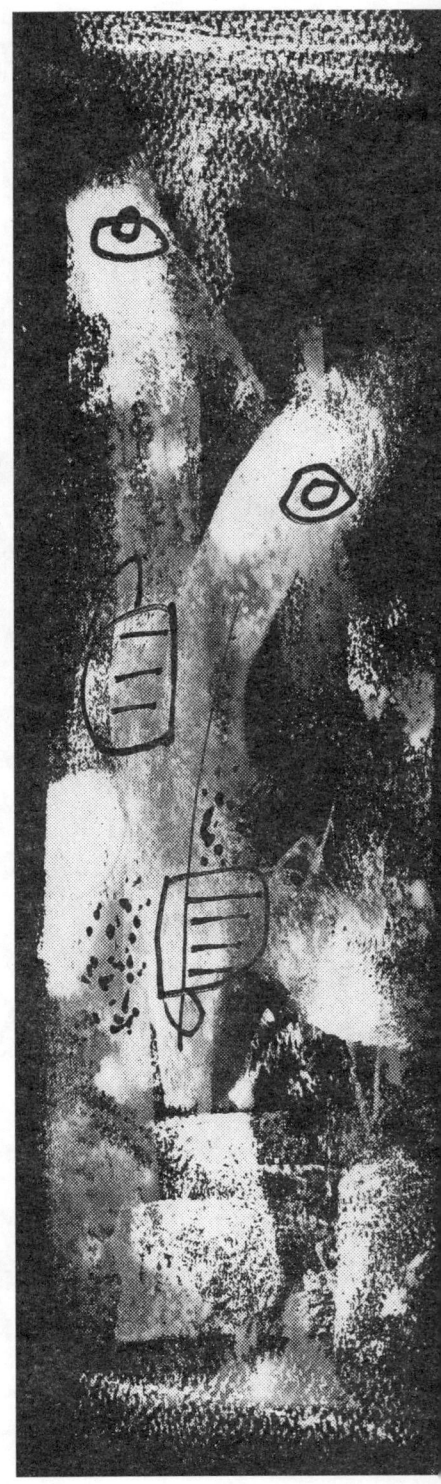

ஒன்றுசேர முடிந்தது. நாங்கள் இன்று வரவில்லையென்றால், வழக்கம்போல் சாமியாரை நீங்கள் பார்த்துவிட்டுப் போயிருப்பீர்கள். இதிலென்ன தீர்க்கதரிசனம்?"

மணியனின் வெறி தீர்ந்தது என்று யோசிக்கலானேன். எல்லோரும் குடைச்சாமியின் முகத்தைப் பார்த்தார்கள். அவர் முகத்தில் ஒருவிதமான உணர்ச்சிபாவமுமில்லை. கனகசபை இந்த இடைவெட்டினால் பாதிக்கப்படவில்லை. தொடர்ந்தார்.

"நீ சொல்வதைப்போல தற்செயலாக இவைகளெல்லாம் நடந்ததென்றால், இன்று அமாவாசையாக ஏன் அமைந்து போனது? எப்படி வெளியூரிலிருந்து முதல்முறையாகச் சிதம்பரநாதன் குடைச்சாமியின் இடத்திற்கு வந்திருக்க முடியும்? இன்றைக்குத்தானே நாங்கள் எல்லோரும் சிதம்பரநாதனை முதல்முறையாகப் பார்க்கிறோம். சாமியார் கட்டளையின்படி சிதம்பரநாதனைக் கேள்விகள் கேட்டுக்கொள்."

சாமியார் சிதம்பரநாதனைப் பார்த்தார். அவர் பார்த்த விதம் சிதம்பரநாதனைப் பேசும்படி கட்டளை இட்ட மாதிரி இருந்தது.

"இளம் வாலிப வயதில் என் மகனுக்குத் தீராத குடல் வியாதி வந்திருக்கிறது. நாங்கள் பார்க்காத மருத்துவர் இல்லை, போகாத வைத்தியசாலையுமில்லை. ஒருவருஷக் கெடு கொடுத்திருக்கிறார்கள் மருத்துவர்கள். நான், என் மனைவி மற்றும் என் மகள் எல்லோரும் கவலையுடன் இருக்கிறோம். பணமிருந்தும் பிரயோசனமில்லாமல் இருக்கிறது. இவனுக்கு எப்போது குணமாகும், எப்படிக் குணமாகும் என்ற அவலத்துடன் சாமியாரிடம் சரண் அடைந்திருக்கிறோம்." சிதம்பரநாதன் உணர்ச்சிவசமானார்.

"என்ன தீராத வியாதி?" மணி எகத்தாளமாகப் பேசத் தொடங்கினான். "ஒரு மாற்றமுமில்லாத தலையெழுத்துடன் இவ்வளவு வருஷங்களாகத் தோட்ட வேலை நான் செய்கிறேன். அதைவிடப் பெரிய வியாதி இந்தக் குடி. என்னால் அதை விடவும் முடியவில்லை. எந்த மருத்துவனிடம் நான் போவது? இப்படி அவலப்பட்டும் என் வாழ்க்கைத் திசையை மாற்றவா இந்தக் குடைச்சாமியிடம் வந்திருக்கிறேன்? இல்லை. இல்லை ஒருநாளும் இல்லை. இதோ இந்தக் கழுதை இருக்கிறானே அவன் கூப்பிட்டு நான் வந்திருக்கிறேன்" என்று என் பக்கம் கையைக் காட்டினான். அவன் வெறியில் தன் இருக்கையில் இருந்து எழுந்து, "ஓய் சிதம்பரநாதப் பெரியவரே! ஒரு வருஷ மாவது உங்கள் மகன் வாழ்க்கை சிறப்பாக அமையட்டும். அவன் கேட்பதெல்லாம் வாங்கிக் கொடுங்கள். அதற்குப் பிறகு என்னவாவது நடக்கட்டும்" என்று சிதம்பரநாதனிடம் சொல்லி விட்டு, குடைச்சாமியைப் பார்த்து, "ஓய் குடைச்சாமி! நீர் என்ன பணக்காரருக்குத்தான் சாமியாரா? ஏன், என்னை முற்றத்து நடுக்கதிரையில் அமர்த்தி, இந்த நாய்களில் ஒருவனை சனீஸ்வரனாக்கினால் என்ன குறைந்தா போய்விடும்?" என்று

பெருங்குரலில் கத்தி முடிவதற்குள்ளேயே, பெரிய மனிதர் எல்லோரும் அவனைப் பேசி அடக்க முயற்சித்தார்கள். “வாடா, நாங்கள் போவோம்” என்று அவன் என்னையும் இழுத்துக் கொண்டுபோக ஆரம்பித்தான். திரும்பிக் கனகத்தைப் பார்த்துக் கொண்டே வெளியேறினேன். அவளும் என்னைப் பார்த்தாள். அவள் முகத்தில் எந்த உணர்ச்சியும் இருக்கவில்லை.

“சிவம்” என்று குடைச்சாமி கூப்பிட்டது கேட்டது.

“நாளை வந்து என்னைப் பார்” என்று குடைச்சாமி கட்டளையிட்டார்.

“நீ வாடா” என்று மணியன் என்னை இழுத்துக்கொண்டு போனான்.

அடுத்த நாள் காலை தோட்டத்திலிருந்து நான் காய்கறிகளைச் சந்தைக்குக் கொண்டுபோகும்போது, குடைச்சாமியைப் பார்த்தேன். அதே வெள்ளை வேட்டி. அதே குடை. அவர் முகத்தில் முன்னைய இரவின் நிகழ்ச்சியின் அனுபவம் எதுவும் தோற்றவில்லை. நான் “கேது” என்று தீர்மானித்தாரா அல்லது சபித்தாரா என்பது எனக்குப் புரியவில்லை.” சிவம் நிறுத்தினான்.

“அப்படித் தீர்மானிக்கவோ அல்லது சபிக்கவோ ஒருவருக்கும் சக்தியில்லை. நீ, மேலே நடந்ததைச் சொல்.” அம்பலம் எதையோ யோசித்தபடியே சொன்னான். சிவமும் தொடர்ந்தான். “அன்று மாலை பார்த்துக்கொள்ளலாம் என்று நான் போய்விட்டேன். நேரத்திற்குக் காய்கறிகள் சந்தைக்குப் போக வேண்டும். சாமியாருடன் பேச நேரமில்லை. அன்று மாலை மணியனையும் இழுத்துக்கொண்டு சாமியார் வீட்டிற்குப் போனேன். அன்று எங்களுக்குக் குடியுமில்லை வெறியுமில்லை. அவரிடம் போய்வந்த பின்னர் பார்த்துக்கொள்ளலாம் என்பது யோசனை. அவர் வீட்டிற்குப் போனால் முந்தையநாள் இரவு வந்திருந்தவர்களில் பலர் இருந்தார்கள். சிதம்பரநாதன், குமாரசாமி, பத்மநாதன் இவர்களைக் காணவில்லை. கனகசபை, அவர் மகள் கனகம் - இவர்கள் வந்திருந்தார்கள். கனகத்தை பார்த்து எனக்கு மகிழ்ச்சி பெருகியது. குடைச்சாமி, “நீங்கள் எல்லோரும் நேற்றிரவு இருந்த உங்கள் அறைகளில் போயிருங்கள்” என்று கட்டளையிட்டார். அறைகளில் விளக்குகள் போடப்பட்டுத்தான் இருந்தன. ஆனால், நாற்காலிகள் போடப்பட்டிருக்கவில்லை. நாங்கள் எல்லோரும் அவரவர் அறைகளுக்குச் சரியாகப் போகத் தொடங்கினோம். மணியனுக்குத் தான் எந்த அறையில் இருந்தோம் என்ற ஞாபகமில்லாமல் இருந்தது. முதலில் கனகம் இருந்த அறைக்குப் போனான். பிறகு என் அறைக்கு வந்தான். “இதுதானா? இதுதானா?” என்று என்னைக் கேட்டான். குடைச்சாமி, “நிறுத்து!” என்று அவனைக் கட்டளையிட்டார்.

எல்லோரும் அடுத்த அமாவாசை இருட்டுமுன் இங்கே வர வேண்டும்! அதற்குப் பிறகு என்ன செய்ய வேண்டும்

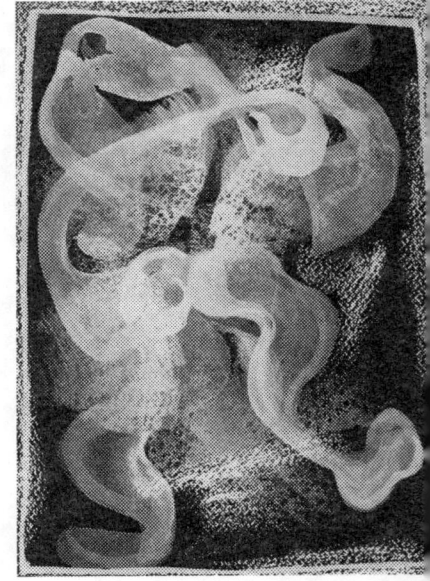

என்பதை அன்று சொல்கிறேன்" என்று சொல்லிவிட்டுச் சாமியார் போய்விட்டார். "வா, போவோம்" என்று மணியன் என்னை இழுத்துக்கொண்டு போக ஆரம்பித்தான். எனக்கோ கனகத்தைப் பார்த்துப் பேச வேண்டும்போலிருந்தது. அவள் தன் தந்தையுடன் ஏதோ பேசிக்கொண்டிருந்தாள். அடுத்த அமாவாசையன்று..."

சிவம் சொல்லிக்கொண்டிருக்கும்போது, வேலை முடிந்த தற்கான மணியடித்தது. அவன் தன் கதையை நிறுத்தியபிறகே பல பேர் அவன் கதையைக் கேட்டுக்கொண்டிருந்தது தெரிந்தது. எல்லோருக்கும் புதிராக இருந்தது. கைதிகள் யாவரும் அம்பலத் திடம் விவரங்கள் கேட்க ஆரம்பித்தார்கள். அம்பலம் தாடியைத் தடவிவிட்டபடியே சிவத்துக்கு நடந்த சம்பவங்களை எல் லோருக்கும் விளக்க ஆரம்பித்தான்.

"முதலில் இதைக் கேளுங்கள். மிதுன லக்கினத்தில் குடைச்சாமி. இரண்டாவது இடத்தில் வியாழனும் ராகுவும்; அதாவது, செல்வராஜாவும் துரையும். நாலாம் இடத்தில் புதனும் சனியும் - பத்மநாதனும் மணியும். ஏழாம் இடத்தில் சந்திரன் - கனகம். எட்டில் செவ்வாயும் கேதுவும் - குமார சாமியும் சிவமும். ஒன்பதாம் இடத்தில் யோகநாதன் - சுக்கிரன். பத்தாம் இடத்தில் கனகசபை - சூரியன். முழுக் கதையையும் கேட்டபின்னர் மற்ற விஷயங்களைப் புரிந்துகொண்டு விளக்கு கிறேன்."

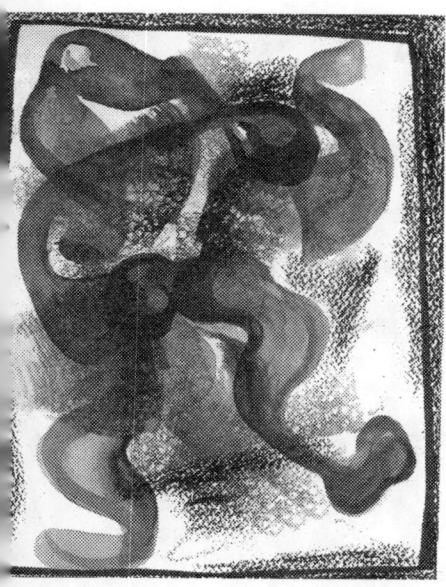

அம்பலம் தானும் யோசிக்கத் தொடங்கினான். குடைச் சாமி செய்தது யாகமா? அல்லது பரிசோதனையா? சிவத்திற்கு நடந்தவற்றை முற்றாகக் கேட்டால்தான் தெரியும்.

அன்று சிவம் சிறையில் அம்பலத்துடன் இருக்க நேர்ந்த சந்தர்ப்பத்தில் எல்லாம் தனக்கு நடந்த சம்பவங்களைத் தொடர்ந்து சொன்னான். இரவு நெடுநேரம் இந்தக் கதை தொடர்ந்தது.

"அடுத்த அமாவாசை நான் மணியனையும் கூட்டிக்கொண்டு போனேன். அன்றும் மணி வெறியுடன்தான் குடைச்சாமி வீட்டிற்குப் போனான். நான் அன்று குடிக்கவில்லை. கனகத்தைப் பார்க்கலாம் என்ற ஆசை என்னை ஆட்டியது. அன்று குடைச் சாமி தன் கையில் வைத்திருந்த துண்டுக்காகிதத்தைப் பார்த்துக் கிரகங்கள் எல்லோரையும் வெவ்வேறு அறையில் இருத்தினார். எல்லோரும் இருந்த இடமும் ஞாபகத்துக்கு வரவில்லை. என்னை முதல் துரை இடத்துக்கு அனுப்பினார். கனகம் நாலாவது இடம். துரையையும் மணியையும் எட்டாவது இடத்துக்கு அனுப்பினார்."

"கொஞ்சம் நிறுத்து!" அம்பலம் கையைக் காட்டினான். "செல்வராஜாவை அல்லது குமாரசாமியை எந்த இடத்தில் வைத்தார் என்று ஞாபகமிருக்கிறதா?"

சிவம் யோசித்தான். "சரியாக ஞாபகமில்லை. வீட்டு வாசலுடன் இருக்கும் கோட்டில் அமைந்த அறைகள் ஒன்றில்

தான் குமாரசாமி இருந்திருக்க வேண்டும். செல்வராஜா வீட்டு வாசலுடன் ஒட்டிய அறையில் இருந்த மாதிரி ஞாபகம்."

சிவத்தின் கதை தொடர்ந்தது. "முந்தைய அமாவாசை போலவே சிதம்பரநாதனை என்ன வேண்டுமானாலும் கேட்க லாம் என்று சொல்லிக் குடைச்சாமி, முந்திய அமாவாசையில் தான் இருந்த மூலை அறையில் போய் உட்கார்ந்தார். வழக்கம் போல் சிதம்பரநாதன் நடுவில் வந்து உட்கார்ந்தார். அம்பலம் கிரகங்களைப் பற்றிச் சொன்னமாதிரி மனிதர்கள் எல்லா நேரமும் ஒன்றாக இருப்பதில்லை. சிலபேர் சந்தோஷமாக இருந்தார்கள், சிலபேர் ஏதோ யோசித்தபடி இருந்தார்கள். குடைச்சாமி கூப்பிட்டு அறைகளில் உட்கார்த்தியவுடன் வெவ் வேறு கிரக மனிதர்களும் அவரவர் இயற்கையான சுபாவத்தை அடைந்த மாதிரி எனக்குத் தோற்றியது. அறையில் குடைச்சாமி இருத்தியிருக்கிறாரே என்கிற மாதிரியான உணர்வுகள் இல்லை. ஆனால், ஒன்று சொல்கிறேன், மனிதர்கள் எல்லா நேரத்திலும் ஒரே மாதிரி இருப்பதில்லை. ஒவ்வொருத்தருக்கும் பல்வேறு முகங்கள். ஒவ்வொரு நேரத்தில் ஒவ்வொரு முகம். ஊர்ப் பெரிய மனிதர்களுக்கு பல்முகங்கள் நிறைய இருந்தனவென்பது குடைச்சாமி யாகத்தில் நன்றாகவே தெரிந்தது. துரை, மணி மற்றும் எனக்கெல்லாம் இந்தக் குறை பெரிதாக இல்லை. மணியனுக்குக் குடிக்க வேண்டும். துரைக்குக் கனகசபையிடம் நல்ல பேர் வேண்டும். எனக்குக் கனகத்தில் ஆசை ஆரம்பித் திருந்தது. அவ்வளவுதான். வேறு முகங்கள் எங்களுக்கு இல்லை. அது ஒருபுறம் இருக்க, அந்தக் கூட்டத்திலும் கனகத்தைப் பார்ப்பதை நிறுத்த வேண்டும் என்று எனக்குத் தோற்றவில்லை. துரையும் மணியும் ஏதோ விவாதம்புரிய ஆரம்பித்தார்கள். துரை, கனகசபைக்குப் பின்னால் "ஒரு நாயைப் போல்" ஓடுகிறான் என்று மணியன் இரைந்தான். "ஒரு குடிகாரனுக்குத் தன் நிலைமை ஒருநாளும் தெரியவராது" என்று துரை திருப்பிக் கத்தினான். அந்தப் பெரிய மனிதர் கூட்டம், ஒரு சிறிது நேரம் இவர்கள் விவாதத்தைப் பார்த்தபின்னர் சிதம்பர நாதனுடன் பேசிக்கொள்ள ஆரம்பித்தார்கள். சிதம்பரநாதன் மகனின் வியாதி அடங்குவதாக இல்லையாம். அவர் கவலை தோய்ந்த முகத்துடன் இருந்தார். நவீன மருத்துவத்தின் ஆச்சரியக் கண்டுபிடிப்புகளைப் பற்றி கனகம் அவரிடம் சொன்னாள். சிதம்பரநாதனுக்கு அது ஆறுதலாக இருந்தது.

குடைச்சாமி ஏதோ எங்கள் எல்லோரையும் கிரகங்கள் என்று சொன்னாரே தவிர, இந்தப் பெரிய மனிதர் கூட்டத்திற்கும் எங்களுக்கும் ஒரு பெரிய வித்தியாசம் இருந்தது. எங்களுக்கும் என்றால் நான், துரை, மணி இவர்களைச் சொல்கிறேன். பணக்காரராயும் சமூகத்தில் வலிவு படைத்தவர்களாயும் இருக்கிறவர்களைக் கடவுளைப் போலிருக்கிற சாமியாரே மதித்து நடத்தி, எங்களைப் போலிருக்கிற ஏழைகளையும் நசிந்து போனவர்களையும் சனியனாயும் ராகுவாயும் கேதுவாயும் சபித்துக் கேவலப்படுத்துவது மணியனை ஆத்திரப்படுத்தியது." சிவம் ஒரு கணம் நிறுத்தினான்.

அம்பலத்துடன் ஆறு நாட்கள்

"இதிலென்ன ஆச்சரியம்?" அம்பலம் தாடியைத் தடவிக் கொண்டான்.

"அதில் மணியன் ஆத்திரப்படுவதற்கு என்ன இருக்கிறது? காட்டிற்குப் போனால் சிங்கம் புலிகளும் இருக்கும். அவர்களுக்கு இரையாக மான், மரைகளும் இருக்கும். மனிதர்களுக்குள்ளும் இது மாதிரித்தான்." கேட்டுக்கொண்டிருந்த நாதன் சொன்னான்.

"எருமைகளே! மானாய் இருக்கும் மனிதன் சிங்கமாய் மாற ஒரு வினாடி போதும். யானைக்கும் அடி சறுக்கும் என்றெல்லாம் கேள்விப்படவில்லையா? இதெல்லாம் உங்கள் புத்திக்கு எட்டாதது. இதற்குள் நீங்கள் ஏன் வருகிறீர்கள்?" அம்பலம் எரிச்சலுற்றான்.

சிவம் இந்த உரையாடலினால் பாதிக்கப்படவில்லை. தொடர்ந்தான். "கிரகங்களை இடம் மாற்றியதனால், புதிய நெருக்கங்கள் ஏற்படாதுபோனாலும் தொடர்புகள் மாறிப் போயின. துரையோடு மணி விவாதித்துக்கொண்டிருந்ததினால், அதற்கு முந்திய முறைபோல் மணியன் பெரிய மனிதர் யாருடனும் சண்டை போடவில்லை. பெரிய மனிதர்கள் தங்கள் தொடர்புகளை வலுப்படுத்திக்கொண்ட மாதிரி இருந்தது. எல்லோரும் சிதம்பரநாதனுடன் என்ன பேசிக்கொள்கிறார்கள் என்பதிலேயே குடைச்சாமி கவனமாக இருந்தார். என் கவனம் கனகத்திலேயே இருந்தது. சிதம்பரநாதனிடம் ஏதாவது பேச வேண்டும் என்று தோன்றவில்லை. அவர் மகனின் வியாதி அடங்குவதாக இல்லையென்றால், நான் என்ன சொல்ல முடியும்? மருத்துவனாக இருக்கிற என் தம்பி மனோகரனைப் பற்றி அவரிடம் சொன்னேன். மருத்துவத்தில் என்ன துறையில் அவனுக்கு விசேஷ பயிற்சி இருக்கிறது என்று கேட்டார்கள். எனக்கென்ன தெரியும்? அவன் பிரபலமான மருத்துவன் என்பதையும் அவன் நகரத்து விலாசத்தையும் சொன்னேன். "ஓ! அவன் உன் தம்பியா?" என்று பலபேரும் சொன்னார்கள். "தெரியாமல்போயிற்றே" என்று குமாரசாமி குறைப்பட்டுக் கொண்டார். அவன் உயர்நிலையை வைத்து என்னை மேலெழுப்பிக்கொள்ளும் யோசனை எனக்கேது? சிதம்பரநாதன் "குடல் சிகிச்சை என் தம்பிக்கு தெரியுமா?" என்று கேட்டார். அவனைத்தான் கேட்க வேண்டும் என்று சொல்லிவிட்டேன். பேச்சு என் பக்கம் திரும்பியதில் கனகமும் என்னைப் பார்த்தாள். கனகம் என்னைப் பார்த்தது துரைக்குப் பிடிக்காமல் போய் விட்டது. அவளுக்குக் காவல்காரன் தான் என்ற யோசனையுடன் என்னைப் பார்த்து முறைத்தான். மணியன் துரையுடன் தன் விவாதத்தை நிறுத்துவதாக இல்லை. "இங்கே பாரடா" என்று மணியன் துரையனை மறுபடியும் விவாதிப்பதற்கு இழுத்தான். கனகசபைக்கு மணியன்மேல் எரிச்சல் வந்தது. ஆனால், துரையைப் பார்த்து, "அங்கே மணியனுடன் என்ன விவாதிக்கிறாய்?" என்று விவாதத்தை அடக்க முயற்சித்தார். "மணியன் அங்கிருக்கத் தகுதியில்லாத நாய்" என்று துரை கனகசபையிடம் சொல்ல, மணியன் பதிலுக்கு துரையைப்

பார்த்து, "நீ பணக்காரர் கால்கழுவும் தண்ணீரைக் குடிக்கும் பன்றி" என்று சொல்ல, இரண்டு பேரும் கைகலப்புக்குத் தயாரானார்கள். கனகசபை வேறுவழி தோன்றாதவராகக் குடைச்சாமியைப் பார்க்க முயன்றார். குடைச்சாமி சிதம்ப ரநாதனைப் பார்த்தபடி இருந்தார். சிதம்பரநாதன் சண்டை பிடித்துக்கொண்டு இருந்த ராகுவையும் சனியையும் ஒரு சிறிது நேரம் பார்த்துவிட்டு, அவரும் குடைச்சாமியைப் பார்க்க முயன்றார். வேறுவழியில்லாது யோகநாதனும் பத்மநாதனும் எழும்பிப் போய், துரையையும் மணியையும் பிரித்துவிட்டார்கள். செல்வராஜா எழும்பிவந்து, "இங்கே பார் மணி! எங்களைக் குடைச்சாமி கூட்டிக்கொண்டுவந்திருப்பது சிதம்பரநாதனின் மகனுக்கு என்ன நடக்கப்போகிறது என்று பார்ப்பதற்கு. இந்த நேரத்தில் சண்டைபிடித்தாயானால், அவரால் ஒன்றும் சொல்ல முடியாது. சாகக்கிடக்கும் ஓர் உயிரில் கருணை வைத்தாவது சமாதானமாக ஏதாவது சொல். இல்லையென்றால் அமைதி யாகவாவது இரு" என்று சொன்னார். மணி, தன் எரிச்சலை அவர்கள் பக்கம் திருப்பினான்.

"இந்தப் பெரிய மனிதர்களாய் இருக்கிறீர்கள். இந்தச் சின்ன விஷயம்கூட உங்களுக்குத் தெரியவில்லை. இந்த மடைச் சாமியுடன் நீங்கள் நேரத்தை வீணாக்குவதைவிட்டு ஒரு மருத்துவனிடம் சிதம்பரநாதனின் மகனைக் கூட்டிக்கொண்டு போவது நல்லது. அது இனிமேல் சரிவராது என்றால், அவனுக்கு சந்தோஷம் கிடைக்க முயற்சி செய்யுங்கள்! வேணுமென்றால் கள்ளோ சாராயமோ நான் வாங்கிக் கொடுக்கிறேன்" என்று கத்தினான். எல்லோரும் குடைச்சாமி பக்கம் திரும்பினார்கள். குடைச்சாமி எல்லோரையும் அடுத்த அமாவாசையன்று வரச்சொல்லிவிட்டு, சிதம்பரநாதனைப் பார்த்து, "நீ கொஞ்சம் நில்!" என்றார். நாங்கள் எல்லோரும் அன்று போய்விட்டோம். அடுத்த இரண்டு அமாவாசைகளுக்குள் விஷயங்கள் முற்றிப் போயின. அதை நாளைதான் தொடர வேண்டும்." சிவம் நிறுத்தினான்.

கதையைச் சொல்ல நேர்ந்தது சிவத்துக்கு ஆறுதலைக் கொடுத்தது. பல நாட்களுக்குப் பின்னர் நிம்மதியாக நித்திரை கொள்ள ஆரம்பித்தான்.

எருமைகள் இரண்டும் குழம்பிப்போய்விட்டன. சிவம் சொன்ன பெரிய மனிதர்களில் அவர்களுக்குக் கனகசபை, பத்மநாதன், யோகநாதன் இவர்களைத் தெரிந்திருந்தது. ஆனால், நேரடித் தொடர்புகள் இல்லை.

'இவர்கள் ஏன் இந்தச் சின்ன மனிதர்களுடன் போய்ச் சேர்ந்தார்கள்?

குடைச்சாமி என்ன செய்ய முயன்றார்? நாளைக்கு இந்தத் தாடி அம்பலத்தைக் கேட்டுக்கொள்ளலாம்' என்று நித்திரை கொள்ளப் போய்ச்சேர்ந்தன.

அம்பலம் தாடியை வருடிக்கொண்டே சிந்திக்க ஆரம்பித் தான். குடைச்சாமியை நினைத்து ஒருதரம் தனக்குள் சிரித்தபடி,

"மடையன்" என்று முணுமுணுத்துக்கொண்டான். அவனுக்கு நித்திரை வர நெடுநேரம் எடுத்தது.

சனிக்கிழமை ஒரு வித்தியாசமான நாளாக அமைந்தது. அம்பலம் எழுந்தபோது காலை உணவைத் தப்பவிட்டிருந்தான். சிகரெட் ஒன்றைப் பற்றவைத்துக்கொண்டு தன் இருத்தலைப் பிரகடனப்படுத்திக்கொண்டான். வழக்கம்போல் கணக்குப்போடத் தோன்றவும் இல்லை. இன்னமும் சிவமும் எருமைகளும் தூங்கியபடி இருந்தார்கள். மற்றக் கைதிகள் ஆரவாரம் ஒன்றும் இல்லை. எங்கேயோ கூட்டிக்கொண்டு போகப்பட்டிருக்க வேண்டும். காவலாளி சங்கரன் வந்து எருமைகளை எழுப்ப முயன்றபோது, அம்பலம் அவனைத் துரத்தினான்.

"ஏய் சங்கரன்! அவர்கள் நேற்று இரவிரவாகக் கதை கேட்டுக்கொண்டிருந்தார்கள். அவர்களை எழுப்பாதே!"

சங்கரன், அம்பலத்தின் கட்டளையைப் புறக்கணித்தவனாக அவர்களை எழுப்ப முயன்றபோதே, அம்பலத்திற்கு ஏதோ பின்னணியில் நடக்கிறது என்று புரிந்தது. சங்கரனை அதட்டினான்.

"ஏய்! என்ன நடக்கிறது இங்கே?"

மற்றச் சிறைக் கைதிகள் இல்லாமல் தனியாக அம்பலம் இருக்கும் நிலையைச் சங்கரன் பயன்படுத்திக்கொள்ளத் தீர்மானித்தபடி, "அது உனக்குத் தேவையில்லாத விஷயம்" என்று உறுமினான்.

"என்ன நடக்கப்போகிறது என்று பாரேன்!" அம்பலம் எகத்தாளமாகச் சிரிக்க, சங்கரனைப் பயம் கவ்விக்கொள்ள ஆரம்பித்தது.

"உன்னை என்ன செய்வது என்று தெரியவில்லை" என்று அலுத்துக்கொண்டு, சங்கரன் திரும்ப முயன்றபோது, எருமைகள் சத்தம்கேட்டு விழித்துக்கொண்டன.

"சாப்பிட ஆயத்தமாகுங்கள்!" என்று சங்கரன் அவர்களைப் பார்த்துச் சொல்ல, "நாங்களும் வருவோம்" என்று அம்பலம் சொன்னான்.

"வந்து தொலையுங்கள்! சிறிது நேரத்தில் நான் உங்களைக் கூட்டிக்கொண்டுபோக வருவேன்" என்று சங்கரன் சொல்லி விட்டுப் போனான்.

அம்பலம் சிவத்தை எழுப்பினான். சிவம் மிகவும் களைப் படைந்திருந்தான். எருமைகள் காலைக்கடனுக்குப் போய் வரும்வரைக்கும் அம்பலமும் சிவமும் காத்துக்கொண்டிருந் தார்கள்.

"என்ன நடக்கிறது? எல்லோரும் சாப்பிட்டு எங்கேயோ போய்விட்ட மாதிரி இருக்கிறதே." சிவம் சிறையின் அமை தியை அனுமானித்து அம்பலத்திடம் விளக்க முயன்றான்.

அம்பலத்துடன் ஆறு நாட்கள்

எருமைகள் வந்தவுடன் சங்கரன் வந்து, "நீங்கள் ஆயத்த மில்லாதபடியால் இவர்களைமட்டுமே நான் சாப்பிடக் கூட்டிக்கொண்டு போகப்போகிறேன். உங்களுக்கு மத்தியானம்தான் சாப்பாடு" என்று சொல்லிவிட்டு அவர்களை இழுத்துக்கொண்டு போனான். அம்பலத்திற்கு, காவலாளி சங்கரன் இப்படி அவசரம்அவசரமாக இவர்களை இழுத்துக் கொண்டுபோவது ஏதோ திட்டத்தின்படி என்று புரிந்தாலும், சங்கரனை இந்தமுறை பயப்படுத்தவோ அல்லது இகழவோ முயலவில்லை. பேசாமல் காலைக்கடன் முடிக்கப் போனான்.

சிவம் தன் அறையின் கம்பிகளுக்கப்பால் இருக்கும் உலகத்தின் நிலையைக் கற்பனை செய்ய முனைந்தான். தன் சகோதரிகளையும் அவர்கள் குடும்பங்களையும் நினைத்துக் கொண்டான். "நான் சிறைப்பட்டபோது, அவர்களாவது வந்து பார்த்தார்கள். என் தம்பிகளில் ஒருவனாவது வந்து பார்க்க வில்லை. என் வழக்கில் ஒரு நல்ல வழக்குரைஞன் வாதாடி யிருப்பானென்றால், நான் விடுதலை செய்யப்பட்டிருப்பேன். அவ்வளவுதூரம் ஏன்? எனக்கு நல்ல சமூக நிலை இருந்தால், என்னைப் பிடித்துக்கொண்டு போயிருக்க மாட்டார்களே! கிரகங்கள் சூழ்வதைவிட மற்ற மனிதர்கள் சூழ்வது, ஒரு மனிதனை மிகவும் பாதிக்கிறது. தூரத்தில் வானவெளியில் இருக்கும் கிரகங்கள் என்ன செய்ய முடியும்? குடைச்சாமி அதைப் புரிந்துகொண்டாரா?"

நெஞ்சில் கசப்பு எழுந்தது. அம்பலம் திரும்பிவந்து சிகரெட் பற்றவைத்துக்கொண்டான். சிவம் காலைக்கடன் செய்யப் போனான்.

அம்பலம் தாடியைத் தடவியபடியே குடைச்சாமியின் பரிசோதனையைக் கிரகித்துகொள்ள முயன்றான்.

சிதம்பரநாதன் சாதகத்தில் லக்கினம் மிதுனத்தில். இரண் டில் வியாழனும் ராகுவும். நாலில் புதனும் சனியும். ஏழில் சந்திரன். எட்டில் செவ்வாயும் கேதுவும். ஒன்பதாம் இடத்தில் சுக்கிரன். பத்தில் சூரியன். சுகவீனமாக இருந்த மகனைக் கூட்டிக்கொண்டு பரிசோதனை செய்ய முடியாததனால், சிதம்பரநாதனின் சாதகத்தைவைத்துப் பரிசோதனை நடந்தி ருக்கிறது. சிதம்பரநாதனின் சாதகப்படி எந்த நேரத்தில் அவருக்குப் பெரிய மனப்பாதிப்பு நேர இருக்கிறது என்பதைப் பார்த்து, அவர் மகன் குணமடைவானா என்று சொல்ல முயன்றிருக்கிறார் குடைச்சாமி. அவர் மகனும் அவரும் எவ்வாறு தொடர்புபடுத்தப்பட்டிருக்கிறார்கள் என்பதைத் தீர்மானித்துக் கொண்டாரா? குடைச்சாமி மிகப்பெரிய முட்டாள் யோசனை யில் இறங்கி, இந்தச் சிவத்தைப் படுகுழியில் தள்ளியிருக்கிறார். குடைச்சாமி முழு முட்டாள் மாதிரியாகவும் தெரியவில்லை. சிவம் கேதுவாக இருந்தால்...

இப்போது முதல் பிரச்சினை இந்த எருமைகள் என்ன திட்டம் தீட்டியிருக்கிறார்கள் என்று அனுமானிப்பதுதான்.

அம்பலத்துடன் ஆறு நாட்கள்

நேரம்! சரியாய் அமைய வேண்டிய நேரம்! எல்லாம் தீர்மானிக்கப்பட்டிருக்கும் நேரம்! இது தெரியாதவரைக்கும் திட்டம் தீட்டுவதெல்லாம் வீண் முயற்சி. நேரம் கழித்தே நேரத்தின் அருமையும் விஷயங்களின் அமைப்பும் தெரிய வருகிறது. முதலிலேயே தெரிந்துகொள்பவன் சாத்திரக்காரனா? இல்லை. இல்லை. இல்லவே இல்லை.

சிவம் திரும்பிவந்தான்.

"எருமைகள் ஏதோ திட்டம் தீட்டியிருக்கின்றன. பணம் கொடுத்துத்தான்... " என்று அம்பலம் சொல்லத் தொடங்கினான்.

"உனக்கு வருங்காலம் தீர்மானிப்பதுதான் தொழில் இல்லையா?" சிவம் கேட்ட தொனியில், "இந்த எருமைகளுக்கு என்ன நடந்தால் என்ன" என்பது இருந்ததென்பதை அம்பலம் புரிந்துகொண்டான்.

"சிவம், இவ்வளவு உனக்கு நடந்திருந்தும் சம்பவங்களின் தொடர்புகளும், எவ்வாறு மனிதர்கள் வக்கிரமமாகத் தொடர்பு படுத்தப்பட்டிருக்கிறார்கள் என்பதும் புரியவில்லையே!" அம்பலம் சொல்லி முடிப்பதற்குள், "டக் டக்" என்று சப்பாத்து ஒலி கேட்டது. வந்த காவலர்கள் இருவரும் அறை எண்ணைச் சரிபார்த்தபின்னர், "நீங்கள் எங்களுடன் வாருங்கள்! சீக்கிரம்! சீக்கிரம்!" என்று கட்டளையிட்டுக் கூட்டிக்கொண்டுபோக ஆரம்பித்தார்கள். அம்பலம் சிவத்தைப் பார்த்து, "போகலாம்" என்று தலையாட்டினான்.

"இது எருமைகள் போட்ட திட்டத்தில் நடக்கும் குளறுபடி" என்பது அம்பலத்திற்குப் புரிந்தது.

"சிவம் கேது என்றால், இது விடுதலை நேரம். எருமைகள் திரும்பிவந்து ஏமாறப்போகின்றன" என்று தனக்குள் சொல்லிச் சிரித்துக்கொண்டான். காவலர்கள் ஒன்றும் பேசவில்லை. வழக்கமாக இருக்கும் காவலர்கள் யாவரும் மற்றக் கைதிகளுடன் வெளிவேலைக் காவலுக்குப் போய்விட்டிருந்தார்கள். அம்புலன்ஸ் வண்டியில் ஏற்றி, காயங்களுக்குக் கட்டுப்போடும் துணியால், கண், மூக்கு, காதுகள் தவிர தலையின் எல்லாப் பகுதிகளையும் சுற்றிக்கட்டினார்கள். கைகாலிலும் துணியால் சுற்றினார்கள். சிவப்பு மையை அங்கங்கு தெளித்தார்கள். வாயைத் திறந்து ஏதாவது சொல்ல வேண்டிய நேரம் அதுவல்ல என்பது அம்பலத் திற்குத் தெரிந்தது. விரலை வாய்மேல்வைத்துச் சிவத்தை அமைதி யாக இருக்கும்படி சொன்னான். நன்றாக அடிபட்டு வைத்திய சாலைக்குக் கொண்டுபோகப்படுகிறவர்கள் மாதிரி சிவத்தையும் அம்பலத்தையும் மாற்றிவிட்டிருந்தார்கள். சிறையின் வெளிக் காவலர்கள் பரிசோதனை செய்து அம்புலன்ஸை அனுப்பும் போது, "நாதன், செல்வன்" என்ற பெயர்கள் கேட்டன. அம்பலம் சிரித்துக்கொண்டான்.

"இது இன்னும் குழப்பத்தில் முடியப்போகிறது."

அம்புலன்ஸைப் பாதி வழியில் ஒரு மறைவான இடத்தில் நிறுத்தி, இவர்களை இறக்கிவிட்டு அவர்களைப் போல் கட்டுப்

போடப்பட்டிருந்த இருவரை அவர்களுக்குப் பதிலாக ஏற்றினார்கள்.

"உங்கள் கார் இன்னும் அரை மணி நேரத்தில் வரும். கந்தசாமி காசு முழுவதும் தந்துவிட்டான். நீங்கள் கவலைப்பட வேண்டியதில்லை. இவர்களால் பேச முடியாது. நீங்கள் கவலைப்பட வேண்டியதில்லை" என்று அவர்களுக்குப் பதிலாக ஏற்றியிருந்தவர்களைக் காட்டினார்கள், காவலர்கள். "தேவைக்கு இந்தக் காசை வைத்துக்கொள்ளுங்கள். உங்கள் உடைகளும் இந்தப் பையில் இருக்கின்றன" என்று சொல்லி ஒரு பையை அவர்களிடம் வீசி எறிந்து அம்புலன்ஸில் ஏறிக்கொண்டார்கள். அம்புலன்ஸ் அவசரமாகப் போய்ச் சேர்ந்தது.

கட்டுகளை அவிழ்த்து மாற்று உடைகளை அணிந்தபின் அம்பலம், சிவத்திற்குச் சம்பவங்களைப் புரியவைக்க முயற்சிப்பதற்குமுன் அங்கிருந்து ஓடிவிடவேண்டியதன் அவசியத்தை உணர்ந்து, "இந்தக் கட்டுகளை இங்கு போட முடியாது. வா, நாங்கள் இங்கிருந்து உடனே போய்விட வேண்டும்" என்று சொல்லி அவனை இழுத்துக்கொண்டு குறுக்குப் பாதை ஒன்றில் போக ஆரம்பித்தான். வெகுதூரம் போனபின்னர் கட்டுத்துணிகளை எறிந்தபின்னர், அம்பலம் சிவத்துக்கு விவரிக்க முயன்றான். "எருமைகள் காசைக் கொடுத்துத் தங்களுக்கு விடுதலையை ஒழுங்குபடுத்தியிருக்கின்றன. சிறையில் விபத்தாகக் காயம்பட்டதாகப் பாவனை செய்து, பெரிய மருத்துவமனைக்குக் கொண்டுபோக ஒழுங்குகள் செய்து, போகும் வழியில் இரண்டு ஊமையர்களைப் பிடித்து அவர்களுக்குப் பதிலாக அனுப்ப ஏற்பாடுகள் செய்திருக்கிறார்கள். மற்றக் கைதிகள் வெளியில் போகும்போது, இவர்கள் பின்னால் தங்கி இந்த மருத்துவ மனைக்குப் போகிற மாதிரி ஏற்பாடு. ஏற்பாடு செய்தவர்கள் முழு விவரத்தையும் சங்கரனிடம் சொல்லவில்லை. சொல்லவும் முடியாது. வந்தவர்களுக்கு எருமைகள் யார் என்று தெரியாது. சிறை அறையின் எண் மட்டுமே தெரியும். ஏற்பாடுகளின்படி இவர்கள் இருவர்மட்டுமே சிறை அறையில் இருக்கப்பட வேண்டியவர்கள். நாங்களும் தூங்கிவிட்டு எழும்ப நேரமாகி, இவர்களும் சாப்பிடப் போய் நேரத்திற்குத் திரும்பாததினால், இந்தக் காவலர்கள் அனுப்பப்பட்ட நேரத்தில் நாங்கள்தான் சிறை அறையில் இருக்கும்படி ஆனது. நாங்கள்தான் எருமைகள் என்று இந்த முட்டாள்கள் எங்களை இப்படி நாடகமாடி விடுவித்திருக்கிறார்கள்."

"எங்களுக்கு என்ன நடக்கப்போகிறது?" சிவம் பதட்டப்பட்டான்.

"கவலைப்படாதே! எருமைகள் சிறையறைக்குத் திரும்பும் போது நாங்கள் இல்லாததைத் தெரிந்துகொண்டு நடந்தவற்றைப் புரிந்துகொள்வார்கள். அவர்களைத் தப்ப வைக்க முயற்சித்த திட்டம் தெரியவந்தால், அதிகாரிகளுக்கும் பிரச்சினை வரும். இதனால், நாங்கள்தான் அந்த ஊமைகளாகிப் போனவர்கள் என்று சொல்லி மேலிடத்தை ஏமாற்றிவிடுவார்கள். முற்றாகவே

அம்பலத்துடன் ஆறு நாட்கள்

எங்களுக்கு விடுதலை கிடைத்திருக்கிறது. எருமைகளுக்கு விடுதலை கிடைக்க இருந்த ஒரு வாய்ப்பும் போய்விட்டது. இந்த மாதிரி நாடகம் திரும்ப நடத்துவது மிகக் கஷ்டம். குடைச்சாமி சொன்னது சரிதான். நீ கேது! கைதிகளை விடுவிக்கும் சக்தி!" அம்பலம் தனக்குக் கிடைத்த சுதந்திரத்தையும் எருமைகளுக்கு வரப்போகிற கோபத்தையும் நினைத்துச் சிரித்துக் கொண்டான்.

"முதல் வேலையாக இந்தத் தாடியை எடுத்துவிட வேண்டும்" என்று சிவம் நினைவூட்டினான்.

வெகுதூரம் நடந்து அந்த ஊரைக் கண்டார்கள். அம்பலம் தாடியை எடுத்தபின்னர் ஒரு ஹோட்டலில் தங்க முடிவெடுத்தார்கள். அம்பலத்திற்கு வெளியுலகின் வெளிச்சம் கண்ணைக் கூசவைத்தது. அப்போதுதான் சக கைதிகள் ஞாபகம் வந்தது. "எங்களுக்கு விபத்து நடந்து வைத்தியசாலைக்குக் கொண்டு போன கதையை அதிகாரி, சங்கரனிடம் சொன்னால் போதும். எல்லோருக்கும் இந்தக் கதையைச் சொல்லிவிடுவார்கள். இடப் பக்கத்து அறையில் கணபதி, சின்னத்துரை... வலது அறையில் லிங்கம், ஆறுமுகம்... எங்களுக்கு உண்மையாக நடந்ததைத் தெரிந்துகொள்வார்களா? அவர்கள் புத்திசாலிகள். கட்டாயம் தெரிந்துகொள்வார்கள்.

"இவர்கள் தந்திருக்கிற காசு நிறையநாள் வரும். மெய்யான எதிர்காலம் சுவாரசியமானதுதான்."

அம்பலம் நெடுமூச்சு விட்டுக்கொண்டான். அன்று நன்றாகச் சாப்பிட்டு, நடந்த களையினால் தூங்க ஆரம்பித்தார்கள்.

ஞாயிற்றுக்கிழமை காலை இருவரும் எழும்பி, "என்ன செய்யலாம்" என்கிற யோசனையுடன் திட்டங்கள் போட ஆரம்பித்தார்கள்.

"நீயும் என்னுடன் வா, என் ஊருக்குப் போகலாம். என் தோட்டத்தில் வேலை செய்யலாம்." சிவம் அம்பலத்தை அழைத்தான்.

"நீ குடைச்சாமி கதையைச் சொல்லி முடி." அம்பலம் தாடியை வருடினான்.

சிவம் எதிர்பாராத விடுதலையினால் உற்சாகமடைந்திருந்தான். ஆனால், என்ன நடக்கப்போகிறது என்ற பயமும் கவ்வியது.

"நீ என்ன மடையனாக இருக்கிறாய்? குடைச்சாமி கவலை எனக்கே போய்விட்டது. நீ ஏன் இந்தக் கதையைத் திரும்பவும் நினைவூட்டுகிறாய்? நான் சந்தோஷமாக இருப்பது பிடிக்கவில்லையா?"

"மனிதனுக்கான சாபம் இதுதான். கணத்துக்குக்கணம் கிடைப்பதை வைத்தே வாழ்க்கையை ஓட்டப்பார்க்கிறோம். நாளைக்கு என்ன நடக்கப்போகிறது என்ற யோசனை கொஞ்சமும்

உன்னிடம் இப்போது இல்லை, பார்த்தாயா? ஆனால், எல்லா வற்றிற்கும் தொடர்ச்சியிருக்கிறது. குடைச்சாமி விவகாரம் முற்றாகத் தெரிந்தால்தான் நாளை உனக்கு என்ன நடக்கப் போகிறது என்று என்னால் சொல்ல முடியும். இன்னொரு முறை சிறைக்கு இழுக்கப்படமாட்டாய் என்பது என்ன நிச்சயம்?" மயான யாத்திரைக்குத் திரும்பவும் இழுக்கிற அம்பலத்தைப் பார்த்து அவனுக்குக் கோபம் வந்தது.

"உனக்குக் கோபம் இந்த நேரத்தில் வரப்படாது." அம்பலம் எச்சரித்தான். "இன்னும் எங்கள் நிலவரம் தெளிவாகவில்லை. நீ இப்போது என்னுடன் பிணைக்கப்பட்டிருக்கிறாய். உன் எதிர்காலமும் என் எதிர்காலமும் தனித்தனியாகக் கணிக்க முடியாது. நீ சொன்னால்தான் என்ன நடக்கும் என்று என்னால் சொல்ல முடியும். உனக்கே குடைச்சாமி என்ன செய்தார் என்று அறிய விருப்பமில்லையா?"

மறுபடியும் சிறைக்குள் போன மாதிரி உணர்வு சிவத்தை ஆட்கொண்டது. சொல்ல ஆரம்பித்தான்.

"அடுத்த அமாவாசை அன்று மணியனைக் குடிவெறியில் லாமல் குடைச்சாமியிடம் கூட்டிக்கொண்டு போனேன். போய்வந்தபின்னர் குடிக்கப் போகலாம் என்று சொல்லி வைத்தேன். துரையிடம் அவனுக்குக் காழ்ப்பு இன்னமும் இருந்தது. "இந்த அடிமைத்தனம் எப்போது போகப்போகிறது?" என்று குறைப்பட்டுக்கொண்டே வந்தான். குடைச்சாமியிடம் அன்றாவது என் குறைகளைச் சொல்லி வழி கேட்கலாம் என்று இருந்தேன். என்னையும் ஒருநாள் நடுமுற்றத்தில் இருத்தி கிரகங்களைச் சூழவிட்டு எனக்கு என்ன நடக்கப்போகிறது என்று சொல்லக் கூடும். "நீ பணக்காரனில்லை – உனக்காக இப்படியான ஒரு கூத்து குடைச்சாமி அடிக்காது. உனக்கு இந்தப் பெரிய மனிதர் கூட்டம் வந்து உட்காருமா? நீ இருந்து பார். இந்தப் பெரிய மனிதர் கூட்டம் எப்படியான ஒரு சுயநலக் கும்பல் என்று" என மணி தர்க்கித்தான். அவனிடம் கனகத்தைப் பார்க்கத்தான் நான் போகிறேன் என்று சொல்லலாமா என்று முதலில் யோசித்து, அப்புறம் அதைத் தெரியப்படுத்திக்கொள்ளலாம் என்று முடி வெடுத்தேன். துரை இன்னும் வந்திருக்கவில்லை. குடைச்சாமி அதுபற்றிக் குறைப்பட்டுக்கொண்டிருந்தார். கனகசபை, "அவன் இப்போது வந்துவிடுவான்" என்று சாமியாரை சமாதானப் படுத்திக்கொண்டிருந்தார். கனகம், எஞ்சினியர் செல்வராஜாவுடன் பேசிக்கொண்டிருந்தாள். அவர்களை இடைவெட்டிக்கொண்டு ஏதாவது பேசத் தயக்கமாக இருந்தது. மணி, அரசியல்வாதி பத்மநாதனைப் பார்த்தபடி, ஒரு மூலையில் நின்றோம். சிதம்பரநாதன் வந்து குடைச்சாமி காலில் விழுந்து மற்றும் எல்லோருக்கும் வணக்கம் சொல்லிவிட்டு என் பக்கம் வந்தார். "சிவம், உன் தம்பி மனோகரனிடம் என் மகனைக் காட்டினோம். அவன் கெட்டிக்கார மருத்துவன்போல் தோன்றுகிறான். அவனி டம் விசேஷ சிகிச்சைக்கு இன்னும் ஒரு கிழமையில் போகப் போகிறோம்" என்று சொன்னார். சந்தோஷமாக இருந்தார். அவர் சொன்னதை எல்லோரும் பார்த்தார்கள். என் தம்பியை

நல்ல மருத்துவன் என்று சொன்னதும் எனக்குச் சந்தோஷமாக இருந்தது. துரை வந்துசேர்ந்ததும், முன்னரைப் போலவே குடைச் சாமி ஒரு துண்டுக் காகிதக் கணக்கைப் பார்த்து, எல்லோரையும் அறைகளில் உட்காரவைத்தார். எல்லோரையும் எங்கெங்கே உட்காரவைத்தார் என்று உன்னிப்பாக அன்று கவனிக்க அவசிய மில்லை. ஏனென்றால் நான், கனகசபை, கனகம், துரை இப்படி எங்கள் நாலு பேரைத் தவிர எல்லோரும் முந்தையமுறை போன்றுதான் உட்காரவைக்கப்பட்டார்கள். உன் கணக்குப்படி கனகம் பதினோராம் இடத்தில், நான் பன்னிரண்டில், கனகசபை இரண்டில், துரை ஆறில். அந்த முறை, துரை என்ன செய்கிறான் என்று பார்ப்பதில் குடைச்சாமி மும்முரமாக இருந்தார். துரையோ கனகசபை அல்லது கனகம் என்ன உத்தரவு இடப்போகிறார்கள் என்று பார்த்துக்கொண்டிருந்த மாதிரி இருந்தது. எனக்கு அதிர்ஷ்டம் இருந்தால், கனகம் அடுத்தமுறை என் அறையில் வரக்கூடும். பக்கத்து அறை என்றாலும் எனக்கு சந்தோஷமாகவே இருந்தது. குடைச்சாமி துரையைப் பார்த்துக்கொண்டிருந்ததைக் கனகசபை பார்த்துவிட்டு, “ஏய் துரை! நீயும் சிதம்பரநாதனை ஏதாவது கேளேன்” என்று உத்தரவிட்டபின்னர்தான் துரைக்குக் கேள்வி கேட்கலாம் என்று தோன்றியது. “எந்த மருத்துவமனையில் இப்போது உங்கள் மகனை வைத்திருக்கிறீர்கள்? என்று சிதம்பர நாதனைக் கேட்டான். என் தம்பி மனோகரன் இப்போது தன் மகனுக்கு மருத்துவம் பார்க்கும் விவரத்தைச் சொன்னார். “அவன் நல்ல மருத்துவன்” என்று தான் கேள்விப்பட்டதையும் சொன்னார். துரை, “இந்த முட்டாள் சிவத்தின் தம்பி எப்படி நல்ல மருத்துவனாக இருக்க முடியும்” என்ற நக்கல் நோக்குடன் என்னைப் பார்ப்பதாகத் தோன்றியது. குடைச்சாமி இவன் இப்படிப் பார்ப்பதையும் பார்த்துக்கொண்டார். எல்லோரும், என்ன சிகிச்சை செய்யப்போகிறார்கள் என்கிற விவரத்தைக் கேட்டார்கள். கனகம் என்னைப் பார்த்து, “உனக்கு எத்தனை சகோதரர்கள்?” என்று கேட்டாள். எல்லா விவரமும் சொன்னேன். “நீ மாத்திரம் எப்படித் தோட்ட வேலை செய்யலாயிற்று?” என்று கேட்டாள். “நான் படிக்கப் போயிருந்தால், இப்போது இவர்கள் எல்லோரும் தோட்ட வேலை செய்து கொண்டிருப் பார்கள்” என்றேன். “ஓ” என்றாள். அவளுக்கு என் நிலைமை புரிந்திருக்கும் என்று பட்டது. குடைச்சாமி இடங்கள் மாற்றியதால் கிரகங்களுக்குள்ளும், மற்றும் அவர்கள் சிதம்பரநாதனை அணுகு வதான உறவுகளிலும் மாற்றங்கள் இருந்தனதான். அன்றுதான் குழப்பமில்லாமல் யாகம் முடிந்திருந்தது - மணியன் குடி வெறியுடன் வரவில்லையென்றதால். அடுத்த அமாவாசைக் கான ஏற்பாடுகளை எல்லோருக்கும் குடைச்சாமி சொல்லிவிட்டு, பெரிய மனிதர்கள் எல்லோரையும் பின்தங்கும்படி கேட்டுக் கொண்டார்.

“சிவம்! நீயும் நில். மற்றவர்கள் போகலாம்!” என்று கட்டளையிட்டார்.

துரைக்கு இது பெரிய அவமானமாகப்பட்டது. மணி தான் சாராயம் குடிக்கப்போர்வதில் அவசரமாக இருந்ததில்,

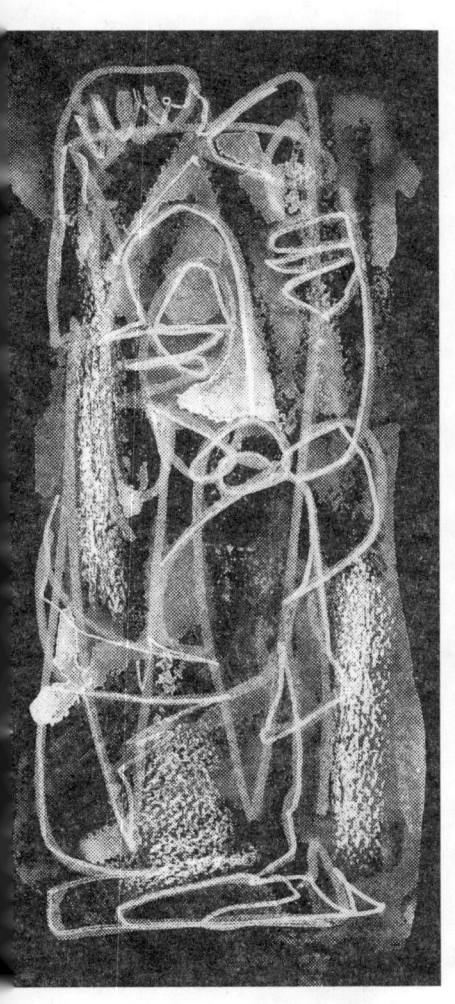

“நீ இந்தப் பெரிய கூட்டத்துடன் சேர்ந்துவிட்டாய். இவர்களைப் போல் எல்லோரையும் ஏமாற்றக் கற்றுக்கொள்ளாதே!” என்று புத்திமதி சொல்லிவிட்டுப் போய்விட்டான்.

அந்த முறையாவது குடைச்சாமியிடம் என் தம்பிமாரைப் பற்றிச் சொல்லி என் கவலைகளை நிவர்த்திக்கலாம் என்று பார்த்தேன். குடைச்சாமி எல்லோரையும் முற்றத்தில் அமர்த்தி எல்லோரைப் பற்றியும் ஒவ்வொரு வரி சொன்னார். மற்றப் பெரிய மனிதர்களுக்கு இது வழக்கமானது என்று தெரிந்தது.

“கனகசபை - நீ, புதுக் கொள்முதல் செய்வதென்றால் இரண்டு வாரம் பொறு!

கனகம் - உன் சகோதரிகளுடன் இரண்டு கிழமைகளுக்கு அதிக பேச்சுவார்த்தைகள் வேண்டாம்!

குமாரசாமி - நீ பிரயாணம் செய்ய, இது நல்ல நேரம்!

செல்வராஜா - உனக்கு இன்னும் மூன்று கிழமைகளில் உத்தியோக உயர்வு வரும்!

பத்மநாதன் - வெளிநாட்டுப் பிரயாணம் ஒன்றும் இப்போது நல்லதல்ல!

யோகநாதன் - மூன்று வழக்கு வெற்றிகள் எதிர்பார்க்கலாம்!

அப்புறம் என்னைப் பார்த்தார். “நீ கவனமாக இரு!” என்று சொல்லிவிட்டு, சிதம்பரநாதனைக் கூட்டிக்கொண்டு வெளியே போய்விட்டார். மற்றவர்கள் முற்றத்தில் இருந்து தங்களுக்குள் பேசிக்கொள்ள ஆரம்பித்தார்கள். அங்கிருந்து நான் என்ன செய்வது? குடைச்சாமியிடம் என் தம்பிமாரைப் பற்றிச் சொல்ல அன்றும் சந்தர்ப்பமில்லாதுபோனது. மணியனிடம் ஓடினேன். நடந்தவற்றைச் சொன்னேன். “ஏற்கனவே நான் சொல்லவில்லையா? இது ஒரு பெரிய மனிதர் மாதிரி இருக்கிற மிருகக் கூட்டம். இதற்குள் போகாதே!” மணி உபதேசம் செய்தான்.

என்னை ஏன் ‘கவனமாக இரு’ என்று சொன்னார் என்பதுதான் புரியவில்லை என்று அவனிடம் சொன்னேன்.

“என்னத்துக்காகப் பயப்படுகிறாய்? நீ கவனமாக இருந்து ஆகப்போவது என்ன?” என்று தேற்றினான். குடித்ததில் கவலைகள் எங்கோ போய்விட்டன. கனகத்தைப் பார்ப்பதற்கு நான் ஆசைப்பட்டதைச் சொன்னேன்.

“அது சரிவராது! நீ அவளைத் தொடரலாம். ஆனால், அடைய முடியாது. வீணாக நேரத்தைச் செலவிடாதே” என்று சொல்லிவிட்டான். நான் ஏதோ மாயமந்திரத்தால் கட்டுண்ட மாதிரி அவள் பின்னால் போய்க்கொண்டிருக்கிறேன் என்பதைச் சொன்னபோது, அதுதான் குடைச்சாமி உன்னைக் “கவனமாக இரு” என்று சொல்லியிருக்கிறார் என்றான்.

அடுத்த அமாவாசை பெரும் இருளாகிப்போனது.

அம்பலத்துடன் ஆறு நாட்கள்

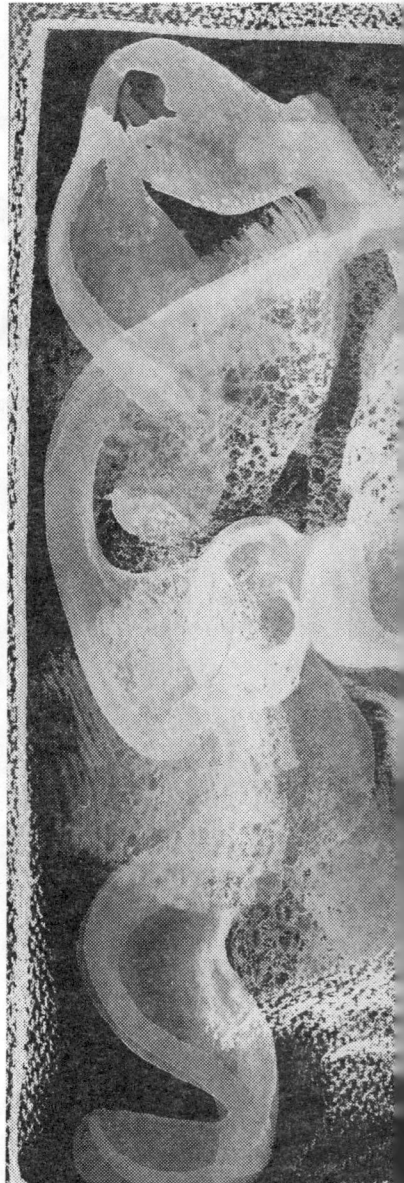

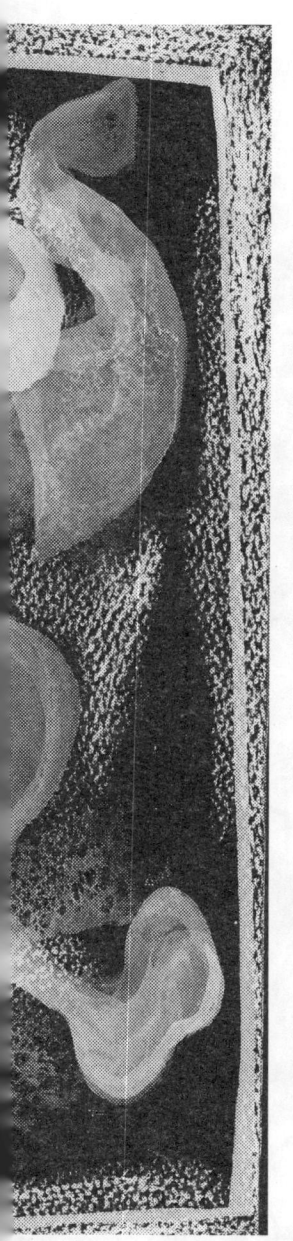

மணியன் அன்று நன்றாகக் குடித்திருந்தான். இவன் குடித்தாலே பிரச்சினை. ஒருமாதிரி அவனை இழுத்துக்கொண்டு போயிருந்தேன். உபதேசம் யார் காதில் விழுகிறது? எல்லோரும் கவனமாக இருக்கச் சொல்லி எச்சரித்திருக்கிறார்கள். இருந்தும் அன்று போய்ச்சேர்ந்தேன். குடைச்சாமி வீட்டிற்குப் போய்ச்சேர்ந்த உடனேயே அங்கிருந்த மௌனம் ஏதோ நடந்துவிட்டது என்பதைக் காட்டியது. எல்லோரும் முற்றத்தில் கூடியிருந்தார்கள். குடைச்சாமி நடுவில் ஒரு நாற்காலியில் இருந்தார்.

நானும் மணியனும் போன உடனேயே, “வந்துவிட்டான் பாவி” என்று சிதம்பரநாதன் பெருங்குரலில் தொடங்கி, “உன் பேச்சைக் கேட்டு உன் தம்பியிடம் போய் என் மகனைக் காட்டினேன். போயேவிட்டான். அறுவைச் சிகிச்சை செய்கிறேன் என்று சொல்லிக் கெடு இருந்த ஒரு வருஷமும் ஒரு மாதமாகிச் சுருங்கி, இப்போது என் மகன் சாம்பல். உன் தம்பியே சொன்னான் “நீ ஒரு போக்கற்ற கழுதை” என்று. உன் பேச்சை நம்பி அவனிடம் காட்டக் கொண்டுபோனேனே” என்று தலையில் அடித்துக்கொண்டார்.

பெரிய மனிதர் கூட்டமும் குடைச்சாமியும் என்ன பேசுவது என்று தெரியாமல் என்னை விசித்திரமாகப் பார்த்தார்கள். எனக்கு என்ன செய்வது என்று தெரியவில்லை. குடைச்சாமி, கனகம் இவர்கள் ஒருவரும் என் கண்ணிற்குத் தோற்றவில்லை. எல்லாம் சூனியமாகப்பட்டது. மணியனுக்கு, சிதம்பரநாதனின் குற்றச்சாட்டால் ஆத்திரம் தலைக்கேறிவிட்டது.

“உன் மகன் செத்ததற்கு இவன் என்ன செய்வான்? ஒரு பெண் புலம்புவதைப் போல் புலம்புகிறாய். உங்களுக்கு இந்தச் சின்ன விஷயம்கூடத் தெரியவில்லை. ஏய் குடைச்சாமி! நீயாவது எடுத்துச்சொல்லேன். யாகம் செய்கிறேன் என்று கூத்தடித்தாயே! அந்தப் பையன் சாவை உன்னால் நிறுத்த முடிந்ததா? இப்படி நடக்கப்போகிறது என்றாவது எச்சரித்தாயா? நீ எரிந்து சாம்பலாக வேண்டும்! இந்தா வருகிறேன்” என்று கத்திவிட்டு, என் கையையும் பிடித்து இழுத்துக்கொண்டு ஓடிப்போய், பின்னால் சமையல் கட்டிலிருந்து எரியும் விறகை எடுத்துக்கொண்டு என் கையில் திணித்தான். “நீயே இந்தத் தீயை வை! உன் கையால் இந்தக் கூட்டம் எரிந்து சாம்பலாகட்டும்!”

என் கையை இழுத்துக்கொண்டு முன்வாசலில் நுழையும் போதே எல்லோரும் என்னைத் தடுத்துநிறுத்தினார்கள். செல்வராஜா, என் கையிலிருந்து எரியும் விறகைப் பறித்து வெளியே எறிந்தார்.

“போகட்டும் வாடா” என்று மணியன் என்னை இழுத்துக் கொண்டுபோனான். அவனிடத்துக்குப் போய் எனக்கும் வார்த்துக் கொடுத்தான். அடுத்த நாள் நான் எழும்ப நேரமாகிவிட்டது.

எழுப்பியது ஊர்காவலர்.

குடைச்சாமி வீடு எரிந்து சாம்பலாகிப்போயிருந்தது. குடைச்சாமியையும் காணவில்லை. எல்லோரும் அவரும் எரிந்து

போயிருக்கக்கூடும் என்று சொன்னார்கள். நான்தான் குடைச்சாமி வீட்டிற்கு நெருப்பு வைத்ததாகவும், அவர் மறைவிற்கும் நான் காரணம் என்று என்னைச் சிறையில் தள்ளினார்கள். அவர் உயிரோடு இருக்கிறாரா இல்லை எரிந்துபோனாரா என்றுகூட ஒருத்தருக்கும் நிச்சயமாகத் தெரியவில்லை. வழக்கில் பெரிய மனிதர்கள் எல்லோரும் நான் எரியும் விறகுடன் குடைச்சாமி வீட்டை எரிக்க முயன்றதாகச் சாட்சி சொன்னார்கள். மணியன் பேச்சு நீதிமன்றத்தில் செல்லவில்லை. என் சகோதரிகள் என் வழக்கிற்கு வந்தார்கள். என் தம்பிமார் வரவில்லை. ஆயுள் சிறைத்தண்டனைக்காக நான் சிறைக்கு வந்ததிலிருந்து என் கதை உனக்குத் தெரியும்தானே." சிவம் சொல்லிமுடித்தான்.

அவன் இந்தக் கவலையிலிருந்து மீளமுடியாதுபோலிருந்தது. "குடைச்சாமி இப்படி ஆட்களை அறைகளில் இருத்தி என்ன செய்ய முயன்றார்?" சிவம் அப்போதுதான் விளங்கிக் கொள்ள முயன்றான்.

அம்பலம் சிகரெட்டை பற்றவைத்துக்கொண்டு தன் சிந்தனைத்தீயை வளர்க்க முயன்றான். "ஏய் சிவம்! நான் உன் ஊருக்கு முதல் வருகிறேன். அங்கு வந்து இந்தக் குடைச் சாமியின் கூத்துகளை விளக்குகிறேன். எனக்கும் முடியாத பிரயாணம் இருக்கிறது."

ஞாயிறு பகல் பிரயாணம் செய்து அன்றிரவு சிவத்தின் ஊர் போய்ச்சேர்ந்தார்கள். இரவு, சிவத்தின் சகோதரிகளுக்கு அவன் விடுதலை ஆச்சரியமாகவும் சந்தோஷமாகவும் இருந்தது. "எப்படி விடுதலை ஆனாய்?" என்று கேட்க முனைந்தார்கள். "அது சொல்வதற்கு நேரம் இதுவல்ல" என்று சிவம் சொன்னான். அந்தக் கணத்தில் விடுதலை சந்தோஷத்தைத் தருவதாகத்தான் இருந்தது.

திங்கள்கிழமை காலை எழுந்து தன் சுதந்திரத்தை அனுபவிப்பதற்காய்த் தன் தோட்டத்தின் மூலைமுடுக்கெல்லாம் போய்ப் பார்த்துவந்தான். அவன் சகோதரிகள் குடும்பம், தோட்டத்தை அவனில்லாதபோது நன்றாகவே பராமரித்திருந் திருக்கிறார்கள். சூரிய ஒளியும் பட்சிகளின் கூவலும் படபடப்பும், செடிகள் சூரிய ஒளியில் குளிக்கத் தயாராவதும் சிறையில் ஏது? காலைக்கடன்களை முடித்து அம்பலத்தையும் இழுத்துக் கொண்டு மணியனிடம் ஓடினான். மணியனுக்கு ஆச்சரியமும் சந்தோஷமும் தாங்கவில்லை. "வா, கொஞ்சம் போடலாம்" என்று சிவத்தையும் அம்பலத்தையும் கூட்டிக்கொண்டுபோகப் புறப்பட்டான். அம்பலத்தின் அறிவுச் சக்தியை மணியனுக்கு விபரித்தான். சிறையில் நடந்தவற்றையெல்லாம் சொன்னார்கள். மத்தியானம் சாப்பிட்டு ஒரு குட்டித்தூக்கமும் போட்டபின்னர், மத்தியான வெய்யில் அடங்கும் நேரத்தில் அம்பலம், "குடைச்சாமி இருந்த வீட்டைக் காட்டு. முதலில் அங்கே போவோம்" என்றான். போனால், குடைச்சாமியின் எரிந்த வீட்டு நிலத்தைத் துப்புரவாக்கி வைத்திருந்தார்கள். அறைகளின் அத்திவாரச் சுவர்கள் தரைமட்டத்துடன், சாதகக் குறிப்புக் கோடுகள் போட்ட

அம்பலத்துடன் ஆறு நாட்கள்

மாதிரி அழகாக இருந்தன. அம்பலம் இடத்தை நன்றாகப் பார்த்துக்கொண்டான்.

"இந்தக் குடைச்சாமி செய்ய முயன்றதென்ன?" மணி கேட்டான்.

அம்பலம் இன்னும் எடுக்காதிருந்த தாடியை வழக்கம் போல் வருடிக்கொண்டான்.

"குடைச்சாமிக்குப் பல விஷயங்கள் தெரிந்தும் சில ஆதாரமானவை தெரியாமல் போய்விட்டது. கிரக நிலைகள் ஒரு மனிதனின் பிறப்பு நிலையிலிருந்து மாறுவன. கிரகங்கள் குணாதிசயம் படைத்தவை என்று, பழங்காலச் சாத்திரத்தை குடைச்சாமி நினைத்துக்கொண்டார். கிரக நிலைகள் காலப் பிரமாணத்தின்படி மாற, அவை எப்படி ஒரு மனிதனைப் பாதிக்க முடியும் என்று பார்த்திருக்கிறார். எப்படிப் பாதிக்கப் போகின்றன என்று பார்த்துச் சாத்திரம் சொல்ல முயன்றி ருக்கிறார். சாத்திரப்படி ராகு பலன் இருந்தால் வியாதிகள் குணமாகும். அதனால்தான், துரை என்ன சொல்கிறான் என்று பார்க்க முயன்றிருக்கிறார். கிரகங்கள் குணாதிசயம் படைத்தவை யானால் பல கிரகங்களின் பாதிப்பையும் பார்த்துச் சொல்லலாம் என்பதால், ஒன்பது கிரகங்களுக்கு ஏற்பாடு செய்திருந்தார். யாகம் என்றால் இருக்கும் நிலையை மாற்ற முயற்சிக்கும் வேள்வி. பரிசோதனையென்றால் என்ன நடக்கும் என்று தீர்மானிக்க முயல்வது. அவர் செய்தது பரிசோதனைதான். ஆனால், அதற்கு யாகம் என்று சொல்லிக்கொண்டார் - பரிச்சயமான மொழியில் சொல்லுவோம் என்று. பழைய சாத்திரங்களில் சந்திரன் ஆண். ஆனால், குடைச்சாமி கனகத்தைப் போட்டிருந்தாரே. சிவம் தொடர்ச்சியாய்ப் பரிசோதனைக்கு வரவேண்டுமென்றோ என்னவோ?" சிரித்துக்கொண்டபின்னர், "சனீசுவரன், சூரியன் மகன். மணி அவர் மகன் இல்லையே. குணாதிசயத்தை மாத்திரம் வைத்து இந்தப் பரிசோதனை செய்திருக்கிறார். பரிசோதனை செய்து முடிவதற்குள் சிதம்பர நாதனின் மகன் இறக்க நேர்ந்துவிட்டது." அம்பலம் சொல்லி முடித்தான்.

"நீயும் குடைச்சாமி மாதிரி கணக்குகள் போடுகிறாயே. அது என்ன கணக்கு?" சிவம் கேட்டான்.

"அது இலகுவான விஷயம். கிரகங்கள் கடிகாரங்கள் மாதிரி - ஒவ்வொரு வகை நேரம் சொல்லும் வான் மணிக்கூடுகள். சூரியன் எழ, சந்தோஷம் பெருகுகிறது இல்லையா? அது மாதிரி. அதைச் சொல்லி விளக்கப்படுத்த முடியாது. கிரக நிலைக் கணக்குகள் இந்த நேரத்தைச் சொல்லும்.

எந்தெந்த நேரத்தில் என்னென்ன நடக்கும் என்பது அறிய நிறைய அனுபவம் தேவை. சம்பவங்களின் தொடர்ச்சியும் நன்றாகத் தெரிய வேண்டும்." அம்பலம் தன் நரைமயிரைக் காட்டிக்கொண்டான்.

அம்பலத்துடன் ஆறு நாட்கள்

"இந்தக் குடைச்சாமி வீட்டை யார் கொளுத்தினார்கள்? குடைச்சாமி உயிருடன் இருக்கிறாரா இல்லையா?" மணி அம்பலத்தின் மூளையைப் பகிர்ந்துகொள்ளலாம் என்று முயற்சித்தான்.

"அது பெரிய பிரச்சினை இல்லை. குடைச்சாமிக்கு அந்த வீடு ஏது? யாரோ ஒரு பெரிய மனிதன், "சாமி" என்று அவருக்குக் கொடுத்திருக்க வேண்டும். தன் நிலை ஆட்டம்கண்டு போனதால், அவரே நெருப்புவைத்துவிட்டுப் போயிருக்க வேண்டும். அவர் எரிந்த மாதிரித் தெரியாததினால், அவர் உயிருடன்தான் எங்கேயோ போயிருக்கிறார்." அம்பலம் போகப் புறப்பட்டான்.

"எங்கே போகப் புறப்பட்டாய்? நீ இங்கேயே என்னுடன் இருக்கலாம்." சிவத்திற்கு அம்பலம் போய்விடுவதைப் பற்றிக் கவலை வந்தது.

"என் கணக்குகள் எனக்குத்தான் தெரியும். நான் பிரிய வேண்டிய நேரம் வந்திருக்கிறது."

அம்பலத்தின் தீர்மானத்தை சிவம் புரிந்துகொண்டான். "அம்பலம், என் தம்பிகள் ஏன் இப்படி இருக்கிறார்கள்? உனக்கு ஏதாவது விளக்கங்கள் உண்டா?"

அம்பலம் சிரித்துக்கொண்டான். "முதலைகள் நிரம்பிய குட்டைகள் பார்த்திருக்கிறாயா? பிறந்த முதலைக் குஞ்சுக ளையே உணவாக்கப்பார்க்கப் பெரிய முதலைகள் முயலும். உயிர் வகைகளில் வித்தியாசமேது? தானில்லாதது எதுவும் தானாகாது. நானே நான்! நானே நான்! என்று ஆயிரம் முறை சொல்லிக்கொள். கூடப்பிறந்ததுவும் வாழ்க்கையில் சேர்ந்ததுவும், கூடவருவதுவும் உன் உயிரல்ல. வேறு உயிராக இருக்கும்வரை கட்டியும் பிடிக்கலாம் கழுத்தையும் அறுக்க லாம்."

"கருணையாக வார்த்தைகள் சொல்வதற்குக் கூடப்பிறக்கத் தேவையில்லை என்பது தெரிகிறது. அப்படியிருக்கும்போது வெறுத்து ஒதுக்கும் சகோதரர்களை எப்படி விபரிப்பாய்?" சிவத்தின் சகோதரக் கவலைகள் போகமாட்டா என்பது தெரிந்தது.

அம்பலம் தாடியைச் சொறிந்தபடி, "சகோதரர்களில் ஒருத்தன்தான் உயிர்க்க முடியும் என்கிற மாதிரி விதிர்த்துக் கொண்டு ஆளையாள் சாடி வருத்திக்கொள்வது மனித பரிணாம வக்கிரம். அதுவும் பாசமிருந்தால் இன்னமும் வருத்தும். இதற்கு மருந்து சொல்கிறேன் கேட்டுக்கொள். "நானே நான். நானே நான். நானே நான்." இதை ஒரு பத்தாயிரம் முறை சொல். உனக்கே புரியும்." சிவம் புரியாதவனாய் நின்றான். அம்பலம் நடக்க ஆரம்பித்தான்.

"அடுத்த கணக்கு எங்கே? எப்போது?" சிவம் கேட்டான்.

அம்பலத்துடன் ஆறு நாட்கள்

"குடைச்சாமியுடன். அவர் தவறுகளைத் திருத்திக்காட்ட வேண்டும்." அம்பலம் நடந்துபோகச் சூரியன் அவன் வலது புறத்தில் பெருங்கோடு வரைந்தான். அவன் தாடியும் தெரிந்தது.

"உன் தாடியை எடுத்துவிடு!" சிவம் கத்தினான்.

அம்பலம், தலையை "முடியாது" என்று ஆட்டியபடியே போய்ச்சேர்ந்தான். அவன் உருவம் மறையும்வரை சிவமும் மணியும் பார்த்துக்கொண்டிருந்தார்கள்.

"நானே நான்! நானே நான்!" என்று சிவம் சொல்லிப் பார்த்துக்கொண்டான்.

●●●

ஸ்ரீதரன் கதைகள்

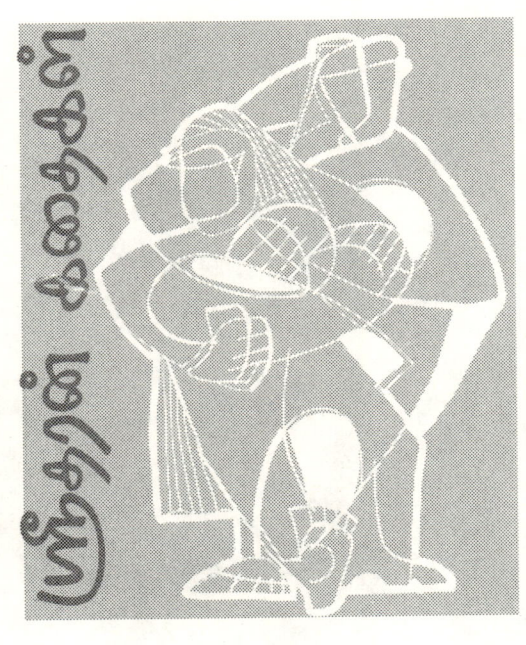

விஸ்வ சம்பவம்

அவன் ஒரு பொழுது கழிவதற்குமுன் வெய்யிலும் வியர்வையும். ஒரு பொழுதென்றால் அரைப்பிறப்பு மாதிரி, அரை வாழ்க்கை மாதிரி, அரை இறப்பு மாதிரி.

ஊர் வெய்யில்வெக்கையிலும் குண்டுகள் விழுந்து, நிலம் குழி பாய்ந்து, சனங்கள் அல்லோலகல்லப்பட்டு உயிரையும் உயிர் நாடிகளையும் அவனிவனிடமெல்லாம் விழுந்து மாய்ந்து நிலை நிறுத்தித் தலையை நிமிர்த்த முன்னர் - ஒரு பொழுது கழிந்தே போய்விட்டது.

இப்போது குளிர். இந்த ஆற்றங்கரை.

அவள் இடையில் பட்டாம்பூச்சிகளின் வண்ண இறக்கைகள் தோரணதாரணம். புழுவாயிருந்ததில் இருந்து பறக்கத் தொடங்கும்வரையிலான நடுவிலிருக்கும் பிராண முயற்சி யில் பொழுது கழிந்துபோகிறது. போய்விட்டது.

பட்டாம்பூச்சிகள் புதுக் காட்டில், புது மலர்களில் இறங்கி யாயிற்று.

அவன் பட்டாம்பூச்சியா?

அவ்வளவு மென்மை உங்களுக்கு இருப்பதாக யார் சொன் னார்கள்?

அவள் குறுகியகாலத்தில் நடந்துபோன பரிணாம மாற்றத் தைச் சொல்ல முயற்சிக்கிற யத்தனத்தில் வெறுமே எழுகிற ஒப்புவமை.

அவன் உண்மைகள் யாவுமே ஒப்புவமைகள்தான். ஒப்புவமை சொல்லும்போது சரியாகச் சொல்ல வேண்டும்.

பட்டாம்பூச்சிகள் மட்டுமில்லை. குரங்குகள், தேவாங்குகள், யானைகள், காண்டாமிருகங்கள், புலிகள், கழுதைப் புலிகள்,

விஸ்வ சம்பவம்

சிங்கங்கள், குதிரைகள், கழுதைகள் எல்லாம்தான் வந்து புதுக் காட்டில் இறங்கியிருக்கின்றன.

அவள் மனிதனுக்கு யாரையாவது கேவலப்படுத்தத் தோன்றும்போதெல்லாம் எழுகின்ற மிருகப் பெயர்கள். சித்திரம் வரைய வைத்திருக்கிற வண்ணக் குப்பிகள் மாதிரி. மிருகங்கள் நல்ல வண்ணங்களில்லை என்று தீர்மானம் ஆகிவிட்டது.

அவன் சிலவேளைகளில் பலஸ்தீனியன், சோமாலியன், ருவாண்டன், தமிழன், குர்த் மற்றும் தென் அமெரிக்கன்!

கையில் ஒரு கண்ணாடியுடன் மேலே இருந்து பார்த்தால் பார்யாரென்று தெரியவில்லை. இந்த விவரணைக்கெல்லாம் கண்ணாடி எதற்கு?

இது இந்த ஆற்றின் நீரோட்டத்தை நதிமூலத்திலிருந்து விவரிக்கிற மாதிரியான விவரணை இல்லை. ஆற்றின் கரையில் இருந்து கொண்டு ஆற்றின் ஓட்டத்திற்கு லம்பமான ஒரு கற்பனைக் குறுக்குக்கோட்டைத் தாண்டும் நீரோட்ட விவரணை. நீர்த் துளிகள் எந்தத் திசையில் எவ்வளவு வேகத்துடன் ஓடுகின்றன என்கிற விவரணை.

அவள் குறுக்குக்கோட்டை எங்கே கீறுவது?

அவன் இங்கேயும் கீறலாம் அங்கேயும் கீறலாம். இப்போது இங்கே கீறினால், இந்த நேரத்தில் இங்கே நடப்பதுதான் தெரியும்.

இப்போது அங்கே கீறினால், இந்த நேரத்தில் அங்கே நடப்பதுதான் தெரியும். இங்கேயும் அங்கேயும் வெவ்வேறு நீர்த் துளிகள். இந்த இடம் அந்த இடமில்லை. இங்கே இப்போதிருப்பது நேரக்கோட்டில் முன்னர் அங்கே இருந்தது.

அவள் நேரத்துக்குக் கோடு கீறலாமா? ஆறு எப்படி ஓடுகிறது?

அவன் ஒரு நீர்த் துளி முன்னாலிருக்கிற நீர்த் துளியை, அது மெதுவாகப் போகப்பார்த்ததென்றால், பின்னால் இருந்து தள்ளுகிறது. முன்னால் போவதை ஆற்று மணல் தடுத்திருக்கலாம். பின்னால் இருந்து தள்ளுவதற்கு ஒரு கூட்டமே இருக்கிறது. எல்லாம் சரிவினால் ஏற்படும் தோற்றப்பாடுதான். சரிவான பாதையும் புவியீர்ப்பும் சேர்ந்தால், நீர்த் துளியின் வாழ்க்கை ஓட்டந்தான். தறிகெட்ட ஓட்டம்.

அவள் தள்ளுகிறதென்ன? தள்ளப்படுகிறது என்ன? பொழுது கழிந்துவிடுகிறது.

அவன் புவியீர்ப்பில் சேர்ந்து விழுவது ஊஞ்சலாடுவதைப் போல். நீர்த் துளிகள் ஒன்றாகவும் போகின்றன. தெறித்துப் பிரிந்தும் போகின்றன.

அவள் சிறு துளி பெரு வெள்ளமாய்ச் சேர்வது தனித்தனியாகவா அல்லது மனமார ஒன்றுசேர்ந்தா?

அவன் எல்லோரும் ஆதிகாலம்தொட்டு அடிபட்டுக்கொண்டதுதான்.

நேரக்கோடு மனக்கோடு. நேரக்கோடு போடும் வித்தை தெரிந்துவிட்டால் பின்னென்ன? 'வடகோடிங்குயர்ந்தென்னே சாய்ந்தாலென்னே வான் பிறைக்குத் தென்கோடுதான்.'

பின்னால் போகும் நீர்த் துளி, ஓட்டப்பாதையென்று ஒன்றிருந்தால் நேரக்கோட்டிலும் பிந்தியதுதான்.

அதுதான் விதி!

நான் எனக்குத் தெரிந்ததைச் சொல்லிவிடுகிறேன். நேரக்கோட்டைப் பிடித்துக்கொள். பிடித்தாயென்றால் முன்னாலும் தெரியும் பின்னாலும் தெரியும்.

அவள் நேரக்கோடு மனவிளையாட்டு. பாதி உடலியல், மறுபாதி இவ்வுலகைக் கொள்ளும் சகல பௌதிகமும்தான்.

அவன் உடலியல் என்று சும்மா விட்டுவிட்டால், அதுவும் பௌதிகமாய்ப் போய்விடும். 'விடமுண்டும் சாகாமலிருக்கிற' நிலை உன் கையிலேயே இருக்கிறது.

அவள் இல்லை! இல்லை! உயிர் இருக்கிறதா இல்லையா?

அவன் உயிர் இருக்கிறது என்று யோசிப்பவர்களுக்குப் பாதியாவது நேரக்கோடு போடத் தெரியும்.

அவள் கிடங்குகளில் ஒன்றாயிருந்தோமே. உயிர் தப்பினோமே. நேரக்கோடு போடத் தெரிந்ததா?

நேரக்கோடெது? குறுக்குக்கோடெது?

அவன் ஆற்றின் கரையோரமாக நடந்துவரும்போது பொழுதும் கழியும், ஆங்காங்கே குறுக்குக் கோடும் போட்டுக்கொள்ளலாம்.

அவள் அதை விடு. ஒரு பொழுதிற்கு முன்னர்...?

அவன் குறுக்குக்கோடுகள்பற்றி உன்னிடம் ஒருநாள் சொல்லத்தான் போகிறேன்.

அவள் கூட இருக்கும் பிக்கல்பிடுங்கல்களுக்கும் சொல்லிப் பார்ப்போமா?

அவன் சரி, தாளத்தைப் போடு! நேரக்கோடு தெரியவரும்.

அவள் ஓர் ஆவர்த்தனமாவது முடிந்தால்தானே போடலாம்.

அவன் வக்கிரநடையில் உனக்கு ஆவர்த்தன முடிவு தெரியவில்லை. நன்றாகக் கவனி.

அவள் மணிக்கூட்டின் கைகள்போலச் சுற்றினபடியே இருந்தால் முடிவென்ன? இறுதியென்ன?

அவன் தாளம் தொடரும்...

விஸ்வ சம்பவம்

சுகமான விவாதத்திற்குப் பின்னால் வெளியே உண்மையான உலகம். இருள். கசப்பு. வெறுப்பு.

நீ வந்து அமைந்ததற்கும் இருபொழுதிற்கு முன்னால் நடந்தது காரணமாகுமா?

அப்போதுதான் இருள் கவிந்தது. கையிலிருந்த வாழ்க்கைக் கடிவாளம் தொலைந்தும்போனது. தொலைந்துபோனதும் தெரியாத ஒரு பருவம்.

அதற்குப் பிறகு எங்கோ முடியுமாக அமைந்துபோன ஒரு சூழல்.

அவள் என்ன பிலாக்கணம்? நடக்க வேண்டியதெல்லாம் நடந்துகொண்டுதானே இருக்கிறது?

அவன் எல்லாம் நடக்கிறதுதான். ஆனால், மற்றவர்கள் என்னை விட சந்தோஷமாக இல்லையா?

அவள் இல்லை, இல்லை... எல்லோருக்கும் வாழ்க்கைக் கடிவாளம் ஒரு நேரக்கோட்டின் ஒரு புள்ளியில் தொலை வதுதான்.

அவன் அந்த இருளுக்குள் போகமாட்டேன்.

உன்னிடம் சொல்லமுடியாத மன அறை உள்ளே இருக்கிறது.

அது பலவித வண்ணங்களும், நல்ல வாசனைகளும், மதுர இசையும், நல்ல அழகான பெண்களும், அறிவுபூர்வமான விவா தங்களும், கடவுள் வந்தும் போயும் கொண்டிருக்கிற உலகம். எல்லா சுகமான விஷயங்களும் அங்கே உண்டு. வக்கிரம் இல்லை. நடைபேதங்கள் குறுகிய காலச்சக்கரத்துள் அமைந்து போன லயமான உலகம். ஒளியோ ஒளி!

அவள் பார்த்தாயா? எனக்கே சொல்லமாட்டேன் என்கி றாய். சந்தோஷமாக இருந்தால் சரி. எனக்கு எல்லாம் தெரியும். தொலைந்துபோ!

அவன் குறுக்குக்கோட்டில் நீர்த் துளிகளுக்கு நடப்பதைப் பார்.

அவள் நீர்த் துளிகள் கற்பனா சக்தி இல்லாதவை.

அவன் ஆ! அங்கேதான் நிறுத்திக்கொள் என்கிறேன். உன் பிலாக்கணமும் தேவையில்லாதது.

அளவில்லாத சந்தோஷம் அடைய முடியும். ஆனால், நேரக் கோட்டில் பின்னால் போகாதே. குறுக்குக் கோட்டை ஆதியில் கீறாதே.

சந்தோஷம் என்னோடேயே முடிந்துவிடும். அது உண்மை யாகிவிடாது. எதுவும் உண்மையாவதற்கு இரண்டு பேராவது வேண்டும். இருள் பாதியில் உள்ள தொடர்புகள் இந்த சந்தோ ஷத்தை அடைய விடா.

விஸ்வ சம்பவம்

அதற்குத்தான் சொல்கிறேன். நேரக்கோட்டைப் பிடித்துக்கொள். நேரக்கோட்டைப் பிடிப்பது, பின்னால் போவதற்கல்ல. குறுக்குக் கோடு கீறுவது நேரக் கோட்டின் முன்பாதியிலல்ல.

அவள் என்னதான் நடந்தது? சொல்லித்தொலையேன்.

அவன் நேரக்கோட்டில் பின்னால் போய் ஆற்றங்கரையில் ஒரு குறுக்குக்குக்கோடு போட வேண்டும். அதற்கு சக்தி நிறைய வேண்டும்.

சிறுவயதில் எல்லாமே பெரிதா அல்லது வீடு உண்மையாகவே பெரிதா. ஞாபகமில்லை.

ஒரு சமையல்காரன். அதற்குமேல் என்னத்தைச் சொல்ல?

இப்போது கனடா. அதற்கு முன் கொழும்பு.

அதற்கு முன் யாழ்ப்பாணம்.

தையிலிருந்து வைகாசிவரை வெளியில் காற்று வீசாது. மின் விசிறியும் மாமர நிழலும் ஓரளவில் உதவி.

யுத்தம் வந்ததன் பின்னர் ஒன்றும் ஞாபகமில்லை.

சமையல்காரனை மறக்க முடியாது.

அவள் அதை எத்தனைதரம் சொல்வாய்? அங்கே யுத்தத்தில் அவதிப்பட்ட பெண்களைவிடவா உனக்கு ஏதாவது நடந்தது?

தற்குறித்தனம் கொள்ளாதே!

அவன் நினைவுகள் போகவில்லையென்றால் நான் என்ன சொல்ல முடியும்? அங்கே இருந்த வெய்யிலும் வெக்கையும் வியர்வையும்...

இப்போது குளிர். வீட்டில் என்ன குளிர்? வெளியில்தான். வீட்டில் தர்க்கச் சூடும் பிள்ளைகளை அடக்கும் யுத்தச் சூடும் தனி.

தற்குறித்தனம் எனக்கு வந்து அமைந்துபோனது அந்த பலாத் காரத்தினால்தான். சமையல்காரனைவிட இன்னொருத்தன் இருந்தான். சமையல்காரன்தான் இன்னும் ஞாபகத்தில் இருக்கிறான். வீட்டில் ஒருத்தரும் இல்லாத நேரத்தில் நடந்த பலாத்காரம். அந்த விவரம் எல்லாம் கேட்காதே. வயது பதின்மூன்றா பதிநாலா? ஞாபகமில்லை. அந்தச் சமையல் காரனுக்குக் காதல் விவகாரங்களும் இருந்தன. காதல் கடிதம் எழுதுவது, சமிக்ஞைகள் செய்வது, பெண்களைத் துரத்துவது இதெல்லாம் வேறு நடந்தது. நாய்களுக்கு முறுக்கேறுவதில்லையா? அது மாதிரி.

தற்குறித்தனம் இதனால் மட்டும் வருமா? அன்றிலிருந்து எனக்கு நடந்த மாற்றங்கள் இன்றுதான் புரிந்த மாதிரி இருக்கிறது. தாளம் பிசகிவிட்டது.

விஸ்வ சம்பவம்

அவள் உன்னுடைய தோல்விகளையெல்லாம் வெகு சுலப மாக தருக்கப்படுத்திக்கொள்கிறாய். நீ ஒரு கையாலாகாத மனிதன். தாளத்தில் நடைமாற்றம் தெரியவில்லையா உனக்கு?

அவன் உனக்கு எத்தனைதரம் விளங்கப்படுத்துவது? நான் அப்படி ஆக்கப்பட்டிருக்கிறேன். என்னை விளங்கிக்கொள்ள நீ தெண்டிப்பதில்லை. என் மன அறைக்கு நான் ஓடுவது அதனால்தான். தாளம் முற்றாகவே தவறிப்போனால் இப்படி ஓடத்தான் வேண்டும்...

அவள் நீ அங்கு ஓடுவது தெரியும். ஆனால், நான் - இந்தப் பூமியில் காலை ஆழவே ஊன்றியிருக்கிறேன். உனக்கு, வேலைக்குப் போய்வந்து சம்பளத்தை என்னிடம் கொடுப்பதைத் தவிர என்ன தெரியும்? இந்தக் குடும்பம் ஓடுவது என்னால். ஆற்று ஓட்டம் உன் கவலை. இந்தக் குடும்பம் ஓடுவதைப் பற்றி நான் வெறுமே கவலைப்படுவ தில்லை. ஆற்றின் ஓட்டத்தை இயக்கும் ஈர்ப்புச் சக்தி மாதிரி நான். நான் நேரக்கோடு போடுவதில்லை. நான் ஆற்றின் கரையில் நின்று பார்க்கும் மனிதனும் இல்லை. வெட்டிப்பேச்சு எனக்குத் தேவையில்லை.

அவன் ஏன் திரும்பவும் உலகுச் சாக்கடையில் காலை வைக் கிறாய்? திரும்பி இங்கே வா. இது ஒரு மாயக் கம்பளம். எங்கும் போகலாம். ஈர்ப்புச்சக்தியால் நடக்கும் எல்லாவற்றையும் பார்க்கலாம்.

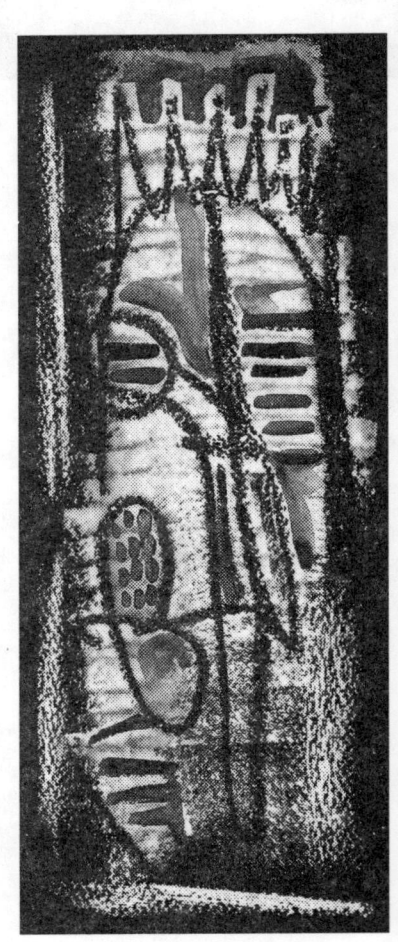

அவள் இதுதான் உன் பிரச்சினை. மாயக் கம்பளத்தில் போவது, உனக்கு நடந்ததற்கு முன்னரே உனக்கிருந்த பழக்கம். திரும்பியும் சொல்கிறேன். நீ ஒரு கையாலாகாத மனிதன்.

அவன் நீ தனியே இருந்துகொள். நான் போகிறேன்.

அவள் உன்னால் போக முடியாது. உனக்கு அதற்கு சக்தியில்லை.

அவன் சக்தி இல்லை என்று சொல்லாதே. எல்லாம் மன விளையாட்டு என்று தெரிந்தபின், நான் போவதால் வரும் விளைவுகளின் வெறுமையை உணர்ந்து, அதைச் செயல்படுத்த முனைவதில்லை. அவ்வளவுதான். எனக்குச் சக்தில்லையென்று சொல்கிற உனக்கு ஒரு பெண்ணின் மென்மை கிடையாது என்று சொல்லட்டுமா?

அவள் எனக்கு மென்மை இருந்தால், உன் வாழ்வில் இவ்வளவுதூரம் வந்திருக்க மாட்டாய்.

அவன் என்ன தூரம் வந்திருக்கிறேன்? என்ன வாழ்வு?

கண்ணாடியும், தூரதரிசனமும், விண்ணையும் மண்ணின் துகள்களையும் பார்க்கக்கூடிய சக்தி நசிவினால் வந்தவைதான். சக்தியும் சக்தியின்மையும் உன் பிரமை. உன் பெண்மைத்தனத்தின்

பிரகடனம். இந்த வாழ்க்கையின் இருத்தலே அசைக்கமுடியாத நிலை. மற்றவையெல்லாம் வெறும் சக்கைதான்.

அவள் சரி. வீட்டிற்குப் போவோம். சாப்பிடாமல் இருப் பாயா? பிள்ளைகளுடன் பேசாமல் இருப்பாயா?

அவன் உன்னை எங்கு முதலில் பார்த்தேன்? எப்படி எங்கள் கல்யாணம் நடந்தது? இதெல்லாம் உனக்கு ஞாபகமிருக்கிறதா?

அவள் அதுவா முக்கியம்? எப்படி என்னை அடக்கப் பார்த்தாய்? எப்படி என் வாழ்க்கை நசிந்துபோனது? எனக்கு ஒரு விடிவுமில்லை. அதுதான் முக்கியம்.

அவன் இதற்குத்தான் சொல்கிறேன் என்னைக் கல்யாணம் செய்வதற்கு முன் இருந்த உன் நிலையை யோசித்துக்கொள் என்று.

அவள் உன் சவுகரியம்போல வாழ்க்கையின் விபரங்களுக் குள்ளும் தத்துவப் போர்வைகளுக்குள்ளும் போய்வந்து கொண்டிருக்கிறாய்.

அவன் நீ முற்றாகவே உன் சுயத்தில் மூழ்கியிருக்கிறாய். ஏன் நீ, உன் வாழ்வில் என்னால் அமைந்துபோன மேன்மைகளை எல்லாம் சிறுமைப்படுத்தி, நான் கொடுமைப்படுத்துகிற மாதிரி சொல்லிக்கொண்டேயிருக்கிறது மனநோய் இல்லையா? தத்துவப் போர்வைகளுக்குள் என்னால் போகமுடியுமானதென்பதால்தான் இந்த வாழ்க்கை ஓடுகிறது.

அவள் இந்த வாழ்க்கை ஓடுவது என் நிதர்சனப் போக்கி னால்தான். உன் தத்துவத்தினால் என்று சொல்லாதே!

அவன் என் வாழ்க்கையைப் பற்றிச் சொன்னேனே, உன் வாழ்க்கையைப் பற்றி எப்போவதாவது சொல்லியிருக்கிறாயா?

அவள் உனக்குக் கேட்கிற தைரியம் வந்த அன்று சொல் கிறேன்.

அவன் இப்போது கேட்கவில்லையா? நீ சொல்லமாட்டாய். எனக்குக் கேட்கத் தைரியம் இல்லையென்று சொல்கிறாயே, உனக்கு உண்மை பேசத் தெரியுமா?

நீ எல்லோரையும் ஆட்டிவைக்கப்பார்க்கிறாய்.

அவள் உனக்குக் கற்பனை கூடிவிட்டது. எனக்கு உன்னுட னான வாழ்விற்கு முன்னர் கதையொன் றும் இருந்ததில்லை.

அவன் இந்தக் கதையை நான் நம்பத் தயாரில்லை. ஆனால், இப்போது இந்த வாழ்க்கையில் நீ என்னுடன் இருப்பதைப் பற்றிக் கவலைப்படுவதுதான் தருக்கபூர்வமானது.

அவள் உன் சந்தேகங்களெல்லாம் உன் கையாலாகாத் தனத்தின் பிரகடனங்கள்.

அவன் அப்படியிருந்தால் எனக்குக் கோபம் வந்திருக்கும். இப்போதான வாழ்க்கை ஓட்டம் மட்டுமே உண்மையானது.

இந்த ஆற்றைப் பார். இந்தக் கோட்டிலிருந்து நூறு அடி எதிரோட்டமாகவும், நூறு அடி கீழோட்டமாகவும்தான் உன்னால் பார்த்துக்கொள்ள முடியும். இந்தக் குறுக்குக்கோட்டில் ஓடும் ஓட்டம்தான் நிதர்சனம். இதற்குமேலான உண்மைகளைப் பற்றிச் சொல்வதெல்லாம் வெறும் கதைகள்தான். நீ என்னோடு வாழ்கிற வாழ்க்கைதான் நிதர்சனம். எவனோ...

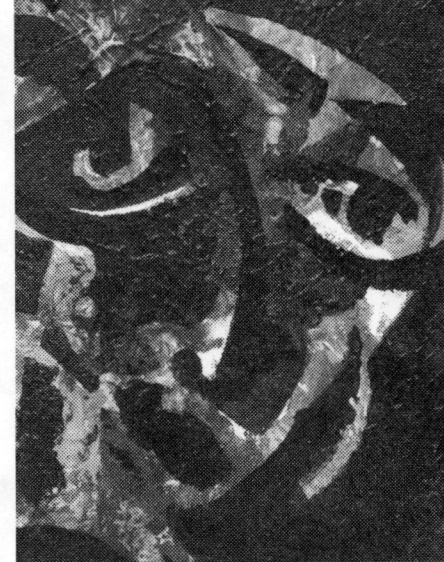

அவள் அங்கேயே உன் வாயைப் பொத்திக்கொள். வெறெவனும் என் வாழ்வில் குறுக்கிட்டதில்லை.

அவன் இதனால்தான் எனக்கு நடந்ததைப் பற்றி உணர்வுச் சிலிர்ப்பொன்றும் உனக்கில்லாமல் இருக்கிறதோ தெரியவில்லை. நீ என் மனைவியென்று, உன்னிடம் சொல்லி ஆறுதல்படவும் முடியாமல் இருக்கிறது.

அவள் இவ்வளவு பேசுகிறாயே, என் தூய்மையையெல்லாம் உன்னை மாதிரியானவனிடம் பறிகொடுத்துவிட்டேன் என்று எப்போதாவது புலம்பியிருக்கிறேனா? தூய்மை பெண்களுக்கு மட்டும்தானா? அந்த மாதிரி ஏதாவது சொல்லிவிடுவேனோ என்று பயந்துதான் என் முன்வாழ்க்கையை ஆராயப்பார்க்கிறாய். நீ ஒரு களங்கப்பட்டவன் என்று சொல்லியிருக்கிறேனா? உன் மனக்கோட்டில் இருந்து அந்த சம்பவத்தைக் களைந்துவிடு. நீ எனக்குச் சொல்கிறாயே இந்த ஆற்று ஓட்டத்தை இந்தப் புள்ளியிலிருந்துதான் பார்க்கமுடியும் என்று. அதை நீயும் செய்யேன்.

அவன் மனதில் ஒரு வடு. அதற்கு மருந்து உன் அன்பில்தான் இருக்கிறது. நீ அதைக் கொடுக்க மறுக்கிறாய்.

அவள் மனப்புண்களுக்கெல்லாம் மருந்தை வெளியே தேடாதே! புண்படக்கூடிய மனமுள்ள ஆண்களுடன் பெண்கள் வாழமுடியாது.

அவன் என்னால் எதுவும் செய்யமுடியாது என்றுவேறு சொல்லிக்கொள்கிறாயே.

அவள் உன்னைத் தூண்டவும், உன் பலகீனத்தினால் என் வாழ்க்கையில் வரும் நசிவை எதிர்கொள்ளத் தேவையான சக்தியைச் சேகரித்துக்கொள்ளவும்தான்.

அவன் நான் பலகீனமானவன் என்று நீ சொல்வது உன் மனதில்தான் இருக்கிறது. என் மனப்பலத்தினால்தான் இவ்வளவு தூரம் வாழ்க்கையில் ஓடி வந்திருக்கிறோம். மனத்தைப் புண்படுத்தக்கூடிய பெண்களுடன் ஆண்கள் வாழமுடியாது. அது பலகீனமில்லை. உன்னை உதாசீனம் செய்தபடி வாழ்க்கையை நடத்தும் மனப்பாங்கு எனக்கில்லை. அது என் கலாசாரம். அதைப் பலகீனம் என்று சொல்லாதே.

அவள் என்னை உதாசீனம் செய்தபடி நீ நடந்துகொள்வது கூடத் தெரியாமல் இருக்கிறாய் நீ.

அவன் உனக்குத் தற்குறித்தனம் இல்லையா?

விஸ்வ சம்பவம்

அவள் தற்குறித்தனம் அமைவதற்கு வாழ்க்கையில் ஏதாவது நசுக்கல் நடந்திருக்க வேண்டும் என்றால், அது உன்னைக் கல்யாணம் பண்ணிக்கொண்டதுதான். என்னை முற்றாக நீ அழித்துவிட்டாய்.

அவன் என்னைப் பலகீனமானவன் என்று சொல்கிறாயே. என்னதான் நீ என்னை ஆட்டிப்படைத்தாலும், நீ என்னை அழித்துவிட்டதாக நான் ஒருபொழுதும் சொன்னதில்லை.

அவள் முட்டாளே! நான் உன்னை அழித்துவிடவில்லை.

அவன் அடி முட்டாளே! நானும் உன்னை அழித்துவிடவில்லை.

அவள் அப்படியென்றால் அது கவலையாக இருக்கிறதா?

அவன் நீ சும்மா திட்டாதே.

அவள் நீ சும்மா திட்டாதே.

அவன் இப்படியே விவாதம் செய்தால் எப்படி? வா வீட்டிற்குப் போவோம்.

அவள் உனக்குத் துணிவு வந்துவிட்டதா?

அவன் சக்தி... சக்தியென்றோது... போகலாம் வா.

அவள் ம்ம்... ம்ம்ம்... எங்கேயிருந்து, எங்கே கொண்டுவந்து விட்டிருக்கிறாய்! தாள நடையை மாற்றிவிட்டாய். ஆவர்த்தனத்தை முடி...

அவன் நீ பட்டாம்பூச்சியாய் ஆரம்பித்துப் புழுவாய் மாறப் பார்க்கிறாய்.

அவள் நீ குறுக்குக்கோட்டைப் போட்டபடி ஆற்றின் அழகை விட்டுவிட்டாய். தாளத்தையும் முடிக்கக் கஷ்டப் படுகிறாய்.

அவன் என்ன செய்யலாம்?

அவள் பேசாதே! வா போகலாம். என்ன செய்தாலும், எது எப்படிப் போனாலும் எதுவும் முடிந்துபோகாது. ஆறு நின்றாபோய்விட்டது?

அவன் முடிவாக என்னதான் சொல்லப்போகிறாய்?

அவள் நான்தான் முடிவு சொல்ல வேண்டுமா? ஏன், நீ சொல்லேன்?

அவன் இந்த உலகத்தை ஒருகணம் மறந்துவிட்டு, கண்ணை மூடிக்கொண்டபடி உன் மனதில் நான் இருக்கும் இடத்தைச் சொல் பார்க்கலாம்.

அவள் கண்ணை மூடிக்கொண்டால் என்ன, திறந்திருந்தால் என்ன, என் மனதில் நீ இருக்கும் இடம் நல்லதுதான். என் மனம் முழுவதும் நல்ல இடந்தான்.

அவன் அப்படியானால், ஏன் என்னைச் சபித்தபடி இருக்கிறாய்?

அவள் என்னைச் சபிக்காதே என்றுதான்.

அவன் உன் மனதில் என்மேல் அன்பு இல்லை.

அவள் உன் மனதில்தான் ஈரம் இருக்கிறதாகத் தெரிய வில்லை. உனக்கிருக்கும் அன்பு எதுவும் உன் குடும்பத்தில் இருக்கிறதாகத் தெரியவில்லை.

அவன் நான் என்ன செய்ய வேண்டும் என்று எதிர்பார்க்கிறாய்?

அவள் சந்தோஷமாக இருக்கப் பாரேன்.

அவன் அதற்குத்தான் உன் உதவி வேண்டும். நான்மட்டும் சந்தோஷமாக இருந்தால், அதைப் பற்றியும் குறை சொல்வாய்.

அவள் இதுதான் உன் முன்னால் வைக்கப்படுகிற விடுகதை. என் உதவி எதுவும் இல்லாமல் எனக்கு சந்தோஷம் வரப் பண்ணுவாயா?

அவன் பார்த்தாயா? இதைத்தான் சொல்கிறேன். எனக்கு உதவும் யோசனை உனக்கில்லை.

அவள் இங்கே இந்த ஆற்று ஓட்டத்தைப் பார். நீர்த் துளிகள் ஒன்றுக்கொன்று உதவி செய்துகொண்டா ஒன்றாக ஓடுகின்றன?

அவன் ஆவர்த்தனத்தை நீ முடி....

அவள் நான் தான் முதலில் உன்னை முடிக்கச் சொன்னேன். தொடங்கினாய், முடி....

அவன் முடிப்பதற்கு மாயக் கம்பளத்தில் ஏறி மனதின் சுகமான இடங்களுக்கெல்லாம் போய்வர வேண்டும். ஆனால், நீ ஏற மறுக்கிறாய். அது ஒன்றுதான் வழி.

அவள் ஏறி எங்கே முதலில் போவது?

அவன் இந்த ஆற்றங்கரையெல்லாம் தாண்டி, மனக் குறுக்கல்கள் எதுவுமில்லாத இடமாக, யாரும் எதுவும் எங்களைக் கேட்காத படியான சூழலுக்குப் போவோம்.

அவள் ஏன் அவ்வளவு தூரம்? உனக்கு நடந்தையெல்லாம் மறந்து, நான் வைத்திருக்கும் அன்பைப் பாரேன்.

அவன் என்ன சொன்னாய்? என்ன சொன்னாய்? ஓ!! காதலோ காதல்...!

அவள் மிகவும் உணர்ச்சியடையாதே! வா, போகலாம். இந்த ஆறு எங்கோ கடலில் சேரத்தான்போகிறது.

அவன் வா, ஒரு பொழுது போயேவிட்டது.

17. 11. 2001

●●●

விஸ்வ சம்பவம்

ஸ்ரீதரன் கதைகள்:
சில விமர்சனங்கள்

ஸ்ரீதரனின் 'சொர்க்கம்'
க. சட்டநாதன்

இப்பொழுதெல்லாம் நல்ல கதையைப் படிப்பதென்பது அபூர்வமாகவே சித்திக்கிறது. தரமற்ற படைப்புகளையும் குப்பைகளையுமே முதல்தரமானதாகவும் உன்னதமானதாகவும் காட்ட முயற்சிக்கும் ஒரு சூழலில், படிக்கக்கூடிய மாதிரி 'சொர்க்கம்' குறுநாவல் வாய்த்திருப்பது மகிழ்ச்சி தருவதாயிருக்கிறது.

மிகவும் நுட்பமாகச் சொல்லப்படும் இக்கதை, ஆசிரியர் கூற்றாகவே அமைந்துள்ளது. இக்கதையில், கதாசிரியரை நாம் காண்பதில்லை. அவர் எப்பொழுதுமே முந்திரிக் கொட்டை மாதிரித் துருத்திக்கொண்டு வந்து எரிச்சலூட்டும் வகையில் எமக்கு உபன்யாசம் செய்வதில்லை. மிகவும் பிரக்ஞைபூர்வமாகச் செய்யப்பட்ட இக்கதையில், சொற்களின் தேர்வு, அவை செய்யப்பட்ட அழகு மட்டுமல்ல, கதையின் எளிமை, இயல்பு, நம்பகத்தன்மை ஆகியன அவர் விழையும் மனிதரை நெருக்கத்தில் சென்று புரிந்துகொள்ள உதவுகின்றன. இப்பண்புகள் ஒரு நல்ல படைப்பில் சாத்தியப்படுமென்றே நினைக்கின்றேன்.

'மனித சீவியம் எவ்வாறு இருக்க முடியாதென்றும், இருக்கக் கூடாதென்றும் பல மேதாவிகள் நினைத்தும் வற்புறுத்தியும் இருக்கிறார்களோ அது இங்கே, இந்தப் பொந்துகளில் (வாழிடங்கள்) இருக்கிறது. சேற்றில் புரள்கிற நாய்களும், அவற்றுடன் விளையாடித்திரிகிற சிறுவர்களும், சொற்களை வீசி, அவற்றின் உரசலில் தங்களை இழக்கிற பெண்களும், நீரிலும் புகையிலும் அமிழ்ந்துபோன ஆண்களும், அழுக்கான அழுக்கும்... இது நரகமாகத்தான் இருக்க வேண்டும்.'

கதையில் வரும் இப்பகுதி, கதை மாந்தர் வரும் பகைப் புலத்தை எமக்கு மிகத் தெளிவாகக் காட்டுகிறது.

அழுக்கும் ஒழுக்கக்கேடும், அதேசமயம் வாழ்ந்தே தீருவோம் என்ற துடிப்பும் உயிர்ப்பும் உள்ள இந்த மக்களின் ஒரு தவிர்க்க முடியாத பிறிதொரு *entity* - 'சொர்க்கம்' (கொட்டாஞ்சேனைக் கள்ளுக்கடை).

இந்தச் சொர்க்கம், கொழும்பில் கரையோரப் பொலிசிற்கும் பொன்னம்பலவாணேசருக்கும் நடுவில் இருக்கிறது. இங்கு தேவர்கள் வந்து - மசால் வடை, இஸ்ஸோ வடை, சுண்டல், இத்யாதி டேஸ்ட் அனுமானங்களுடன் - கூடி அமுது (கள்) பருகி ஆனந்திப்பர்.

திருமணங்கள் மட்டுமல்ல, பிறப்புகள் இறப்புகள்கூட இந்தச் சொர்க்கத்தில் இவர்களால் நிச்சயிக்கப்படுகின்றன.

இந்தச் சூழலில் வாழ்பவர்கள்தான் எசக்கி என்கிற இசக்கி முத்துவும், செவுத்தி என்றழைக்கப்படும் செவுத்தியானும், இவர்கள் இருவருக்கும் குருஸ்தானத்தில் இருக்கும் கரீமும்.

எசக்கி, செவுத்தி இருவருக்கும் இந்த உலகம் முழுவதுமே கரீமின் காலடியில் இருப்பதாகவே ஒரு நினைப்பு. பல பிரச்சினைகளுக்கு அவனிடம் மட்டுமே தீர்வு உண்டு என்பதாக அவர்கள் நினைத்துக்கொண்டார்கள்.

இம்மூவரும் அடங்கிய புனித திரித்துவத்தைத் தவிர, செவுத்தியின் மனைவி அலிஸ் நோனா, அவர்களின் மகன் களான ரத்னபாலா, 'விஜிதே' என்கிற விஜிதபாலா, எசக்கி யின் மனைவி அன்னம்மா, மகன்மார் பீற்றர், டேவிற், ஹென்றி, விஜிதவின் சின்ன சிக்காகோ பாணி வாழ்க்கைக்குத் தலமைதாங்கும் 'கெம்பா' என்கிற அர்நோலிஸ் சில்வா ஆகியோர் துணைப்பாத்திரங்கள்.

இவர்களுடன், இவர்களை இரட்சிக்கவந்த மேய்ப்பனாகத் தன்னை வரித்துக்கொண்ட பாதர் தியோப்பிளஸூம் கதை யில் உலாவருகின்றார்கள்.

செவுத்தி, அலிஸ் நோனா ஆகியோரது இளைய மகன் விஜி தவும், அவனது தானைத் தலைவன் கெம்பாவும் முதலாளி யொருவனின் உயிருக்கு உலைவைத்ததுடன், ஐயாயிரம் ரூபாய்க்கும் வகைசொல்லவேண்டி வந்துவிடுகிறது. பொலிஸ் கெடுபிடிக்குப் பயந்து விஜித தலைமறைவாகிவிடுகிறான். இந்த ஏற்பாடெல்லாம் கெம்பாவின் பொறுப்பில், மிகவும் ஆட்பலத்துடனும் தந்திரம்சார் ஒழுங்கமைப்புடனும் மேற்கொள்ளப்பட்டபோதும், தாயைப் பார்க்கும் ஆவலைக் கட்டுப்படுத்த முடியாமல் மறைவிடத்திலிருந்து விஜித புறப்பட்டபோது, இறந்த முதலாளியின் கையாட்களால் கத்திக்குத்துக்கு இலக்காகி அவன் மரணமாகின்றான். இந்த மையப் புள்ளியைச் சுற்றிய விஸ்தாரமே கதை எனலாம்.

இக்கதையில் வரும் கதாமாந்தர் அனைவருமே பொதுவான குண இயல்புகளையும், அவரவர்க்கே உரிய தனித்தன்மை களையும் பொதிந்துள்ளவர்களாக இருக்கிறார்கள்.

பாத்திரங்களின் தன்மைகளை விரிவாக இங்கு பார்ப்பது சிரமம். ஒருசிலரின் இயல்புகளை மட்டுமே தொட்டுக் காட்டலாம்.

எசக்கி அறுபது வயதைத் தாண்டிய கிறிஸ்தவன். மேய்ப்பன் பாத்திரத்தை ஏற்றுள்ள பாதர் தியோப்பிளஸ் அவன்பால் மிகுந்த பிரியமும் சிரத்தையும் உள்ளவர். அவனைத் திருத்தி எடுப்பதில் விடாமுயற்சி உடையவர். 'மத்தேயுவில் தேவ குமாரன் இந்த விடாமுயற்சி பற்றித்தானே சொல்லுகிறார்' என்ற நினைப்புடன் அவனை நல்வழிப்படுத்த முயல்கிறார். இம்முயற்சியை எல்லாம் வியர்த்தமாக்கும் வகையில்தான் எசக்கி நடந்துகொள்கிறான். கதையில் வரும் பகுதி இதனை உதாரணப்படுத்துகிறது:

'எசக்கி சாதாரன வாழ்க்கை நியதிகட்கு அப்பால் சிறிதாக ஏதேனும் நடந்தால், பாதரை அணுகி, அவர் சொல்வதைக் கேட்டு, அதன்படியோ அல்லது தன் வசதிக்கேற்றவாறு, தானே அவர் சொல்வதைத் திருத்தி (சிலவேளைகளில் தலை கீழாக) நடப்பதே பழக்கம்.'

அத்துடன், அவனுடனேயான ஒரு *stupidity*யும் அவனது பாத்திரத்துக்கு வளம் சேர்க்கிறது.

எவ்வளவுதான் கரீமுடனும் எசக்கியுடனும் உறவாடினாலும் செவுத்தி - அவனது குடும்ப வாழ்வைப் பொறுத்தவரை ஒரு *outsider* - வெளியான்தான்.

கதையில் செவுத்திபற்றி வரும் பகுதிகள் அவனை இனங் காண உதவுகின்றன:

'செவுத்திக்கும் அவனைச் சுற்றி உள்ள உலகிற்குமான தொடர்பில் ஒரு விரிசலமைந்துபோயிருக்கிறது. தன்னந்தனியனாகவே சீவியத்தை வாழ்ந்துகொள்ளக் கற்றுக்கொண்டிருக்கிறான்.'

விஜிதவின் இடர் இவனைப் பாதிப்பதில்லை. அவனைப் பற்றிய அக்கறையுமில்லை. அப்படிப்பட்ட இருத்தலே இவனது இயல்பு.

'இன்னொரு மனிதனுக்குள் - தன் மகனாக இருந்தாலும் - எவ்வளவு தூரம் தன்னை நுழைத்துவிட முடியும்' என்பது அவனது வாதம்.

கடவுள்பற்றிய உணர்வுகளும் மதிப்பீடுகளும் அவனைப் பாதிப்பதில்லை. ஒருசமயம் அமுதபானம் ஆன பின்பு எசக்கி யின் விருப்பத்துக்கும் வற்புறுத்தலுக்கும் ஒப்ப, கரீமுடன் பாதரிடம் போன இவன், பாதரைப் பார்த்து அகராதி யிலுள்ள முழுச் சொற்களின் வீச்சையும் உபயோகித்தபடி, பாதரைத் திட்டினான். இந்நிலையில், 'ஏசுவே! இறந்து, கல்லறைக்குள்ளே முகத்தை மறைத்து நான்கு நாள் சவமாகிக் கிடந்த லாசரசை நீர் உயிர்ப்பிக்கவில்லையா? சவத்துக்கு ஒப்பான செவுத்தி இந்த ஒரு சிறு ஒளியைக் காணும் பாக்கி

யத்தை நீர் தரமாட்டீரா?' என்று பிரார்த்திப்பதைத் தவிர, பாதரால் எதுவும் செய்ய முடியவில்லை.

பாதர் செவுத்தியைப் பார்த்து, 'செவுத்தி, நீ இப்போ போய்ப் படு. கடவுள் உனக்கு நல்வழியைக் காட்டட்டும்' என்கிறார்.

அதற்கு செவுத்தி, 'உன் கடவுளைக் கூப்பிடு' என்கிறான்.

இதற்கு கரீம், 'செவுத்தியான், கடவுள் வரமாட்டார். வா, நாம் போவம்' என்கிறான். கரீமின் இப்பதில் பாதரை உறைய வைத்துவிடுகிறது. சாத்தான் வேதம் ஓதுகிறது என்று நினைப்பதைத் தவிர, அவரால் வேறு எதுவும் செய்ய முடியவில்லை.

கரீம் காரியவாதி, லௌகீகப் பிடிப்புள்ளவன்; எசக்கி, செவுத்தி இருவருக்கும் மலைபோலத் துணைநிற்பவன். கடவுள் நம்பிக்கையால் பாதிப்புறாதவன். பாதருடைய கருத்துக்க ளுக்கு எதிர்மறையான கருத்துக்களையே கொண்டிருப்பவன். அத்துடன், பாதருக்கு என்ன தெரியும் என்ற அபிப்பிராயம் கூட அவனுக்கு உண்டு.

நரகம்பற்றிய அவனது விளக்கம் அவனைப் புரிந்துகொள்ள உதவுகிறது.

'நரகம் எல்லோரும் சொல்வதைப் போல மோசமானதாக இருக்க முடியாது. மிஞ்சிமிஞ்சிப்போனால் நரகத்தில் செத்துக் கொண்டே வாழ்வதோ அல்லது வாழ்ந்துகொண்டே சாவ தோதான் நடக்கும். அதைவிட என்ன நடந்துவிட முடியும்.'

இவர்கள் அனைவருமே தனித்த இயல்புகளைக் கொண் டிருந்தபோதும் பொதுவில் மடமை நிறைந்த வாழ்வையே மானிட கௌரவம் என நினைப்பவர்களாயும், புற உலக அழுத்தங்கள் எவ்வளவுதான் கசப்பாக இருந்தபோதும் எதுவித பாதிப்புக்கும் உட்படாதவர்களாய் அடுத்த நாளைக் காய்க் காத்திருப்பது அர்த்தமற்றது, அபத்தமானது எனும் நினைப்புடன், வாழ்வைக் கணங்கள்தோறும் அதன் போக்கி லேயே கண்டு, ரசிப்புடன் சுவைப்பவர்களாகவும் இருக் கிறார்கள்.

இப்பண்புகள் ஓர் 'இருத்தலியல்' சாயலை இந்நாவலுக்குத் தந்துவிடுகிறது.

இவர்களுடைய வாழ்க்கைமுறைக்கு மாறுபாடான குண இயல்புடையவர்தான் தேவகுமாரனை விசுவாசிக்கும், மனித நேயம் பூண்ட பாதர் தியோப்பிளஸ். இவர்களது வாழ்வுமுறை அவரை ஆட்டம்காண வைத்துவிடுகிறது. அவர் பூரணமாக நம்பியவற்றுக்குத் தீம்பாகவும் எதிரிடையாகவும் இவர்கள் நடந்துகொள்வது அவருக்குப் பல சந்தர்ப்பங்களில் அதிர்ச்சி யையே தருகிறது. இவர்கள் வாழ்க்கையைப் புரிந்துகொண்ட வகைக்கும், வாழ்வுபற்றிய அவரது கருதுகோள்களுக்குமிடை யேயான ஒவ்வாமையை அல்லது முரணை அவர் வலுவாக உணர்ந்துகொண்டதென்னவோ அவர் திருச்சபையால்

செமினரியின் தலைவராகத் தேர்ந்தெடுக்கப்பட்ட செய்தி கேட்டபோதுதான். அவர் தேர்வு பெற்றமைக்கான காரணத்தை, சபையின் செயலாளரும் நண்பருமான பாதர் பிரான்சிஸ் கூறுவார்:

'போதனைகளை நடைமுறை வாழ்வில் பிரயோகிப்பது எப்படி என்று மிகவும் தெரிந்தவரைத்தான் நியமித்திருப்பதாக பிஷப்பாண்டவர் எல்லோருக்கும் கூறினார்.'

உன் கடவுளைக் காட்டு என்பவனிடமும், கடவுள் வர மாட்டார் என்பவனிடமும் தனது போதனைகளை எவ்வாறு எடுத்துச்செல்வது என்ற ஓர் இக்கட்டான நிலை அவரை அலமந்து பரிதவிக்க வைக்கிறது. அப்பரிதவிப்பை அவரது வாசகங்கள் உணர்த்துகின்றன:

'வேதாகமத்தில் தங்கள் இதயத்தின் கசப்பிலும் வறுமையிலும் உழன்று மண்ணோடு மண்ணாய்ப் போகப்போகிறவர்களைப் பற்றிச் சொல்லப்படவில்லையா?'

கதையின் இறுதிப் பகுதியில் சொர்க்கத்தின் அருகாமையில் பாதர் வந்துகொண்டிருக்கிறார். அப்பொழுது ஈசல் பூச்சி களின் இயக்கத்தைப் போன்றதொரு இயக்கத்திலும் சத்தத் திலும் அவருக்கு எசக்கியின் புலம்பல் நன்றாகக் கேட்கிறது.

பாதர் விறைத்து உறைந்துபோகிறார்.

'என் பிதா எனக்குத் தந்த கோப்பையில் அல்லவோ நான் பருக வேண்டும்.'

அவரவர்க்கு அளந்ததுதான் வாழ்வு. அதை யாரால் மாற்ற முடியும் என்ற மனோபாவத்துடன் பாதரால் மீளவும் அடி எடுத்துவைக்க முடிகிறது.

இக்கதையில் வருபவர்களுக்கு இடையிலான உறவுநிலை பிற காரணிகளால் பேதப்படுவதில்லை. மொழி, இன, மத உணர்வு களை மீறிய ஒரு வாழ்வின் தரிசனத்தைக் கதை காட்டிநிற்பது மனதுக்கு இதமாயிருக்கிறது.

கதை, கொழும்பு நகர அடிநிலை மக்களின் வாழ்வைச் சித்திரிக்கும் அதே வேளை, காலதேசவர்த்தமானங்களைக் கடந்ததாயும், எந்த ஒரு நாட்டினதும் நகரம்சார்ந்த சேரிப்புற வாழ்வுடன் (*Slum life*) பொருந்தியதாயும் உள்ளது.

தேர்ந்த வாசகனை நிறையவே திருப்திப்படுத்தும் இக்கதை, கதை எழுதுவதாகப் 'பம்மாத்துப் பண்ணுவோரும்' படித்துப் பார்க்கவேண்டிய ஒன்றெனவே நான் நினைக்கின்றேன்.

திசை
04.08.1989

●●●

ஸ்ரீதரனின் 'சொர்க்கம்':
இன்னொரு பார்வை

அநு. வை. நாகராஜன்

இன்று ஈழத்தில் அரசியலிலும், சமூக, பொருளாதார, கலை, கலாசாரங்களிலும் புதிய கோணத்தில் தரிசனம் தரும் வார, மாத வெளியீடுகள் பல வெளிவருகின்றன. அவற்றுள், தமிழிலும் ஓரிரு வெளியீடுகள் உள்ளன. அந்த ஓரிரு வெளியீடுகளில், அண்மையில் வெளிவரத் தொடங்கிய **திசையும்** ஒன்றாகும்.

திசை வெறுமனே புதினப் பத்திரிகையாக இருந்து, உள்ளூர் வெளியூர்ச் செய்திகளை மட்டும் தருவதாக இல்லாது, காத்திரமான - கனதியான - கலை, இலக்கியப் படைப்புகளையும் திட்டமிட்டு இலக்கிய ஆர்வலர்களுக்கும் சுவைஞர்களுக்கும் தருவது மிகவும் போற்றுதற்குரியதாகும். சாதாரணமாக, ஈழத்து - குறிப்பாக யாழ்ப்பாணத்து வார, மாத வெளியீடுகள் போலல்லாது, புதிய கண்ணோட்டத்தில் - தேசியப் பார்வையில், ஒரு புதிய வடிவமைப்பில் - ஓர் இதழாகத் **திசை** வெளிவருகிறது என்பதே என்போன்றோரின் கருத்தாகும்.

இதற்கோர் எடுத்துக்காட்டாக, **திசையில்** (முகம் 21 - 26 வரை) ஸ்ரீதரன் எழுதிய **சொர்க்கம்** என்ற குறுநாவலை மட்டும், ஒரு படைப்பாளி என்பதிலும், ஒரு தினசரி வாசகன் என்ற முறையில் இங்கு குறிப்பிட விழைகிறேன்.

திசையின் குறிப்புப்படி, இக்குறுநாவல் 1978இல் எழுதப்பட்டிருக்கிறது. (இது, **திசைக்கு** முன் எங்காவது வெளிவந்ததோ தெரியாது.) அதாவது, ஈழத்தமிழர் வாழ்வில் இன நெருக்கடி உச்சமடையாத காலத்தில் எழுதப்பட்டிருக்கிறது. எழுபதுகளில் பெரும்பாலான எமது படைப்பாளிகள், பிரதேச நோக்கில் தமது படைப்புகளைத் தந்த காலத்தில், இக்குறுநாவலும் எழுதப்பட்டிருக்கிறது. இங்கு 'பிரதேச நோக்கு' எனும்போது குறிப்பாக - எமது படைப்பாளிகள்,

தமது மண்ணை மணந்து எழுதினார்களென்பதையே குறிக்கிறேன். இந்நிலையில், ஸ்ரீதரன் போன்றோர் தேசிய நோக்கில் - மனிதநேயத் தளத்தில் நின்று - சாதி, சமய, பிரதேச அவலங்களுக்கு அப்பால் நின்று தமது படைப்புகளைத் தந்தார்கள். அந்த வகையில் படைக்கப்பெற்ற **சொர்க்கம்** படைப்பிலக்கியத்தில் ஒரு தனியிடத்தை வகித்துநிற்கிறது. பொதுவாக நம்மவர் காணும் சாதிப் பிரச்சினை, சீதனப் பிரச்சினை, குடும்பப் பிரச்சினை போன்ற நாளாந்த நடைமுறைக் கோலங்களிலிருந்து விலகி, இக்கதையின் கரு மனிதத்துவக்கோல அவலங்களை - அதற்கேற்ற சூழ்நிலைக் கோலங்களில் நின்று உருக்கொண்டிருக்கிறது.

கதை நடத்துதலில், இக்கதை ஒரு சிறுகதையா, குறுநாவலா எனக் கூறமுடியாது போயினும், அதனுரு ஆறு வாரங்களுக்கு ஒன்பது அத்தியாயங்களில் நகர்த்தப்பட்டிருக்கிறது. பொதுவாகக் குறுநாவல்களில் எதிர்பார்க்கப்படும் வருணணைகள், சுவாரசியங்கள் - சோடணைகள் - இதில் இல்லாவிட்டாலும், இதன் கதையோட்டமும் அழுத்தமும் கனதியும் சிறப்பாக அமைந்திருக்கின்றன.

இருப்பினும்...

கதைசொல்லும் பாணி(*Narration*)யில், ஆரம்பம் முதல் முடிவு வரை ஓர் இனம் தெரியாத மலைப்பும் தெளிவின்மையும் இக்கதையில் இருப்பதைச் சுட்ட வேண்டியேயிருக்கிறது. இதற்குக் காரணம் - எனது நோக்கில் - ஆசிரியர் தனது அபரிமிதமான குறியீட்டு (*Symbolic*) நடையைக் கையாண்டதால் ஏற்பட்டிருக்கலாம் எனத் தோன்றுகிறது. இந்த இடத்தில், இவர் தனது நடையை மிளிரச்செய்ய எடுத்த உத்தியாக இதனைக் கொண்டாலும், அதனூடாக எத்தனை வாசகர்கள் இவருடைய எண்ணக்கருவைப் புரிந்துகொண்டார்கள் என்பதை நாம் முதலில் தெரிந்தாக வேண்டும்.

உதாரணத்துக்கு, இவரது குறியீட்டு நடையில் ஓரிரு வரிகளை இங்கு பார்க்கலாம். "...சாதியைப் போக்காட்டுகிற வேலையொன்று செய்திருக்கிறான் என்றால், அன்னாசி என்று யாவரும் செல்லப் பெயரிட்டு அழைக்கிற அலிஸ் நோனாவுடன் குடும்பம் நடத்துவதை இது குறிக்கும். விட்டுவிட்டு நடத்துவதைக் குறிக்க வினைச்சொல் வருமட்டும் நடத்துவது என்றே சொல்லிக்கொள்ள வேண்டும்." *(அத்.01)* "...இந்த வயதில் உள்ள அநேக தனிக்கட்டைகள்போல இடைக்கிடை இரட்டைக்கட்டையாகிறதும் உண்டு. அலிஸ் நோனா இதற்குதவி - உதவி மட்டும்தான்." *(அத் 01)* "...டேவிட்டுக்கு இன்னும் கனவுகள் ஏதும் தொடங்கவில்லை. எப்போதும் தொடங்காதுபோலிருக்கிறது." *(அத் 03)*

வாசகர் எல்லோரும் புத்திஜீவிகள் அல்லர் - கதைப் பித்தர்களுமல்லர். கதையோட்டத்தில் சிலவேளை இந்த ஊமங்கள் ஊமையாகிவிட்டால் - தெளிவற்று நின்றால், நடைக்கு மவுசு குறைந்துபோகும் என்பதே எனது கருத்து.

இருந்தும், யாழ். வாசகர்களுக்கு முற்றிலும் அந்நியமான பகைப்புல தரிசனம் ஒன்று இக்கதையில் கிடைக்கிறது என்பதைக் கொண்டு மகிழ்வோம்.

கொழும்பில் ஒரு சேரிக் குப்பத்தில் மனிதஜீவன்கள் என்று கூறப்படும் ஆறறிவு படைத்த மானிடப் பிண்டங்கள் சந்தர்ப்ப சூழ்நிலைகளாலும், 'இதுதான் வாழ்வு' என்று கண்ட மேதா விலாசத்தாலும் எத்தகைய வாழ்வில் வாழ்கின்றன என்ற காட்சியை ஆசிரியர் இங்கு தருகிறார். மூன்று வித்தியாசமான குணநலன்களைக் கொண்ட, ஆனால், ஒரு விடயத்தில் மட்டும் ஒற்றுமை கொண்ட மூன்று ஜீவன்களைச் சுற்றிச்சுற்றிக் கதை நகர்த்தப்படுகிறது. இதில் வரும் அலிஸ் நோனாவிலும் பாதிரியாரே கதையின் ஜீவனைத் தூக்கிப்பிடித்து, அதன் கனதியை இறுக்கிநிற்கிறார். கதையில், பாதிரியார் காணும் 'சொர்க்கத்துக்கும்' செவுத்தி-எசக்கி-கரீம் என்போர் காணும் 'சொர்க்கத்துக்கும்' பல கிலோமீற்றர் தூரம் இருக்கிறது. அவர் காணும் 'சொர்க்கம்' கற்பனை கடந்த சொர்க்கம். இவர்கள் காணும் 'சொர்க்கம்' நடைமுறையில் நிதர்சனமான சொர்க்கம். இதுதான், கதையின் உள்ளீடு எனக் கருதுகிறேன்.

கதையில் சோடிக்கப்படும் பகைப்புலச் சோடனைகள் இரண்டொரு இடங்களில் மிகவும் நேர்த்தியாகவும், அதேவேளையில் நிதர்சனமாகவும் இருக்கின்றன. குறிப்பாக, அத்தியாயம் ஒன்றில், சொர்க்கத்தில் (நர)தேவர்கள் அமுத பானாதியில் மூழ்கும் வேளை; அத்தியாயம் ஏழில், பாதிரியார் செவுத்தியைத் தேடிக்கொண்டு சேரிப் பொந்துகளுக்குள் நுழையும் காட்சி என்பவற்றைக் குறிப்பிடலாம். இக்காட்சிகள் வெறுமனே கற்பனையில் வரக்கூடியவையல்ல. நேருக்குநேர் தரிசித்த - இன்றும் தரிசிக்கக்கூடிய - நேரனுபவங்களே ஆசிரியர் உள்ளுணர்வில் ஊறி, எழுத்தில் வெளிவந்திருக்கின்றன. இது, சிறந்த படைப்பாளிக்குக் கிடைக்கக்கூடிய வரப்பிரசாதம்.

இதே இடத்தில், ஆசிரியரின் சொல்நடையையும் வார்த்தைச் சிக்கனத்தையும் சிறப்பித்துக்கூற வேண்டியுமுள்ளது. கொழும்பு முஸ்லிம்களின் பேச்சுத்தமிழ் கரீம் வாயிலாக இங்கு வெளிப்படுகிறது. 'கதப் பொஸ்தவம்'... 'மோந்து'... "இந்தப் பாதர்மாருங்க இந்தமாதிரிப் பொஸ்தவம் படிப்பாங்க, நீயே பாதர்கிட்ட வித்துக்க..." போன்ற வரிகளிற் காணப்படும் சொற்பிரயோகம் மிக இயல்பாகவுள்ளது. இதேபோல், இவர் தனது கருத்துக்களை மிகவும் இறுக்கமாகவும், அதேவேளையில் உறைப்பாகவும் தருகிறார்.

மேலுலகச் சொர்க்கத்தை இங்கே உருவகப்படுத்தும் உத்தியும் சிறப்பாக உள்ளது. "...எசக்கியும் செவுத்தியும் கொழும்பு மாநகர சபைச் சுத்திகரிப்பு வாகனமேறிய பெம்மான்கள்"; "சமயம் இல்லாத ஆத்துமா"; "...ஒரு ரூபாயுடன் நாக்கை நனைத்துக்கொண்டால், எப்போதும் மகன் பீட்டருடன், ஏன்? வீட்டில் எல்லோருடனும் சண்டையில்தான் முடியும்...!"; "நாளைக்குப் பார்த்துக்கொள்ளலாம் என்பதை செவுத்தியானுக்குள் செலுத்திவிட முயன்றான்..." *(அத் 02)* போன்ற

இழைகளுக்குள் சொற்சிக்கனத்தின் செம்மையைக் காண முடிகிறது.

ஆசிரியர், கதையைத் தனது கூற்றாகவே (*self-narration*) கூறிச் செல்வதால், பிறர்கூற்றில் காணக்கூடிய மொழிநடையை இங்கு விரித்துக்காண முடியாதிருக்கிறது. இருப்பினும், அதிலும் தனக்குத் தேர்ச்சியுண்டு என்பதை இவர் ஓரிரு இடங்களில் சுட்டாமல் சுட்டிச்செல்கிறார்.

கதையின் இறுதி அத்தியாயத்தில், பாதிரியார் தனது சொர்க் கானுபவத்தை நிலைநாட்டத் தன் இளமையையும் இறைமகன் தந்த வாசகங்களையும் இரைமீட்கிறார். இதனை ஆசிரியர் இங்கு ஒரு பின்னோட்டக் காட்சியாக (*flashback*) வெளிப்படுத் துகிறார். இந்தப் பின்னோட்டம் கதைக்கு அவசியம்போல் தெரியவில்லை. இது, செவுத்தியான்-கரீம்-எசக்கி-அலிஸ்-விஜித என்போரின் கதைக்குப் புறம்பாக நிற்பதுபோல் இருக்கிறது.

"என் பிதா எனக்குத் தந்த கோப்பையில் அல்லவோ நான் பருக வேண்டும்" என்ற கருத்தைக் கதையோடு இணைக்க இவ்வளவு தூரம் அவர் போக வேண்டியதில்லை. எட்டாம் அத்தியாயத்தோடு இந்த வாசகத்தைத் தந்து கதையை முடித் திருந்தால், சலிப்பைக் (*boring/monotonous*) குறைத்து, அடிக் கரும்பைச் சுவைக்கும் இன்பம் கிடைத்திருக்கும்.

கதையினூடாகக் காட்சிதந்த படங்கள் யாவும் 'ஆபிரிக்கப் பாணி'யில் தர வேண்டிய அவசியமில்லை. இக்கதை ஈழத்து -கொழும்பு முடுக்கு (பொந்து) மாந்தர்களின் கதை. நம் நாட்டின் மணம் கமழ அவர்களை நேரடியாகவே முகஞ் செய்திருக்கலாம். இது, நவீன கலையோவியம் (*modern art*) எனச் சைத்திரிகர் நியாயம் கற்பித்தாலும், எமக்கென்னவோ இஃதோர் அந்நிய தரிசனமாகவே இருக்கிறது. பாத்திரங்களின் மனோபாவங்களையும் சலன-அசலன விம்பங்களையும் இச்சித்திரங்களில் தீட்டிக்காட்ட முடியுமாயினும், பாத்திரங் களின் யதார்த்த நிலையுருவங்களை மாறிப்பார்க்க முடியாது. இதனை நவீன கலை ஓவியர்கள் ஆழமாகச் சிந்திக்க வேண் டும். எம் மண்ணின் மணத்தோடு தேசியம் வளர வேண்டும் என்பதே எமது கருத்து.

ஒட்டுமொத்தமாகக் கூறின், இக்குறுநாவலில், ஈழதேசியத்தின் அடிமட்டத்து மானிட அவலங்களைச் சித்திரிப்பதற்கு, "என் பிதா எனக்குத் தந்த கோப்பையில் அல்லவோ நான் பருக வேண்டும்" என்ற மூலக்கரு இருவேறு உலகோடு (உலகாயதம்-ஆன்மீகம்) ஒப்பியல் நோக்கில் உருப்படுத்தப்பட்டிருக்கிறது.

அவனவனுக்குக் கிடைத்த சந்தர்ப்ப சூழலே அவனவனை வளர்க்கிறது - வாழவைக்கிறது - மாளவைக்கிறது. ஆதலால், அவனவன் பாத்திரத்தில், அவனவனுக்குக் கிடைத்தைப் பருகிக்கொள்ள வேண்டும் என்பதே!

திசை
11.08.1989

அன்புள்ள இ. ராமு. அண்ணா, ஐயர்,

ஸ்ரீதரன் அவர்களுடைய கதைபற்றிய விமர்சனங்கள் யாராவது எழுதுவார்கள் என்று எதிர்பார்ப்பதாகச் சொல்லியிருந்தீர்கள். அப்போதுதான் எனக்கும் நானும்ம்ம்ம் எதுவும் சொல்லவில்லை என்பது உறைத்தது.

இராமாயண கலகம் கதை என்னுள் கலக்கத்தை ஏற்படுத்தியது. முதல் வாசிப்போடு நிறுத்திவிட்டேன். ஐயர், அந்தக் கதைக்குள்ளே விஷயம் இருக்கிறது என்று சொல்லியிருக்கிறார். அமைதியாக இருக்கும்போது வாசிக்க வேண்டும். ஆனாலும், அந்தக் கதைபற்றி எழுதமாட்டேன் என்று நினைக்கிறேன். ஆனால், ஸ்ரீதரன் அவர்களின் எழுத்து மிகவும் ரசிக்கக் கூடியதாக இருக்கிறது. எளிமையாக, கரடுமுரடு இல்லாத நடை. அந்த எளிமையான நடையில் பல கனமான விஷயங்களை, சிந்தனையைத் தூண்டும் விஷயங்களை எழுதுகிறார்.

நிர்வாணம் கதை, ரொம்பவும் பிடித்திருந்தது. லயனல் பாத்திரத்தை ரொம்ப அருமையாகக் காட்டியிருந்தார். *What drove that man* என்று, கதை படித்தபிறகு பல நாட்கள் எண்ணிக் கொண்டிருந்தேன்.

பள்ளிக்கூடத்தில் வாத்தியார் சொல்லிக்கொடுத்தது, லயனலின் மனதில் அது ஏற்படுத்திய தாக்கம், ஏற்கனவே ஒருமாதிரி இருந்தவனை இன்னமும் குழப்பியது. இந்த மாதிரியான உணர்வுகள் சாதாரண குடும்பத்தில் பிறந்த இந்த லயனலிடம் எங்கிருந்து வந்தது. சிறுவயதில் ஏதாவது நடந்ததா? என்னவாக இருக்கும் என்று யோசனை போனது. இன்னமும் லயனல் எனக்கு ஒரு புதிராகவே இருக்கிறான். அந்தக் கதை சொல்லும் பாணியும் நன்றாக இருந்தது. பேதிரிஸிலிருந்து லயனலுக்குக் கதையின் போக்குத் தாவியது ஆர்ப்பாட்டமில்லாமல் நடந்ததை இப்போது யோசித்து அதிசயிக்கிறேன்.

அன்புடன்,
மதி கந்தசாமி
(கனடா)

●●●

கண்ணில் தெரியுது வானம்:
ஒரு பார்வை

ரெ. கார்த்திகேசு

ஸ்ரீதரன், சித்தார்த்த 'சே' குவேரா (இருவரும் அமெரிக்கா) ஆகியோருக்கு இந்தத் தொகுப்பில் சிறப்பு இடம் தரப் பட்டிருக்கிறது. புலம்பெயர்ந்த படைப்புகளின் வாசக/ விமர்சன உலகுக்கு வெளியே அதிகமாக அறியப்படாத இந்த இருவரும் கவனிக்கப்பட வேண்டிய படைப்பாளர்கள் என் பதை உணர்த்துவது இந்த முக்கியத்துவ இடத்தின் நோக்க மாக இருக்கலாம். இவர்களின் படைப்பை வாசித்தபின் தொகுப்பாளர்களின் அந்த நோக்கம் நியாயம் என்றே படு கிறது.

ஸ்ரீதரனின் இரண்டு நீண்ட கதைகள் பன்முக வாசிப்புக்கும் அர்த்தப்படுத்திக்கொள்ளுவதற்கும் இடம்தருபவை. **இராமாயண கலகம்** என்னும் கதை, இராமன் ஆண்ட அயோத்தியைத் தேடி, நவீனகால பக்தன் ஒருவன் புறப்பட்டு, நீண்ட பயணம் செய்து, பலவகை வாழ்க்கை அனுபவங்களை அடைவதை, பல்வேறு உணர்வுகளுடன் சொல்லுகிறது. 'நெடுங்கதையாடல்' என்னும் வடிவம் அருகிவரும் இந்த நாட்களில், ஸ்ரீதரனின் இந்த நெடுங்கதை ஒரு நல்வரவாகும். அயோத்தியைத் தேடும் இந்த நெடும், நெடுநாள் பயணம் ஒரு வாழ்க்கைப் பயணம்போலவே அமைகிறது. நமது தொன் மைகளின் அர்த்தங்களைத் தேடும் ஒரு முயற்சியில் பொய்கள், போலிகள், மூட நம்பிக்கைகள், சுயநலங்கள் இவற்றைக் கண்டு, இவற்றின் ஊடேதான் ஒரு மனிதனின் வாழ்வு நடைபெற வேண்டியிருக்கிறது என இதற்கு ஒரு பொருள் கொள்ளலாம். இந்தச் சூழ்நிலைகளுடன் ஒருவன் சமரசம் செய்துகொள் ளாமல் தேடலை மிகவும் தீவிரமாக்கினால், அது துன்பத்தில் முடியும் என்ற வாழ்க்கைப் பாடமும் இதில் இருக்கிறது. இந்தப் பாடத்தை உணர்த்த மிக நுணுக்கமான, ஆனால், எளிதாகக் காட்சிதரும் நிகழ்வுகளில் சிக்கல்கள் மிகுந்த வாழ்க்கை அனுபவங்களைக் காட்டுகிறார். தோய்ந்து படிக்க வேண்டிய நல்ல கதை.

அம்பலத்துடன் ஆறு நாட்கள் இதே பாடத்தை ஒரு மாந்திரிக யதார்த்த தளத்தில் வைத்து, முன்சொன்ன கதையில் ஒரு வாழ்நாள் முழுக்க நடந்த நிகழ்வுகளை ஒரு ஆறு நாட்களுக்குள் வைத்துச் சொல்லிவிடுகிறது. இந்த வாழ்க்கையின் அன்றாட நிகழ்வுகள், நாம் சாதரணமாகப் புரிந்துகொள்வதற்கும் மேலான பிரபஞ்ச மர்மங்களை தங்களகத்தே கொண்டவை என்பதை இது உணர்த்துகிறது. வாழ்க்கை என்பது ஒரு கணக்குக்குள் அடங்கியதுதான். ஆனால், அது பிரபஞ்சக் கணக்கு. அதைப் புரிந்துகொள்ள வேண்டுமானால், கொஞ்சம் மர்மமான திக்குகளுக்குச் செல்ல வேண்டியுள்ளது. அதைச் சூசகமாகக் காட்டுகிறது, அடர்த்தியான நிகழ்வுகள் உள்ள இந்தக் கதை.

●●●

தமிழியல்
TAMILIYAL

இதுவரை வெளியான
தமிழியல் வெளியீடுகள்

1. **ஊரடங்கு வாழ்வு**
('ஈழநாடு' பத்திரிகையில் 1984ஆம் ஆண்டு வெளியான ஆசிரியத் தலையங்கங்கள் 63இன் தொகுப்பு)
ந. சபாரத்தினம்
சென்னை, ஜூன் 1985

2. **அக்கரைக்குப்போன அம்மாவுக்கு**
(31 கவிதைகளின் தொகுப்பு)
ஹம்சத்வனி
சென்னை, ஓகஸ்ட் 1985

3. **மரணத்துள் வாழ்வோம்**
(31 கவிஞர்களின் 82 அரசியல் கவிதைகள்)
யாழ்ப்பாணம், நொவெம்பர் 1985)

4. **இந்துப் பண்பாடு: சில சிந்தனைகள்**
(லேடி இராமநாதன் நினைவுச் சொற்பொழிவு, 1985)
கா. கைலாசநாத குருக்கள்
சென்னை, செப்ரெம்பர் 1986

5. **யுகங்கள் கணக்கல்ல**
(பதின்மூன்று சிறுகதைகளின் தொகுப்பு)
கவிதா
சென்னை, நொவெம்பர் 1986

6. **தேடலும் படைப்புலகமும்**
(ஓவியர் மாற்கு சிறப்பு நூல்)
யாழ்ப்பாணம், ஓகஸ்ட் 1987

7. **இலங்கையின் தோட்டப் பள்ளிக்கூடங்களின் கல்வியமைப்பும் பிரச்சினைகளும்**
சொர்ணவல்லி பத்மநாப ஐயர்
யாழ்ப்பாணம், ஜூன் 1988

8. **நீர்வளையங்கள்**
(54 கவிதைகளின் தொகுப்பு)
சண்முகம் சிவலிங்கம்
சென்னை, நொவெம்பர் 1988

9. **பெண்களின் சுவடுகளில்**
சாந்தி சச்சிதானந்தம்
சென்னை, மார்ச் 1989

10. **யதார்த்தமும் ஆத்மார்த்தமும்**
(பத்துக் கட்டுரைகளின் தொகுப்பு)
மு. பொன்னம்பலம்
சென்னை, ஏப்ரில் 1991

11. **மீண்டும் வரும் நாட்கள்**
(கவிதைத் தொகுப்பு)
மு. புஷ்பராஜன்
தமிழியல், காலச்சுவடு
நாகர்கோவில், ஜூலை 2004

12. **வர்ணங்கள் கரைந்த வெளி**
(கவிதைத் தொகுப்பு)
தா. பாலகணேசன்
தமிழியல், காலச்சுவடு
நாகர்கோவில், ஜூலை 2004

13. **AJ: The Rooted Cosmopolitan**
(Festschrift)
Edited by: Chelva Kanaganayakam
Tamiliyal, London, UK, July 2008

14. **ஒற்றை மைய உலக அரசியலில் போரும் சமாதானமும்**
(உலக அரசியல்)
மு. திருநாவுக்கரசு
தமிழியல், காலச்சுவடு
நாகர்கோவில், செப்ரெம்பர் 2008

15. **சுழலும் தமிழ் உலகம்**
(புலம்பெயர்ந்த தமிழர் வாழ்வு தொடர்பான கட்டுரைகள்)
சந்திரலேகா வாமதேவா
தமிழியல், காலச்சுவடு
நாகர்கோவில், செப்ரெம்பர் 2008

16. **தேடலும் விமர்சனங்களும் . . .**
(கவிதை, சிறுகதை, கட்டுரை, கடிதங்கள்)
இ. ஜீவகாருண்யன்
தமிழியல், காலச்சுவடு
நாகர்கோவில், ஜூன் 2009

17. **முடிந்து போன தசையாடல் பற்றிய கதை**
(சிறுகதைகள்)
மு. பொன்னம்பலம்
தமிழியல், காலச்சுவடு
நாகர்கோவில், ஓகஸ்ட் 2009

18. **சிதைந்துபோன தேசமும் தூர்ந்துபோன மனக்குகையும்**
(கவிதைகள்)
சண்முகம் சிவலிங்கம்
தமிழியல், காலச்சுவடு
நாகர்கோவில், ஜூலை 2010

19. **நெடுநல்வாடை**
இலக்கிய வரலாறும் திறனாய்வும்
(கட்டுரைகள்)
செல்வா கனகநாயகம்
தமிழியல், காலச்சுவடு
நாகர்கோவில், ஜூலை 2010

20. **வடமொழி இலக்கிய வரலாறு**
    (இலக்கிய வரலாறு)
    கா. கைலாசநாதக் குருக்கள்
    தமிழியல், காலச்சுவடு
    நாகர்கோவில், ஜூலை, 2010

21. **பாலைகள் நூறு**
    (சிறுகதைகள்)
    அ. இரவி
    தமிழியல், காலச்சுவடு
    நாகர்கோவில், டிசம்பர், 2011

22. **திரையும் அரங்கும்: கலைவெளியில் ஒரு பயணம்**
    (சினிமா கட்டுரைகள்)
    அ. யேசுராசா
    தமிழியல், காலச்சுவடு
    நாகர்கோவில், டிசம்பர், 2013

2